माईसाहेब आंबेडकर यांच्या स्मृतींना

❑ शरणकुमार लिंबाळे यांचे प्रकाशित साहित्य

❑ शरणकुमार लिंबाळे यांच्या साहित्याचा अनुवाद

प्रज्ञासूर्य
प्रज्ञासूर्य
प्रज्ञासूर्य
प्रज्ञासूर्य
प्रज्ञासूर्य
प्रज्ञासूर्य
प्रज्ञासूर्य
प्रज्ञासूर्य
प्रज्ञासूर्य
प्रज्ञासूर्य
प्रज्ञासूर्य
प्रज्ञासूर्य
प्रज्ञासूर्य
प्रज्ञासूर्य
प्रज्ञासूर्य
प्रज्ञासूर्य
प्रज्ञासूर्य
प्रज्ञासूर्य
प्रज्ञासूर्य
प्रज्ञासूर्य
प्रज्ञासूर्य
प्रज्ञासूर्य
प्रज्ञासूर्य
प्रज्ञासूर्य
प्रज्ञासूर्य
प्रज्ञासूर्य
प्रज्ञासूर्य
प्रज्ञासूर्य
प्रज्ञासूर्य
प्रज्ञासूर्य
प्रज्ञासूर्य
प्रज्ञासूर्य
प्रज्ञासूर्य

कविता : उत्पात (१९८२), श्वेतपत्रिका (१९८९).

कथा : बारामाशी (१९८८), हरिजन (१९८८), रथयात्रा (१९९३), दलित ब्राह्मण (२००४).

कादंबरी : भिन्नलिंगी (१९९१), उपल्या (१९९८), हिंदू (२००३), बहुजन (२००६).

आत्मनिवेदने : अक्करमाशी (१९८४), राणीमाशी (१९९२), पुन्हा अक्करमाशी (१९९९).

संपादने : दलित प्रेम कविता (१९८६), दलित पँथर (१९८९), दलित चळवळ (१९९१), दलित साहित्य (१९९१), प्रज्ञासूर्य (१९९१), भारतीय रिपब्लिकन पक्ष (१९९२), मराठी वाङ्मयातील नवीन प्रवाह (१९९३), विवाहबाह्य संबंध : नवीन दृष्टिकोन (१९९४), गावकुसाबाहेरील कथा (१९९७), ज्ञानगंगा घरोघरी (२०००), शतकातील दलित विचार (२००१), साठोत्तरी मराठी वाङ्मय प्रवाह (२००६).

समीक्षा : दलित साहित्याचे सौंदर्यशास्त्र (१९९६), साहित्याचे निकष बदलावे लागतील (२००५), ब्राह्मण्य (२००६).

इंग्रजी : द आऊटकास्ट (२००३), टुवर्डस् ॲन ॲस्थिटिक्स ऑफ दलित लिटरेचर (२००४).

हिंदी : अक्करमाशी (१९९१), देवता आदमी (१९९४), दलित साहित्य का सौंदर्यशास्त्र (२०००), नरवानर (२००३), हिंदू (२००४), दलित ब्राह्मण (२००४).

कन्नड : आक्रम संतान (१९९२).

पंजाबी : अक्करमाशी (१९९६).

मल्याळम : अक्करमाशी (२००५), हिंदू (२००५).

तमिळ : अक्करमाशी (२००३).

प्रज्ञासूर्य

(संपादन)

डॉ. शरणकुमार लिंबाळे

दिलीपराज प्रकाशन प्रा. लि.

२५१ क, शनिवार पेठ, पुणे - ४११ ०३०.

◆ **Pradhnyasurya**
By Sharankumar Limbale
sharankumarlimbale@yahoo.com

◆ **प्रकाशक :**
राजीव दत्तात्रय बर्वे
दिलीपराज प्रकाशन प्रा. लि.,
२५१ क, शनिवार पेठ,
पुणे - ४११ ०३०.

◆ © सौ. कुसुम शरणकुमार लिंबाळे

◆ **प्रथमावृत्ती :** १० जून १९९१

◆ **द्वितीयावृत्ती :** १५ जून २००७

◆ **प्रकाशन क्रमांक :** १५१९

◆ **ISBN :** 978 - 81 - 7294 - 605 - 0

◆ **मुद्रक :**
रेप्रो इंडिया लिमिटेड, मुंबई

◆ **टाईपसेटिंग :**
पितृछाया मुद्रणालय,
९०९, रविवार पेठ,
पुणे - ४११ ००२.

◆ **रेखाटने :**
अनिल सूर्या, नवी दिल्ली

◆ **मुखपृष्ठ :**
भारती पाडेकर

माईसाहेब आंबेडकर यांच्या स्मृतींना

❑ शरणकुमार लिंबाळे यांचे प्रकाशित साहित्य

कविता : उत्पात (१९८२), श्वेतपत्रिका (१९८९).

कथा : बारामाशी (१९८८), हरिजन (१९८८), रथयात्रा (१९९३), दलित ब्राह्मण (२००४).

कादंबरी : भिन्नलिंगी (१९९१), उपल्या (१९९८), हिंदू (२००३), बहुजन (२००६).

आत्मनिवेदने : अक्करमाशी (१९८४), राणीमाशी (१९९२), पुन्हा अक्करमाशी (१९९९).

संपादने : दलित प्रेम कविता (१९८६), दलित पँथर (१९८९), दलित चळवळ (१९९१), दलित साहित्य (१९९१), प्रज्ञासूर्य (१९९१), भारतीय रिपब्लिकन पक्ष (१९९२), मराठी वाङ्मयातील नवीन प्रवाह (१९९३), विवाहबाह्य संबंध : नवीन दृष्टिकोन (१९९४), गावकुसाबाहेरील कथा (१९९७), ज्ञानगंगा घरोघरी (२०००), शतकातील दलित विचार (२००१), साठोत्तरी मराठी वाङ्मय प्रवाह (२००६).

समीक्षा : दलित साहित्याचे सौंदर्यशास्त्र (१९९६), साहित्याचे निकष बदलावे लागतील (२००५), ब्राह्मण्य (२००६).

❑ शरणकुमार लिंबाळे यांच्या साहित्याचा अनुवाद

इंग्रजी : द आऊटकास्ट (२००३), टुवर्डस् ॲन ॲस्थिटिक्स ऑफ दलित लिटरेचर (२००४).

हिंदी : अक्करमाशी (१९९१), देवता आदमी (१९९४), दलित साहित्य का सौंदर्यशास्त्र (२०००), नरवानर (२००३), हिंदू (२००४), दलित ब्राह्मण (२००४).

कन्नड : आक्रम संतान (१९९२).

पंजाबी : अक्करमाशी (१९९६).

मल्याळम : अक्करमाशी (२००५), हिंदू (२००५).

तमिळ : अक्करमाशी (२००३).

प्रस्तावना

बाबासाहेब आंबेडकरांच्या महानिर्वाणानंतरच्या काळात दलित समाजात प्रचंड सांस्कृतिक उलथापालथ झालेली आहे. आज बाबासाहेब आंबेडकर हे एका व्यक्तीचं नाव राहिलं नसून ते एका विराट विद्रोही सांस्कृतिक चळवळीचं नाव झालं आहे. बाबासाहेब आंबेडकर ह्यांच्या विचार कार्यातून एका सांस्कृतिक क्रांतीचा उगम झाला आहे. आंबेडकरी विचारातून क्रांतिप्रवण झालेल्या परिवर्तनवादी चळवळींची हालचाल पाहिली की, इथल्या इतिहासाला त्यांच्या पायाजवळ बसून क्षमा मागावी लागेल! इतका अभूतपूर्व असा सामाजिक कायापालट झाला आहे. हजारो वर्षे मूक आणि बहिष्कृत असलेला समाज खडबडून जागा होतो आहे. ज्या विराट मानवसमूहाला अस्पृश्य लेखलं होतं, त्या समाजातले बाबासाहेब आंबेडकर देशाची राज्यघटना लिहितात, हा कसला थक्क करणारा प्रवास आहे! दीडशे वर्षांच्या गुलामगिरीतच इथं सामाजिक समतेची बीजे रुजली गेली. दीडशे वर्षे असलेल्या ब्रिटिश सत्तेविरुद्ध अनेकांनी लढलं आहे, पण हजारो वर्षांच्या विषम जातिव्यवस्थेविरुद्ध कोणीच कसा आवाज उठवला नाही? डॉ. बाबासाहेब आंबेडकरांच्या रूपानं हजारो वर्षांच्या इतिहासात प्रथमच गावकुसाबाहेरील काळोखगर्भात प्रज्ञासूर्याचा उदय झाला आणि त्याच्या कोटी कोटी किरणांनी वर्णव्यवस्थेचा विकृत चेहरा जगापुढे आला. बाबासाहेब आंबेडकरांच्या उच्चार आणि उद्गारांनी इथल्या धर्मग्रंथांची पाचावर धारण बसली. आंबेडकरी विचार हा ह्या भूमीतला प्रचंड उद्रेक होता. ह्या उद्रेकामुळेच तळागाळातून उठावाचे वादळ उठले. शोषितांच्या गळ्यातून समता, स्वातंत्र्य आणि न्यायाची मागणी स्फोटासारखी व्यक्त होऊ लागली. सनातन व्यवस्था गर्भगळित झाली.

डॉ. बाबासाहेब आंबेडकर ह्यांच्या जीवनाचा आढावा घेणं एकवेळ सोपं आहे, पण त्यांनी जागवलेल्या बहिष्कृत भारतातील समग्र सांस्कृतिक जाणिवांचं

मोजमाप करणं केवळ अशक्य आहे. या युगंधरानं नवा इतिहास रचला आहे. त्यांच्या तत्त्वज्ञानाने अनेक विचारवंत, लेखक प्रभावित झाले आहेत. त्यांच्या कार्याने हा काळ भारावून गेला आहे. त्यांच्या जीवनाने विराट मानवसमूहांना प्रचंड आत्मविश्वास प्राप्त झाला आहे. बाबासाहेब आंबेडकर हा एक विचार आहे. बाबासाहेब आंबेडकरांनी दलितांच्या उत्थापनासाठी सर्वव्यापी लढा दिला. हा लढा चक्रीवादळासारखा रोंरोवत असलेला दिसतो. सूर्य रोज उगवतो, मावळतो. प्रज्ञासूर्याचा उदय हा मावळण्यासाठी झालेला नाही. रोज त्याची व्याप्ती अनेक सामाजिक स्तरांत पसरत आहे.

बाबासाहेब आंबेडकरांनी दलितांना हक्क आणि अधिकारांची जाणीव करून दिली. 'काय खावं, काय ल्यावं' हे त्यांनी सांगितलं. चारित्र्याची महती त्यांना सांगितली. मुर्दाडांना शिव्या देऊन त्यांनी स्वाभिमान शिकवला. अस्पृश्यांच्या हक्कांची कैफियत त्यांनी मांडली. गावकुसापासून ते गोलमेज परिषदांपर्यंत त्यांनी अस्पृश्यांचे प्रश्न मांडले. सभा, संमेलने, परिषदा, सत्याग्रह, मेळाव्यांतून दलितांच्या अस्तित्वाचे आणि अस्मितेचे लढे तीव्र केले. पत्रकारिता, पक्ष, संघटना व समाज कार्याच्या माध्यमातून त्यांनी प्रस्थापित व्यवस्थेविरुद्ध संघर्ष उभा केला. त्यांचं राजकारण आणि समाजकारण, त्यांच्या मागण्या आणि चळवळी, त्यांची भूमिका आणि मांडणी, त्यांचे विचार आणि कार्य ह्यातून सामाजिक समतेचा विचार दृढ झाला. बाबासाहेब आंबेडकरांनी अस्पृश्यांना न्याय मिळवून देण्यासाठी पाण्यापासून ते परमेश्वरापर्यंत, समाजापासून ते संसदेपर्यंत आवाज उठवला. बाबासाहेबांनी वसतिगृहे आणि महाविद्यालये सुरू करून ज्यांना हजारो वर्षे शिक्षण नाकारलं होतं, त्यांच्यासाठी ज्ञानाच्या वाटा मोकळ्या केल्या. त्यांनी सुरू केलेल्या तमाम सत्याग्रहांतून समता, स्वातंत्र्य, न्याय आणि बंधुतेची मागणी झालेली आहे. सर्वसामान्यांच्या बाजूने लढणारे बाबासाहेब, भारतीय इतिहासात गादीसाठी लढणाऱ्या राजेरजवाड्यांपेक्षा कितीतरी महान वाटतात. त्यामुळेच भारतीय इतिहासाला अस्पृश्यांच्या लढाईचे साक्षीदार व्हावे लागते. बाबासाहेब आंबेडकरांच्या जीवनाकडे किती नजरेनं न्याहाळावं, किती लेखण्यांनी प्रेरणा मागावी, किती चळवळींनी शक्ती मागावी, किती माणसांनी भक्ती मागावी, किती इतिहासांनी गौरव मागावा, किती काळानं अलंकार मागावा, किती ओठांनी आवाज मागावा, किती नजरांनी सौंदर्य मागावं, किती कपाळांनी त्यांची पायधूळ मागावी, किती काळजांनी त्यांची प्रतिमा मागावी, अशी ही न संपणारी ऊर्जा आहे.

बाबासाहेब आंबेडकरांनी हिंदू धर्मातल्या जातिव्यवस्थेविरुद्ध आमरण लढा दिला आहे. बाबासाहेबांनी हिंदू धर्माला धारेवरच धरलं होतं. बाबासाहेबांची आरंभीची

भूमिका ही हिंदू धर्म सुधारणेची होती. 'आम्हीही हिंदू आहोत. आम्हालाही इतर हिंदूंप्रमाणे समानतेने वागवलं पाहिजे.' अशा भूमिकेतून बाबासाहेबांनी हिंदू समाज सुधारण्याचा प्रयत्न केला. पण हिंदू समाजाला बाबासाहेबांच्या कार्याचे महत्त्व पटले नाही. बाबासाहेबांनी अस्पृश्यांना त्यांच्या गुलामीची जाणीव करून दिली आणि त्यांच्या मनात बंडाची भावना पेटली. अस्पृश्यांना मानवाधिकार मिळावेत ह्यासाठी त्यांनी उभं आयुष्य झिजवलं. हिंदू समाज सुधारणार नाही ह्याची खात्री पटल्यानंतर बाबासाहेबांनी 'मी हिंदू म्हणून जन्मलो पण हिंदू म्हणून मरणार नाही' अशी प्रतिज्ञा केली आणि बौद्ध धम्माचा स्वीकार केला.

बाबासाहेबांनी देशाला दिलेले संविधान आणि दलितांना दिलेला धम्म ही लोकशाहीची जीवनाची महान रूपं आहेत. दलितांनी धर्मान्तर केल्यानंतर हिंदू समाजाला प्रचंड हादरे बसले. दलितांनी हीन कामं नाकारली. हिंदूंची सेवाचाकरी नाकारली, त्यामुळे हिंदू समाजात प्रचंड तेढ निर्माण झाली. दलितांनी हिंदूंची गुलामी नाकारल्यामुळे त्यांचा अहंकार दुखावला होता. सवर्णांनी स्वाभिमानी दलितांचा छळ करण्यासाठी नवनवीन षडयंत्रांचा आधार घेतला. स्वातंत्र्योत्तर काळात दलितांवर अमानुष असे अत्याचार झालेले दिसतील. मानवतेला काळिमा फासणाऱ्या असंख्य घटना आजही घडताना दिसतात. कुठल्याही जुलमाला न जुमानता दलित माणूस ठामपणे जगण्याचा प्रयत्न करतो आहे. त्याच्या निर्भयपणाचं शास्त्र हे आंबेडकरी बाण्यात दडलेलं आहे.

डॉ. बाबासाहेब आंबेडकरांच्या जीवन आणि विचारांचा झपाट्याने प्रचार आणि प्रसार होतो आहे. तितक्याच ताकदीनं प्रतिगामी शक्ती एकवटत आहेत. सगळ्या समाजाची समूळ उलथापालथ करणं ही आजची गरज आहे. केवळ सोयी सवलतीनं ही गरज पूर्ण होणार नाही. शिक्षण, विज्ञान, कायदा आणि चळवळीचं अमोघ अस्त्र झोपड्या-झोपड्यांपर्यंत पोहचलं आहे. हजारो वर्षे शस्त्र आणि शास्त्र वंचित असलेला समाज शिकतो आहे, संघटित होतो आहे, संघर्ष करतो आहे. केवळ शिक्षणाने समाज प्रबोधन होत नसते. विद्यापीठाच्या शंभर पदव्या जितकं परिवर्तन करू शकत नाहीत, तितका दलितांचा एक मोर्चा इथल्या शतकाचं प्रबोधन करू शकतो. नामांतर आणि मंडल आयोगाच्या चळवळीमुळे आंबेडकरी विचारधारा अधिक सशक्त बनल्याची दिसेल. राष्ट्र म्हणजे लष्करग्रस्त सीमा नव्हे. राष्ट्रातला प्रत्येक माणूस महत्त्वाचा असतो. कुठल्याही मानव समाजाचं शोषण करून राष्ट्राची उभारणी करता येत नसते. माणसाला माणूस म्हणून जगता येणारी सामाजिक, राजकीय, धार्मिक, आर्थिक, शैक्षणिक, सांस्कृतिक व्यवस्था असणे म्हणजेच राष्ट्र होय.

माती आणि माणूस जागवणारा पहिला प्रलयंकारी आवाज हा दलितांच्या

ओठांतून आला आहे. ह्या आवाजाचं सौंदर्यशास्त्र आंबेडकरी विचारांत आहे. हा वादळवर्षाव सामाजिक न्यायाची प्रस्थापना होईपर्यंत अमर असणार आहे. समाजातले आजवर मूक असलेले अनेक स्तर ज्ञानविज्ञान आणि कायद्यामुळे समता, स्वातंत्र्य आणि न्यायाची भाषा बोलणार आहेत. मूठभरांनी आपल्या हिताच्या संवर्धनासाठी ओलीस ठेवलेले स्वातंत्र्य, न्याय आणि समता ह्यावर सर्वच सामाजिक स्तर हक्क सांगणार आहेत. त्यामुळे वरच्या आणि खालच्या स्तरांमध्ये प्रचंड बेबनाव, तणाव आणि संघर्ष निर्माण होणार आहेत. अशा ताणतणावातूनच नवी मानसिकता घडणार आहे. आंबेडकरी विचारांमुळे सवर्णांमध्ये निर्माण होणारी तेढ ही समतेची मेढ रोवीत असते. सामाजिक तणावांतून दलितांच्या हक्क-अधिकारांचा जन्म होत असतो. बाबासाहेब आंबेडकरांच्या विचारांमुळे इथल्या जातिव्यवस्थेचा पायाच डळमळीत झाला आहे. ह्या विद्रोही रूपाचा प्रस्तुत ग्रंथात शोध घेण्याचा प्रयत्न करण्यात आला आहे. पहिल्या भागात बाबासाहेबांना केंद्र मानून बुद्ध, फुले, मार्क्स, टिळक, गांधीजी, जीना, दादासाहेब गायकवाड आणि माईसाहेब आंबेडकर ह्यांच्याशी असलेले त्यांचे नाते स्पष्ट करण्याचा प्रयत्न केलेला आहे. दुसऱ्या, तिसऱ्या आणि चौथ्या भागात बाबासाहेबांच्या जीवनकार्यातील विविध पैलूंचा शोध घेतलेला आहे. प्रत्येक लेखकांनी उत्कृष्ट विवेचन आणि वर्णन केलेलं आहे. त्यावर स्वतंत्र भाष्य करण्याची इथं गरज नाही. सर्वच लेखांमधून प्रज्ञासूर्याच्या विविध किरणांची प्रभा पसरलेली आहे. ही प्रज्ञासूर्याची प्रकाशयात्रा आहे.

बाबासाहेब आंबेडकरांच्या महानिर्वाणानंतर त्यांच्या लेखनाची चिकित्सा आणि विश्लेषण अनेकांनी अनेक पद्धतीने केलं आहे. बाबासाहेबांच्या लेखनाचे अनुवाद जसे प्रकाशित झाले आहेत, तसे त्यांच्या लेखनाची संपादित पुस्तके आणि खंडही प्रकाशित झालेले आहेत. बाबासाहेबांवर अनेकांनी जसं लेखन केलं आहे, तसं संशोधनही केलं आहे. बाबासाहेबांवर अनेकांनी कथा, कविता आणि कादंबऱ्या लिहिल्या आहेत. बाबासाहेबांनी लिहिलेल्या साहित्यापेक्षा त्यांच्यावर आणि त्यांनी लिहिलेल्या साहित्यावर विपुलपणे ग्रंथ प्रकाशित झालेले दिसतात. बाबासाहेब आंबेडकरांच्या महानिर्वाणानंतर अनेक विद्वान, विचारवंत, लेखक, कवी, पत्रकार आणि कार्यकर्त्यांनी आपल्या लेखनासाठी आणि भाषणासाठी आंबेडकरी विचारांचा आधार घेतला आहे. बाबासाहेब आंबेडकरांच्या महानिर्वाणानंतर भारतीय समाजात निर्माण झालेले चढ-उतार विविध स्वरूपाचे आहेत. दलितांच्या विरोधात जटिल अशी सामाजिक आणि राजकीय परिस्थिती निर्माण झाली. दलितविरोधी अनेक डावपेच आखले गेले. बाबासाहेब आंबेडकरांच्या विचारांची आणि पुतळ्यांची विटंबना करण्यात आली. आंबेडकरी चळवळ आणि समाजाची कोंडी करून

मुस्कटदाबी करण्यात आली. मराठवाडा विद्यापीठाचे नाव बदलून बाबासाहेब आंबेडकरांचे नाव ह्या विद्यापीठाला द्यावे, ह्या मागणीसाठी दलितांना पंधरा वर्षे सतत लढा द्यावा लागला. ह्यासाठी अनेकांचे बळी गेले. अनेकांच्या आयुष्याची राखरांगोळी झाली. दलितांचे साधे प्रश्नही सहजपणे सुटत नाहीत. दलितांचा प्रत्येक प्रश्न सवर्णांना भेडसावणारा वाटतो. त्यामुळे ही व्यवस्था दलितांच्या प्रश्नांकडे सहानुभूतीने पाहण्याऐवजी जातीवादी दृष्टीनेच पाहते. अत्यंत प्रतिकूल आणि जटिल परिस्थितीशी सामना करताना दलितांनी आंबेडकरी विचारांचा आधार घेतलेला दिसतो. त्यामुळे बाबासाहेब आंबेडकरांच्या विचारांना सतत बदलत्या काळाचे आणि परिस्थितीचे संदर्भ प्राप्त झाले आहेत. आजच्या संदर्भात बाबासाहेबांचा विचार जसा लागू होतो, तसा दलितांच्या भवितव्याच्या संदर्भातही बाबासाहेब आंबेडकरांचा विचार मार्गदर्शक ठरतो. दलित चळवळीसाठी बाबासाहेबांचे लेखन हे संविधानासारखेच आहे. बाबासाहेबांच्या लेखनाचे ऐतिहासिक महत्त्व ओळखून दलितांमधील काही विचारवंतांनी आत्मसंरक्षक आणि आक्रमक भूमिका घेतली. बाबासाहेब आंबेडकरांच्या विचारांबरोबर इतरांची तुलना करण्याला विरोध केला. बाबासाहेबांनी मार्क्सला विरोध केला म्हणून मार्क्सला विरोध, बाबासाहेबांनी काँग्रेसला जळते घर म्हटले म्हणून काँग्रेसला विरोध, बाबासाहेबांनी गांधीजींना विरोध केला म्हणून गांधीजींना विरोध, बाबासाहेबांनी हिंदुत्वाला विरोध केला म्हणून हिंदुत्वाला विरोध, बाबासाहेबांनी बौद्ध धम्म स्वीकारला म्हणून सर्वच क्षेत्रात धम्माच्या परिभाषेचा आग्रह धरला गेला. आंबेडकरवादाच्या कट्टर पुरस्कर्त्यांची एक जबरदस्त फळी निर्माण झाली. आंबेडकरवादाची शक्ती ओळखून अनेकजण आंबेडकरी विचारांचा अभ्यास करू लागले. अनेक विद्यापीठांत आंबेडकर अध्यासनांची स्थापना झाली. आंबेडकरी जनता आणि चळवळीचा रेटा अभूतपूर्व असाच आहे. त्यामुळे शिवसेना, भारतीय जनता पक्षासारखे हिंदुत्ववादी राजकीय पक्षही आंबेडकरी अनुयायांचे समर्थन मिळवण्याचा प्रयत्न करू लागले. काही आंबेडकर अनुयायांनी शिवसेना, भारतीय जनता पक्षांबरोबर सहकार्य करण्याची भूमिका घेतली, तर काहींनी काँग्रेस, राष्ट्रवादी काँग्रेस ह्यांची तळी उचलून धरली. सत्ताधारी पक्ष असो किंवा विरोधी पक्ष असो, त्यांना दलितांच्या पाठिंब्याची गरज भासू लागली. त्याचप्रमाणे दलितांनाही इतर राजकीय पक्षाबरोबर युती करण्याची गरज भासू लागली. भारतीय राजकारणात निर्माण झालेली ही निकड समजून घेणे महत्त्वाचे आहे. ही निकड बाबासाहेबांच्या विचारातून जन्मली आहे. आधुनिक भारतातल्या समाजकारणाला आणि राजकारणाला सामाजिक न्यायाची भूमिका घ्यावी लागते आहे. ह्याचे सर्व श्रेय बाबासाहेब आंबेडकरांच्या जीवनकार्याकडे जाते. आंबेडकरी विचार हा दलितांच्या भूत, भविष्य आणि वर्तमानाला व्यापून राहणारा आहे.

बाबासाहेब आंबेडकरांच्या विचार आणि कार्यातून प्रेरणा घेऊन आंबेडकर अनुयायांनी पुढल्या काळात आंबेडकरी चळवळ गतिमान केलेली दिसते. रिपब्लिकन पक्ष, दलित पँथर, दलित मुक्ती सेना अशा संघटनांमधून आंबेडकरी चळवळीने आगेकूच केली आहे. दलित साहित्य चळवळीच्या माध्यमातून ह्या चळवळीला वैचारिक रसद पुरवण्यात आली आहे. बाबासाहेब आंबेडकरांच्या नावाने अनेक संघटना, संस्था स्थापन झाल्या. त्यांच्या नावाने अनेक सन्मान, पुरस्कार आणि शिष्यवृत्त्या सुरू करण्यात आल्या. अनेकांनी आपल्या मुलाबाळांची आणि घरांची नावे आंबेडकरानुवर्ती ठेवली. दलितांच्या घरोघरी आंबेडकरांच्या प्रतिमा झळकल्या. चौदा एप्रिल, चौदा ऑक्टोबर आणि सहा डिसेंबर ह्या दिवसांना दलितांच्या जीवनात अनन्यसाधारण असं महत्त्व प्राप्त झालं. निळा झेंडा, अशोक चक्र आणि जय भीम हे संकेत दलितांच्या स्वाभिमानाच्या आणि ओळखीच्या खुणा ठरले. निळा रंग दलितांच्या अस्मितेचा रंग ठरला. दलितांचं समग्र जीवन आंबेडकरमय झालं. दलितांना बाबासाहेब आंबेडकर हे नाव आपल्या प्राणाहून प्रिय वाटते. बाबासाहेब आंबेडकरांचा पुतळा त्यांना आपल्या आयुष्याची आधारशिला वाटतो, म्हणून बाबासाहेब आंबेडकर ही एक सर्वव्यापी आणि सर्वस्पर्शी संवेदनाक्षम भावना झाली आहे.

बाबासाहेब आंबेडकरांच्या विचारांनी केवळ दलितांनाच प्रभावित केलं असं नाही, तर इथल्या तमाम पुरोगामी आणि प्रगतीशील विचारांना भक्कम पाठबळ दिलं आहे. परिवर्तनवादी चळवळी आणि कार्यकर्ते आंबेडकरी विचारधारेशी आपलं नातं सांगतात. आधुनिक भारतातलं राजकारण आणि समाजकारण बाबासाहेब आंबेडकरांचे नाव घेतल्याशिवाय पूर्ण होऊ शकत नाही. प्रतिगामी चळवळी आणि संघटनाही आंबेडकरी विचारांच्या प्रभावामुळं अंतर्मुख होऊन विचार करत आहेत आणि आपल्या भूमिकांमध्ये कालानुरूप बदल करत आहेत. बाबासाहेब आंबेडकरांचा विचार हा समाज बदलण्याचा विचार आहे. पुरोगामी आणि प्रतिगामी समाज बदलाचा गंभीरपणे विचार करताना दिसतात. बाबासाहेब आंबेडकरांच्या भूमिकेमुळे केवळ तळागाळातच बदल होतो आहे, असे नाही, तर तळागाळातल्या सुरू झालेल्या तमाम हालचालींमुळे समग्र व्यवस्थाच आपली कूस बदलत आहे. ह्या बदलण्यात प्रचंड मोडतोड होत आहे. धुसफूस होत आहे. तेढ आणि तणाव निर्माण होत आहे. प्रसंगी रक्तपात होत आहे. दंगली होत आहेत; पण बदलाची प्रक्रिया अपरिहार्य ठरत आहे.

बाबासाहेब आंबेडकरांच्या महानिर्वाणानंतर बाबासाहेब आंबेडकरांबरोबर महात्मा फुले आणि राजर्षी शाहू महाराज ह्यांच्या विचार आणि कार्याची जोड देण्यात आली.

'फुले-शाहू-आंबेडकर' हा क्रांतिकारी संकल्प घेऊन बहुजन समाज सक्रिय झाला. सामाजिक धृवीकरणाच्या प्रक्रियेने वेग घेतला. नवी राजकीय समीकरणे अस्तित्वात आली. हा सगळा-फुले-शाहू-आंबेडकरी विचारांचा प्रभाव आहे.

फुले-शाहू-आंबेडकरी विचारांची प्रेरणा घेऊन महाराष्ट्रात सुरू झालेल्या चळवळींकडे संपूर्ण भारतात एक आदर्श म्हणून पाहिले गेले. दलित साहित्याच्या चळवळीमुळे संपूर्ण भारतीय भाषांमध्ये दलित साहित्याची निर्मिती झाली. महाराष्ट्रातल्या फुले-शाहू-आंबेडकरी विचारांमुळे संपूर्ण भारतात हालचाल सुरू झाली. महाराष्ट्रात उठलेले क्रांतिकारी वादळ संपूर्ण भारतात घोंघावू लागले. फुले-शाहू-आंबेडकरांची भूमी म्हणून महाराष्ट्राकडे पाहिले गेले. ही महाराष्ट्राची आधुनिक ओळख आहे. पुरोगामी महाराष्ट्र म्हणून ओळखण्याचं श्रेय हे फुले-शाहू-आंबेडकरी विचारांना जातं. फुले-शाहू-आंबेडकरांचा वैचारिक वारसा जपण्याचे जे अनेक प्रयत्न झाले आहेत, त्या प्रयत्नाचा एक भाग म्हणून मी ह्या संपादनाकडे पाहतो.

- डॉ. शरणकुमार लिंबाळे

अनुक्रमणिका

|| ३ ||

|| ४ ||

|| ५ ||

|| ६ ||

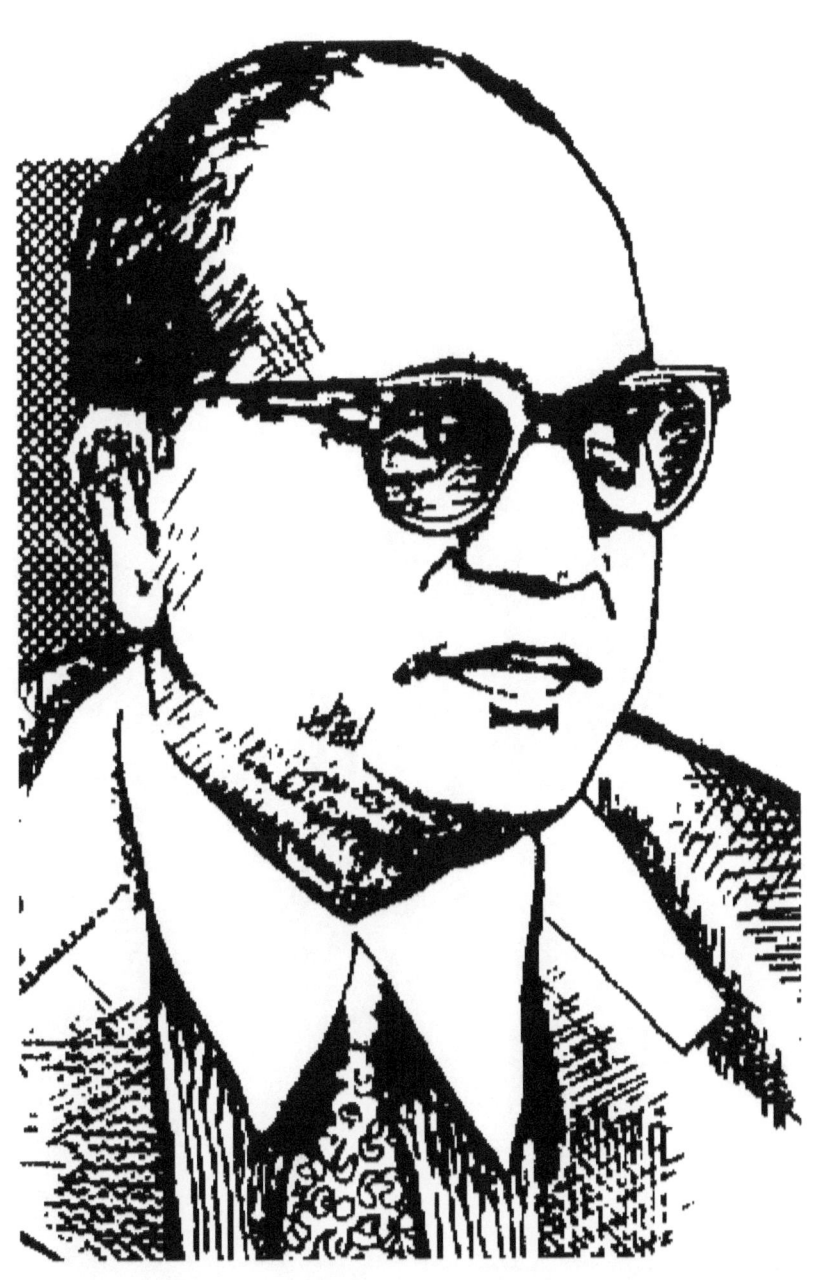

॥ ९ ॥

डॉ. बाबासाहेब आंबेडकर म्हणजे शतकाशतकांतून कधीतरी काळाला पडणारे मानवतेचे भव्य दिव्य स्वप्न होते. परिसाच्या स्पर्शानं लोखंडाचं सोनं होतं असं म्हणतात. मी डॉ. आंबेडकरांची झाले आणि माझ्या जीवनाचं सोनं झालं. डॉ. आंबेडकरांसारख्या महामानवाच्या जीवनातील उत्तरार्धात अखेरपर्यंत मी त्यांना सावलीसारखी साथ दिली. कायावाचामने करून त्यांची सेवा केली, पूजा केली. जगाला भूषण वाटावे अशा युगप्रवर्तक महापुरुषाच्या जीवनाशी माझे जीवन निगडित झाले, यापेक्षा अधिक जीवनसाफल्य ते कोणते?

प्रत्येक महापुरुषाच्या यशस्वी जीवनात त्याच्या पत्नीचा मोलाचा वाटा असतो, असे सार्थपणे म्हटले जाते. डॉ. आंबेडकरांच्या जीवनचरित्रात, त्यांच्या आयुष्याच्या पूर्वार्धात रमाबाईंचा सहभाग आणि उत्तरार्धात माझा सहभाग हा त्याचा पुरावा आहे.

महापुरुषाची पत्नी होणे हे एक महान दिव्य असते याची प्रचिती मला

... १ ...
बाबासाहेब आंबेडकर आणि मी

माईसाहेब आंबेडकर

स्वानुभवाने आलेली आहे; म्हणून महापुरुषाच्या पत्नीला कसल्याकसल्या परिस्थितीला तोंड द्यावे लागते हे इतरांना सांगूनही कळणार नाही. त्यात आणखी विशेष म्हणजे डॉ. आंबेडकर आणि माझ्या बाबतीत तर परिस्थिती कमालीची असाधारण आणि तितकीच विलक्षण होती. पहिली गोष्ट म्हणजे मी तथाकथित सवर्ण मानल्या गेलेल्या सवर्णातील आणि डॉ. आंबेडकर हे हिंदू धर्मसंस्थेने अतिशूद्र मानलेल्या समाजातील! समाजाच्या अगदी परस्परभिन्न! भिन्न परिस्थितीत आणि भिन्न वातावरणात वाढलेले आणि भिन्न कार्यक्षेत्र असलेले आम्ही दोघं विवाहबद्ध झालो ही एक मोठी आश्चर्यकारक घटना आहे; पण त्याला कारण असे की, आम्ही दोघंही समता धर्म मानणारे आणि आमचा आदर्श बुद्ध! त्यामुळे खुद्द साहेबांनीच मला एका पत्रात लिहिल्याप्रमाणे 'एका जीवात्म्याने दुसऱ्या जीवात्म्यास पाहिले, समान शील ओळखले...' असे आमचे मनोमिलन झाले.

दुसरी गोष्ट म्हणजे डॉ. आंबेडकरांच्या नि माझ्या वयातील अंतर! प्रश्न वयाच्या अंतराचा होता आणि आमच्यामधलं हे वयाचं अंतर ही एक समस्या होती. तिसरी गोष्ट म्हणजे डॉ. आंबेडकरांचे प्रकृती अस्वास्थ्य आणि त्यांना जडलेले दुर्धर आजार! या सर्व समस्या आमच्या विवाहाच्या आड आल्या नाहीत; कारण माझ्या अंत:करणातील 'डॉक्टर' अपार सहानुभूतीने जागृत झाला आणि मी डॉ. आंबेडकरांच्या विवाह प्रस्तावाला होकार देऊन टाकला. डॉ. आंबेडकरांशी माझी प्रथम भेट झाली, तेव्हा त्यांची प्रकृती बरी नव्हतीच मुळी! मधुमेह, संधिवात, रक्तदाब अशा दुर्धर व्याधींनी त्यांचे शरीर पोखरलेले होते आणि ते सर्वस्वी एकाकी होते. त्यांची शारीरिक स्थिती आणि एकाकी अवस्था पाहून माझे मन गहिवरून आले. कमालीच्या करुणेने भरून आले; त्यामुळे माझ्यातला डॉक्टर जागृत झाला आणि बजावू लागला की, यांना योग्य औषधोपचाराची नि वैद्यकीय मदतीची गरज आहे आणि या जाणिवेतूनच मी डॉ. आंबेडकरांनी लग्नाची मागणी घालताच सरळ होकार दिला; कारण राज्यघटनेची राष्ट्रीय जबाबदारी त्यांच्या शिरावर होती. ते ऐतिहासिक कार्य करण्यासाठी त्यांच्या प्रकृतीची, औषधपाण्याची काळजी घेणे अत्यावश्यक होते. आज जेव्हा मी माझा होकार दिल्याचा विचार करते, तेव्हा मला प्रामाणिकपणे वाटते की, मी केवळ डॉक्टर होते म्हणूनच होकार देऊ शकले. जर कदाचित मी डॉक्टर नसते, तर लग्नाला होकार दिला असता किंवा नाही हे मी आजही सांगू शकत नाही; पण अशा कमालीच्या असाधारण आणि विलक्षण स्थितीतही आम्ही एकमेकांना स्वीकारले आणि एकमेकांना तळहातावरील फोडाप्रमाणे जीवापाड जपले.

डॉ. आंबेडकरांनी माझी निवड केली, तेव्हा मला पुढे कोणकोणत्या भीषण परिस्थितीला तोंड द्यावे लागणार याची मला पुसटशीही कल्पना नव्हती. मी डॉ. आंबेडकरांची पत्नी होते तशीच त्यांची डॉक्टरही होते; त्यामुळे त्यांचे जेवणखाण, औषधपाणी, विश्रांती या सर्व गोष्टी काटेकोरपणे सांभाळणं अत्यावश्यक होतं. आमचा विवाह झाला आणि खरोखरीच डॉ. आंबेडकरांच्या दिनचर्येला एक अर्थ प्राप्त झाला. डॉ. आंबेडकरांची दिनचर्या सांभाळताना प्रसंगी काही नेत्यांना, कार्यकर्त्यांना त्यांची भेट घेऊ न देणं अपरिहार्य होतं; त्यामुळे ते लोक दुखावणं शक्य आहे. पण प्रसंगी वाईटपणा पत्करून ते करणं मला अनिवार्य होतं; पण ही जाणीव कुणीही ठेवली नाही. भारताची राज्यघटना म्हणजे सर्वस्वी डॉ. आंबेडकर होते. त्यासाठी ते रोज १६ ते १८ तास सतत कार्यरत असत. ते म्हणायचे, 'मी या मातीतल्या माणसांचे ऋण फेडतोय.' डॉ. आंबेडकरांशी विवाह करताना माझ्या मनात एकमेव जाणीव होती ती फक्त समर्पणाची! त्यांच्या अंगीकृत कार्यासाठी त्यांना पावलोपावली सावलीसारखी सोबत देऊन सर्वार्थाने साथ देण्याची! मला कृतार्थता वाटते की,

त्यांच्या अंतिम क्षणापर्यंत मी सावलीसारखी त्यांना साथ दिली आणि सेवा केली ती अगदी कायावाचामने!

डॉ. आंबेडकर म्हणजे स्वच्छ सार्वजनिक जीवनाचा मूर्तिमंत आदर्श होते. आमच्या जीवनात दडवण्यासारखं काहीही नव्हतं. डॉ. आंबेडकरांच्या परिनिर्वाणानंतर राजकारणात आंबेडकर कुटुंबीयांची अडगळ नको म्हणून तत्कालीन दलित नेत्यांनी यशवंत व माझ्यात जाणीवपूर्वक दरी निर्माण केली आणि यशवंतला बौद्ध महासभेचे अध्यक्षपद देऊन त्याला दौरे व धर्मकारण करण्यात व्यस्त ठेवले, तर दुसरीकडे माझ्याविरुद्ध दलित समाजात पद्धतशीरपणे विषपेरणी करून डॉ. आंबेडकरांच्या मृत्यूविषयी संशयाचे कुभांड रचले. राजकीय हेतूंसाठी व नेतृत्वाच्या महत्त्वाकांक्षेपोटी माणसे किती हीन पातळी गाठू शकतात, त्याचा पुरावा म्हणजे ते सारे कुभांड होते. अशा प्रकारे दलित समाजात तसेच आम्हा मायलेकांत योजनाबद्ध रीतीने दरी निर्माण करण्याचे 'सत्कार्य' काही हितसंबंधितांनी पार पाडले. जेणेकरून आंबेडकरांना अभिप्रेत असलेल्या राजकीय प्रवाहातून मी आपोआपच बाहेर फेकले जावे. त्यासाठीच हा सारा आटापिटा होता. कौटुंबिक आणि राजकीय दृष्टीने हे फार वाईट झाले. त्यामुळेच समाजाची वाताहत झाली असे माझे मत आहे.

माझ्याविरुद्ध वादळ उठवून समाजापासून अलग पाडण्याचा हीन प्रयत्न म्हणून आंबेडकरांच्या मृत्यूची चौकशी करावी, अशी मागणी हितसंबंधी दलित नेत्यांनी केली. त्याप्रमाणे सरकारने चौकशी केली आणि गृहमंत्री पं. गोविंद वल्लभ पंत यांनी २६ नोव्हेंबर १९५७ रोजी निवेदन करून आंबेडकरांचा मृत्यू सर्वसामान्य स्थितीत आणि नैसर्गिकरीत्या झाला असे लोकसभेत जाहीर केले; पण तरीही राजकीय हेतूने व नेतृत्वाच्या महत्त्वाकांक्षेने प्रेरित झालेल्या या नेत्यांचे ताबूत थंड झाले नाहीत. संशयास्पद मृत्यू व चौकशी रिपोर्ट ही रेकॉर्ड अधूनमधून वाजविणे त्यांना त्यांच्या राजकीय अस्तित्वासाठी अपरिहार्य होऊन बसले. डॉ. आंबेडकरांच्या आजारपणात त्यांना योग्य ती पूर्ण विश्रांती मिळावी म्हणून प्रसंगी ज्या पुढाऱ्यांना मी त्यांची भेट घेऊच दिली नाही, त्या पुढाऱ्यांनी आंबेडकरांच्या परिनिर्वाणानंतर माझ्यावर भलतेसलते आरोप करून मला समाजातून उठवून लावण्याचा प्रयत्न केला. असे करण्यात त्या पुढाऱ्यांचा काय डाव होता हे समजणे फारसे कठीण नाही. असे करण्याचे एकमेव कारण म्हणजे आंबेडकरांनंतर समाजाचे सर्वांगीण व सर्वमान्य नेतृत्व आपोआप माझ्याकडेच आले असते. दलित पुढाऱ्यांच्या अपप्रचाराने आंबेडकरी जनतेचे माझ्याविषयीचे मत कलुषित झाले होते हे कोणीही नाकारणार नाही, पण असे करून आंबेडकरी जनतेने माझ्यावर अन्याय तर केलाच; परंतु आपल्या उद्धारकर्त्या थोर सत्पुरुषाचा डॉ. आंबेडकरांचाही घोर अवमान केला.

दलितांच्या सर्वांगीण उन्नतीसाठी 'शिका' हा महान संदेश आंबेडकरांनी आपल्या अनुयायांना दिला. आपल्या परिश्रमांनी आपल्या हयातीतच संपूर्ण एक पिढी त्यांनी सुशिक्षित केली. पण शिका म्हणजे नुसत्या पदव्या घेणे आंबेडकरांना अभिप्रेत होते काय? सुशिक्षित खऱ्या अर्थाने सुशिक्षित झालेत काय? आंबेडकरांच्या अनुयायांना डॉ. आंबेडकर खऱ्या अर्थाने समजले काय? हे प्रश्न ज्यावेळी माझ्या मनात उभे राहतात, तेव्हा या सर्व प्रश्नांचे उत्तर नकारार्थीच आहे, असे मोठ्या खेदाने म्हणावे लागते आणि डॉ. आंबेडकरांचे अनुयायी म्हणविणाऱ्यांना ही गोष्ट खचितच भूषणावह नाही.

'शिका' याचा अर्थ केवळ पदवी प्राप्त करणे असा नसून सर्वार्थाने सुशिक्षित व डोळस व्हा, असा अर्थ डॉ. आंबेडकरांना अभिप्रेत होता. डॉ. आंबेडकरांचा समाज सुशिक्षित तर झाला; परंतु सुबुद्ध नि डोळस झाला नाही. अन्यथा राजकीय नेतृत्वाच्या हव्यासापोटी काही पुढारी समाजाला माझ्याविरुद्ध बहकवितात; पण त्याविरुद्ध कोणीही तोंड उघडत नाही व डोळसपणे शोध घेऊन वस्तुस्थिती मांडत नाही हे कशाचे द्योतक आहे? स्वतःला सुशिक्षित म्हणून मिरवणारा समाज आंबेडकरांना अभिप्रेत असलेल्या अर्थाने खरोखरीच सुशिक्षित असता तर असे घडलेच नसते; पण असे असले तरी काळाच्या ओघात असे सुबुद्ध नि डोळस संशोधक आंबेडकर अनुयायी संख्येने तयार होत आहेत, ही अत्यंत समाधानाची बाब आहे.

'जातिभेद गाडा' असा नारा डॉ. आंबेडकरांचे अनुयायी कानी कपाळी सदैव देत असतात. डॉ. आंबेडकर स्वतः कृतिशील समाजक्रांतिकारक होते आणि म्हणूनच माझ्याशी विवाह करून त्यांनी राष्ट्रीय एकात्मता साधलीच; परंतु जातिभेद गाडण्यासाठी प्रत्यक्ष कृतीने एक आदर्श उदाहरण जनतेसमोर घालून दिले. आपल्या पूज्य नेत्याच्या एवढ्या मोठ्या क्रांतिकारक नि ऐतिहासिक उदाहरणावरून स्वतःला आंबेडकरांचे अनुयायी म्हणविणाऱ्या सुशिक्षितांनी काय बोध घेतला? आपल्या महान नेत्याने माझ्याशी विवाह करून समता प्रस्थापनेचा जो भव्य, दिव्य आदर्श घालून दिला, त्याचे महत्त्व त्यांनी जाणले काय? म्हणूनच मला प्रश्न पडतो की, आंबेडकरांना अभिप्रेत असलेल्या अर्थाने दलित समाज खरोखरच सुशिक्षित झाला काय? आणि दलितांना डॉ. आंबेडकर खऱ्या अर्थाने समजले काय?

मी १९३७ साली एम. बी. बी. एस. झाले. त्या काळात एखाद्या स्त्रीने डॉक्टर होणे ही दुरापास्त गोष्ट होती. डॉक्टरांचा पेशा हा एक पवित्र आणि सेवाभावी पेशा असतो. डॉक्टरकी हा धंदा नसून एक सेवाव्रत आहे. मनुष्यमात्राला रोगमुक्त करून जीवदान देणे डॉक्टरांचा धर्म असतो. डॉक्टर्स जीवदान देण्यासाठी असतात, कुणाचा जीव घेण्यासाठी नसतात; परंतु माझ्यावर मी डॉक्टरच नाही

इथपासून आक्षेप घेण्यात आले. डॉ. आंबेडकरांच्या मृत्यूबद्दल जाणीवपूर्वक संशय निर्माण करून माझ्यावर आक्षेप व आरोप करण्यात आले. जे निरर्थक आरोप करण्यात आले, ते व्यक्तिश: केवळ माझ्यावर येत नसून अप्रत्यक्षरीत्या समस्त वैद्यकीय क्षेत्रावरही ते पोहोचतात; त्यामुळे वैद्यकीय क्षेत्रातील अनेक नामवंत तज्ज्ञांनी तसेच माझ्या सहकारी मित्रमंडळींनी वैद्यकीय क्षेत्राच्या इभ्रतीचा हा प्रश्न असल्यामुळे मी कोर्टात अब्रुनुकसानीचा दावा लावावा असे सुचविले; पण मी तसे केले नाही. तसेच पुढे-मागे खटला भरण्याचाही माझा इरादा नाही; कारण खटला भरून समाजात दुही माजावी अशी माझी इच्छा नाही. दुसरी गोष्ट म्हणजे डॉ. आंबेडकरांसारख्या महान व्यक्तीचे नाव दलित पुढाऱ्यांनी क्षुद्र बुद्धीने उठविलेल्या आरोपाखातर कोर्टकचेऱ्यांत यावे हे माझ्या स्वभावाला रुचत नाही. तिसरी गोष्ट म्हणजे थोर पुरुषाची पत्नी म्हणून मला माझी एक प्रतिष्ठा आहे. आजपावेतो 'आंबेडकर' म्हणून माझी प्रतिष्ठा मी जपत आलेली आहे आणि जपत राहणार आहे. तेव्हा क्षुद्र बुद्धीच्या लोकांना कितपत महत्त्व द्यायचे नि त्यांच्याशी काय सामना करायचा? शेवटी म्हणतात ना, मारणाऱ्यांचे हात धरता येतात; बोलणाऱ्यांची तोंडे कोण धरणार? आणखी काय सांगू?

डॉक्टरसाहेबांच्या सहवासात घालविलेला तो अविस्मरणीय कालखंड म्हणजे माझ्या आयुष्यातील अत्यंत भूषणावह सोनेरी पर्व आहे. डॉ. आंबेडकर हे विसाव्या शतकातील एक महापुरुष. महापुरुषाचे जीवन अथांग महासागरासारखे असते. डॉ. आंबेडकर या अथांग महासागराच्या आयुष्यातील माझे नेमके स्थान काय? हा प्रश्न ज्या वेळी माझ्या मनात उभा राहतो, त्या वेळी मला आठवण येते ती महासागराच्या पृष्ठभागावर क्षणभर उठणाऱ्या लहानशा बुडबुड्याची. डॉ. आंबेडकरांच्या समग्र जीवनचरित्राचा विचार करता माझे स्थान त्या महासागरावर उमटणाऱ्या बुडबुड्याप्रमाणेच आहे असे मला वाटते; परंतु तरीही माझे जीवन त्या अथांग महासागराशी निगडित असल्याने माझ्या जीवनाला निश्चितच महत्त्व, मोल व विशेष अर्थ प्राप्त झालेला आहे, असे मी समजते. महासागर तो महासागरच. त्याच्या अंथागतेला मर्यादा नाही किंवा त्याची कोणाशीही, कसलीही तुलना करता येणार नाही. अशा या अथांग महासागराची बुडबुड्याच्या नशिबी असते इतकी अल्पकाळात का होईना, मला साथ लाभली हे माझे भाग्य होय. अथांग महासागरापुढे बुडबुड्याची काय कथा?

मुंबईतील विलेपार्ले या उपनगरात डॉ. एस. राव या नावाचे एक म्हैसूरियन सद्गृहस्थ राहत असत. त्या काळात परदेशांतून उच्च शिक्षण घेऊन आलेले ते विद्वान अर्थशास्त्रज्ञ होते. हे राव कुटुंब सुशिक्षित तसेच अत्यंत सुसंस्कृत होते. आमच्या कुटुंबीयांशी या राव कुटुंबाचा चांगलाच घरोबा होता; त्यामुळे एकमेकांकडे

आमचे नेहमीच जाणे-येणे होत असे. या राव कुटुंबीयांशी आमचे अत्यंत जिव्हाळ्याचे नि आपुलकीचे संबंध होते. राव यांच्या मुली चांगल्या शिकल्या सवरलेल्या होत्या; त्यामुळे माझी त्यांच्याशी चांगलीच मैत्री होती. साहजिकच मैत्रिणींच्या भेटीगाठी, अधूनमधून माझे त्यांच्या घरी जाणे होत असे.

योगायोगाची गोष्ट अशी की, या डॉ. रावांशी डॉ. आंबेडकरांची घनिष्ठ मैत्री होती. इतकेच नव्हे तर डॉ. आंबेडकरांचेही तिकडे जाणे-येणे होत असे. डॉक्टर साहेबांना जेव्हा जेव्हा विश्रांतीची गरज भासत असे, तेव्हा सवड होताच ते हमखास पार्ल्याला डॉ. रावांच्या घरी येऊन बसत असत. १९४२ सालापासून डॉ. आंबेडकर व्हाईसरॉयच्या कार्यकारी मंडळात मजूरमंत्री होते, त्यामुळे त्यांचे दिल्लीत वास्तव्य असे. डॉ. आंबेडकर मुंबईच्या दौऱ्यावर आले म्हणजे वेळात वेळ काढून ते आपल्या त्या प्रिय मित्राची हमखास भेट घेत असत. डॉ. आंबेडकर व राव या मित्रद्वयींची एकदा बैठक जमली म्हणजे साहजिकच त्या बैठकीला बौद्धिक चर्चेचे स्वरूप येत असे. चहा-फराळ करता करता या दोन विद्वानांत निरनिराळ्या विषयांवर अत्यंत सखोल व मनमोकळी चर्चा व क्वचित प्रसंगी वादविवादही होत असत. विद्वानांची अशी बौद्धिक ज्ञानाने ओतप्रोत भरलेली चर्चा ऐकणे हा खरोखरच एक अतिशय दुर्लभ असा योगच मानला पाहिजे. अशाच काही प्रसंगी त्या बौद्धिक चर्चा ऐकण्याचे मलाही भाग्य लाभले होते. डॉ. आंबेडकरांचे तेथे जाणे-येणे आहे हे मला त्यांची प्रत्यक्ष भेट होईपर्यंत माहीत नव्हते. खास करून माझ्या मैत्रिणीच्या भेटीसाठी मी तिथे जात असे.

एकदा अशीच मी विलेपार्ल्याला राव यांच्या घरी गेले होते आणि मी तिथे असतानाच डॉ. आंबेडकरांचे तिथे येणे झाले. ही घटना १९४७ सालाच्या सुरुवातीची आहे. या क्षणापर्यंत मला डॉक्टरसाहेबांबद्दल विशेष अशी माहिती नव्हती. त्यांचे नाव मी ऐकून होते. ते व्हॉईसरॉयच्या कार्यकारी मंडळात सभासद आहेत एवढीच मला माहिती होती. त्यांच्याबद्दल अधिक माहिती करून घेण्याचे मला काही कारणही नव्हते. माझ्या संपूर्ण विद्यार्थी जीवनात अभ्यासापलीकडे इतर जगाचा मला विशेष असा गंध नव्हता. नंतर नोकरी करतानाही आपण भलं व आपली नोकरी भली अशी माझी वृत्ती होती.

डॉ. आंबेडकर ज्यावेळी रावांच्या घरी आले, तेव्हा मी तिथेच हजर असल्याने औपचारिकतेचा भाग म्हणून रावांनी डॉ. आंबेडकरांशी माझी ओळख करून दिली. ती अशी की, ही आमच्या मुलींची मैत्रीण अत्यंत हुशार आहे, एम. बी. बी. एस. असूनही डॉ. मालवणकरांसारख्या विख्यात डॉक्टरकडे ज्युनियर म्हणून काम करते वगैरे वगैरे. हीच आमची सर्वप्रथम झालेली भेट होय.

डॉ. आंबेडकरांची ओळख करून देताना राव यांनी मला त्यावेळी डॉ. आंबेडकरांबद्दल विशेष माहिती दिली. डॉ. आंबेडकरांनी अत्यंत प्रतिकूल परिस्थितीत प्राप्त केलेल्या पदव्या, त्यांचे सामाजिक सुधारणेचे कार्य, त्यांचे मौलिक ग्रंथ, त्यांची विद्वत्ता, त्यांचे ग्रंथालय इत्यादीसंबंधीची माहिती दिली. ती ऐकून एका थोर पुरुषाशी परिचय झाल्याचा मला फार आनंद झाला. डॉ. आंबेडकरांची विद्वत्ता, प्रभावी व तेजस्वी व्यक्तिमत्त्व बघूनच मी थक्क झाले आणि अगदी पहिल्याच भेटीत मला कळून चुकले की, डॉ. आंबेडकर ही काही मामुली व्यक्ती नसून एक असामान्य नि महान व्यक्ती आहे.

डॉ. आंबेडकरांचे व्यक्तिमत्त्व अत्यंत भारदस्त होते. त्यांचे भव्य कपाळ, तेजस्वी व भेदक डोळे, धारदार नजर, अत्याधुनिक व टापटीप पोशाख, चेहऱ्यावर विलसत असलेले विद्वत्तेचे तेज पाहून प्रथमदर्शनीच त्यांच्या असामान्यत्वाची खात्री पटत असे. परदेशी लोक डॉ. आंबेडकरांना 'जर्मन राजपुत्र' असे का संबोधित याची प्रचिती त्यांना पाहणाऱ्याला प्रथमदर्शनीच येत असे. त्यांच्या भारदस्त व्यक्तिमत्त्वाला प्रचंड विद्वत्तेची जोड मिळाल्याने त्यांचा वेगळाच प्रभाव पडत असे.

माझी ओळख करून दिल्यावर आंबेडकरांनी अत्यंत आपुलकीने माझी चौकशी केली. त्याला कारण असे की, स्त्रियांच्या उन्नतीची त्यांना आत्यंतिक कळकळ होती. त्या काळात स्त्रीने डॉक्टर होणे ही काहीशी दुर्गम गोष्ट होती; म्हणून त्यांनी माझे अभिनंदन केले. तसेच स्त्रियांनी पुरुषाच्या बरोबरीने प्रत्येक क्षेत्रात हिरिरीने पुढे आलं पाहिजे, अशी कळकळही त्यांनी व्यक्त केली. आमची चर्चा चालू असताना चर्चेच्या ओघात अनेक गोष्टी मला डॉ. आंबेडकरांकडून ऐकावयास मिळाल्या. त्यांपैकी बऱ्याचशा गोष्टी मला नवीन होत्या.

याच भेटीत बौद्ध धर्मावरही आमची चर्चा झाली. डॉ. आंबेडकरांचे बौद्ध धर्माचे अथांग ज्ञान बघून मी अक्षरश: दिपून गेले. डॉ. आंबेडकरांच्या प्रत्येक शब्दातून प्रकांड ज्ञान व अथांग विद्वत्ता प्रकट होत असे. आपला मुद्दा पटवून देताना त्याच्या समर्थनार्थ ते अनेक पुरावे, दाखले व उदाहरणे देऊन आपला मुद्दा सर्व प्रकारे स्पष्ट करून पटवून देत असत. त्यांचा युक्तिवाद इतका साधार व बिनतोड असे की, अगदी कट्टर विरोधकालाही मान डोलवावी लागे. त्यांच्या प्रत्येक शब्दामागे प्रचंड वाचन, मनन व ठाम निष्कर्ष दिसून येत असत.

अशा प्रकारे डॉ. आंबेडकरांशी ओळख झाल्यावर कधी कधी आमची भेट झालीच तर अर्थात ती राव यांच्याच निवासस्थानी होत असे. अशाच तऱ्हेने आमच्या दोन चार भेटी विलेपार्ल्याला डॉ. रावांच्या निवासस्थानी झाल्या. प्रत्येक भेटीत आमच्या निरनिराळ्या विषयांवर औपचारिक गप्पा होत असत. या गप्पांच्या

ओघात अनेक नवीन गोष्टी मला डॉ. आंबेडकरांकडून ऐकायला मिळत आणि माझ्या ज्ञानात निश्चितच भर पडत असे. अशा या थोर महापुरुषाची भेट झाल्याचा मला मनस्वी आनंद व अभिमान वाटत असे.

१५ ऑगस्ट १९४७ रोजी भारत स्वतंत्र झाला. पंडित जवाहरलाल नेहरूंच्या नेतृत्वाखालील भारताच्या पहिल्या मंत्रिमंडळातील मंत्र्यांची नावे प्रसिद्ध झाली. त्यांत डॉ. आंबेडकरांचेही नाव होते. ते स्वतंत्र भारताचे पहिले विधिमंत्री झाले. २९ ऑगस्ट, १९४७ रोजी घटना समितीने घटनेचा मसुदा तयार करण्यासाठी एक लेखन समिती नेमून तिचे अध्यक्षपद डॉ. बाबासाहेब आंबेडकरांना दिले. घटना समितीच्या ध्वज समितीचेदेखील ते सभासद होते. डॉ. आंबेडकरांच्या शिरावर अशा एकाच वेळी अनेक जबाबदाऱ्या होत्या.

डॉ. आंबेडकरांची प्रकृती तशी नरम-गरमच राहत असे. डॉ. रावांकडे आले म्हणजे ते आपल्या प्रकृतीबद्दल नेहमीच तक्रार करीत असत. एक-दोन वेळा माझ्यासमक्षही डॉक्टरसाहेबांच्या प्रकृतीबद्दल चर्चा झालेली होती. मी स्वत: डॉक्टर असल्याने साहजिकच मी त्यांच्या प्रकृतीबद्दल अधिक चौकशी केल्यावर त्यांनी मलाही आपल्या प्रकृती अस्वास्थ्याबद्दल सांगितले. त्यांची प्रकृती नीटपणे तपासून योग्य ते औषधोपचार करणे फार जरुरीचे होते.

एके दिवशी नेहमीप्रमाणे मी डॉ. मालवणकरांच्या ह्युजेस रोडवरील कन्सल्टिंग रूमवर आपल्या कामात मग्न होते. अचानक अत्यंत रुबाबदार व्यक्तिमत्त्व असलेली व पाश्चिमात्य पेहरावातील एक व्यक्ती आमच्या रूममध्ये आली. ती व्यक्ती म्हणजे डॉ. बाबासाहेब आंबेडकर होते. त्यांना बघून मला आश्चर्य वाटले असले तरीही मनस्वी आनंद झाला. मी डॉक्टरसाहेबांचे स्वागत करून बसण्यास सांगितले. आमच्या सहकारी डॉक्टरांशी तसेच डॉ. मालवणकरांशीही मी त्यांची ओळख करून दिली. एवढी महान व्यक्ती आपल्या कन्सल्टिंग रूमवर आल्याबद्दल सर्वांनाच अत्यंत आनंद झाला. औपचारिक ओळखपाळख झाल्यावर इकडच्या-तिकडच्या गोष्टींच्या ओघात डॉ. आंबेडकरांनी सांगितले की, पार्ल्याच्या डॉ. रावांनीच त्यांना डॉ. मालवणकरांकडे औषधोपचार करून घेण्याचा सल्ला दिलेला होता आणि अशी शिफारस करण्याचे कारण असे होते की, श्रीमती राव यांना मालवणकरांनी बरे केलेले होते.

श्रीमती राव यांना फिटस्‌चा त्रास बराच जुना होता, त्यासाठी त्यांनी मुंबईतील व बाहेरील अनेक नामवंत डॉक्टरांचे उपचार करून घेतले. पण गुण आला नव्हता. पुढे त्यांना कोणीतरी डॉ. मालवणकरांकडे उपचार करून घेण्याचे सुचविले. त्याप्रमाणे

मालवणकरांनी उपचार केले व श्रीमती राव यांचा जुना व असाध्य असा फिटस्चा त्रास कायमचा मिटला होता. या स्वतःच्या अनुभवातूनच डॉ. राव यांनी डॉ. आंबेडकरांना मालवणकरांकडे उपचार करून घेण्याची शिफारस केली असावी असे वाटते. तसेच मी स्वतःही डॉक्टर होते. डॉ. आंबेडकरांशी माझी योगायोगाने भेट झालेलीच होती आणि म्हणून मी ज्या ठिकाणी प्रॅक्टिस करीत होते, त्याच ठिकाणी आपला इलाज करून घ्यावा, असे त्यांना वाटले असावे तर त्यात नवल ते काय?

डॉ. आंबेडकर ज्यावेळी आमच्या कन्सल्टिंग रूमवर आले, त्यावेळी त्यांची प्रकृती बरी नव्हतीच मुळी! डॉ. मालवणकरांना त्यांनी आपल्या प्रकृती अस्वास्थ्याचा संपूर्ण इतिहास कथन केला. डॉ. मालवणकरांनी त्यांना काही प्रश्न व शंका विचारून प्रकृतीबद्दलची एकूण सर्व माहिती करून घेतली. त्यानंतर डॉ. आंबेडकरांना तपासणी खोलीत नेऊन आम्ही त्यांची सखोल व प्रदीर्घ तपासणी केली. तपासणी केल्यावर असे निदर्शनास आले की, डॉक्टरसाहेबांना अनेक दुर्धर रोगांनी पछाडलेले होते. मधुमेह, रक्तदाब, न्यूरायटीस, सांधेदुखी अशा असाध्य व्याधी त्यांना अनेक वर्षांपासून जडलेल्या होत्या. मधुमेहाने त्यांचे शरीर पोखरून जर्जर झालेले होते. तसेच संधिवाताच्या त्रासामुळे त्यांना अनेक रात्री बिछान्यात तळमळत पडून राहावे लागत असे. अनेक उपचार झाले; पण त्यांना विशेष उतार पडत नव्हता. त्यांच्या शरीरप्रकृतीचा विचार करता त्यांच्यावर त्वरित उपचार सुरू करणे अत्यावश्यक होते.

डॉ. आंबेडकरांची तपासणी केल्यावर त्यांची स्थिती पाहता त्यांना रोज इन्शुलिन देण्याबरोबरच, नियमित व्यायाम व जेवणात पथ्ये पाळणे, विशिष्ट पद्धतीचे जेवण घेणे अत्यावश्यक होते. म्हणून आम्ही त्यांना सर्व प्रकारची माहिती व सूचना लिहून दिल्या. औषधांची माहिती (Prescription) व आहारासंबंधीच्या सूचना व पथ्ये लिहून दिलेले कागद डॉ. आंबेडकरांना देऊन मी म्हणाले, 'डॉक्टरसाहेब, यात लिहिल्याप्रमाणे आपला आहार घ्या तसेच पथ्ये पण पाळा.' डॉ. आंबेडकर मध्येच म्हणाले, 'पण हे सर्व मला कसं जमणार?' मी त्यांना म्हटले, 'तुमच्या घरच्यांना हे जमणार नसेल तर एखादी नर्स ठेवा.' डॉ. आंबेडकरांशी माझा चांगलाच परिचय झालेला होताच; त्यामुळे आपुलकीच्या भावनेने मी सहजच बोलून गेले की, 'हवं तर मी तुमच्याकडे थोडे दिवस येऊन राहीन आणि बाईंना (सौ. आंबेडकर) सगळं शिकवीन.' हे ऐकून ते काहीसे गंभीर झाले. नंतर नुसतेच हसले; पण त्या हसण्यात काहीसा खेद वाटला. मला कळेना की, ते असे का वागत आहेत. मी त्यांच्या भावना तर दुखावल्या नाहीत ना? पण भावना दुखावण्यासारखं मी काही बोलले नव्हते. त्यामुळे माझी मीच विचारमग्न झाले की, असे का व्हावे? त्यावेळी डॉ. आंबेडकर नेहरूंच्या संयुक्त मंत्रिमंडळात कायदेमंत्री होते; त्यामुळे ते

दिल्लीतच असत.

नंतर डॉ. आंबेडकर जेव्हा मुंबईला येत, तेव्हा आवर्जून आमच्या कन्सल्टिंग रूमवर येत असत. प्रकृतीच्या तक्रारी सांगत असत. डॉ. मालवणकरांनी लिहून दिलेल्या औषधांनी त्यांना उतार पडत होता. डॉ. मालवणकर त्यांचे वैद्यकीय सल्लागारच नव्हे तर घनिष्ठ मित्र बनले. दिल्लीहून अनेक वेळा मालवणकरांना फोन करून प्रकृतीबद्दल कळवीत; तसेच औषधोपचाराबद्दल सल्ला घेत. डॉ. मालवणकरांशी पत्रांद्वारे, फोनद्वारे ते सतत संपर्क ठेवून असत. मालवणकरही आपल्या या मान्यवर पेशंटशी अत्यंत आपुलकीने वागत. हातातील इतर कामे बाजूला सारून डॉ. आंबेडकरांना प्राधान्य देत असत. गरज पडल्यास डॉ. आंबेडकर फोन करून मालवणकरांना दिल्लीलाही बोलावून घेत. डॉ. आंबेडकरांनी बोलावल्यावर मालवणकर जराही आढेवेढे न घेता त्वरित दिल्लीला रवाना होत असत. डॉ. आंबेडकरांच्या पत्रव्यवहारातून या गोष्टींना पुरावे मिळतील. जिज्ञासूंनी अवश्य पाहावे. डॉ. आंबेडकरांसारख्या महान व्यक्तीवर, भारतीय घटनेच्या शिल्पकारावर, भारताच्या कायदेमंत्र्यांवर उपचार करण्यात साहजिकच आम्हा सर्व डॉक्टर मंडळींना अपार अभिमान वाटत असे हे सांगणे नकोच.

डॉ. आंबेडकर मुंबईला आले म्हणजे आमच्या कन्सल्टिंग रूमवर तसेच पार्ल्याच्या डॉ. रावांकडे हमखास येत असत; अशाच एका भेटीच्या वेळी मी त्यांना जेवणाबद्दल व पथ्यपाण्याबद्दल सांगत होते. तेव्हा ते काहीसे अगतिकपणे मला म्हणाले, 'अहो डॉक्टर, हे सर्व ठीक आहे; पण माझ्या घरात कुणीही बाईमाणूस नाही. मी अगदी एकटा आहे. तेव्हा हे सर्व पथ्यपाणी कुणाला सांगू?' हे ऐकल्यावर माझे मन अंतर्मुख झाले. त्यांच्याबद्दल माझ्या मनात आत्यंतिक सहानुभूती निर्माण झाली, तत्क्षणी माझ्यातला 'डॉक्टर' जागा झाला आणि मी विचार केला की, ही एक अशी गरजू व्यक्ती आहे की जिला वैद्यकीय मदतीची अत्यंत जरुरी आहे. वैद्यकीय सल्ला, मार्गदर्शन, पथ्यपाणी व नियमित उपचार त्वरित दिले गेले, तर या व्यक्तीचे आयुष्य निश्चितच वाढणार आहे. माणुसकीच्या व डॉक्टरांच्या नीतिधर्माशी इमान राखण्याच्या विचाराने मी मनोमन निश्चय केला की, या व्यक्तीसाठी आपण निश्चितच काहीतरी केले पाहिजे. क्षणभर थांबून निश्चयाने व उत्साहाच्या भरात मी त्यांना म्हणाले, 'डॉक्टरसाहेब, तुमची कौटुंबिक परिस्थिती ऐकून मला फार वाईट वाटते. तुमची प्रकृतीही नाजूक आहे. त्यावर उपचार करणे जरुरीचे आहे. उपचाराबरोबरच आहारातील पथ्ये पाळणेही आवश्यक आहे. हवे तर मी दोन-तीन महिने तुमच्या बंगल्यावर राहून तुमची देखभाल करीन म्हणजे उपचार व पथ्ये यांचे वळण लागून

सवय होईल व पुढील उपचारांमध्ये अडचण येणार नाही.'

तेव्हा ते म्हणाले, 'ते कसं शक्य आहे?' मी म्हटले, 'तुम्ही मंत्री आहात, तुम्हाला मोठा बंगला असेल. अनेक सेक्रेटरी नोकरचाकर असतील. बंगल्यात अनेक रूम्स असतील. एखाद्या स्वतंत्र खोलीत मी राहीन.' त्यावर ते म्हणाले, 'माझ्या बंगल्यात तुम्ही राहणे कसं शक्य आहे?' मी उत्तर दिले, 'ठीक आहे. तुमच्या बंगल्यात मी न राहता, तुमच्या गेस्ट हाऊसमध्ये राहीन.' त्यावर ते पटकन् उत्तरले, 'हे पाहा डॉक्टर, तुम्हाला समजत नाही. मी अगदीच एकटा आहे.' (You see doctor, I am absolutely alone.) ते पुढे म्हणाले, 'अहो, मी असा अगदीच एकटा व एकाकी प्राणी! एक तरुण नि सुंदर डॉक्टरीण माझी देखभाल करीत आहे हे पाहून लोक काय म्हणतील? तुमची कळकळ मी समजू शकतो; पण हे अगदीच अशक्य आहे.'

मागील एका भेटीत त्यांना मी आहारपथ्ये व औषधोपचारातील नियमितपणाबद्दल सांगत असताना ते गंभीर होऊन खेदपूर्वक का हसले होते याचा उलगडा मला या भेटीत झाला व ते किती एकाकी होते, याची मला जाणीव झाली. पण आपल्या वैयक्तिक एकाकीपणाचा किंवा आजारपणाचा त्यांनी दलितांच्या हक्कांसाठी लढताना, देशासाठी घटना लिहिताना कधीही विचार केला नाही. त्यांची दलितांविषयीची तळमळ व प्रखर देशनिष्ठा व सामाजिक सुधारणेचे कार्य वादातीतच आहे.

डॉ. आंबेडकरांच्या एकाकीपणाबद्दल मी आजही विचार करते, तेव्हा मला जाणीव होते की, खरोखरच त्यांनी किती त्रास व एकाकीपणा सोसला. आपला एकाकीपणा किंवा होणारा त्रास त्यांनी आपल्या चळवळीच्या व ध्येयाच्या आड कधीही येऊ दिला नाही. १९३५ साली रमाबाई वारल्या त्यावेळी मुलगा यशवंत व पुतण्या मुकुंद अगदी लहान होते. थोड्याच दिवसांनी आंबेडकरांची वहिनीही (मुकुंदाची आई) वारली; त्यामुळे मुलांच्या देखभालीची संपूर्ण जबाबदारी त्यांच्यावरच आली. घरात कोणीही बाईमाणूस उरले नाही. जवळचे असे कोणीही आप्तेष्ट नव्हते. पुढे १९४२ साली डॉ. आंबेडकरांची महाराज्यपालांच्या कार्यकारी मंडळांत नेमणूक झाली; त्यामुळे त्यांना दिल्लीस जावे लागले. राजगृहात यशवंत व मुकुंद राहत असत. मंत्री असल्याने आंबेडकरांना भव्य बंगला मिळाला. एवढ्या भव्य बंगल्यात ते एकटे व एकाकी राहत, यासंबंधीचा उल्लेख त्यांनी बॅरिस्टर समर्थ यांना एका पत्रातही केलेला आहे.

त्यांचे जे सहकारी होते ते विखुरलेले होते व प्रामुख्याने मुंबईत होते आणि कितीही घनिष्ठ सहकारी व मित्र असले तरी त्यांना आपला प्रत्येकाचा संसार व नोकरी धंदा होताच. सभा, परिषदा, आंदोलने, बैठका, दौरे, सल्लामसलत इत्यादी

प्रसंगीच सहकाऱ्यांचा व मित्रांचा संबंध येत असे. इतर वेळ हा त्यांना एकाकीच घालवावा लागत असे. त्यांची वैयक्तिक सेवा व आपुलकीने पूर्णवेळ देखरेख करायला कोण होते? त्यामुळे त्यांना रात्र रात्र वेदना सहन करीत तळमळत पडून राहावे लागत असे.

डॉक्टरसाहेबांच्या शब्दांवर जीव देण्यासाठी लाखो अनुयायी तयार होते; परंतु वैयक्तिक व कौटुंबिक जीवनात ते अतिशय एकाकी होते. आपल्या प्रकांड पांडित्याने नि ऐतिहासिक कार्याने डॉ. आंबेडकर अत्युच्च अशा स्थानावर पोहोचलेले होते; त्यामुळे त्यांच्या सहकारी अनुयायांत व त्यांच्यात बौद्धिक पातळीची अदृश्य अशी प्रचंड दरी होती. साहजिकच त्यांच्या वैयक्तिक वा कौटुंबिक जीवनात हस्तक्षेप करणे किंवा सहभागी होणे कोणालाही शक्य नव्हते. या सर्व गोष्टींचा विचार करता मी त्यांच्या जीवनात येईपर्यंत त्यांनी किती एकाकीपणा व त्रास भोगला असेल, याची आजही मला जाणीव होते.

डॉ. आंबेडकर म्हणजे एक महापुरुष. आमची ओळख झाली. गाठीभेटी होऊ लागल्या, याचा मला मनस्वी आनंद व अभिमान वाटत असे. प्रत्यक्ष भेटीत त्यांचा सुसंस्कृतपणा, त्यांची विद्वत्ता, त्यांची नम्रता यांचा माझ्या तरुण मनावर फार मोठा प्रभाव पडून त्यांच्याविषयी माझ्या मनात नितांत आदर वसत होता आणि त्याच आत्यंतिक आदराच्या व त्यांच्या शारीरिक व कौटुंबिक परिस्थितीमुळे आपुलकीच्या भावनेनेच मी त्यांच्याशी वागत असे. डॉ. आंबेडकरांशी माझे भविष्यात लग्न होईल असे जर कोणी मला म्हटले असते, तर त्याला खचितच मी वेड्यात काढले असते. त्यांच्याशी माझे नाते एक डॉक्टर व पेशंटचे होते. त्यांच्याशी माझे लग्न होईल याची मी कधी स्वप्नातही कल्पना केलेली नव्हती. आत्यंतिक आदर, सहानुभूती व देशहितासाठी त्यांनी अधिक जगले पाहिजे व त्यासाठी त्यांच्यावर नियमित उपचार झाले पाहिजेत ही प्रामाणिक कळकळ या पलीकडे माझ्या मनात काहीही नव्हते आणि याच भावनेतून व कळकळीतून मी त्यांच्याशी वागत असे.

एकदा असेच साधारणपणे सन १९४७ च्या डिसेंबर महिन्यात ते मुंबईस आले असता आमच्या कन्सल्टिंग रूमवर आले. मालवणकरांनी त्यांची प्रकृती तपासली व त्याप्रमाणे उपचाराच्या सूचना दिल्या. निघताना डॉ. आंबेडकर मला म्हणाले, 'चला, तुम्हाला दादरला घरी सोडतो, मलाही राजगृहाला जावयाचे आहे.' यात काहीही नवीन नव्हते; त्यापूर्वी अनेक वेळा आम्ही एकत्र बसून बोलत असू. इतकेच नव्हे तर काही वेळा आम्ही फिरायलाही जात असू. अर्थात, आमच्या घरच्या मंडळींना हे माहीत होते. पण आमचे बोलणे फिरणे केवळ एक डॉक्टर व पेशंट

यांच्याचप्रमाणे होते.

आमची भेट झाली म्हणजे अनेक विषयांवर आमची चर्चा होत असे. आम्ही फिरायला गेलो म्हणजे साहजिकच अल्पोपाहार, चहा घेणं ओघानंच होत असे. डॉक्टरसाहेबांना ओळखणारी माणसे माझ्याकडे चमकून बघत असत. डॉ. आंबेडकरांबरोबर फिरणारी ही तरुण स्त्री कोण? असा त्यांच्या मनात संभ्रम पडत असावा. परिचित लोकांना ते माझ्याबद्दल काय सांगत असतील, ते मला माहीत नाही; परंतु माझ्या मनात केवळ आदराचीच भावना होती.

डॉ. आंबेडकरांची ओळख झाल्यानंतर त्यांच्यासंबंधी मला बरीच सखोल माहिती झाली. त्यांच्या सहवासात आल्यावर त्यांची विद्वत्ता, त्यांचे ऐतिहासिक कार्य यांची मला जवळून प्रचिती आली व मी अक्षरशः दिपून गेले होते; त्यामुळे त्यांच्याबद्दल माझ्या मनात पराकोटीचा आदर वसत होता; परंतु त्या दिवशी ते मला म्हणाले, 'हे पाहा डॉक्टर, माझे लोक व सहकारी मला आग्रह करीत आहेत की सहचारिणी करा; परंतु मला माझ्या आवडीची, योग्यतेची व अनुरूप स्त्री मिळणे फार कठीण आहे. पण माझ्या कोट्यवधी लोकांसाठी मला अधिक जगायला पाहिजे व जगण्यासाठी माझ्या लोकांच्या आग्रहाचा गंभीरपणे विचार करणे क्रमप्राप्त आहे.'

मी क्षणभर गप्पच राहिले व म्हणाले, 'काळजी घ्यायला कुणीतरी असणे आवश्यक आहे.' डॉक्टरसाहेब पुढे म्हणाले,'अशा सुयोग्य स्त्रीचा शोध घेणे मी तुमच्यापासूनच सुरू करतो.' हे ऐकून मला फार संकोच वाटला व काय उत्तर द्यावे हे न कळून मी गप्पच राहिले.

डॉ. आंबेडकर त्यांच्या कार्यक्रमानुसार दिल्लीला निघून गेले. मी माझ्या प्रॅक्टिसमध्ये मग्न झाले. त्यांचे बोलणे मी विसरूनही गेले; परंतु त्यांच्या मनात माझ्याबद्दल दुसऱ्याच भावना होत्या हे मला जानेवारीच्या २५ तारखेला समजले. त्या दिवशी एक भलं मोठं जाड पाकीट मला मिळालं. पाकिटावर शिक्का पाहता ते दिल्लीहून आलं होतं. मी अंदाज केला की पत्र बहुधा डॉ. आंबेडकरांचेच असेल. पाकीट उघडून पाहिल्यावर माझा अंदाज बरोबरच निघाला. ते पत्र डॉ. आंबेडकरांचेच होते. अर्थात, त्याचे मला आश्चर्य वाटण्याचे काही कारण नव्हते; कारण त्यांना ट्रीटमेंट चालू असल्याने मला वाटले की, प्रकृतीसंबंधी वा औषधोपचारांसंबंधी काही सल्ला मागविला असेल; पण कसचं काय नि कसंच काय? महाराजांनी चांगली गोड सुरुवात करून पुढे त्यांनी लिहिले होते की, 'मला सहचारिणी शोधण्याची सुरुवात मी तुझ्यापासून सुरू करीत आहे; अर्थात, जर तू तयार असशील तरच! तरी तू याचा विचार करून मला कळव.' पुढे आणखी लिहिले की, 'तुझ्या नि माझ्या वयातील फरक व माझी प्रकृती ही अशी, या कारणांनी तू

मला नकार जरी दिलास तरी मला बिलकूल दुःख होणार नाही.' मी पत्र वाचल्यावर गंभीर झाले. मला सुचेना, काय करावे? कारण मला स्वप्नातही वाटले नव्हते की, डॉ. आंबेडकरांच्या मनात माझ्याविषयी अशा भावना असतील. त्यांच्या मोठेपणाने मी दिपून गेले असले, जरी त्यांच्याविषयी माझ्या मनात पराकोटीचा आदर असला आणि अत्यादरापोटी वैद्यकीय सेवा करण्याची प्रामाणिक कळकळ असली तरी त्यांची जीवनसाथी होण्याची भावना माझ्या मनात निश्चितच नव्हती.

डॉ. आंबेडकरांच्या पत्रावर व त्यांनी मांडलेल्या लग्नाच्या प्रस्तावावर मी संपूर्ण दिवस विचार करीत होते. माझ्या मनात प्रचंड गोंधळ माजलेला होता. रात्रभर मी या कुशीवरून त्या कुशीवर वळत विचार करीत होते. काय निर्णय घ्यावा? एवढ्या मोठ्या महापुरुषाला नकार कसा द्यावा? होकार तरी कसा द्यावा? कोणाला विचारावे? कोणाचा सल्ला घ्यावा? असे एक ना एक अनेक प्रश्न माझ्या मनात उठत होते. रात्रभर विचार करून शेवटी मी ठरविले की, डॉ. मालवणकरांशी डॉ. आंबेडकरांचा संबंध असल्याने तसेच ते मला ज्येष्ठ व अनुभवी असल्याने त्यांचाच सल्ला घ्यावा, असा मी निश्चय केला. दुसऱ्या दिवशी नेहमीप्रमाणे मी मालवणकरांकडे कामाला गेले; परंतु माझे कामात लक्ष लागत नव्हते व डॉ. मालवणकरांकडे प्रत्यक्ष विचारण्याचेही धैर्य होत नव्हते. शेवटी धैर्य एकवटून व मनाचा हिय्या करून मी डॉ. मालवणकरांना पत्र दिले. त्यांनी पत्र वाचले. क्षणभर विचार करून ते म्हणाले, 'डॉ. आंबेडकरांनी प्रस्ताव मांडला आहे. त्यांनी काही जबरदस्ती केलेली नाही. तेव्हा सर्व गोष्टींचा शांतपणे विचार करा आणि योग्य काय ते तुम्ही स्वतःच ठरवा.'

मी अत्यंत गोंधळलेल्या अवस्थेत घरी आले. मला निर्णय घेता येत नव्हता. घरी आल्यावर मी माझ्या ज्येष्ठ बंधूंना विश्वासात घेऊन काय निर्णय घेऊ असे विचारले. ते म्हणाले, 'म्हणजे तू भारताची कायदेमंत्रीण होणार! अजिबात नकार देऊन नकोस. पुढे जा. (Go ahead)' माझा एक भाऊ तर माझी थट्टाच करायला लागला. म्हणाला, 'हे बघ, डॉ. आंबेडकरांचे अनुयायी आपल्या जीवापेक्षाही डॉ. आंबेडकरांवर प्रेम करतात. त्यांना जर समजले की, आपल्या बाबासाहेबांच्या लग्नाच्या मागणीला ही डॉक्टरीणबाई नकार देत आहे, तर तुझी काही खैर नाही, तू नकार दिलास म्हणून ते तुला ठारच मारतील. तेव्हा त्वरित होकार दे अन्यथा तुझी काही खैर नाही.'

मी वयाने लहान तसेच अननुभवी होते. डॉ. आंबेडकरांच्या तुलनेत मी तर नगण्यच होते. त्यांचे व्यक्तिमत्त्व, कार्य, त्याग, विद्वत्ता हे सर्वच हिमालयाहूनही प्रचंड होते. त्या उत्तुंग व्यक्तिमत्त्वासमोर मी अगदीच 'चिमुरडी' होते. डॉ. आंबेडकरांसारख्या महापुरुषाला नकार कसा द्यावा? हा प्रश्न मनात येत होता.

माझ्या भावांनीही होकार देण्याचा आग्रहच धरला. मीसुद्धा संपूर्ण दिवस व ती रात्रभर विचार करून गोंधळलेल्या अवस्थेत का होईना, पण निश्चय केला की, बस! होकार द्यायचाच! मनाचा निश्चय करून मी डॉ. आंबेडकरांना पत्र लिहिले व पत्रात मी माझा होकार कळवून टाकला. डॉ. आंबेडकरांना लग्नासाठी माझा होकार कळविल्यावर एकदा मी आणि माझा भाऊ बाळू काही कामानिमित्त बाहेर गेलो होतो. लोकलमधून प्रवास करताना सहजच माझे लक्ष गेले की, रेल्वेच्या बहुतेक डब्यांवर मोठ्या अक्षरांमध्ये 'जय भीम' असे लिहिलेले होते. विशेषत: बाहेरगावी जाणारे डबे 'जय भीम' या शब्दाने रंगविलेले होते. तसेच लोकांचा जमाव 'जय भीम' चे नारे लावत होता. तेव्हा मी माझ्या भावाला विचारले, 'बाळू, हा काय प्रकार आहे? हा जय भीम कोण? व हे नारे लावणारे लोक कोण आहेत?'

तेव्हा भाऊ हसू लागला व हसतच म्हणाला, 'The same person is Bhim! आणि हे नारे लावणारे लोक त्यांचेच निष्ठांवत अनुयायी आहेत.' त्या लोकांची निष्ठा मला तेव्हाच जाणवली. तसेच डॉक्टरसाहेबांचे गोरगरीब व दलित अनुयायी किती एकनिष्ठ व झपाटलेले आहेत हेही जाणवले. या देशातील कोट्यवधी दीनदलितांचे ते एकमेव पुढारी व मार्गदाते. म्हणजे एकप्रकारे दीनदलितांचे ते अनभिषिक्त 'राजा'च होते. अर्थात, राजा संबोधणे त्यांना कधीही आवडणार नव्हते; परंतु दीनदलितांचे ते 'राजा' होते, हे जीवनातील वास्तव सत्य दुर्लक्षून चालणार नव्हते.

या कोट्यवधी दीनदलितांच्या 'राजा'ची जबाबदारी मी स्वीकारली होती. होकार दिल्यावर अंतर्मुख होऊन विचार करू लागले आणि मला जाणीव झाली की, फार महान पण बरीच अवघड जबाबदारी आपण आपल्या शिरावर घेतलेली आहे. सोबतच मला चिंताही वाटू लागली की कसं होणार? आपल्याकडून एवढी मोठी, अवघड व अत्यंत जोखमीची ही जबाबदारी पार पडेल किंवा नाही? आपण होकार देऊन फार मोठी चूक तर केली नाही ना? एवढ्या महान व्यक्तीच्या कसोटीला आपण उतरू शकू काय? आपल्या निर्णयाचे काय परिणाम होतील? समाजात काय प्रतिक्रिया उमटतील? असे एक ना अनेक प्रश्न माझ्या मनात काहूर माजवीत होते; पण शेवटी मी मनाला स्थिर करून मनाचा ठाम निश्चय केला की आपण होकार दिलेलाच आहे, तेव्हा आता मुळीच माघार घ्यायची नाही. आपण जी जबाबदारी स्वीकारलेली आहे, त्यासाठी जीवाचे रान करून, वाटेल ते कष्ट सोसून ती समर्थपणे पेलून न्यायचीच. डॉक्टरसाहेबांच्या जीवनाशी एकरूप होऊन स्वतःला वाहून घ्यायचा मी मनोमन पक्का निश्चय केला होता.

❑❑❑

सुमारे अडीच हजार वर्षांपूर्वी बुद्धाने पंचवर्गीय भिक्षूंना दीक्षा देऊन पहिले धम्मचक्रप्रवर्तन केले. त्यापूर्वी या पाच परिव्राजकांना आपल्या धम्माचे सार सांगताना बुद्धाने म्हटले की, मी व्यक्तीचे लक्ष मानवजातीच्या दुःखाकडे आकर्षित करीत असल्यामुळे माझ्या धर्माला निराशावादी समजण्याची शक्यता आहे. परंतु ही धारणा चुकीची आहे. माझा धम्म निःसंदेहपणे दुःखाच्या अस्तित्वाचा स्वीकार करतो; परंतु त्या दुःखाचा विनाश करण्यावर तेवढाच जोर देतो. माझ्या धम्मात दोन बाबी आहेत. यामध्ये मानवी जीवनाचा उद्देशसुद्धा निहित असून, त्यामध्ये आशेचा संदेशसुद्धा आहे. या धम्माचा उद्देश आहे अविद्येचा नाश म्हणजे दुःखाच्या अस्तित्वासंबंधी असलेल्या अज्ञानाचा नाश! हा धम्म आशेचा संदेशसुद्धा आहे. कारण हा धम्म दुःखाच्या विनाशाचा मार्गही प्रदीप्त करतो.

त्यानंतर १४ ऑक्टोबर, १९५६ रोजी नागपूर येथे दीक्षाभूमीवर पाच

२.
बाबासाहेब आंबेडकर
आणि गौतम बुद्ध

ताराचंद्र खांडेकर

लाख अनुयायांना दीक्षा देऊन बाबासाहेब आंबेडकरांनी दुसरे धम्मचक्रप्रवर्तन केले. हे धम्मचक्रप्रवर्तन करण्यापूर्वी बार्शी, जि. सोलापूर येथे मे, १९२४ मध्ये मुंबई प्रांतिक बहिष्कृत हितकारिणी सभेद्वारा आयोजित परिषदेमध्ये अस्पृश्यतेविरुद्ध उठाव करण्याचा एक मार्ग म्हणून 'धर्मांतर' असे विचार त्यांनी व्यक्त केले होते. दि. ३०-३१ मे व १ जून, १९३६ रोजी मुंबई येथे अखिल मुंबई इलाखा महार परिषदेत बाबासाहेबांनी धर्मांतरासंबंधी आपले मूलभूत विवेचन केले होते. त्यापूर्वी येवले, जि. नाशिक येथे दि. १३ ऑक्टोबर, १९३५ साली त्यांनी 'मी जरी अस्पृश्य हिंदू म्हणून जन्माला आलो असलो तरी हिंदू म्हणून मरणार नाही' अशी घोषणा केली होती. १९३६ साली मुंबईच्या उपरोक्त परिषदेत "मुक्ति कोन पथे?" या विषयावरील त्यांचे भाषण त्यांची सखोल अचूक दूरदृष्टी धारण करणारे व भावी वाटचालीचे दिग्दर्शन करणारे विचार धम्मचक्रप्रवर्तनाची पूर्वपीठिका होय.

त्या भाषणात बाबासाहेब म्हणाले, ''मी माझा निश्चय करून टाकलेला आहे. मी धर्मांतर करणार हे निश्चित आहे. माझे धर्मांतर कोणत्याही प्रकारच्या ऐहिक लाभाकरिता नाही. अशी कोणतीही गोष्ट नाही की, अस्पृश्य राहून मला ती प्राप्त करून घेता येणार नाही. माझ्या धर्माच्या आध्यात्मिक भावनेशिवाय दुसरी कुठलीही भावना नाही. हिंदू धर्म माझ्या बुद्धीला पटू शकत नाही. हिंदू धर्म माझ्या स्वाभिमानाला रुचू शकत नाही. तुम्हाला मात्र माझ्या आध्यात्मिक तसेच ऐहिक लाभाकरिता धर्मांतर करणे आवश्यक आहे. ज्यांची अमूक एका धर्मात राहिल्यामुळे राखरांगोळी झाली आहे, जे अन्न-वस्त्राला मौताज झाले आहेत, ज्यांची माणुसकी नाहीशी झाली आहे, त्या लोकांनी धर्माचा ऐहिकदृष्ट्या विचार करू नये तर काय डोळे मिटून आकाशाकडे पाहत राहावे? या गर्भश्रीमंत रिकामटेकड्यांच्या वेदांताचा गोरगरिबाला काय उपयोग?

''मुक्ति कोन पथे?'' ह्या भाषणातील बाबासाहेब आंबेडकरांनी व्यक्त केलेले विचार समाजशास्त्रीय जेवढे गहन व महत्त्वपूर्ण आहेत त्यापेक्षा कितीतरी पटीने आर्थिक व राजकीयदृष्ट्या मूलगामी व युगप्रवर्तक आहेत, याच भाषणात बाबासाहेबांनी केलेली धर्मचिकित्साही सामाजिक, आर्थिक, राजकीय आणि सांस्कृतिकदृष्ट्या चिंतनगर्भ आहे. ही चिकित्सा करताना बाबासाहेब म्हणतात, ''मी तर तुम्हाला असे स्पष्ट सांगू इच्छितो की माणूस धर्माकरिता नाही, धर्म माणसाकरिता आहे. माणुसकी प्राप्त करून घ्यावयाची असेल तर धर्मांतर करा. संघटना करावयाची असेल तर धर्मांतर करा. समता प्राप्त करून घ्यावयाची असेल तर धर्मांतर करा. स्वातंत्र्य प्राप्त करून घ्यावयाचे असेल तर धर्मांतर करा. संसार सुखाचा करायचा असेल तर धर्मांतर करा. जो धर्म तुमच्या माणुसकीला किंमत देत नाही त्या धर्मात तुम्ही का राहता? जो धर्म तुम्हाला पाणी मिळू देत नाही त्या धर्मात तुम्ही का राहता? ज्या धर्मात माणसाशी माणुसकीने वागण्याची मनाई आहे तो धर्म नसून शिरजोरीची सजावट आहे. ज्या धर्मात माणसाशी माणुसकीने वागण्याची मनाई आहे तो धर्म नसून रोग आहे. ज्या धर्मात अमंगल पशूचा स्पर्श झाला असताना चालतो; पण माणसाचा स्पर्श चालत नाही, तो धर्म नसून वेडगळपणा आहे. जो धर्म एका वर्गाने विद्या शिकू नये, धनसंचय करू नये, शस्त्रधारणा करू नये असे सांगतो तो धर्म नसून माणसाच्या जीवनाचे विडंबन आहे. जो धर्म अशिक्षितांना अशिक्षित राहा, निर्धनांना निर्धन राहा अशी शिकवण देतो तो धर्म नसून ती शिक्षा आहे!!''

भगवान बुद्ध आणि बाबासाहेब आंबेडकर यांनी जे धम्मचक्रप्रवर्तन केले त्यामधील लक्षणीय असे एक सामान्य सूत्र आहे, ते म्हणजे बुद्धाप्रमाणेच बाबासाहेबांनीसुद्धा दु:खाचे अस्तित्व मान्य करून करून त्याच्या विनाशासाठी

सद्धम्माची आवश्यकता प्रतिपादिली. या दोन्ही धम्मयुगपुरुषांनी स्वत:च्याच कल्याणासाठी धम्मचक्रप्रवर्तन न करता त्यांना प्राप्त झालेल्या 'संबोधी' चा वापर दलित, पीडित, अज्ञानी अशा बहुसंख्य जनतेच्या सर्वांगीण कल्याणासाठी केला. बुद्धाप्रमाणेच बाबासाहेबांनीसुद्धा आपल्या बुद्धीचा आणि स्वातंत्र्याचा पूर्ण विचार करून बौद्ध धम्माचा स्वीकार करण्याचा सल्ला दिला.

बाबासाहेब आंबेडकरांनी धम्मचक्रप्रवर्तन करण्यासाठी सुमारे पंचवीस वर्षांचा कालावधी जाऊ दिला. १४ ऑक्टोबर, १९५६ रोजी प्रत्यक्षात केलेले धम्मचक्रप्रवर्तन, अस्पृश्य समाजाची मानसिक, वैचारिक आणि बौद्धिक घडण करण्यासाठी बाबासाहेब आंबेडकरांनी ज्या सामाजिक, आर्थिक, राजकीय, सांस्कृतिक अशा चळवळी केल्या, त्यामुळे प्रगल्भ जाणिवेच्या पार्श्वभूमीवर अधिक भक्कम झाले. या ऐतिहासिक घटनेचा अन्वयार्थ प्रतिक्रांतिवादी सनातनी हिंदूंप्रमाणेच गांधीवादी, साम्यवादी आणि काही प्रमाणात समाजवादी तसेच काँग्रेसी हरिजन यांनी अतिशय कुत्सितपणे लावला. फॅसिस्ट हिंदुत्ववादी म्हणजेच ब्राह्मणी धर्माचे पोशिंदे या धम्मचक्रप्रवर्तनाचा विरोध करू लागले हे समजण्यासारखे आहे. गांधीवादी राजकारण्यांना चातुर्वर्ण्य मान्य असलेल्या सामाजिक क्रांतीशी फारकत घेता आली नव्हती. "धर्म ही अफूची गोळी आहे." असे मानणारे मार्क्सवादी, साम्यवादी आणि समाजवादीही या धम्मचक्रप्रवर्तनामागील "बुद्धधम्मप्रणीत साम्यवाद" (बुद्धिस्ट कम्युनिझम) समजू शकले नाहीत. आणि आजसुद्धा प्रतिक्रांतिवादी हिन्दुत्ववाले म्हणजेच ब्राह्मणशाही रखवालदार या धम्मचक्रप्रवर्तनाचा विरोध करीत आहेत. या प्रच्छन्न हिन्दुत्ववाद्यांनी अनेक देवदेवता, कुलदैवत आणि वेळोवेळी पावसाळी छत्रीसारखे उगवणारे संत, महात्मे आणि अन्य तथाकथित जागृत सत्पुरुष यांच्या अंध भक्तिरसात भारतामधील लाखो अज्ञानी, अंधश्रद्धा आणि देवभोळ्या गरीब व अस्पृश्य, आदिवासी व बहुजन समाजाला डांबून ठेवले आहे.

या धम्मचक्रप्रवर्तनाचे संदर्भ आमच्या अनेक विद्वान पंडितांना अजूनही कळले नाहीत. त्यामुळे अस्पृश्य समाजातील ज्या जातींना बाबासाहेब आंबेडकरांच्या क्रांतिगर्भ युगनिर्माणाची ओळख झालेली नाही, त्या जाती अजूनही सामाजिक, आर्थिक, सांस्कृतिक आणि राजकीय गुलामीच्या चक्रव्यूहात बंदिस्त आहेत. अशा जातींमधील राजकारणी मुख्यमंत्रिपदी, राज्यपालपदी, मंत्रिपदी किंवा अन्य मोक्याच्या जागी विराजमान होऊन त्यांच्या मानगुटावरील धर्मांधतेची त्यांना जाणीव झालेली नाही. किंबहुना वेळप्रसंगी आपली धार्मिक अंधश्रद्धा अतिशय डोळसपणे मिरविण्याची कोणतीही संधी ते सोडत नाहीत. बाबासाहेब आंबेडकरांच्या युगप्रवर्तक संघर्षांनी प्राप्त झालेल्या सामाजिक, राजकीय, शैक्षणिक आणि राखीव जागांच्या प्रावधानांनी

या सर्वच अस्पृश्य जातींचा उद्धार व्हायला पाहिजे. परंतु त्या त्या जातीमधील अर्धकच्च्या, स्वाभिमानशून्य आणि लाचार राजकारण्यांनी, पांढरपेशांनी, समाजकारण्यांनी, तथाकथित बुद्धिजीवींनी या धम्मचक्रप्रवर्तनाचे युगप्रवर्तक पुरतेपणी जाणून घेतले नाही. बुद्ध आणि बाबासाहेब आंबेडकर यांच्या विचारधारेमधील सामाजिक, आर्थिक, राजकीय, सांस्कृतिक क्रांतीशी त्याचे सोयरसुतक राहिले नाही. त्यामुळे त्यांची राजकीय व बौद्धिक वाटचाल ही अपक्व व स्वाभिमानशून्य राहिली.

धम्मचक्रप्रवर्तन या सामाजिक, आर्थिक, राजकीय आणि सांस्कृतिक क्रांतीच्या सफलतेसाठी बुद्ध आणि बाबासाहेब आंबेडकरांनी केले त्यामधील विज्ञाननिष्ठ जाणिवा आणि जीवन विकसनशील आणि कल्याणमय व्हावे, यासाठी करावयाचे प्रयत्न, यासंबंधी भक्कम पार्श्वभूमी निर्माण करण्याची गरज आहे. नागपूरच्या दीक्षाभूमीवर १५ ऑक्टोबर, १९५६ रोजी केलेल्या भाषणात "मिलिन्द पन्हो' या ग्रंथाचा उल्लेख करून धर्मग्लानीची मिलिन्दाने नागसेनास विचारलेल्या कारणांची महती बाबासाहेबांनी विशद केली आहे. धर्मग्लानीची नागसेनाने सांगितलेली ही तीन कारणे अशी :

पहिले कारण हे की, एखादा धर्मच कच्चा असतो. मूळ तत्त्वात गांभीर्यता नसते. तो कालिक धर्म बनतो व काळापुरता असा धर्म टिकतो.

दुसरे कारण हे की, धर्मप्रचार करणारे विद्वान लोक नसतील तर धर्मग्लानी होते. ज्ञानी माणसांनी धर्म ज्ञान सांगितले पाहिजे. विरोधकांशी वादविवाद करण्यास धर्माचे प्रचारक सिद्ध नसतील तर धर्माला ग्लानी येते.

आणि तिसरे कारण हे की, धर्माची तत्त्वे विद्वानांसाठी असतात. प्राकृत व सामान्य लोकांकरिता विहार असतात. ते तेथे जाऊन आपल्या श्रेष्ठ विभूतीचे पूजन करतात.

आज जेव्हा आपण या कारणांचा विचार करतो तेव्हा हे स्पष्टपणे जाणवते की, बुद्धाचा धम्म हा प्रवर्तनशील आणि कालसापेक्ष आहे. तो विज्ञाननिष्ठ असल्याने बदलत्या सामाजिक, सांस्कृतिक, आर्थिक आणि राजकीय परिस्थितीचे आकलन होण्यास प्रज्ञा, मैत्री, शील व करुणा यांचा वापर करून कालसापेक्ष जाणिवा आणि प्रत्यक्ष कार्यान्वित करावयाच्या कार्यक्रमाची आखणी करता येते.

बाबासाहेब आंबेडकरांनी भिक्षू संघाविषयी ऐतिहासिक स्वरूपाचे भाष्य केले. आमचा भिक्षू संघ उपासकाचा आदर संपादन करण्याइतपत सशक्त, सदाचरणी, चारित्र्यसंपन्न प्रज्ञावान अशा भिक्षूंचा संघ होण्याची गरज आहे. काही भिक्षू वेगवेगळ्या प्रकारची आंदोलने करून आपले अस्तित्व जाणवून देत असले तरी संपूर्ण बौद्ध

समाजाचे सम्यक आकलन करून धम्मचक्रप्रवर्तनाच्या उद्दिष्टांच्या सफलतेसाठी सुनियोजित यंत्रणा उभी करण्याची नितांत गरज आहे.

उपासक या धम्मक्रांतीचा केन्द्रबिंदू आहे. स्वत:चा उद्धार करून मी समाजाचा कोणी देणेदार आहे, ही भावना जोपासण्याची जाणीव उपासकांना होणे आवश्यक आहे. हे सामाजिक भान जेवढे समाजाच्या भल्यासाठी असते तेवढेच ते व्यक्ती व कुटुंब यांच्या कल्याणासाठीही असते. बाबासाहेब आंबेडकरांनी उपासकांना दीक्षा देण्याचा अधिकार देऊन एक क्रांतिकारी कार्य केले आहे. त्यामुळे उपासकांचे उत्तरदायित्व वाढलेले असून, त्यांचे संस्कार त्यांच्या दृष्टीने महत्त्वाचे ठरतात. उपासक जर प्रज्ञा, शील, चारित्र्य, नीतिमत्ता यांच्या दृष्टीने संपन्न नसेल, तर समाज शक्तिशाली होऊ शकणार नाही.

'दीक्षाभूमी हे केवळ श्रद्धास्थान नाही. बाबासाहेब आंबेडकरांनी तेथे प्रज्ञा-शील-करुणा-मैत्री यांनी संस्कारित आणि संवर्धित अशा सम्यक धम्मक्रांतीला प्रवर्तित केले आहे. श्रद्धा ही प्रत्येक व्यक्तीच्या ठिकाणी असणे आवश्यक असते. परंतु केवळ श्रद्धेने कल्याण होत नाही. या श्रद्धेबरोबर प्रज्ञेलाही महत्त्व आहे. किंबहुना प्रज्ञेशिवाय श्रद्धा डोळस होऊ शकत नाही. आणि प्रज्ञा विकसित जर झाली नाही तर अंधश्रद्धा आंधळी होते. म्हणून दीक्षाभूमी हे श्रद्धेबरोबरच प्रज्ञेचे प्रेरणास्थळ आहे. ही श्रद्धा अधिक डोळस होण्यासाठी प्रज्ञा विकसित करण्याचे संस्कार होणे आवश्यक आहे.

❑❑❑

भारतीय दलित शोषित जनतेच्या जीवनात डॉ. बाबासाहेब आंबेडकर व त्यांचे विचार क्रांतिकारक ठरले, तसेच जगभरच्या भांडवलशाहीने दारिद्र्याच्या खाईत लोटलेल्या कोटी कोटी शोषित जनतेला उठावाचे बळ देण्यास कार्ल मार्क्सचे जीवन व विचार कारणीभूत ठरले. फुले-आंबेडकरांच्या विचारांनी सामाजिक समतेचा आवाज उंचावला. प्रस्थापितांविरुद्धच्या लढ्याला बळ दिले, त्यामुळे कर्मकांडवादी प्रवृत्तींची आपल्या देशात बरीच पीछेहाट झाली; पण आजही ही तळाची जनता खऱ्या अर्थाने मुक्त झाली नाही. आज जातीय तणावांना आणि दंग्यांना उधाण आले आहे. देवाधर्माच्या नावाने सामान्य जनतेच्या संसाराची व जीवनाची होळी केली जात आहे आणि तीच जुनी परंपरा आपला वेष बदलून राजकीय सत्तेची पोळी भाजू पाहत आहे; म्हणून समतेच्या सैनिकांना पुन्हा एकदा फुले-आंबेडकर यांनी दिलेल्या शस्त्राला घासून, पुसून पाणी चढवावं लागणार आहे. तसेच सावधपणे वास्तवाला

३.

बाबासाहेब आंबेडकर
आणि कार्ल मार्क्स

तानाजी ठोंबरे

सामोरे जाण्यासाठी मार्क्सवाद्यांनाही दाखवावं लागणार आहे.

बघता बघता साम्यवादी जगातल्या अनेक राजवटी भुईसपाट झाल्या आहेत. पूर्व-पश्चिमेच्या तटबंदी कोसळल्या आहेत. साम्यवादी देशातही वांशिक दंगलीचे लोण पोहोचले आहे. हा सर्व असंतोष साम्यवादाविरुद्ध की साम्यवादाचे नाव घेऊन कारभार पाहणाऱ्यांविरुद्ध यांचा चिकित्सक अभ्यास भारतातील पुरोगामी मंडळींनी करण्याची गरज आहे. साम्यवादाच्या पीछेहाटीमुळे आनंदाच्या उकळ्या फुटण्याइतपत येथील पुरोगामी उथळ आहेत, असे कुणीही म्हणू शकणार नाही. साम्यवादी जगतात घडत असणाऱ्या घटनांमुळे भांडवली विचारवंतांना व त्यांच्या हस्तकांना अस्मान ठेंगणे वाटू लागले आहे. मार्क्सवाद कालबाह्य झाला, हे सांगू पाहणाऱ्यांना भांडवलशाही अमर राहावी असेच वाटत आहे. आपल्याकडे श्रीरामाच्या जयजयकारात समतेची वाट जशी सामाजिक क्षेत्रात अडविण्याचा प्रयत्न चालू आहे, तसेच

'मार्क्सवाद संपला' या साक्षात्कारी घोषणेत जगभरच्या शोषितांचा लढा रोखून धरण्याची धडपड चालू आहे; म्हणून सर्व प्रकारच्या समतावाद्यांना जीवनाच्या इतर अंगांची उपेक्षा करून कोणत्याही एका विशिष्ट अंगात समता निर्माण करता येत नसते, याचे भान ठेवण्याची गरज निर्माण झाली आहे.

कार्ल मार्क्सच्या चरित्राचा मागोवा घेताना फ्रेडरिक एंगल्सने असे उद्गार काढले आहेत की, 'कालकक्षेच्या साऱ्या सीमा ओलांडून ज्यांची नावे जगाच्या इतिहासात अजरामर झाली आहेत, अशा गाढ्या विद्वानांत आणि लोकनेत्यांत कार्ल मार्क्सची प्रामुख्याने गणना करावी लागेल.' मार्क्स हा केवळ विद्वान व जीवनापासून तुटलेले सिद्धांत मांडणारा तथाकथित तत्त्ववेत्ता नव्हता. त्याचे जीवन व कार्य त्याच्या काळाच्या व त्याच्यानंतर घडलेल्या मानवी घटनांपासून वेगळे राहिले नाही. मार्क्सचे सिद्धांत व त्यावर आधारलेले क्रांतिकार्य यांनी इतिहासाचा भव्य कालखंड जसा व्यापून टाकला आहे, तसेच वर्तमानातील घडामोडींचे विश्लेषण करताना त्याला नकार देण्याचा कितीही आटापिटा केला तरी सूर्यप्रकाश जसा नाकारता येत नाही, तसेच मार्क्सचे विचारही नाकारता येत नाहीत.

५ मे, १८१८ मध्ये एका सुस्थितीतील घराण्यात जर्मनीमध्ये मार्क्स जन्माला आला. त्याचे वडील सुशिक्षित, उदारमतवादी व पुरोगामी होते. व्हॉल्टेअर व रुसोच्या ग्रंथांचा त्यांनी चांगला अभ्यास केला होता. अशा घरातून आलेल्या प्रगल्भ बुद्धीच्या मार्क्सने वयाच्या १२ व्या वर्षी ट्रिअर विद्यालयात प्रवेश केला. विद्यार्थीदशेतच अफाट वाचनाची गोडी लागलेल्या व आपल्या आवडीच्या विषयांवर विवेचनात्मक लेखन करण्याची सवय असलेल्या कार्ल मार्क्सने आपल्या शैक्षणिक काळातच आपल्या भावी कार्याचा पाया घातला. परीक्षा मंडळाने मार्क्सला पदवी प्रदान करताना उद्गार काढले की, 'तो बुद्धिमान असून प्राचीन भाषा, जर्मन भाषा व इतिहास यात त्याने फार प्रशंसनीय परिश्रम घेतले आहेत.'

शालेय शिक्षण पूर्ण झाल्यानंतर त्याने बॉन व बर्लिन विद्यापीठांत कायद्याचा व कलेच्या तत्त्वविचारांचा, परकीय भाषा, तत्त्वज्ञान व इतिहास यांचा अभ्यास असाधारण परिश्रम घेऊन केला. त्याच्या काळच्या वैचारिक परिघात त्याने त्याचे स्थान निश्चित केले. बर्लिन विद्यापीठात प्रसिद्ध तत्त्ववेत्ते हेगेल यांच्याशी मार्क्सचा अत्यंत जवळचा संबंध आला. काही काळ तो त्यांच्या प्रभावाने भारून गेला; पण लवकरच मार्क्सला हेगेलच्या तत्त्वज्ञानाचा सनातनीपणा लक्षात आला. १८४१ मध्ये त्याने विद्यापीठाची 'डॉक्टर ऑफ लॉ' ही पदवी संपादन केली. काही काळ विद्यापीठात प्राध्यापकी, पुढे क्रांतिकारी वृत्तपत्रव्यवसायी, संपादक या नात्याने काम करीत असताना, त्याने जुलमी राज्यसत्तेविरुद्ध शस्त्र उगारले. तरुण मार्क्सच्या वृत्तपत्रातील विचारांची ठिणगी पुढे वणव्याचे रूप

घेणार हे त्या जुलमी राजवटीच्या लक्षात येण्यास वेळ लागला नाही. परिणामी जर्मनी, फ्रान्स येथील सत्ताधाऱ्यांनी त्याचा पाठलाग सुरू केला.

कामगारवर्गाला जागे करून त्यांना वर्गसंघर्षाचा लढा चालविणाऱ्या संघटनेत संघटित करण्याच्या, क्रांतिकारकांचे गट निर्माण करण्याच्या, त्यांना वैचारिक मार्गदर्शन करण्याच्या अखंड कार्याला मार्क्सने प्रारंभ केला. देशोदेशींची भटकंती शोषित जनतेच्या एकजुटीची उभारणी, मार्क्सवादाच्या शास्त्रशुद्ध ग्रंथांची निर्मिती हे मार्क्सचे जीवन बनले. मार्क्सने आपल्या राजकीय कारकीर्दीची ४० पैकी ३३ वर्षे इंग्लंडमध्ये काढली. आपल्या देशाबद्दल नितांत प्रेम असलेला हा क्रांतिकारी विचारवंत, भांडवलशाही व हुकूमशाहीचा कर्दनकाळ जर्मनीत परत येणार नाही, याचा तेथील शासनाने पुरेपूर बंदोबस्त केला. आपल्या प्रिय देशबांधवांपासून अलग झालेल्या मार्क्सच्या पुढे शोषित-दलित जनतेचे विशाल जग पसरले होते. कम्युनिस्ट जाहीरनामा, कम्युनिस्ट इंटरनॅशनल, जगभरच्या कष्टकरी जनतेच्या लढ्याला चढत आलेला जोर, क्रांतिकार्याची आखणी, ज्ञानाच्या विविध शाखांचा मूलगामी अभ्यास व या अभ्यासाला प्रत्यक्ष कृतीची दिलेली जोड या सर्व व्यापांत कार्ल मार्क्सचे आयुष्य अक्षरशः बुडाले होते. 'जग कसे आहे?' हे मार्क्सच्या पूर्वी अनेकांनी अनेक पद्धतींनी सांगितले होते; म्हणूनच ते कसे आहे हे सांगण्यात त्यांनी आपल्या बुद्धीला व वेळेला निष्कारण खर्ची घातले नाही. मार्क्सच्या जीवनाचा ध्यास होता हे जग शोषितांच्या बाजूने कसे बदलायचे?

या महान विचारवंताला व क्रांतीच्या महान शिक्षकाला आपल्या आयुष्याची प्रदीर्घ ३३ वर्षे इंग्लंडमध्ये निर्वासित म्हणून घालवावी लागली. पैशाचा सततचा तुटवडा, अन्न, वस्त्र, निवारा यांची आबाळ, आपल्या बुद्धीच्या व क्रांतिकारी अनुभवाच्या शक्तीला, विचारांना प्रसिद्धी मिळावी म्हणून विद्यापीठे, प्रकाशन संस्था, वृत्तपत्रे, नियतकालिके यांची दारे ठोठावली; परंतु या सर्वांनी मार्क्सला मज्जाव केला; कारण अन्यायी शासनव्यवस्थेचे हितसंबंध अबाधित ठेवण्याची कामगिरी या सर्व संस्थांवर सोपवलेली असते आणि या संस्थाही आपल्या धन्याचे प्रशस्तिपत्र मिळविण्यासाठी सर्व शक्तिनिशी प्रयत्न करीत असतात. कोणत्याही प्रखर क्रांतिकारकाच्या जीवनाची जशी परवड होते, तशी कार्ल मार्क्सच्या जीवनाचीही झाली. या सर्वांचा परिणाम म्हणजे आजारी मुले, थकलेली, मनोवेदनेचे दडपण सहन करणारी पत्नी जेनी, सतत उपसाव्या लागणाऱ्या कष्टामुळे स्वतः मार्क्सला सहन करावा लागणारा छातीच्या दुखण्याचा आजार, पोलिसांचा छळ असे पुरेपूर वेदनेने भरलेले जीवन, कार्ल मार्क्स आपल्या ध्येयवादासाठी, शोषित जनतेच्या मुक्तीसाठी मोठ्या जिद्दीने जगला. या ध्येयवादी, क्रांतिकारी जीवनाची अखेर ही

अशीच असाधारण, धीरगंभीर व कोणत्याही सुजाण माणसाच्या काळजाला हात घालणारी झाली. सततच्या आजाराने १८७३ साली मार्क्सची प्रकृती ढासळली. काम चालूच होते. आयुष्यात अनेक संकटे येत होती. परंतु १८८१ साली त्यांना जबर फटका सहन करावा लागला. सर्व यातनांत साथ देणारी त्यांची लाडकी पत्नी त्यांना सोडून गेली. पुढे दोन वर्षांच्या अंतराने मोठ्या मुलीचा अंत झाला. १४ मार्च, १८८३ रोजी कार्ल मार्क्सची जीवनयात्राही संपली.

कार्ल मार्क्सच्या जीवनातील काही क्षणांची ही नोंद आहे. त्यांचे चरित्र देणे हे या ठिकाणी प्रयोजन नाही. या थोड्याशा घटनाही आपणाला सांगून जातात की, दलित-शोषित जनतेच्या कोणत्याही महान नेत्याला आपल्या आयुष्यात असाच यज्ञ करावा लागतो. जीवनावर व माणसावर प्रेम करणारी ही माणसं कृतीने आणि विचाराने जगत असतात. ती कोणा एका देशाची, समाजाची नसतात, तर अखिल मानवजातीचे ते खरेखुरे मित्र असतात.

डॉ. आंबेडकर हेही असंच वादळाला न जुमानणारं झाड होतं. जन्मापूर्वीच येथील व्यवस्थेने लावलेला सापळा उद्ध्वस्त करण्यात आणि तोही केवळ स्वत:पुरता नव्हे तर लक्षावधी दलितांसाठी, डॉ. आंबेडकर एखाद्या झुंजार सेनानीसारखे अखंड लढत राहिले. मार्क्स-आंबेडकर यांची लढाई वेगवेगळ्या व्यवस्थेशी होती, तरी लढाईचे शस्त्र विचार हेच होते. डॉ. आंबेडकरांनी तथाकथित बुद्धिवंतांच्या सुरक्षित घरात विचाराचा जाळ पेटवला नव्हता. मार्क्सही आपले विचार अशाच लुटल्या गेलेल्या उघड्यानागड्यांसाठी सांगत होता. डॉ. आंबेडकरांचेही आपल्या देशावर नितांत प्रेम होते. धर्माबद्दल आदर आणि ओढ होती. कर्मकांड आणि जातिव्यवस्थेचे रखवालदार आपलेच आहेत, त्यांना आज ना उद्या आपल्या माणुसकीशून्य व्यवहाराची उबग येईल, असा आशावादही त्यांना वाटत होता. पण हीसुद्धा शोषणाला चटावलेलीच व्यवस्था होती. त्यामुळे तिच्याशी संघर्ष करण्यावाचून गत्यंतर नव्हते आणि संघर्षही विचारांवर आधारलेल्या कृतीचा होता. त्यामुळे एका प्रचंड वैचारिक संघर्षाची सुरुवात करण्यापूर्वी युद्धसामग्रीची प्रचंड जुळवाजुळव करणे भाग होते.

हे काम प्रचंड बुद्धिमत्तेचे, कष्ट पेलण्याची मनाची व शरीराची असाधारण तयारी व चिकाटी असणाऱ्यांचे होते. तथाकथित देवाधर्माचे शत्रू म्हणून लोकांपासून अलग पडण्याची शक्यता व ज्यांना जागे करावयाचे त्यांना जणू काळझोप लागलेली अशी बिकट स्थिती होती. डॉ. आंबेडकरांनी ही सर्व आव्हाने समर्थपणे पेलली. आपल्या देशात जातीच्या मागासलेपणाच्या शिक्क्यामुळे त्यांच्या शिक्षणात अनेक अडथळे उभे केले, तर परदेशात पैशाची अडचण सतत पाठलाग करीत राहिली. या सर्व अडथळ्यांना त्यांनी मोठ्या जिद्दीने ओलांडले. त्यामुळेच, 'शिका, संघटित

व्हा आणि संघर्ष करा.' या त्यांच्या उद्गाराला विद्वानांनी मान्य करावा, असा त्यांचा व्यासंग होता. त्यातूनच त्यांचा संघर्षाचा स्पष्ट, कणखर व युगप्रवर्तक विचार आकाराला आला.

डॉ. आंबेडकरांनीही ग्रंथांवर अमाप प्रेम केले. परंतु तथाकथित बुद्धिवंतांप्रमाणे डॉ. आंबेडकर विचारांचा खुळखुळा करून थांबले नाहीत, तर आपल्या विचाराप्रमाणे जगले आणि अनेकांना जगण्याचा मंत्र दिला. युरोपातील भांडवलशाहीला कार्ल मार्क्सने हादरा दिला आणि त्याचा धक्का जगभरच्या धनवंतांनी घेतला, तर आपल्या देशातील जीर्ण, माणुसकीशून्य, कर्मकांडवादी हिंदुत्वाला डॉ. आंबेडकरांनी अक्षरशः धारेवर धरले. त्यांच्या व्यक्तिगत आयुष्याची व प्रपंचाची तर सतत होळी होत होती; परंतु लाखोंचा दलितसमूह आंबेडकरांनी कायमचा जिंकला. त्यांच्यात स्वातंत्र्य, समता, बंधुत्वाची, ज्ञानाची ज्योत पेटविली. भगवान बुद्धापासून ते महात्मा फुल्यांपर्यंतच्या पुरोगामी विचारवंताला डॉ. आंबेडकरांनी आपले मानले. लाखो अनुयायांच्या संख्येने एका जीर्ण धर्माला कायमची सोडचिठ्ठी देण्याची अभूतपूर्व घटना त्यांनी घडवून आणली.

मार्क्स-आंबेडकर वेगळ्या काळात, वेगवेगळ्या समाजात व व्यवस्थेत जगत होते, लढत होते; परंतु शोषणातून मानव मुक्त करावयाचा हाच त्यांच्या जीवनाचा हेतू होता. त्यांचे कार्य महान होते; परंतु ते मानवी बुद्धी व हाताने उभारले होते. तो काही देव-दैवतांचा चमत्कार नव्हता की प्रेषिताचा आतला आवाजही नव्हता; म्हणूनच त्यांना काही मर्यादा असणे हे नैसर्गिकच आहे; परंतु त्यामुळे या दोन विचारांचे मोल जसे उणे होत नाही, तसेच ते एकमेकांच्या विरोधकही ठरत नाहीत; मार्क्स विरुद्ध आंबेडकर किंवा आंबेडकर विरुद्ध मार्क्स ही लढाई होऊ शकत नाही. धर्म, रंग, भाषा, वंश कदाचित वेगळा असेल; पण सैन्य एक आहे; तेव्हा या दोन विचारधारांना बरोबर घेऊनच दलित-शोषित जनता आपले भविष्य घडवू शकते.

डॉ. आंबेडकरांनी गौतम बुद्ध, महात्मा फुले, महात्मा कबीर यांना आपल्या गुरुस्थानी मानले. भगवान बुद्धाच्या तत्त्वज्ञानाची तर त्यांनी केवळ नव्याने मांडणी केली. एवढेच नव्हे तर बुद्धाच्या धर्माला श्रेष्ठ मानून आपल्या लाखो अनुयायांसह त्यांनी त्या धर्माचा स्वीकार केला. डॉ. आंबेडकर ज्या कालखंडात कार्य करीत होते, त्यांनी ज्या काळात धर्मांतर केले, त्या काळात जगभरच्या कष्टकऱ्यांच्या चळवळी मार्क्सवादाचा स्वीकार करीत होत्या; त्यामुळे अनेक अभ्यासकांनी जगातील या दोन तत्त्वप्रणालींची वेगवेगळ्या भूमिकांतून तुलना केली आहे. कार्ल मार्क्स व भगवान बुद्ध या दोघांच्या तत्त्वज्ञानांची तुलना करताना अगदी प्रारंभीचा एक समान मुद्दा आपणास स्पष्टपणे जाणवतो. तो म्हणजे, 'जगाचे स्पष्टीकरण हे तत्त्वज्ञानाचे

कार्य नसून जगाची पुनर्रचना करणे हे तत्त्वज्ञानाचे कार्य आहे.' हा होय.

या समान सूत्रांचे स्पष्टीकरण करावयाचे ठरविले तर आपण म्हणू शकतो की, हे जग माणसांचे आहे. तत्त्वज्ञान माणसांनी निर्माण केले आहे व त्याचा संबंधही मानवी जीवनाशी असावा. अर्थात, मानवाला पुढे नेण्यासाठी, त्याच्या जगण्याला अर्थ देण्यासाठी तत्त्वज्ञानाने दिवा झाले पाहिजे. जग ब्रह्मदेवाने रचले आहे, तो मायेचा खेळ आहे, तो पाण्याचा बुडबुडा आहे. ते क्षणभंगुर व नाशवंत आहे व यासारखे जगाचे वर्णन करणारे विचार माणसाच्या जगण्याला नकार देणारे आहेत; म्हणून बुद्ध आणि मार्क्स यांनी निरुपयोगी, वास्तवाला नकार देणाऱ्या, माणूस पुढे घेऊन जाण्याची प्रेरणा हरवून बसलेल्या प्रश्नांचे म्हणजे 'जग कसे आहे?' याचे वर्णन करण्यात आपल्या बुद्धीचा व्यय केला नाही. साहजिकच या दोघांनीही आपल्या तत्त्वज्ञानाचे ध्येय जगाच्या पुनर्रचनेत आहे, हे सांगितले. ही पुनर्रचना म्हणजे जे दुःखीकष्टी आहेत, त्यांची दुःखांपासून सुटका करणे; जे परतंत्र आहेत; त्यांना स्वातंत्र्याची हमी देणे, जे अवमानित आहेत त्यांना सन्मानाचे हक्कदार बनविणे, जे अज्ञानी आहेत त्यांना ज्ञानवंत करणे. थोडक्यात, दलित शोषितांची सर्व पाशांतून मुक्तता करणे. खरं म्हणजे, तत्त्वज्ञानाची चर्चा एवढ्या साध्या, सोप्या, सरळ भाषेत करताही येत नाही आणि तसा जर कोणी प्रयत्न केला, तर त्याची गंभीरपणे दखलही घेतली जात नाही; परंतु मी केवळ माझ्या आकलनाच्या व आवाक्याच्या आधारेच हे असे लिहिणे योग्य मानतो. कारण ही चर्चा करण्याची आज गरज आहे, ती आपल्या देशातील प्रचंड अज्ञानी, दलित-शोषित समाजाला भान देण्यासाठी.

'तत्त्वज्ञान हे समाजाची पुनर्रचना करण्यासाठी असते.' या बाबतीत मार्क्स व आंबेडकरांमध्ये मतभेद नाही. मतभिन्नता होती ती जगाची पुनर्रचना कोणत्या मूल्यावर करावयाची? या रचनेत मार्ग, पद्धती, साधने कोणती? या स्वरूपाच्या प्रश्नांसंदर्भात मतभिन्नता दिसून येते.

कार्ल मार्क्स व डॉ. आंबेडकर यांच्या विचारप्रणालींचा व सिद्धांतांचा भारतीय वास्तवाच्या दृष्टीने तुलनात्मक अभ्यास करताना जे काही भेद दिसून येतात, त्यांतील प्रमुख म्हणजेच मार्क्सचे सर्व विवेचन 'वर्ग' या आर्थिक संकल्पनेवर आधारित आहे. या संदर्भात मार्क्सचे विवेचन असे की, 'मालमत्तेच्या संबंधातून वर्ग तयार होतो; परंतु वर्ग एकटाच अस्तित्वात येत नाही. तो दुसऱ्या वर्गाचा विरोधी असतो. उत्पादन साधनावरील खासगी मालकी म्हणजे मालमत्ता. भांडवलदारी व्यवस्थेमध्ये भांडवलदारांकडे, कारखानदारांकडे उत्पादनाची साधने म्हणजे कारखाना, यंत्रे, कच्च्या मालाचा साठा इत्यादी असते. त्याचबरोबर तो कामगाराजवळ असलेली श्रमशक्ती विकत घेत असतो. भांडवलदार या उत्पादन साधनांच्या साहाय्याने अतिरिक्त

मूल्य निर्माण करतो. त्याच्या भांडवलात भर पडत जाते. तो अधिकाधिक उत्पादन साधनांवर मालकी हस्तगत करीत जातो. इतिहासाच्या वेगवेगळ्या अवस्थांत या उत्पादन साधनांचे रूप बदलत गेलेले आपणास दिसते.'

वर्गाचे आशयतत्त्व आपणास पुढीलप्रमाणे सांगता येईल - 'ऐतिहासिकदृष्ट्या निर्णीत सामाजिक उत्पादन व्यवस्थेमध्ये व्यापलेल्या स्थानामुळे, उत्पादन साधनांशी असलेल्या नात्यामुळे, श्रमाच्या सामाजिक संघटनांतील भूमिकेमुळे आणि परिणामी सामाजिक संपत्तीचा हिस्सा ते ज्या प्रमाणात खर्चतात व त्याला ज्या प्रकारे मिळवितात, त्यामुळे एकमेकांपासून भिन्न असलेले लोकांचे गट म्हणजे वर्ग.' अशा रीतीने समाजाची वर्गामध्ये विभागणी होते व या परस्परविरोधी वर्गात संघर्ष निर्माण होतो. एकीकडे 'आहे रे' चा वर्ग असतो आणि त्याच्या विरोधात दुसरीकडे 'नाही रे' चा वर्ग असतो आणि आहे रे च्या विरोधात नाही रे एकजूट करतात. वर्गविग्रही समाजाचा इतिहास म्हणजे वर्गलढ्याचा इतिहास. स्वतंत्र नागरिक व गुलाम, उच्चकुलीन व कुलहीन, सरंजामदार व भूदास, हुन्नर संघातील कारागीर व त्यांचे मजूर, भांडवलदार व कामगार असे इतिहासाच्या वेगवेगळ्या कालखंडात वर्गांना रूप प्राप्त होते. 'शोषणाचा व भांडवलशाहीचा नाश करणे आणि वर्गविहीन कम्युनिस्ट समाज उभारणे हे कामगारवर्गाचे महान ऐतिहासिक कार्य आहे.' मार्क्सच्या मते, सामाजिक विकासामध्ये भौतिक संपत्तीचा उत्पादन प्रकार ही मुख्य शक्ती आहे. उत्पादन प्रकार व उत्पादन संबंध इतर सर्व सामाजिक संबंधांना आकार कसा देतात आणि त्या उलट इतर सामाजिक संबंध समाजाच्या आर्थिक विकासावर कसा परिणाम घडवितात या प्रश्नांची उत्तरे पाया व वरचा इमला याविषयीचा मार्क्सवादी सिद्धांत देतो.

सर्व सामाजिक संबंधांमध्ये मुख्य आणि निर्णायक संबंध म्हणून भौतिक उत्पादन संबंधांना ऐतिहासिक आधिभौतिकवाद वेगळे काढतो. ह्या उत्पादन संबंधाची गोळाबेरीज समाजाची आर्थिक रचना बनते, त्याचा पाया बनते. प्रत्येक समाजाचा स्वत:चा पाया असतो. पाया एकदा निर्माण झाल्यावर समाजाच्या जीवनात तो फार प्रचंड भूमिका बजावतो. तो वास्तव अधिष्ठान म्हणून वरच्या इमल्याच्या उपयोगी पडतो. हा वरचा इमला म्हणजे राजकीय, कायदेशीर, तत्त्वज्ञानविषयक, नैतिक, कलात्मक आणि धार्मिक विचार व त्यांच्याशी सुसंवादी संबंध, संस्था आणि संघटना म्हणून पाया हे उत्पादन प्रकाराचे असे एक अंग आहे, जे सामाजिक चेहरा, त्याचे विचार व संस्था यांची थेट घडण करते. प्रारंभिक अवस्थेतील समाजात शासनसंस्था, राजकीय व कायदेविषयक संस्था नव्हत्या; कारण तेथे खासगी मालमत्ता व वर्ग अस्तित्वात नव्हते. मात्र, वर्गविग्रही समाजाच्या पायाचे स्वत:चे विरोध आहेत. उत्पादन साधनांशी लोकांचे असलेले भिन्न संबंध व्यक्त करून तो वर्गीय हितसंबंधाचे विरोध दर्शवितो.

आर्थिक पायावर निर्माण झाल्यामुळे वरचा इमला त्या पायाच्या विकासामध्ये क्रियाशील भाग घेतो. वर्गविग्रही समाजात वर्चस्व असलेला विचार आणि संस्था यांच्या पायाचे रक्षण करून त्याला बळकट करतात. ज्या वर्गाने त्यांना अस्तित्वात आणले आणि ज्या वर्गाच्या हितसंबंधांची रक्षण करण्याची जबाबदारी त्यांच्यावर पडणार असते, त्या वर्गाच्या सत्तेचे ते समर्थन करतात.

२० नोव्हेंबर, १९५६ मध्ये डॉ. आंबेडकरांनी बौद्ध मातृसंघाच्या चौथ्या परिषदेत 'बौद्ध धर्म व साम्यवाद' या विषयावर उत्स्फूर्त भाषण दिले. या भाषणात मार्क्सवादाच्या मूलभूत सिद्धांतांची चर्चा करताना श्रीमंत लोक सामान्य जनतेची पिळवणूक करतात इथपासून साम्यवादाची सुरुवात होते असे म्हटले आहे. मार्क्स ज्याला पिळवणूक म्हणतो, त्यालाच त्याच्या अगोदर २ हजार वर्षांपूर्वी बुद्धाने 'दु:ख' हा शब्द वापरला होता. बुद्धाच्या 'दु:खा'चे विवेचन आजपर्यंत अनेकांनी अनेक अर्थांनी केले आहे. कोणी त्याला पुनर्जन्म मानले, कोणी त्याला जन्म-मरणाचा फेरा मानले तर डॉ. आंबेडकरांनी त्याचा अर्थ' दारिद्र्य' असा घेतला. डॉ. आंबेडकर संपत्तीच्या संदर्भात आपले विचार मांडताना म्हणतात, 'संपत्तीच्या प्रश्नासंबंधी विचार करावयाचा ठरला तर तुम्हाला पुन्हा एकदा बुद्धाने व्यक्त केलेले विचार आणि कार्ल मार्क्सने मांडलेला विचार यांत खूप साम्य दिसेल. कार्ल मार्क्स म्हणाला होता की, तुम्हाला जर पिळवणूक थांबवयाची असेल तर उत्पादनाची मालकी राज्याकडे असावी... बुद्धानी सांगितले की भिक्खूला खासगी मालमत्ता असता कामा नये.' (मार्क्स व आंबेडकर, पृ. २४७-४८ : प्रा. रावसाहेब कसबे)

आंबेडकरांनी या संपूर्ण भाषणात जे म्हटले आहे, याचा चित्किसक अभ्यास केला तर आपणास असे दिसून येईल की, त्यांना मार्क्सवादाच्या प्रभावाची पूर्ण जाणीव झाली होती. अर्थात, जगभरच्या तरुण, कष्टकरी जनतेला हा विचार आकर्षित करीत होता. ही जनता शोषित आहे, गरीब आहे म्हणजेच बुद्धाच्या विचाराप्रमाणे 'दु:खी' आहे. या दु:खीकष्टी जनतेच्या भल्यासाठीच बुद्धाचे कार्य होते; म्हणून बौद्ध धर्माची नव्याने मांडणी करणाऱ्या, त्या धर्माचा प्रभाव वाढवू पाहणाऱ्या डॉ. आंबेडकरांनी ते स्वत: चिकित्सक अभ्यासक असल्यामुळे आपल्या भाषणाच्या विषयाला 'बौद्धधर्म आणि साम्यवाद' असे शीर्षक दिले; परंतु पुढे बाबासाहेबांच्या निधनानंतर आपल्या देशातील मार्क्सवाद्यांच्या रागापोटी, त्यांच्या काही उणिवा व चुकांसाठी तसेच दलितांच्या राजकारणात आपल्या स्थानाला धक्का लागू नये या सावधपणापोटी, जगातील या दोन महान विचारधारांची तुलना करून आपण योग्य ते घेतले पाहिजे, हा विवेक सोडून, या दोन विचारधारा परस्परांच्या शत्रू आहेत, असा काहींनी स्वत:चा समज करून घेतला व ते बोलके असल्यामुळे

त्यांनी इतरांचाही तसा गैरसमज करून देण्याचा कार्यक्रम सुरू ठेवला. त्यामुळे बाबासाहेबांच्या 'बौद्ध धर्म आणि साम्यवाद' या भाषणाला 'बुद्ध विरुद्ध मार्क्स' असे रूप देण्याचा दुर्दैवी व दलित-शोषित जनतेची हानी करणारा दु:खद प्रयत्न करण्यात आला.

खरा मुद्दा हा होता की, भारतीय संस्कृतीने निर्माण केलेल्या जातिभेदाला मूठमाती कशी द्यायची? कर्मकांडवाद्यांनी येथे अनेक शतके तथाकथित धर्माच्या आधारे तळागाळाच्या जातीतील लोकसमूह कसा लुटला? त्यांच्या शोषणाला धर्ममान्यता कशी मिळवून दिली? माणुसकीच्या प्राथमिक हक्कांपासून त्यांना वंचित कसे केले? शिक्षणाची, विचारांची दारे त्यांना कायमची बंद का केली? या प्रश्नांची पूर्ण उत्तरे मार्क्सवाद केवळ आर्थिक अंगावर भर देऊन देऊ शकत नाही. येथे वर्गसंघर्ष होण्याअगोदर जातिभेद निर्मूलनाची लढाई कशी आवश्यक आहे आणि या लढ्याला येथील मार्क्सवाद्यांचे पूर्ण ताकदीनिशी भिडण्यात दुर्लक्ष कसे झाले हे व यासारखे डॉ. आंबेडकरांनी उपस्थित केलेले प्रश्न खरोखरच महत्त्वाचे आहेत. या प्रश्नांची उत्तरे येथील समाजवाद्यांना द्यावीच लागणार आहेत. त्याशिवाय त्यांना शोषणमुक्त समाज निर्माण करता येणार नाही. येथे सर्वंकष क्रांतीचा झेंडा फडकविण्याच्या अगोदर सरंजामशाहीची, कर्मकांडाची व जातिव्यवस्थेची सर्व पाळेमुळे खणून काढावी लागणार आहेत. ते तण तसेच ठेवून क्रांतीचे पीक बहराला येईल असे मानता येणार नाही, तसे मानणे म्हणजे वास्तवापासून पळून जाणे होय.

हे सर्व केल्यानंतरच येथील लोकशाही क्रांती पूर्ण होईल. मग आपणाला साम्यवादी क्रांतीकडे जाण्यासाठी शोषित जनतेची फौज उभी करता येईल, याचे भान विलंबाने का होईना, येथील मार्क्सवाद्यांना आले. त्यांनी आपले आत्मपरीक्षण व आत्मटीकाही केली आहे. साम्यवादी क्रांती प्रत्यक्षात उतरविण्याच्या कार्यात केवढा मोठा अडथळा येथील धर्मसंस्थेने उभा केला आहे, याची जाणीव मार्क्सवाद्यांना झाली आहे. प्रतिगाम्यांच्या वाढत्या शक्तीने व विध्वंसक कारवायांनी हे वास्तव अधिकच स्पष्ट केले आहे; म्हणूनच डॉ. आंबेडकरांनी या संदर्भात उभे केलेले प्रश्न महत्त्वाचे ठरतात. परंतु येथे नम्रपणे हेसुद्धा लक्षात घ्यावे लागते की, जाणीव झालेल्या येथील मार्क्सवाद्यांनी आपली गती वाढविली पाहिजे. हे जसे खरे आहे तसेच त्यांना भानच आले नाही या भ्रमात राहणे हेसुद्धा चुकीचे, अनर्थकारक व शोषणमुक्तीच्या लढ्याला खीळ घालणारे ठरणार आहे.

वर निर्माण केलेल्या प्रश्नांच्या संदर्भात आणखी एका मुद्द्याचा विचार करणे गरजेचे ठरते. 'मार्क्सवाद हा युरोपात जन्माला आलेला विचार आहे. तो भारतीय वास्तवाला लावता येणार नाही.' या विधानाच्या आधारे मार्क्सवाद किंवा कोणतीही

विचारप्रणाली पूर्णपणे नाकारता येईल का? विचाराला स्थल, कालाच्या काही मर्यादा जशा राहणार, त्याचप्रमाणे ज्या काळात त्या तत्त्वज्ञानाला आकार मिळाला, त्याच टप्प्यावर जग व जगाचे व्यवहार पूर्णपणे गोठून गेले आहेत. आता नवी भर काही पडणार नाही, अशी भूमिका मार्क्सवादालाच नव्हे तर कोणत्याही तत्त्वज्ञानाला घेता येणार नाही; म्हणूनच मार्क्सवादी सिद्धांतांची रचना कोणत्या परिस्थितीत झाली? तसेच तो स्वत:ला 'जग बदलण्याचे शास्त्र' म्हणवून घेतो, म्हणून शास्त्र म्हणजे काय? 'सायन्स' कोणत्याही एका टप्प्यावर जगाच्या अंतापर्यंतच्या प्रश्नाचे जसे उत्तर देऊ शकत नाही, हे जसे खरे आहे, तसेच ते भविष्यात निर्माण होणाऱ्या प्रश्नांचा शोध घेण्यासाठी जी शोधप्रक्रिया सुचविते, ती निरुपयोगीही ठरणार नाही, हेही खरे आहे. दुसरे म्हणजे मार्क्सवादाने समाजाचा, जिवंत माणसाचा अभ्यास हा आपला विषय मानला आहे; त्यामुळे अफाट जगातील विविध मानवी समूहांच्या तपशीलवार वेगळेपणाची अगदी एकाच स्वरूपाची उत्तरे मी देत आहे, अशी भूमिका मार्क्सवादाची नाही. मार्क्सवादाने ही काहीतरी कोड्यातून सुटका करून घेण्यासाठी काढलेली पळवाटही नाही.

कार्ल मार्क्सने आपल्या तत्त्वज्ञानाची उभारणी औद्योगिक क्रांतीच्या कालखंडात केली. त्या काळी युरोपात औद्योगिक क्रांतीने व तिच्या पोटी जन्माला आलेल्या भांडवलशाहीने सरंजामशाहीच्या जुनाट कल्पनांना व्यापक प्रमाणावर नकार नोंदविला होता. ख्रिश्चन धर्मात किंबहुना इतर कोणत्याही धर्मात हिंदू धर्माप्रमाणे जातीयतेचे जहाल व सर्वांगात भिनलेले विष नव्हते; त्यामुळे तेथे साहजिकच श्रमिक, श्रमिक होता. त्याची जातीच्या नावाने विभागणी झाली नव्हती; म्हणून मार्क्सच्या विवेचनात जातीयतेच्या चर्चेला महत्त्वाचे स्थान मिळाले नाही; परंतु याचा अर्थ मार्क्स-एंजल्स यांना आपल्या भारतीय जीवनपद्धतीला जातीयतेच्या भयानक रोगाची लागण झाली आहे, याची मुळीच माहिती नव्हती असा नव्हे. तसेच देशोदेशींचा इतिहास, तेथील जीवनपद्धती, संस्कृती यांना पूर्णपणे नकार देऊन, त्यांना गौण लेखून साम्यवादाची उभारणी करता येते, असाही मार्क्सचा दावा नव्हता. त्यांनी एक शास्त्रीय पद्धती आपणाला दिली. तिचे उपयोजन करताना त्या त्या समाजातील मूलभूत दुखण्यांना दुर्लक्षून पुढे चला, असा मार्क्सचा आदेश नव्हता. आपल्या समाज परिस्थितीची चिकित्सक तपासणी करणे, त्याप्रमाणे क्रांतीचा व्यूह रचणे हे त्या त्या देशातील मार्क्सवाद्यांचे काम आहे.

जातिव्यवस्थेचा आपला वेगळेपणा लक्षात घेतल्यानंतर मार्क्स आणि आंबेडकर यांच्या धर्मचिकित्सकेत वेगळेपणा का आला, हे आपणाला समजू शकते. या संदर्भात आपण प्रथम मार्क्सवादाची काय भूमिका आहे हे पाहू. 'कोणताही धर्म

म्हणजे दुसरे तिसरे काही नसून लोकांच्या दैनंदिन जीवनावर नियंत्रण ठेवणाऱ्या बाह्य शक्तीचे माणसाच्या मनामध्ये पडलेले विलक्षण आभासमय प्रतिबिंब आहे. या प्रतिबिंबात ऐहिक शक्तींना अमानुष शक्तींचे रूप प्राप्त होते.' (एंजल्स) धर्म चिरंतन आहे. माणसाला निसर्गाकडून धार्मिक भावनेची देणगी लाभली आहे, असे सिद्ध करण्याचा प्रयत्न मार्क्सवादाचे विरोधक करतात. अद्भुतामध्ये विश्वास हे धर्माचे मूलभूत वैशिष्ट्य आहे. प्राचीन काळी निसर्गातील शक्तींवर लोक पूर्णपणे विसंबून असल्यामुळे त्यांनी त्या शक्तींना अलौकिक गुणधर्म चिकटविले. लेनिन म्हणतो, 'रानटी माणूस निसर्गाविरुद्ध लढण्यास असमर्थ ठरला तेव्हा त्याच्या मनात देव, सैतान इ. विषयांचे विचार जसे जन्माला आले, त्याचप्रमाणे शोषकाविरुद्ध लढ्यात शोषित हतबल ठरल्यानंतर पुढील जगात अधिक चांगले जीवन लाभेल, अशा विचारांचा अपरिहार्यपणे त्याच्या मनात उद्भव झाला. शोषक समाजाने लादलेल्या महाभयानक यातनांमधून आणि हालअपेष्टांमधून मुक्ती मिळविण्यासाठी कामकरी लोकांनी धर्माचा आसरा घेतला.'

जन्मभर राबणाऱ्यांना धर्म काय शिकवतो? हा प्रश्न उपस्थित करून मार्क्सवाद सांगतो की, या जन्मी कष्टकरी जनतेला जे दु:ख, दारिद्र्य सहन करावे लागते, त्याचा विचार करण्याऐवजी धर्म पुढील जन्माचे मृगजळ त्याच्यापुढे उभे करतो. दुसऱ्यांच्या श्रमावर चैन करणाऱ्यांना धर्म दानधर्माचे प्रायश्चित्त सांगतो. पाप-पुण्याच्या, मोक्ष-दैववादाच्या गोष्टी सांगून त्याला स्वर्गाचे कधीही प्रत्यक्षात न येणारे आश्वासन धर्म देतो. एवढेच नव्हे, तर भांडवलदारी समाजातील गुलामांना, कष्टकऱ्यांना आपल्या मनुष्यत्वाची जाणीव विसरायला लावणारे व उच्च मानवी जीवनाची आकांक्षा मारून टाकणारे एक वैचारिक मादक द्रव्य म्हणजे धर्म. विविध वर्ग आणि सामाजिक स्तर आपल्या राजकीय सत्तेसाठी धर्माचा वापर करतात, प्रतिगामी साम्राज्यवादी शक्तींच्या हातात शोषितांमध्ये फूट पाडणारे एक जबरदस्त शस्त्र म्हणून धर्म काम करतो. याचबरोबर विज्ञानाशी, जागतिक दृष्टिकोनाशी धर्माचे कमालीचे वाकडे असते, अशी मार्क्सवादाने धर्माची चिकित्सा केली आहे. तरीही आजच्या जीवनात धर्माच्या आकर्षणकेंद्राचा महिमा टिकून आहे, याची मार्क्सवाद्यांना जाणीव आहे. त्यामुळेच मार्क्सवाद पुढीलप्रमाणे अत्यंत समंजस व किमान अपेक्षा व्यक्त करणारा विचार धर्माच्या संदर्भात मांडतो. 'धर्म ही खासगी बाब समजली पाहिजे. शासनसंस्थेने धर्माच्या बाबतीत हात घालू नये व धार्मिक संस्थांना शासनसंस्थेशी जखडून ठेवू नये. आपल्याला पटतो तो धर्म आचरणात आणण्याचे संपूर्ण स्वातंत्र्य प्रत्येकाला दिले पाहिजे किंवा अधार्मिक म्हणजे निरीश्वरवादी बनण्याची मुभाही दिली पाहिजे. धार्मिक भेदभावामुळे नागरिकांच्या हक्कांबाबत पक्षपात होण्याची नुसती

शंकाही येऊन उपयोगाचे नाही. शासनसंस्थेने पूर्णपणे जागरूक राहून धर्माची इतर क्षेत्रांतील लुडबूड बंद केली पाहिजे.'

'मी हिंदू म्हणून जन्माला आलो, परंतु मी हिंदू म्हणून मरणार नाही.' डॉ. आंबेडकरांच्या या विधानात व त्यांच्या धर्मांतराच्या निर्णयात येथील हिंदू धर्मातील जातीयतेविरुद्धचा महान संघर्ष सामावलेला आहे. दलितांची आर्थिक पातळी कितीही उंचावली तरी जोपर्यंत हिंदू समाज जातीग्रस्त आहे, तोपर्यंत त्याच्यामध्ये मूलगामी बदल होऊ शकणार नाहीत. जातीयतेचा आधार हे येथील हिंदू धर्मशास्त्र आहे. या हिंदू धर्मशास्त्राचा हिंदूंनी त्याग करावा, असा बाबासाहेबांनी सतत प्रयत्न केला. त्याचाच एक भाग म्हणून त्यांनी मनुस्मृतीचे दहन घडवून आणले; परंतु हिंदूंकडून या जुनाट धर्मशास्त्राचा त्याग होऊ शकणार नाही, याची खात्री पटल्यावरच त्यांनी ज्या धर्मात जातिव्यवस्थेचे समर्थन नाही, अशा बौद्ध धर्माचा स्वीकार केला. त्यामुळे त्यांच्या विचारसूत्रात त्यांनी धर्म केंद्रस्थानी ठेवला व त्याला अनुलक्षून भावना, नीती, दृष्टिकोन, सुधारणा, क्रांती, व्यक्ती व समाज इत्यादी संकल्पनांसंबंधी विचार मांडले.

समाज आणि व्यक्ती यांचा संबंध शरीर आणि अवयव, गाडा आणि त्याचे चाक यांचा जसा संबंध आहे तसा नव्हे आणि व्यक्तीच्या जीवनाला जरी समाजाची आवश्यकता असली तरी समाजाची धारणा हे अंतिम ध्येय होऊ शकत नाही. व्यक्तीचा विकास हेच धर्माचे खरे ध्येय आहे. इतकेच नव्हे, तर समाजाला व राज्यसंस्थेलाही धर्माची गरज आहे, असे डॉ. आंबेडकरांचे धर्मासंबंधी मत होते. अर्थात, डॉ. आंबेडकरांनी ज्या धर्माकडून या अपेक्षा केल्या आहेत, तो हिंदू धर्मही नव्हे किंवा मूळच्या स्वरूपात पूर्वी मांडला जात होता तो बौद्ध धर्मही नव्हे. कार्ल मार्क्स व डॉ. आंबेडकर यांच्या धर्मविषयक भूमिकेत मोठे अंतर असले तरीही धर्माला पूर्णपणे नकार देणाऱ्या, धर्म ही खासगी बाब मानणाऱ्या धर्माने शासनात व शासनाने धर्मात हस्तक्षेप करू नये, असे मानणाऱ्या मार्क्सवादाला डॉ. बाबासाहेब आंबेडकरांनी पूर्णपणे 'नकार' दिला नाही. मग आपणाजवळ असे कोणते प्रभावी समर्थन आहे की, आपण 'मार्क्सवादाला नकार देऊन, त्याला आंबेडकर विचारप्रणालीचा शत्रू मानावा?' एका बाजूने साम्यवाद व दुसऱ्या बाजूने लोकशाही यांची सांगड घालणाऱ्या विचारप्रणालीच्या रचनेच्या प्रयत्नात डॉ. आंबेडकर होते व ही सांगड बौद्ध धर्माच्या चौकटीत घालता येईल, असे त्यांना वाटत होते.

'बुद्ध आणि त्याचा धम्म' या ग्रंथात आणि आपल्या आयुष्यातील अखेरच्या पर्वातील अप्रकाशित लेखांत, भाषणांत, डॉ. आंबेडकरांनी मार्क्सवाद आणि बौद्ध धर्म यांची अनेक मुद्द्यांच्या संदर्भात चिकित्सकपणे चर्चा केली. त्या चर्चेत त्यांनी

आपण मार्क्सवादापेक्षा कोणत्या बाबतीत वेगळे आहोत, हे जसे सांगितले, तसेच तत्त्वज्ञानाने जगाची पुनर्रचना करायची असते; परस्परविरोधी वर्गाच्या हितसंबंधामध्ये संघर्ष असतो, खासगी मालकी ज्या वर्गाच्या हातात आहे, तो दुसऱ्या वर्गाच्या दुःखाला कारणीभूत ठरतो, खासगी संपत्ती नष्ट करून दुःखाचे मूळ नष्ट केले पाहिजे, अशी दोन विचारप्रणालींतील साम्यस्थळेही स्पष्टपणे मान्य केली आहेत. मग मार्क्स व आंबेडकर यांच्यात नेमका भेद कोठे आहे? शोषणमुक्त समाजाचे स्वप्न दोघेही पाहतात, नव्हे, ते ध्येय मानून आपल्या आयुष्यात संकटाचा व संघर्षाचा मार्ग ते अनुसरतात. त्या मार्गाने जाणाऱ्या शोषित-दलित जनतेला ते संघटितही करतात. परंतु हे ध्येय प्रत्यक्षात आणण्यासाठी जी साधने उपयोगात आणावयाची त्या बाबतीत प्रामुख्याने हा भेद निर्माण होतो.

साम्यवादाने हिंसेचा व श्रमिकांच्या हुकूमशाहीचा स्वीकार केला आहे, ही गोष्ट बाबासाहेबांना मान्य नाही; परंतु मार्क्सवाद, शांततेच्या मार्गाने परिवर्तन होणार असेल, शोषणाला चटावलेल्या भांडवलशाहीचा पराभव करता येणार असेल, तर क्रांतीला रक्तातच रंगविले पाहिजे असे सांगत नाही, हेही येथे लक्षात घ्यावे लागेल. त्याचबरोबर बुद्धाचा मार्गही महावीरासारखा केवळ अहिंसावादी नाही. न्यायाच्या प्रस्थापनेसाठी गरज निर्माण झाली तरी शस्त्र हाती घ्यावयाचे नाही, रक्तपात करावयाचा नाही, असे बुद्धाचेही मत नव्हते. डॉ. आंबेडकरांनाही अशा प्रकारची अहिंसा मान्य नव्हती.

साम्यवादाच्या राज्यसंस्थेच्या सिद्धांतात डॉ. आंबेडकरांच्या मते काही उणिवा आहेत. या संदर्भात प्रामुख्याने दोन प्रश्न उपस्थित केले आहेत. ते म्हणजे साम्यवाद्यांच्या म्हणण्याप्रमाणे राज्यसत्ता कधी विरघळून जाणार? आणि राज्यसत्ता विरघळून गेल्यावर राज्यव्यवस्था राखण्यासाठी कोणती शक्ती उपयोगी पडणार? मार्क्सवादाला हे प्रश्न इतरही विचारप्रणालींनी आजवर विचारले आहेत. त्यातील काहींचा असे काही होईल यावर तिळमात्र विश्वास नाही. काहींना असे होणे शक्य वाटत असले तरी ते घडणे त्यांच्या हिताचे नसल्यामुळे ते मान्य करीत नाहीत. डॉ. आंबेडकर, जरी राज्य कधी विरघळून जाणार? असा प्रश्न उपस्थित करीत असले तरी वर नमूद केलेल्या त्यांच्या प्रश्नाच्या उत्तरात राज्यसत्ता विरघळून गेल्यावर राज्यव्यवस्था राखणारी शक्ती कोणती? या प्रश्नाच्या उत्तरात अशी शक्ती म्हणजे धर्म होय, असे ते म्हणतात.

तर मार्क्सवाद याचे स्पष्टीकरण करताना सांगतो की, 'शासनसंस्था अंतर्धान पावणे आणि शासकीय कारभारयंत्रणेचे सार्वजनिक स्वयंशासनामध्ये रूपांतर घडणे या गोष्टी कम्युनिझममध्ये अचानक येत नाहीत. तशा त्या तत्काळ होतील अशी कल्पनाही करणे चुकीचे आहे. शासनसंस्था विरून जाण्याची क्रिया ही प्रदीर्घ

मंदगतीची आहे व ती पार पाडण्यासाठी एका संपूर्ण ऐतिहासिक युगाची गरज आहे. 'प्रत्येकापासून त्याच्या कुवतीनुसार, प्रत्येकाला त्याच्या गरजेनुसार' हा नियम समाज जेव्हा स्वीकृत करील, तेव्हा शासनसंस्था पूर्णपणे विरघळून जाईल; म्हणजे जेव्हा सामाजिक परस्पर संबंधामध्ये मूलभूत नियम पाळण्याची लोकांना सवय होईल आणि त्यांचे श्रम जेव्हा एवढे उत्पादक बनतील की, ते स्वेच्छेने आपल्या कुवतीनुसार काम करू लागतील. प्रगत समाजाची उभारणी ही शासनसंस्था विरून जाण्याची आवश्यक अंतर्गत अट आहे; पण शासनसंस्था अंतर्धान पावायला बाह्य अटीही आवश्यक आहेत, त्या म्हणजे आंतरराष्ट्रीय प्रांगणात समाजसत्तावादाचा विजय आणि त्याचे दृढीकरण.' या विचारात जसा मानवी जीवनासंबंधीच्या एका शास्त्रीय प्रक्रियेचा विचार आहे, तसा मानवाच्या चांगुलपणावर विश्वासही आहे. ही काही 'संभवामी युगे युगे' सारखी बुद्धिवादाला सोडून दिलेली घोषणा नाही.

अशी साम्य-विरोधी स्थळांची या दोन विचारांसंदर्भात यादी आणखी वाढविता येईल. परंतु या दोन विचारप्रणालींना जेथपर्यंत दुःखाचे डोंगर फोडण्याचे काम मिळून करता येण्यासारखे आहे, तेथपर्यंत त्यांनी ते काम मिळून एक होऊन करावे, याच अपेक्षेने दलित-शोषित वाटचाल करतील.

❏❏❏

महात्म्यांचे महात्मा हे भूषण ज्यांना शोभावं असं जोतीराव फुले यांचं सारं व्यक्तिमत्त्व आणि कर्तृत्व होतं. त्यांच्या सर्व विचारांत शूद्रातिशूद्र, स्त्रिया, शेतकरी, शेतमजूर यांना दास्यमुक्त करण्याचा विचार होता. या सर्व लोकांच्या जीवनात त्यांचे व्यक्तिमत्त्वच हरवलेले होते. जोतीराव फुले यांनी त्यांना त्यांच्या व्यक्तिमत्त्वाचा जन्म करून दिला. ज्या सामाजिक आणि राजकीय परिस्थितीत ते विचार आणि कृती करीत होते, ती खूपच वेगळी आणि अनन्यसाधारण होती. मी जेव्हा जेव्हा जोतीराव फुले, शाहू, आंबेडकर यांच्या चळवळीसंबंधी विचार करतो, तेव्हा तेव्हा ही माणसं मला पृथ्वीवरलं उत्तुंग आकाश वाटतात. त्यांनी कष्ट, घाम, अश्रू, दुःख, शोषण, जुलूम यांत जगणाऱ्या पशुतुल्य माणसांना त्यांच्या पशुत्वाच्या अवस्थेतून त्यांना माणूस म्हणून उभं केलं. त्यांचं हे एकमेव कार्य मला त्यांच्या चळवळीतील मर्यादांसकट महान वाटतं. अखेर मोठी माणसं त्यांच्या मर्यादांमुळंही मोठी होतात;

४.
बाबासाहेब आंबेडकर आणि महात्मा फुले

बा. ह. कल्याणकर

कारण 'माणूस' म्हणजेच एक मर्यादा आहे.

महात्मा जोतीराव फुले आणि डॉ. आंबेडकर संपूर्ण भारतीय सामाजिक क्रांतीचे प्रणेते होते. महात्मा गौतम बुद्धानंतर इतका वादळी हल्ला फुले आणि आंबेडकरांशिवाय कुणीही केला नाही. इथं चार्वाकाचं कार्यही आपण कमी लेखता कामा नये व तसं समजू नये. ज्या माणसांना जीवन असूनही मानवी जीवन जगता येत नाही त्या देशात व त्या देशाच्या समाजव्यवस्थेत ज्ञान नाही हे समजावं. जिथं माणसांना पशूपेक्षा नीच, हीन, दुर्लक्षित समजलं जातं, त्या देशातील समाजव्यवस्था म्हणजे काही लोकांचं केवळ पोट असतं. त्यांच्या पोटाची ती पिशवी असते. महात्मा जोतीराव फुले यांनी एका विशिष्ट पद्धतीनं आणि मतलबानं निर्माण केलेल्या व्यवस्थेचीच चिकित्सा केली, चिरफाड केली. अनुभव, अनुमान आणि अंदाज केवळ याच शस्त्रावर त्यांनी मतलबी वैदिक संस्कृतीचं शरसंधान केलं. एका

सूक्ष्म तार्किकतेच्या सामर्थ्यावर त्यांनी व्यवस्थेचे दलाल जे होते, त्यांचं वस्त्रहरण केलं. त्यांनी व्यवस्थेतली सारी जुनी मूल्ये नाकारली. जुन्या मूल्यांना नवीन कल्हई देणाऱ्या सर्व प्रयत्नांना त्यांनी सुरुंग लावला. त्यांना नवी समाजव्यवस्था, नवा माणूस आणि त्यासाठी नवी मूल्ये हवी होती, ती त्यांनी शोधली. ते होतं मानवतेचं मूल्य. समतेचं मूल्य. माणसांच्या आनंदाचं मूल्य. यात शोषण आणि दुःखाचा अंत त्यांना अभिप्रेत होता.

आपल्याच भूमीवरील कष्टकरीवर्गाला शूद्र आणि क्षुद्र समजून फक्त आपल्याच सावलीतल्या ताटात तूप-पोळी ओरबाडणाऱ्या भुतांचा समाचार जोतीराव फुले यांनी अतिशय कणखरपणे घेतला. शूद्रांवर गुलामगिरी लादणाऱ्यांविरुद्धची संतप्त प्रतिक्रिया महात्मा जोतीराव फुल्यांएवढी भारतात कुणीच दिली नाही. डॉ. बाबासाहेब आंबेडकर यांचं धर्मांतर म्हणजे त्याच प्रतिक्रियेला आलेलं कमलपुष्प आहे. ते महात्मा बुद्धाला साऱ्या जगानं ज्या फुलावर बसविलं तेच बुद्धाचं कमलफूल होतं. जे आज कष्टाच्या चिखलातून संस्कृतीच्या पाण्यावर टवटवते, बहरते आहे.

फुले-आंबेडकरी चळवळ म्हणजे जातीमुक्त समाजाची नवजीवनवादी चळवळ आहे. महात्मा गौतम बुद्धानी वैदिक ब्राह्मणी धर्माला आणि शोषणप्रेरक भारतीय जातिव्यवस्थेला जबरदस्त असा पहिला तडाखा दिला होता. 'ज्ञान म्हणजे प्रकाश' अशी त्यांनी जीवनाची नवी व्याख्या केली होती. 'बुद्ध विचार' ही त्यांच्या काळातली महान मानवी क्रांती होती. आज बुद्ध विचार हाच आंतरराष्ट्रीय आहे. मी जपान, चीन, थायलंड, सिंगापूर आणि हाँगकाँगचा अभ्यासदौरा केला. या पाच देशांत बुद्ध विचारांचं, चिकित्सेचं मानवी नंदनवन आहे. हे पाहताना मला भारतात जन्मल्याचा आनंद वाटला; पण ज्यांनी आमच्या आनंदाचं झाडच वेदातील यज्ञासाठी जाळून टाकलं होतं, ते आमच्या वतीनेच धर्माची भाषा जेव्हा बोलतात, तेव्हा या भ्रष्ट पोटार्थ्यांची फक्त कीव येते. डॉ. आंबेडकरांनी शोषित समाजाला सांगितलं होतं, 'दे गं बाई जोगवा, म्हणून हक्क मिळत नसतात. तुम्ही आपले तेज प्रकट केले पाहिजे. बकऱ्याला बळी देतात, सिंहाला नाही.' शोषित, पीडित समाजाला सिंह व्हा म्हणणारा माणूस हाही त्या युगाचा सिंहपुरुषच असतो.

महात्मा फुले आणि डॉ. बाबासाहेब आंबेडकर या दोघांनीही हिंदू समाजाच्या पुनर्घटनेची मागणी केली होती. या दोघांनाही नवा भारत, सर्वांचा भारत, समतेच्या पायावर उभा भारत पाहिजे होता आणि या दोघांनाही त्यांचा भारत बहिष्कृत, शोषित, हक्कापासून आणि मानवी प्रतिष्ठेपासून वंचित भारत दिसत होता. हा भारत अंधारात, अज्ञानात, शोषणात आणि दुःखात खितपत पडलेला होता. या दोघांच्या पुढे मात्र समाजसुधारणा करणारे लोक जुन्या कढीला नवा ऊत आणण्यातच

त्यांची शक्ती कारणी लावीत होते. फुले आणि आंबेडकरांचा त्या जुनाट पोटार्थी मूल्यांनाच विरोध होता. त्यांना या अन्यायी खोडांनाच मुळातून तोडायचं होतं. खरं म्हणजे माणुसकीसाठी वांझ ठरलेल्या या मातीला नव्या मूल्यांच्या नांगरात नांगरायचं होतं. त्यात नवीन मूल्यांचं बी पेरायचं होतं. समतेच्या मूल्यांची बाग बहरलेली त्यांना आपल्या नव्या मानवतेच्या डोळ्यांनी पाहायची होती.

फुले आणि आंबेडकरांपेक्षा वेगळे जे समाजसुधारक होते, त्यांना फक्त ब्राह्मणधार्जिण्या धर्मात थोडीफार सुधारणा करायची होती. पडणारी दुफळी, खिंडारांची त्यांना डागडुजी करायची होती. म. जोतीराव फुले यांना आणि आंबेडकरांना भारतीय व्यवस्थेची मूलभूत पुनर्रचना हवी होती. त्यासाठी त्यांना प्रस्थापित अशा निब्बर कातडीशी टक्कर देणं आवश्यक होतं आणि त्यांनी ती दिली. स्वत:ला स्वयंघोषित मराठी भाषेचे शिवाजी समजणारे विष्णुशास्त्री चिपळूणकर हे म. जोतीराव फुले यांच्या नागरी, डोंगरी भाषेतील ऱ्हस्व-दीर्घाच्या चुका चिवडण्यातच स्वत:चं पांडित्य पणास लावीत होते. त्यांनीच महाराष्ट्रात पहिली जातीयवादी संघटना काढली. 'ब्राह्मणसभा' काढण्याचं पाप याच स्वत:ला मराठी भाषेचा शिवाजी समजणाऱ्या स्वयंघोषित पंडितानं केलं. राष्ट्रीय स्वयंसेवक संघाच्या कर्करोगाची बाधा १८८७ साली स्थापन केलेल्या या ब्राह्मणसभेने या देशाला करून घेतली. त्या रोगाचे जंतू चिपळूणकर आणि टिळकांनी या मातीत पेरले. मात्र, फुले-आंबेडकरांनी कोणतीच जातीवाचक संघटना काढली नाही. माणसांची भाकर हा त्यांचा प्रश्न नव्हता. फुले-आंबेडकरी चळवळ म्हणजे मानवाच्या प्रतिष्ठेची चळवळ होती आणि साऱ्या पुनरुज्जीवनवादी सुधारकांची चळवळ फक्त वैदिक भाकरीची होती.

फुले आणि आंबेडकर यांनी चातुर्वर्ण्यानं वाटणी झालेल्या भारतीय समाजाची अगदी मुळात जाऊन चिकित्सा केली होती. या दोघांचीही मते रानडे, लोकहितवादी इ. च्या विचारांपेक्षा वेगळी होती. ती अधिक वास्तववादी आणि बुद्धिप्रामाण्यवादी होती. थंडगार पडलेल्या कोट्यवधी अशा तळातल्या समाजाला संस्कृतीच्या हमरस्त्यावर उभी करणारी होती. 'स्वाभिमान, स्वावलंबन आणि आत्मोद्धार' ही त्यांच्या चळवळीची प्राणभूत सूत्रे होती. रानडे यांच्या समाजसुधारणेचा आवाका विधवांचा पुनर्विवाह, स्त्रियांचा वारसा हक्क, प्रौढविवाह इतकाच मर्यादित होता. त्यांचे ध्येय उच्चवर्णीय समाजाची सुधारणा करण्याचे होते, हे समजून घेऊनच फुले आणि आंबेडकरी चळवळीची दिशा समजून घेणे योग्य ठरेल.

फुले आणि आंबेडकर यांची चळवळ नवजीवनाची होती. ती नव्या मानवतावादाची होती. त्यांच्या चळवळीचे ध्येय फक्त भाकर हे कधीच नव्हते. माणसाला माणूस म्हणून प्रतिष्ठा मिळाली पाहिजे, हा त्यांच्या सर्व सामाजिक

चळवळींचा पाया होता. या अर्थाने त्यांनी भारतीय समाजात नव्या क्रांतिकारी युगाचा पाया घातला. भारतीय हिंदू समाजानं शूद्र आणि अतिशूद्र समाजाची जी अवहेलना केली होती, जे अपमानाचे दाहक चटके दिले होते, सामाजिक आणि आर्थिक, सांस्कृतिक दु:खाचे कढ पचविले होते, त्या दु:ख, शोषण, अन्याय आणि अत्याचाराच्या चिखलातून झालेला उठाव म्हणजे फुले-आंबेडकरी चळवळ होय. भारताच्या सामाजिक क्रांतीचे जनक म्हणून त्यांचं स्थान सामान्य माणसांच्या इतिहासात आता कायमचं कोरलं गेलं आहे.

भारतीय समाजाचा सारा इतिहास जणू शूद्र आणि अतिशूद्रांच्या शोषणाची गाथाच आहे. महात्मा फुले यांनी शोषण प्रेरित मूल्यांनाच नकार देऊन एक कधीच न थांबणारं बंड उभं केले. ब्राह्मण आणि शूद्र यांच्यातील संघर्षाची कथा म्हणजे भारतीय समाजाचा सांस्कृतिक इतिहास आहे. म. जोतीराव फुले यांनी अगदी पहिल्यांदा सामान्य जनांची उघड बाजू घेऊन वैदिक ब्राह्मणी धर्माविरुद्ध युद्ध सुरू केले. केवळ समतेच्या ध्येयासाठी एवढी महत्त्वाची लढाई जगात फार कमी देशांत झाली आहे. भारतातली ही लढाई इतर सर्व अशा लढ्यांपेक्षा खूप वेगळी होती. इथं एका जातीवर दुसरी जात उतरंडीसारखी उभी होती. जातीवर जात ही रचना म्हणजे स्वयंघोषित उच्चवर्णीय लोकांची बहुसंख्य कष्टकरी लोकांविरुद्धची लबाडी होती. म. जोतीराव फुले यांनी या लबाडीच्या चिंधड्या चिंधड्या केल्या आणि शूद्रातिशूद्र समाजाला निधडं होण्याचं आवाहन केलं. महाराष्ट्रातील समाजाला जोतीराव फुले यांनी अगदी पहिल्यांदा वर्गीय जाणीव दिली आणि वर्गीय दृष्टी दिली.

भारतीय समाजाला गतिमान विचार देण्याचं युगकार्य जोतीरावांनी केलं. ते मार्क्सला समकालीन होते. मार्क्स आणि जोतीराव फुले यांच्या विचारांचं आणि चळवळीचं ध्येय समान स्वरूपाचं होतं. भारतात पिळल्या गेलेल्या समाजाला संघटित करून त्याला समानतेच्या लढाईसाठी जागे करण्याचे महान कार्य जोतीराव फुले यांनी केलं होतं. भारतीय शोषित म्हणजेच पिळलेल्या वर्गाला जोतीरावांनी यांच्या पिळवणुकीचं कारण समजावून सांगितलं. पिळवणुकीच्या अज्ञानातून त्यांना जीवनाच्या ज्ञानाकडे नेलं, तेव्हा ब्राह्मणेतर चळवळ महाराष्ट्रातून वादळासारखी फोफावली. भ्रष्ट ब्राह्मणी मूल्यांना ज्यांनी आदर्श मानलं होतं त्यांना धक्का देणारा हा वणवा होता. शूद्रवर्गाचा क्रोध ज्वालामुखीसारखा भडकत होता. पुढे शाहू-आंबेडकर यांच्या चळवळीतून तो तुफानासारखा वाढतच गेला. सामान्य माणसांतून त्यांची चळवळ जिवंत करणं हे सोपं काम नव्हतं; म्हणूनच जोतीराव महात्म्यांचे महात्मा ठरतात. त्यांनी 'सार्वजनिक सत्यधर्मा' च्या कोनशिलेवर आपली सारी चळवळ उभी केली. त्यांची चळवळ नैतिक होती. शोषण अंताची होती, शोषण शोधाची

होती. त्यासाठी सत्यशोधन हे वैज्ञानिक मूल्य त्यांनी आपल्या साऱ्या चळवळीचं अंत:करण मानलं. गीता, रामायण, भागवत या सर्वांना त्यांनी भाकडकथेत थेट जमा करून जनसामान्यांच्या मनात दाटलेलं वैदिक तणकट उपटून टाकलं.

'धूर्त आर्यभट्टांनी वेद लपवून ठेवल्याकारणाने वेदांची अज्ञानी शूद्रादिशूद्रांत पोकळ पत्राज वाढली आहे खरी; परंतु यापुढे ख्रिस्त्यांच्या बायबलासारखे आपल्या वेदास बाहेर काढून त्याचे प्राकृत काढून जगजाहीर केल्याबरोबर धूर्त आर्यभट्टांसह त्यांच्या वेदांची बाजारच्या कोल्हाटणीसुद्धा फटफजिती करण्यास कधी भिणार नाहीत, अशी मी प्रतिज्ञा करून सांगतो.' जोतीराव फुले यांचं हे जाहीर आव्हान स्वीकारण्याचं धारिष्ट्य यज्ञाच्या पंगती उठविणाऱ्या वर्णसम्राटांत आहे काय? जोतीराव फुले यांनी वैदिक धर्मातील दुष्ट आणि भ्रष्ट कृत्यांवर घणाघाती प्रहार केले. भारतातील सर्वसामान्यांच्या घामाला, कष्टाला, अश्रूला कसलंच मोल न देणारा वैदिक धर्म फक्त मूठभरांचं पोट होता. शूद्रांच्या सामाजिक, सांस्कृतिक, धार्मिक, राजकीय गुलामगिरीस वैदिक धर्मीयांची मानवविरोधी भ्रष्टता हेच कारण होते.

जोतीराव फुले आणि डॉ. आंबेडकरांना जातीविरहित एकमय असा भारतीय समाज अभिप्रेत होता. दोघांनीही प्रस्थापित धर्मव्यवस्थेला मानवी विवेकवादावर आधारित असं वैज्ञानिक आव्हान दिलं. दोघांनाही भारतीय समाजव्यवस्थेचं जाणतं आकलन होतं. त्यांनी साऱ्या इतिहासाचीच तपासणी केली. इतिहासाला आपल्या लढ्याचं शस्त्र केलं आणि शास्त्र केलं. दोघांचाही बुद्धिवाद क्रांतिकारक होता. दोघांचंही अंत:करण निर्भय होतं. दोघांचीही गुलामगिरीच्या मुक्ततेसाठी त्याची किंमत चुकती करायची तयारी होती. दोघांच्याही समोर समतेच्या पायावर उभ्या राहणाऱ्या भारतीय समाजाची नवी रचना डोळ्यांसमोर होती. महात्मा फुले म्हणतात, 'यावरून या बलिस्थानातील एकंदर शूद्रातिशूद्रांसह भिल्ल, कोळी वगैरे सर्व लोक विद्वान होऊन विचार करण्यालायक होईतो ते सर्व सर्व सारखे एकमय लोक झाल्याशिवाय 'नेशन' होऊ शकत नाही. असे असता एकट्या उपऱ्या आर्यभट्ट ब्राह्मण लोकांनी नॅशनल काँग्रेस स्थापिली तर तिला कोण विचारतो?' जोतीराव फुले यांच्या सवालात राष्ट्र म्हणजे काय? याची स्पष्ट व्याख्या आहे आणि त्या काळात काँग्रेस कुणाच्या कबजात होती आणि तिची जागा काय होती हेही आहे. 'एकमय लोक म्हणजे राष्ट्र' ही त्यांच्या विचारातील राष्ट्रवादाची सूक्ष्म आणि व्यावहारिक चिकित्सा आहे.

डॉ. आंबेडकर यांनी महात्मा गांधी यांना महात्मा म्हणण्यास नकार दिला होता. त्यांनी बुद्ध, कबीर, जोतीराव फुले यांना आपले मार्गदर्शक मानले होते आणि आंबेडकरांनी आपलं सारं जीवन या परंपरेला शोभेल अशा पद्धतीनंच उभं

केलं. त्यांचं जीवन जणू महाक्रांतीचा दीपस्तंभच होतं. 'काँग्रेस तत्त्वनिष्ठेपेक्षा संख्याबळाला आणि द्रव्यबळाला अधिक महत्त्व देते, असे आमचे म्हणणे आहे. आमचे म्हणणे आहे, आम्ही स्वावलंबनाची आणि आत्मविश्वासाची कास धरून आमचा मार्ग चोखाळू. आपल्यासारख्या महात्म्यावरही आम्ही विसंबून राहणार नाही; कारण महात्मे धावत्या आभासासारखे असतात. त्यांच्या धामधुमीमुळे धुरळा मात्र खूप उडतो; पण ते समाजाची पातळी उंचावू शकत नाहीत.' असं अतिशय तिखट शब्दांत डॉ. आंबेडकरांनी महात्मा गांधी यांना एका चर्चेत सुनावलं होतं. काँग्रेस पक्षाकडे बघण्याचा जोतीराव फुले आणि आंबेडकर यांचा दृष्टिकोन सारखा आहे आणि आजही काँग्रेस पक्षात कोणाची भाऊगर्दी आहे? किती बुद्धिवादी आज काँग्रेस पक्षात आहेत? निर्बुद्ध संधिसाधूंच्या टोळ्या असंच काँग्रेसचं आजचंही चित्र आहे. ध्येयवादापेक्षा डोक्यांच्या संख्येला आणि तत्त्वज्ञानापेक्षा संपत्तीला, संपत्तीच्या बळावर घराणेशाही उभी करण्याचीच स्पर्धा आजही या पक्षात दिसते.

महात्मा जोतीराव फुले यांनी देव आणि दैव नाकारले. सर्वांचा निर्माणकर्ता असा निर्मिक त्यांनी मानला. डॉ. बाबासाहेब आंबेडकर हे महात्मा जोतीराव फुले यांच्या आणखी पुढे गेले. त्यांनी हिंदू धर्मही नाकारला आणि सारे देवही नाकारले. गांधीप्रणीत 'हरिजन' संकल्पनेच्या जंजाळातून दलितांना वर उचलले आणि त्यांना 'बौद्धजन' केले. त्यांनी १९२७ साली सांगितलं होतं,'हिंदू धर्म हा दगडांचा धर्म आहे. त्याच्यापुढे कपाळ फोडून घेतले तरी काही उपयोग होणार नाही. स्पृश्यांनो, घ्या हा तुमचा धर्म असे म्हणून आपोआप परधर्मात जायला अस्पृश्य तयार होतील.' १३ ऑक्टोबर, १९३५ साली येवला येथे भरलेल्या परिषदेत एक ठराव करून त्यांनी हिंदू समाजाला इशारा दिला होता, 'दुर्दैवाने मी अस्पृश्य जातीत जन्माला आलो हा काही माझा अपराध नाही; परंतु मरताना मात्र मी हिंदू म्हणून मरणार नाही.' डॉ. बाबासाहेब आंबेडकर आणि महात्मा जोतीराव फुले यांनी दिलेल्या धक्क्यातून हिंदू समाज स्वत:ला दुरुस्त करून घेऊ शकला नाही. आता तर तो आणखीनच खिळखिळा झाला आहे. या समाजाची नव्या मूल्यांवर आधारित रचना केल्याशिवाय तो आता जिवंत राहणे, साधे मानवी अस्तित्व जोपासणेही कठीण आहे.

म. जोतीराव फुले निर्मिक तरी मानत होते. आंबेडकरांनी सर्वच नाकारलं आणि बुद्धिप्रामाण्यवाद मानणारा आणि देव संकल्पना नाकारणारा बौद्ध धर्म स्वीकारला. डॉ. बाबासाहेब आंबेडकरांनी गुलामगिरीत पिचलेल्या लक्षावधी अनुयायांना, जातीनिर्मूलन करणाऱ्या सामाजिक समतेचा धडा देणाऱ्या, 'देव नाही आणि आत्माही नाही' अशी शिकवण देणाऱ्या बुद्धिप्रामाण्यवादी धम्माची दीक्षा दिली. त्यांना

मानवी प्रतिष्ठा आणि स्वातंत्र्य मिळवून देऊन हजारो वर्षांच्या गुलामगिरीतून मुक्त केले. महात्मा जोतीराव फुले यांच्या सामाजिक समतेच्या चळवळीला डॉ. बाबासाहेब आंबेडकर यांनी आणखी पुढे नेले. डॉ. आंबेडकर म्हणजे जीवनवादाच्या प्रेरणेचं युग बनले.

महात्मा जोतीराव फुले यांनी 'गुलामगिरी' हा ग्रंथ लिहून हिंदू धर्माच्या जुनाट गडावर तोफा डागल्या होत्या. त्यांनी बहुजन समाजाला 'सार्वजनिक सत्यधर्म' हे पुस्तक दिले. त्यातून त्यांनी आपल्या समाजाला क्रांतीचं नवं मस्तक दिलं. डॉ. बाबासाहेब आंबेडकरांनी 'जातीचे निर्मूलन' हा ग्रंथ लिहून हिंदू धर्माच्या रोगट मूल्यांवर विदारक प्रकाश टाकला. अन्यायी, अत्याचारी, जुलमी आणि शोषक मूल्यांच्या विध्वंसनानंतर समाजाला नवीन मूल्यांचा आशय देऊन आधार द्यावा लागतो. समाजाला विधायक दृष्टी द्यावी लागते. हे काम म. जोतीराव फुले आणि डॉ. आंबेडकर यांनी केलं. हे त्यांचं द्रष्टेपण होतं. नवभारताच्या उभारणीच्या रचनात्मक आंदोलनाचा पाया हेच त्यांच्या चळवळीचं खरं सामर्थ्य आहे. हिंदू धर्मातील शोषक मूल्यांचा चिकित्सक अभ्यास दोघांनीही केला होता; त्यामुळं समाजाला कोणत्या दिशेनं न्यायचं याचं जाणतं भान त्यांच्या प्रत्येक कृतीत आणि विचारात होते.

महात्मा जोतीराव फुले यांना 'तिन्ही वेदांचे कर्ते कपटी, धूर्त व चोर होते' हे बृहस्पतीचं मत मान्य होतं. 'सर्व बनावट पोथ्या जाळून टाका' हा जोतीराव फुले यांचा आदेश होता. डॉ. आंबेडकरांनी १९२७ साली मनुस्मृतीची केलेली होळी ही जोतीराव फुले यांची गतिमान झालेली चळवळ होती. 'दुष्ट धर्मास जलसमाधी द्या' म्हणणारे फुले आणि हिंद धर्म सोडून बौद्ध धर्म स्वीकारणारे डॉ. आंबेडकर म्हणजे एकाच चळवळीची प्रकाशयात्रा होय.

म. जोतीराव फुले यांना ब्राह्मण धर्माच्या कपटी, कावेबाज मूल्यांच्या तुलनेत मुस्लिम धर्म अधिक उदार आणि सहिष्णू वाटत होता. मुस्लिम धर्मातलं वरकरणी दिसणारं समतेचं तत्त्व त्यांना आकर्षित करीत होतं. त्यापेक्षा हिंदू धर्मातील सामाजिक गुलामगिरीची वेदना त्यांना असह्य झाली होती. 'आपल्या सर्वांच्या दयाघन निर्माणकर्त्याने कृपाळू होऊन धूर्त आर्यभट्टांच्या दास्यत्वापासून पंगू शूद्रादि अतिशूद्रांस मुक्त करण्याकरिता जातिभेदाचा समूळ नाश करणारे मुसलमान लोकांस या देशात पाठविले.' असं 'सार्वजनिक सत्यधर्म' या पुस्तकात जोतीराव फुले यांनी नमूद केलं आहे. सामाजिक गुलामगिरीतून मुक्तता होण्यासाठी फुल्यांना शत्रूचा जो शत्रू तो आपला मित्र वाटत असावा. मुस्लिम आणि त्या पाठोपाठ इंग्रजांनी लादलेली राजकीय गुलामगिरी झुगारून लावणे हेच ध्येय राजकीय परिवर्तनवाद्यांचं होतं. सामाजिक गुलामगिरीच्या संदर्भात या मंडळींचं ना कसलं ध्येय होतं, ना साधं धोरणही. त्यांच्या प्रेरणा वैदिक

ब्राह्मणवादात फसलेल्या होत्या. महात्मा फुले यांची वर्गीय दृष्टी या स्वराज्य मागणाऱ्या पुढाऱ्यांत असणं शक्यच नव्हतं. 'परदुःख शीतल असते,' असं आपलं शेतकरी लोक सहज म्हणत असतात, तसंच या पुढाऱ्यांचं झालं होतं.

म. फुले 'इशारा' या पुस्तकात म्हणतात, 'आर्य ब्राह्मण व मुसलमान यांपासून प्रजेस फार त्रास उत्पन्न झाला. ते (म्हणजे ब्राह्मण व मुसलमान) स्वतः कपट, मत्सर, क्रूरता, अप्पलपोटेपणा वगैरे अवगुणांचे केवळ मूर्तिमंत पुतळेच होते, यात काही संशय नाही.' म. जोतीराव फुले पेशवाई असो वा मोगलाई असो अथवा गोरी राजवट असो, त्यांनी केलेल्या दंडेलीविरुद्ध ते आवाज उठवितात. म. जोतीराव फुल्यांची दृष्टी स्वतंत्र मानवाची होती. शोषणमुक्त समाजाची होती. सर्व धर्मांतील उदात्त मूल्यांचा त्यांनी अभ्यास केला होता. डॉ. बाबासाहेब आंबेडकर हे जणू विसाव्या शतकातले फुले वाटावेत असं सारं विवेचन करतात. डॉ. आंबेडकरांना आधुनिक ज्ञानाचे सारे संदर्भ उपलब्ध होते. त्यांनी अमेरिका, ब्रिटनमध्ये उच्च पदव्या संपादित केल्या. म. फुले हे रांगड्या, नांगरी-डोंगरी संस्कृतीचे स्कॉलर होते. म. जोतीराव फुले अनुमान, अंदाज, तर्क आणि व्यवहार यांवर सारं सभोवतीचं वास्तव तपासतात. त्यांचा 'मॅटर ऑफ कॉमन सेन्स' फार तगडा आहे. त्यांची लेखणी त्यामुळेच शेतात नांगर जसा चालावा तशी चालते. डॉ. बाबासाहेब आंबेडकर म्हणजे फुले-शाहू यांच्या चळवळीच्या झाडाला आलेलं फळ आहे.

□□□

१९१९ साली साऊथबरो समितीसमोर डॉ. बाबासाहेब आंबेडकर यांनी साक्ष दिली. या साक्षीने आपल्या बांधवांबद्दलची असणारी आपल्या मनातील आत्यंतिक तळमळ बाबासाहेबांनी जाहीरपणे व्यक्त केली. बाबासाहेबांच्या सामाजिक कार्याची सुरुवात इथूनच झाली.

बाबासाहेबांच्या आधी शिवराम जानबा कांबळे यांच्यासारख्या अस्पृश्य समाजातील काही व्यक्ती सोडल्या, तर अस्पृश्यांसाठी प्रामाणिकपणे काम करणारे फारसे कोणीच नव्हते. अपवाद फक्त एकच होता; कोल्हापूर संस्थानच्या राजर्षी छत्रपती शाहू महाराज यांचा.

२ एप्रिल १८९४ साली महाराजांनी राज्याची सूत्रे हाती घेतली. तेव्हापासून ते अखेरच्या क्षणापर्यंत सर्वच क्षेत्रांत मूलगामी कृतिशीलतेने ते कार्य करीत होते. "माणूस" हाच त्यांच्या कार्याचा केंद्रबिंदू होता. त्यांना सर्वच बाबतीत परिवर्तन हवे

५.
बाबासाहेब आंबेडकर
आणि राजर्षी शाहू

धम्मपाल रत्नाकर

होते. म्हणूनच २६ जुलै १९०२ रोजी सरकारी नोकरीत मोकळ्या असलेल्या जागांपैकी पन्नास टक्के जागांवर शैक्षणिकदृष्ट्या मागासलेल्या उमेदवारांना घेण्यात यावे, असा वटहुकूम काढून मागास वर्गाच्या उद्धारासाठी पहिले पाऊल त्यांनी टाकले. अस्पृश्यांचा उद्धार व्हावयाचा असेल, तर त्यांच्यात शिक्षण आणि जागृती या दोन गोष्टींची गरज आहे हे ओळखूनच महाराजांनी हा निर्णय घेतला होता. अस्पृश्यांना जागृत करण्यासाठी त्यांच्यात चळवळ झाली पाहिजे आणि त्या चळवळीचे नेतृत्व त्यांच्यातीलच कोणीतरी केले पाहिजे; किंबहुना ते उदयास आले पाहिजे, असे महाराजांना मनापासून वाटत होते. आपली ही इच्छा त्यांनी सीताराम शिवतरकर यांना सप्टेंबर १९१९ मध्ये लिहिलेल्या पत्रात व्यक्तही केली आहे. सदर पत्रात ते लिहितात, "आपली व माझी गाठ पडली नाही; परंतु मीही आपल्याच मताचा आहे. 'जो दुसऱ्यावरी विसावला। त्याचा कार्यभाग बुडाला। जो आपणच कष्टत

गेला। तोचि जाण भला।।' अशी माझी मते आहेत. स्वत: मी अगर बडोद्याचे महाराज किंवा हैद्राबादचे निजाम अगर चंदावरकर किंवा शिंदे अशा लोकांची मते घ्यावीत; परंतु त्यांना पुढारी मात्र समजू नये. पुढारी सोमवंशीय जातीतील असावा.''[१] महाराजांची ही इच्छा पूर्ण करणारे नेतृत्व बाबासाहेबांच्या रूपाने अस्पृश्य समाजातूनच उदयास आले होते. ह्या नेतृत्वाने अस्पृश्यांच्या हक्कांसाठी लढण्यास आरंभही केला होता.

पहिली भेट

स. १९१९ साली आणखी एक महत्त्वाची ऐतिहासिक घटना घडली आणि ती म्हणजे शाहू महाराज व बाबासाहेब यांची ''पहिली भेट'' ही होय.

कोल्हापुरात महाराजांनी सुरू केलेल्या अस्पृश्यांच्या चळवळीत काही सुशिक्षित अस्पृश्य तरुण होते. दत्तोबा संतराम पोवार हे त्यापैकी एक होते. ते महाराजांचे निष्ठावंत सहकारी होते व सरकारी नोकरीतही होते. त्यांनी १९१७ सालीच बाबासाहेबांशी आपला परिचय करून घेतला होता.[२] याच दत्तोबा पोवारांनी बाबासाहेबांविषयी सविस्तर माहिती महाराजांना सांगितली होती. तेव्हा अस्पृश्य समाजातून इतके शिक्षण घेऊन एक तरुण तयार झाला आहे, हे ऐकून महाराजांना आनंद झाला होता. बाबासाहेबांचा परिचय व त्यांची ओळख करून घेण्याची इच्छा महाराजांनी तेव्हा व्यक्त केली होती आणि उभयतांच्या भेटीचा योग १९१९ मध्येच आला.

१९१९ साली जेव्हा महाराज कोल्हापूरहून मुंबईला गेले होते; तेव्हा ते पन्हाळा लॉजवर राहिले होते. महाराजांनी तेव्हा बाबासाहेबांचा पत्ता शोधण्यासाठी काही लोक पाठविले होते; पण त्यांना ते शक्य झाले नसल्याने महाराज स्वत: बाबासाहेब ज्या परळच्या चाळीत राहत होते तेथे गेले. कोल्हापूरचे राजे आपल्याला भेटण्यासाठी आले आहेत असा निरोप मिळताच दुसऱ्या मजल्यावर राहत असलेले बाबासाहेब खाली आले आणि महाराजांना भेटले. महाराज आणि बाबासाहेब यांची मुंबईच्या परळ चाळीत पहिली भेट अशी झाली. बाबासाहेबांना पाहून महाराजांना मोठा आनंद झाला. त्यांनी बाबासाहेबांना आपल्यासोबतच पन्हाळा लॉजवर नेले. तिथे दोघांची चर्चा झाली. या पहिल्या भेटीतच महाराजांनी बाबासाहेबांना कोल्हापूरला येण्याविषयीचे निमंत्रण दिले; बाबासाहेबांनी ते स्वीकारले.[३]

बाबासाहेबांची कोल्हापूर भेट

ठरल्याप्रमाणे बाबासाहेब कोल्हापूरला आले होते. कोल्हापूर रेल्वे स्टेशनच्या

समोर असलेल्या (तेव्हाच्या) सरकारी विश्रामगृहात त्यांचे वास्तव्य होते. यावेळीच महाराजांनी बाबासाहेबांची कोल्हापूर शहरातून मिरवणूक काढली होती. त्यांचे स्वागत आणि पाहुणचार मन:पूर्वक आणि राजेशाही थाटात केला होता. सोनतळी कँपवर त्यांच्यासमवेत भोजनही केले होते. याच भेटीत महाराजांनी अनेक विषयांवर बाबासाहेबांशी प्रदीर्घ चर्चाही केली होती.

कोल्हापुरातील वास्तव्य संपवून बाबासाहेब मुंबईला जातेवेळी महाराजांनी एक देखणा समारंभ आयोजित करून रीतिरिवाजानुसार बाबासाहेबांना जरीपटक्याचा आहेर करून त्यांचा जाहीर सत्कार केला होता. या समारंभात निरोपाचे भाषण करताना बाबासाहेब म्हणाले होते, "छत्रपतींनी दिलेला मानाचा जरीपटका माझ्या मस्तकी चढविला आहे. त्याचा मी सदैव मान राखीन."...[४] बाबासाहेबांचे हे उद्‌गार तसे खूपच अर्थपूर्ण होते.

'मूकनायका'स साहाय्य

शिक्षण घेत असताना आलेल्या अनेक अडचणी, बडोदे संस्थानातील मानसिक खच्चीकरण करणारी मानहानी, हे सर्व घडलेले असूनही आणि जातीयतेचे दाहक चटके बसत असूनही स्वानुभवाने आपल्या बांधवांचे दु:ख जाणून घेऊन बाबासाहेब त्यांच्यासाठी लढण्यास तयार झाले. ह्या लढाईच्या आरंभ-वेळीच त्यांना महाराजांची प्रामाणिक, विश्वासू साथ-सोबत मिळाली, एक नवा दिलासा मिळाला, एक खंबीर अढळ पाठिंबा मिळाला. त्यामुळे बाबासाहेब नव्या उमेदीने, उत्साहाने, काम करण्यास सज्ज झाले.

दरम्यान, अस्पृश्यांची बाजू जनतेसमोर आणि भारत दौऱ्यावर आलेल्या साऊथबरो समितीसमोर मांडण्यासाठी बाबासाहेबांना वर्तमानपत्राची गरज भासू लागली. बाबासाहेबांच्या प्रेरणेने काही अस्पृश्य समाजसेवकांनी महाराज मुंबईला आल्यावर त्यांची भेट घेतली व अशा एका वर्तमानपत्राची योजना त्यांच्यासमोर ठेवली. महाराजांना ही योजना पसंत पडली. त्यांनी तात्काळ वर्तमानपत्र काढण्यासाठी अडीच हजारांचा चेक दिला.[५] महाराजांनी दिलेल्या या पैशातूनच 'मूकनायक' या पाक्षिकाचा जन्म झाला. मूकनायक पाक्षिकाचा पहिला अंक ३१ जानेवारी १९२० साली प्रसिद्ध झाला. पाक्षिकाचे संपादक म्हणून वऱ्हाडमधील अंडर ग्रॅज्युएट महार तरुण पांडुरंग नंदराम भटकर यांची नियुक्ती केली गेली. बाबासाहेब तेव्हा सिड्नहॅम कॉलेजात प्रोफेसर होते. शासकीय कॉलेजात नोकरीला असल्यामुळेच बहुदा त्यांनी संपादकत्व स्वीकारले नसावे. पण त्यातील लेखन मात्र बाबासाहेब स्वत: करीत असत. मूकनायक पाक्षिकातील पहिले तेरा अग्रलेख स्वत: बाबासाहेबांनी लिहिले होते. पुढे

ते लंडनला गेल्यावर सर्व जबाबदारी पांडुरंग भटकर यांच्यावर पडली. अस्पृश्यांच्या चळवळीला बळकटी येण्यासाठी 'मूकनायक' पाक्षिकाचा खूपच उपयोग झाला.

माणगाव परिषद

कोल्हापूरचे शाहू महाराज आणि बाबासाहेब यांचे संबंध आता दृढावू लागले होते. या दोघांच्या रूपाने अस्पृश्यांच्या चळवळीला दोन खंबीर वैचारिक आधारस्तंभ लाभले होते. ही चळवळ आता गतिमान करण्यासाठी उभयतांनी जनतेसमोर पुनःपुन्हा एकत्र येऊन त्यांना जागृत करणे गरजेचे होते आणि नेमके तसेच घडत गेले. "माणगाव परिषद" हे त्याचेच एक उदाहरण आहे.

कोल्हापूर संस्थानातील कागल जहागिरीतल्या 'माणगाव' या गावी २० व २१ मार्च, १९२० रोजी दक्षिण महाराष्ट्र दलित परिषदेचे पहिले अधिवेशन भरविण्यात आले होते. हे अधिवेशन म्हणजेच ऐतिहासिक "माणगाव परिषद" होय.

दत्तोबा पोवारांनी पुढाकार घेऊन महाराजांशी व कोल्हापुरातील अस्पृश्यांचे पुढारी डॉ. रमाकांत कांबळे, गंगाराम कांबळे, तुकाराम गणाचारी, शिवराम कांबळे, रामचंद्र कांबळे, निंगाप्पा ऐदाळे या सर्वांशी चर्चा करून, त्यांच्या गाठीभेटी घेऊन[६] व त्याचवेळी बाबासाहेबांशी पत्रव्यवहार करून दिवस निश्चित करण्याविषयी विचारविनिमय केला; तर याचसाठी बाबासाहेबांशी प्रत्यक्ष भेटूनच त्यांची वेळ आणि तारीख घेण्यासाठी निंगाप्पा ऐदाळे मुंबईला गेले. बाबासाहेबांना भेटले. त्या भेटीत २० मार्च ही तारीख बाबासाहेबांनी ऐदाळ्यांना दिली.[७]

ठरलेल्या दिवशी म्हणजे २० मार्च, १९२० या दिवशी बाबासाहेब सकाळी दोन-तीन सहकाऱ्यांसह रेल्वेने कोल्हापुरात आले. महाराजांच्या गेस्ट हाऊसमध्ये (आताचे शाहूपुरी पोलीस स्टेशन) त्यांची राहण्याची सोय केली होती. दुपारच्या जेवणानंतर बाबासाहेब आणि अन्य सहकारी कोल्हापूरहून रुकडीपर्यंत रेल्वेने गेले. रुकडीपासून तीन-चार किलोमीटरच्या अंतरावर असलेल्या 'माणगाव' गावी ते गेले. माणगावमध्ये तत्कालीन गावचे गावकामगार पाटील आणि त्या परिषदेचे एक संयोजक अप्पासाहेब दादगोंडा पाटील यांच्यासह शेकडो लोकांनी बाबासाहेबांचे जंगी स्वागत केले. या परिषदेला महाराजसुद्धा उपस्थित राहणार आहेत हे आधीच लोकांना कळले होते. त्यामुळेच कोल्हापूर संस्थानातील हजारो लोक माणगाव गावी आले होते.

ठरलेल्या वेळी चार वाजता परिषदेला सुरुवात झाली. सभेच्या अध्यक्षस्थानी बाबासाहेबांची निवड झाली. प्रारंभी दत्तोबा पोवार व निंगाप्पा ऐदाळे यांची समाजास उपदेशपर भाषणे झाली. इतक्यात शाहू महाराज घोड्यांच्या रथातून सभेच्या ठिकाणी

आले. सोबत भास्करराव जाधव व इतर जण होते. बाबासाहेबांनी पुढे येऊन महाराजांचे स्वागत केले व आपल्याशेजारी बसण्याची विनंती केली.[८]

'माणगाव परिषद' हा बाबासाहेबांच्या जीवनातील पहिलाच मोठा आणि जाहीर कार्यक्रम होता. त्या परिषदेला महाराजांची उपस्थिती ही एक ऐतिहासिक घटना होती आणि सदर परिषदेतील महाराजांचे भाषण बाबासाहेब यांच्यासह तमाम अस्पृश्य बांधवांचे मनोधैर्य उंचावणारे होते. आपल्या भाषणाच्या सुरुवातीलाच बाबासाहेबांची प्रशंसा करताना ते म्हणाले, ''आज माझे प्रिय मित्र आंबेडकर यांनी या सभेचे अध्यक्षस्थान स्वीकारले आहे. त्यांच्या भाषणाचा लाभ मिळावा म्हणून मी शिकारीतून बुद्ध्या येथे आलो आहे. मि. आंबेडकर हे 'मूकनायक पत्र' काढतात व सर्व मागासलेल्या जातींचा परामर्श घेतात. त्याबद्दल मी त्यांचे मन:पूर्वक अभिनंदन करतो.''

गावच्या चावडीवरील अस्पृश्यांची हजेरी आपण बंद केली, असे सांगून महाराज आपल्या भाषणात पुढे म्हणाले, ''अस्पृश्य लोकांची हजेरी माफ करण्याची बुद्धी मला का झाली ह्याचे कारण ह्या प्रसंगी थोडक्यात सांगावे असे मला वाटते. हजेरी असल्यामुळे त्या गरीब लोकांवर गाव कामगारांचा व इतर अधिकाऱ्यांचा फारच जुलूम होता. म्हणजे गावात चार आणे मजुरीचा दर असला तरी गैरहजेरीची भीती घालून त्या गरीब लोकांकडून अधिकारी लोक फुकट काम करून घेत होते. फार झाले तर त्यांच्या पोटाला म्हणून काहीतरी थोडेसे देत होते. गुलामगिरीपेक्षा ह्या विसाव्या शतकात अशी गुलामगिरी चालली आहे! ज्यांना ही हजेरी होती त्यांना, त्याप्रमाणे आपल्याजवळचे आप्त-इष्ट, पै-पाहुणे कोणी आजारी पडल्यास त्यांना ताबडतोब भेटता येत नव्हते. कित्येक प्रसंगी तशी भेट न होताच ते मरतही होते. मी असे प्रत्यक्ष पाहिले आहे की, कित्येक वेळा लहान आजारी मुलांच्या आयांना व बापांना वेळी-अवेळी जबरदस्तीने वेठीस धरून नेल्यामुळे ती लहान मुले, त्यांच्याकडे लक्ष देण्यास कोणीच नसल्यामुळे त्यांचे आई-बाप परत आल्यावर ती त्यांना मेलेली आढळली आहेत. यापेक्षा जास्त जुलूम काय असावयाचा?''

हिंदुस्थानातील जातिभेदाविषयी महाराज पुढे म्हणाले, ''हिंदुस्थानाशिवाय इतर कोणत्याही देशात मनुष्यांत जात नाही, परंतु दुर्दैवाने हिंदुस्थानात मात्र जातिभेद इतका तीव्र आहे की, मांजर-कुत्रे किंबहुना शेणापेक्षा देखील कमी अशाप्रमाणे आम्ही आपल्या देशबांधवांस व भगिनींस वागवितो.

बाबासाहेबांची स्तुती करताना महाराज पुढे म्हणाले, ''आज त्यांना पंडित ही पदवी देण्यास तरी काय हरकत आहे. विद्वानांत ते एक भूषणच आहेत. आर्य समाज, बुद्ध समाज व ख्रिस्ती समाज यांनी त्यांना आपल्यात आनंदाने घेतले

असते. परंतु ते तुमचा उद्धार करण्याकरिता तिकडे गेले नाहीत. याबद्दल तुम्ही त्यांचे आभार मानले पाहिजेत व मीही मानतो. "तुम्ही तुमचा पुढारी शोधून काढलात ह्याबद्दल मी तुमचे अंत:करणपूर्वक अभिनंदन करतो. माझी खात्री आहे की, आंबेडकर तुमचा उद्धार केल्याशिवाय राहणार नाहीत. इतकेच नव्हे तर अशी वेळ येईल की ते सर्व हिंदुस्थानचे पुढारी होतील... शेवटी आंबेडकरांना माझी अशी विनंती आहे की, त्यांनी जाणेचे पूर्वी रजपूतवाडीच्या कँपवर माझेबरोबर भोजनाला येण्याची तसदी घ्यावी."[९]

ह्या परिषदेत काही महत्त्वाचे ठराव सर्वानुमते पास झाले. पैकी ठराव नं. २ हा तसा महत्त्वाचा होता. "श्रीमन्महाराज शाहू छत्रपती सरकार इलाखा करवीर यांनी आपल्या राज्यात बहिष्कृतांना समानतेचे हक्क देऊन त्यांचा उद्धार करण्याचे सत्कृत्य आरंभिले आहे. याबद्दल त्यांचा वाढदिवस प्रत्येक बहिष्कृत व्यक्तीने सणाप्रमाणे साजरा करावा, असे या परिषदेचे मत आहे." याशिवाय "जे राजे, महाराजे व संस्थानिक बहिष्कृतांच्या उन्नतीसाठी प्रयत्न करीत आहेत; त्यांचे ही परिषद मन:पूर्वक आभार मानते."[१०] (ठराव क्र.३) यासह एकूण १५ ठराव परिषदेत मांडले आणि पास झाले.

माणगाव परिषद मोठ्या उत्साहात संपन्न झाली. या परिषदेमुळे माणगावच्या अस्पृश्यांना काही त्रास झाला नाही असे नव्हे, जरूर झाला. पण महाराजांच्या आणि बाबासाहेबांच्या एकत्रित उपस्थितीमुळे, दोघांच्याही भाषणांमुळे, अस्पृश्य लोकांचे मनोधैर्य उंचावले हे मात्र नाकारता यायचे नाही.

बाबासाहेबांच्या सार्वजनिक कार्याची तर ही परिषद म्हणजे सुरुवात होती आणि या सुरवातीलाच महाराजांसारखा खंबीर आधार त्यांना मिळाला होता. त्यामुळे त्यांचाही उत्साह वाढला होता. मनोधैर्य उंचावले होते. नव्या आशा पल्लवित झाल्या होत्या. पुढे जी नागपूरला अखिल भारतीय बहिष्कृत समाजाची परिषद महाराजांच्या अध्यक्षतेखाली यशस्वीपणे संपन्न झाली; त्या परिषदेच्या यशस्वितेचे काहीसे श्रेय माणगाव परिषदेला द्यावे लागते. कारण माणगाव परिषदेमुळे एक अनुकूल वातावरण आधीच निर्माण करून ठेवले होते.

नागपूर परिषद

अस्पृश्यांच्या राजकीय हक्कांवर गदा येऊ नये, यासाठी बाबासाहेब धडपडत होते. साऊथबरो समितीसमोर त्यांनी तर साक्ष दिलीच होती; पण तरीही कर्मवीर शिंदे यांनी दिलेल्या साक्षीने सरकारने निर्णय बदलला, तर अनर्थ होईल या चिंतेत बाबासाहेब होते. कर्मवीर शिंदे यांनी सरकारला कळविले होते की, "अस्पृश्यांचे

प्रतिनिधी विधी मंडळाच्या सभासदांनी निवडावे. राज्यपालांनी किंवा अस्पृश्यांच्या संस्थांनी ते निवडू नयेत.''

कर्मवीर शिंदे यांनी दिलेल्या साक्षीचा साऊथबरो समितीने जर स्वीकार केला, तर अस्पृश्य समाज आपल्या राजकीय हक्कांना मुकेल, ही परिस्थिती ओळखून बाबासाहेबांनी शिंदे यांची कैफियत अस्पृश्यांच्या हितांना कशी बाधक आहे हे जाहीर करण्याचे ठरविले. अस्पृश्यांच्या राजकीय आकांक्षा काय आहेत, याचा जाहीर खुलासा एखाद्या प्रतिष्ठित व्यक्तीच्या नेतृत्वाखाली व्हावा म्हणून बाबासाहेबांनी महाराजांच्या अध्यक्षतेखाली एक परिषद घेण्याचे ठरविले. या परिषदेचे अध्यक्षपद महाराजांनी स्वीकारावे म्हणून ग. आ. गवई, केशवराव खंडारे, कालीचरण नंदा गवळी यांनी कोल्हापुरात जाऊन महाराजांना तशी विनंती केली. तेव्हा महाराज म्हणाले होते, ''माझ्याऐवजी लोकमान्य टिळकांना का घेऊन जात नाही?'' त्यावर गवई म्हणाले होते, ''लोकमान्य टिळकच काय, हिंदू धर्मातील श्रीरामचंद्रासारखे अवतारी पुरुषदेखील आम्हा दलितांच्या सुधारणेच्या बाबतीत अनुकूल राहिले नाहीत. त्यांचे धोरण आमच्याशी वागण्यात अधार्मिक झाल्याचे वाटते. स्पष्टपणाबद्दल क्षमा असावी. महाराज, म्हणूनच आम्ही आपल्याकडे धाव घेतली.'' हे ऐकून महाराज गहिवरले व म्हणाले, ''माझे राज्य गेले तरी हरकत नाही. मी तुमच्यासाठी जे करायचे ते अवश्य करीन.''[११]

ठरल्याप्रमाणे 'अखिल भारतीय बहिष्कृत समाजा'ची पहिली परिषद नागपूर येथे ३० व ३१ मे आणि १ जून याप्रमाणे तीन दिवस शाहू महाराजांच्या अध्यक्षतेखाली मोठ्या उत्साहात संपन्न झाली. परिषदेचे अध्यक्ष ता. ३० मे च्या सकाळी नागपूर स्टेशनवर महाराजांच्या दर्शनासाठी, स्वागतासाठी आबालवृद्धांनी गर्दी केली होती. सकाळी नऊ वाजता महाराजांचे आगमन झाले. त्यांच्या नावाच्या घोषणांनी आकाश दुमदुमले. प्रचंड उत्साहात लोकांनी त्यांचे स्वागत केले. पाच वाजता परिषदेचे कामकाज सुरू झाले. एक्झिबिशन ग्राऊंडवर परिषदेचा भव्य मंडप उभारण्यात आला होता. स्टेजवर शाहू महाराज, डॉ. बाबासाहेब आंबेडकर, सर गंगाधर चिटवनीस, शंकरराव चिटवनीस, सर बी. के. बोस, बाबुराव यादव, श्रीपतराव शिंदे, दत्तोपंत दळवी, रा. सा. पापन्ना, शिवराम जानबा कांबळे, कृष्णराव कांबळे, गोविंद गोपाळ कांबळे, ग. आ. गवई इत्यादी मान्यवर उपस्थित होते. स्वागताध्यक्ष कालीचरण यांनी प्रारंभी भाषण केल्यानंतर श्रीपतराव शिंदे यांनी महाराजांचे भाषण वाचून दाखविले. आपल्या भाषणात महाराज म्हणाले होते, ''अस्पृश्य हा शब्द कोणाही माणसाला लावणे हे फार निंद्य आहे. तुम्ही अस्पृश्य नाही. तुम्हास अस्पृश्य मानणाऱ्या पुष्कळ लोकांपेक्षा जास्त बुद्धिमान, जास्त

पराक्रमी, जास्त सुविचारी, जास्त स्वार्थत्यागी, असे तुम्ही हिंदी राष्ट्राचे घटकावयव आहात. मी तुम्हाला अस्पृश्य समजत नाही. आपण निदान बरोबरीची भावंडे आहोत. आपले हक्क समसमान तरी खास आहेतच. अशा भावना धरून पुढील कामास लागले पाहिजे. माझ्या घरच्या मंडळींनी, आप्तेष्टांनी अगर मित्रांनीसुद्धा विचार न करता माझ्या मागे ज्यास पसंत असतील त्यांनी माझे स्वतंत्रपणे अनुकरण करावे. त्यांना माझ्याकडून कोणत्याही प्रकारचे उत्तेजन अगर मदत मिळणार नाही. ह्या देशाची उन्नती लवकर किंवा उशिरा होणे हे येथील जातिभेद ज्या प्रमाणात नाहीसा होईल त्यावर अवलंबून आहे.''

महाराज शेवटी म्हणाले, ''आपण मला आज 'आपला' म्हटले आहे. त्याप्रमाणे शेवटपर्यंत प्रेम दृढ ठेवा. मीदेखील कितीही अडचणी आल्या, तरी त्याला न जुमानता आपल्या उन्नतीच्या महत्कार्यास शक्य तेवढा हातभार लावण्यास कधीही माघार घेणार नाही.''[१२]

दरम्यान, कर्मवीर शिंदे यांनी अस्पृश्यवर्गाच्या वतीने सरकारला जे कळविले होते ते आपले मत नागपूरच्या परिषदेकडून मान्य करून घेण्यासाठी आपली काही माणसे नागपूरला पाठविली होती. शिंदे यांनी अस्पृश्यवर्गाचा अपमान केल्यामुळे बाबासाहेब खूप संतापले होते. म्हणून त्यांनी आपल्या भाषणात शिंदे यांच्या धोरणावर कडाडून हल्ला चढविला. त्यामुळे परिषदेने ठराव करून शिंद्यांच्या धोरणाचा निषेध केला व शिंद्यांच्या मताप्रमाणे सरकारने वागू नये, अशी विनंती केली. श्रीपतराव शिंदे यांनीही आपल्या भाषणात शिंद्यांवर विसंबून राहू नका असे सांगितले. या वेळी शिवराम जानबा कांबळे व शिवतरकर यांचीही भाषणे झाली.

शाहू महाराजांनी कॉन्फरन्सच्या कायम फंडाकरिता म्हणून ५०००/- रुपये दिले; तर बाबू कालीचरण यांनी १००० रु. दिले.[१३] १ जून रोजी काही महत्त्वाचे ठराव मांडून ते मंजूर केल्यानंतर परिषदेचा सांगता समारंभ झाला. नागपूर परिषदेतील महाराजांच्या उपरोक्त भाषणामुळे 'केसरी'च्या ८ जून १९२० च्या अंकात त्यांच्यावर टीका करण्यात आली; तर उदाजी मराठा वसतिगृहाच्या कोनशिला समारंभात १५ एप्रिल, १९२० रोजी महाराजांनी जे जातिभेदाविरुद्ध भाषण केले होते, त्या संदर्भात 'राजकारण' च्या १३ जून १९२० च्या अंकात पुन्हा त्यांच्यावर टीकेचा भडिमार केला गेला. अस्पृश्यतेच्या निर्मूलनासाठी महाराज कृतिशीलपणे कार्य करीत होते. या कार्याचा एक भाग म्हणून त्यांनी कोल्हापुरात गंगाराम कांबळे या अस्पृश्यास हॉटेल काढून दिले होते. इतकेच नव्हे तर आपल्या सहकाऱ्यांसोबत महाराज तेथे जाऊन स्वत: दररोज चहा घेत असत. ह्या घटनेचा संदर्भ घेऊन ''राजकारण'' ने लिहिले होते की,... ''अस्पृश्यांच्या हातचा चहा घेणे ही खरोखरच

मोठी पराक्रमाची बाब आहे असे समजू नये. आपण आपल्या गादीचा त्याग करू, असे त्यांनी भाषण केले, पण आपला वारस ते महार म्हणून निवडणार आहेत काय?''...[१४] याच्याही पुढे जाऊन ''लोकसंग्रह'' या साप्ताहिकाने कोल्हापूर राज्यातील भानगडीची चौकशी करावी, अशी सरकारला विनंती केली...[१५] सारांश, कोल्हापूरच्या शाहू राजांनी अस्पृश्योद्धाराचे कार्य चालविल्याने महाराष्ट्रातील ब्राह्मणी वृत्तपत्रांचे त्यांच्यावरील हल्ले कठोर बनत चालले होते.

एक पाऊल पुढेच

महाराजांनी अस्पृश्यता निर्मूलनाच्या चळवळीत सर्वस्वानिशी स्वत:ला झोकून दिले होते. म्हणूनच त्यांच्यावर चौफेर टीका सुरू झाली होती. पण महाराज निधड्या छातीचे आणि धाडसी होते. त्यामुळे अशा टीकेपुढे ते नमले नाहीत, खचले नाहीत; उलट नव्या इर्षेने त्यांनी अस्पृश्यांच्या चळवळीला सर्वस्वानिशी मदत करण्याची तयारी ठेवली. इतकेच नव्हे तर कृतिशीलतेचे एक पाऊल पुढेच टाकले. बाबासाहेबांनी स्थापन केलेल्या 'डिप्रेस्ड क्लास इन्स्टिट्यूट' ह्या संस्थेकरिता निधी गोळा करण्यासाठी भारतभर दौरा काढण्याची योजना सांगणारे एक पत्र त्यांनी ४ जून १९२० रोजी महाराजांना पाठविले होते. सदर पत्राला उत्तर म्हणून महाराजांनी रुकडी कँपवरून बाबासाहेबांना जे पत्र पाठविले ते महाराजांच्या मनाचा मोठेपणा, अस्पृश्यांविषयीची खरी तळमळ इ. बाबी वाचकांच्या पुरेपूर निदर्शनास आणून देणारे आहे. त्या पत्रात महाराज म्हणतात, ''आपण जे डेप्युटेशन फंड गोळा करण्याकरिता पाठविणार आहे, त्यात माझे नाव घालण्यास मी मोठ्या संतोषाने परवानगी देतो. आपण जी काही संस्था सदरहू कामाकरिता स्थापन कराल तिचा व्हाइस प्रेसिडेंट, असिस्टंट सेक्रेटरीदेखील होण्यास मी तयार आहे. मला वाटते, आपण एक ऑल इंडिया डिप्रेस्ड क्लासेस एज्युकेशन फंड संस्था स्थापन करून तिच्याकरिता चांगली वजनदार व काम करणारी माणसे कामगार म्हणून निवडावीत आणि या संस्थेच्या वतीने ठिकठिकाणी डेप्युटेशने पाठवीत जावी, म्हणजे फंड गोळा करण्यास सोयीचे होईल. मला स्वत:ला असिस्टंट सेक्रेटरी होण्याची फार इच्छा आहे व मी हे काम मोठ्या आनंदाने करीन.''[१६]

महाराजांच्या या पत्रातून त्यांचे आणि बाबासाहेबांचे, एवढेच नव्हे तर त्यांचे आणि अस्पृश्यांच्या चळवळीचे कसे जिव्हाळ्याचे नाते निर्माण झाले होते ते समजून येते. महाराजांच्या रूपाने बाबासाहेबांनाच नव्हे तर तमाम अस्पृश्यांना आणि त्यांच्या चळवळीला एक खंबीर अढळ असा आधार मिळाला होता. अशा महाराजांचा उचित गौरव करावा, त्यांचे कार्य लिखित स्वरूपात लोकांसमोर यावे, यासाठी

'मूकनायक' पाक्षिकाचा विशेषांक महाराजांच्या जन्मदिनी काढून त्यांचा वाढदिवस सर्वत्र साजरा करण्याचे बाबासाहेबांनी ठरविले होते. यासंदर्भात महाराजांविषयीची अधिक माहिती मागणी करूनही त्यांना ताबडतोब मिळाली नाही. म्हणून त्यांनी १३ जून १९२० रोजी महाराजांना पत्र लिहून यासाठी प्रत्यक्ष आपण कोल्हापूरला येत आहोत असे कळविले. आपल्या पत्रात बाबासाहेबांनी लिहिले होते, "माणगावच्या व नागपूरच्या सभेत पास झालेल्या ठरावांस अनुसरून ता. २६ जूनचा दिवस आपला वाढदिवस म्हणून सर्वत्र साजरा करण्यात येणार आहे. त्याच दिवशी आपल्या आश्रयाखाली निघत असलेल्या 'मूकनायक' चा स्पेशल अंक काढण्याचे आयोजित झाले आहे. त्यात हुजुरांचा फोटो तसेच आपल्या कारकिर्दीची उज्ज्वल साग्र रूपरेखा देण्यात येणार आहे. यास्तव हुजुरांच्या आमदनीचे इत्थंभूत हकीकत मिळण्याबद्दल मी एक वेळा विनंती केली होती; पण अद्यापि हाती आलेली नाही. याबद्दल दिलगिरी वाटते. दिवस अगदी थोडे उरले. तेव्हा मी स्वत: येऊन अवश्य असलेली माहिती गोळा करण्याचे ठरविले आहे. या उद्देशास्तव मी आज संध्याकाळी कोल्हापुरास येण्याकरिता निघत आहे. मंगळवारी संध्याकाळी पोहोचेन. हुजुरांच्या दर्शनाचा लाभ होईलच."[१७]

'मूकनायक' चा हा 'स्पेशल' चा अंक निघाला की नाही ते कळत नाही. पण महाराजांविषयी बाबासाहेबांच्या मनात किती प्रचंड आदर, विश्वास, प्रेम होते हे मात्र येथे स्पष्टपणे दिसून येते.

तत्कालीन प्रतिगामी ब्राह्मणीवर्गाकडून महाराजांवर होणारे आरोप बाबासाहेबांना सहन होणारे नव्हते. 'मूकनायक' मधील 'काकगर्जना' या शीर्षकाच्या अग्रलेखातून महाराजांवर झालेल्या आरोपांचे बाबासाहेबांनी खंडण तर केलेच; पण पुन्हा असा प्रकार झाला तर बरे होणार नाही, असा इशारा देताना नि त्याचवेळी महाराजांच्या कार्य-कर्तृत्वाचा गौरव करताना बाबासाहेबांनी लिहिले, "आम्हाला त्यांच्याप्रमाणे सुख-दु:खाची भावना आहे किंवा नाही, याची विचारपूस करणे, वर्णश्रेष्ठ म्हणविणाऱ्या आमच्या ब्राह्मण बंधूंपैकी एकालाही वाटले नाही किंवा वाटून जगाला तसे सांगण्याचे धैर्य झाले नाही. पण त्यांना धैर्य तरी कसे होणार? कारण धैर्याने काम करण्याला निधड्या छातीचाच मनुष्य असावा लागतो. अर्थात, तो खरा क्षत्रिय तोच कामाचा अधिकारी. त्याला अनुसरूनच क्षत्रियकुलावतंस शाहू छत्रपतीने आपल्या आत्मतेजस्वी परिसाच्या स्पर्शाने अनेक शतकापासून लोष्टवत् पडलेल्या, नव्हे उच्चवर्णीय म्हणविणाऱ्यांकडून ठेवलेल्या- अस्पृश्यवर्गास जागृत करून त्यांच्या ठायी असलेल्या आत्म्याचे व सुख-दु:ख भावनेचे प्रदर्शन खऱ्या अंत:करणपूर्वक कळकळीने जगापुढे मांडून त्यांच्यात स्वाभिमानाची ज्योत प्रकाशित केली. परंतु 'आत्मवत् सर्वभूतेषु

य:पश्यती स पंडित:' या तत्त्वाचा उपदेश करणाऱ्या आमच्या ब्राह्मणबंधूकडून आमच्या उन्नतीची चळवळ हाणून पाडण्यास्तव छत्रपतींच्या काही वटहुकुमांवर, पर्यायाने त्यांच्या राजकीय धोरणावर, जी कुत्सित टीका केली जात आहे, त्याबद्दल कोणाही ब्राह्मणेतर अगर बहिष्कृतवर्गांतील जाणत्या व्यक्तीस उद्वेग झाल्यावाचून राहणार नाही.''[१८]

उभयतात सल्ला-मसलत

महाराज आणि बाबासाहेब यांच्या वयात १६ ते १७ वर्षांचे अंतर होते. पण त्याकडे दोघांनीही कधी लक्ष दिल्याचे जाणवत नाही. महाराजांनी बाबासाहेबांच्या वयापेक्षा त्यांच्या विद्वत्तेचा आणि त्यांच्या मनात असलेल्या अस्पृश्यांच्या बद्दलच्या तळमळीचा विचार केला होता. म्हणूनच माणगावच्या परिषदेत महाराज बाबासाहेबांना उद्देशून ''माझे प्रिय मित्र आंबेडकर'' असे म्हणाले होते. अस्पृश्यांना महाराजांच्या रूपाने एक सच्चा सखा मिळाला होता. म्हणूनच बाबासाहेब, महाराजांना 'अस्पृश्यांचा सखा' असे म्हणत. प्रश्न कोण कोणाला काय म्हणतो हा नाही, तर दोघांत किती जवळीक, जिव्हाळ्याचे संबंध निर्माण झाले होते हा आहे. त्यामुळेच दोघांत मुक्तपणे चर्चा होत असे. अस्पृश्य आणि ब्राह्मणेतर समाजाची सर्वांगीण प्रगती कशी करावी, हा त्यांच्या चर्चेचा सतत विषय असायचा आणि याचाच भाग म्हणून ब्राह्मणेतर चळवळीचे यथातथ्य ज्ञान इंग्लंडमधील राज्यकर्त्यांना व जनतेला व्हावे, यासाठी एक छोटे इंग्रजी पुस्तक बाबासाहेबांनी लिहावे, असे महाराजांनी १९२० च्या भेटीत सांगितले. तेव्हा बाबासाहेबांनी महाराजांना सांगितले होते की, ''मी लंडनला विद्याभ्यासासाठी लौकरच जाणार आहे, हे काम मला येथे करण्यास वेळ नाही. मी ते तिकडे करीन.''[१९]

सन १९२० च्या मे महिन्यात अस्पृश्यवर्गापैकी कोणीतरी महाराजांकडे मदतीची याचना करणारा अर्ज केला होता. तो अर्ज महाराजांनी अभिप्रायासाठी बाबासाहेबांकडे पाठविला होता. ह्यावरून महाराज काही बाबतीत तरी बाबासाहेबांशी विचारविनिमय करीत असावेत, असे दिसून येते.[२०]

दरम्यान, महार लोक गुन्हेगार आहेत, असे लोकमान्य टिळक यांनी एका सभेत उद्‌गार काढलेले होते. शिवाय टिळकांच्या अनुयायांनी सार्वजनिक फंडातील पैशाची अफरातफर केल्याच्या आरोपाच्या संदर्भातही टिळकांच्या विरुद्ध आपल्याला कायदेशीर इलाज करता येईल की नाही, याबद्दल बाबासाहेबांनी मुंबईतील मेसर्स लिटल अँड कंपनीशी चर्चा करावी, अशा अर्थाचे पत्र महाराजांनी त्यांना लिहिले होते.[२१] ते असे-

Kolhapur
23rd June, 1920
Chhatrapati
Maharaja of Kolhapur

My Dear Dr. Ambedkar

Please consult Messers Little and Co. on two points. Firstly, the point that the Mahars were called a criminal tribe by Tilak. Can they proceed against him civilly? And secondly, that the public funds are alleged to be misappropriated by him or his party. Long accounts appeared in the Sandesh about him. From those accounts are the persons concerned liable to be proceeded with criminally and civilly or both?

Your Sincerely,
Shahu Chhatrapati

यावर उत्तरादाखल लिहिलेल्या पत्रात हे प्रकरण हाती घेतले, तर त्यात आपणाला फार त्रास होईल व त्यामानाने निष्पन्न काही होणार नाही, असे बाबासाहेबांनी महाराजांना कळविले होते.२२

वरील सर्व घटना लक्षात घेतल्या, तर महाराज आणि बाबासाहेब यांच्यात अनेक महत्त्वाच्या गोष्टींबाबत विचारविनिमय आणि सल्लामसलत होत असे, हे स्पष्टपणे दिसून येते. दोघांनीही एकमेकांना सर्व काही सांगण्याचे आणि एकमेकांना सावरण्याचेही परस्पर ठरविले होते हेही दिसून येते.

बाबासाहेब लंडनला रवाना

महाराज आणि बाबासाहेब यांच्या विचारविनिमयातून आणि कृतीतून अस्पृश्यांच्या हक्कांची चळवळ निकोपपणे आकार घेत होती. अशावेळी बाबासाहेबांनी अस्पृश्यांच्या चळवळीकडे जसे दुर्लक्ष केले नाही, तसेच त्यांनी आपल्या अपूर्ण राहिलेल्या अभ्यासाकडेही दुर्लक्ष केले नाही. आपला अभ्यास पूर्ण करण्यासाठी लंडनला जाण्याची त्यांना ओढ लागली होती. त्यामुळेच केवळ या उद्देशासाठी स्वीकारलेली 'प्रोफेसर' ची नोकरी त्यांनी सोडली आणि लंडनला जायची तयारी केली.

बाबासाहेबांनी आपला अभ्यास पूर्ण करण्यासाठी लंडनला जावे, असे महाराजांनाही प्रामाणिकपणे वाटत होते. म्हणूनच त्यांनी मुंबईचे तेव्हाचे पोलिस

आयुक्त ग्रिफीथ यांना 'डॉ. आंबेडकरांना परदेशी जाण्याचा परवाना लवकर द्यावा' अशी विनंती केली होती.[२३] या शिवाय बाबासाहेबांना महाराजांनी पैशाची मदतही केली होती. इतकेच नव्हे, तर लंडनचे त्यांचे मित्र सर ऑल्फ्रेड पीस यांनाही एक पत्र लिहून, बाबासाहेबांचा त्यात परिचय देऊन, त्यांना एकूणच कामात सहकार्य करण्याविषयी विनंती केली होती. महाराजांनी आपल्या त्या पत्रात लिहिले होते,

"This is to introduce to you my friend Dr. Ambedkar, who belongs to one of the untouchable communities namely the Mahars. He is Ph.D. of the Columbia University, New York, and has been a Professor at Sydneham College of Commerce and Economics in Bombay. He is coming to England for study at the London School of Economics and at the Inns Court. He will explain to you the difference between the Backward Classes and Brahmin bureaucracy. Also he will tell you what sufferings one who tries to sympathise has to undergo at the hands of the bureaucratic Brahmins who claim to have democratic ideas with and raise the backward classes, but who really crave for nothing better than an Oligarchy for themselves. He intends to lay before the enlightened public of England the view point of non-brahmin Hindus who are unanimous in the opinion that in asking for Home Rule the real object of Brahmins has been to regain and establish their long lost power. The Present Scheme of Self Government for Indians will not make the people free and equal but will only make the Brahmins powerful. A Brahin oligarchy, possessed of political power will be a menace to the Empire and a drag on he onward march of the Indian people. The non-Brahmins have failed to get a hearing from the several administrations in Indian, but they hope to find sympathy at the hands of the British Public. May I, therefore, request you to give Dr. Ambedkar a patient hearing and such help as you can conveniently render?"[२४]

बाबासाहेबांना लंडनमध्ये कोणतीही अडचण येऊ नये ही काळजी महाराजांना होती. या पत्रलेखनामागचा मुख्य उद्देश हाच असल्याचे दिसते. ठरल्याप्रमाणे ५ जुलै १९२० रोजी "सिटी ऑफ एक्सिटर" या बोटीने बाबासाहेबांनी मुंबई सोडली आणि ते लंडनला रवाना झाले.

महाराजांचे अस्पृश्योद्धार कार्य

बाबासाहेब लंडनला गेले तरी इकडे महाराजांची अस्पृश्यता-निर्मूलन चळवळ सुरूच होती. अस्पृश्यांच्या सर्वांगीण उन्नतीच्या दृष्टीने, महाराजांनी या आधीच काही महत्त्वपूर्ण क्रांतिकारक निर्णय घेतले होते.

१८ सप्टेंबर, १९१८ हा दिवस अस्पृश्यांच्या, विशेषत: महार समाजाच्या, इतिहासातील युगप्रवर्तक मानावा लागेल. कारण त्या दिवशी शाहू छत्रपतींनी 'महारांची वतने' खालसा केली. हे चाकरी वतन असताही महाराजांनी महारांच्या जमिनी त्यांच्याकडे राहू दिल्या. त्या सर्व रयतावा केल्या. म्हणजे आता गावची चाकरी व वेठबिगार करणारा महार चाकर राहिला नाही. तो इतर रयतांप्रमाणे रयत बनला. स्वतंत्र प्रजाजन झाला. आता महार करीत होता ते सरकारी काम पगारी नोकर नेमून करून घ्यायचे म्हणजे खजिन्यावर ताण पडणार होता. अधिकाऱ्यांनी हा धोका शाहू छत्रपतींच्या समोर बोलून दाखविला. तेव्हा त्यांनी उत्तर दिले, "माझा खजिना याबाबतीत रिता झाला तरी त्याची पर्वा मला नाही. पण माणसाला माणुसकीपासून वंचित करणारी ही रूढी मला मोडावयाची आहे."[२५] २७ जुलै, १९१८ पासून महाराजांनी महार, मांग, रामोशी, बेरड यांना जीवघेण्या सक्तीच्या हजेरीतून मुक्त केले; तर ८ व १० ऑगस्ट १९१८ रोजी दोन हुकूम काढून तलाठी नेमताना अस्पृश्यांना आधी अग्रक्रम द्यावा, जर लायक माणूस असेल तर त्याला मुख्याधिकारीही करावे, असा हुकूम दिला. अस्पृश्यांची सर्वांगीण मुक्ती करण्याच्या उद्देशाने महाराजांनी असे अनेक महत्त्वाचे निर्णय घेतले, हुकूम काढले, त्यांची अंमलबजावणी केली. हुकूम पाळण्यात कसूर करणाऱ्यांवर कायदेशीर कारवाई करण्याची तरतूदही केली. हे सर्व करीत असताना त्यांनी आपल्या गादीचीही पर्वा केली नाही.

बाबासाहेब लंडनला गेल्यावर महाराजांनी महाराष्ट्रात अस्पृश्यतेची चळवळ थंड होऊ दिली नाही. उलट ती अधिकच गतिमान केली. त्या बरोबरच लंडनला गेलेल्या बाबासाहेबांचे महत्त्व, त्यांचे विचार, कार्य, अस्पृश्यांविषयी त्यांच्या मनात असणारी तळमळ इत्यादी गोष्टी महाराजांनी लोकांना सतत सांगितल्या. लोकांवरील बाबासाहेबांचा प्रभाव महाराजांनी अस्पष्ट होऊ दिला नाही. यादृष्टीने महाराजांचे दिल्ली परिषदेतील भाषण पाहण्यासारखे आहे.

१६ फेब्रुवारी, १९२२ रोजी दिल्ली येथे महाराजांच्या अध्यक्षतेखाली अखिल भारतीय अस्पृश्य परिषदेचे तिसरे अधिवेशन भरले होते. या परिषदेतील आपल्या अध्यक्षीय भाषणात महाराज म्हणाले होते, "तुमचे अध्यक्षपद स्वीकारणे आणि तुमच्यापुढे भाषण करणे हा मान खरोखरीच आंबेडकरांचा आहे. आंबेडकर

यांना तुमच्यापैकी आपण एक आहोत, असे सांगण्यास अभिमान वाटतो. ते माझ्यापेक्षा जास्त शिकलेले आहेत. यावेळी लंडनमध्ये असल्यामुळे दुर्दैवाने तुमच्या परिषदेस ते उपस्थित राहू शकत नाहीत. पण ते कोठेही असोत, अस्पृश्यवर्गाला जे दु:ख होत आहे त्याची जाणीव त्यांच्या ह्रदयात सतत टोचत असते, याची मला खात्री आहे.''[२६]

याच भाषणाच्या शेवटी महाराज म्हणाले होते, ''आपण आपले पुढारी मि. भीमराव आंबेडकर यांचे उदाहरण डोळ्यांपुढे ठेवून त्याप्रमाणे होण्याचा प्रयत्न करावा. मी आपला गुलाम आहे. मी आपला दास आहे. माझेकडून आपण सेवा करून घ्यावी.''[२७]

एका राज्याचा राजा असूनही अस्पृश्यांच्या बद्दलची पराकोटीची तळमळ, स्वभावातील नम्रता, इतकेच नव्हे तर आपल्या मित्राच्या कार्याचा थोर मनाने गौरव या सगळ्या अनुकरणीय स्वभावगुणांचे मनोहर दर्शन वरील भाषणातून होते.

बाबासाहेबांचे इंग्लंडमधील कार्य

तिकडे लंडनमध्ये आपला अपूर्ण राहिलेला अभ्यासक्रम पूर्ण करण्यासाठी गेलेले बाबासाहेब केवळ अभ्यासच करीत नव्हते, तर ब्राह्मणेतर चळवळ आणि भारतातील सामाजिक व राजकीय प्रश्नांचे संबंध हे कसे परस्परांत गुंतलेले आहेत, याची योग्य ती कल्पना इंग्लंडमधील राजकारणी व्यक्तींना व अधिकाऱ्यांना देत होते. याच संदर्भात ३ फेब्रुवारी १९२१ रोजी महाराजांना पाठविलेल्या एका पत्रात बाबासाहेबांनी लिहिले होते,

''...माँटेग्यू हा नेमस्त पुढाऱ्यांच्या सूचनेप्रमाणे वागतो. तथापि, तो आता ब्राह्मणेतर चळवळीसंबंधाने तुच्छतेने बोलणार नाही अशी माझी खात्री आहे. खरे म्हणजे ब्राह्मणेतर चळवळ समजून घेण्याची येथे कोणी पर्वा करीत नाही... ज्यावेळी सुधारणा-विधेयक तयार होत होते, त्या महत्त्वाच्या वेळी ब्राह्मणेतर चळवळीचे महत्त्व पटवून देणारा कोणी समर्थ प्रतिपादक येथे नव्हता, ही खेदाची गोष्ट आहे. त्यामुळे ब्राह्मणेतर चळवळीच्या विरोधकांना ती चळवळ ब्राह्मणविरोधी आहे, असे सांगण्याचे काम सोपे झाले. त्या चळवळीची लोकशाहीनिष्ठ बाजू चातुर्याने दडपून टाकण्यात आली आणि तिचा विपर्यास करण्यात आला. तेच विपर्यस्त स्वरूप सर्वसाधारण इंग्रजांच्या मनात सध्या वावरत आहे.''

आता राजकीय सुधारणांचा मसुदा कायम होऊन चुकल्यामुळे हिंदुस्थानात किती भेदाभेद आहेत हे जाणून घेण्याची तसदी कोणी घेत नाही. तरी भावी काळासाठी आतापासूनच तयारीस लागले पाहिजे. यास्तव मी संधी मिळेल तेव्हा

प्रत्येक वजनदार इंग्रज व्यक्तीला हिंदुस्थानातील सामाजिक व राजकीय प्रश्नांचे संबंध परस्परांत कसे गुंतलेले आहेत याची योग्य ती कल्पना देतो. घटना घडून गेल्यानंतरच हे माझे प्रयत्न असल्यामुळे त्याचे परिणाम त्वरित दिसणे शक्य नाही. तथापि, ते निष्फळ झाले की कसे ते काळच ठरवील.

आपल्या मार्गदर्शनानुसार लंडनमध्ये एखादी संस्था स्थापन करता येणे शक्य होईल की काय, ह्यासंबंधी मी येथील काही प्रतिष्ठित व्यक्तींशी चर्चा केली. त्यांनी एकमताने माझी ही कल्पना उचलून धरली. परंतु त्यांच्या मते पगारी कार्यवाह असल्याविना आपली संस्था टिकू शकणार नाही. याचा अर्थ असा की, कमीत कमी पाचशे पौंडाचा वार्षिक खर्च होईल. अशी संस्था अस्पृश्यवर्गाच्या दृष्टीने हितकारक ठरेल. परंतु माझी खात्री आहे की तो खर्च त्यांच्या आवाक्याबाहेरचा आहे.

बाबासाहेबांनी पत्राच्या शेवटी लिहिले होते, "मला वैयक्तिक किर्तीचा सोस नाही आणि जरी मी माझ्या लोकांची सेवा करण्याची ही संधी गमावली तरी महाराजांच्या लक्षात येईल की, मला अधिक मोठी सेवा करता यावी म्हणून मी अधिक चांगली सिद्धता करीत आहे. 'लंडन-टाईम्स' च्या संपादकांशी मी मैत्री जोडली आहे आणि त्यांनी माझ्या सांगण्यावरून अस्पृश्यांच्या शिक्षणासंबंधी लिहिलेल्या एका लेखाचे कात्रण ह्या पत्राच्या सोबत पाठवीत आहे."[२८]

लंडनमध्ये स्वत:च्या अभ्यासाशिवाय ब्राह्मणेतर चळवळ आणि विशेषत: अस्पृश्य चळवळ याविषयी बाबासाहेब मूलगामी चर्चा करीत होते. इतकेच नव्हे तर त्यासंदर्भात लेखनही करीत होते. ह्या दुहेरी, तिहेरी कार्यात मग्न असल्यामुळेच त्यांनी भारतमंत्री माँटेग्यू यांनी केलेली 'आपण मुंबईला जाऊन विधिमंडळाचे सभासद व्हावे'... ही विनंती नाकारली होती.[२९]

ब्राह्मणेतर चळवळ आणि अस्पृश्य चळवळ यांना जशी बाबासाहेब आणि महाराजांची गरज होती; तशीच गरज महाराजांना बाबासाहेबांची तर बाबासाहेबांना महाराजांची होती. म्हणूनच केवळ चळवळीतील सहकारी एवढ्यापर्यंतच हे दोघांचे नाते मर्यादित नव्हते. एकमेकांत जिव्हाळा, ओढ, आदर, गरज, प्रेम निर्माण झाले होते. त्यांच्यामधील पत्रव्यवहारातून हे जाणवते. दोघांचाही एकमेकांवर प्रचंड विश्वास बसला होता. दोघेही परस्परांना समजून घेत होते.

४ सप्टेंबर, १९२१ रोजी बाबासाहेबांनी महाराजांना एक पत्र पाठवून २०० पौंडांची मागणी केली होती आणि लिहिले होते, "आपण तेवढी रक्कम कर्जाऊ देण्याची कृपा केलीत, तर मी आपला उपकृत होईन व मी परत आलो म्हणजे आपले पैसे व्याजासहित परत करीन." पत्राच्या शेवटी बाबासाहेबांनी महाराजांच्या कार्याचा गौरव करताना लिहिले होते, "आपली प्रकृती ठीक आहे

अशी मला आशा आहे. आपली आम्हाला फारच जरुरी आहे. कारण हिंदुस्थानात प्रगती करीत असलेल्या सामाजिक लोकशाहीच्या महान चळवळीचे आपण एक आधारस्तंभ आहात."[३०]

महाराजांचे निधन

अस्पृश्यांच्या चळवळीचे आणि ब्राह्मणेतर चळवळीचे शाहू महाराज खरे आधारस्तंभ होते. पण दुर्दैवाने हा आधारस्तंभ फार काळ टिकला नाही. महाराजांना शारीरिक प्रकृतीने योग्य साथ दिली नाही. त्यांची प्रकृती ढासळतच गेली आणि ह्या महान नेत्याचे अखेरचे पर्व सुरू झाले आणि पुढे... मुंबईतील पन्हाळा लॉज, खेतवाडी, येथे महाराजांचे ६ मे, १९२२ रोजी निधन झाले. महाराजांचे निधन हे एकूणच ब्राह्मणेतर चळवळ, अस्पृश्य चळवळ आणि विशेषत: बाबासाहेबांना धक्का देणारे होते. महाराजांचे निधन झाले तेव्हा बाबासाहेब लंडनमध्ये होते. महाराजांच्या निधनाचे वृत्त समजताच बाबासाहेबांनी १० मे १९२२ रोजी राजाराम महाराजांना शोकाकुल अवस्थेत एक पत्र पाठविले. त्या पत्रात त्यांनी लिहिले होते, "येथील वर्तमानपत्रांत महाराजांच्या मृत्यूची बातमी वाचून मला मोठाच धक्का बसला. ही संकटाची घटना मला दोन कारणांमुळे दुःखदायक झाली आहे. त्यांच्या मरणाने मी एका वैयक्तिक मित्राला आंचवलो आणि अस्पृश्य समाज आपल्या एका महान हितचिंतकाला व सर्वांत महान कैवाऱ्याला मुकला आहे. मी स्वत: दुःखाने व्याकूळ झालो असताना आपल्या व विधवा महाराणीसाहेबांच्या दुःखात अपार आणि कळकळीची सहानुभूती व्यक्त करीत आहे."[३१] लंडनहून भारतात आल्यानंतर बाबासाहेब स्वत: राजाराम महाराज आणि महाराणीसाहेब यांना प्रत्यक्ष भेटून त्यांचे सांत्वन करण्यासाठी कोल्हापुरात आले होते.

बाबासाहेबांचे गौरवोद्‌गार

आपला अभ्यास पूर्ण करून भारतात आल्यावर बाबासाहेबांचे खरे सार्वजनिक कार्य सुरू झाले, पण अशावेळी त्यांना सर्वस्वानिशी साथ देणारा, त्यांचा मित्र म्हणजे त्यांच्याच शब्दांत सांगायचे झाले तर "अस्पृश्यांचा महान कैवारी" त्यांच्या सोबतीला नव्हता. पुढे महाराजांच्या संकल्पनेतील सामाजिक समतेची चळवळ बाबासाहेबांनीच गतिमान केली. रात्रन् दिवस त्यासाठी त्यांनी आपले आयुष्य खर्ची घातले आणि विशेष म्हणजे महाराजांनी ज्या योजना आखल्या होत्या, आपल्या राज्यापुरते जे महत्त्वाचे नि क्रांतिकारी निर्णय घेतले होते, त्यांचा त्यांनी शासकीय व सामाजिक पातळीवर प्रत्यक्ष पाठपुरावा करण्यासाठी कसोशीने प्रयत्न केला.

भारतीय संविधान हे त्याचे एक उत्तम उदाहरण आहे. याशिवाय ''महार वतन बिल'' हे त्याचेच एक उदाहरण आहे. ''बहिष्कृत भारत''- पाक्षिकाच्या ४ नोव्हेंबर, १९२७ च्या अंकात महार वतनासंदर्भात लिहिताना आणि महाराजांचा या गोष्टींशी असलेला संबंध स्पष्ट करताना बाबासाहेब म्हणतात,

''कै. शाहू छत्रपती महाराज हे काही महारांचे शत्रू नव्हते. त्यांच्यासारखा सखा अस्पृश्यांना पूर्वी लाभला नव्हता व पुढे लाभेल की नाही, याबद्दल आम्हास शंका आहे. तथापि, त्यांना पक्केपणी कळून चुकले होते की, वतनामुळेच महारांची अधोगती झाली. म्हणूनच त्यांनी आपल्या अधिकाराच्या जोरावर कोल्हापूर संस्थानातील महारांची वतने जबरदस्तीने खालसा केली.''३२

सामाजिक लोकशाहीच्या चळवळीचे प्रमुख आधारस्तंभ असणाऱ्या महाराजांच्या सामाजिक लोकशाहीच्या अनेक संकल्पना पुढे बाबासाहेबांनी घटनेत समाविष्ट केलेल्या दिसून येतात. इतकेच नव्हे तर जेव्हा जेव्हा संधी येईल, जिथे-जिथे सांगणे गरजेचे वाटेल अशा प्रत्येक ठिकाणी त्यांनी महाराजांच्या कामगिरीचा केवळ गौरवच केला नाही, तर मोठ्या अभिमानाने महाराजांनी आपल्याला जी मदत केली, त्याविषयी जाहीर वक्तव्ये करून त्यांनी महाराजांचे ऋण मान्य केले आहे.

१३ जानेवारी, १९४० रोजी कोल्हापूर येथे संपन्न झालेल्या कोल्हापूर दलित प्रजा परिषदेच्या अध्यक्षीय भाषणात बाबासाहेब म्हणाले होते, ''कोल्हापूरसंबंधी एक गोष्ट अगदी निश्चित आहे व या गोष्टीबद्दल अस्पृश्यांना व मला कोल्हापूरचा अभिमान वाटतो. शाहू महाराजांनी कोल्हापुरातच खरी लोकशाहीची मुहूर्तमेढ रोवली ही ती गोष्ट होय. आपण गोब्राह्मणप्रतिपालक छत्रपती शिवाजी महाराजांची जयंती साजरी करीत असतो. शिवछत्रपतींना ब्राह्मण्य नष्ट करता आले नाही. आपल्या राज्याभिषेकासाठी सोने देऊन काशीहून गागाभट्टाला त्यांना आणावे लागले. ब्राह्मण्याची नांगी तोडण्याबाबतीत शाहू छत्रपती हे शिवरायांपेक्षा श्रेष्ठ होते, असे म्हटल्याशिवाय गत्यंतर नाही. शाहू महाराजांच्या अंगी दोष असतील; पण मी असे विचारतो की, कोणता राजा निर्दोष आहे? निव्वळ दोषांकडे पाहण्यात अर्थ नाही. त्यांनी ब्राह्मण नष्ट करण्याचा धडाडीने प्रयत्न केला यातच त्यांची थोरवी आहे. शाहू छत्रपतींनी समाजातील विषमता नष्ट करण्याचा आटोकाट प्रयत्न केला व ब्राह्मण्याचा बालेकिल्ला ढासळून टाकला. ही काही लहान कामगिरी नाही. माझ्या सार्वजनिक आयुष्याची सुरुवात छत्रपती महाराजांच्या अध्यक्षतेखाली झालेल्या माणगावच्या परिषदेतच झाली ही गोष्ट येथे नमूद करणे आवश्यक आहे. त्यांना व मला प्रिय असलेल्या समतेच्या प्रचारासाठी रु. २५०० देऊन त्यांनी प्रोत्साहन दिले, याबद्दल मी त्यांचा सदैव ऋणी राहीन.''३३

ऋणानुबंध

राजर्षी शाहू महाराज आणि डॉ. बाबासाहेब आंबेडकर यांच्यातील ऋणानुबंध असे होते. तसे दोघेही असामान्य. व्यवस्थेने दोघांवरही जात-धर्माचा शिक्का मारलेला. पण दोघेही जात-धर्माच्या पलीकडे गेलेले महापुरुष होते. महाराज एका संस्थानचे राजे; तर बाबासाहेब एका अस्पृश्य कुटुंबात जन्माला आलेले. त्यांनी घेतलेले उच्च शिक्षण, त्यांची विद्वत्ता ही एक त्यांच्याजवळच्या अनेक गुणांपैकी एक मोठी जमेची बाजू होती. पण तरीही जात त्यांच्या सतत आडवी येत होती. बालपणापासूनच जातीयतेचे चटके सहन केलेल्या बाबासाहेबांनी स्वानुभवाने आपल्या बांधवांचे दुःख, प्रश्न जाणून घेतले नि उभे आयुष्य त्यांच्यासाठी खर्ची घातले.

महाराज क्षत्रिय होते. राज्याची सूत्रे हाती घेतल्यानंतर त्यांनी संस्थानात आमूलाग्र बदल घडवून आणले. राज्यारोहणाच्या काळात कोल्हापूर राज्यात ब्राह्मण वर्गाचीच सर्वत्र मक्तेदारी दिसत होती. अशा स्थितीत राज्याची घडी बसविण्यासाठी महाराजांनी काही धाडसी निर्णय सर्वप्रथम घेतले. ब्राह्मणेतर अधिकाऱ्यांची नियुक्ती अशासारखे ते निर्णय होते. एका विशिष्ट जातीची मक्तेदारी मोडून इतर जातीतील लोकांना त्यांनी जवळ केले. त्यांनी राज्यापेक्षा राज्यातील माणसांची कदर केली आणि म्हणून त्यांच्या वैयक्तिक जीवनात तसे कोणतेही कारण न घडता अंत:प्रेरणेने ते अस्पृश्यांच्या मुक्तीसाठी धडपडू लागले. एक राजा आपल्या राज्यापेक्षा त्यातील 'माणसं' महत्त्वाची मानतो, ही या शतकातली मोठी ऐतिहासिक घटना होती. अस्पृश्यसुद्धा इतर माणसांसारखा माणूसच आहे, मग तो वेगळा का? माणसांसारखा दूर का? त्याच्यावरच ही जीवघेणी बंधने, गुलामगिरी कशासाठी? अशा काही प्रश्नांनी महाराज निश्चतच हैराण झाले असावेत. म्हणूनच अस्पृश्यांना माणसात आणण्याची, त्यांची सर्वांगीण मुक्ती करण्याची चळवळ महाराजांनी उभी केली. याचाच भाग म्हणून 'महार वतने' खालसा केली, 'हजेरी' बंद करून अस्पृश्यांच्या जीवनाला त्यांनी वेगळी कलाटणी दिली. महाराज केवळ बोलके सुधारक नव्हते तर कर्ते सुधारक होते, याचा प्रत्यय त्यांना गंगाराम कांबळे या अस्पृश्य तरुणास भरवस्तीत उघडून दिलेल्या हॉटेलवरून येतो. या हॉटेलात महाराज नेहमी सहकाऱ्यांसमवेत चहा घेत असत आणि त्या काळाचा विचार करता ही घटना मोठी धाडसाची होती.

अस्पृश्यांचा सर्वांगीण उद्धार व्हावा, ही महाराजांची आंतरिक तळमळ होती आणि असे व्हायचे असेल, तर त्यांना त्यांच्याच जातीतील पुढारी लाभला पाहिजे, असे महाराजांना मनापासून वाटत होते. खरे तर अस्पृश्यांच्या मुक्तीची चळवळ महाराजांनी उभी केली होती. त्यांनीच या चळवळीचे नेतृत्व करायला हवे होते, पण

त्यांना ते मान्य नव्हते. उलट पुढारी अस्पृश्य जातीतीलच हवा, असे त्यांना वाटत होते आणि इतर जातीतील पुढाऱ्यांवर त्यांचा विश्वास नव्हता, असे म्हणण्यापेक्षा इतर जातीतील पुढारी नसावाच, असे त्यांचे मत होते. आपला हा विचार अधिक सोप्या भाषेत सांगताना ते म्हणतात, ''पशूदेखील आपल्या जातीशिवाय पुढारी स्वीकारत नाही. मग मनुष्यांनी का स्वीकारावा? हरणांच्या कळपात कधी डुक्कर पुढारी नसतो किंवा डुकरांच्या कळपात कधी हरण पुढारी नसते. कबुतरांचे कळपात कधी बदक पुढारी नसतात किंवा बदकांच्या कळपात कावळे पुढारी नसतात. मग मनुष्याचे कळपात दुसऱ्या जातीचे पुढारी का असावे? मोडका-तोडका आपल्या जातीचाच पुढारी घ्यावयास पाहिजे...''[३४]

या युक्तिवादामध्ये महाराजांचे अंतर्मुख करायला लावणारे चिंतन होते. या चिंतनावरून महाराजांची वैचारिक उंचीही समजून येते आणि मग मोडका-तोडका नव्हे, तर उलट प्रस्थापित जुलमी समाजव्यवस्थेचीच मोडतोड करण्यासाठी, समतेच्या पायावर समाज उभा करण्यासाठी, महाराजांचे स्वप्न साकार करण्यासाठी डॉ. बाबासाहेबांच्या रूपाने एक तरुण, तडफदार पुढारी अस्पृश्यांना मिळाला आणि महाराजांची स्वप्नपूर्ती झाल्याचे देशाने पाहिले.

बाबासाहेबांच्या आधीच महाराजांनी अस्पृश्यांच्या मुक्तीची चळवळ सुरू केली होती. नंतर त्या चळवळीची सूत्रे बाबासाहेबांच्या हाती आली. बाबासाहेबांचे नेतृत्व उदयास आले आणि स्थिर होऊ लागले. याबाबतीत त्यांना फक्त महाराजांचाच खरा पाठिंबा आणि आधार मिळाला होता. या आधारामुळेच बाबासाहेब बरीच पावले पुढे टाकू शकले. बाबासाहेब जेव्हा आपला विद्याभ्यास पूर्ण करून लंडनहून भारतात आले; तेव्हा खऱ्या अर्थाने त्यांचे सार्वजनिक कार्य सुरू झाले. पण दुर्दैवाने तेव्हा महाराज हयात नव्हते. महाराज जर आणखी काही वर्षे जगले असते, तर दोघांच्या अस्पृश्योद्धाराच्या आणि एकूणच परिवर्तनाच्या चळवळीचे वेगळेच चित्र जगाला दिसले असते. आज अत्यंत जाणीवपूर्वक आरक्षणाच्या धोरणावरून समाजात जी जातीय द्वेषाची पेरणी सुरू आहे ती झाली नसती. जात आणि धर्माच्या नावावर चाललेल्या बेगडी राजकारण आणि समाजकारणाला आळा बसला असता. आजचा केवळ महाराष्ट्रच नव्हे तर भारतही वेगळा दिसला असता.

पण बाबासाहेब थांबले नाहीत. त्यांनी महाराजांच्या संकल्पनेतील अस्पृश्यांच्या उद्धारासाठी आपले आयुष्य वेचले आणि ते करीत असताना महाराजांचे ऋणही मान्य केले. बाबासाहेब लंडनला होते तेव्हा महाराजांनी जसा बाबासाहेबांच्या विचारकार्याचा ठसा अस्पष्ट होऊ दिला नाही, उलट तो अधिकच ठळक करून ठेवला; त्याचप्रमाणे महाराज हयात नव्हते तरी त्यांच्या पश्चात बाबासाहेबांनी त्यांच्या

विचारकार्याची परंपरा तर पुढे चालू ठेवलीच. पण त्याचा ठसाही कधी अस्पष्ट होऊ दिला नाही; उलट तो अधिकच ठळक केला. दोघांच्याही बाबतीत हे घडले. त्याचे प्रमुख कारण म्हणजे दोघांतील अतूट असे ऋणानुबंध हेच होय.

संदर्भ

१. राजर्षी- एक व्यक्तिदर्शन, श्याम येडेकर, कोल्हापूर, पहिली आवृत्ती, पृ.१३७

२. डॉ. भीमराव रामजी आंबेडकर, खंड - १, चांगदेव भगवानराव खैरमोडे, चौथी आवृत्ती, १९९२, पृ. २३५

३. राजर्षी शाहू गौरव ग्रंथ, संपादक - पी. बी. साळुंखे, दुसरी आवृत्ती, १९८८, पृ. ४९६

४. तत्रैव, पृ. ४९८

५. डॉ. भीमराव रामजी आंबेडकर, खंड १, पृ. २३५

६. माणगाव परिषद ६१ वा स्मृतिमहोत्सव विशेष अंक - १९८२, संपादक रमेश ढावरे, मी आणि माणगाव परिषद, कथन - गंगाधर यशवंत पोळ

७. माणगाव परिषद ६१वा स्मृतिमहोत्सव विशेष अंक, कथन - प्रभू यल्लापा कांबळे

८. तत्रैव, कथन-गंगाधर यशवंत पोळ

९. राजर्षी शाहू छत्रपती यांची भाषणे, संपादन-श्याम येडेकर, मंगल प्रकाशन, प्रथमावृत्ती, १९७१, पृ. ६१

१०. बहिष्कृत भारत आणि मूकनायक, महाराष्ट्र शासन मंत्रालय, मुंबई, १० एप्रिल, १९२०, पृ. ३७९

११. राजर्षी शाहू छत्रपती, धनंजय कीर, पॉप्युलर प्रकाशन, दुसरी आवृत्ती १९९२, पृ.४४२

१२. डॉ. बाबासाहेब आंबेडकरांचे मूकनायक पाक्षिकातील दुर्मिळ अग्रलेख, रघुवंशी प्रकाशन, पुणे -२, पृ. ३२

१३. तत्रैव, पृ. ३५

१४. राजर्षी शाहू छत्रपती, पृ. ४४८

१५. राजर्षी शाहू छत्रपती, पृ.४४८

१६. राजर्षी एक व्यक्तिदर्शन, पृ. १४१

१७. पत्रव्यवहारातून डॉ. बाबासाहेब आंबेडकर, संपादक- विजय गंगाराम सुरवाडे, तथागत प्रकाशन, कल्याण, १९८६, पृ. २०

१८. डॉ. बाबासाहेब आंबेडकरांचे मूकनायक पाक्षिकातील दुर्मिळ अग्रलेख, पृ.४२

१९. डॉ. भीमराव रामजी आंबेडकर, खंड-२, चांगदेव भगवान खैरमोडे, सुगावा प्रकाशन, पुणे, द्वितीय आवृत्ती, १९९१, पृ. १२

२०. राजर्षी शाहू छत्रपती, पृ. ४३६

२१. डॉ. भीमराव रामजी आंबेडकर, खंड -२, पृ. १३

२२. तत्रैव

२३. राजर्षी शाहू छत्रपती, पृ. ४५०

२४. डॉ. भीमराव रामजी आंबेडकर, खंड -२, पृ. १३

२५. राजर्षी शाहू - एक दृष्टिक्षेप, डॉ. जयसिंगराव पवार, मंजुश्री प्रकाशन, कोल्हापूर, पृ. २५

२६. राजर्षी शाहू छत्रपती, पृ. ५१८

२७. राजर्षी शाहू छत्रपती यांची भाषणे, पृ. १२०

२८. राजर्षी शाहू छत्रपती, पृ. ४८९

२९. तत्रैव, पृ. ४८९

३०. तत्रैव पृ. ५०६

३१. तत्रैव, पृ. ५२८

३२. डॉ. भीमराव रामजी आंबेडकर खंड -२, पृ.२३८

३३. जनता पत्रातील लेख डॉ. बाबासाहेब आंबेडकर, संपादक -अरुण कांबळे, पॉप्युलर प्रकाशन, मुंबई, पहिली आवृत्ती, १९९२, पृ. १४२

३४. राजर्षी एक व्यक्तिदर्शन, पृ. १३८

□□□

स्वराज्य मिळाल्यानंतर लोकांच्या आचाराविचारांत व मनोवृत्तीत आमूलाग्र बदल होणार नसेल, तर त्या स्वराज्याला काही अर्थ नाही, असे आगरकर म्हणत. त्याची प्रचिती आज येते आहे. तसेच ते म्हणाले होते की धैर्य, उत्साह, बल, ज्ञान, तर्क, उद्योग, कला, खरा देशाभिमान, खरी धर्मश्रद्धा, खरे बोलण्याची, खरे आचरण करण्याची सवय वगैरे गुण असल्याखेरीज कोणत्याही देशातील लोक स्वातंत्र्य टिकवू शकत नाहीत. उलट 'स्वराज्य हा माझा जन्मसिद्ध हक्क आहे' असे म्हणणाऱ्या लो. टिळकांना वाटत होते की, स्वराज्यप्राप्तीच्या प्रयत्नांना अग्रक्रम द्यावा व सामाजिक समस्यांच्या सोडवणुकीला गौणत्व द्यावे. परकीयांच्या हाती असलेली सत्ता स्वकीयांच्या हाती येणे म्हणजे स्वराज्य, असा मर्यादित अर्थ त्यांनी करून टाकला की काय असे वाटू लागते.

स्वराज्यप्राप्तीसाठी जनआंदोलन गतिमान करणारे लो. टिळक जहाल राजकीय

६. बाबासाहेब आंबेडकर आणि लोकमान्य टिळक

भालचंद्र फडके

मते मांडत; पण सामाजिक प्रश्नांबाबत मात्र ते 'कॉन्झर्व्हेटिव' होते. डॉ. य. दि. फडके म्हणतात. 'राजकीयदृष्ट्या एकदा देश स्वतंत्र झाला की मग इतर सुधारणांचे प्रश्न सोडवणे सोपे जाईल, अशा समजुतीमुळे स्वराज्य मिळाल्यावर नंतर हाती येणाऱ्या राजकीय सत्तेत सर्वांना वाटा मिळेल हे त्यांनी गृहीत धरले असावे. त्यामुळे 'गोऱ्या साहेबा' ऐवजी 'काळ्या साहेबा' ची गुलामगिरी पत्करावी लागल्याची शक्यता त्यांनी कोठेही बोलून दाखवलेली नाही. तसे पाहिले तर जोतीराव फुल्यांसारख्या त्यांच्या समकालीन नेत्याने 'स्वराज्य कोणासाठी व कशासाठी?' असे महत्त्वाचे प्रश्न आपल्या रांगड्या व खडबडीत शैलीत सतत विचारले होते. शतकानुशतके ज्ञानाला, सत्तेला व संपत्तीला पारखे झालेल्या पददलितांना स्वराज्यात सत्तेचा वाटा मिळणार नसेल, तर स्वराज्य म्हणजे ब्राह्मणासारख्या जातींची गुलामगिरी पत्करणे एवढाच त्याचा अर्थ होईल, असे जोतीराव बजावीत होते व बहुजन समाजाला

वाटणारी भीती, त्यांच्या आकांक्षा व गाऱ्हाणी यांना वाचा फोडीत होते.' डॉ. बाबासाहेब आंबेडकरांची भूमिका जोतीराव फुल्यांसारखीच होती. दलितवर्गीयांच्या मागण्या योग्य रीतीने मान्य झाल्याशिवाय भारतीय स्वराज्याच्या कोणत्याही घटनेला त्यांची संमती मिळणार नाही, असे बाबासाहेबांनी गोलमेज परिषदेत बजावले होते.

धर्मनिरपेक्ष दृष्टिकोनातून सामाजिक सुधारणांचा पुरस्कार करणारे आगरकर जोतीरावांच्या कार्याविषयी उदासीन होते, याचे सबळ कारण सापडत नाही, तर 'केसरी' कारांच्या लेखी जोतीराव म्हणजे ब्राह्मणद्वेष्टा माणूस होय, एवढेच. राजकीय जागृती करावी, ब्रिटिश राज्यकर्त्यांविरुद्ध जनमत प्रक्षुब्ध करावे व स्वातंत्र्य लढ्याला गती द्यावी या प्रयत्नात लो. टिळकांनी आपली सर्व शक्ती वेचली. पण विषमतेवर आधारलेल्या समाजव्यवस्थेला सुरुंग लावावे म्हणून त्यांनी कधी आपली लेखणी उचलली नाही. तसे पाहिले तर स्त्रीशिक्षण, बालविवाह निषेध, वपननिषेध, पुनर्विवाह, बाल-वृद्धविवाह प्रतिबंध, कन्याविक्रयनिषेध, मदिरापाननिषेध इत्यादी सुधारणांचा आग्रह धरणारे आणि या सुधारणांना विरोध करणारे परंपरावादी यांच्यामध्ये संघर्ष चालू होता. म्हणजे जातीनिर्मूलन, स्त्री-पुरुष समानता, चातुर्वर्ण्य व्यवस्थेचे निर्मूलन इत्यादी मूलभूत प्रश्नांपासून सुधारकही दूरच होते. जातिभेद मोडला पाहिजे असे त्यांना पटलेले होते. सामाजिक विषमता त्यांना सलत होती. जातिभेद मोडण्याचे कार्य प्रथम गुप्त असावे म्हणून दादोबा पांडुरंग यांनी मुंबईत परमहंस सभा स्थापन केली. पण या जातीविध्वंसनाच्या छोट्या कार्याचा परिस्फोट झाला, तेव्हा त्यांना जातीबहिष्काराला तोंड द्यावे लागले.

लोकहितवादींनी एका पत्रात लिहिले आहे की, ब्राह्मण महारांची निंदा करतात व त्यांस शिवत नाहीत व इंग्रजांजवळ प्रीतीने बसतात हे पाहून मला आश्चर्य वाटते (पत्र क्र. ६४), पण ब्राह्मणविरोधी भूमिकेमुळे लोकहितवादींवर परंपरावादी प्रवृत्तींनी कठोर हल्ले केले. विष्णुबुवा ब्रह्मचारी म्हणत की, "महार दरवाजाबाहेर आणि ब्राह्मण आत असा पक्षपात करू नये. पण असेही म्हणणारी मंडळी थोडी. आपली समाजव्यवस्था विषमतेवर आधारलेली आणि म्हणून ती नष्ट करण्यासाठी एकोणिसाव्या शतकात महात्मा जोतीराव फुले यांच्याशिवाय कोणी पावले उचलली नाहीत. स्वराज्याच्या चळवळीचा गाडा स्वातंत्र्याच्या रुळावर आणून ठेवणारे महान कार्य लो. टिळकांच्या नेतृत्वाखाली सुरू होते आणि त्यांची समजूत होती की, स्वातंत्र्य मिळाल्यावर सर्व सामाजिक समस्या आपोआप सुटतील. न्या. रानडे, आगरकर आदी सामाजिक सुधारकांचा प्रयत्न समाजाची मनोभूमिका तयार करायला उपकारक ठरेल, पण त्यांच्याही सुधारणावादाचे क्षेत्र ब्राह्मणवर्गापुरतेच मर्यादित होते. शिवाय सामाजिक सुधारणांना अनुकूल असणाऱ्या ब्राह्मणांची संख्या

फारच थोडी होती. बहुसंख्य ब्राह्मण लो. टिळकपंथीय होते. धनंजय कीर यांनी स्पष्ट निर्वाळा दिला आहे की, राजकीय बाबतीत प्रगतीशील आणि प्रभावी असलेले टिळक, सामाजिक प्रश्नाबाबत शेवटपर्यंत पुनरुज्जीवनवादी आणि अपरिवर्तनवादी राहिले. कित्येक वेळा वाटते की सुधारणाविरोधी पक्षाचे वकीलपत्र घेऊन सुधारणावाद्यांना नामोहरम करण्याचा प्रयत्न लो. टिळक करीत होते, असे वाटण्याइतपत पुरावा देता येईल.'' (पहा : शोध बाळगोपाळांचा : य. दि. फडके, पृ. ७९)

लो. टिळक महाराष्ट्राच्या राजकीय क्षितिजावर उगवले ते १८८९ साली. राष्ट्रीय सभेच्या अधिवेशनात लो. टिळकांचा जहाल देशभक्त म्हणून प्रभाव पडत चालला. १९०६ साली राष्ट्रीय सभेचे अधिवेशन कलकत्त्यात भरले. 'बहिष्काराचा, राष्ट्रीय शिक्षणाचा व स्वदेशीचा' असे तीन ठराव मंजूर झाले. याचा अर्थ टिळकांच्या प्रभावाचा सूर्य मध्यान्ही चढला असा होतो. १९०७ मध्ये सुरत येथे 'जहाल व मवाळ' हे दोन पक्ष दंड थोपटून उभे राहिले. त्यावेळी जनमत लो. टिळक यांच्या जहालमतांच्या बाजूचे होते. हेही लक्षात ठेवले पाहिजे की, टिळकांच्या प्रभावामुळे कॉंग्रेसच्या मंडपात सामाजिक परिषद भरण्याची प्रथा नाहीशी झाली. वेदोक्त प्रकरणात सनातनी पुरोहितांची बाजू घेऊन ब्राह्मणेतरांनी वेद वाचण्याचा आग्रह धरू नये, असा 'केसरी'त (२९-१०-१९०१) अग्रलेख लिहिला. जातिभेद व्यवस्था स्वराज्याच्या नाशाला कारण झाली नाही असे ते सांगत.

पेशव्यांच्या दैनंदिनीला लिहिलेल्या प्रस्तावनेत न्या. रानडे म्हणतात, 'सतराव्या शतकाच्या पूर्वार्धात वांशिक व जातीय मत्सर महाराष्ट्रात नव्हता; परंतु अठराव्या शतकाच्या उत्तरार्धात ब्राह्मण स्वत:ला राज्यकर्ती जात मानू लागल्यामुळे कायद्याप्रमाणे होणारी शिक्षा आपल्या जातीला कमीत कमी व्हावी व आपल्याला विशिष्ट अधिकार असावेत असे ते मानीत. ह्यामुळे नीतिभ्रष्टता निर्माण झाली. शिवाजीमहाराजांच्या राज्यपद्धतीत अशा गोष्टी नव्हत्या. सर्वांना समान न्याय आणि सर्व वर्गांचे रक्षण करणे हे जे राज्याचे मुख्य तत्त्व, त्याला दुसऱ्या बाजीरावाच्या हाती राज्य गेल्यावर हरताळ फासण्यात आला; पण न्या. रानडे यांच्या मताचा स्वीकार लो. टिळक यांनी केला नाही असे दिसते.

१८९५ पूर्वी राष्ट्रीय कॉंग्रेस पक्षात दोन प्रवाह होते. दादाभाई नौरोजी, बद्रुद्दीन तय्यबजी, सुरेन्द्रनाथ बॅनर्जी इत्यादींचे म्हणणे होते की, सामाजिक सुधारणा हव्यात, पण त्यांची चर्चा राष्ट्रीय कॉंग्रेसच्या व्यासपीठावर होणे योग्य नव्हे, पण डब्ल्यू सी. बॅनर्जी यांचे म्हणणे होते की, सामाजिक सुधारणांची गरज नाही. लो. टिळक पक्षीयांनी कॉंग्रेसचे अध्यक्ष श्री. सुरेन्द्रनाथ बॅनर्जी यांना पत्र दिलेच व लो. टिळक पक्षीयांचा सामाजिक परिषद कॉंग्रेसच्या मंडपात भरवण्याला विरोधविचार

घेऊन श्री. बॅनर्जी यांनी न्या. रानडे यांना लिहिले की, सामाजिक परिषद काँग्रेसच्या मंडपात भरवण्याबाबत आपण आग्रह धरला, तर काँग्रेस पक्षात फूट पडण्याचे भय आहे. टिळक पक्षीयांची मागणी अवाजवी आहे; पण अनिष्ट परिणाम टाळण्यासाठी अवाजवी मागणी तडजोड म्हणून मान्य करावी लागते.

१९१७ पर्यंत वलंगकर, शिवराम जानबा कांबळे, महर्षी शिंदे, राजर्षी शाहू व म. फुले यांची सत्यशोधक चळवळ इत्यादींच्या प्रभावामुळे अस्पृश्यता निवारण, जातीनिर्मूलन इत्यादी व्यापक सामाजिक समस्यांबाबत लोकमत जागे होऊ लागल्याच्या खुणा सर्वत्र दिसू लागल्या. अनार्य दोष परिहार मंडळी, सत्यशोधक चळवळ, सोमवंशीय हितचिंतक मित्र समाज, सामाजिक परिषद इत्यादी संस्थांच्या कार्याला गती आली. महर्षी शिंदे यांच्या डिप्रेस्ड क्लास मिशन संस्थेने अस्पृश्यता निवारण कार्याला गतिमान केले. डॉ. भांडारकर यांच्या अध्यक्षतेखाली पुणे येथे अस्पृश्यता निवारण परिषद झाली. या सर्व घटनांचा परिणाम म्हणजे कलकत्त्याच्या काँग्रेस अधिवेशनात अस्पृश्यता निवारणासंबंधीचा ठराव आला. त्यात म्हटले आहे की, परंपरागत रूढींमुळे पददलित समाजाला जे दुःख भोगावे लागते ते दूर करून त्यांना न्याय देण्याची गरज आहे. अस्पृश्यांना आपले प्रतिनिधी निवडून विधिमंडळात पाठवण्याची तरतूद ब्रिटिशांनी करावी, असे आवाहनही केले होते. एका ठरावात सवर्ण हिंदूंनी अस्पृश्यतेचा कलंक नाहीसा करण्यासाठी पुढे यावे, अशीही इच्छा व्यक्त केली होती.

११-११-१९१७ रोजी सर नारायण चंदावरकर यांच्या अध्यक्षतेखाली भरलेल्या सभेत डॉ. आंबेडकरांचे हार्दिक अभिनंदन करण्यात आले. अस्पृश्यांसाठी राजकीय हक्क मागण्यात आले. या सभेला डॉ. आंबेडकर उपस्थित राहू शकले नाहीत. २३-३-१९१८ ला दुसरी सभा पुन्हा सर चंदावरकर यांच्या पुढाकाराने भरलेली होती. २३ व २४ मार्च रोजी मुंबईत भरलेल्या या परिषदेचे अध्यक्ष श्री. सयाजीराव गायकवाड हे होते. ते आपल्या भाषणात म्हणाले, 'अस्पृश्यवर्गाचा किंवा अतिशूद्रांचा सामाजिक दर्जा वाढवण्याचा व त्यांची स्थिती सुधारण्याचा प्रश्न बिकट असून तो सोडवण्यास मनाचा विकास, जोरदारपणा व धैर्य यांची जरुरी असते.' अध्यक्षांच्या भाषणानंतर खालील आशयाचे ठराव पास झाले.

१) अस्पृश्यता निवारण्यासाठी पुढाऱ्यांच्या सह्यांचा एक जाहीरनामा काढावा.
२) हिंदू धर्माच्या आचार्यपीठांनी अस्पृश्यता नष्ट करण्यासंबंधी आज्ञापत्रके काढावीत.
३) अस्पृश्यांची आर्थिक स्थिती सुधारण्यासाठी विविध उपाय योजावेत.
४) जी संस्थाने आहेत, तेथे अस्पृश्यता निवारणाचा प्रयत्न करावा व अस्पृश्यांच्या

उन्नतीसाठी संस्थानिकांनी प्रयत्न करावेत.

या ठरावांच्या मागे अस्पृश्यतेचे उच्चाटन झाले पाहिजे, असा प्रयत्न करणाऱ्या महर्षी शिंदे इत्यादी मंडळींनी केलेले कार्य होते. शिवाय ॲनी बेझंट यांच्या अध्यक्षतेखाली १९१७ मध्ये भरलेल्या कलकत्त्याच्या राष्ट्रीय काँग्रेसच्या अधिवेशनात ठराव मंजूर झाला होता. जी. ए. नरेशन यांनी मांडलेल्या व भुलाभाई देसाई यांनी मांडलेल्या ठरावात म्हटले होते की, 'This congress urges upon the people of India the necessity, justice and rightousness of removing all disabilities imposed by custom upon the depressed classes.' एक काळ असा होता की, लो. टिळकांच्या अनुयायांनी सामाजिक प्रश्नांचा खल जर काँग्रेस मंडपात सामाजिक परिषद भरवून झाला, तर मंडप उद्ध्वस्त करण्याची धमकी दिली होती. त्यावेळी अस्पृश्यांनी काँग्रेसविरुद्ध निदर्शनेही केली होती. ह्या जागृतीचा दबाव वाढत चालल्यामुळे काँग्रेसला ध्येयधोरणात, निदान कागदावर तरी ठराव करून, लोकमताचा आदर ठेवावा लागला असावा.

याच परिषदेत एक ऐतिहासिक घटना घडली आणि ती म्हणजे लो. टिळकांचे अस्पृश्यतेविरुद्ध झालेले भाषण ही होय. टिळकांच्या भाषणाचा इंग्रजी वृत्तान्त 'हिंदू मिशनरी' या पत्रात ८ व १५ एप्रिल, १९१८ च्या अंकात आला होता, असा निर्वाळा श्री. चां. भ. खैरमोडे यांनी दिला आहे. (चरित्र खंड १, पृ. २४७-२४८) या भाषणाचा सविस्तर वृत्तान्त 'संदेश' पत्रात (३१ मे १९१८) आलेला आहे असे श्री. खैरमोडे यांनी नमूद केले आहे. लो. टिळक म्हणाले, 'अस्पृश्यवर्गाचा प्रश्न हा अत्यंत महत्त्वाचा असून, त्याचा राजकीयदृष्ट्या किंवा सामाजिकदृष्ट्या शक्य तितक्या लवकर निकाल लावला पाहिजे व तो लावण्यासारखा आहे. अस्पृश्यवर्ग म्हणजे काय? याला काही शास्त्रीय आधार आहे काय? याला शास्त्रीय आधार काही नाही... रोटी बेटी व्यवहार व्हावा की नाही, श्रद्धांचा प्रश्न कसा सोडवावा, हे दूरचे प्रश्न आहेत. या प्रश्नांबरोबर अस्पृश्यतेचा प्रश्न गुरफटून तो जास्त बिकट करण्याची माझी इच्छा नाही. तरी सभासमाजात हिंडताना हा अस्पृश्यत्वाचा प्रश्न आड येता कामा नये. काँग्रेसमध्ये अस्पृश्यवर्गांचे प्रतिनिधी घेऊ नयेत, असा काही नियम नाही. हा रस्ता आजही खुला आहे... जी अस्पृश्यता मेल्यावर राहत नाही, जी अस्पृश्यता परमेश्वराच्या घरी जाताना आड येत नाही, ती अस्पृश्यता आपण आपल्या समाजात वावरू देणे म्हणजे परमेश्वराच्या गृही पाप करण्यासारखे आहे... (अस्पृश्यतेचा) प्रश्न मी जरी हातात घेतलेला नसला तरी त्याला माझी पूर्ण सहानुभूती आहे. मी जो मुख्य प्रश्न हाती घेतला आहे तो सुटला म्हणजे माझ्या जन्माचे सार्थक झाले.' लो. टिळकांचे हे भाषण तेथे उपस्थित असलेल्या जनतेला

आवडले यात शंकाच नाही; कारण या सामाजिक प्रश्नांबाबत पुनरुज्जीवनवादी व अपरिवर्तनवादी असलेले लो. टिळक एक वेगळी भूमिका घेऊन या परिषदेत बोलले होते.

'ज्ञानप्रकाश'कारांनी आपल्या अग्रलेखात म्हटले आहे, 'आपण या चळवळीच्या विरुद्ध केव्हाही नव्हतो व आपली तिला पूर्ण सहानुभूती आहे अशा आशयाचे उद्‌गार रा. टिळक यांनी सदर ठरावावर भाषण करताना काढले असल्याचे प्रसिद्ध झाले आहे. रा. टिळक हे सुधारणाविरोधी आहेत व त्यांना अस्पृश्यांच्या उन्नतीबद्दल सहानुभूती नव्हती. अर्थात, ती निष्कारणच नव्हती अशी समजूत सामान्य जनतेत पसरलेली होती. तिचे निराकारण स्पष्ट भाषेत केल्याबद्दल त्यांचे अभिनंदन केले पाहिजे. ना. खापर्डे यांनीही या परिषदेत एक ठराव सुचवून त्यात अंत्यज वर्गाच्या उन्नतीसाठी अनुकूल असे भाषण केले. काही वर्षांपूर्वी या वर्गाच्या उन्नतीविरुद्ध उद्‌गार ना. खापर्डे यांनी काढल्याचे स्मरत असेल. त्यांना ना. खापर्डे यांनी या वेळी आपली चूक दुरुस्त केल्याचे पाहून समाधान वाटेल यात शंका नाही. रा. टिळक व ना. खापर्डे यांच्या या नुकत्याच बदललेल्या दृष्टिकोनाचा परिणाम त्यांच्या अनुयायांवर होऊन अंत्यजोन्नती कार्यात त्यांच्याकडून विरोध न होता मदत होवो अशी आम्ही आशा बाळगतो.' मात्र, लो. टिळकांनी अस्पृश्यता निवारणाविषयक ठरावाला पाठिंबा दिला या घटनेचे 'केसरी'त ते वृत्त आलेले नाही. 'सुबोध पत्रिके'ने ३१-३-१९१८ च्या स्फुटात ही गोष्ट उघडकीस आणलेली दिसते. सुबोध पत्रिकेच्या स्फुटात लिहिले आहे. 'रा. रा. टिळकांच्या ह्या स्पष्टोक्तीबद्दल आम्ही त्यांचे आभार मानतो. ते मोठे कर्मठ आहेत अशी कित्येक लोकांची समजूत आहे व ती कायम राखण्यासाठी त्यांच्या ह्या भाषणाचा एका शब्दानेही गेल्या 'केसरी'च्या अंकात उल्लेख झालेला नाही... रा. रा. टिळकांनी फार सावधगिरीने व स्पष्ट मर्यादा घालून आपली सहानुभूती दाखवली. ना. खापर्डे ह्यास मागच्या विरोधाबद्दल उपरती होऊन त्यांनी चातुर्वर्ण्य व रोटी-बेटी व्यवहार ह्यांचा काही संबंध नाही, असे विलक्षण धाडसाचे उद्‌गार काढले. काही असो, ह्या दोन्ही पुढाऱ्यांनी जी सहानुभूती दाखवली तिचा त्यांच्या अनुयायांवर इष्ट परिणाम होईल अशी आशा आहे.'

खरी वस्तुस्थिती अशी होती की, टिळकांचे अनुयायी अस्पृश्यताविरोधी भूमिका घेऊ शकत नव्हते. त्यांनी या परिषदेसंबंधी श्रीमद् शंकराचार्य, करवीरपीठ यांचे एक पत्रक तेवढे आवर्जून 'केसरी'त दिलेले आहे. या पत्रकात श्रीमद् शंकराचार्य म्हणतात, 'आपल्या कार्याविषयी माझी सहानुभूती आहे हे सांगावयास नकोच. तथापि, आपल्या कार्याच्या औत्सुक्यभरात तुम्ही प्राचीन शास्त्राज्ञेचा अव्हेर किंवा विपर्यास करू नका, असे सांगणे मला प्राप्त आहे. शास्त्रातील आज्ञा काही काही

अत्यंत महत्त्वाच्या असतात व काही किरकोळ असतात. त्यातून पहिल्या प्रकारच्या शास्त्राज्ञांचा केव्हाही तिरस्कार करून चालावयाचे नाही. शुद्धाशुद्धतेविषयी व स्पृश्यास्पृश्यतेविषयी काही नियम महत्त्वाचे असून, धार्मिक वृत्तीने राहणाऱ्यास ते अनुल्लंघनीय आहेत. हे नियम केवळ त्या त्या व्यक्तीच्या हितासाठीच नव्हे, तर सर्व समाजाच्या कल्याणासाठी पाळावयाचे असतात.' शास्त्राज्ञांना झुगारून न देता जे काय करावयाचे ते हितकर करू, अशी करवीरपीठाच्या शंकराचार्यांची भूमिका आहे, शास्त्राज्ञा विषमतेला पोषक आहे आणि म्हणून ती मोडली पाहिजे, अशी समतावादी भूमिका लो. टिळकांच्या अनुयायांना घेणे कठीणच होते.

लो. टिळक ह्यांच्या आठवणी व आख्यायिका खंड, २ मध्ये महर्षी विठ्ठल रामजी शिंदे यांनी लो. टिळक यांच्याविषयी आठवणी सांगितल्या आहेत. लो. टिळक यांनी जाहीरनाम्यावर सही केली नाही. फक्त अस्पृश्यता निवारणाबाबत सहानुभूती दाखवली, असा उल्लेख रा. शिंदे यांनी केला आहे. १-१२-१९१९ रोजी टिळक विलायतेहून परत पुण्यास आले. पुण्याच्या नागरिकांतर्फे मानपत्र देण्याच्या कल्पनेला विरोध झाला, 'पुण्याच्या नागरिकांस जाहीर विनंती' ह्या मथळ्याखाली निघालेल्या पत्रकाखाली १२५ नागरिकांच्या सह्या होत्या. कर्मवीर शिंदे ह्यांनी आपली सही करताना हस्तपत्रिकेत मत मांडले की, सामाजिक बाबतीत रा. टिळकांचे धोरण समतेच्या व स्वयंनिर्णयाच्या जाचास विघातक असल्यामुळे त्यांना पुण्याच्या सर्व नागरिकांतर्फे मानपत्र देणे योग्य नाही.' (पहा धर्म, जीवन व तत्त्वज्ञान : वि. रा. शिंदे, पृ. ५४१)

वस्तुत: जाहीरनाम्यावर सही करणाऱ्या पुढाऱ्याने वैयक्तिक दैनंदिन जीवनात अस्पृश्यता पाळणार नाही, अशी प्रतिज्ञा करावयाची होती आणि हेच लो. टिळकांना अडचणीचे वाटत होते. जी गोष्ट आपण करू शकत नाही ती गोष्ट मी करीन, असे बांधून घेणे लो. टिळकांना प्रशस्त वाटले नव्हते. रँग्लर परांजपे यांना वाटत होते की, भारतातील मजूर आणि दलित समाज ह्यांच्या हक्कांसंबंधी तुमचे कोणते धोरण राहील, असे आपणास इंग्लंडमधील मजूर पुढारी विचारतील, हे लो. टिळकांना माहीत होते म्हणून त्यांनी हे भाषण केले. ब्रिटिश मजूर नेते कर्नल वेजवूड ह्यांनी टिळकांना तसा प्रश्न विचारला हेही खरे होते. (पहा : लो. टिळक : राजर्षी शाहू महाराज, धनंजय कीर पृ. ३५.) सामाजिक प्रश्नाबाबत लो. टिळक तटस्थ किंवा उदासीन न राहता विरोधी भूमिका घेत होते हे अनेक प्रमाणांनी सिद्ध होते. 'राजकीय स्वातंत्र्य' या प्रश्नाला त्यांच्या लेखी अग्रहक्क होता. 'हिंदू मिशनरी' पत्राने मार्मिक अभिप्राय व्यक्त केला आहे की, 'राजकारणामुळे ते लोकमान्य झाले आहेत. समाजकारण किंवा धर्मकारण लोकमान्यता देत नाही.' (७ जाने. १९१८) जे

सामाजिक परिवर्तनासाठी आपले आयुष्य झोकून देतात त्यांच्या वाट्याला ज्यांचे हितसंबंध दुखावले जातात त्यांचे शिव्याशापच येतात. डॉ. आंबेडकरांनी दलित मुक्तीचा लढा उभा केला त्याचा पाया मनुष्यत्वाची प्रतिष्ठा हे सर्वश्रेष्ठ मूल्य आहे या विचारात होता. म्हणून तर 'एक माणूस - एक मत' या लोकशाहीच्या चुकीच्या कल्पनेऐवजी त्यांनी 'एक माणूस - एक मूल्य' या विचाराचा आग्रह धरला.

लो. टिळक स्वातंत्र्यासाठी आयुष्यभर झुंजले. स्वदेशी, बहिष्कार आणि राष्ट्रीय शिक्षण ही तीन स्वराज्य संपादनाची साधने आहेत असे सांगितले आणि मवाळ काँग्रेसला जहाल केले. पण लो. टिळकांनी भारतीय समाजातील विषमतेविरुद्ध आपली भूमिका मांडली नाही. जातिव्यवस्था व वर्णव्यवस्था या समाजाच्या चिरफाळ्या उडवीत आहेत आणि विघटित समाज राजकीय लढा यशस्वी करू शकणार नाही, हे त्यांच्या लक्षात आलेले दिसत नाही. औद्योगिक परिषदेसमोर १८९२ मध्ये त्यांनी वाचलेल्या निबंधात म्हटले आहे, 'आनुवंशिक धंद्यांची जोपासना करण्यासाठी आणि एकमेकाला साहाय्यक आणि सहकार्य करण्याच्या हेतूने जातिभेद ही संस्था आर्यवंशामध्ये ऐहिक आणि सामाजिक संघटनेसाठी प्रस्थापित झालेली आहे असे आपण मानले पाहिजे.' भारतीय असंतोषाचे जनक अशी सार्थ पदवी मिळवणारे लो. टिळक भारतीय समाजातील विषमतेची, रूढीग्रस्ततेची पाळेमुळे खणून काढण्याच्या उद्योगाला कधी लागलेले दिसत नाहीत. कर्तृत्व, त्याग, सेवा, व्यासंग, चारित्र्य, राष्ट्रभक्ती, निर्भयता ह्यांचे स्फूर्तिस्थान म्हणजे लो. टिळक! पण हेच लो. टिळक स्वातंत्र्य मिळाल्यानंतर या देशाची व्यवस्था सामाजिक व आर्थिक विषमतेवर उभी करण्याऐवजी ती व्यवस्था समतेच्या पायावर उभी केली पाहिजे, अशी विचारप्रणाली मांडू शकले नाहीत.

लो. टिळक यांचे समकालीन असलेले राजर्षी शाहू नाशिक येथे उदोजी मराठा विद्या वसतिगृहाच्या कोनशिला समारंभाच्या वेळी म्हणाले, 'जातिभेद असू द्या, पण जातिद्वेष मात्र नको, असे म्हणणारे पुष्कळ आहेत. हे मत प्रामाणिकपणाचे असल्यास त्यांच्या अज्ञानाची कीव केली पाहिजे; कारण जातिभेदाचे कार्य जातीद्वेष आहे. तेव्हा कार्य नाहीसे करायचे तर कारणही काढून टाकले पाहिजे. या जातिद्वेषाची उचलबांगडी करावयाची असेल, तर जातिभेदच मोडला पाहिजे. जातिभेद मोडून आपण एक होऊ या.' जाती, जातिश्रेष्ठता, जातिद्वेष समाजाच्या एकात्मतेला बाधा आणतात. हे फुले-शाहू-आंबेडकर यांनी आग्रहाने सांगितले. हा विचारप्रवाह एका बाजूला आणि दुसरा 'जाती राहाव्यात' असा प्रवाह. पण दुसरा प्रवाह प्रभावी ठरला. लो. टिळकांसारख्या तडफदार नेत्यांनी स्वातंत्र्यासाठी एकात्मवृत्तीने जनता लढ्याला सिद्ध व्हावी म्हणून जातिविरहित समाजव्यवस्था निर्माण करण्याचे प्रयत्न करायला

हवे होते; पण लोकोत्तर राजकारणी लो. टिळकांना जातिविरहित समाजव्यवस्थेची गरज मान्य नव्हती. इंग्रजांची सत्ता जाऊन त्याऐवजी उच्चवर्णीयांच्या हाती सत्ता जाणे असा स्वातंत्र्याचा अर्थ नव्हता. भारतीय समाज अनेक सामाजिक स्तरांत विभागलेला आहे. स्वातंत्र्यामुळे आजवर वंचित राहिलेले, उपेक्षित राहिलेले सामाजिक स्तर सत्तेत वाटा मागणे अटळ होते.

लो. टिळक अथणी येथे भाषण करताना ओघात म्हणाले, 'तेली, तांबोळी, शेतकरी यांना कौन्सिलमध्ये जाऊन काय नांगर हाकायचे आहते की तागडी धरायची आहे?' या विधानामुळे खूप खळबळ माजली. असे म्हणणे गैरच होते. लोकशाही राज्यव्यवस्थेत प्रत्येक वर्गाला प्रतिनिधित्व मिळणे क्रमप्राप्त होते. लो. टिळकांसारखा लोकोत्तर लोकाग्रणी जनमनावर प्रभाव गाजवू शकत होता. त्यांनी सामाजिक परिवर्तनासाठी चालू झालेल्या लढ्याचेही नेतृत्व केले असते, तर या देशाचे चित्र पालटले असते. राजकीय सत्ता, अर्थसत्ता, धर्म, जाती ही शोषणाची हत्यारे आहेत. ती ज्यांच्या हातात आहेत त्यांना स्वातंत्र्याचे सर्व लाभ मिळणार होते. फुले-शाहू-आंबेडकर-लोकहितवादी-आगरकर-न्या. रानडे ही एक परिवर्तनवादी विचारधारा आहे. जात चिकटलेला माणूस मुक्त होणे ही स्वातंत्र्यासाठी पहिली गरज आहे. या संदर्भात डॉ. राधाकृष्णन् यांचे उद्‌गार अर्थपूर्ण आहेत. ते म्हणाले, 'Caste has ceased to be a Social evil but has become a Political and Administrative evil' वस्तुत: जात हे अद्यापही (Social evil) सामाजिक दुष्कृत्यच आहे; म्हणून तर मानवी स्वातंत्र्याच्या लढ्याचा एक भाग म्हणजे जातिव्यवस्था व वर्णव्यवस्थेविरुद्धचा लढा होय हे लक्षात घेतले पाहिजे.

लो. टिळक यांच्या राजकीय क्षेत्रातील देदीप्यमान कारकीर्दीचा अस्त झाला तेव्हा डॉ. आंबेडकरांचे दलितांचे नेतृत्व मान्य झाले होते. माणगावच्या परिषदेत राजर्षी शाहू म्हणाले होते की,'तुमचे खरे पुढारी डॉ. आंबेडकर आहेत. माझी खात्री आहे की, ते तुमचा उद्धार केल्याशिवाय राहणार नाहीत. इतकेच नव्हे तर ते सर्व हिंदुस्थानचे पुढारी होतील, अशी माझी मनोदेवता मला सांगत आहे.' श्रीशाहू महाराजांची भविष्यवाणी खरी ठरली. सामाजिक व आर्थिक विषमतेविरुद्ध असंतोषाची बीजे पेरण्याचे काम डॉ. आंबेडकरांनी केले.

लो. टिळकांचे चिरंजीव श्रीधरपंत टिळक डॉ. आंबेडकरांचे जिवलग मित्र होते. त्यांनी २५ मे, १९२८ रोजी आत्महत्या केली. पुण्याच्या कलेक्टरांना आत्महत्येपूर्वी पाठविलेल्या पत्राची एक प्रत त्यांनी डॉ. आंबेडकरांना पाठवली होती. त्यात त्यांचे एक वाक्य अतिशय बोलके आहे. त्यांनी लिहिले आहे की, I hope to be reborn in some poor unknown peasant but to complete the mission of Tilak 'श्रीधरपंतांना वाटत होते की चातुर्वर्ण्याधिष्ठित समाज नष्ट झाला पाहिजे.' 'दीनमित्रा'त (९-११-१९२७) ते लिहितात, 'भिक्षुकवर्ग हा चातुर्वर्ण्य समाजव्यवस्थेच्या डोलाऱ्याखाली सुरुंग लावण्यास कदापिही तयार होणार नाही. ते काम ब्राह्मणेतर चळवळीचे आहे. ते त्यांनी शिताफीने व धिटाईने पार पाडले पाहिजे.' श्रीधरपंत टिळकांचे विचार अगदी वेगळे होते. त्यांना जातिव्यवस्था व वर्णव्यवस्था मोडून एकात्म समाजव्यवस्था निर्माण व्हावी, असे प्रामाणिकपणे वाटत होते. फुले शतसांवत्सरिक उत्सवात ते भाषण करताना म्हणाले, 'मी सत्यसमाजिस्ट नसलो तरी मी एक सत्यशोधक आहे. प्रत्येक बाबतीत सारासार विचार करून वर्तन ठेवणारी व्यक्ती सत्यशोधक आहे. एवढेच नव्हे तर प्रत्येक व्यक्ती सत्यशोधक बनणे राष्ट्रहिताचे आहे.' श्रीधरपंतांच्या विचारांची दिशा डॉ. बाबासाहेब आंबेडकरांना आपल्याच विचारांशी मिळतीजुळती आहे असे वाटल्यामुळे त्यांच्यात मित्रत्व निर्माण झाले. 'मूकनायक' पत्राची जाहिरात छापायला लो. टिळकांच्या 'केसरी' ने नकार दिल्याचे शल्य डॉ. आंबेडकरांच्या मनात होते. पण डॉ. आंबेडकरांनी विचारांचा पराभव विचारांनीच करावयाचा ही भूमिका घेतली. 'स्वराज्य हा माझा जन्मसिद्ध हक्क आहे.' असे टिळकांनी म्हटले तर डॉ. आंबेडकरांनी म्हटले की, 'समताधिष्ठित समाजात माणूस म्हणून जगण्याचा प्रत्येकाचा हक्क आहे.' लो. टिळक आणि डॉ. आंबेडकर हे दोघेही महापुरुष, पण त्यांच्या वाटा वेगळ्या होत्या.

❑❑❑

म. गांधी, बॅ. जीना आणि डॉ. बाबासाहेब आंबेडकर हे तिघेही बॅरिस्टर भारतीय राजकीय क्षितिजावरील देदीप्यमान तारे होते. गांधी हे हिंदूंचे नेते, जीना मुस्लिमांचे तर बाबासाहेब पूर्वास्पृश्यांचे नेते. तिघेही कुशाग्र बुद्धीचे, धीरोदत्त आणि राजकारणी होते. गांधींनी समाजकारण केले ते मर्यादित अर्थाने. मात्र, धार्मिकतेचा आधार घेत त्यांनी राजकारण केले. जीनांनी कधीही सामाजिक सुधारणावाद स्वीकारला नाही. त्याची त्यांना गरजही वाटली नाही. मात्र, भारतीय स्वातंत्र्यासाठी त्यांनी ब्रिटिशांशी झुंज दिली. आमरण उपोषण हाच गांधींचा जिव्हाळ्याचा विषय होता. डॉ. बाबासाहेबांनी समाजपरिवर्तनाचा आयुष्यभर ध्यास घेतला. समाजव्यवस्थेने नाकारलेल्या समाज आणि व्यक्तींना त्यांनी आत्ममूल्य देण्यासाठी संघर्षशील लढे दिले. राजकीय स्वराज्य त्यांनी कधीच नाकारले नाही. मात्र, भारतातील सामाजिक आणि सांस्कृतिक स्वराज्य त्याहीपेक्षा खडतर आहे, ह्याची त्यांनी वारंवार जाणीव

७. बाबासाहेब आंबेडकर, म. गांधी आणि बॅ. जीना

गंगाधर पानतावणे

करून दिली. ह्यासाठी त्यांनी विचार आणि युद्ध अटळ मानले. सामाजिक क्रांती हा त्यांचा ध्यास होता. राजकीय क्रांतीला त्यांनी कधीही विरोध केला नाही. गांधी आणि जीनांनी भारतीय राजकारणाचा उपयोग स्वत:साठी केला. गांधी महात्मा झाले, जीना पाकिस्तानचे निर्माते. बाबासाहेबांनी मात्र कधीही 'दलितस्तान' चा विचार मांडला नाही. ते सांसदीय नि सामाजिक लोकशाहीचे कडवे पुरस्कर्ते होते. गांधीजवळ काँग्रेस हा राजकीय पक्ष होता, तर जीनांजवळ मुस्लिम लीग. बाबासाहेबांनी 'ऑल इंडिया शेड्युल्ड कास्ट'च्या माध्यमातून राजकीय लढे उभारले. गांधी आणि आंबेडकर हे दोघेही भारतीय राष्ट्रवादाचे कडवे पुरस्कर्ते, तर जीना प्रारंभी राष्ट्रवादी आणि नंतर विभाजनवादी. हिंदू-मुस्लिम एकतेचा विचार जीनांनी प्रारंभी केला. पण नंतर ते कडवे मुस्लीमवादी झाले. डॉ. रफीक झकारिया म्हणतात,

"The Quaid - i - Azam claimed that he had at least freed the

Muslims from Hindu domination, he boasted that he had given them a state of their own." (The man who divided India : Rafiq Zakaria, P. 238)

न्या. रानडे यांच्या १०१ व्या जन्मदिनाच्या निमित्ताने पुण्याच्या डेक्कन सभेने डॉ. बाबासाहेब आंबेडकरांना व्याख्यानासाठी निमंत्रित केले होते. १८ जानेवारी, १९४० रोजी व्याख्यान देताना त्यांनी रानड्यांचे महत्त्व विशद केले. समाज, अर्थ आणि राजकारण या संदर्भातील त्यांच्या विचारांचा परामर्शही त्यांनी घेतला. पण त्यावेळच्या विद्यमान राजकारणाचा परामर्श घेताना त्यांनी म. गांधी आणि बॅ. जीना ह्यांच्या राजकीय भूमिका आणि विचारांचा मागोवा घेऊन आपली परखड मते मांडली. त्यामुळे त्यांच्यावर पत्रांनी आणि राजकारण्यांनी टीकेचा भडिमार केला. 'रानडे, गांधी आणि जीना' या पुस्तकाच्या प्रस्तावनेत ते स्पष्टपणे म्हणतात की,

"I am condemned because I criticized Mr. Gandhi and Mr. Jinah for the mess they have made of Indian politics, and that in doing so I am alleged to have shown towards them hatred and disrespect... I am no worshipper of idols. I believe in breaking them. I insist that if I hate Mr. Gandhi and Mr. Jinnah - I dislike them, I do not hate them, because I love India more. That is the true faith of a nationalist."

(Ranade, Gandhi and Jinnah : Dr. B. R. Ambedkar, Dr. B. A. writings and speeches Vol. I. P. 208 - 209)

'आपण गांधी किंवा जीनांचा द्वेष करीत नाही परंतु त्यांनी भारतीय राजकारणाचा भटारखाना केला म्हणून ते मला आवडत नाहीत, कारण मी मूर्तिभंजक आहे. मी व्यक्तिपेक्षा देशावर अधिक प्रेम करतो' हे बाबासाहेबांचे प्रतिपादन तत्कालीन विचारप्रवाह आणि राजकीय दिशा यावर प्रकाश टाकते.

काँग्रेस व म. गांधी यांचा अस्पृश्यतेच्या प्रश्नांशी १९१७ सालापासून संबंध होता, असे अभ्यासक नेहमीच प्रतिपादन करतात. परंतु त्यांनी अस्पृश्यांसाठी नेमके काय केले, यासंबंधी साधार चिकित्सा व प्रतिपादन केले जात नाही. गांधींची प्रतिमा ते अस्पृश्यांचे हितकर्ते आणि मुक्तिदाते अशी निर्माण केली गेली आहे. वायकोमच्या सत्याग्रहाच्या वेळी त्यांनी अस्पृश्यांना मंदिरप्रवेश अशी घोषणा केली होती; पण त्यासाठी त्यांनी कधीही आंदोलन उभारले नाही. उलट अस्पृश्यांच्या राजकीय हक्कांना त्यांनी विरोध केला ही इतिहाससाक्ष आहे. गांधी स्वतःला

निष्ठावंत हिंदू म्हणवून घेत असत. ही प्रांजलता अनुपम होती. परंतु वर्णव्यवस्थेला त्यांनी कधीच विरोध केला नाही. मात्र, त्यांनी अस्पृश्यता कधीच स्वीकृत केली नाही. त्यांना ती अमान्य होती. त्यांना भारतीय विवाहसंस्था मान्य होती, पण आंतरजातीय विवाहाचा त्यांनी कधीच पुरस्कार केला नाही. वैवाहिक जीवनातील 'ब्रह्मचर्य' त्यांना मान्य होते. मानवी समाजाचा इतिहासक्रम आणि विज्ञान याकडे त्यांचे दुर्लक्ष होते. म्हणूनच पारंपरिक ग्रामव्यवस्थेचा त्यांना लळा होता. 'खेड्याकडे चला' ही त्यांची घोषणा जीर्ण जीवनमूल्यांचा पुरस्कारच करणारी होती. आधुनिकता आणि विज्ञाननिष्ठा यांचे पाईक असलेले बाबासाहेब आंबेडकर 'खेडी सोडा' का म्हणत होते हे या पार्श्वभूमीवर सहजच लक्षात येते. गांधीजी म्हणत, 'अस्पृश्यता हा हिंदू धर्मावरचा कलंक आहे तर बाबासाहेब म्हणत, 'अस्पृश्यता हा आमच्या देहावरचा कलंक आहे आणि तो आम्हालाच धुऊन काढावा लागेल.' व्यक्तीने आणि समाजाने आपल्या गरजा कमी कमी करीत जावे म्हणजे खेडी आणि भारतीय माणसे सर्वतोपरी स्वयंपूर्ण आणि स्वावलंबी होतील, असा गांधीजींचा आशावाद होता. उद्योग, सामूहिक शेती, तंत्रज्ञान, विज्ञान आणि नवे शिक्षण यामुळे नवा भारत घडेल, यावर बाबासाहेबांचा विश्वास होता.

हिंदुत्ववादाचे दुसरे नाव गांधीवाद किंवा गांधीवादाचे दुसरे नाव हिंदुत्ववाद होय, असे परखडपणे बाबासाहेब आंबेडकरांनी म्हटले आहे. सनातन हिंदुत्ववाद हीच गांधीवादाची प्रकृती आहे. वर्णवाद आणि ग्रंथप्रामाण्य यास मान्यता देणारे वेद, स्मृती आणि शास्त्रे अस्पृश्यांना कोणती मुक्ती देणार? गांधीवाद तर त्यावरच आधारित आहे, असे बाबासाहेबांचे प्रतिपाद्य आहे. म्हणूनच काहीशा उपरोधगर्भतेने बाबासाहेब म्हणतात "The only reaction and a very natural reaction of the Untouchables would be to run away from Gandhism" (What Congress and Gandhi have done to the untouchables? : B. R. Ambedkar, Dr. B. A. writings and speeches, vol. 9, P. 297)

आणि पुढे तर ते म्हणतात की, गांधीवाद अस्पृश्यांना स्वीकारार्ह होऊच शकत नाही. "It cannot make Gandhism acceptable to the Untouchables. The Untouchables will still have ground to say : "Good God! is this man Gandhi our saviour?"

महात्माजी अस्पृश्यांचे मुक्तिदाते होऊ शकत नाही याची दीर्घ चर्चा आणि मीमांसा बाबासाहेबांनी आपल्या ग्रंथातून वेळोवेळी केली. सत्यशोध आणि गांधीजींचे दृष्टिकोन यावर त्यांनी पारदर्शी प्रकाश टाकला आहे, हे निर्विवाद!

गांधी-आंबेडकर संघर्ष हा व्यक्तिगत नव्हता, तर तो तात्त्विक होता.

गांधीजींसारख्या भारतातील अग्रगण्य नेत्याशी संघर्ष ही बाबच भारतीय राजकारणाच्या इतिहासात पुसून न टाकता येण्यासारखी आहे. बाबासाहेबांचा जसा तात्त्विक संघर्ष होता, तसाच बॅ. जीनांशीसुद्धा अनेक मुद्द्यांवर मतभेद होते, हे लक्षात घेतलेच पाहिजे. गांधी-आंबेडकर संघर्ष तीव्रतेने उभा राहिला तो विलायतेतील वर्तुळ परिषदेच्या निमित्ताने आणि हा संघर्ष अटळ होता.

अस्पृश्यांचे प्रश्न जगाच्या वेशीवर टांगण्यासाठी बाबासाहेबांनी विलायतेत जाहीरनामे प्रकाशित केले. बिटिश नेत्यांना प्रश्न समजावून सांगितले. अस्पृश्यांच्या हक्कांच्या प्रश्नावर रान उठविणारे बाबासाहेब आंबेडकर, गांधी आणि काँग्रेस यांच्या टीकेचा विषय झाले नसते तरच नवल! गांधींनी काँग्रेस ही अस्पृश्यांची हितकर्ती संघटना आहे व ती कित्येक वर्षांपासून अस्पृश्यांच्या प्रश्नात रस घेत आहे असे म्हणणे अविश्वसनीय होते. मग अस्पृश्यांच्या मागण्यांना गांधींचा विरोध का होता? शीख, मुस्लिम, अँग्लो-इंडियन्स, यांच्याबरोबरच जातीय निवाड्यांच्या आधारावर 'स्वतंत्र मतदारसंघ' अस्पृश्यांनाही मिळाला, तर गांधीजींनी आगपाखड का केली? विरोध का दर्शविला? अन्य स्वतंत्र मतदारसंघासंबंधी अवाक्षर न बोलता, किंवा विरोध न करता अस्पृश्यांच्याच मतदारसंघाला विरोध करणारे गांधीजी 'अस्पृश्यांचे मुक्तिदाते कसे म्हणावयाचे? अस्पृश्यांना राजकीय संरक्षण देण्याची गरज नाही' असे म्हणणारे गांधीजी आपणच अस्पृश्यांचे नेते आहोत, असा दावा का करीत होते?

गांधीजी वर्तुळ परिषदेतून तात्काळ बाहेर पडले. ते भारताकडे परत जाणारे पहिले भारतीय होते. त्यांनी सरकारविरुद्ध तीव्र प्रतिक्रिया व्यक्त केली ती एक पत्रक काढून. सरकारच्या विरोधी असहकाराचे आंदोलन छेडले जाईल, अशी धमकी देताच त्यांना अटक करण्यात आली. त्यांनी ११ मार्च, १९३२ रोजी तुरुंगातूनच 'सेक्रेटरी ऑफ स्टेट फॉर इंडिया' मि. सर सॅम्युएल होअर यांना पत्र लिहिले. या पत्रात अस्पृश्यांविरुद्धचा रोष गांधीजींनी व्यक्त केला होता. त्यांच्या पत्रातील काही अंश...

"...I had said that I should resist with my life the grant of spearate electorates to the Depressed classes... But I know that separate electorate is neither a penance nor any remedy for the crushing degradation they have groaned under. I therefore respectfully inform His Majesty's government that in the event of their decision creating separate electorate for the Depressed classes, I must fast unto death."

(What Congress and Gandhi have done to the Untouchables?: B. R. Ambedkar, Dr. B. A. Writings and speeches. Vol. 9 P. 77-78)

सर सॅम्युएल होअर किंवा पंतप्रधान जे. रॅमसे मॅकडोनल्ड यांना धमकी देऊनही काही उपयोग झाला नाही. त्यावर येरवडा तुरुंगातून पंतप्रधानांना गांधीजींनी आपला निर्धार, म्हणजे आमरण उपोषणाचा निर्धार पत्रातून कळविला. आणि त्यांचे उपोषण आरंभले. बाबासाहेबांनी त्याबाबत म्हटले होते,"Suffice it is to say that although Mr. Gandhi declared a fast unto death, he did not want to die. He wanted very much to live." (पूर्वोक्त पृ. ८८)

पण खरा प्रश्न होता तो गांधीजींचे प्राण वाचविण्याचा. या साऱ्या प्रकरणात बाबासाहेब आंबेडकर हेच खलनायक असल्याची बतावणी काँग्रेस आणि काँग्रेसच्या नेत्यांनी केली. गंमत म्हणजे ब्रिटिश सरकार आपल्या निर्णयावर ठाम होते. बाबासाहेब तर भारतीय बहिष्कृतांचे एकमेव नेते आहेत हे सिद्ध झाले होते. कदाचित गांधींजींना नको असेल. बाबासाहेबांच्या पुढे प्रश्न उभा राहिला, गांधीजींचे प्राण की अस्पृश्यांचे हक्क. इतिहास असे सांगतो की, बाबासाहेबांना कस्तुरबांचे कुंकू पुसायचे नव्हते. बाबासाहेब म्हणतात. "I responded to the call of humanity and saved the life of Mr. Gandhi by agreeing to alter the communal Award in a manner satisfactory to Mr. Gandhi."(पूर्वोक्त पृ. ८८) आणि यातूनच 'पुणे करार' अस्तित्वात आला. अस्पृश्यांना प्रांतिक कायदे मंडळासाठी एकूण १४८ राखीव जागा देण्याचे निश्चित झाले. हा तोडगा उभयपक्षी मान्य झाला. परंतु निवडणुकात काँग्रेस पक्षातील अस्पृश्यांनाच सर्वाधिक जागा मिळाल्या आणि आंबेडकर पक्षाला फार मोठा पराभव स्वीकारावा लागला. काँग्रेसने दगा दिला होता. पुणे कराराची फलश्रुती बाबासाहेबांना आणि त्यांच्या समाजाला वेदनादायी ठरली. गांधीजींचे प्राण वाचले; पण गांधी व त्यांच्या पक्षाने प्रतारणाच केली.

जीना-गांधी किंवा जीना-आंबेडकर यांतील संघर्षाचे स्वरूप तरी काय आहे? जीना एक कुशाग्र बुद्धीचे वकील होते. पण काँग्रेसचे आकर्षण त्यांना होते. फिरोजशहा मेहतांमुळे जीना काँग्रेसमध्ये आले. दादाभाई नौरोजींचे स्वीय सहायक म्हणून कार्य करण्यात त्यांनी धन्यता मानली. काँग्रेसच्या ध्येयधोरणाचा पुरस्कार करणारे जीना स्पष्टवक्ते होते. राजकीय क्षेत्रात मुसलमानांचा सवतासुभा असता कामा नये या मताचे ते होते. मुस्लिम लीगच्या बांकीपूर येथील ३१ डिसेंबर, १९१२ च्या अधिवेशनात त्यावेळी सभासद नसतानाही जीनांनी स्वराज्याचा विचार मांडला होता. ते आपले ध्येय असले पाहिजे असा निर्वाळा दिला होता, परंतु पुढे मुस्लिम लीगच्या काही नेत्यांनी त्यांना लीगचे सदस्यत्व स्वीकारावे, अशी विनंती

केली आणि विचारांती काँग्रेसनिष्ठ असलेल्या जीनांनी सदस्यत्व स्वीकारले, ते काँग्रेसच्या ध्येयधोरणात कोणतीही बाधा येणार नाही, ह्याची हमी घेऊनच. तो दिवस होता १० ऑक्टोबर, १९१३.

जीना-गांधी संबंध आला तो मोहनदास करमंचद गांधी यांच्या स्वागत समारंभाच्या निमित्ताने. मुंबईतील गुर्जर सभेने बॅ. जीना यांच्या अध्यक्षतेखाली स्वागताचा कार्यक्रम १९१५ च्या आरंभी आयोजित केला होता. वस्तुत: त्यापूर्वीच म्हणजे १९१४ साली लंडनमध्ये जीनांची गांधींशी पहिली भेट झाली होती. गुर्जर सभेच्या स्वागत समारंभात, स्वागताला उत्तर देताना गांधींनी जीनांचा मुसलमान म्हणून उल्लेख केला होता. वस्तुत: असा उल्लेख करण्याचे काही प्रयोजन नव्हते. पण जीनांना ते लागले असावे. कारण त्यांचा धर्म जगजाहीर होता. आणि तसे त्यांनी कधीही लपविले नव्हते. तेव्हा अध्यक्षाचा असा जातिवाचक उल्लेख करणे रास्त होते असे म्हणता येणार नाही. उलट जीनांनी आपल्या भाषणात गांधींची दक्षिण आफ्रिकेतील कार्याचा उल्लेख करून हिंदू-मुस्लिम एकतेची प्रक्रिया राष्ट्राच्या दृष्टीने सतत चालू ठेवण्याची अपेक्षा व्यक्त केली. एवढेच नाही, तर हा संवाद कसा सुरू राहील ही मूलभूत गरज असण्यावर भर दिला. (Jinnah's early politics : Ambassador of Hindu Muslim Unity-Ian Bryant Wells P. 48-49)

गांधी जीनातील ठिणगी उडण्याचा हा सौम्य प्रसंग पुढे परस्पर तणावात निर्माण झाला हा इतिहास विसरता येणार नाही.

मुस्लिमांच्या खिलापत चळवळीला गांधींचा पाठिंबा होता, तर जीनांनी विरोध दर्शविला होता. आणि गंमत म्हणजे अली बंधूंनी गांधींचा पुरस्कार केला होता. ब्रिटिशांशी असहकार या गांधींच्या मागणीलाही मुस्लिमांनी पाठिंबा दर्शविला होता. मात्र, जीना-गांधींच्या असहकारतत्त्वाच्या विरुद्ध होते. कलकत्त्यात १९१९ मध्ये झालेल्या काँग्रेस अधिवेशनातही सर्वसंमती नव्हती. ॲनी बेझंट, बिपिनचंद्र पाल, चित्तरंजन दास यासारख्या ज्येष्ठ नेत्यांचाही असहकार आंदोलनाला विरोध होता. १९२० च्या नागपूरच्या काँग्रेसमध्ये गांधींनी पुन: ठराव आणण्याचा प्रयत्न केला, त्यालाही जीनांनी विरोध केला. जीनांचे म्हणणे असे की, आपली भारतीयांची पुरेशी तयारी असल्याशिवाय कोणतेही पाऊल उचलणे धोकादायक ठरू शकेल; पण गांधीना हे मान्य नव्हते. केवळ जीनांनी सभेत जाहीरपणे गांधींच्या प्रस्तावाचा विरोध करण्याचा प्रयत्न केला, तेव्हा गांधीभक्तांनी जीनांचा निषेध केला. भाषणात अडथळे आणले. जीना, गांधीजींना मिस्टर गांधी संबोधत तसतसे गांधीभक्त 'बापू म्हणा, बापू म्हणा' असा गिल्ला करीत गोंधळ घातला. जीनांनी अधिवेशनास

आपल्या पत्नीला, रतनला आणले होते, त्यावरूनही टीकाटिप्पणी केली गेली. मुस्लिम काँग्रेस नेत्यांनी रतनला सोबत आणल्याबरोबर पाणउतारा केला. गांधींना एकमुखी ठराव असावा असे वाटत होते. केवळ जीना विरोधात गेले म्हणून त्यांचा अपमान झाला. हा अपमान सहन न होऊन ते तातडीने पत्नीला घेऊन मुंबईला परतले.

अनेक प्रसंगी गांधी-जीना मतभेद उफाळत राहिले. आपण निष्ठेने काँग्रेसमध्ये राहिलो, एकसंध राष्ट्राचा विचार केला; पण आपण पराभूत झालो याची खंत जीनांच्या मनात निर्माण झाली. पुढे कोणते निर्णय घ्यायचे याचा त्यांनी गांभीर्याने विचार केला.

मुस्लिम लीगच्या १९२४ च्या लाहोर येथे भरलेल्या मुस्लिम लीग अधिवेशनाचे जीना अध्यक्ष झाले आणि त्यांनी या निमित्ताने मुस्लिमांच्या स्वतंत्र अस्तित्वाचा आणि प्रतिनिधित्वाचा विचार मांडला. जीनांचे नवे रूप देशाला कळू लागले. त्याचा आरंभ खरे तर १९१६ च्या लखनौच्या कराराच्या वेळीच झाला होता. त्यावेळी हिंदुत्वनिष्ठ असूनही लो. टिळकांनी जीनांनी सुचविलेल्या प्रांतिक व मध्यवर्ती विधिमंडळात मुसलमानांच्या अधिक प्रतिनिधित्वासाठी मान्यता दिली. त्याचे कारण देताना लोकमान्य म्हणाले होते की, 'मला स्वराज्य हवे आहे. मग ब्रिटिशांनी सर्व अधिकार मुसलमानांना दिले तरी मला चालतील. तसे अधिकार राजपुतांना किंवा दलितांना दिले तरी माझी हरकत असणार नाही.' (बाळ गंगाधर टिळक, त्र्यं. वि. पर्वते, पृ. ३४८- ३५२) मुस्लिमांच्या अधिक प्रतिनिधित्वाचा आणि सैन्यातही त्यांना विशेष नियुक्त्या हव्यात, अशा जीनांच्या मनातील प्रश्न म्हणजे उद्याच्या पाकिस्तानची पुसट का होईना रूपरेषाच होती.

भविष्यातील भारताच्या संवैधानिक अस्तित्वाची रूपरेषा ठरविण्यासाठी मोतीलाल नेहरू यांच्या अध्यक्षतेखाली कामकाज सुरू झाले. जीनांना वाटले की, भारताच्या भावी घटनेत मुस्लिमांचे स्थान आपल्याला हवे तितके अधिक प्रमाणात राहणार नाही. त्यांनी घटनेत तीन दुरुस्त्या सुचविल्या.

१. मुस्लिमांसाठी विभक्त मतदारसंघ कायम ठेवले जावेत.

२. मुसलमानांसाठी केंद्रीय कायदे मंडळात तेहतीस टक्के जागा राखीव असाव्यात.

३. सर्व क्षेत्रांमधील अधिकार प्रांतांना मिळावेत. परंतु काँग्रेसच्या ज्येष्ठ नेत्यांनी जीनांना प्रतिसाद दिला नाही. त्यामुळे जीना अस्वस्थ झाले. त्यांना आपल्या हतबलतेची जाणीव झाली.

येथे एक बाब लक्षात घेण्यासारखी आहे ती अशी की, मोतीलाल नेहरूप्रणीत

भावी राज्यघटनेत अस्पृश्यांच्या प्रतिनिधित्वाचा विचार दुर्लक्षित होता. काँग्रेसच्या कार्यकारी मंडळाने डिसें. १९२८ मध्ये सर्वपक्षीय परिषद आयोजित केली होती. भावी राज्यघटनेसंबंधी चर्चा व्हावी म्हणून भारतातल्या दलितांच्या प्रतिनिधित्वाशिवाय सर्व पक्षांना निमंत्रण होते. वस्तुत: यापूर्वी डॉ. बाबासाहेब आंबेडकरांनी अस्पृश्यांच्या प्रश्नांसंबंधी सायमन कमिशनला मागण्यांचे निवेदन सादर केले होते. हे माहीत असूनही काँग्रेसने अस्पृश्यांकडे दुर्लक्ष केले होते. मुस्लिमांना महत्त्वाचे प्रतिनिधित्व देणाऱ्या काँग्रेसने अस्पृश्यांच्या तोंडाला पाने पुसली होती. त्याचवेळी बाबासाहेबांनी देशाच्या सुरक्षिततेला धोका होण्याचा विचार व्यक्त केला. नेहरू कमिटीच्या योजनेवर पक्षपातीपणाचा आरोप करून तीवर कडाडून हल्ला केला. (नेहरू कमिटीची योजना व हिंदुस्थानचे भवितव्य : बहिष्कृत भारत, दि. १८ जाने. १९२९)

काँग्रेस आणि काँग्रेसी नेत्यांच्या मुस्लिमांसंबंधीच्या धोरणांचा आणि विचारांचा वेध घेता जीनांनी पराभवाची जाणीव जेव्हा होऊ लागली, तेव्हा त्यांनी हळूहळू आपली वाट बदलण्याचे निश्चित केले. काँग्रेसने अन्य मुस्लिम नेत्यांना महत्त्व देऊन जीनांचे महत्त्व कमी करण्याचा एक प्रकारे प्रयत्नच केला. काँग्रेस आणि मुस्लिम लीग या पक्षांनी एकत्र येऊन काम करायला हवे, अशी सूचना करण्यासाठी जीनांनी गांधीजींची भेट मागितली; पण गांधींनी त्यास प्रतिसाद दिला नाही. पुन:पुन: प्रयत्न करूनही ते शक्य झाले नाही. काँग्रेसकडून किंवा गांधींकडून आपल्याला काही मिळेल असे दिसत नाही, उलट ते हिंदूंसाठीच सारे काही करतात, त्यामुळे मुस्लिम समाजाचे संघटन करणे गरजेचे आहे, असे जीनांनी ठरविले आणि त्यांनी लखनौच्या १५ ऑक्टोबर, १९३७ रोजी झालेल्या मुस्लिम लीगच्या अधिवेशनात प्रत्यक्ष-अप्रत्यक्षपणे काँग्रेसशी युद्ध पुकारले. मं. गांधींना हे आव्हान वाटले आणि दुःखही झाले. तसे त्यांनी जीनांना कळविले आणि जीनांनीही रोखठोकपणे हे युद्ध मला माझ्या समाजासाठी लढावेच लागेल असे उत्तर दिले. हिंदू-मुस्लिम एकतेचा पुनः पुनः विचार मांडणारे जीना मुस्लिमांना त्यांच्या स्वतंत्रतेची, इस्लामची, त्यांच्या स्वतंत्र रीतिरिवाजाची आठवण देऊ लागले. गांधींनी आपल्या राजकारणासाठी जसा हिंदूंच्या धार्मिक भावनांचा वापर केला तसाच जीनांनीही मुस्लिमांच्या धार्मिक भावनांना वारंवार आवाहन केले.

"...He (Jinnah), spared no effort to mobilise the muslims by whatever means available to him. His mantra was "Islam in danger." He asked Muslims to rise to protect their religion, culture and language by rallying under the banner of the league which inevitably meant the acceptance of his supreme leadership."

(The man who divided India : Rafiq Zakaria, P. 74-75)

हे खरेच की, आता जीनांनी काँग्रेसविरुद्ध आक्रमक पवित्रा घेतला होता. काँग्रेस जे जे करील त्याच्या विरोधात उभे राहणे आणि मुस्लिम समाजाची मानसिकता बदलणे हाच त्यांचा एककलमी कार्यक्रम झाला.

ब्रिटिश सरकारने ब्रिटन आणि जर्मनी यामध्ये सुरू झालेल्या युद्धात, भारतीयांचे मत वा संमती घेतल्याशिवायच भारताला गोवले होते. त्याचा परिणाम म्हणून मुंबई कायदे मंडळात युद्धविषयक ठराव मांडला तो काँग्रेसने. त्यावर अनुकूल-प्रतिकूल चर्चा झाली. आणि त्यावेळी असलेल्या काँग्रेस सरकारातील सर्व मंत्र्यांनी राजीनामे दिले. याचा सर्वाधिक आनंद जीनांना झाला. मुस्लिमांना उद्देशून ते म्हणाले, 'अल्लाचे आभार माना, आपली काँग्रेसच्या जाचातून मुक्तता झाली.' आणि त्यांनी २२ डिसेंबर, १९३९ रोजी 'मुक्तिदिन' पाळा असे आवाहन केले. 'मुक्तिदिन काँग्रेसविरोधी आहे, म्हणून तो राजकीय आहे.' असे मत डॉ. बाबासाहेब आंबेडकरांनी व्यक्त केले. वस्तुत: बाबासाहेब हेसुद्धा काँग्रेसच्या विरोधात होते. त्यामुळे त्यांनाही ह्या घटनेचा आनंद झाला असावा. त्यांनी काँग्रेसला इशारा दिला की, 'जर मुक्तिदिन हा हिंदूंवर हल्ला आहे असे हिंदूंनी मानले तर त्याचा अर्थ असा होईल की, काँग्रेस ही हिंदूंची संस्था आहे, असे इतरांनी मानले तर त्याचे जे काय परिणाम होतील त्याविषयी त्यांनी स्वत:लाच दोष द्यावा, हे बरे.' (डॉ. बाबासाहेब आंबेडकर : धनंजय कीर, तिसरी आवृत्ती, पृष्ठ ३४०) मुस्लिम लीगच्या वतीने मुंबईच्या भेंडी बाजारात झालेल्या सभेसाठी जीनांनी डॉ. बाबासाहेब आंबेडकरांना निमंत्रित केले होते आणि ते उपस्थित राहिले. उभयतांनी परस्परांशी हस्तांदोलन केले आणि मुक्तिदिनाच्या निमित्ताने भाषणेही दिली. जीनांचा द्विराष्ट्रवाद येथेच जन्माला आला आणि त्यांनी मुस्लिमांच्या स्वतंत्र राष्ट्राचे सुतोवाच केले. म. गांधींनी म्हटले की, द्विराष्ट्रवाद हे असत्य आहे. "Hindus and Muslims are not two nations. Those whom God has made one, man will never be divide." (Q. Man who divided India : Rafiq Zakaria, P. 83)

आणि लाहोर येथे दि. २२ मार्च १९४० रोजी झालेल्या अधिवेशनात स्वतंत्र मुस्लिम राज्याच्या ठरावावर शिक्कामोर्तब झाले. हे स्वतंत्र राज्य म्हणजे 'पाकिस्तान' होते. हा प्रचंड व विस्फोटक 'बॉम्ब' होता. स्वराज्यासाठी प्रारंभी विचार आणि आंदोलन करणाऱ्या जीनांचे मुस्लिमांच्या स्वतंत्र राष्ट्रात परावर्तन होणे हे त्यांच्यातील मूळ तत्त्वज्ञानाशी सुसंगतच होते. हा विकृत आविष्कार नव्हता, तर ती योजनाबद्ध मांडणी होती.

लाहोर अधिवेशन आणि 'त्या' ठरावाची भारतात सर्वप्रथम कोणी दखल

घेतली असेल, तर ती डॉ. बाबासाहेब आंबेडकर यांनी आणि त्यांच्या 'स्वतंत्र मजूर पक्ष' या संघटनेने. पक्षीय बैठकीत बाबासाहेबांनी 'पाकिस्तानविषयी विचार' हा मसुदा विचारार्थ ठेवला. भारतात घडणाऱ्या घटनांकडे जागरूकतेने पाहणारे बाबासाहेब देशहिताचा विचार करणारे होते, हे शपथेवर सांगण्याची गरज नाही.

'थॉटस् ऑन पाकिस्तान' हा डॉ. बाबासाहेब आंबेडकर यांचा विचारप्रवर्तक ग्रंथ १९४० सालीच प्रकाशित झाला. या ग्रंथाने सर्वत्र गदारोळ उठला. आणि तो अजूनही संपलेला नाही. हा ग्रंथ समजून न घेण्याच्या इराद्याने आणि बाबासाहेबांवर टीका करण्याची संधी दवडायची नाही, ह्या अविचाराने कालपरवा अरुण शौरी ह्या हिंदुत्ववाद्याने टीका करावी, यात आश्चर्य नाही. पण त्यावेळी मुस्लिमबहुल प्रदेशांनी स्वतंत्र राज्याची केलेली मागणी, खुद्द जीनांनीही मुस्लिमांच्या मनात भरविलेला 'इस्लाम' लक्षात घेता 'पाकिस्तान' अटळ असल्याची जाणीव बाबासाहेबांना झाली आणि ती ग्रंथरूपाने निर्भयपणे मांडली. सावरकरांच्या स्वयंमेव हिंदू राष्ट्राच्या कल्पना ह्या कठोर वास्तवापुढे कुचकामी होत्या. बाबासाहेबांनी स्पष्टपणे सांगितले की, भारत हे एक राष्ट्र आहे असे म्हणावयाचे असेल तर खरोखर आज सर्व हिंदू एकसंध आहे का? त्यांच्याजवळ सामूहिक इच्छाशक्ती आहे का? उलट सात शतके राज्य करणाऱ्या मुस्लिमांच्या ठिकाणी एकसंधता आणि सामूहिक इच्छाशक्ती आहे. मुस्लिमांचे स्वतंत्र राज्य अटळ असल्याने भारत अखंड राहावा असे म्हणणे अर्थहीन आहे. म्हणून दोन्ही राष्ट्रे एकछत्राखाली राहू शकतील असे नाही. म्हणून बाबासाहेबांनी स्पष्ट केले होते की, उत्तरेकडील मुस्लिमबहुल प्रदेश हिंदुस्थानच्या दृष्टीने नेहमीच संशयास्पद असतील. तेव्हा मुस्लिमांवर स्वतंत्र राज्य स्थापन करू देणे हिंदूंच्या आणि भारताच्याही दृष्टीने योग्य राहील. मुस्लिम सैन्यावर होणारा खर्च वाचेल आणि हिंदुस्थानातील वेगवेगळ्या जातींमधील सैन्यभरतीला वाव मिळेल, असेही त्यांनी हिंदू समाजाला सूचित केले. भारतीय सैन्यातील मुस्लिम अशा स्थितीत भारताला कितपत निष्ठावान राहतील, ही शंकाही त्यांनी व्यक्त केली.

"The realist must be take note of the fact that the Musalmans look upon the Hindus as kaffirs, who deserve more to be exterminated than protected. The realist must take note of the fact that while the Musalman accepts the European as his superior, he looks upon the Hindu as his inferior. It is doubtful how far a regiment of Musalmans will accept the authority of their Hindu officers if they be placed under them... the realist must take note that the Punjabi Musalman is fully susceptible to the propoganda in favour of Pan-

Islamism. Taking note of these considerations, there can be very little doubt that he would be a bold Hindu who would say that in any invasion by Muslim countries, the Muslims in the Indian Army would be loyal and that there is no danger of their going over to the invader."

(Pakistan or the partion of India : B. R. Ambedkar, B. A. Writings and speeches vol. 8. P. 97)

भारताच्या संरक्षणाच्या संदर्भात उद्‌भवणाऱ्या धोक्यांची जाणीव इतक्या परखडपणे आणि स्पष्टपणे करून देणाऱ्या बाबासाहेबांच्या देशभक्तीचा आणखी कोणता पुरावा हवा! पाकिस्तान अटळ असल्याने त्यात भारतीयांचेही हित असल्याचे नमूद करताना त्यांनी एका अत्यंत महत्त्वाच्या बाबीकडे लक्ष वेधले हे राष्ट्रवादी म्हणविणाऱ्या भारतीयांनी कधी विसरू नये. कारण त्याचे परिणाम आजही देशाला भोगावे लागत आहेत. बाबासाहेब म्हणाले होते की, दोन समाजाची दोन राष्ट्रे अस्तित्वात यावयाचे असतील त्यावेळी अल्पसंख्याकांची नियोजनपूर्वक अदलाबदल करण्यात यावी. म्हणजे संभाव्य पाकिस्तानातील सर्व हिंदूंना भारतात स्थलांतरित करावे आणि भारतातील सर्व मुसलमानांना पाकिस्तानात पाठवावे. त्यामुळे अल्पसंख्याकांना दबावाखाली ठेवणे किंवा ओलीस ठेवणे हे प्रकार संभवू शकणार नाहीत. त्यांनी उदाहरण दिले की, तुर्कस्तान, ग्रीस आणि बल्गेरिया या राष्ट्रांनी २ कोटी लोकांची अदलाबदल घडवून आणली होती. त्यामुळे त्यांना धार्मिक संघर्ष टाळता आला. भारतातील हिंदू आणि मुस्लिमांनीही माझ्या निवेदनाचा विचार करावा, असेही त्यांनी सुचविले, पण त्याचे काय झाले आणि काय होत आहे, हे भारतीयांना पक्के ठाऊक आहे.

बाबासाहेबांनी हेही स्पष्ट केले की, मुसलमांनाना पाकिस्तान मिळाले, तर ते समग्र हिंदुस्थानवर आपले साम्राज्य पसरवितील हा खोटा समज आहे. हिंदू त्यांना धुळीस मिळविल्याशिवाय राहणार नाहीत. हिंदू समाजाशी काही मुद्द्यांवर माझे भांडण आहे हे खरे आहे. मात्र, आपल्या देशाचे स्वातंत्र्य अबाधित राखण्यासाठी मी आपले प्राण अर्पण करीन, अशी ग्वाही त्यांनी देशाला दिली.

कायदेआझम जीना यांना पाकिस्तानविषयीचे बाबासाहेबांचे विचार वाचून मनातून आनंद झालाही असेल. पण गांधीजी आणि अनेक काँग्रेसनेते अस्वस्थ झाले होते. जीनांची भेट घेऊन समजावणीची बोलणी करावी, असे त्यांच्या मनातही आले. आणि जीनांच्याच घरी बोलावे, असे त्यांनी ठरविले. त्यासंबंधीचा संवाद लक्षणीय आहे. कारण त्यातून काहीही निष्पन्न झाले नाही. "पण त्या दोन्ही नेत्यांनी

असे मनस्वी प्रयत्न त्या वाटाघाटीच्या निमित्ताने केले नाहीत आणि सगळ्यांत महत्त्वाचा मुद्दा दोघांनीही गौण मानला. तो मुद्दा होता लोकसंख्येच्या अदलाबदलीचा... 'गांधीजींनी हिंदू-मुसलमान समस्येचे खरे स्वरूप समजून घेण्यासाठी आंबेडकरांचा ग्रंथ वाचावा.' अशी शिफारस जीनांनी केली. (कायदे आझम : आनंद हर्डीकर, पृ. ३०८)

जीना महत्त्वाकांक्षी होते, अहंमन्य होते, कडवे मुस्लिम होते, त्यांनी पाकिस्तानच्या प्रश्नावर १९४५ साली निवडणूक लढविल्या आणि मुस्लिमबहुल प्रदेशात मुस्लिम लीगला घवघवीत यश मिळाले. कॉंग्रेसचे कंबरडे मोडले आणि जीनांच्या आकांक्षा वाढत गेल्या. हंगामी सरकारात मुस्लिम लीगचे पन्नास टक्के प्रतिनिधित्व असावे, अशी मागणी त्यांनी केली. मुस्लिम हे आता 'राष्ट्र' आहे ते अल्पसंख्याक नाहीत असे उद्‌गारताच बाबासाहेब म्हणाले, 'ही आसुरी वृत्ती' आहे एवढेच नाही, तर जीनांनी अन्य अल्पसंख्याकांना वेगळे पाडले आहे. जर कधी काळी कोणाच्या विरुद्ध अस्पृश्यांना लढावे लागले तर ते कदाचित मुसलमानच असतील.' (डॉ. बा. आंबेडकर : धनंजय कीर, पृ. ३५३ व पृ. ३६१-६२)

अखेर कॉंग्रेस आणि गांधींनी नाईलाजाने 'पाकिस्तान' ला मान्यता दिली, नवे राष्ट्र उदयाला आले. जीना कायदे आझम झाले. बंगालमधील अस्पृश्यांचे नेते जोगेंद्रनाथ मंडल, पाकिस्तानचे कायदेमंत्री झाले. परंतु पाकिस्तानात अस्पृश्यांचे अतोनात हाल होत होते. मंडल अस्वस्थ झाले. बाबासाहेब आंबेडकरांना कळताच तेही प्रक्षुब्ध झाले. त्यांनी एक पत्रक काढले आणि पाकिस्तान सरकारचा निषेध केला. पाकिस्तानमध्ये अस्पृश्यांना बळजबरीने मुसलमान बनविण्यात येत होते तेव्हा तर बाबासाहेब म्हणाले, 'पाकिस्तानमध्ये पेचात सापडलेल्या दलित समाजाने सापडेल त्या मार्गाने व साधनाने हिंदुस्थानात यावे, असे मी त्यांना सांगू इच्छितो. दुसरी एक गोष्ट मला सांगावयाची आहे ती अशी की, पाकिस्तान किंवा निजामचे हैद्राबाद संस्थान यातील मुसलमानांवर किंवा मुस्लिम लीगवर विश्वास ठेवण्याने दलित समाजाचा घात होईल. दलितवर्ग हिंदू समाजाचा तिरस्कार करतो म्हणून मुसलमान आपले मित्र आहेत, असे मानण्याची वाईट खोड त्यांना जडली आहे.' (पत्रक : फ्री प्रेस जर्नल, २८ नोव्हेंबर, १९४७ / उद्‌धरण : डॉ. बा. आंबेडकर, धनंजय कीर, पृ. ४१३, ४१४) पाकिस्तानमध्ये अस्पृश्यांवर होणाऱ्या छळावर कायदे आझम जीना यांनी कोणतीही प्रतिक्रिया व्यक्त केली नाही, हे विसरता येणार नाही.

गांधी, जीना, आंबेडकर ह्या भारतातल्या महान शक्ती होत्या. गांधीजी हिंदूंचे नेते होते, जीना मुस्लिमांचे आणि बाबासाहेब अस्पृश्यांचे, पण एवढेच खरे

नाही. गांधी राष्ट्रवादी होते, बाबासाहेब राष्ट्रवादी होते आणि जीनासुद्धा 'पाकिस्तान'चे स्वप्न पाहीपर्यंत राष्ट्रवादीच होते. तिघांनीही ब्रिटिश सत्तेला विरोध केला. गांधींकडे काँग्रेसचे नेतृत्व आले तेव्हा ते एककल्लीपणाने वागत. आपण म्हणू ते प्रमाण अशीच त्यांची भूमिका राहिली. ह्याचे ठळक उदाहरण म्हणजे विलायतेतील वर्तुळ परिषदेला कोणी जावे, असा प्रश्न निघाला तेव्हा काँग्रेसच्या एकाही नेत्याचा प्रस्ताव न स्वीकारता मी एकटाच काँग्रेसचे प्रतिनिधित्व करीन असा आग्रह त्यांनी धरला. आपणच खरे अस्पृश्यांचे प्रतिनिधी आहोत असे म्हणणाऱ्या गांधीजींनी स्वतंत्र मतदारसंघाला कडाडून विरोध केला. डॉ. बाबासाहेब आंबेडकरांची भूमिका समजून घेणे किंवा त्यांच्याशी चर्चा करण्याचे सौजन्यही त्यांनी दाखविले नाही. उलट बाबासाहेबांनी 'पुणे करार' करून गांधीजींचे प्राण वाचविले. गांधींनी १९४२ साली Quit India ही घोषणा दिली, तर बाबासाहेब म्हणाले आम्हाला हवा आहे New India. जीनांनी तर 'पाकिस्तान' ह्या मुस्लिमांच्या राष्ट्राचे स्वप्न पाहिले. गांधीजींनी यंत्रयुगाचा कधी पुरस्कार केला नाही. उदात्त ग्रामराज्याचे त्यांचे स्वप्न आधुनिक काळाला सामोरे जाणारे नव्हते. उलट जीना आणि बाबासाहेब आधुनिक युगाचे भोक्ते होते. गांधींनी कधीही अस्तित्वात न येऊ शकणाऱ्या 'रामराज्याचे' स्वप्न पाहिले, तर जीनांनी द्विराष्ट्रवादाचा आग्रह धरला. डॉ. बाबासाहेब आंबेडकरांनी मात्र कधीही 'दलितस्तान' मागितले नाही. उलट बौद्ध धर्माचा स्वीकार करून भारतीय संस्कृतीला उन्नत केले. काँग्रेसने आणि काही वेळा गांधींनीही डॉ. बाबासाहेब आणि बॅ. जीना या दोहोंचाही अवमान केला. त्यांच्यावर टीका केली. त्यांच्या मागण्या नाकारल्या. आणि या उभयतांनी गांधींवर, त्यांच्या ध्येयधोरणावर तितकीच कठोर टीका केली. हे दोघेही गांधीजींना नेहमीच Mr. Gandhi असे संबोधित. याचा राग अनेक गांधीभक्तांना येत असे. वस्तुतः तिघेही इंग्लंडमधून उच्च शिक्षण घेऊन आले होते. मात्र, जीना आणि बाबासाहेब इंग्लिश माणसांप्रमाणे वेशभूषा करीत. त्यांना उत्तम व उंची कपड्यांचा शोक होता. गांधींनी नंतरच्या आयुष्यात पंचा स्वीकारला आणि सर्व ऋतूत त्यांनी आपला वेष बदलला नाही. 'नंगा फकीर' म्हणून कोणी टिंगल केली तरी त्याची त्यांनी पर्वा केली नाही. जीना चिरूट ओढत होते. गांधी आणि आंबेडकर यांनी आयुष्यात कधीच मद्यप्राशन केले नाही आणि धूम्रपानही केले नाही. गांधी वर्णवादी होते, जीना इस्लामवादी तर बाबासाहेब बुद्धानुयायी.

तिघांचेही निर्वाण ब्रिटिशमुक्त स्वतंत्र राष्ट्रात झाले.

□□□

आपल्या आयुष्यातील बहुतांश काळ डॉ. आंबेडकर आणि जीनांना आपापल्या जातीधर्मीयांच्या हितसंबंध रक्षणासाठी घालवावा लागला. भारतीय राज्यघटनेचा मसुदा तयार करण्याची जबाबदारी डॉ. आंबेडकरांकडे आली, ती पार पाडतानाही त्यांनी मागासलेल्या जातीजमातींचे हितसंवर्धन करण्याचा प्रयत्न केला. पाकिस्तानी राज्यघटनेला योग्य स्वरूप देण्यापूर्वीच जीना मृत्यू पावले. धर्मनिरपेक्ष, भारतीय राष्ट्रवादी, जातीयवादी, विभाजनवादी आणि धर्मनिरपेक्ष पाकिस्तानी राष्ट्रवादी असा चढ-उताराचा राजकीय प्रवास जीनांनी केला. डॉ. आंबेडकरांच्या राजकीय जीवनाला मागासलेल्या जातीजमातींचे हितसंवर्धन साधण्याची झालर असली तरी भारतीय राष्ट्रवादाशी त्यांनी तडजोड केली नाही. त्यांच्या राष्ट्रवादाच्या छटा बदलत असल्या तरी त्यांची भारतीय बैठक कायम राहते.

८.
बाबासाहेब आंबेडकर आणि जीना

अलीम वकील

डॉ. आंबेडकर आणि जीनांचा उदारमतवाद

जीनांच्या भारतीय राष्ट्रवादाबद्दल बराच काळपर्यंत संशयाला जागाच नव्हती. त्यांच्याकडून अनेक अपेक्षा होत्या. जीनांबद्दल नामदार गोखले एकदा म्हणाले होते, 'जीना धार्मिक पूर्वग्रहांपासून मुक्त असल्याने ते हिंदू-मुस्लिम ऐक्याचे दूत होऊ शकतील.[१]' ना. गोखल्यांच्या या अपेक्षेला काही कारणे होती. जीनांनी १९०६ साली काँग्रेसमध्ये प्रवेश केला. त्याचवर्षी पितामह दादाभाई नौरोजी यांच्या अध्यक्षतेखाली भरलेल्या अधिवेशनात जीनांनी नौरोजींच्या खासगी सचिवाचे काम केले. लो. टिळकांवर ब्रिटिश सरकारने खटला भरला; त्यावेळी लोकमान्यांचे वकीलपत्रही जीनांनी स्वीकारले होते. विशेष म्हणजे १९०९ मध्ये जीना इम्पिरिअल लेजिस्लेटिव्ह कौन्सिलवर मुस्लिम प्रतिनिधी म्हणून निवडून आल्यानंतर त्यांनी म. गांधींनी दक्षिण आफ्रिकेत सुरू केलेल्या आंदोलनाला पाठिंबा दिला होता. कौन्सिलमध्ये या प्रश्नावर

लॉर्ड मिंटोंबरोबर त्यांची शाब्दिक चकमकही उडाली होती. दक्षिण आफ्रिकेतील भारतीयांना 'क्रूरपणे' वागविले जाते, असे विधान जीनांनी केल्यानंतर मिंटोंनी त्याला आक्षेप घेतला; पण जीनांनी प्रतिटोला मारला की, वास्तविकपणे त्यांना 'क्रूर' या शब्दापेक्षाही अधिक तिखट शब्दप्रयोग करावयाचा होता; परंतु कौन्सिलच्या नियमांमुळे त्यांनी तसे केले नाही.[२]

डॉ. आंबेडकर आणि जीनांमध्ये काही उदारमतवादी वैशिष्ट्येही दिसून येतात. स्वातंत्र्य चळवळीचे स्वरूप सांविधानिक हवे असे दोघांनाही वाटे; परंतु जीनांचा उदारमतवाद केवळ राजकीय क्षेत्रापुरता मर्यादित होता. उदारमतवादामध्ये जी धार्मिक आणि सामाजिक समीक्षा अपेक्षित असते, ती समीक्षा डॉ. आंबेडकरांनी कठोरपणे केली. हिंदू धर्मातील 'शोधकता' (लवचीकपणा) नष्ट झाल्यामुळे हिंदू धर्माची कठोर समीक्षा करणे आंबेडकरांनी अपरिहार्य मानले. स्वत: अत्याधुनिक आणि धर्मनिरपेक्ष असूनही जीनांनी अशी समीक्षा केली नाही. डॉ. आंबेडकरांनी दैन्य, दारिद्र्य, अज्ञान यांची जाणीव दलितांना करून दिली. आपल्या कित्येक व्याख्यानांमध्ये त्यांनी दलितांना वाईट चालीरीती सोडण्याचे, स्वच्छ राहण्याचे, चांगली वेषभूषा करण्याचे, मृत जनावरांचे मांस खाणे सोडून देण्याचे, शिकण्याचे, संघटित होण्याचे व संघर्ष करण्याचे आवाहन केले. वेश्या व्यवसाय करणाऱ्या दलित स्त्रियांना त्यांचा व्यवसाय सोडण्याचा संतापयुक्त सल्ला त्यांनी दिला.

जीनांनी मुसलमानांच्या सामाजिक आणि धार्मिक प्रबोधनाचे कार्य केले नाही. मुस्लिमांच्या आर्थिक आणि सामाजिक मागासलेपणाची जाणीव त्यांनी मुस्लिमांना करून दिली नाही.[३] परंतु धर्माचे अवडंबर त्यांनी माजविले नाही. मुसलमानांच्या इस्लाम प्रेमाचा उपयोग त्यांनी करून घेतला. मुस्लिमांना एकत्र करून त्यांचा पाठिंबा पदरात पाडून घेण्यावर त्यांनी लक्ष केंद्रित केले. यामधून मुसलमानांचेच भले होणार हे त्यांना माहीत होते. अर्थात, यामुळे मुसलमानांचे नेतृत्व करण्याची त्यांची आंतरिक इच्छा फक्त सफल झाली असती. सर सय्यद अहमदखानसारख्या पुरोगामी समाजसुधारकाची भूमिका त्यांनी घेतली असती, तर मुसलमानांमध्ये पुरोगामी आणि प्रतिगामी अशा फळ्या निर्माण झाल्या असत्या. सर सय्यदनी त्यांच्या पुरोगामीत्वाची जी किंमत मोजली होती, ती अदा करण्याची जीनांची तयारी नव्हती.[४]

मुसलमानांच्या मागासलेपणाची जाणीव जीनांना नव्हती अशातला भाग नाही, परंतु अखिल भारतीय पातळीवरचे मुस्लिम नेतृत्व त्यांना हवे होते. कर्तृत्वाच्या दृष्टीने त्यांना स्पर्धा करील असे नेतृत्व त्या काळात नव्हते; परतुं स्पर्धेसाठी केवळ कर्तृत्वच असले पाहिजे असे नसते. मुस्लिमांची बहुसंख्या असणाऱ्या प्रांतांमध्ये प्रांतीयता मोठ्या प्रमाणावर होती. प्रांतिक नेतृत्व डावलून जीनांना भारतातील सर्व

मुसलमानांचे नेतृत्व मिळविणे कठीण होते. जीना शियापंथीय होते. शियापंथीयाने सुन्नीपंथीय मुसलमानांचे प्रबोधन करणे जीनांची लोकप्रियता घटविणारे ठरले असते. मुस्लिमांच्या मागासलेपणाची जाणीव करवून देऊन मुस्लिमांचे नीतिधैर्य खच्ची झाले असते. मुसलमानांनी भारतावर प्रदीर्घकाळ राज्य केले अशी मानसिकता तत्कालीन मुस्लिमांची होती. त्या मानसिकतेचा उपयोग जीनांना करवून घ्यावयाचा होता.

डॉ. आंबेडकर यांच्या समोरचे प्रश्न वेगळ्या प्रकारचे होते. उदारमतवादी परंपरेप्रमाणे हिंदू धर्माचे समीक्षण केल्याशिवाय दलितांचा दर्जा उंचविणे आणि त्यांचे सवर्णांमध्ये सामावून जाणे अशक्य होते. जातिव्यवस्थेमुळे भारतीय समाजाचे विघटन झाले, भारतीयांचे पराभव झाले आणि देश दुबळा झाला. जातिव्यवस्थेमुळे हिंदू धर्माचे आणि हिंदू धर्मीयांचे खूप नुकसान झाले म्हणून हिंदू धर्माला बळकट करण्यासाठी आणि हिंदूंचे संघटन करण्यासाठी त्यांनी काही काळ हिंदुत्ववादी भूमिकाही स्वीकारली. डॉ. आंबेडकरांनी 'बहिष्कृत भारता' मध्ये जे स्फुटलेखन केले आहे, त्यामध्ये त्यांचे अनेक पुरावे मिळू शकतात. सवर्ण हिंदूंनी केलेल्या हजारो वर्षांच्या अन्यायामुळे हतबल झालेल्या दलितांना सवर्णांच्या बरोबरीने हक्क मिळावेत, यासाठीही दलितांचे हिंदुत्व त्यांना दीर्घकाळपर्यंत मांडावे लागले. द्विराष्ट्रवादाचा सिद्धांत मांडण्यासाठी जीनांना ऐतिहासिक व समाजशास्त्रीय संशोधन करण्याची गरज भासली नाही. उपलब्ध असलेल्या इतिहासाच्या साहाय्याने त्यांना त्यांचा सिद्धांत मांडता आला.

डॉ. आंबेडकरांना मात्र परिश्रमपूर्वक आणि आपल्या अमूल्य वेळेचा उपयोग करून दलितांच्या उज्ज्वल इतिहासाचा शोध घ्यावा लागला. कायद्याचा अभ्यास जीनांनी केला असला तरी समाजशास्त्रीय अभ्यास करण्याची त्यांना गरज नव्हती. भविष्यकाळातील वेध घेण्याचे त्यांना कारण नव्हते. व्यावहारिक राजकारणात आपले पारडे जड कसे करता येईल, एवढे कसब मात्र त्यांच्या ठायी होते. जीनांसंबंधी बुटानींनी म्हटले आहे की, 'जीना दूरदर्शी नव्हते, व्यावसायिकदृष्ट्या ते वकील होते. दोन भावांच्या संपत्तीच्या वाटपात एका भावाला त्याचा हिस्सा कसा मिळवून देता येईल, हे जसे एखादा हुशार वकील पाहील; तद्वतच राजकीय सत्तेमध्ये मुसलमानांना अधिक वाटा मिळवून देण्याचा प्रयत्न त्यांनी केला.' बुटानी पुढे म्हणतात की, 'हिंदूकडे त्यांनी 'भाऊ' म्हणूनही पाहिले नाही, तर 'वैरी' म्हणून पाहिले.[५] पाकिस्ताननिर्मितीच्या प्रक्रियेतील काही महत्त्वाच्या घटनांकडे बुटानींनी लक्ष दिले नसले तरी पाकिस्ताननिर्मितीचा काळ जसजसा जवळ येऊ लागला, तसतसे जीना अस्वस्थ होत होते. म्हणून त्यांनी हिंदूंकडे, विशेषत: त्यांच्या तथाकथित नेत्यांकडे त्यादृष्टीने पाहिले असावे.

सांविधानिक मार्गांचा अवलंब करून आपल्याला स्वातंत्र्य मिळविता येईल,

असे डॉ. आंबेडकर व जीनांना वाटत होते. सांविधानिक मार्गांच्या बाबतीत जीना काँग्रेसमध्ये असतानाच त्यांचे म. गांधींबरोबर मतभेद झाले होते; परंतु काँग्रेसमध्ये जो उदारमतवादी गट निर्माण झाला होता, त्यामध्ये जीना सामील झाले नाहीत. १९१९ मध्ये रौलेट विधेयक कौन्सिलमध्ये मांडल्यानंतर जीनांनी कौन्सिल सदस्य म्हणून त्याला प्रखर विरोध केला आणि हा कायदा पास झाला, तर देशव्यापी आंदोलन होण्याची शक्यता बोलून दाखविली. ब्रिटिश शासनाने त्यांच्या म्हणण्याकडे लक्ष दिले नाही. हा कायदा पास झाल्याबरोबर म. गांधींनी ६ एप्रिलला हरताळ पाळण्याचा आदेश दिला. स्वत: जीनांनी रौलेट कायद्याची 'काळा कायदा' म्हणून निर्भर्त्सना करून कौन्सिल सदस्यत्वाचा राजीनामा दिला. नेमक्या या हरताळामुळे म. गांधी देशाचे नेते आहेत हेच सिद्ध झाले आणि त्याचा मानसिक परिणाम जीनांवर झाला; कारण देशव्यापी नेतृत्व आपल्याकडे यावे, अशी जीनांची महत्त्वाकांक्षा होती आणि १९१९ पूर्वी जीनांना अनुकूल परिस्थितीही निर्माण झाली होती.

१९१० मध्ये मुस्लिम लीगचे सदस्य नसतानाही त्यांनी लीगच्या कार्यक्रमात व घटनेत महत्त्वाचे परिवर्तन सुचविले होते. १९१३ मध्ये साम्राज्यांतर्गत स्वायत्तता, त्यासाठी घटनात्मक मार्गांचा अवलंब आणि राष्ट्रीय एकात्मता हे ध्येय स्वीकारण्याचे आवाहन जीनांनी लीगला केले. हिंदू-मुस्लिम ऐक्याचे ध्येय त्यांनी लोकप्रिय करण्याचा यत्न केला. त्यांनी हिंदूंशी, हिंदू जीवनाशी जवळीक साधली होती. त्या काळात अनेक हिंदूंच्या घरात ते थेट स्वयंपाकघरापर्यंत जात आणि अनेक हिंदू त्यांना आपल्या कुटुंबाचा सदस्य समजत.[६] नामदार गोखल्यांबरोबर ते युरोपच्या दौऱ्यावर गेले. या दौऱ्यातच महम्मद अली आणि वझीर हुसेन यांनी जीनांकडून लीगमध्ये सामील व्हावयाचे आश्वासन घेतले; परंतु हे करताना जीनांनी महम्मद अली आणि वझीर हुसेनकडूनही आश्वासन घेतले की, लीग राष्ट्रीय हिताच्या आड येईल असे काही करणार नाही.[७]

जीना मुस्लिम लीग व काँग्रेस दोन्ही राजकीय पक्षांचे सदस्य झाले. त्यांच्या कौन्सिलमधल्या कार्यामुळे प्रभावित होऊन त्यांना राजकीय सुधारांच्या संदर्भात इंग्लंडला जाणाऱ्या काँग्रेसच्या शिष्टमंडळात समाविष्ट करण्यात आले. १९१५ साली काँग्रेसमधील ज्येष्ठ नेते ना. गोखले, फेरोझशहा मेहता वारले. लो. टिळक मंडालेच्या कारावासात होते. यावेळी जीनांचे राजकीय महत्त्व वाढणे साहजिक होते. १९१६ साली काँग्रेस आणि मुस्लिम लीगचे लखनौ येथे अधिवेशन भरविण्यात जीनांनी पुढाकार घेतला. लो. टिळकांची मुक्तताही झाली; परंतु त्यांची प्रकृती ठीक नव्हती. ॲनी बेझंटना अटक झाली. त्यांनी निलगिरी हिल सोडून बाहेर जाऊ नये, असे बंधन ब्रिटिश सरकारने घातले. म. गांधींनी तेथे मोर्चा नेण्याची सूचना केली; पण ती अमान्य करण्यात आली. पुढे १९१७ मध्ये ॲनी बेझंटना सोडून देण्यात

आले. त्यांना १९१७-१८ मध्ये काँग्रेसचे अध्यक्षपद देण्यात आले. जीनांना अध्यक्षपद मिळाले नाही. नंतर असहकार चळवळीच्या बाबतीत म. गांधी आणि जीनांचे मतभेद वाढले; परंतु काँग्रेसमध्ये असहकार चळवळीला पाठिंबा मिळाला. कलकत्ता काँग्रेसमध्ये जीना आणि म. गांधी यांच्यातील घटनात्मक व घटनाबाह्य चळवळीविषयक दरी निर्माण झाली आणि नागपूर अधिवेशनात ती इतकी वाढली की, जीनांनी काँग्रेस सोडली.

जीना महत्त्वाकांक्षी होते आणि हट्टीदेखील. कलकत्ता आणि नागपूर काँग्रेसमध्ये असहकाराला विरोध करणाऱ्या ज्येष्ठ काँग्रेस नेत्यांचा प्रभाव कमी झाला होता. कलकत्त्याला जीनांचा अपमान करण्यात आला होता. त्यापासून त्यांनी धडा घ्यायला हवा होता. अधिकाधिक लोकाभिमुख होत जाणारे राजकीय आंदोलन हाताळण्याचा अनुभव जीनांना नव्हता. दिवसेंदिवस सर्वसामान्य भारतीय लोकांमध्ये जागरूकता निर्माण होत होती. तिची भावनात्मक कदर करणे व ती वाढविणे स्वातंत्र्य चळवळीच्या दृष्टीने फार आवश्यक होते हे गांधीजींनी ओळखले होते. जीनांचा सर्वसामान्यांच्या चळवळीशी संबंध आला नव्हता.

डॉ. आंबेडकरांचे राजकीय क्षेत्र प्रत्यक्ष चळवळीपासून मुक्त आहे असे दिसते. राजकीय सुधारांमध्ये दलितांना जास्तीत जास्त वाटा कसा मिळू शकेल, याबाबतीत त्यांचे प्रयत्न आपल्याला सनदशीर मार्गामध्ये टाकता येतील. त्यांच्या सामाजिक परिवर्तनाचा कार्यक्रम घटनात्मक चौकट उल्लंघणारा आहे, ही दुहेरी जबाबदारी डॉ. आंबेडकरांनी समर्थपणे स्वीकारली. त्यांच्या सामाजिक चळवळीलाही दोन पैलू आहेत. याही दोन जबाबदाऱ्याच म्हटल्या पाहिजेत. पहिली म्हणजे सामाजिक चळवळीसाठी बौद्धिक अधिष्ठाने (Intellectual Foundations) तयार करणे. दुसरी जबाबदारी म्हणजे त्यांचा उपयोग प्रत्यक्ष चळवळीमध्ये करून घेणे. यासाठी लागणारी प्रतिभा आणि व्यासंग यांचा जो सुरेख संगम डॉ. आंबेडकरांमध्ये दिसतो, तो जीनांमध्ये दिसत नाही. जीनांना त्याची गरजही भासली नाही. जीनांचे हे कार्य मुसलमानांमधील स्वत्व जागविणाऱ्या डॉ. इकबालने करून ठेवले होते आणि तेही प्रभावी काव्यात! डॉ. आंबेडकरांना दलितांचे स्वप्न जागविण्यासाठी जातिव्यवस्थेचे मूलभूत समाजशास्त्रीय विवेचन करावे लागले. दलित पूर्वी आर्य होते आणि राजे होते. यासाठी मौलिक संशोधन करावे लागले आणि हिंदू धर्मग्रंथ, धर्मशास्त्रांचा अभ्यास करावा लागला.

सामाजिक परिवर्तनासाठी डॉ. आंबेडकरांनी प्रत्यक्ष चळवळीचा मार्ग स्वीकारला. डॉ. आंबेडकरांनी जनजागृतीसाठी त्याचा उपयोग केला, किंबहुना त्यांचा तेवढाच हेतू होता असे म्हटले जाते.[८] डॉ. आंबेडकरांनी सत्याग्रहाचा मार्ग स्वीकारला. सत्याग्रहाची

स्फूर्ती त्यांनी भगवद्गीतेमधून घेतली असे ते स्पष्ट करतात. परंतु गांधीजींनी सत्याग्रहातून निर्माण केलेली जनजागृती त्यांच्यासमोर असली पाहिजे. डॉ. आंबेडकरांनी सत्याग्रहासंबंधी जे तत्त्वज्ञान मांडले आहे, त्यावरून त्यांनी केलेल्या सत्याग्रहांना गांधीजींच्या सत्याग्रहाच्या प्रारूपाच्या संदर्भात सत्याग्रह म्हणता येईल की म्हणता येणार नाही, हा प्रश्न उपस्थित होण्याची शक्यता आहे.[१] डॉ. आंबेडकरांनी सांगितलेल्या सत्याग्रहाच्या तत्त्वज्ञानात गृहीत धरलेली 'हिंसा' केवळ सवर्ण हिंदूंच्या विरोधात होती; ब्रिटिश शासनाच्या विरोधात नव्हती; दलितांना राजकीय सत्तेत वाटा मिळावा यासाठी त्यांनी संघर्ष केला. त्याचे स्वरूपही घटनात्मक होते. भारताला स्वातंत्र्य मिळाल्याखेरीज दलितांची स्थिती सुधारणार नाही याची जाणीव त्यांना असली तरी प्रत्यक्ष स्वातंत्र्य चळवळीत भाग घेऊन ब्रिटिशांचा रोष ओढवून न घेण्याची खबरदारी त्यांनी घेतली. समाजपरिवर्तनाच्या सामाजिक चळवळीतून निर्माण झालेली शक्ती त्यांनी राजकीय प्रभाव टाकण्यासाठी वापरली. त्यासाठीच आपण दलितांचे एकमेव नेते आहोत, हे सिद्ध करण्यासाठी त्यांना परिश्रम करावे लागले.

जीनांची स्थिती यापेक्षा वेगळी नव्हती. काँग्रेस सोडल्यानंतर मुस्लिम लीग हा भारतीय मुस्लिमांचा प्रतिनिधित्व करणारा एकमेव पक्ष आहे, हा आग्रह जीनांनी धरला. राष्ट्रीय काँग्रेस सर्व भारतीयांचे प्रतिनिधित्व करते असा दावा म. गांधींनी केला. प्रत्यक्ष राजकीय चळवळीत अग्रभागी असलेल्या नेत्याने अशा प्रकारचा दावा करण्यामागचे प्रमुख कारण असे होते की, ब्रिटिश शासनाला जातीय हितसंबंधांच्या आधारावर भारतीय समाज विघटित करून स्वातंत्र्य चळवळ दुर्बल करावयाची होती. डॉ. आंबेडकरांना आणि जीनांना राजकीय शह देण्यासाठी म. गांधींनी काँग्रेसमध्ये मुस्लिम आणि दलित नेतृत्व उभे केले, अशी टीका केली जाते. काँग्रेसचे अखिल भारतीय स्वरूप राखण्यासाठी गांधीजींनी तसे करण्याची शक्यता आहे.

काँग्रेसमध्ये असताना आणि नंतर पाकिस्तानची मागणी करताना जीनांचा संबंध स्वातंत्र्य चळवळीशी आला. त्यामुळे ब्रिटिश शासनाविरुद्ध भूमिका घेण्याचे अनेक प्रसंग त्यांच्यावर आले. ब्रिटिश शासनातील मोठ्या पदाधिकाऱ्यांच्या व त्यांच्या शाब्दिक चकमकींची उदाहरणे कमी नाहीत. ब्रिटिश शासनामुळे सर्व भारतीयांचे शोषण होत आहे व म्हणून साम्राज्यांतर्गत स्वायत्ततेची गरज आहे, अशी भूमिका जीनांनी अनेक वेळा व्यक्त केली. पाकिस्तानची मागणी केल्यानंतर आणि ब्रिटिशांनी त्यांना अनेक वेळा साहाय्य केल्यानंतरही ब्रिटिश आणि जीना यांचे संबंध चांगले नव्हते. पाकिस्ताननिर्मिती योजनेतील दोष उघडे करून जीनांना वठणीवर आणावे, असा ग्लान्सीने आग्रह धरला होता.

डॉ. आंबेडकरांचा ब्रिटिश शासनावर टीका करण्याचा रोख वेगळा होता.

भारतातील अस्पृश्यांच्या समस्या ब्रिटिशांनी सोडवल्या नव्हत्या. अस्पृश्यता निवारणाचे, मंदिरप्रवेशाचे, मूलभूत हक्कांसंबंधीचे आणि अस्पृश्यांच्या नोकरीसंबंधीचे प्रश्न ब्रिटिश शासनाने टांगत ठेवले. सवर्णांचा रोष पत्करावा लागू नये म्हणून ब्रिटिश शासनाने मिळमिळीत भूमिका घेतली, असा त्यांचा आरोप होता. ब्रिटिशांचे साम्राज्य भारतामध्ये स्थिरस्थावर व्हावे म्हणून महारांनी ब्रिटिशांना मदत केली याची आठवण त्यांनी करून दिली. स्वातंत्र्योत्तर काळात सत्तेचे वाटप कसे होईल याचे चित्र जेव्हा अधिकाधिक स्पष्ट होऊ लागले, तसतशी आंबेडकरांनी ब्रिटिश शासनावर अधिक धारदार टीका केली. हिंदुत्वाच्या बढाया मारणारी हिंदू महासभा दलित हिंदूंच्या हक्करक्षणासाठी काहीच करीत नाही, असा संतापही त्यांनी व्यक्त केला. एकेकाळी ब्रिटिशांशी कट्टर वैर बाळगणारे सावरकर ब्रिटिशांच्या ताटाखालचे मांजर झाले आहेत, अशी टीका आंबेडकरांनी केली.[१०] १९३५ साली धर्मांतराची घोषणा केल्यानंतर हिंदू दलितांची काळजी हिंदू महासभेने घ्यावी, अशी डॉ. आंबेडकरांची इच्छा अभ्यासकांना बुचकळ्यात टाकते.

स्वातंत्र्य प्रदान करण्याच्या टप्प्यात ब्रिटिशांनी डॉ. आंबेडकरांना बाजूस टाकल्यासारखे केले; त्यामुळे त्यांनी बाहेरची मदत मागण्याची भीती उभी केली.[११] डॉ. आंबेडकरांचे गाढे अभ्यासक ए. एम. राजशेखर यांचे असे मत आहे की, डॉ. आंबेडकरांना या धमकीतून काय म्हणावयाचे होते, हे सांगणे अवघड आहे.[१२] या संदर्भात मला असे वाटते की, आंबेडकरांनी या धमकीत संदिग्धता हेतपुरस्पर ठेवली असावी. इंग्लंडमधील मजूर शासनावर दडपण टाकण्यासाठी डॉ. आंबेडकरांनी चर्चिललादेखील तार केली होती.

त्यांच्या उदारमतवादातील प्रश्नचिन्ह

जीना आणि आंबेडकरांनी उदारमतवादी संप्रदायातील वैशिष्ट्यांना छेद देणारे विचार मांडले आहेत. जीनांची 'प्रत्यक्ष कृती' (Direct Action) या संदर्भातील बोलके प्रात्यक्षिक आहे. १६ ऑगस्ट १९४६ ला प्रत्यक्ष कृतीमुळे बंगालमध्ये जवळजवळ ४००० माणसे मारली गेली. यामध्ये बहुसंख्य हिंदू होते. जीनांनी या कत्तलीला प्रत्यक्ष चिथावणी दिली नाही, असे जीनांवर संशोधन केलेल्या श्रीमती आयेशा जलाल या विदुषीचे मत आहे. परंतु तत्कालीन राजकारणाने जीनांचे मानसिक संतुलन बिघडणे सहज शक्य होते. या संदर्भात सरदार वल्लभभाई पटेलांच्या पत्रव्यवहाराचा दाखला देऊन राजमोहन गांधी यांनी पटेलांच्या श्री. राजगोपालाचारी यांना लिहिलेल्या पत्रातला भाग उद्धृत केला आहे. सरदार वल्लभभाई पटेल लिहितात, ''(मुस्लिम) लीगने कत्तल सुरू केली तरी लवकरच

हिंदूंनी (मुसलमानांची) कत्तल करण्यात वरचष्मा मिळविला... कलकत्त्याची कत्तल लीगला एक चांगला धडाच देऊन गेली आहे; कारण कत्तलीत ठार झालेल्यांमध्ये मुसलमानांचे प्रमाण खूप जास्त आहे.''[१३] एकाच प्रसंगासंबंधी या दोन बाजू असल्या तरी जीनांनी आपल्या सनदशीर चळवळीचा त्याग केला होता एवढे निश्चित.

डॉ. आंबेडकरांनीदेखील वैचारिकदृष्ट्या सनदशीर मार्गाविरोधी पवित्रा घेतला. सत्याग्रहासंबंधी तत्त्वज्ञान सांगताना आंबेडकर सत्याग्रहात अत्याचार अध्याहृत आहे असे मानतात. भगवद्‌गीतेत श्रीकृष्णाने अर्जुनाला सत्याग्रह करावयास सांगितला आणि तो हिंसक स्वरूपाचा होता, असे डॉ. आंबेडकर मानतात. तत्कालीन परिस्थिती हिंसक सत्याग्रहाला प्रतिकूल असल्याने तसा सत्याग्रह करण्याचे त्यांनी टाळले. अहिंसक सत्याग्रहदेखील उदारमतवादी चौकटीत बसत नाही. म. गांधींच्या अहिंसक चळवळीवर उदारमतवाद्यांनी टीका केली होती. डॉ. आंबेडकरांच्या महाडच्या सत्याग्रहाला हिंदू संघटनांची बैठकही होती.[१४] भारतातील उदारमतवादी संप्रदायातील अनेक विचारवंतांनी हिंदू धर्माची चौकट मोडीत काढली नसली तरी हिंदू धर्म संघटनांचे ध्येय डोळ्यांसमोर ठेवले नव्हते.

हरिजन सेवक संघाबद्दल डॉ. आंबेडकरांनी ज्या अपेक्षा व्यक्त केल्या, त्याही त्यांच्या उदारमतवादी वैशिष्ट्यांना बाधा आणतात. अस्पृश्यांनी नागरी हक्क प्राप्त करून देण्यासाठी हिंसक लढा द्यावा व त्यामध्ये हरिजन सेवक संघाने हरिजनांसाठी संरक्षक फळी निर्माण करावी, असा सल्ला दिला होता.[१५]

सांविधानिक चर्चेमध्ये वा चळवळीच्या संदर्भात डॉ. आंबेडकर आणि जीना यांचा संघर्ष झालेला नाही. गोलमेज परिषदेमध्ये संघराज्यीय रचनेसंबंधी जीनांनी आंबेडकरांना काही प्रश्न विचारले होते. मुस्लिम लीगने मुक्तिदिन साजरा केला होता. त्यामध्येही आंबेडकर सहभागी झाले होते; परंतु डॉ. आंबेडकरांचे जीनांविषयींचे मत चांगले नव्हते. यासंबंधी अधिक चर्चा पुढे येणार आहे.

धर्मनिरपेक्षता आणि राष्ट्रवाद

जीनांचा स्वभाव मूलतः धर्मनिरपेक्ष होता. मुसलमान असूनही इस्लामची तत्त्वे त्यांनी आयुष्यात आणण्याचा कधीच प्रयत्न केला नाही. परमेश्वर आणि धर्मग्रंथ यांना जीनांच्या आयुष्यात स्थान नव्हते.[१६] त्यामुळे ते काँग्रेसमध्ये असताना धार्मिक पूर्वग्रहांपासून मुक्त होते. त्या काळात सांस्कृतिक व धार्मिक राष्ट्रवादाचा प्रभाव होता. ब्रिटिशांविरुद्ध भारतीयांमध्ये जागृती निर्माण करण्यासाठी व ऐक्य निर्माण करण्यासाठी धर्माचा आणि संस्कृतीचा उपयोग भारतातील थोर नेत्यांनी आणि विचारवंतांनी केलेला होता. एका दृष्टीने त्यामुळे जनजागरणही झाले; परंतु

भारतासारख्या मोठ्या देशात अनेक धर्मांचे लोक राहत असल्याने हे आवाहन सर्वांना सारख्या प्रमाणात परिणामकारक वाटणे शक्य नव्हते. किंबहुना धार्मिक आवाहन करताना धर्मांमधील तरतमभाव येणे अपरिहार्य होते. म. गांधींचा अपवाद वगळता इतर अनेक हिंदू राष्ट्रीय नेत्यांनी हिंदू धर्माचे सर्वश्रेष्ठत्व सांगून लोकजागृतीचा प्रयत्न केला. कुठल्याही प्रकारचा धार्मिक आधार न घेता केवळ स्वातंत्र्यप्राप्तीसाठी हिंदू-मुसलमानांनी एकत्र येणे गरजेचे आहे, असे आवाहन जीनांनी काँग्रेसच्या व्यासपीठावरून केले. जीनांनी लीगच्या अधिवेशनला काँग्रेस नेत्यांना बोलविण्याचा सल्ला काही मुस्लिम नेत्यांना आवडला नाही; कारण काँग्रेसचा जहाल कार्यक्रम व काँग्रेसवरची ब्रिटिश सरकारची वक्रदृष्टी मुस्लिम लीगच्याही वाट्याला आली असती.

काँग्रेसच्या नेत्यांशी मुस्लिम लीगच्या नेत्यांनी सहकार्य करण्याची गरज त्यांनी पटवून देण्याचा प्रयत्न केला. यासाठी मुस्लिम लीगमधील काही मुस्लिम नेत्यांचा रोषही त्यांनी ओढवून घेतला. जीनांनी मुस्लिम नेत्यांना केलेले आवाहन असे होते;

'आपल्याकडे केवळ भारताचेच नव्हे, तर ब्रिटिश साम्राज्याचे लक्ष आहे. या साम्राज्यातील स्वायत्त देशांच्या रांगेत आपल्याला बसावयाचे आहे. देश आणि समाज यांच्या हिताशिवाय आपल्या दृष्टीने काहीच महत्त्वाचे नाही. काँग्रेस आणि मुस्लिम लीग या दोघांचेही ध्येय स्वायत्त शासन निर्माण करण्याचे आहे... मुस्लिम लीग काँग्रेसमध्ये विलीन केली जात आहे, हा प्रचार निराधार आहे... आपले (मुस्लिमांचे) ऐक्य आणि आपले महत्त्व (सर्वांना) कळू द्या. यामुळे आपली इभ्रत अजून वाढेल. मातृभूमीच्या सेवेसाठी हिंदू बांधवांच्या खांद्याला खांदा लावून उभे राहण्याची आमची पात्रता आहे, हे त्यांना कळू द्या.''१७

अहमदाबादला भरलेल्या १६ व्या प्रॉव्हिन्शिअल कॉन्फरन्समध्ये अध्यक्षपदावरून बोलताना १९१६ मध्ये जीनांनी हिंदू-मुस्लिम सामंजस्यावर भर दिला. मुसलमानांमध्ये जागृती निर्माण व्हावी, यासाठी विभक्त मतदारसंघाची मागणी त्यांनी केली. आश्चर्याची गोष्ट अशी आहे की, विभक्त मतदारसंघाच्या त्यांनी केलेल्या मागणीला त्यांनी 'राजकीय' आधार घेतला. ते म्हणाले, 'हिंदूंना किंवा मुसलमानांना एखाद दुसरी जागा कमी मिळणे किंवा जास्त मिळणे हा महत्त्वाचा प्रश्न नाही. सत्तांतर झाल्यानंतर नोकरशाहीकडून लोकशाहीकडे आपण जात आहोत, याकडे आपण आपले लक्ष केंद्रित केले पाहिजे.''१८ भारताच्या विशाल भौगोलिक आकारमानामुळे भारतीय समाजात ऐक्य निर्माण करण्याच्या प्रक्रियेत काही अडचणी येणार याची जाणीव त्यांना होती. आपल्या भौतिक जीवनात आपले व्यवहार देवदूतांशी होत नसतात, तर भावनाप्रधान, पूर्वग्रहदूषित, व्यक्तिगत गुण-दोष असलेल्या लोकांशीच होत असतात; त्यामुळे गांगरून जाण्याची गरज नाही, असा दिलासा त्यांनी दिला.

हिंदूंशी आपण प्रेमाने आणि बंधुभावाने राहिले पाहिजे, मातृभूमीसाठी आपण त्यांना सहकार्य दिले पाहिजे, अशी भूमिका जीनांनी घेतली.[१९]

डॉ. आंबेडकरांनी सवर्ण हिंदू, मुस्लिम आणि ब्रिटिश शासनाच्या संदर्भात वेळोवेळी ज्या भूमिका घेतल्या, त्यामध्ये अनेक वेळा परस्परविरोध दिसून आला, तरी दलित कल्याणाचा एकमेव धागा मात्र सर्वत्र कायम आहे. त्यांचे सामर्थ्य आणि मर्यादा त्यातच सामावलेली आहे.[२०] प्रथमत: डॉ. आंबेडकरांनी संयुक्त मतदारसंघाचे जे समर्थन केले, त्याची त्यांनी केलेली कारणमीमांसा अतिशय तर्कशुद्ध, देशाला आणि दलितांना कल्याणकारी अशा स्वरूपाची होती. जीनांनीदेखील नंतरच्या काळात (१९२५ मध्ये) देशाचे हितसंबंध महत्त्वाचे मानून संयुक्त मतदारसंघ असावेत, अशी मागणी केली होती. या घटनेला व्यावहारिक महत्त्व खूप होते. या मागणीने मुसलमानांमध्ये असलेली जीनांची लोकप्रियता धोक्यात येण्याचा दाट संभव होता; पण हा धोका त्यांनी पत्करला.[२१] 'मी प्रथमत: राष्ट्रवादी आहे, नंतरही राष्ट्रवादी आहे आणि अंतिमत:ही राष्ट्रवादीच आहे,' अशी घोषणा जीनांनी केली होती.[२२] संयुक्त मतदारसंघाचा फायदा मुसलमानांना कसा होईल याचे विश्लेषण करण्याचा प्रयत्न जीनांनी केला नाही. ते त्यांना जमलेही नसते. डॉ. आंबेडकरांनी समाजशास्त्राचा अभ्यास केल्याने व त्यावर चिंतन केल्याने त्यांना हे विश्लेषण सहज करता आले. विभक्त मतदारसंघाची जीनांनी केलेली मागणीदेखील फारशी कारणमीमांसा करणारी नसली तरी ती राजकीय स्वरूपाची होती. द्विराष्ट्रवादाचा सिद्धांत सांगण्यापूर्वी त्यांनी जात आणि धर्म या दोन्ही बाबी राजकारणात प्रभावी होणार नाहीत, याची काळजी घेतलेली दिसते. डॉ. आंबेडकरांना अशी भूमिका स्वीकारता येणे शक्य नव्हते. ज्या साधनांच्या साहाय्याने अस्पृश्यांवर हजारो वर्षे घोर अन्याय केला गेला, त्या साधनांवरच आघात करण्याची भूमिका डॉ. आंबेडकरांनी घेतली व त्यात काही वावगेही नव्हते.

डॉ. आंबेडकरांनी भारतीय राष्ट्रवादाशी प्रामाणिक राहून मागासलेल्या जाती-जमातीच्या हक्करक्षणाचा प्रयत्न केला. काही वेळा भारतीय सांस्कृतिक राष्ट्रवादाचा आधार घेऊन तर कधी ब्राह्मणी जातीयवादावर टीका करून त्यांनी आपला राष्ट्रवाद व्यक्त केला. अमेरिकेमध्ये विद्यार्थीदशेत असताना त्यांनी जातिव्यवस्थेवर जो निबंध (कास्टस् इन इंडिया : देअर मेकॅनिझम, जेनिसिस ॲण्ड डेव्हलपमेंट) वाचला होता, त्यामध्ये त्यांना भारतात जे राष्ट्रीय ऐक्य (Unity) दिसून आले, ते त्यांना खूप वैशिष्ट्यपूर्ण वाटले. अनेक धर्मांचे लोक एकत्र राहू शकतात व भारतातही ते शक्य आहे, असा प्रबंधही ते मांडतात. त्यांच्या विचारांमध्ये आणि चळवळींमध्ये असेही दिसते की, हिंदू संघटनांच्या साहाय्याने या देशातील मुसलमानांच्या कारवायांना चोख उत्तर देता येईल. सवर्ण हिंदूंनी न्यायीपणाने किंवा अस्पृश्यांचा हक्क मान्य करून

किंवा उदार अंत:करणाने अस्पृश्यांना हिंदू धर्मात पूर्णत: मिसळून घ्यावे, अशी अपेक्षा डॉ. आंबेडकरांनी व्यक्त केली होती. ब्राह्मणांनी हिंदू धर्मीयांचे फार मोठ्या प्रमाणावर नुकसान केले, असा डॉ. आंबेडकरांचा दावा होता; त्यामुळे केवळ हिंदूंचेच नाही, तर भारताचेही मोठ्या प्रमाणावर नुकसान झाले, असे त्यांचे मत होते. हिंदू धर्म सुरुवातीला शोधक धर्म होता; तो एकवर्णीय होता. हिंदू धर्माचे एकवर्णीय स्वरूप नष्ट झाल्याने हिंदूंना शुद्धी करता येत नव्हती, अशी खंत त्यांनी व्यक्त केली.

डॉ. आंबेडकर हिंदू धर्माच्या विरोधात होते, असा समज प्रबळ झालेला दिसतो. वास्तविकपणे आंबेडकर ब्राह्मण्यवादाच्या विरोधात होते. ब्राह्मणांनी आपल्या स्वार्थापोटी आणि अहंकारापोटी भारतीय अस्पृश्यांचेच नुकसान केले नाही, तर देशाचेही नुकसान केले, असा निष्कर्ष ते काढतात. १९२७-१९३० या कालावधीत आंबेडकरांची वैचारिक बैठक 'हिंदू संघटना'ची होती. आर्यसमाजी आणि सवर्ण हिंदूंचे धर्मगुरू यांनी शुद्धीकरणाची मोहीम हाती घेतली होती. यावर आंबेडकरांनी एक मार्मिक प्रश्न उपस्थित केला होता. शुद्धी मोहिमेने हिंदूंची संख्या वाढेल आणि मुसलमानांच्या मुजोर कारवायांना उत्तर देता येईल, असे सनातनी हिंदूंचे मत होते. आंबेडकरांनी विचारले की, एरवीही हिंदू संख्येने मुसलमानांपेक्षा जास्त असूनही मार का खातात? डॉक्टरसाहेबांनीच याचे उत्तर दिले की, हिंदू संघटन नसल्याने असे होते. लोकांच्या कमी-जास्त संख्येवर त्यांची ताकद अवलंबून नसते, तर ती संघटनावर अवलंबून असते.[२३]

या संदर्भातील डॉ. आंबेडकरांच्या भावना अनेक हिंदुत्ववादी नेत्यांना कळल्याही होत्या; त्यामुळेच डॉ. आंबेडकर, डॉ. मुंजे, डॉ. आपटे, स्वातंत्र्यवीर सावरकर यांनी एकेमकांना सहकार्य केल्याचे दिसून येते. सहभोजनाच्या कार्यक्रमाविषयी काही काळपर्यंत डॉ. आंबेडकर समाधानी होते. डॉ. आंबेडकरांनी हाती घेतलेल्या सत्याग्रहांमध्ये हिंदुत्ववादी नेत्यांनी त्यांना पूर्ण पाठिंबा दिला होता. हिंदू धर्मातील जातिव्यवस्था नष्ट होत नाही, म्हणून डॉ. आंबेडकरांनी जेव्हा धर्मांतर करण्याची घोषणा केली, तेव्हा त्यांनी शीख धर्म स्वीकारावा, असा सल्ला शंकराचार्य (डॉ. कुर्तकोटी) आणि डॉ. मुंजेंनी त्यांना दिला होता व डॉ. आंबेडकरांनी तो जवळजवळ स्वीकारलाही होता.

डॉ. आंबेडकरांनी धर्मांतरावर विचार करताना अप्रत्यक्षत: राष्ट्रवादाचा आणि धर्माचा संबंध लावला. सुरुवातीला शीख धर्म स्वीकारण्याची तयारी केली असताना व नंतर प्रत्यक्ष बौद्ध धर्म स्वीकारताना डॉ. आंबेडकरांनी केवळ भारतीय संस्कृतीशी निगडित अशा धर्माचाच विचार करावयाचे ठरविले. परंतु भारतीय संस्कृतीची विस्तृत मीमांसा केली नाही; जी मीमांसा केली तिच्यात भारतीय संस्कृती प्रत्यक्ष आणि अप्रत्यक्षपणे हिंदू धर्माशीच निगडित होती. धर्मांतराच्या संदर्भात इस्लाम धर्म नाकारताना इस्लाममध्ये राष्ट्रवाद नाही, हे प्रमुख कारण सांगितले. इस्लाम धर्मात

आपण गेलो तर राष्ट्राचे नुकसान होईल, ही डॉ. आंबेडकरांची भूमिका होती. धर्मांतर करताना आपण राष्ट्रहितास बाधा येऊ देणार नाही, देशहितासाठी आपल्या जातीच्या हितसंबंधावर जळजळीत कोळसे ठेवण्यास मागे-पुढे पाहणार नाही, असे उद्‌गार आंबेडकरांनी काढले होते.[२४]

डॉ. आंबेडकरांनी दलितांच्या पृथकतेचा आग्रह धरला, तोही योग्य होता; पण ही पृथकता सामाजिक आणि आर्थिक होती. आपल्या राजकीय जीवनात आंबेडकरांनी ८० प्रतिशत भारतीय एकाच पातळीवरच्या आर्थिक दारिद्र्यात आहेत, हे मान्य केले होते. त्यांच्या ऐक्याची भाषा केली होती; परंतु कालौघात ती भाषा विरून गेली. अस्पृश्य आणि मागासलेल्या जातीजमातींचे हितरक्षण करण्याचीच जबाबदारी त्यांनी अंगावर घेतली. त्यांना ब्राह्मण्याच्या विरोधात त्यांनी उभे केले; परंतु त्यांच्यात राष्ट्रविरोधी फुटीर प्रवृत्ती येऊ दिली नाही. त्यांना व्यक्तिगतरीत्या अनेक राजकीय आमिषे दाखविली गेली; परंतु डॉ. आंबेडकर यांना बळी पडले नाहीत. अर्थात, काही घटक राज्यांमध्ये अस्पृश्य बहुसंख्येने असते, तर या कृतीमुळे आंबेडकरांच्या राष्ट्रवादाला अधिक उजाळा मिळाला असता.

डॉ. आंबेडकरांची अस्पृश्यांना स्वयंनिर्णयाचा हक्क मागणाऱ्या पृथकवादी प्रवृत्तींपासून वाचविलेले असले तरी पाकिस्ताननिर्मितीला पाठिंबा दिला. पाकिस्ताननिर्मितीला पर्याय राहिला नव्हता असे नाही. भारतीय संस्कृतीतील एकात्मता वर्णन केल्यानंतर मुसलमानांचे वेगळेपण सांगण्यात भारतीय मुस्लिमांना भारतीय संस्कृतीतून त्यांनी वगळले होते की काय, असा भास होतो. जीनांनी ज्या पद्धतीने द्विराष्ट्रवादाचा पुरस्कार केला, तसा हिंदुत्ववाद्यांनी केला आणि डॉ. आंबेडकरांनी केला. भारतीय स्वातंत्र्य चळवळीला डॉ. आंबेडकर यावनी आणि हिंदू संस्कृतीमधील संघर्ष म्हणत असत. मुसलमानांना पाकिस्तान देऊन टाकल्याने मुस्लिम नेत्यांनी निर्माण केलेली डोकेदुखी जाईल, असे त्यांना वाटत होते.

पाकिस्ताननिर्मितीसाठी जीनांनी खूप प्रयत्न केले. पाकिस्तान निर्माण करण्याची जीनांची इच्छा नव्हती, तर तडजोडीसाठी जीनांनी पाकिस्तानची मागणी पुढे केली होती, असे आयेशा जलालांचे मत आहे; परंतु भारतीय राष्ट्रवादाच्या विरोधात मुस्लिम राष्ट्रवाद निर्माण करून शीख, अस्पृश्य आणि संस्थानिक यांना भारतीय राष्ट्रवादाच्या विरोधात उभे करण्याचा डाव जीनांचा होता. या स्थितीत जीनांचा द्विराष्ट्रवादाचा सिद्धांत मागे पडला. जीनांनी शिखांना आपल्या जाळ्यात ओढण्याचा प्रयत्न केला.[२५] शिखांनी पाकिस्तानातच राहावे आणि त्यांच्या हक्काचे रक्षण पाकिस्तान करील, असे आश्वासन त्यांनी दिले; परंतु जीनांना यश आले नाही. पाकिस्ताननिर्मितीच्या मागे डॉ. इकबालांचे तत्त्वज्ञान व प्रेरणा असली तरी जीनांचे

सुडाचे राजकारणही होते. नेमक्या याच संदर्भात डॉ. आंबेडकरांच्या मनाचे औदार्य आणि शुद्ध राष्ट्रवाद नजरेत भरतो. भारतीय राजकारणात डॉ. आंबेडकरांना जी मानहानी सहन करावी लागली ती क्वचितच दुसऱ्या भारतीय नेत्याने सहन केली असेल. भारतीय स्वातंत्र्याच्या शेवटच्या टप्प्यात भारतीय नेत्यांनी आणि ब्रिटिश सरकारने त्यांना दुर्लक्षित केले. काँग्रेसने अनेक दलित नेते आपल्याकडे आकर्षित करून आंबेडकरांच्या चळवळीतील जोर कमी केला. डॉ. आंबेडकरांना या प्रकाराचा संताप येणे साहजिक होते, तरी त्यांनी फुटून निघण्याची भाषा केली नाही. यामध्ये त्यांचा राष्ट्रवाद आणि स्वतःच्या राजकीय सामर्थ्याच्या मर्यादा ह्या दोन्ही कारणांचे संमिश्रण असण्याची शक्यता आहे.

पाकिस्तानची निर्मिती झाल्यानंतर देशात गंभीर परिस्थिती निर्माण होईल याची जाणीव डॉ. आंबेडकरांना आणि जीनांना नव्हती. फाळणीनंतर देशात भयंकर कत्तली होतील हे गांधीजींनी ओळखले होते. गांधीजींनी फाळणीला केवळ भारतीय ऐक्य टिकविण्यासाठी विरोध केला नव्हता. खेड्यापाड्यांमध्ये राहिल्याने गांधीजींनी देशाचा आत्मा ओळखला होता. माऊंटबॅटन यांना जीना सतत सांगत की, फाळणी म्हणजे केवळ शस्त्रक्रियेसारखी आहे; परंतु गांधीजींना खात्री होती की, फाळणी उद्वेगजनक कत्तलीला जन्म देईल. असंख्य खेड्यांमध्ये मित्र मित्रावर, शेजारी शेजाऱ्यावर आणि अनोळखी अनोळखींवर शस्त्र उगारील.फाळणी करून जी चूक आपण करीत होतो, त्याची किंमत येणाऱ्या भविष्यकाळात आपल्या पिढ्यांना चुकवावी लागेल.[२६]

भारताच्या फाळणीचे समर्थन करणाऱ्या डॉ. आंबेडकरांना आणि जीनांना या कत्तलींचा कदाचित धक्का बसला असला तरी त्या पाहण्याखेरीज त्यांच्या हातात तरी काय होते? जीना पाकिस्तानचे गव्हर्नर जनरल झाले. डॉ. आंबेडकर घटनानिर्मितीच्या प्रक्रियेत आणि सांसदीय कामकाजात गुंतले. डॉ. आंबेडकरांनी सर्व लोकसंख्येच्या अदलाबदलीची योजना सुचविली होती. या योजनेमुळे अजून काय गंभीर परिस्थिती निर्माण झाली असती, याची कल्पनाच केलेली बरी! विभाजनानंतर भारत आणि पाकिस्तान अगदी जीवाभावाचे मित्र बनून राहतील ही जीनांची दूरदृष्टी किती अयोग्य होती, हे काळाने दाखविलेच आहे.

म. गांधी, काँग्रेस, आंबेडकर आणि जीना

म. गांधी आणि काँग्रेस यांच्या बाबतीत जीनांचे आणि आंबेडकरांचे विचार अगदी सारखेच होते असे म्हणता येणार नाही. मात्र, गांधीजी आणि काँग्रेसला दोघेही हिंदूंची संघटना म्हणत असत. धर्माच्या आधारावर भारताची फाळणी झाली आणि पाकिस्तान हे मुसलमानांचे राष्ट्र निर्माण झाले. यावरून काँग्रेस हिंदूंची संघटना होती- निदान

धर्म हा फाळणीचा आधार असल्याचे तरी काँग्रेसने मान्य केले होते, असे मत मांडले जाते. जीनांनी धर्माच्या आधारावर पाकिस्तानची मागणी केली म्हणून काँग्रेस हिंदूंची संघटना होत नाही आणि हे इतिहासाने सिद्ध केले आहे. हिंदू महासभा अस्तित्वात असताना आणि केवळ हिंदूंचे हितरक्षण करण्याचे उघड ध्येय मानीत असताना, काँग्रेसला जीनांनी आणि आंबेडकरांनी हिंदूंची संघटना म्हणणे काँग्रेसवर अन्याय करण्यासारखे होते. काँग्रेसच्या ध्येयधोरणामुळे मुस्लिम लीग किंवा मजूर पक्ष आणि शे. का. फे. अडचणीत आल्या असतील; परंतु याचा अर्थ काँग्रेस किंवा म. गांधी मुसलमानांच्या किंवा दलितांच्या विरोधात होते, असे म्हणता येणार नाही.

डॉ. आंबेडकर, काँग्रेस आणि म. गांधींचे अधिक प्रखर टीकाकार होते. दुसऱ्या गोलमेज परिषदेच्या वेळी डॉ. आंबेडकरांनी म. गांधींवर इतकी तिखट टीका केली की, मुस्लिम लीगच्या सदस्यांनाही वाटले की, आंबेडकरांनी इतकी टीका करावयास नको होती. अर्थात, काँग्रेसनेही डॉ. आंबेडकरांवर टीका केली होती, तीही अस्थानी होती; परंतु म. गांधींनी त्यांच्यावर प्रतिटीका केली नाही. डॉ. आंबेडकरांनी म. गांधींची स्तुतीही केली; पण हात राखून आणि अराजकीय बाबतीत. जीनांनी गांधीजींच्या द. आफ्रिकेतील चळवळीला पाठिंबा देऊन कौन्सिलमध्ये द. आफ्रिकन सरकारने केलेल्या अत्याचाराचा निषेध केला; परंतु म. गांधींच्या सविनय कायदेभंगावर आणि असहकारावर टीका केली. सिंधमध्ये हिंदूंवर अत्याचार झाल्यानंतर आणि मुसलमानांनी हिंदू स्त्रियांची अब्रू लुटल्यानंतर म. गांधीनी सिंधमधील हिंदूंनी मुसलमानांचा प्रतिकार न केल्याने कानउघाडणी केली. या घटनेचा जीनांनी विपर्यास करून म. गांधींनी हिंदूंना हाती शस्त्र घ्यायची चिथावणी दिली, असा खोटा आरोप केला.[२७]

म. गांधीजींचे मोठेपण डॉ. आंबेडकरांनी आणि जीनांनी मनोमन जाणले होते; परंतु गांधीजींच्या मृत्यूनंतरही गांधीजींबद्दलची डॉ. आंबेडकरांच्या मनातील अढी काही गेली नाही. डॉ. आंबेडकरांचे प्रसिद्ध चरित्रकार श्री. खैरमोडे यांनी नोंद केली की, गांधीजींच्या हत्येनंतर डॉ. आंबेडकरांनी कोणतीही प्रतिक्रिया व्यक्त केली नाही. फाळणीनंतर जीनांनी म. गांधींबद्दल आदर व्यक्त केला. फाळणीनंतर सुमारे वर्षभर पाकिस्तानात राहिलेल्या शर्मा नावाच्या वार्ताहराने म्हटले की, जीनांनी लीग कौन्सिलमध्ये सांगितले की, मिस्टर गांधी मुसलमानांचे सच्चे मित्र आहेत आणि भारतातील मुसलमानांनी गांधींच्या मागे संघटितपणे उभे राहावे.[२८] म. गांधींच्या हत्येनंतर जीना सार्वजनिकरीत्या म्हणाले, 'हिंदू समाजात निर्माण झालेल्या अतिशय थोर व्यक्तींमध्ये गांधीजींची गणना होते.' आणि खासगीत त्यांनी मान्य केले की, गांधीजींच्या मृत्यूमुळे भारतीय मुसलमानांचे फार मोठे नुकसान झाले.[२९]

डॉ. आंबेडकर आणि जीनांची सहिष्णुता

काही राजकीय नेते सत्तास्पर्धेच्या काळातही सहिष्णू असतात, तर काहींची सहिष्णू वृत्ती राजकीय सत्तास्पर्धा मर्यादित झाल्यानंतर व्यक्त होते. डॉ. आंबेडकर आणि जीना दोन्ही दुसऱ्या वर्गात मोडतात. सुरुवातीच्या राजकारणात जीना सहिष्णू राहिले; परंतु विभक्तपणाचे राजकारण सुरू केल्यानंतर त्यांच्या असहिष्णूपणाने कळस गाठला. पुढे पाकिस्तानची निर्मिती झाल्यानंतर जीनांमधील सहिष्णू वृत्ती पुन्हा जागी झाली. ही सहिष्णू वृत्ती धर्मनिरपेक्षतेच्या टोकाला जाऊन भिडते. पाकिस्तानच्या घटना समितीच्या अध्यक्षपदावरून बोलताना ते म्हणाले, "...आपण हा आदर्श आपल्यासमोर ठेवू या; मग तुम्ही पाहाल की, येणाऱ्या कालक्रमात हिंदू हे हिंदू राहणार नाहीत आणि मुसलमान हे मुसलमान राहणार नाहीत. अर्थात, हे मी धार्मिक संदर्भात सांगत नाही कारण धर्म व्यक्तिगत श्रद्धेचा भाग आहे; परंतु राजकीय अर्थाने ते व्यवहारात येईल. आपण सर्व हिंदू आणि मुस्लिम एकाच राज्याचे नागरिक असू."[३०] जीनांचे चरित्रकार बॉलिथो यांनी हे भाषण जीनांच्या आयुष्यातील सर्वोत्तम भाषण म्हणून गौरविले आहे. फाळणीपूर्व भारतात जे ध्येय म. गांधींनी स्वीकारले ते जीनांनी फाळणीनंतर स्वीकारले.

वार्ताहर शर्मांनी, जीनांशी त्यांचे जे बोलणे झाले ते दिले आहे. जीना म्हणाले, "मित्रा, पाकिस्तानातील हिंदूंचा मी संरक्षणकर्ता होणार आहे."[३१] फाळणीनंतर सिंधमधील हिंदूंवर मुसलमानांनी अत्याचार केले. दंगलग्रस्तांसाठी केलेल्या हिंदू कँपमधील लोकांच्या व्यथा ऐकून जीनांना आपल्या अश्रूंना आवर घालता आला नाही, असेही शर्मा नोंदवितात.[३२] डॉ. आंबेडकरांसमोर दुहेरी जबाबदारी होती. पहिली, दलितांना सामाजिक न्याय मिळवून देण्याची आणि दुसरी, त्यांच्या राजकीय हक्कांचे संरक्षण करण्याची. भारतीय राज्यघटनेत दलितांच्या हक्कांचे रक्षण करणाऱ्या तरतुदी केल्यानंतर डॉ. आंबेडकरांचा सामाजिक संघर्ष संपला नाही. स्वातंत्र्योत्तर काळातही त्यांचा अपेक्षाभंग झाला. अशा स्थितीत त्यांच्याकडून सहिष्णुवृत्तीची अपेक्षा करणे योग्य झाले नसते. भारताच्या घटनानिर्मितीच्या प्रक्रियेत धर्मनिरपेक्षतेची संकल्पना त्यांनी उचलून धरली.

डॉ. आंबेडकरांनी जीनांवर केलेली टीका

डॉ. आंबेडकरांच्या कार्याचे, स्वभावाचे किंवा कार्यपद्धतीचे विश्लेषण जीनांनी केलेले आढळत नाही. सत्तावाटपामध्ये दलितांचा वाटा किती असावा, याविषयीची न्याय्य भूमिका जीनांनी घेतली नाही. पंडित नेहरूंनी ज्या वेळी ब्रिटिश शासन आणि काँग्रेस या दोन बाजूंचाच भारतीय राजकीय प्रक्रियेतील महत्त्वाचे घटक

म्हणून उल्लेख केला, तेव्हा जीनांनी सांगितले की, या प्रक्रियेत मुस्लिम लीग हा तिसरा महत्त्वाचा घटक आहे; परंतु सर्व अल्पसंख्याकांचा एकत्रित उल्लेख त्यांनी केला नाही. काँग्रेसला राजकीय सत्तेत जो वाटा मिळेल, त्यातून दलितांनी आपला वाटा घ्यावा, अशी त्यांची भूमिका असेल.

डॉ. आंबेडकरांनी जीनांसंबंधी आपली मते व्यक्त केली आहेत. न्यायमूर्ती रानडेंची तुलना गांधी आणि जीना यांच्याशी करताना रानडे मूलत: समाजसुधारक असल्याने त्यांचे स्थान इतर दोघांपेक्षा वरचढ असल्याचे आंबेडकरांनी दाखविले आहे. राजकीय संघर्षामध्ये म. गांधी आणि जीना यांचे प्रतिद्वंद्वी म्हणून अनेकदा डॉ. आंबेडकर उभे राहिले. असे असतानाही डॉ. आंबेडकरांनी गांधीजी आणि जीनांचे विश्लेषण वस्तुनिष्ठपणे केले असते, तर त्यांच्या लिखाणाचे मूल्य अजून वाढले असते; परंतु दुर्दैवाने तसे घडले नाही. अनेकदा व्यक्तिगत स्पर्धेचा वास त्या विश्लेषणाला येतो. 'भारतीय राजकारणाला दोघांनी (म. गांधी आणि जीना) व्यक्तिगत संघर्षाचे रणांगण बनविले. (आपण काय करतो आहोत याच्या) परिणामांविषयी ते बेफिकीर राहिले. प्रत्यक्ष परिणाम घडल्यानंतर त्याचे गांभीर्य त्यांना कळते... त्यांच्याशी समान दर्जाच्या माणसाशी ते संवाद साधीत नाहीत. फक्त त्यांच्यापेक्षा खुज्या लोकांशीच बोलतात. त्यांना त्यांच्यावर टीका झालेली आवडत नाही; परंतु त्यांच्या खुषमस्कऱ्यांवर ते खूष असतात. प्रसिद्धीच्या झगमगाटात कसे राहावे, हे दोघांनाही छान जमले आहे...[३३] अशी इतर उदाहरणेही सांगता येतील.

म. गांधी आणि जीना यांनी डॉ. आंबेडकरांच्या बाबतीत फारसे विश्लेषण केले नसले तरी दुसऱ्या गोलमेज परिषदेच्या वेळी डॉ. आंबेडकरांच्या कर्तृत्वासंबंधी काही इंग्रजी वृत्तपत्रांनी मुक्तकंठाने स्तुती केली आहे. डॉ. आंबेडकरांचे प्रमुख चरित्रकार श्री. खैरमोडे आणि श्री. धनंजय कीर यांनी डॉ. आंबेडकरांचे अनेक पैलू स्पष्ट केले आहेत. मानवेन्द्रनाथ रॉय यांनीही जीना व्यावसायिक राजकारणी नव्हते; असे म्हटले आहे.[३४] परंतु सुरुवातीला जीनांनी राजकारणाकडे छंद म्हणून पाहिले. नंतर मात्र त्यांना राजकारणात पुढे जाण्याची महत्त्वाकांक्षा निर्माण झाली. त्यांच्या काळात जे जे देशभक्त नेते होते; त्यांच्यापेक्षा जीनांची देशभक्ती कमी नव्हती. असेही रॉय म्हणतात.[३५] त्याचबरोबरच जीनांच्या राजकारणाला त्यांनी द्वेषमूलक (Mephistophelian) म्हटले आहे. अर्थात, इतर भारतीय आणि भारताबाहेरील राजकीय विचारवंतांचे जेवढे परीक्षण झाले आहे, तेवढे डॉ. आंबेडकरांचे झालेले नाही, हे खरेच आहे.

संदर्भ आणि टिपा

१. गांधी राजमोहन - अंडरस्टँडिंग दि मुस्लिम माइंड
(न्यू डेलही पेंग्विन १९८७, पृ. १२७)

२. कित्ता : पृ. १२७

३. ...yet neither did he (Jinnah) shame Muslim massess with accusations of backwardness. (कित्ता. पृ. १८४)

४. Sayyid Ahmad Khan, the reformer, had done that, to his cost. Jinnah did not exhort them to alter their ways; he only asked for their support for political aims (कित्ता. पृ. १८४)

५. बुटानी डी. एच. : दि फ्युचर ऑफ पाकिस्तान,' (न्यू डेलही, प्रोमिला ॲन्ड कं., पब्लिशर्स १९८४), पृ. ५४

६. सय्यद मतलुबुल हसन 'दि पोलिटिकल स्टडी ऑफ मुहम्मद अली जीना' खंड १ (डेलही, अनमोल पब्लिकेशन्स, १९८६) पृ. ८६

७. गांधी राजमोहन : पूर्वोक्त, पृ. १२८

८. फडके य. दि. : 'डॉ. आंबेडकर आणि काळाराम मंदिर सत्याग्रह' (पुरोगामी सत्यशोधक : जुलै-डिसेंबर, १९८६) पृ. ११-१२

९. वकील अलीम : महात्मा आणि बोधिसत्त्व (संगमनेर मित्र प्रकाशन, १९९०) पृ. ६८-६९

१०. गांजरे मा. फ - डॉ. बाबासाहेब आंबेडकरांची भाषणे : खंड ५ (नागपूर, अशोक प्रकाशन, १९७६) पृ. ४५

११. वकील अलीम : पूर्वोक्त, पृ. १८८

१२. राजशेखरय्या ए. एन. : बी. आर. आंबेडकर : दि. क्वेस्ट फॉर सोशल जस्टिस (न्यू डेलही, उप्पल पब्लिशिंग हाऊस, १९८९) पृ. १४३

१३. गांधी राजमोहन : पूर्वोक्त - उद्धृत, पृ. १७०
'...This (the Calcutta killing) will be a good lesson for the League, because I hear that the proportion of Muslims who have suffered death is much larger.'

१४. वकील अलीम : पूर्वोक्त पृ. ६९-७२

१५. वकील अलीम : पूर्वोक्त पृ. ३६

१६. 'The only thing Moslem about Mohamad Ali Jinnah was the fact, his parents happened to be Muslim. He drank, ate pork religiously shaved his beard each morning, and just as religiously avoided the mosque each Friday, God and the Koran had no place in Jinnah's vision of the world.' बुटानींच्या Future on Pakistan मध्ये उद्धृत. पृ. ५७

१७. सय्यद मतलुबुल हसन : पूर्वोक्त, पृ. ११६-११७

१८. सय्यद मतलुबुल हसन : पूर्वोक्त, पृ. १२६

१९. सय्यद मतलुबुल हसन : पूर्वोक्त, पृ. १३१

२०. वकील अलीम : पूर्वोक्त, पृ. १९२

२१. गांधी राजमोहन : पूर्वोक्त, पृ. १३८

२२. गांधी राजमोहन : पूर्वोक्त, पृ. १३८

२३. वकील अलीम : पूर्वोक्त, पहा : प्रकरण २ रे, अस्पृश्यता निवारण, पृ. ३२-८८

२४. खैरमोडे चां. भ. : डॉ. भीमराव रामजी आंबेडकर यांचे चरित्र, खंड ६, (वाई म. सा. सं. मंडळ, १९८८) पृ. ९२

२५. गांधी राजमोहन : पूर्वोक्त, १७७
रामस्वामी नायकर यांनी द्राविडीस्तानची मागणी केल्यानंतर जीनानी त्या मागणीला पाठिंबा दिला होता. आश्चर्याची गोष्ट अशी आहे की, डॉ. आंबेडकरांनी या मागणीला उचलून धरले होते, असे मत वसंत पळशीकरांनी व्यक्त केले आहे. (नवभारत : डिसेंबर १९८५ ते जानेवारी-फेब्रुवारी १९८६)

२६. बुटानी डी. एच. : पूर्वोक्त, उद्धृत, पृ. ६०

२७. बुटानी डी. एच. : पूर्वोक्त, पृ. ५६

२८. गांधी राजमोहन : पूर्वोक्त, पृ. १७९

२९. गांधी राजमोहन : पूर्वोक्त, पृ. १८३

३०. गांधी राजमोहन : पूर्वोक्त, पृ. १७८

३१. गांधी राजमोहन : पूर्वोक्त, पृ. १७८

३२. गांधी राजमोहन : पूर्वोक्त, पृ. १७९

३३. आंबेडकर डॉ. बी. आर. : 'रानडे, गांधी ॲन्ड जीनाह' इन डॉ. बाबासाहेब आंबेडकर : रायटिंग्ज ॲण्ड स्पीचेस, व्हॉल्यूम वन (मुंबई, गव्हर्मेंट ऑफ महाराष्ट्र, १९७९) पृ. २२६-२२७

३४. रॉय एम. एन. : मेन आय मेट (बॉम्बे, ललवाणी पब्लिशिंग हाऊस, १९६८) पृ. ३२

३५. कित्ता, पृ. ३३

□□□

डॉ. बाबासाहेब आंबेडकरांनी शून्यातून दलित समाजाचे जीवन उभारले. ते उभारताना त्यांना जीवनाच्या सर्वच आघाड्यांवर संघर्ष करावा लागला. हा संघर्ष सुरू असताना त्यांना काही जीवलग सहकारी हवे होते. ते सहकारीही त्यांनाच निर्माण करायचे होते. दादासाहेब गायकवाड हे अशा सहकाऱ्यांत आघाडीवर होते, मग तो महाडचा सत्याग्रह असो, नाशिकचा सत्याग्रह असो, मुखेड गावाचा सत्याग्रह असो, सायमन कमिशन असो, महारवतन बिल असो की आणखी कसला लढा असो.

बाबासाहेबांचे सार्वजनिक आयुष्य तसे १९२४ साली सुरू झाले. म्हणजे उच्चविद्याविभूषित होऊन परदेशातून मायदेशी परत आल्यावर त्यांनी १९२४ साली 'बहिष्कृत हितकारिणी सभा' नावाची संघटना स्थापन केली, तेव्हा ते सुरू झाले आणि ६ डिसेंबर १९५६ साली ते संपले. हा सर्व कालखंड आहे फक्त ३२

९.
बाबासाहेब आंबेडकर आणि दादासाहेब गायकवाड

झुंबरलाल कांबळे

वर्षांचा; पण या एवढ्याशा कालखंडात त्यांनी अक्षरशः नवीन विश्व निर्माण केले. दलितांसाठी, भारतीयांसाठी, भारतीय समाजासाठी!

त्यांचे बालपणापासूनचे आयुष्य म्हणजे धगधगते बंड होते. त्यात दादासाहेब गायकवाड सहभागी झालेले होते.

बाबासाहेबांचा हा जीवनसंघर्ष वैयक्तिक व सामाजिक पातळीवर कसा सुरू होता, ते त्यांच्याच शब्दांत पाहण्यासारखे आहे. 'तो १९२३-२४ चा काळ होता. त्यावेळी त्यांनी मुंबई हायकोर्टात वकिलीच्या कामाला सुरुवात केली; पण एक 'महार बॅरिस्टर' म्हणून त्यांना कामच मिळेना. त्यांनी उधार उसनवारी करून पाच-सहाशे रुपये काढून मुंबई हायकोर्टाची सनद मिळविली खरी; पण काम काही मिळेना. बाबासाहेब आपला हा अनुभव गांभीर्याने तसेच मिष्कीलतेने व अलिप्तपणे सांगताना म्हणतात, 'मला काम मिळावे म्हणून दादा केळूसकर हे अनेकांकडे घेऊन

जात; परंतु दादा केळूसकर हे प्रत्येकाला सांगत असत की, 'अहो, हा एम. ए. पीएच. डी., बॅरिस्टर झाला आहे; परंतु रँग्लर परांजपे यांनी इंपीरियलला एज्युकेशन लाईनची दिलेली नोकरी यांनी सोडली. आता बॅरिस्टर म्हणून प्रॅक्टिस करणार आहे. काय म्हणावे याला?' यामुळे मला काम कुणीच देत नसे. शेवटी मी ठरविले की, दादा केळूसकरांबरोबर फिरायचा नाद सोडला पाहिजे. पण एक दिवस दादा मला वेलीनकरांकडे घेऊन गेले. त्यांनादेखील दादांनी नोकरी सोडल्याची कथा सांगितलीच; परंतु बॅरिस्टर वेलीनकर हे एकच गृहस्थ मला असे भेटले की, त्यांनी मी नोकरी सोडल्याचे मनावर घेतले नाही. ते म्हणाले, 'यांना जर प्रॅक्टीस करावीशी वाटते तर त्यांना खुशाल प्रॅक्टिस करू द्या.'

'वेलीनकर मला घेऊन रांगणेकरांकडे गेले. रांगणेकरांकडे फारच चमत्कारिक गोष्ट घडून आली. वेलीनकरांनी रांगणेकरांना सांगितले की, मला त्यांनी ज्युनिअर म्हणून ठेवून घ्यावे; परंतु काहीही कारण नसताना रांगणेकरांनी तडकाफडकी नकार दिला... वकिलीची सुरुवात करताना मला अनेक अडचणी निर्माण झाल्या; पण मी मात्र डगमगलो नाही.'

'दामोदर हॉलच्या शाळेत मी पूर्वी राहत असे. एक दिवस एक कुणबी माझ्याकडे आला आणि म्हणाला, 'मला तुम्हाला काही काम द्यावयाचे आहे.' मलाही थोडे बरे वाटले; परंतु सावज हातचे जाऊ नये म्हणून मी भीतभीतच अवघी शंभर रुपये फी त्याला सांगितली. परंतु मला आता वकील कोण भेटणार, हा प्रश्न होताच; म्हणून मी दादा केळूसकरांकडे जात असता लेडी जमशेटजी लेनजवळ मला अचानक मोडक भेटले. मोडक आपले सामान घेऊन रेल्वे स्टेशनवर चालले होते. मी मोडकांना विचारले, 'अहो, चाललात कुठे?' मोडक म्हणाले, 'मुंबईला काही काम मिळत नाही म्हणून मी नाशिकला वकिली करण्यास जात आहे.' मी त्यांना सांगितले, 'अहो, माझ्याजवळ काम आहे. घाबरता कशाला?' मग मोडकांनी नाशिकला जाण्याचा बेत रहित केला. अशा तऱ्हेने आम्ही प्रॅक्टिसला सुरुवात केली.

'प्रथमत: सर्वांना वाटले की हा काय आमच्यासमोर टिकतो? याला तर, आम्ही पळवून लावू! अगदी त्यांनी कटच केला. मोडकांना तर सर्वांनी ओरबाडून, फाडून खाऊन टाकले. मोडक अक्षरश: रडू लागले. तेव्हा हिंगणेंनी त्यांना सांगितले, 'मोडक, तुम्ही काही घाबरू नका. डॉ. आंबेडकरांच्या भाषणात आकर्षकता आहे; म्हणून तुम्ही त्यांना सोडून जाऊ नका. मोडकांनाही ते पटले आणि नंतर मात्र ते तिळमात्रही ढळले नाहीत. शेवटपर्यंत ते मजजवळ राहिले.'

बाबासाहेबांकडे मोठमोठे दिवाणी-फौजदारी खटले येत असत; पण पक्षकार आर्थिकदृष्ट्या गरीब असत, तरीही त्यांनी श्रद्धेने बॅरिस्टर म्हणून काम केले. एक

आदर्श बॅरिस्टर म्हणून पुढे पुढे हायकोर्टातील लोक त्यांच्याकडे पाहू लागले. कायद्याचा त्यांचा व्यासंग मोठा होता.

या त्यांच्या वकिली व्यवसायाच्या कामात दादासाहेब गायकवाडही त्यांच्या सल्ल्याप्रमाणे सहकार्य करीत असत.

महाडचा मुक्तिसंग्राम हा दलित समाजाच्या जीवनातील आणि बाबासाहेबांच्याही सार्वजनिक जीवनातील एक अत्यंत महत्त्वाचा संग्राम आहे, ज्यामुळे बाबासाहेबांचे सार्वजनिक आयुष्य उजळून निघाले. दलितांच्या जीवनातील अंधारयुग संपून त्यांच्या जीवनात नवीन पहाट जन्माला आली. या समरप्रसंगीच दादासाहेब गायकवाड बाबासाहेबांच्या या कार्याला येऊन मिळाले.

१९७१ साली आमच्या डॉ. बाबासाहेब आंबेडकर महाविद्यालयास (महाड) दशवर्षे पूर्ण झाली. तेव्हा कॉलेज नियतकालिकाचा डॉ. बाबासाहेब विशेषांक काढावा असे संपादक मंडळाने ठरविले. मी प्रमुख संपादक असल्याने बाबासाहेबांच्या सहवासात वावरलेल्या, त्यांचे सहकारी म्हणून काम केलेल्या अनेक नेत्यांच्या मुलाखती-आठवणी या अंकात घेतल्या. त्यातूनच पुढे 'डॉ. बाबासाहेबांच्या सहवासातील सुवर्णक्षण' हा ग्रंथ जन्माला आला. त्या अंकासाठी दादासाहेब गायकवाड यांची मुलाखत घेण्यासाठी म्हणून आमच्या कॉलेजातील हिंदी विभागप्रमुख नाशिकच्या प्रा. उषा पुरोहित यांना आम्ही पाठवले. त्यांनी ती मुलाखत घेतली, जिच्यामध्ये दादासाहेबांच्या चळवळीबद्दलची मूलगामी मते व्यक्त झालेली आहेत.

बाबासाहेबांच्या सार्वजनिक जीवनकार्याचा कालखंड ३२ वर्षांचा आहे, हे आपण पाहिले. या ३२ वर्षांपैकी २९ वर्षे दादासाहेब-बाबासाहेब यांच्या संयुक्त सार्वजनिक जीवनकार्याचा कालखंड आहे, तो म्हणजे १९२७ ते १९५६ असा.

तसे पाहिले तर १९२६ सालीच या दोन नेत्यांचे संबंध प्रथम आले. मुलाखतीमधील पहिलाच प्रश्न असा होता.

प्रश्न : डॉ. बाबासाहेबांचे आणि आपले संबंध केव्हा आणि कसे आले?

उत्तर : १९२६ सालापासून माझे व डॉ. बाबासाहेबांचे संबंध आले. ते त्यावेळी नामांकित बॅरिस्टर होते. मी नाशिक येथील शाहू छत्रपती बोर्डिंगचा सुपरिटेंडेंट होतो. बाबासाहेब नेहमी वकिलीच्या कामानिमित्ताने नाशिकला येत असत; त्यामुळे वरचेवर भेटी होत. अशा रीतीने सहवास वाढत गेला.

प्रश्न : आपण बाबासाहेबांकडे कसे आकर्षित झालात?

उत्तर : डॉ. बाबासाहेबांचे महार जमातीत जास्त वजन असल्याने मी त्यांच्याकडे आकर्षित झालो. त्या काळी आमच्या जातीत बॅरिस्टर होणे ही अतिशय

दुर्मिळ गोष्ट होती. बाबासाहेबांनी महाडला १९२७ साली चवदार तळ्याचा लढा दिला आणि दलितांच्या आत्मोद्धाराचा पाया घातला. नंतर त्यांनी सत्याग्रहाची एक मालिकाच सुरू केली. पर्वती-पुणे-नाशिक वगैरे. पण महाडनंतर गाजलेला सत्याग्रह म्हणजे नाशिकचा. तो १९३० ते ३५ असा सुरू होता. हे सत्याग्रह सुरू करण्यापूर्वी विशषेत: महाडचा सत्याग्रह सुरू करण्यापूर्वी पंढरपूरला सत्याग्रह करावा, असा एक विचार बाबासाहेबांच्या मनात होता. तशी चर्चाही कार्यकर्त्यांत सुरू होती; पण तो काही पंढरपूरला झाला नाही, याची कारणे काय असतील? बाबासाहेबांनी पंढरपूरऐवजी महाड निवडले. त्याला अनेक कारणे आहेत. त्यांपैकी महत्त्वाचे एक कारण असे की, महाड परिसरात भाई चित्रे म्हणजे अनंत विनायक चित्रेंसारखा कुशल संघटक होता. नानासाहेब टिपणीस, अण्णासाहेब पोतनीस, सुभेदार सवादकरांसारखे जिद्दीचे कार्यकर्ते होते.

नाशिकच्या सत्याग्रहासंबंधातही आपणाला असेच म्हणता येईल. दादासाहेब गायकवाडांसारखा जिद्दीचा व कुशल संघटक तिथेच पाय रोवून उभा होता; म्हणून तो सत्याग्रह होऊ शकला. पंढरपूरला होऊ शकला नाही; कारण तसा एखादा कार्यकर्ता बाबासाहेबांना मिळाला नाही.

चवदार तळे सत्याग्रह महाडला १९२७ साली दोन वेळा झाला. १९/२० मार्च आणि २५/२६ डिसेंबर. २० मार्चला बाबासाहेब आपल्या अनुयायांसह चवदार तळ्यावर जाऊन पाणी प्यायले. तळे बाटले म्हणून तेथील परंपरावादी पुराणमतवादी लोकांनी ते २१ मार्चला शुद्ध केले. बाबासाहेब अतिशय अस्वस्थ झाले. त्यांनी २५ डिसेंबरला आपला मोर्चा परत एकदा महाडला वळवला आणि ज्या मनुस्मृतीच्या आधारे महाडकरांनी तळे शुद्ध केले, तो ग्रंथच मुळी जाळून टाकला!

ह्या दुसऱ्या प्रसंगी दादासाहेब गायकवाड महाडला सत्याग्रही म्हणून उपस्थित होते. या संदर्भात त्यांनी जी मुलाखत दिली तिचा काही भाग असा :

प्रश्न : चवदार तळ्याच्या सत्याग्रहात आपण भाग घेतला होता. त्यातील काही रोमांचकारी अनुभव सांगता?

उत्तर : १९२७ साली झालेल्या चवदार तळ्याच्या सत्याग्रहात मी भाग घेतला; कारण हा सत्याग्रह अस्पृश्यांनी पाणी मिळवण्यासाठी केलेला होता.

एक का दोन घटना सांगू? तसे पाहिले तर अस्पृश्यांनी स्पृश्यांच्या विरुद्ध हा लढा देणे हीच एक अपूर्व व रोमांचकारी घटना होती. माझ्या दृष्टीने हा सत्याग्रह आणखी एका कारणाकरिता संस्मरणीय ठरला.

प्रश्न : कोणते कारण?

उत्तर : ह्या सत्याग्रहाच्या सुरुवातीलाच मला डॉ. बाबासाहेब आंबेडकरांना विरोध करण्याचा पवित्रा घ्यावा लागला.

प्रश्न : हा सत्याग्रह यशस्वी करण्याच्या इराद्याने आपण ह्या सत्याग्रहात सामील झाला होतात, असे असताना डॉ. बाबासाहेबांना विरोध करण्यास आपण सिद्ध व्हावे असे काय घडले होते?

उत्तर : ह्या सत्याग्रहाचे नेतृत्व डॉ. बाबासाहेब करीत होते. ते दूरदर्शी होते. दूरवरचा पेच समजून होते. त्यांनी खासगीरीत्या असे मत व्यक्त केले की अस्पृश्यांनी हा सत्याग्रह मागे घ्यावा.

प्रश्न : त्या पाठीमागे त्यांची विचारप्रणाली काय होती?

उत्तर : डॉ. बाबासाहेबांनी असे आम्हा सर्वांच्या विचारांना धक्का देणारे मत व्यक्त केले. त्याचे कारण त्यांनी स्पष्ट केले ते असे की, ह्या सत्याग्रहाला ब्रिटिश सरकारचा पाठिंबा नव्हता.

प्रश्न : परंतु हा लढा जर अस्पृश्यांचा स्पृश्यांविरुद्ध होता, तर ब्रिटिश सरकारची पर्वा करण्याची काय आवश्यकता होती?

उत्तर : ही केवळ ब्रिटिश सरकारची पर्वा करण्याची बाब नव्हती. तो काळ असा होता की, एकीकडे ब्रिटिश सरकारचा रोष व दुसरीकडे बहुसंख्याक स्पृश्यांचा विरोध ह्या दोन्ही गोष्टींना एकाच वेळी तोंड देणे अल्पसंख्याक अस्पृश्यांना शक्य नव्हते.

प्रश्न : परंतु आपली तशी समजूत पटली होती काय?

उत्तर : बाबासाहेबांच्या दूरदर्शी व तर्कशुद्ध विचारसरणीने माझी समजूत पटली होती.

डॉ. बाबासाहेब, दादासाहेब गायकवाडांना एक जवळचे सहकारी म्हणून प्रथमपासूनच त्यांच्यावर वेगवेगळ्या जबाबदाऱ्या सोपवीत होते. दादासाहेब म्हणजे नाशिक जिल्ह्यातील दलितांचे एक श्रेष्ठ नेते आहेत; त्यांचे वजन समाजातील सर्व थरांवर आहे, हे त्यांनी जाणले होते व त्या दृष्टीने त्यांच्याकडून ते वेगवेगळी कामे करून घेत होते.

आपल्या लोकांना सार्वजनिक पाणवठ्यावर पाणी भरता येत नाही, मंदिरात प्रवेश नाही म्हणून आपणासाठी स्वतंत्र मंदिरे उभारावीत व त्यासाठी आपल्या

लोकांकडून वर्गणी जमवावी, असा प्रयत्न करणारी 'डिप्रेस्ड इंडिया असोसिएशन' या नावाची एक नामधारी संस्था मुंबईत कार्य करीत होती. बाबासाहेबांना ते मान्य नव्हते म्हणून त्यांनी दादासाहेबांना ११ एप्रिल, १९२७ रोजी लिहिलेल्या पत्रात म्हटले आहे, 'मला असे कळते की, मुंबईतील मंदिरांकरिता वर्गणी जमा करण्यासाठी 'डिप्रेस्ड इंडिया असोसिएशन'ने त्यांचे एजंट पाठवले आहेत. अशी वर्गणी जमा करण्यास आपण त्यांस बंदी घातली पाहिजे... आपल्याकरिता वेगळे मंदिर असणे फायदेशीर होणार नाही, असे तुम्ही लोकांना पटवून दिले पाहिजे.'

बाबासाहेबांनी दादासाहेबांना सुमारे ३५० ते ४०० पत्रे पाठविली. ती सर्व अस्पृश्योद्धाराच्या चळवळीसंबंधीची आहेत. तशीच काही अगदी खासगीही आहेत. या दोन योद्ध्यांच्या हृदयाच्या तारा अगदी जुळलेल्या दिसतात. दोन हृदयांचा संवाद आपणाला त्या पत्रांतून वाचायला मिळतो. बाबासाहेब दुसऱ्यांदा जेव्हा सत्याग्रहासाठी महाडला आले, तेव्हा महाडकरांनी येथील कोर्टात १२ डिसेंबर, १९२७ रोजी येथील सेकंड क्लास सब जज्ज यांच्या कोर्टात दाखल केली. (ही फिर्याद रेग्युलर सूट नं. ४०५ ऑफ १९२७ म्हणून ओळखली जाते.) चवदार तळे हे सार्वजनिक नसून खासगी आहे; सबब तिथे अस्पृश्यांना पाणी भरण्यास मज्जाव करावा, असे तिचे स्वरूप होते.

हा खटला महाड, ठाणे, मुंबई इथे १० वर्षे चालला आणि त्यात 'चवदार तळे हे खासगी नसून सार्वजनिक आहे,' हे सिद्ध झाले. सबब कायद्याने ते सर्वांना खुले झाले.

हा खटला लढण्यासाठी बाबासाहेबांना अतोनात कष्ट उपसावे लागले. अनेक महत्त्वाच्या साक्षीदारांच्या साक्षी सादर कराव्या लागल्या. त्यात पालेय शास्त्रींची साक्ष महत्त्वाची ठरली. पण बाबासाहेबांना नाशिकचे शंकराचार्य डॉ. कुर्तकोटी यांची साक्ष अस्पृश्यांच्या वतीने कोर्टात सादर करायची होती. त्यासाठी डॉ. कुर्तकोटी तयार होते.

या संदर्भात दादासाहेब गायकवाड बाबासाहेबांना सर्वतोपरी सहकार्य करीत होते, याचा अनुभव आपणाला बाबासाहेबांनी त्यांना पाठवलेल्या पुढील दोन पत्रांवरून येतो. पहिले पत्र आहे २ ऑक्टोबर, १९२९ चे, त्यात ते म्हणतात,

'विशेष मजकूर हा की, महाडच्या खटल्यात, डॉ. कुर्तकोटींची साक्ष अस्पृश्यांतर्फे घेण्याचे ठरले आहे. ते नाशिकला आहेत. तर त्यांना भेटून ता. १० ऑक्टोबरला ते मुंबईला येणार आहेत काय व नसल्यास कोणत्या तारखेस येणार असल्याची नक्की बातमी त्यांच्याकडून काढून मला अविलंब उलट टपाली कळविणे. ते मुंबईत येत नसल्यास ता. १० रोजी नाशिकला आम्ही आलो तर ते

साक्ष देतील काय याचा खुलासा करणे.'

तर दुसऱ्या पत्रात लिहितात,

'ता. १० रोजी कमिशन येणार होते, परंतु काही अपरिहार्य कारणामुळे येणे झाले नाही. पुढची तारीख १६ किंवा १७ ठरली आहे. तरी पत्र पाहताच डॉ. कुर्तकोटी यांना त्या दिवशी त्यांचा मुक्काम कोठे असणार याचा खुलासा करून मला उलट टपाली व शक्यता झाल्यास तारेने कळवावे.'

नंतर एका कमिशनने डॉ. कुर्तकोटी यांची महाडच्या खटल्यासाठी मुलाखत घेतली. तीही अत्यंत महत्त्वाची ठरली.

संगीताच्या क्षेत्रात एक अजब चमत्कार असतो, असे संगीतकार बोलतात. तो असा- दोन वीणेच्या तारा सारख्याच लावल्या तर एका वीणेची तार छेडली तरी दुसऱ्या वीणेच्या तारेतून तिचे झंकार कळत नकळत उमटतात. तसाच प्रकार या दोन नेत्यांच्या पत्रांतून, त्यांतील संवादातून झाल्याचे आपणाला जाणवत राहते.

नाशिकच्या काळाराम मंदिर सत्याग्रहामुळे दादासाहेब गायकवाड यांचे नेतृत्व आणखी उजळून निघालेले आपणाला दिसते. या सत्याग्रहाच्या संदर्भातही वरील मुलाखतीत दादासाहेबांना काही प्रश्न विचारले होते. त्यातील महत्त्वाचा भाग असा-

प्रश्न : नाशिकच्या काळाराम मंदिराचा सत्याग्रह अनेक कारणांनी गाजला. तो घडवून आणण्यासाठी आपण कष्ट घेतले. हा सत्याग्रह यशस्वी करण्यासाठी आपण कोणत्या गोष्टींचा अवलंब केला होता? या सत्याग्रहाला डॉ. बाबासाहेबांचे मार्गदर्शन लाभले असेलच; त्याचे स्वरूप कसे होते?

उत्तर : नाशिकचा काळाराम मंदिर प्रवेशाचा सत्याग्रह प्रामुख्याने डॉ. बाबासाहेबांनी घडवून आणला. त्या सत्याग्रहाचे स्वरूप विविध होते. राममंदिरात प्रवेश करणे, रामाचा रथ ओढणे व रामकुंडात स्नान करणे. बाबासाहेबांचा एक सहकारी म्हणून मी ह्या सत्याग्रहात सामील झालो होतो व त्यांच्या आदेशांचे पालन करीत होतो.

राम हे हिंदूंचे आराध्य दैवत व राममंदिर हे त्यांचे पवित्र स्थान; त्यामुळे ह्या मंदिरात प्रवेश मिळविण्यासाठी अस्पृश्यांनी सत्याग्रह करावा ही एक अलौकिक घटना होती. हा सत्याग्रह यशस्वी व्हावा म्हणून अस्पृश्यांनी प्रयत्नांची पराकाष्ठा केली. १९३५ पर्यंत म्हणजे जवळ जवळ सहा वर्षे हा सत्याग्रह चालू होता. ह्या अवधीत केवळ मंदिरप्रवेशच नव्हे तर रथोत्सवाच्या दिवशी रथ ओढण्याचाही प्रयत्न केला.

प्रश्न : सत्याग्रहींनी मंदिरप्रवेश केला होता? त्यावर सवर्ण हिंदूंच्या प्रतिक्रिया काय होत्या?

उत्तर : सत्याग्रही मंदिरात प्रवेश करू शकले नाहीत. एका रथोत्सवाच्या दिवशी डॉ. बाबासाहेब व सवर्ण हिंदू पुढारी यांच्यात एक समझोता झाला. स्पृश्यांबरोबर अस्पृश्यांनाही रथ ओढावयास मिळावा, एकोप्याने व सामोपचाराने वागून दोन्ही पक्षांनी रथ ओढावा अशी तडजोड झाली; पण ती अमलात मात्र आली नाही.

प्रश्न : का?

उत्तर : झालेल्या तडजोडीनुसार अस्पृश्य रथ ओढायला गेले; पण हिंदूंनी असा डाव रचला होता की, अस्पृश्यांनी रथ ओढण्याचा प्रयत्न करताच त्यांच्यावर दगडफेक करून त्यांना नामोहरम करण्याचा प्रयत्न करायचा. इतकेच नव्हे तर आमच्या कानांवर असेही आले होते की, डॉ. बाबासाहेबांना जीवे मारण्याचाही हिंदूंचा इरादा होता. मी हे सर्व डॉक्टरसाहेबांच्या कानांवर घातले व त्यांनी अशा परिस्थितीत सत्याग्रहस्थळी थांबू नये, असेही सुचविले.

प्रश्न : डॉक्टरसाहेबांनी काय निर्णय घेतला?

उत्तर : डॉ. बाबासाहेबांसारख्या धीरगंभीर नेत्याला माझी सूचना पटणे शक्यच नव्हते. त्यांनी स्पष्ट शब्दांत आम्हा सर्वांना सांगितले, 'मी ह्या चळवळीत पुढाकार घेतलेला आहे. माझ्यावर जर स्पृश्यांचा इतका डोळा असेल व ते मला नामशेष करू पाहत असतील, तर ते त्यांना शक्य नाही. त्यांनी जरूर प्रयत्न करावेत. मी तसूभरही मागे हटणार नाही. मी सुभेदाराचा मुलगा आहे. हाती घेतलेल्या कार्यातून असा पळ काढणे मला शोभणार नाही.

डॉ. बाबासाहेबांचे हे वीरोचित उद्गार ऐकल्यावर आम्हा सर्व सत्याग्रहींना जणू एक आव्हानच मिळाले. आमच्यात अधिक जोम संचारला व त्या आवेशाने आम्ही रथ ओढायला गेलो, तर चिंचबनाच्या बाजूने एका उंच ठिकाणावरून आमच्यावर दगडांचा वर्षाव सुरू झाला. डॉ. बाबासाहेबांचे दगडांपासून रक्षण करण्याकरिता काही सत्याग्रहींनी छत्र्या उघडून धरल्या, पण काही उपयोग झाला नाही. दगडांचा मारा इतका जबरदस्त होता की, छत्र्या तर मोडल्याच; पण पुष्कळ सत्याग्रहीही जखमांनी घायाळ झाले. स्वतः डॉ. बाबासाहेबांना जखमा झाल्या होत्या. शेवटी पोलिसांनी गणेशवाडीमार्गे जखमी सत्याग्रहींना मोठ्या शिकस्तीने मोठ्या महारवाड्यात पोहोचवले; परंतु एवढे झाले तरी बाकीचे सत्याग्रही निरुत्साही, निराश झाले नाहीत.

प्रश्न :   आपण सांगितलेल्या तिसऱ्या हेतूबाबत काय घडले?

उत्तर :   आमचा तिसरा हेतू काही अंशी सफल झाला. व्यक्तिशः मला ह्या प्रयत्नात पोलिसांची साखळी मोडली म्हणून तीन रुपये दंड झाला होता, तर मंदिरप्रवेशाच्या बाबतीत मला दोन महिन्यांची सक्तमजुरीची शिक्षा झाली होती. माझ्याबरोबर अमृतराव रणखांबे, सावळाराम दाणी, लळीणकर, हरिभाऊ जाधव इ. सहा-सातशे लोक तुरुंगात गेले होते.

गोलमेज परिषदेत डॉ. आंबेडकर व म. गांधी यांच्यात अस्पृश्यांचा खरा नेता कोण? त्यांना स्वतंत्र मतदारसंघ असावा की नसावा? यावरून मतभेद निर्माण झाले होते. बाबासाहेब म्हणत, अस्पृश्यांचा खरा प्रतिनिधी मी असून माझ्या योजनेप्रमाणे अस्पृश्यांचा प्रश्न सुटेल. अस्पृश्यांना स्वतंत्र मतदारसंघ असला पाहिजे. याच्या उलट म. गांधींचे मत होते.

१९३१ साली बाबासाहेब लंडनला गोलमेज परिषदेसाठी गेले असताना तिथे ते अस्पृश्यांच्या हक्कांसाठी झगडत असताना दादासाहेब गायकवाडही इकडे मुखेड गावचा सत्याग्रह करून बाबासाहेबांच्या मताला पुष्टी देणारा लढा कसा लढत होते व त्याचा बाबासाहेबांना कसा उपयोग झाला, याची हकीगत स्वतः दादासाहेबांच्या शब्दांतच ऐकण्यासारखी आहे.

श्रावण महिन्यात दादासाहेबांच्या नेतृत्वाखाली १९३१ साली मुखेड गावी पांडवप्रतापाच्या पोथीची मिरवणूक काढली होती; पण सवर्ण लोक ही मिरवणुकीची पालखी आपल्या वस्तीतून जाऊ द्यायला तयार नव्हते. मिरवणुकीचे रूपांतर सत्याग्रहात झाले. लोकांनी रस्त्यातच बैठक मारली आणि सवर्णांनी त्यांना झोडपून काढले. त्यांच्या अंगावर, तोंडावर, डोक्यावर रस्त्यावरची माती टाकली. आगटी पेटवून गरम राख टाकली. विस्तवटा केला. अनेकांना मारझोड केली. दादासाहेब गायकवाड 'प्रबुद्ध भारत' १९५८ च्या जयंती विशेषांकात लिहितात, 'गावच्या गुंडांनी रस्त्यावरची माती भरभरून सत्याग्रहींच्या तोंडावर व अंगावर उडविण्याचा क्रम सुरू केला, तरी सत्याग्रही जागेवरून हलले नाहीत, हे पाहिल्यावर मग बराच केरकचरा जमवून बसलेल्या सत्याग्रहींच्या तोंडापुढे होळी पेटविली. आगीच्या ज्वाळांचे चटके बसत असतानाही सत्याग्रहींनी जागा सोडली नाही. शेवटी रागावून 'म. गांधी की जय! भारतमाता की जय! शिवाजी महाराज की जय!' अशा घोषणा करीत पेटत असलेल्या त्या होळीची आग सत्याग्रहींच्या अंगावर उधळण्यास सुरुवात केली.'

या सत्याग्रहात खुद्द दादासाहेबांना मोठा मार पडला, इतरांनाही मार पडला.

सत्याग्रहींवरील अत्याचाराच्या बातम्या वर्तमानपत्रांत झळकल्या. 'लंडन टाईम्स'मध्येसुद्धा ही बातमी इंग्लंडमध्ये प्रसिद्ध झाली आणि अस्पृश्यांवरील अन्यायाचे

दर्शन आंग्ल विचारवंतांना झाले.

ही बातमी वाचून लंडनमध्ये बाबासाहेबांच्या अंगाची लाही लाही झाली. रागाच्या भरातच त्यांनी 'लंडन टाईम्स'चा अंक म. गांधींच्या अंगावर भिरकावला आणि त्यांना विचारले, 'अस्पृश्यांचे प्रतिनिधी तुम्ही आहात ना? मग हे पहा काय चालले आहे ते!'

दादासाहेबांनी अशा प्रकारे इथे राहूनही बाबासाहेबांच्या इंग्लंडमधील कार्याला मदत दिली.

बाबासाहेबांनी वेगवेगळ्या सत्याग्रहांतून हिंदूंचे हृदयपरिवर्तन करायचा प्रयत्न केला; पण तो व्यर्थ ठरला म्हणून त्यांनी धर्मांतराची घोषणा केली. त्या संदर्भात दादासाहेबांना वरील मुलाखतीत पुढील काही प्रश्न विचारले होते.

प्रश्न : नासिकच्या सत्याग्रहाची फलश्रुती काय ठरली?

उत्तर : ह्या सत्याग्रहाची फलश्रुती धर्मांतर परिषदेत झाली.

प्रश्न : ह्या सत्याग्रहाच्या बाबतीत ब्रिटिश सरकारची भूमिका काय होती?

उत्तर : पूर्ण तटस्थतेची; ना अनुकूल, ना प्रतिकूल.

प्रश्न : डॉ. बाबासाहेबांनी ह्या परिषदेत आपली भूमिका कशा प्रकारे प्रकट केली?

उत्तर : १९३५ पर्यंत आमचे सत्याग्रही नेटाने प्रयत्न करीत होते. टाळ-मृदंग घेऊन मंदिराच्या दाराशी धरणे धरून बसत; पण दरवाजे त्यांच्यासाठी उघडण्याचे लक्षण दिसेना. शेवटी १९३५ मध्ये येवला इथे एक परिषद बोलावण्यात आली. ह्या परिषदेतच डॉ. बाबासाहेबांनी आपल्या धर्मांतराची जगप्रसिद्ध घोषणा केली की, 'मी हिंदू म्हणून जन्माला आलो असलो तरी हिंदू म्हणून मरणार नाही.'

प्रश्न : घोषणेनंतर आणि प्रत्यक्ष धर्मांतरानंतर बाबासाहेबांवर हिंदूंनी अनेक आरोप केले होते, त्याबद्दल आपणाला काय वाटते?

उत्तर : माझ्या दृष्टीने त्या आरोपांत काहीही तथ्य नव्हते.

प्रश्न : शिक्षणाने बौद्धजनांची प्रगती होत आहे हे खरे; पण त्याचबरोबर बौद्ध समाजात एक दरी निर्माण झाली आहे, जी पूर्वी सवर्णांमध्ये व अस्पृश्यांमध्ये होती, याबद्दल आपणाला काय वाटते?

उत्तर : त्या अर्थाने अशी दरी बौद्ध समाजात निर्माण झाली आहे असे मला वाटत नाही; कारण प्रगत शिक्षित बौद्ध अप्रगत अशिक्षित बौद्धांपासून स्वत:ला दूर ठेवीत नाहीतच; उलट त्यांच्या उन्नतीच्या दृष्टीने कार्य करीत आहेत.

प्रश्न : आपले खास असे काही जीवनाचे तत्त्वज्ञान आहे काय?

उत्तर : माझ्यापुरते वेगळे असे काही तत्त्वज्ञान नाही. सर्व समाजाचे कल्याण हेच अंतिम साध्य मी मानतो. ते साधण्यासाठी वाटेल तो त्याग करण्यास मी सिद्ध आहे. बहुजनहित साधणे हे मी माझे पवित्र कर्तव्य मानतो. बौद्ध धर्मातील व अन्य धर्मांतील लोकांचे, विशेषतः दलितांचे हित साधणे, शैक्षणिकदृष्ट्या योग्य तो विकास साधणे हे मी माझे कर्तव्य मानले आहे व माझ्या शक्तीप्रमाणे मी ते करीत आहे. (बा. स. सुवर्णक्षण, संपा. झुंबरलाल कांबळे)

बाबासाहेबांचे अंतिम ध्येयसुद्धा हेच होते. सर्व समाजाचे कल्याण, मानवजातीचे कल्याण, मग ती मानवजात कोणत्याही धर्माची असो, वंशाची असो, जातीची असो.

आपल्या ध्येयशिखराकडे खडतर वाटचाल करीत असताना या युगपुरुषाला अनेक संकटांशी मुकाबला करावा लागला. म. गांधींसारख्या अखिल भारतीय पातळीवरच्या महान नेत्याचा विरोध सहन करावा लागला. नुसताच विरोध नाही तर पुणे करारप्रसंगी या महात्म्याने आपल्या जीवनाचीच बाजी लावली होती, त्या प्रसंगी झालेला विरोधही सहन करावा लागला. त्याविरुद्ध एकाकी लढा द्यावा लागला. जीवनावरील संकट आलेले असतानाही ह्या धुरंधर नेत्याने विरोधाचे विष पचवले. जातीयतेचे, राजकीय नेत्यांनी पेरलेले विष पचवले आणि योग्य वेळ येताच भारतीय घटनेचे शिल्पकार बनून त्या विषाचे रूपांतर अमृतात करून दाखवले.

आपली राजकीय चळवळ असो, धार्मिक चळवळ असो, शैक्षणिक चळवळ असो की व्यक्तिगत जीवनातील एखादा महत्त्वाचा प्रसंग असो; बाबासाहेब दादासाहेबांचाही सल्ला घेत असत, त्यांचे मत जाणून घेत असत. बाबासाहेबांनी ज्या शैक्षणिक चळवळी केल्या, त्यांत दादासाहेब असत. मग ते औरंगाबादचे मिलिंद महाविद्यालय असो, पंढरपूरचे गाडगे महाराज विद्यार्थी वसतिगृह असो, पुण्याचा अहिल्याश्रम असो, की मुंबईचे सिद्धार्थ कॉलेज असो. त्यांच्या जडणघडणीमध्ये बाबासाहेबांनी दादासाहेबांना सामावून घेतले होते.

आपल्या अगदी खासगी जीवनातील दुसऱ्या विवाहाच्या प्रसंगी बाबासाहेबांनी जसा दादासाहेबांशी विचारविनिमय केला आहे, तसाच यशवंतरावच्या लग्नाच्या संदर्भातही त्यांनी दादासाहेबांचा सल्ला घेतला असून, त्यांना पाठवलेल्या एका पत्रात म्हटले आहे :

'चि. यशवंताची लग्न करण्याची इच्छा आहे त्याकरिता मी मुलगी पाहत आहे. चांगली मुलगी आपल्या पाहण्यात आहे का? मुलगी पुढीलप्रमाणे असावी :

१) ती दिसावयास चांगली असावी.

२) तिला चांगले व्यक्तिमत्त्व असावे व ती दिसण्यात सुंदर असावी.

३) कुलशीलाने ती चांगली असावी.

४) ती अगदीच लहान वयाची नसावी.'

(डॉ. बाबासाहेबांची पत्रे : संपा. ॲड. शंकरराव खरात)

अनेक आघाड्यांवर बाबासाहेबांचा लढा सुरू असताना सावलीप्रमाणे त्यांना साथ करणारे दादासाहेब हेच आपले कार्य पुढे चालू ठेवतील, असा आत्मविश्वास स्वत: बाबासाहेबांना आलेला होता. तसे त्यांनी एका पत्रात म्हटलेले आहे.

आयुष्यभर अनेक आघाड्यांवर झगडल्यामुळे बाबासाहेब थकून गेले होते. मन नव्हे, त्यांचे शरीर थकलेले होते आणि ६ डिसेंबर १९५६ रोजी त्यांचे महापरिनिर्वाण झाले! सर्व समाज शोकसागरात पार बुडून गेला. दादर येथील चैत्यभूमीवर डॉ. बाबासाहेबांना सुमारे १२ लाख जनतेने अश्रुपूर्ण नयनांनी अखेरचा निरोप दिला!

या प्रसंगी दादासाहेब गायकवाड गहिवरून बोलले, 'बाबासाहेबांच्या पार्थिव देहाला साक्ष ठेवून आम्ही येथे जमलेले लक्षावधी लोक बौद्ध धर्माची दीक्षा घेतो व बाबासाहेबांचे उर्वरित कार्य पूर्ण करण्याची प्रतिज्ञा करतो.' तेव्हा तिथे जमलेल्या लोकांनी साश्रू नयनांनी बौद्ध धर्माची दीक्षा घेतली.

त्यानंतर महाराष्ट्र, मध्य प्रदेश, ओरिसा, मद्रास, दिल्ली, पंजाब, उत्तर प्रदेश इ. प्रांतांतून मोठ्या प्रमाणावर बौद्ध धर्मदीक्षा विधीचे कार्यक्रम पार पडले. ते दादासाहेबांनी घडवून आणले.

नागपूरची दीक्षाभूमी म्हणजे १२ एकर जमीन मिळविली. बाबासाहेबांच्या इच्छेप्रमाणे 'शेड्यूल्ड कास्टस् फेडरेशन' हा पक्ष बरखास्त करून ३ जानेवारी १९५८ रोजी नागपूर येथे 'रिपब्लिकन पार्टी ऑफ इंडिया' या पक्षाची सर्वांच्या सहकार्याने स्थापना केली.

'खेड्यातील माझ्या जनतेचे कसे होणार?' ही तळमळ बाबासाहेबांना शेवटी शेवटी लागली होती. त्यांच्यासाठी पडीक जमिनी मिळवाव्यात, असेही ते म्हणत असत. त्यांचे हे विचार लक्षात घेऊन १९५० सालीच दादासाहेबांनी औरंगाबाद येथे जमीन सत्याग्रह यशस्वी केला होता; पण बाबासाहेबांनंतर त्यांनी १९५९ साली औरंगाबाद इथे 'अखिल भारतीय रिपब्लिकन पार्टी ऑफ इंडिया' चे अधिवेशन भरले होते त्यात शेतीसंबंधी ठराव केला होता. त्या क्रांतिकारक ठरावाची अंमलबजावणी करण्यासाठी त्यांनी पुन्हा एकदा सरकारी पडीक जमिनीचा कब्जा घेण्याचा सत्याग्रह केला.

बाबासाहेबांचे विचार-आचार-ध्येय-धोरणे यामुळे झपाटून गेलेल्या दादासाहेबांना लोकांनीच 'कर्मवीर' हा किताब बहाल केला, तर भारत सरकारने 'पद्मश्री' हा

किताब त्यांना बहाल केला.

१९५७ साली सुरू झालेल्या संयुक्त महाराष्ट्राच्या चळवळीत प्रत्यक्ष बाबासाहेबांच्या मार्गदर्शनाप्रमाणे भाग घेऊन महाराष्ट्राच्या राजकीय व सामाजिक जीवनात दादासाहेबांनी महत्त्वपूर्ण कार्य बजावले.

आयुष्याच्या अखेरीस दादासाहेबांचे शरीरही थकले होते; पण मन थकले नव्हते. १९७० व ७१ अशी दोन वर्षे ते पक्षाघाताने आजारी होते. पक्षाघाताच्या आजाराला न जुमानता शेवटपर्यंत ते समाजकार्य करीतच होते. २९ डिसेंबर १९७१ रोजी दिल्ली येथील विलिंग्डन रुग्णालयात शेवटी त्यांचे परिनिर्वाण झाले!

असे हे बाबासाहेब आणि दादासाहेब! एकाने दलितांच्या जीवनातील अंधारयुग नाहीसे केले. या युगात वावरणाऱ्या लोकांचे बोट धरून त्यांना चालायला शिकविले. प्रकाशाकडे डोळे उघडून पाहायला शिकविले. दुसऱ्याने त्या युगंधरास सावलीप्रमाणे साथ दिली. एकाने, मानवी जीवनाच्या भाष्यकाराने त्यांचे जीवन उंचावण्यासाठी धुळीतून शिखराकडे वाटचाल केली. कधी हातात शास्त्रे घेऊन तर कधी शस्त्रे धारण करून! दुसऱ्याने त्यांच्याच पावलांवर पाऊल ठेवून स्वतःच्या कुवतीप्रमाणे वाटचाल केली.

❏❏❏

|| २ ||

डॉ. बाबासाहेब आंबेडकरांनी येथील जातिबद्ध समाजातील प्रश्नांचा सामना हा नेहमीच एक मुत्सद्दी राजकारण्याच्या भूमिकेतून केलेला आहे. समाजपरिवर्तनासाठी राजकारणाचे व्रत घेणाऱ्या माणसाला विद्वत्ता आणि ज्ञान यांपासून ते रस्त्यावरील संघर्षमय राजकारणापर्यंत ज्या ज्या साधनांचा वापर करावा लागतो, त्या सर्व साधनांचा वापर बाबासाहेबांनी आपल्या हयातीत केला व आपली व्रतस्थता सिद्ध केली. आपल्या 'रानडे, गांधी अँड जीना' या भाषणपर निबंधात बाबासाहेबांनी 'राजकारणी' या शब्दाची व्याख्या स्पष्ट करताना म्हटले आहे की, 'राजकारणी मनुष्य हा आपल्या राजकारणात नुसतीच वाटचाल करतो असे नाही, तर तो एका निश्चित श्रद्धेचे प्रतिनिधित्व करतो. त्याची ही श्रद्धा त्याच्या राजकीय तत्त्वचिंतनास आणि राजकीय पद्धतींना नेहमीच व्यापून टाकते.'१ या व्याख्येच्या आधारेच ते न्या. रानडे यांना श्रेष्ठ राजकारणी म्हणून संबोधतात. बाबासाहेबांच्या राजकारणाचा

१०.
बाबासाहेब आंबेडकर आणि जातीअंताचा लढा

यशवंत सुमंत

विचार केला असता तेही याच कोटीतील राजकारणी होते, हे सहजच ध्यानात येईल. या दृष्टीने पाहता बाबासाहेब आपल्या उभ्या राजकीय जीवनात कोणत्या श्रद्धेचे प्रतिनिधित्व करताना दिसतात? १९३९ साली मुंबई विधान मंडळात भाषण करीत असताना खुद्द बाबासाहेबांनीच आपल्या या श्रद्धेचा नि:संदिग्ध शब्दात पुनरुच्चार केल्याचे दिसून येते. बाबासाहेब म्हणतात,

'जेव्हा जेव्हा माझे व्यक्तिगत हितसंबंध आणि सबंध देशाचे हितसंबंध यांच्यामध्ये संघर्ष होण्याचा प्रसंग आला; तेव्हा तेव्हा माझ्या वैयक्तिक हितापेक्षा मी देशहिताला प्राधान्य दिले आहे; पण माझी आणखीही एक निष्ठा आहे. ज्या अस्पृश्य समाजात मी जन्मलो, त्याला मी कधीही वाऱ्यावर सोडणार नाही. त्या समाजावरची निष्ठा, जेव्हा जेव्हा देश आणि अस्पृश्य यांच्या हितसंबंधात संघर्ष होण्याची वेळ येईल, तेव्हा मी देशापेक्षा अस्पृश्यांचे हितसंबंध जपण्यास प्राधान्य देईन.'२

बाबासाहेबांच्या या स्पष्टोक्तीवरून त्यांच्या मूलभूत निष्ठा नि:संदिग्धपणे व्यक्त होतात. अस्पृश्यवर्गाचे हितसंबंध जपणे, त्यांचे संवर्धन करणे आणि भारतीय क्रांतीचा दूत म्हणून त्यांची प्रतिष्ठापना करणे हे बाबासाहेबांच्या राजकारणाचे सूत्र आहे. या सूत्रानुसारच ते जातीअंताच्या लढ्याला अग्रक्रम देतात आणि माणसाच्या शोषणमुक्तीच्या संग्रामातील तो एक महत्त्वपूर्ण टप्पा असल्याचे ते सांगतात. याचाच अर्थ असा की, आंबेडकरपुरस्कृत जातिव्यवस्थेविरुद्धचा संघर्ष हा केवळ हिंदू समाजातील पिढीजात वैगुण्य घालविण्याच्या हेतूने केला गेला नव्हता, तर शोषणमुक्त समाजनिर्मितीची ती एक पूर्वशर्त होती. बाबासाहेबांच्या जातीअंताच्या लढ्याची ही व्यापकता ध्यानात घेणे जरुरीचे आहे; अन्यथा त्यांना हिंदू समाजसुधारकांच्या पंक्तीला बसविण्याचा प्रमाद घडू शकतो.

या व्यापक भूमिकेतून बाबासाहेबांच्या जातीअंताच्या लढ्याकडे पाहिले असता त्याची कोणती वैशिष्ट्ये नजरेत भरतात? स्थूलमानाने असे म्हणता येईल की, या लढ्याला तीन प्रमुख परिमाणे होती :

(१)   जातिव्यवस्थेच्या प्रश्नावर बुद्धिजीवी वर्गाचे व शोषित जातींचे प्रबोधन करणे.

(२)   पहिल्या महायुद्धोत्तर काळानंतर भारतीय राजकारणात उद्भवलेल्या व तीव्रतर झालेल्या जमातवादी राजकारणाच्या (Communal Politics) संदर्भात शोषित जातींच्या व अस्पृश्यवर्गाच्या हितसंबंधांचे वेगळेपण सातत्याने मांडून जातीअंताच्या लढ्याचे महत्त्व पुरोगामी शक्तींना पटवून देणे.

(३)   जातिअंताच्या लढ्यास शोषणमुक्त मानवी समाजाच्या उद्दिष्टाप्रत वळविणे. या तीन प्रमुख परिमाणांच्या संदर्भात बाबासाहेबांच्या जातिअंताच्या लढ्याचा विचार केल्याविना त्याची व्याप्ती व दिशा ध्यानात येणार नाही; म्हणून त्या परिमाणांचा आपण आता क्रमश: विचार करू.

१) जातीप्रश्नावरील प्रबोधन

भारतातील जातिप्रथा हा केवळ ऐतिहासिक अपघात नसून हिंदू विचार विश्वाचा तो एक अविभाज्य भाग असल्याने या विचारविश्वाला आधारभूत असणाऱ्या सर्व धर्मशास्त्रांना व सामाजिक संस्थांना नकार दिल्याविना जातिसंस्थेची पाळेमुळे उखडली जाणार नाहीत, असा बाबासाहेबांचा दृढ विश्वास होता आणि यासाठीच जातीच्या प्रश्नावर विचारांच्या व कृतीच्या पातळीवर अधिकाधिक प्रबोधन करीत राहणे अटळ आहे, हे त्यांनी ओळखले होते. परिणामत: जातीप्रश्नावरील प्रबोधन

हा जातीअंताच्या लढ्यामागील एक महत्त्वाचा टप्पा आहे, हे ते मनोमन जाणून होते. या त्यांच्या धारणेतूनच त्यांनी जातिप्रथेसंबंधीच्या संशोधनापासून ते वर्तमानपत्री चर्चेपर्यंतच्या सर्व मार्गांनी प्रबोधन करण्याचे योजले. त्यांच्या या प्रबोधन कार्यातील सर्वांत महत्त्वाच्या अशा अडचणी दोन होत्या. एका बाजूला प्रबोधनाची हाक ज्या बुद्धिजीवी वर्गापर्यंत सहज जाऊन पोहोचू शकते तो बुद्धिजीवी वर्ग प्राय: ब्राह्मण जातीचाच होता. या वर्गाचे हितसंबंध जातिसंस्थेच्या चौकटीत सुरक्षित असल्याने त्याला जातीअंताच्या लढ्यात रस कधीच नव्हता. या उलट, दुसऱ्या बाजूला ज्या दलित शोषित मागास जातींसाठी नवविचारांची मांडणी करवयाची, त्या जाती वर्षांनुवर्षांच्या परंपरेने ज्ञानापासून व शिक्षणापासून वंचित! अशा वेळी प्रत्यक्ष चळवळीतून त्यांचे प्रबोधन व संघटन करीत राहणे याशिवाय अन्य मार्गही नव्हता. (प्रस्थापित वर्गाची एकूण ताकद लक्षात घेता चळवळी उभ्या करणे हे केवढे जिकिरीचे काम होते, याची आपण कल्पना करू शकतो.) पण बाबासाहेबांनी या दोन्ही पातळींवर प्रबोधनाचे कार्य अव्याहत केल्याचे दिसून येते.

परिवर्तनाच्या चळवळीत बुद्धिजीवी वर्गाची भूमिका कशी साहाय्यभूत होऊ शकते, याची बाबासाहेबांना पुरेपूर कल्पना होती. आपल्या 'अनिहिलेशन ऑफ कास्ट्स्' या पुस्तकात बाबासाहेब म्हणतात,'प्रत्येक देशात बुद्धिजीवी वर्ग हा सत्ताधारी वर्ग नसला तरी प्रभावशाली वर्ग खचितच असतो. या वर्गाला दूरदृष्टी असू शकते. (त्याच्या साहाय्याने) तो (देशाला) सल्ला व नेतृत्व देऊ शकतो... (या उलट) कोणत्याही देशात सर्व जनता ही नेहमीच बुद्धिजीवींप्रमाणे स्वतंत्र विचाराचे जीवन जगते असे नाही. ती बऱ्याच अंशी बुद्धिजीवी वर्गाचे अनुकरणच करीत असते. अशा परिस्थितीत बुद्धिजीवी वर्गावरच देशाचे भवितव्य अवलंबून असते असे म्हटल्यास ती अतिशयोक्ती ठरू नये.'[३] बाबासाहेबांच्या या विचारांवरून जातीअंताच्या लढ्यासाठी आवश्यक ठरणाऱ्या वैचारिक प्रबोधनाच्या कामात बुद्धिजीवांचे स्थान किती महत्त्वपूर्ण आहे, हे पुरेसे स्पष्ट होते; पण तेच म्हणतात त्याप्रमाणे या देशातील बुद्धिजीवी वर्ग हा प्राय: ब्राह्मण असल्याने जातिव्यवस्था विरोधाचे प्रबोधन करण्यास तो स्वभावत:च प्रतिकूल होता. अशा या प्रतिकूल अवस्थेमध्ये बाबासाहेब संघटित चळवळीबरोबरच विचारजागृतीच्या व प्रबोधनाच्या कार्यास तितकेच महत्त्व देतात हे लक्षणीय होते. आता या प्रबोधनाचे स्वरूप काय होते? त्यातून कोणता क्रांतिकारी विचार बाबासाहेबांनी दिला? या प्रश्नांचा शोध घेणे या ठिकाणी अगत्याचे आहे.

जातीप्रश्नासंबंधी बाबासाहेबांनी केलेले वैचारिक प्रबोधन हे तत्कालीन जातीमीमांसेच्या संदर्भात लक्षात घेणे अधिक अर्थपूर्ण ठरेल. तत्कालीन जातिव्यवस्थेसंबंधीचे चिंतन कोणत्या अवस्थेत होते? महाराष्ट्रापुरते बोलावयाचे

झाल्यास विसाव्या शतकाच्या पूर्वार्धात जातिव्यवस्थेच्या चिंतनास एक वेगळी धार आणि खोली प्राप्त झाल्याचे दिसून येते. त्यापूर्वीच्या पिढीचे जातिसंस्थेविषयीचे चिंतन हे एक तर उदारमतवादी व व्यक्तिवादी तत्त्वज्ञानाच्या प्रेरणेतून झाले होते. (लोकहितवादी, आगरकर इ.) किंवा ते मानवी समता, प्रतिष्ठा व हक्कांच्या आग्रही प्रस्थापनेच्या प्रेरणेतून झाले होते. (म. फुले) या आरंभीच्या जातीविषयक चिंतनाला समाजशास्त्रीय चिंतनाची व सिद्धान्ताची बैठक प्राप्त झाली नव्हती. ती बैठक विसाव्या शतकाच्या पूर्वार्धातील महाराष्ट्रातील विचारवंत व संशोधकांनी प्राप्त करून दिली. इतिहासाचार्य राजवाडे, ज्ञानकोशकार केतकर किंवा विठ्ठल रामजी शिंदे यांचे जातीविषयक चिंतन, संशोधन व लेखन याची साक्ष देते.

डॉ. आंबेडकरांचे जातीविषयक चिंतन याच काळात उदयास आले हे लक्षात घेणे जरुरीचे आहे. जातीविषयक प्रश्नांच्या या चिंतनास आलेली भरती ही केवळ शैक्षणिक जिज्ञासेपोटी होती असे म्हणणे भाबडेपणाचे ठरेल. विशेषत: राजवाडे आणि केतकरांचे या संदर्भातील मौलिक संशोधन पाहता त्यातील ब्राह्मणी श्रेष्ठत्वाचा गंड व तदनुषंगिक व्यक्त होणारी हिंदू श्रेष्ठत्वाची जाणीव सहजच लक्षात येते. याचाच अर्थ असा की, राजवाडे अथवा केतकरकृत जातीमीमांसा हा केवळ शैक्षणिक उपक्रम नव्हता, तर हिंदू राष्ट्रवादात्मक संभाषणाचा (Hindu-Nationalist Discourse) तो एक भाग होता. राजवाडे, केतकर, सावरकर अथवा श्री. म. माटे यांनी तत्कालीन जातिव्यवस्थेच्या प्रश्नासंबंधी चिकित्सक लिखाण केले असले तरी या सर्वांची प्रेरणा ही हिंदू राष्ट्र बळकट कसे होईल, या चिंतेतून उदयास आली होती.

सत्यशोधक व ब्राह्मणेतर चळवळीने उपस्थित केलेल्या जातीविषयक प्रश्नांना हा टिळकप्रणीत हिंदू राष्ट्रवाद उत्तरे देऊ शकला नाही. साहजिकच ब्राह्मणेतर चळवळीच्या माऱ्यामुळे टिळकानुयायी, हिंदू राष्ट्रवादी तरुण पिढी जातिव्यवस्थेच्या प्रश्नावर हतबुद्ध झाली होती. राष्ट्रउभारणीच्या कामी जातिव्यवस्थेचा व तद्‌जन्य विषमतेचा प्रश्न हा मोठा अडथळा आहे, हे लक्षात येताच सावरकर प्रभृतींनी जातिभेद व अस्पृश्यतेसारख्या सामाजिक वैगुण्याविरुद्ध मोहीम उघडली व जातीव्यवस्थाजन्य अस्पृश्यता नष्ट करण्यास आरंभ केला. तेव्हापासून महाराष्ट्रातील जातिमीमांसेच्या ब्राह्मणी परंपरेने जातिभेदजन्य अस्पृश्यतेचा प्रश्न हिंदू राष्ट्रवाद बांधणीच्या संदर्भात हाताळला.

तत्त्वचिंतनाच्या, समाजशास्त्रीय चिंतनाच्या पातळीवर या ब्राह्मणी, हिंदू राष्ट्रवादपूरक जातिमीमांसेचा मुकाबला केला, तो फक्त दोन विचारवंतांनी. एक महर्षी वि. रा. शिंदे व दुसरे डॉ. बाबासाहेब आंबेडकर. म्हणूनच आंबेडकरांनी

केलेली जातिमीमांसा ही या ठिकाणी लक्षात घेणे आवश्यक आहे; कारण राजवाडे केतकरांप्रमाणेच आंबेडकर हे देखील जातिव्यवस्थेचे विश्लेषण केवळ शैक्षणिक जिज्ञासेपोटी करीत नव्हते, तर तो त्यांच्या राजकीय संवादाचा (Political Discourse) मध्यवर्ती भाग होता, हे विसरून चालणार नाही. जात हा भारतीय समाजधारणेचा पाया आहे, ही बाबासाहेबांची मुख्य धारणा होती व तिच्यावर आघात केल्याशिवाय कोणतेही मूलगामी परिवर्तन या देशात होणे शक्य नाही, हा त्यांचा निश्चय झाला होता. साहजिकच जातिव्यवस्थेला नष्ट करणे म्हणजे तिच्या मुळाचा शोध घेणे आले आणि त्यासाठीच तर मानववंशशास्त्रीय व समाजशास्त्रीय संशोधनाची कास त्यांनी धरली.

१९१७ साली त्यांनी आधीच्या वर्षी कोलंबिया विद्यापीठातील परिसंवादात वाचलेल्या 'कास्टस् इन इंडिया : देअर मेकॅनिझम, जेनेसिस अॅण्ड डेव्हलपमेंट' हा निबंध प्रसिद्ध झाला. त्यांच्या जातिमीमांसेचा आरंभ या निबंधापासून झाला. त्यानंतर विविध सरकारी आयोगांपुढे दिलेल्या साक्षी आणि निवेदने, महाड सत्याग्रह, काळाराम सत्याग्रहासारख्या संघर्षाच्या वेळी केलेले वृत्तपत्रीय लेखन,'अॅनिहिलेशन ऑफ कास्टस्', 'हू वेअर द शूद्राज', 'दि अनटचेबल्स' यांसारखी पुस्तके, विधान मंडळात केलेली भाषणे यांतून आंबेडकरांचे जातीविषयक चिंतन प्रसृत आणि विकसित होत गेले. त्या सर्वांची एकत्रित दखल घेतली असता जातिव्यवस्थेच्या प्रश्नांची मांडणी बाबासाहेबांनी कशी केली, जातिव्यवस्थेच्या संदर्भातील कळीचा प्रश्न त्यांनी कोणता व कसा ठरविला हे सहज लक्षात येते व त्यावरून त्यांनी केलेल्या जातिप्रश्नावरील वैचारिक प्रबोधनाचे आगळे स्वरूपही ध्यानात येते.

जातिसंस्थेची उत्पत्ती सांगत असताना आपल्या 'कास्टस् इन इंडिया' या पुस्तकात बाबासाहेबांनी नेसफिल्ड, सेनार्त, दिसले आणि केतकर यांच्या जातिसंस्थेसंबंधीच्या संशोधनाची दखल घेतली आहे. पण जातिसंस्थेच्या उगमासंबंधी या सर्वच संशोधकांनी केलेले विश्लेषण हे एकांगी व म्हणून अपुरे आहे असे बाबासाहेबांचे म्हणणे होते. उदा. सेनार्तसारख्या संशोधकाने जातीची उत्पत्ती सांगताना, वर्गशुद्धीच्या अतिरेकी कल्पनेतून जात निर्माण झाली असा निष्कर्ष काढला व त्याला आधार म्हणून जातीबाहेर खान पान करणे हे सर्वच जातींनी निषिद्ध कसे ठरवले आहे हे सांगितले. जातीबाह्य रोट-बेटी व्यवहार न करण्याचा प्रत्येक जातीचा दंडक हा मूलतः स्वतःच्या सामाजिक वर्गाचे शुचित्व जपणे हाच होता, असे सेनार्त प्रतिपादतात. याचाच अर्थ असा की, वर्गशुचित्वाचा आग्रह ह्या एकमेव निकषावर सेनार्त जातीची उत्पत्ती सांगतात. ही उत्पत्ती सर्वस्वी चुकीची नसली तरी एकांगी आहे, असे बाबासाहेबांचे म्हणणे आहे.

या सर्व संशोधकांच्या जातिमीमांसेवर बाबासाहेबांनी सर्वांत महत्त्वाचा आक्षेप घेतला तो असा : बाबासाहेब म्हणतात, 'या सर्व अभ्यासकांनी जातीचा विचार 'एक सुटा घटक' म्हणून केलेला आहे.' वास्तविक, प्रत्येक जातीचे सुटे व स्वतंत्र अस्तित्व संभवत असले तरी प्रत्येक जात ही दुसऱ्या जातीशी एका विशिष्ट श्रेणीबद्धतेच्या तत्त्वाने जोडली आहे व या जोडणीतूनच 'जातिव्यवस्था' साकार होते. साहजिकच जातीचा विचार हा एकूण जातिव्यवस्थेच्या संदर्भात झाला पाहिजे. सुट्या सुट्या जातींची व्युत्पत्ती शोधल्याने समाजघडणीच्या प्रक्रियेचा कोणताच अर्थपूर्ण बोध होणार नाही, असे बाबासाहेब म्हणतात.[४] एका अर्थाने अगदी परस्पर वर्जक असणारे हे भिन्न जातीगट एकाच जातिव्यवस्थेत कसे सामावले जातात, त्यांचा समान बंध कोणता, हाही एक विचारात घेण्यासारखा प्रश्न होता व बाबासाहेबांनाही तो पडला होता. त्याचा निरास करताना बाबासाहेब म्हणतात की, 'समान संस्कृतीच्या बंधाने हे सर्व जातीगट एकाच जातिव्यवस्थेमध्ये सामावले जातात.'

बाबासाहेबांच्या मते, हिंदू समाजाच्या संस्कृतीची एक आगळीच खासियत आहे. या संस्कृतीने मुळातच एकसंध असलेल्या जातरूपी सामाजिक गटांचे अशा खुबीने 'पार्सलिंग' केले आहे की, वर वर स्वतंत्र वाटणाऱ्या या जाती एकाच वेळी एका एकसंध जातिव्यवस्थेचे अविभाज्य घटक म्हणून आपल्यापुढे अवतरतात. म्हणून जातिव्यवस्थेची व्युत्पत्ती शोधताना जातींच्या या एकगठ्ठीकरणाच्या प्रक्रियेचा (Process of Parcelling) वेध घेणे आवश्यक आहे, असे बाबासाहेब म्हणतात. यातून बाबासाहेबांनी एका फार महत्त्वाच्या प्रश्नाला हात घातल्याचे दिसते. जातिव्यवस्था ही जर हिंदू समाजाच्या एक गठ्ठीकरणात्मक संस्कृतीतून निर्माण झाली असेल, तर या हिंदू संस्कृतीवर आघात केल्याशिवाय जातिव्यवस्थेचा आधार कोलमडणार नाही, याची खूणगाठ बाबासाहेबांनी या ठिकाणी बांधली आहे.

याचा अर्थ असा की, ज्या समान सांस्कृतिक बंधाचा गौरव भारतीय एकत्वाचे व भारतीय संस्कृतीचे श्रेष्ठत्व सांगण्यासाठी हिंदू राष्ट्रवाद्यांनी केला, त्या समान सांस्कृतिक बंधाकडेच बाबासाहेब जातिव्यवस्थात्मक शोषणाचा आधार म्हणून पाहतात आणि येथेच त्यांच्या जातिव्यवस्थेच्या विश्लेषणाचे वेगळेपण लक्षात येते. अस्पृश्यता व जातिसंस्थेसंबंधीचे बाबासाहेबांचे पुढील सर्व संशोधन व चिंतन लक्षात घेता, एक गोष्ट प्रकर्षाने जाणवते व ती म्हणजे ज्या हिंदू संस्कृतीने व धर्माने जातिव्यवस्थेला आधार दिला, त्या हिंदू संस्कृतीबद्दल बाबासाहेब अधिकाधिक कठोर होत जातात व ही हिंदू संस्कृती पूर्णतः नाकारल्याशिवाय जातीअंत होणार नाही, या निष्कर्षाप्रत पोहोचतात. पुढील सर्व हयातीत बाबासाहेबांनी हिंदू संस्कृतीवर जी टीका केली, त्यातच त्यांचा प्रस्थापितांना विरोध करावयाची क्रांतिकारी दृष्टी व आचार स्पष्ट होतो.

'कास्टस् इन इंडिया' नंतरचे बाबासाहेबांचे जातिव्यवस्था व अस्पृश्यतेविषयीचे लेखन पाहता आणखीही एक गोष्ट प्रकर्षाने जाणवते व ती म्हणजे आपल्या प्रतिपादनातून ते केवळ हिंदू संस्कृतीवर टीका करीत राहत नाहीत, तर जातिबद्ध समाजातील सर्वांत शोषित वर्ग कोणता हे दाखविण्याचाही ते प्रयत्न करतात आणि अस्पृश्य जाती हाच या समाजातील सर्वांत शोषित वर्ग आहे, या निष्कर्षाप्रत ते येतात. महाराष्ट्र शासनाने प्रकाशित केलेल्या आंबेडकरांच्या समग्र वाङ्मयाचा ५ वा खंड या दृष्टीने खूपच बोलका आहे. बाबासाहेबांचे अस्पृश्यवर्गाबद्दलचे अप्रसिद्ध लेखन त्यामुळे प्रथमच प्रकाशात आले आहे. या लेखनातून बाबासाहेबांनी हिंदू समाजाचे जे विश्लेषण केले आहे, ते अधिक मोलाचे आहे. त्याचा थोडासा ऊहापोह येथे केल्यास आंबेडकरांच्या विचारांची दिशा अधिक स्पष्ट होते.

अस्पृश्यतेच्या प्रश्नासंबंधीचा विचार महाराष्ट्रातील ब्राह्मणी समाजसुधारकांनी त्यांच्या त्यांच्या परीने केलेला असला तरी अस्पृश्यतेसंबंधीचे त्यांचे आकलन हे फारच वरवरचे होते असे दिसते. सावरकर, माटे प्रभृती सुधारकांनी अस्पृश्यतेला केवळ एक अनिष्ट सामाजिक रूढी मानले व एक तर उपयुक्ततेच्या कसोटीवर ती कालबाह्य ठरविली किंवा मानवतावादी भूमिकेतून ती नष्ट करायचा प्रयत्न केला; पण अस्पृश्यता ही येथील जातिबद्ध समाजाचे फलित आहे, याचे गंभीर भान या मंडळींना नव्हते. अस्पृश्यता घालविणे म्हणजे जातीनिर्मूलन करणे असा निश्चय ते करू शकले नाहीत. सावरकरांनी जन्मजात जातिभेदावर टीका केली; पण गुणजात जातिभेदाचा 'उद्धार' उचलून धरला.[५] श्री. म. माट्यांनी अस्पृश्यतेला 'घोर अन्याय' म्हटले, पण अस्पृश्यता घालवणे म्हणजे अस्पृश्यांना चातुर्वर्ण्य चौकटीत पाचवा वर्ण म्हणून सामावून घेणे एवढेच त्यांना अभिप्रेत आहे, असे दिसते.[६] म्हणूनच अस्पृश्यतेच्या प्रश्नाकडे पाहण्याचा त्यांचा दृष्टिकोन फारच वरवरचा वाटतो. या पार्श्वभूमीवर बाबासाहेबांनी अस्पृश्यतेच्या प्रश्नाची केलेली मांडणी अधिक खोल व मूलग्राही आहे.

आंबेडकरांनी अस्पृश्यतेच्या प्रश्नाचा विचार हा केवळ चातुर्वर्ण्याच्या संदर्भात केला नाही, त्यांनी तो केवळ जातिव्यवस्थेच्या संदर्भातही केला नाही, तर त्यांनी अस्पृश्यतेच्या प्रश्नाची मांडणी ही शोषणाधिष्ठित हिंदू समाजरचनेच्या संदर्भात केली आहे, हे सर्वप्रथम लक्षात घेणे आवश्यक आहे. हिंदूंची ही समाजरचना कशी आहे, याचा बाबासाहेबांनी या समाजरचनेचा आलेख स्पष्ट केला आहे.[७] त्यांच्या मते हिंदू समाज हा मूलतः सवर्ण हिंदू आणि अवर्ण हिंदू असा विभागलेला आहे. सवर्ण हिंदूंमध्ये पुन्हा दोन विभाग पडतात :

(१) उच्च जाती,

(२) कनिष्ठ जाती.

उच्च जातीत ब्राह्मण व अन्य त्रैवर्णोद्भव जातींचा अंतर्भाव होतो, तर कनिष्ठ जातीत शूद्र जातींचा अंतर्भाव होतो. अवर्ण हिंदूंमध्येही दोन मुख्य विभाग पडतात.

(१) आदिवासी (Premitive Tribes) आणि गुन्हेगार जाती (Criminal Tribes),

(२) अस्पृश्य जाती.

हिंदू समाजातील या सर्व घटकांचे परस्परांशी असलेले नाते लक्षात घेता यातील सर्वांत शोषित घटक कोणता असेल, तर तो अस्पृश्यवर्ग होय, असे बाबासाहेब म्हणतात. याला आधार काय? बाबासाहेब म्हणतात, 'सवर्ण समाजातील उच्चजातींना हिंदू समाजातील विशेषाधिकार (Privileges) मिळालेले आहेत. त्यांनीच तर हिंदू समाजव्यवस्था तयार केली व त्याचा सर्वाधिक फायदा त्यांना होतो. सवर्णातील शूद्र जाती या अस्पृश्य नाहीत हे खरे; पण परंपरागत हिंदू समाजव्यवस्थेने व हिंदू धर्मशास्त्राने त्यांची काय पत राखली? शूद्रांनी गावाबाहेर वसती करावी त्यांनी धर्मशिक्षण घेऊ नये, यासारखे मानवी प्रतिष्ठेस बाधा आणणारे व त्यांना मानवी हक्क नाकारणारे असंख्य निर्बंध त्यांच्यावर लादून हिंदूंनी त्यांना वर्णव्यवस्थेत स्थान दिले असले तरी अधिकार असा कोणताच दिला नाही. साहजिकच उच्चवर्णीयांनी केलेल्या या समाजरचनेचा कोणताच लाभ या शूद्र जातींना नाही.

'आदिवासी व गुन्हेगार जमाती या वर्णव्यवस्थेबाहेरच्याच असल्याने त्या तर उपऱ्याच ठरतात. त्यांची सामाजिक ओळख हिंदू म्हणून होत असली तरी हिंदू समाजाशी त्यांची कोणतीच आंतरक्रिया नाही हे सहजच ध्यानात येते; पण सर्वांत वाईट परिस्थिती आहे ती अस्पृश्य जातीची. गुन्हेगार जमाती व आदिवासी शोषित आणि उपेक्षित असले तरी अस्पृश्य नाहीत. अवर्णांतील अस्पृश्य जाती मात्र अवर्णांतील स्पृश्य जमातींपेक्षाही शोषित व उपेक्षित, इतकेच नव्हे तर पशूहूनही निकृष्ट जीवन जगताहेत.' म्हणून आंबेडकरांच्या मते, जातीअंताच्या लढ्याची निकड सर्वांत अधिक त्यांनाच (म्हणजे अस्पृश्यांना) आहे.

वास्तविक, शूद्र जाती, गुन्हेगार जाती, आदिवासी आणि अस्पृश्य हे खरे तर परस्परांचे स्वाभाविक मित्र आहेत हे आंबेडकरांनी वारंवार पटवून दिले आहे. शोषणाधिष्ठित हिंदू समाजाविरुद्ध बंड करण्यासाठी त्यांची आघाडी स्थापन होऊ शकते, असेही बाबासाहेब म्हणतात; पण हे शक्य झाले नाही. खरे तर १९१९-१९३५ या कालावधीतील ब्राह्मणेतर पक्षाने अशा दिशेने प्रयत्न केले होते. त्यानंतर वर्गीय पायावर या सर्व शोषित घटकांना एकत्रित करण्याचा प्रयत्न साम्यवाद्यांनीही

केला. पण हाती काय आले? बाबासाहेब म्हणतात, 'परिणाम असा दिसतो की, अशा प्रकारची संयुक्त व संघटित प्रबळ आघाडी निर्माण होऊ शकली नाही. (उलटपक्षी) शूद्र, गुन्हेगार जाती व आदिवासी हे तर ब्राह्मणांपेक्षाही अस्पृश्यांप्रती अधिक शत्रुत्व दाखवितात. इतकेच नाही तर अस्पृश्यांनी हिंदू समाजव्यवस्थेवर चढविलेल्या हल्ल्याच्या प्रतिकारार्थ शूद्रच, ब्राह्मणवर्गाचा 'पोलिस फोर्स' म्हणून काम करतो.'[८] खरे तर हे दुर्दैवी आहे. पण घडते मात्र असे. हे असे का व्हावे? बाबासाहेब म्हणतात, 'जातिबद्ध समाजाने जी श्रेणीबद्ध विषमता (Graded Inequality) निर्माण केली; त्यामुळे प्रत्येक जातीला आपल्या जातीच्या वर्चस्वाचा गंड झालेला दिसतो. शूद्र भले ब्राह्मणांपेक्षा कनिष्ठ व त्या प्रमाणात शोषित असतील; पण अस्पृश्यांपेक्षा आपण वरचढ आहोत, हे ते कधीही विसरू शकत नाहीत; म्हणूनच अधिकाधिक परात्मता कोणाच्या वाट्याला येत असेल, तर ती अस्पृश्यांच्याच होय.

वरवर पाहता गुन्हेगार जाती, आदिवासी आणि अस्पृश्य यांचे दैन्य सारखेच दिसते; पण बाबासाहेबांनी या दैन्यग्रस्त समाजघटकांतही अस्पृश्यांचे नेमके वेगळेपण कशात आहे, हे फार मार्मिकपणे स्पष्ट केले आहे. त्यांच्या म्हणण्याप्रमाणे आदिवासी समाज हा संस्कृतीच्या अगदी खालच्या पातळीवर आणि म्हणून सर्वांत मागास आहे. तो समाजापासून कितीतरी लांब, डोंगर, जंगलात राहतो, कीटक, अळ्या, प्राण्यांचे कच्चे मांस हा आजही त्यांचा पूरक आहार आहे. त्यांचा धर्म हा मृतात्म्यांची पूजा करण्यापलीकडे विकसित झाला नाही. अशा पद्धतीचे रानटी जीवन ते जगताहेत. पेंढारी, ठग यांसारख्या गुन्हेगार जमातींचे विश्व आणखी वेगळेच. या गुन्हेगार जमाती सुसंस्कृत व सभ्य समाज जीवनात राहत नाहीत. संघटित लूटमार, दरोडे हे यांचे मुख्य व्यवसाय आणि गुन्हेगारीचे शिक्षण हीच यांची ज्ञानसाधना. या दोन जमातींच्या पार्श्वभूमीवर अस्पृश्य जातींचे वैशिष्ट्य काय? ते यांच्याप्रमाणे डोंगरात वा दूरच्या पठारावर राहत नाहीत हे खरे. गावाजवळ असतात; पण गावकुसाबाहेर असतात. त्यांची संस्कृती ही हिंदू जमातीची संस्कृती आहे. हिंदूंचे धर्माचार ते पाळतात. हिंदूंचे धार्मिक कायदे पाळतात. खेड्यांशी ते संबंधित आहेत; पण त्या खेड्यातील समाजजीवनाचा ते अविभाज्य घटक नाहीत. सवर्ण हिंदूंसारखे त्यांनी कपडे घालता कामा नये, घरे बांधता कामा नये; इतकेच नव्हे तर ताठ मानेने हिंडताही कामा नये. हिंदूंच्या प्रत्येक समारंभात त्यांनी आपली सेवा रुजू करावी. त्यांनी स्वत:ची जमीन बाळगू नये. आपल्या उदरनिर्वाहासाठी त्यांनी केवळ शिळ्या अन्नावर अवलंबून राहावे, जनावरांची मढी ओढावीत. थोडक्यात म्हणजे पशुकोटीच्या खालच्या पातळीवरील जीवन जगावे.

आदिवासींना स्वत:चा धर्म, एक संस्कृती तरी आहे; पण अस्पृश्यांच्या माथी मात्र दास्यत्वच! अशा स्थितीत त्यांचे शोषण हे नुसते आर्थिक, भौतिक स्वरूपाचे नाही तर ते सामाजिक, मानसिकही आहे. १९३१ च्या खानेसुमारीचा दाखला देऊन बाबासाहेब म्हणतात की, भारतातील आदिवासींची संख्या पंचवीस दशलक्ष आहे; गुन्हेगार जमातींची संख्या साडेचार दशलक्ष आहे, तर अस्पृश्यांची संख्या पन्नास दशलक्ष आहे. सर्वांची एकूण लोकसंख्या जवळपास ऐंशी दशलक्षापर्यंत जाते. या ऐंशी दशलक्षांचे हिंदू समाजातील स्थान ते काय? सर्वाधिक शोषित वर्ग हेच त्यांचे स्थान. हे शोषण त्यांच्यावर लादले ते जातिव्यवस्थेने; कारण जातिव्यवस्था केवळ सामाजिक भेद निर्माण करते असे नाही; तर उत्पादन व्यवस्था व उत्पादन संबंधही नियंत्रित करते. विशिष्ट व्यवसाय विशिष्ट जातींशी निगडित असल्याने उत्पादन संबंध हे निव्वळ आर्थिक स्वरूपाचे राहत नाहीत, तर ते जन्मसिद्ध बनतात. वर्गीय समाजातील व्यावसायिक गतिमानता जातिबद्ध समाजात कुंठित होते म्हणून जातिबद्ध समाज हा शोषणाधिष्ठित समाजाचे सर्वांत कुरूप प्रारूप बनते. अस्पृश्यता हे या शोषणाचे सर्वांत प्रकट स्वरूप होय.

आंबेडकरांनी अशा रीतीने जातिव्यवस्था व अस्पृश्यतेच्या प्रश्नावर वैचारिक प्रबोधन करीत असता एक क्रांतीगर्भ असा नवा विचार दिला. त्यांच्या या जातिमीमांसेचे सार पुढीलप्रमाणे सांगता येईल :

(१) सर्व सवर्ण सुधारकांनी जातिप्रथा व अस्पृश्यता हा हिंदू धर्माचा भाग नसून त्याकडे एक सामाजिक प्रश्न म्हणून पाहिले. बाबासाहेबांनी मात्र जातिप्रथा व तद्‌जन्य अस्पृश्यता हा हिंदू धर्म, हिंदू संस्कृती व हिंदू कायदेसंहितेचा अविभाज्य भाग असल्याचे स्पष्ट केले व हिंदू धर्मावर, समाजव्यवस्थेवर निकराचे हल्ले करून त्यातील विसंगती व दांभिकपणा स्पष्ट केल्याशिवाय जातीअंताचा लढा यशस्वी होणार नाही, हे प्रतिपादिले.

(२) इतर सुधारकांनी जातिप्रथेच्या आणि वर्णव्यवस्थेच्या संदर्भातच प्राय: अस्पृश्यतेच्या प्रश्नाची मांडणी व चर्चा केली. आंबेडकरांनी अस्पृश्यतेचा प्रश्न हा एकूण हिंदू समाजरचनेच्या संदर्भात उपस्थित केला व शोषणमुक्त समाजनिर्मितीच्या क्रांतीमध्ये तो एक मध्यवर्ती प्रश्न म्हणून प्रस्थापिला.

(३) अस्पृश्यता निवारण हे जातीनिर्मूलनाच्या लढ्याशिवाय होणे शक्य नाही, हे प्रतिपादून बाबासाहेबांनी जातीअंताच्या लढ्यातील आघाडीचे घटक म्हणून शूद्र, आदिवासी, गुन्हेगार जाती व अस्पृश्यवर्ग यांची आघाडी निर्माण करणे शक्य आहे, हे सांगून राजकीय शक्तींची जुळवणी केली व जातीअंताच्या क्रांतीची दिशा सुचवली.

(४) जातीअंताच्या लढ्यासाठी बुद्धिजीवी वर्गाचे योग्य प्रबोधन करण्याची आवश्यकता प्रतिपादिली. या गोष्टी लक्षात घेता जातीय प्रश्नावरील प्रबोधनाच्या कामी बाबासाहेबांनी कशी वैशिष्ट्यपूर्ण भूमिका बजावली हे लक्षात येईल.

२) जमातवादी राजकारणाचा प्रादुर्भाव आणि अस्पृश्यवर्गाचे हितरक्षण

आंबेडकरप्रणीत जातीअंताच्या लढ्याला तत्कालीन जमातवादी राजकारणाचा एक फार महत्त्वाचा संदर्भ आहे व तो ध्यानात घेतल्याशिवाय १९२० ते ४७ या काळातील आंबेडकरांनी जे जातीअंत लढामूलक राजकारण केले, त्याचा नीट उलगडा होत नाही. जातीअंताच्या लढ्याच्या केंद्रस्थानी अस्पृश्यवर्गाचा प्रश्न बाबासाहेबांनी कसा प्रस्थापित केला हे वर आपण पाहिलेच. जातीअंताच्या लढ्याच्या आघाडीचा घटक जो अस्पृश्य वर्ग त्याचे हितसंबंध नीट जपल्याशिवाय संघर्षासाठी आवश्यक असलेली राजकीय ताकद त्याच्यापाशी येणे शक्य नव्हते, हे लक्षात घेऊन या अस्पृश्यवर्गास राजकीयदृष्ट्या शक्तिमान करण्याचे उद्दिष्ट बाबासाहेबांनी स्वीकारले. यासाठी संसदेतील व संसदबाह्य अशा दोन्ही राजकीय पद्धतींचा वापर त्यांनी केल्याचे दिसते.

राजकीय सत्तेच्या मदतीशिवाय अस्पृश्यवर्गाचे हितसंवर्धन करणे फार कठीण असल्याचे बाबासाहेबांचे मत होते आणि म्हणून ती हस्तगत करण्यासाठी अस्पृश्यवर्गाला संघटित करण्याचा निर्णय ते घेतात. बाबासाहेबांच्या मते सामाजिक न्यायाच्या प्रस्थापनेसाठी काही मर्यादेपर्यंत माणसाची विवेक बुद्धी (Reason) आणि धार्मिक नैतिकता (Religion) साहाय्यभूत होत असली तरी केवळ त्यायोगे सामाजिक न्याय प्रस्थापित होईल हे मानणे भाबडेपणाचे आहे. युरोपीय इतिहासाचा दाखला देऊन बाबासाहेब म्हणतात की, तेथे अठराव्या शतकातील विवेकनिष्ठ प्रबोधन चळवळीतून कालबाह्य सामाजिक परंपरा व धार्मिक अंधश्रद्धा यांचे उच्चाटन झाले खरे; पण म्हणून सामाजिक न्यायाची प्रस्थापना झाली असे थोडेच म्हणता येईल? सामाजिक अन्याय तर अद्यापही चालूच आहे. यातून प्रबोधन चळवळीच्या मर्यादाच स्पष्ट होतात. ज्ञान आणि शिक्षणाच्या मक्तेदारीने भारतातील ब्राह्मणांशीसुद्धा पुष्कळ जागृत बुद्धी असल्याचे दिसून येते. पण म्हणून त्यामुळे जातिभेद व अस्पृश्यतेसारखे सामाजिक अन्याय थोडेच दूर झाले? बाबासाहेब म्हणतात, 'माणसाची विवेकबुद्धी तोपर्यंतच काम करू शकते, जोवर ती प्रस्थापित हितसंबंधाच्या (Vested Interest) विरोधात जात नाही. या हितसंबंधाशीच संघर्ष जेव्हा सुरू होतो, तेव्हा ती

निकामी ठरते.'[९]

जी गोष्ट बुद्धीची तीच धार्मिक नैतिकतेची! माणसाच्या धर्मबुद्धीला आवाहन करून त्याची नैतिक शक्ती जागृत केल्याने सामाजिक अन्यायाचा निरास होऊ शकतो ही समजूतही तितकीच भ्रामक आहे; कारण बाबासाहेब म्हणतात, 'धर्म हा आपल्या जमातीमध्येच काय तो न्याय प्रस्थापित करू शकेल. दोन भिन्न जमातीत (Communities) तो न्याय प्रस्थापित करण्यास असमर्थ आहे.'[१०] या मुद्द्याचे स्पष्टीकरण करताना बाबासाहेब म्हणतात, अमेरिकेत निग्रो आणि अमेरिकनांचा एकच ख्रिश्चन धर्म आहे; पण त्यामुळे काळा-गोरा संघर्ष कोठे संपला? निग्रोंना कोठे न्याय मिळतो? नाहीच मिळणार, कारण निग्रो व गोरे या दोन भिन्न जमाती (Communities) आहेत. भारतातही बाबासाहेबांच्या मते स्पृश्य व अस्पृश्य अशा दोन भिन्न जमाती असल्याने हिंदू धर्म कोणताही सामाजिक न्याय प्रस्थापित करू शकणार नाही. स्पृश्यांना त्याचा फार तर उपयोग होईल.

बाबासाहेबांच्या या प्रतिपादनातून काही महत्त्वाचे मुद्दे स्पष्ट होतात.

१) जातिव्यवस्था व अस्पृश्यता हे सामाजिक न्यायाशी संबंधित असलेले प्रश्न आहेत.

२) सामाजिक न्यायाची प्रस्थापना ही केवळ विवेकनिष्ठ बुद्धीवर (उदारमतवाद) किंवा धार्मिक नैतिकतेवर (गांधीवाद) भिस्त ठेवून होत नाही, कारण त्यात प्रस्थापित हितसंबंध गुंतलेले असतात. या प्रस्थापित हितसंबंधांना धक्का पोहोचताच विवेकबुद्धी व धार्मिक नीती निष्प्रभ ठरतात आणि सत्तासंघर्ष उद्भवतो. या संघर्षात निर्णायक ठरते ती राजकीय ताकद; म्हणून अस्पृश्यांना आपली राजकीय शक्ती संघटित करणे क्रमप्राप्त आहे, या निश्चयाप्रत बाबासाहेब येतात आणि येथूनच त्यांच्या संघर्षमय राजकारणाची सुरुवात होते. या राजकारणाला मुस्लिम व हिंदू जमातवादी राजकारणाचा एक महत्त्वाचा संदर्भ आहे. तो आता लक्षात घेऊनच बाबासाहेबांच्या जातीअंताच्या लढ्याचा विचार आपल्याला करावा लागेल. सन १९१९ मध्ये बाबासाहेबांनी साऊथबरो समितीला जे निवेदन सादर केले व त्या समितीपुढे जी साक्ष दिली. ती त्यांच्या राजकीय कारकिर्दीची सुरुवात झाली, असे मानायला हरकत नाही.

याचाच अर्थ गांधीयुगाचा उदय आणि टिळकयुगाच्या अस्ताच्या संधिकाळात बाबासाहेबांचा राजकारणात प्रवेश होतो, हा संदर्भ लक्षात घेणे आवश्यक आहे. या काळात अखिल भारतीय राजकारणाचे चित्र कसे होते? खिलाफत चळवळीच्या अपयशाबरोबर हिंदू-मुस्लिम ऐक्याचा गांधीप्रणीत प्रयोग जवळजवळ कायमचाच

फसला होता. माँटफोर्ड सुधारणांनुसार मुस्लिमांप्रमाणे शिखांनाही विभक्त मतदार संघ देण्याचे घोषित झाले होते. याचाच अर्थ ब्रिटिशांचे जमातवादी राजकारणाला खतपाणी घालण्याचे धोरण पद्धतशीरपणे चालू होते. मोपल्यांच्या बंडामुळे मुस्लिम जमातवादाचा प्रादुर्भाव झाला होता. हिंदू महासभेच्या रूपाने हिंदू जमातवादही प्रबळ होऊन शुद्धी चळवळीस बहर आला होता.

भारतीय राजकारणाला अशा रीतीने जमातवादी राजकारणाने ग्रासलेले होते व या पार्श्वभूमीवर बाबासाहेबांना अस्पृश्यवर्गाचे हितसंबंध जपायचे होते. महाराष्ट्रापुरते बोलावयाचे झाल्यास शाहू छत्रपतींच्या निधनानंतर ब्राह्मणेतर चळवळ आणि अस्पृश्य यांच्यातील एक महत्त्वाचा दुवा निखळला होता. खुद्द ब्राह्मणेतर चळवळीतील बऱ्याच नेत्यांचा कल गांधींच्या नेतृत्वाच्या उदयानंतर काँग्रेसकडे झुकू लागला. गांधीनीही १९१८ सालापासूनच महाराष्ट्रातील ब्राह्मणेतर नेत्यांशी जाणीवपूर्वक संपर्क ठेवण्यास सुरुवात केली होती. १९१८ साली वि. रा. शिंदे यांच्या मराठ्यांच्या इतिहासावरील व्याख्यानास गांधी उपस्थित होते. १९२४ मध्ये जेधे मॅन्शनमध्ये गांधींना निमंत्रित करण्यात आले होते व त्याच वर्षी ते श्री. लठ्ठे यांनाही भेटले होते.[११] १९३० साली महाराष्ट्रातील ब्राह्मणेतर पक्षाचे काँग्रेसमध्ये जे विलीनीकरण झाले, त्याची ही नांदीच होती.

महर्षी शिंदे यांच्या नेतृत्वाखालील डिप्रेस्ड क्लासेस मिशनचे व बाबासाहेब आंबेडकरांचे अस्पृश्यांच्या प्रश्नांकडे पाहण्याचे दृष्टिकोनही भिन्न असल्याचे स्पष्ट झाले होते. शिंद्यांच्या डिप्रेस्ड क्लासेस मिशनच्या नियामक मंडळात एकही अस्पृश्य नसावा, याविषयी बाबासाहेबांनी आपला संताप व्यक्त केला होता. साऊथबरो समितीपुढे साक्ष देताना शिंद्यांच्या भूमिकेबद्दल बाबासाहेबांनी मतभेद नोंदविले होते. ब्राह्मणेतरांना जातीय अगर स्वतंत्र मतदारसंघ देण्याची आवश्यकता नाही, अशी साऊथबरो समितीपुढे साक्ष देणाऱ्या बाबासाहेबांना १९२५ नंतर वेगाने काँग्रेसकडे झुकणाऱ्या ब्राह्मणेतर चळवळीबद्दल साशंकता निर्माण होणे समजण्यासारखे आहे. अस्पृश्यवर्गाचे हे झपाट्याने होत चाललेले एकाकीकरण बाबासाहेबांना सचिंत करीत होते.

महाडचा सत्याग्रह आणि काळाराम मंदिर सत्याग्रहाच्या निमित्ताने अस्पृश्य जातीची राजकीय जागृती व संघटन झाले हे खरे; पण स्पृश्य हिंदूंच्या सनातनी दृष्टिकोनात काहीएक फरक पडणार नाही याची जाणीवही बाबासाहेबांना झाली. स्वत:च्या संशोधन व चिंतनातून अस्पृश्य हे हिंदू समाजाच्या बाहेरचेच आहेत, हे आंबेडकरांना मनोमन पटले होते. शूद्र सवर्ण जाती व अस्पृश्य यांचे अपेक्षित सहकार्य सिद्ध होत नसेल व ब्राह्मणेतर चळवळ काँग्रेसला जाऊन मिळणार असेल,

तर हिंदू समाजचौकटीशी केवळ दास्यत्वाचा संबंध असलेल्या अस्पृश्यांनी मुस्लिम, शीख या अन्य जमातींप्रमाणेच स्वत:ला वेगळी जमात समजून संघटित राजकीय शक्तीच्या बळावर स्वत:चे हितसंबंध का जपू नयेत, असा रास्त प्रश्न बाबासाहेबांना पडला असल्यास नवल नाही आणि म्हणूनच साऊथबरो समिती, सायमन कमिशन आणि गोलमेज परिषदेमध्ये आंबडेकर अस्पृश्यवर्गासाठी स्वतंत्र मतदारसंघ किंवा राखीव जागांचा आग्रह धरताना दिसतात. असे करण्यातून त्यांना अस्पृश्यांची वेगळी राजकीय ओळख (आयडेंटिटी) प्रस्थापित करावयाची होती. बाबासाहेबांच्या या राजकीय डावपेचाचा बिटिश साम्राज्यवादी सत्तेला आपले 'फोडा नि झोडा' धोरण बळकट करण्यास उपयोग होत होता हे खरेच; पण त्याला बाबासाहेबांचाही इलाज नव्हता. कारण बाबासाहेबांच्या आरंभीच निर्देशिलेल्या निष्ठांचा क्रम लक्षात घेता त्यांनी या प्रकारची राजकीय खेळी खेळणे स्वाभाविकच होते.

या संदर्भात तर १९३०-३२ मधील गांधी व आंबेडकर यांच्यातील तणावाची बीजे ही मुख्यत्वे तत्कालीन जमातवादी राजकारणाच्या पार्श्वभूमीवर अधिकच स्वाभाविक वाटतात. ब्रिटिश साम्राज्यसत्तेने भारत हे एक राष्ट्र आहे हे कधीच मानले नव्हते. या साम्राज्यवादी प्रवृत्तीला अटकाव करण्यासाठी गांधी दुसऱ्या गोलमेज परिषदेमध्ये सतत अशी भूमिका घेत आले आहेत की, मी अस्पृश्यांसहीत सर्व भारताच्या वतीने बोलत आहे. या उलट आंबेडकरांना गांधी हे अस्पृश्यांचे एकमेव प्रतिनिधी कसे ठरू शकतात, असा प्रश्न होता. इतकेच नव्हे तर मुसलमान, शीख इ. जमातींना स्वतंत्र मतदारसंघ मान्य करणारे गांधी अस्पृश्यवर्गाचे वेगळे अस्तित्व मानायला तयार नाहीत, याची बाबासाहेबांना मनस्वी चीड होती; म्हणूनच ते काँग्रेस व गांधी यांच्याबाबत सदैव साशंक राहिले.

वस्तुस्थिती अशी होती की, गांधींना भारताच्या राजकीय जीवनाचे आणखी विघटन नको होते, तर अस्पृश्यवर्गाचे जमातीकरण (राजकीयदृष्ट्या) झाल्याशिवाय त्याचे हितसंबंध केवळ उच्चजातीय काँग्रेस नेत्यांच्या हाती सुरक्षित राहतील, असे बाबासाहेबांना खात्रीने कधीच वाटले नाही. परिणामत: विभक्त मतदारसंघाच्या प्रश्नावर ताठर भूमिका घेऊन अस्पृश्यांचे अधिकाधिक हितसंबंध कसे जपले जातील याचा ते विचार करीत होते. पुढे पुणे करार झाला, तडजोडी झाल्या ही गोष्ट वेगळी; पण यातून बाबासाहेबांच्या राजकारणाची दिशा स्पष्ट होते व ती म्हणजे अस्पृश्यवर्गाला स्वत:ची अशी वेगळी आयडेंटिटी प्राप्त करून द्यावयाची व त्यांच्या संघटित शक्तीच्या बळावर राजकीय सत्तेत त्यांना हिंदू व मुसलमानांच्या बरोबरीने त्यांचा रास्त वाटा मिळवून द्यायचा. १९३५ पर्यंत बाबासाहेबांनी याच दबावतंत्राचा वापर करून अस्पृश्यांचे हितसंबंध जपण्याचा आटोकाट प्रयत्न केला.

१९३५ नंतर देशातील राजकारणाने घेतलेल्या वळणाबरहुकूम बाबासाहेबांचेही राजकारण बदलले. १९३५ च्या भारत सरकारच्या कायद्यान्वये प्रांतिक स्वायत्ततेचे तत्त्व लागू होणार होते व भारताच्या संसदीय राजकारणाचा खरा आरंभ होणार होता. प्रांतिक पातळीवर एतद्देशीयांच्या हाती सर्व सत्ता येणार होती. संसदीय राजकारणातील राजकीय पक्षांचे महत्त्वपूर्ण स्थान लक्षात घेता बाबासाहेबांनी बदलत्या परिस्थितीच्या संदर्भात नवा पक्ष स्थापन करण्याचे ठरविले असल्यास नवल नव्हते. त्यानुसार १९३६ मध्ये स्वतंत्र मजूर पक्षाची त्यांनी स्थापना केली. या पक्षाचे उद्दिष्ट व भूमिका विशद करताना बाबासाहेब म्हणतात, 'अस्पृश्यता निवारणाच्या लढ्याचे बाह्य स्वरूप जरी जातिनिष्ठ असले तरी तत्त्वतः तो लढा आर्थिक आहे', हे आम्ही वेळोवेळी आमच्या लेखांत सांगितले आहे. अस्पृश्यता निवारणाच्या बाबतीत अस्पृश्य श्रमजीवी जनतेचे हितसंबंध स्पृश्य श्रमजीवी जनतेच्या हितसंबंधाहून वेगळे किंबहुना परस्परविरोधी असल्यामुळे, अस्पृश्यवर्गाला आपला लढा स्वतंत्रपणे लढविणे प्राप्त होते; पण आर्थिक लढ्यात स्पृश्य आणि अस्पृश्य, शेतकरी-कामकरीवर्गांचे हितसंबंध एकजीव आहेत. अस्पृश्यवर्गाला आपला आर्थिक लढा स्पृश्य शेतकरी-कामकरीवर्गाच्या साहाय्यावाचून स्वतंत्रपणे लढता येणार नाही.[१२]

बाबासाहेबांच्या या निवेदनातून एक गोष्ट स्पष्ट होते व ती म्हणजे जसजसे भारतामध्ये राजकीय स्वातंत्र्य अवतरेल तसतसे ब्रिटिश साम्राज्यवादी सत्तेची भारतातील बहिष्कृत, उपेक्षित समाजाप्रत असलेली अनुकूलता लुप्त होत जाणार व अधिकाधिक राजकीय स्वातंत्र्याच्या काळात अस्पृश्यवर्गाचे हितसंबंध जपण्याच्या कामी राजकीय शक्तींची नव्याने पुनर्जुळवणी करावी लागणार, याचे पुरते भान बाबासाहेबांना होते व त्यापोटीच त्यांनी बदलत्या परिस्थितीच्या संदर्भात अस्पृश्यवर्गाच्या हितसंबंधांशी श्रमजीवीवर्गाचे हितसंबंध जोडून त्या आधारे एक नवी व्यापक आघाडी स्थापन केली.

१९३६ ते १९४२ या काळातील स्वतंत्र मजूर पक्षाची कामगिरी पाहता वरील विधानास पुष्टीच मिळते. या पक्षाने एका बाजूला जसा मुंबईतील कामगार चळवळीत सक्रिय भाग घेतला, तसेच शेतकऱ्यांचे प्रश्न सोडविण्यासाठीही महत्त्वाची पावले उचलली. कामगार चळवळीबाबत बाबासाहेबांची एक ठाम भूमिका होती. १९३८ साली मनमाड येथील जी. आय. पी. रेल्वे दलितवर्गीय कामगार परिषदेच्या अध्यक्षपदावरून केलेल्या भाषणात बाबासाहेबांनी ती स्पष्टपणे मांडली आहे. ते म्हणतात, 'कामगार संघटनांनी राजकारणात प्रवेश केला पाहिजे; कारण राजकीय सत्तेशिवाय कामगारांचे हित जपणे शक्य नाही. मजुरीचे प्रमाणित दर, कामाचे दिवस, सामान्य नियम, किमान वेतन... इ. उद्दिष्टेसुद्धा केवळ संघटना उभारून प्राप्त करता येत नाहीत. संघटनांच्या ताकदीला कायद्याची मजबुती मिळाली पाहिजे.

तुमच्या संघटना उभारण्याबरोबरच या देशाच्या राजकारणातील तुमची भूमिका तुम्ही बजावू लागेपर्यंत हे घडणार नाही. केवळ कामगार संघटनेचे हित जपायचे, हे राजकारणात शिरण्याचे एकमेव कारण नाही. कामगार संघटनेवरच लक्ष केंद्रित करणे म्हणजे तात्कालिक उद्दिष्ट व अंतिम ध्येय यांच्यात गल्लत करणे होय. परिणामी, इतरांची गुलामगिरी हे कामगारवर्गाचे अटळ नशीब आहे, असे मानण्यासारखे होय. उलट या पगारी गुलामगिरीऐवजी स्वातंत्र्य, समता व बंधुता ही तत्त्वे मानणारी व्यवस्था निर्माण करणे हे तुमचे ध्येय असले पाहिजे. याचा अर्थ समाजाची पुनर्रचना होय आणि माझ्या मते, ही पुनर्रचना घडवून आणणे हे कामगारवर्गाचे उद्दिष्ट आहे.[१३]

यावरून हे स्पष्ट होते की, बाबासाहेबांना, कामगार चळवळीने समाजाच्या समग्र परिवर्तनाचे ध्येय ठेवावे, हे अभिप्रेत होते. या दृष्टीने पाहता, तत्कालीन कम्युनिस्टांच्या नेतृत्वाखालील कामगार संघटनांचा अनुभव काय होता? मुंबईतील कामगारवर्गही जातिग्रस्त होता. कामगार चळवळीचे कम्युनिस्ट नेते अस्पृश्य कामगारांच्या सामाजिक प्रश्नांकडे दुर्लक्ष करतात, असा बाबासाहेबांचा तत्कालीन कामगार चळवळीवर आरोप होता. अस्पृश्यांना कामगार म्हणून काही हक्क मिळण्यापूर्वी माणूस म्हणून काही हक्क मिळणे आवश्यक आहे, असे बाबासाहेब म्हणत. पण डॉ. य. दि. फडके म्हणतात त्याप्रमाणे अस्पृश्यांना माणुसकीचे हक्क मिळवून देण्यासाठी कामगार चळवळीचे कम्युनिस्ट नेते लढा तर पुकारीत नव्हतेच; पण सर्व कामगारांचा पाठिंबा गमावू, या भीतीने अशा प्रश्नाविषयी मौन पाळीत होते.[१४]

ही वस्तुस्थिती ध्यानात घेता, तत्कालीन कामगार चळवळ अस्पृश्य कामगारांच्या प्रश्नाविषयी कशी उदास होती, हे स्पष्ट होते. म्हणूनच बाबासाहेबांनी अस्पृश्य कामगारांनी आपल्या स्वतंत्र कामगार संघटना स्थापाव्यात, असा सल्ला दिला. बाबासाहेबांच्या मते, या देशातील कामगारांना दोन शत्रूंना तोंड द्यायचे आहे. एक, ब्राह्मण्यवाद व दुसरा, भांडवलशाही. आंबेडकर म्हणतात, 'ब्राह्मण्यवाद हा रोटी बेटी व्यवहारासारख्या सामाजिक हक्कांपुरता मर्यादित नाही, तर तो नागरी हक्कापर्यंत पोहोचतो. सार्वजनिक विहिरींचा, वाहतूक व्यवस्थेचा, उपाहारगृहांचा वापर करणे हा नागरी हक्क आहे... पण अस्पृश्यतेच्या प्रथेमुळे कोट्यवधी लोकांना हे नागरी हक्क नाकारले जातात, हा ब्राह्मण्यवादाचाच परिणाम होय.' कामगार चळवळ जर या ब्राह्मण्यवादाविरुद्ध आवाज उठविणार नसेल, तर ती समाजाची पुनर्रचना कशी करणार? असा सवाल बाबासाहेब विचारतात. यातून हे स्पष्ट होते की स्वतंत्र मजूर पक्षाच्या वतीने बाबासाहेबांनी कामगार चळवळीत जो भाग घेतला, त्याचा एक हेतू, ही कामगार चळवळ केवळ भांडवलशाहीशी लढा देण्यासाठी राबवायची नसून ब्राह्मण्यवादाशी सामना देण्यासही ती सिद्ध करावयाची व पर्यायाने जातीअंताच्या

लढ्याचे साधन म्हणून वापरावयाची हाही होता, हे ध्यानात घेणे आवश्यक आहे.

स्वतंत्र मजूर पक्षाचे व्यासपीठ निर्माण करून अस्पृश्य कामगार व स्पृश्य कामगार, श्रमजीवी यांची मजबूत आघाडी स्थापन करण्याचा बाबासाहेबांचा प्रयत्न फारसा यशस्वी झाला असे म्हणता येत नाही. एक तर स्वतंत्र मजूर पक्षाची विधान मंडळातील ताकद अगदीच नगण्य होती; त्यामुळे त्या राजकीय व्यासपीठाचा फारसा उपयोग करता येण्यासारखा नव्हता. या उलट मुंबईतील तत्कालीन कामगार चळवळीचे स्वरूप हे निव्वळ अर्थवादी राहिल्याने ती अस्पृश्य कामगारांचे हित संवर्धनाच्या कामी तोकडी पडली. इतकेच नव्हे, तर बाबासाहेबांच्या सल्ल्यानुसार दलित कामगारांचे वेगळे संघटन होण्याची प्रक्रिया सुरू होताच बाबासाहेबांवरच कामगार चळवळीतील 'फूटपाडे' असा शिक्का बसला. या परिस्थितीत अस्पृश्य कामगार व स्पृश्य श्रमजीवींची आघाडी फार काळ टिकणे शक्य नव्हते. दरम्यान, १९४२ साली सुरू झालेल्या 'चलेजाव' चळवळीमुळे देशातील राजकारणाने वेगळेच वळण घेतले. अशा परिस्थितीत स्वतंत्र मजूर पक्षाचे विसर्जन करून वेगळा मार्ग शोधण्याची बाबासाहेबांना निकड वाटली व त्यातूनच त्यांनी १९४२ साली 'अखिल भारतीय शेड्यूल्ड कास्टस् फेडरेशन (अ. भा. शे. का फे.)' ची स्थापना केली.

१९४२ ते ४६ या कालावधीतील शे. का. फे. ने पुन्हा एकदा अस्पृश्यवर्गाच्या संघटनशक्तीवर आपली राजकीय शक्ती उभी करण्याचा प्रयत्न केला; पण ब्रिटिश सरकार आणि काँग्रेसच्या प्रतिकूल धोरणांमुळे अस्पृश्यवर्गाचे हित स्वबळावर सुरक्षित ठेवण्यात फेडरेशनला म्हणावे तसे यश आले नाही. अस्पृश्यांना सर्व कायदे मंडळांत, सर्व प्रकारच्या नोकऱ्यांत व सर्व सरकारांत योग्य व खरे प्रतिनिधित्व मिळाले पाहिजे, त्यासाठी स्वतंत्र मतदारसंघ मिळाले पाहिजेत, अस्पृश्यांसाठी स्वतंत्र वसाहती सरकारने स्थापन कराव्यात इ. मागण्या शे. का. फे. ने केलेल्या होत्या व त्यातून पुनश्च बाबासाहेब अस्पृश्यवर्गाची वेगळी आयडेंटिटी प्रस्थापित करण्याच्या उद्योगास लागलेले दिसतात; पण ही त्यांची वेगळी आयडेंटिटी ना ब्रिटिशांनी मान्य केली, ना काँग्रेसने. बाबासाहेबांची शे. का. फेडरेशन व काँग्रेसप्रणीत जगजीवन राम यांची डिसप्रेस्ड क्लास लीग यांच्या राजकीय स्पर्धेत ब्रिटिश सरकारने लीगला पाठिंबा दिला.

ज्या ब्रिटिश सरकारच्या अनुकूलतेवर बाबासाहेब आपले डावपेच आखत होते, ती अनुकूलता संपुष्टात येताच काँग्रेसशी जुळते घेऊन अस्पृश्यवर्गाचे हित जपणे हा एकच पर्याय बाबासाहेबांपाशी शिल्लक राहिला होता व त्या दृष्टीने काँग्रेस व बाबासाहेब यांच्यात संवाद सुरू झाला. पुढे मध्यवर्ती सरकारात त्यांची झालेली

नियुक्ती घटना समितीवरील निवड आणि स्वतंत्र भारताच्या पहिल्या मंत्रिमंडळातील त्यांचा समावेश या गोष्टी पाहता संघर्षापेक्षा सहकार्याच्या तत्त्वावरच बाबासाहेबांनी अस्पृश्यवर्गाचे हित जपण्याचा प्रयत्न केल्याचे दिसते. अर्थात, त्यांची घटना समिती व मंत्रिपदावरील वर्षे फार सुखासमाधानाची होती म्हणणे धाष्टर्याचे ठरेल. हिंदू कोड बिलावरून झालेले त्यांचे नेहरू मंत्रिमंडळाशी मतभेद सर्वश्रुतच आहेत. त्याच प्रश्नावरून त्यांना मंत्रिपदाचा राजीनामाही द्यावा लागला व पुन्हा बाबासाहेब शे. का. फे. च्या मार्फत विरोधी पक्षाच्या राजकारणात पडले. १९५२ सालच्या निवडणुकीत शे. का. फे. चा दारुण पराभव झाला व सांसदीय राजकारणातील मर्यादा स्पष्ट झाल्या. पुढे रिपब्लिकन पक्षाच्या रूपाने नवीन राजकीय पक्षाची मुहूर्तमेढ रोवण्याचा बाबासाहेबांचा निश्चय झाला असला तरी केवळ सांसदीय राजकारणाच्या चौकटीत राहून व राजकीय पक्षाच्या साहाय्याने जातीअंताचा लढा यशस्वी करणे बाबासाहेबांना अशक्य वाटू लागले हेही स्पष्ट आहे. यातूनच ते धर्मांतराच्या जन आंदोलनाकडे पुन्हा वळतात व जातीअंताच्या लढ्याला एक मानवमुक्तीचे परिमाण प्राप्त करून देतात.

३) जातीअंताचा लढा नि शोषणमुक्त मानवी समाजाचे ध्येय अर्थात बौद्ध धम्माचा स्वीकार

बाबासाहेबांच्या राजकीय जीवनाची सुरुवात ही महाड सत्याग्रहाच्या जनआंदोलनापासून होते व त्याचा शेवट १९५६ च्या धर्मांतराच्या जनआंदोलनातच होतो हा केवळ योगायोग नाही; तर त्यांच्या संघर्षात्मक राजकारणाची ती अटळ परिणती आहे. प्रस्थापित व्यवस्थेला नकार ही परिवर्तनवादी संघर्षात्मक राजकारणाचा आत्मा असतो. जातीअंताच्या लढ्यासाठी ज्या हिंदू कायद्यांना, सामाजिक संस्थांना व धर्मग्रंथांना बाबासाहेबांनी विरोध केला, तो विरोध हा प्रस्थापिताला नकार होता. यातला सर्वांत मोठा नकार जो त्यांनी हिंदू धर्माला दिला, तो म्हणजे हिंदू धर्माचा त्याग व बौद्ध धर्माचा स्वीकार. ही घटना केवळ वैयक्तिक पातळीवर घडली नाही; तर तिने व्यापक जनआंदोलनाचे स्वरूप धारण केले, हे १९५६ चा नागपूर येथील दीक्षांत समारंभ पाहता सहजच लक्षात येते.

धर्मांतर झाल्यानंतरच्या आपल्या नागपूरच्या मुक्कामात बाबासाहेब आपल्या अनुयायांना म्हणाले, 'मला माहीत आहे की तुम्हाला धर्मापेक्षा राजकारणात उत्साह वाटतो; पण मला मात्र धर्मात रस वाटतो.' बाबासाहेबांच्या या विधानावरून जर असा कोणी निष्कर्ष काढील की, त्यांचा ज्या अर्थी धर्माकडे कल झाला त्या अर्थी त्यांना विरक्ती आली, तर ती स्थूल दृष्टी होईल. सूक्ष्म दृष्टीने पाहता, बौद्ध धर्माचा स्वीकार करून बाबासाहेब बौद्ध धम्माच्या निमित्ताने राजकारणातील शाश्वताचा वेध

घेत आहेत हेच सिद्ध होते. बाबासाहेबांच्या धर्मांतराचा अन्वयार्थ लावीत असताना दोन प्रश्न विचारणे प्रस्तुत ठरेल. १) त्यांना धर्मांतराची आवश्यकता का वाटली? आणि २) त्यांनी बौद्ध धम्मच का स्वीकारला? पहिल्या प्रश्नाच्या शोधातून आपण बाबासाहेबांच्या धर्मविषयक धारणेकडे वळतो, तर दुसऱ्या प्रश्नाच्या शोधात आपण बौद्ध धर्म स्वीकारण्यामागची रणनीती कोणती हे पाहतो. या प्रश्नद्वयांच्या एकत्रित उत्तरात आपणाला बाबासाहेबांच्या राजकीय जीवनातील क्रांतीगर्भता सापडू शकेल.

धर्मसंस्थेकडे ऐतिहासिक विकासक्रमाच्या बुद्धिवादी दृष्टिकोनातून पाहिल्यास प्रत्येक धर्माने समाजधारणेचे काम केल्याचे जसे दिसते तसेच समाजातील शोषणाचे वैचारिक समर्थन केल्याचेही जाणवते. ही वस्तुस्थिती ध्यानात घेता धर्म हीदेखील शोषणाचीच संस्था असते, या निष्कर्षाप्रत कोणताही बुद्धिवादी व विचारक्षम मनुष्य येईल. धर्मसंस्थेचे हे स्वरूप ध्यानात येताच कोणत्याही प्रबुद्ध माणसाचा स्वाभाविक कल हा धर्म नाकारण्याकडे होतो. धर्माला प्रबुद्ध माणसाकडून मिळणारा नकार हा विशिष्ट धर्माला वा धर्मपंथाला नसतो, तर तो एकूण धर्मकल्पनेलाच असतो. असा मनुष्य एक तर पूर्णत: नास्तिक होईल किंवा अज्ञेयवादी तरी होईल. बाबासाहेबांच्या बाबतीत हे घडत नाही. मानववंशशास्त्र व समाजशास्त्राचे गाढे अभ्यासक या नात्याने धर्माचा व धर्मसंस्थेचा उगम, विकास कोणत्या टप्प्यांतून होत गेला, धर्माने इतिहासात कोणती बरी-वाईट भूमिका बजावली, याचा सूक्ष्म अभ्यास बाबासाहेबांनी केला होता. इतकेच नव्हे, तर धर्माला अफूची गोळी समजणाऱ्या मार्क्सवादाशीही बाबासाहेबांचा परिचय होता आणि तरीही धर्माशिवाय मानवी नीतीची उभारणी करता येते, किंबहुना ती केली पाहिजे या रूढ बुद्धिप्रामाण्यवादी निष्कर्षाप्रत बाबासाहेब येत नाहीत. उलटपक्षी 'माझ्या तत्त्वज्ञानाची मुळे धर्मात आहेत, राज्यशास्त्रात नाहीत.' असे ते म्हणतात. या त्यांच्या पूर्ण विचारांती घेतलेल्या भूमिकेमुळे त्यांच्या धर्मजाणिवेचा पोत नीट समजावून घेणे अगत्याचे ठरते. इतकेच नव्हे, तर या त्यांच्या धर्मचिंतनाचा संबंध त्यांनी उभ्या केलेल्या जातीअंताच्या लढ्याशीही पोहोचतो. अशा परिस्थितीत बाबासाहेबांची धर्मविषयक मते काय होती? त्यांचा मूलस्रोत कोणता? इ. प्रश्न महत्त्वाचे ठरतात.

या प्रश्नांना सामोरे जाण्यापूर्वीच एक गोष्ट स्पष्ट केली पाहिजे व ती म्हणजे महर्षी शिंदे, न्यायमूर्ती रानडे किंवा महात्मा गांधी यांच्या सामाजिक व राजकीय कार्याची मूलभूत प्रेरणा जशी धार्मिक होती, तशी बाबासाहेबांची नव्हती हे खचितच. रानडे, गाधींप्रमाणे धर्मातून प्रेरणा घेऊन बाबासाहेब सार्वजनिक जीवनाकडे वळत नाहीत. बुद्ध आणि कबीरांसारख्या धर्मात्म्यांच्या शिकवणुकीचा बाबासाहेबांवर लहानपणापासून संस्कार होत गेला असला तरी त्याला रूढार्थाने धर्मसंस्कार म्हणता

येणार नाही. दुसरी गोष्ट म्हणजे धर्मसंस्थापकाचा धर्म आणि त्याची शिकवण यांत फारकत केली पाहिजे. धर्मसंस्थापकाच्या शिकवणीचे स्वरूप हे पूर्णत: मानवी आणि नैतिक स्वरूपाचे असते; कारण तो धर्मसंस्थापक त्या त्या काळच्या सामाजिक व नैतिक प्रश्नांना खोलात जाऊन भिडत असतो व त्यातून त्याची शिकवण/ तत्त्वज्ञान निर्माण होते. साहजिकच ती शिकवण बुद्धिगम्य आणि म्हणूनच चिकित्सेला नकार देत नाही. या उलट धर्म हा एक असा परिपूर्ण श्रद्धाव्यूह देतो की, ज्याच्या अनुसरणाने सर्व ऐहिक व पारलौकिक प्रश्नांची उत्तरे माणसास नि:संदेहपणे मिळू शकतात, असा त्या धर्माचा दावा असतो. साहजिकच, असा धर्म संशयाला अवसर देत नाही आणि सर्वसामान्य अचिकित्सक बुद्धीला तो पूर्णत: व कायमचा पटतो.

एखादा धर्म वर्षांनुवर्षे टिकू शकतो याचे प्रमुख कारण म्हणजे सर्वसामान्य माणसाची अचिकित्सक बुद्धीच त्याचा नि:संदेहपणे स्वीकार करीत असते, असे राजा राममोहन रॉय यांनी आपल्या 'तौफत ऊल मुवाहिद्दीन' या पुस्तकात म्हटले आहे ते याच अर्थाने. साहजिकच, धर्मव्यवस्था आणि धार्मिक शिकवण यांत फारकत करणे आवश्यक आहे. बाबासाहेबांना याचे पूर्ण भान असल्याचे दिसते आणि म्हणूनच ते बुद्धाचा धर्म आणि धम्म यांत भेद करतात. या दृष्टीने पाहता बाबासाहेबांच्या विचारांवर बुद्धाचा किंवा कबीराचा प्रभाव पडला असे आपणाला म्हणावयाचे असते, तेव्हा तो प्रभाव बौद्ध धर्मव्यवस्थेचा नसतो तर बुद्धाच्या किंवा कबीराच्या शिकवणुकीचा, तत्त्वज्ञानाचा प्रभाव असतो आणि म्हणूनच तो रूढ अर्थाने धर्मसंस्कार नसतो.

साहजिकच, बाबासाहेबांच्या विचारविश्वाची वाढ ही कोणत्याही एका विशिष्ट धर्माच्या जाणीवपूर्वक संस्कारात झाली नाही आणि म्हणूनच धर्म ही त्यांच्या राजकारणाची वा समाजकारणाची मूलभूत प्रेरणा बनली नाही. धर्मप्रेरणेतून समाजकार्याकडे वळणारी व्यक्ती ही समाजकार्याच्या माध्यमातून आपल्या नैतिक जीवनाचा विकास घडवीत राहते आणि या प्रयासातच तिला आपल्या धार्मिक श्रेयसाची उपलब्धी होत असते. गांधींच्या जीवनात आपल्याला या गोष्टीचा प्रत्यय येतो, तसा तो विनोबा, शिंदे वा रानडे यांच्याही जीवनात येईल. बाबासाहेब समाजकारणात वा राजकारणात पडतात ते मात्र कोणत्याही धार्मिक श्रेयसाच्या प्राप्तीसाठी नव्हे, तर एका उच्च मानवी आदर्शाच्या (शोषणमुक्त समाज) प्राप्तीसाठी हे लक्षात घेता, बाबासाहेब हे रूढार्थाने धार्मिक नव्हते, हे स्पष्ट होते.

बाबासाहेबांची उभी हयात ही वेडगळ धर्मकल्पना व शोषणप्रधान धर्मावर टीका करण्यात तसेच धर्मजन्य अन्यायाचा प्रतिकार करण्यात गेली. ही वस्तुस्थिती ध्यानात घेता धर्म कल्पनेभोवती रूढार्थाने पसरलेल्या पावित्र्याविषयी बाबासाहेबांना

कधीच आकर्षण वाटले नाही. इतकेच नव्हे तर साधे कुतूहलही वाटले नाही, हे त्यांच्या जीवनावरून स्पष्टच दिसते; म्हणूनच ते प्रत्येक धर्माची कठोर चिकित्सा करू शकले. एकदा हे ध्यानात घेतले म्हणजे धर्माकडे ते मूलत: नैतिकता म्हणून पाहतात हे सहजच स्पष्ट होते. ही नैतिकताच मानवतावादाचा आधार आहे, असा त्यांचा दृढ निश्चय होता. अशा परिस्थितीत धर्माच्या क्षेत्रामध्ये ईश्वर, आत्मा, इह-परलोक यांसारख्या प्रश्नांना दुय्यम स्थान आहे किंबहुना ते प्रश्न अप्रस्तुत आहेत, असे सांगून नैतिकता हाच धर्माचा पाया आहे, असे स्पष्ट सांगणारा बुद्ध बाबासाहेबांना न भावेल तरच नवल! बाबासाहेब या बुद्धप्रणीत नैतिकतेलाच धर्म मानतात. बंधुता आणि मानवता हे या नैतिकतेचे व्यक्त स्वरूप आहे. ही नैतिकता देव, आत्मा या तत्त्वांच्या निरपेक्ष समर्थपणे उभी राहू शकते म्हणूनच ती रूढार्थाने धर्मनिष्ठ नाही, मानवनिष्ठ आहे.

बाबासाहेब म्हणतात, 'माझे सामाजिक तत्त्वज्ञान हे निश्चितपणे तीन शब्दांत गुंफले जाण्याचा संभव आहे. ते शब्द म्हणजे स्वातंत्र्य, समता व बंधुभाव. तथापि, हे माझे तत्त्वज्ञान मी फ्रेंच राज्यक्रांतीपासून उसने घेतले आहे, असे कोणी समजू नये... माझा गुरू बुद्ध, त्याच्या शिकवणुकीतून ते मी काढले आहे; पण अपरिमित स्वतंत्रतेने समतेचा नाश होतो आणि निर्भेळ समानता स्वातंत्र्याला वाव ठेवीत नाही. माझ्या तत्त्वज्ञानात स्वातंत्र्य आणि समानता यांचे उल्लंघन होऊ नये म्हणून केवळ संरक्षण म्हणून निर्बंधाला स्थान आहे; परंतु निर्बंध हा स्वातंत्र्य नि समता यासंबंधी होणाऱ्या उल्लंघनाविरुद्ध हमी देऊ शकतो, असा माझा विश्वास नाही. माझ्या तत्त्वज्ञानात बंधुतेला फार उच्च स्थान आहे.[१३] (स्वातंत्र्य नि समता यांच्याविरुद्ध संरक्षण फक्त बंधुभावनेतच आहे. त्याचेच दुसरे नाव बंधुता अथवा मानवता आणि मानवता हेच धर्माचे दुसरे नाव - कंसातील शब्द माझे.) हे बाबासाहेबांचे वक्तव्य लक्षात घेता, धर्माकडे ते मानवतावाद म्हणून पाहतात हे स्पष्टच आहे.

हा मानवतावाद भूतदयात्मक नाही तर तो पूर्ण ऐहिक आहे. मानवी हक्क, प्रतिष्ठा, स्वातंत्र्य व समता हे त्याचे आधारस्तंभ आहेत. या मानवतावादाच्या आचरणातून कोणतेही पारलौकिक तत्त्व प्राप्त करावयाचे नाही, तर ज्या समाजात आपण राहतो, जगतो, वाढतो, विकास पावतो त्या समाजातील मानवी संबंधाची पुनर्रचना करावयाची आहे. धर्माच्या क्षेत्रात इहपर नीतीला मध्यवर्ती स्थान देऊन बुद्धाने नैतिकतेवर आधारित शोषणमुक्त मानवी संबंधाची संकल्पना स्पष्ट केली. यापेक्षा वेगळा बुद्ध धर्म तो कोणता? असे बाबासाहेब विचारतात. दुःख निर्मूलक, शोषणमुक्त समाजाच्या स्थापनेसाठी बुद्धाची शिकवण प्रेरक ठरू शकते; कारण ती पूर्णत: नैतिक आहे, (आध्यात्मिक नव्हे.) असा बाबासाहेबांचा विश्वास होता.

तात्पर्य, नीती म्हणजेच धर्म ही बाबासाहेबांची धर्मकल्पना आहे.

या धर्मकल्पनेचा उगम भारताच्या अब्राह्मणी विचारपरंपरेत सापडतो. बुद्ध हा त्याचा आद्य प्रवर्तक होता, तर म. फुले हे त्याचे अर्वाचीन प्रवक्ते आहेत. फुलेप्रणीत 'सार्वजनिक सत्यधर्म' पुस्तकातील धर्मसंकल्पना ही मूलत: नैतिक आहे. फुल्यांचा सार्वजनिक सत्यधर्म व आंबेडकरांचा बौद्ध धर्म यांच्यातील अनुबंध शोधला म्हणजे हा मुद्दा स्पष्ट होतो. खुद्ध बाबासाहेबांनी म. फुले यांना गुरू मानले आहे. सत्यधर्मातील स्त्री-पुरुष समानता, परमत सहिष्णुता, स्वातंत्र्याविषयीचे प्रेम, शोषणाविरुद्धची चीड आणि दु:खमुक्तीचा ध्यास ह्या सर्व गोष्टी बाबासाहेबांच्या बौद्ध धर्मात सापडतात. धर्माच्या नावाने एका बुद्धिनिष्ठ, समताधिष्ठित, इहपर नव्या नीतीच्या प्रस्थापनेचा प्रयोग फुले-आंबेडकरी परंपरा करीत असेल, तर केवळ 'धर्म' शब्दाच्या वापरामुळे बिचकून जाण्याचे कारण नाही; कारण हा धर्म जितका ऐहिक तितकाच 'अधार्मिकही' आहे. बुद्धिवाद्यांना या 'अधार्मिकतेशी' नाते जोडण्यास हरकत नसावी. फुले म्हणतात, 'सारासार विचारशक्ती हे इतर प्राण्यांच्या तुलनेत मनुष्यत्वाचे व्यवच्छेदक लक्षण.' बाबासाहेब म्हणतात, 'रेडा, बैल व माणूस यांच्यात फरक आहे... रेडा, बैल यांना मन नाही, मनुष्याला शरीराबरोबर मनही आहे. दोन्हींचाही विचार करावयास हवा. मनाचा विकास झाला पाहिजे.' हा कसा होणार? यासाठी विवेकनिष्ठ नैतिकतेची गरज आहे. ज्या अब्राह्मणी परंपरेने धर्माला या प्रकारच्या नैतिकतेची प्रतिष्ठा प्राप्त करून दिली, तो धर्म आजही आवश्यक आहे. 'मनुष्यमात्राच्या उत्कर्षाला धर्म ही अत्यंत आवश्यक बाब आहे.' असे बाबासाहेब जे म्हणतात, ते याच अर्थाने.

येथवर बाबासाहेबांच्या धर्मजाणिवेचा पोत आपण समजावून घेतला. आता पुढचा प्रश्न, त्यांनी बौद्ध धर्मच का स्वीकारला? बुद्धाची शिकवणूक व बाबासाहेबांना अभिप्रेत असलेले स्वातंत्र्य, समता, बंधुत्वाच्या मूलत्रयीतील साधर्म्य हे त्याचे एक स्पष्टीकरण खुद्द आंबेडकरांनीच दिले आहे; पण या पलीकडे जाऊन, राजकीय रणनीतीच्या संदर्भातही त्यांच्या बौद्ध धर्म स्वीकाराला याला एक वेगळे महत्त्व आहेच. ते जाणून घेतले म्हणजे त्यांचे धर्मांतर हेही जातीअंताच्या लढ्यातील एक पाऊल कसे होते हे समजेल.

बाबासाहेबांच्या मते, ब्राह्मण्यवाद आणि भांडवलशाही हे भारतातील शोषितवर्गाचे मुख्य शत्रू. ब्राह्मण्यवादाने जातिसंस्थात्मक शोषणयंत्रणा उभी करून केवळ आर्थिकच नव्हे, तर सामाजिक शोषणही केले, तर आधुनिक भांडवलशाहीने शोषणाची पराकाष्ठा केली व दु:ख निर्माण केले. बुद्धाचा सारा संघर्ष ह्या दु:खाशीच होता. 'बुद्ध नि मार्क्स' या आपल्या प्रसिद्ध भाषणात आंबेडकर म्हणतात, 'बुद्ध नि मार्क्स

यांचे ध्येय एकच होते. मार्क्सच्या मते, खासगी मालमत्ता हीच दु:खाच्या मुळाशी आहे. त्याची परिणती पिळवणूक, दु:ख नि गुलामगिरीत होते. बुद्धालासुद्धा दु:ख नाहीसे करावयाचे होते आणि 'दु:ख' या शब्दाचा अर्थ बौद्ध वाङ्मयात खासगी मालमत्ता असा आहे. बुद्धाचे म्हणणे असे की, हे सर्व काही नाशवंत आहे. म्हणून मालमत्तेसाठी झगडण्याची आवश्यकता नाही. बौद्ध भिक्खूंना खासगी मालमत्ता ठेवण्याची अनुज्ञा नव्हती... म्हणून खासगी मालमत्ता नाकारण्याचे तत्त्व सर्व समाजाला लावण्याच्या मार्गात बौद्ध धर्म अडथळा करणार नाही.'[१४]

यावरून हे स्पष्ट होते की, बाबासाहेब बौद्ध धर्माकडे भांडवलशाही विरोधास एक पूरक तत्त्वज्ञान म्हणून पाहत होते. दुसरी महत्त्वाची गोष्ट म्हणजे जातीअंताच्या प्रश्नाबाबत भारतातील साम्यवादी चळवळीने दाखविलेली अनास्था. त्यांना साम्यवादासंबंधी उमेद बाळगण्यास विरोध करीत असणार हे उघडच आहे. तिसरी गोष्ट म्हणजे ज्या हिंदू धर्माच्या व ब्राह्मण्यवादाच्या आधारावर इथली जातिव्यवस्था उभी होती, तिचा प्रतिकार ब्राह्मण्यवादविरोधी बौद्ध धर्मनिच होणार होता. बौद्ध धर्माचा स्वीकार हा हिंदू धर्माचा, संस्कृतीचा व जीवनपद्धतीचा संपूर्ण निषेध होता. जातिव्यवस्थेविरोधी विचारसरणी व प्रेरणा बौद्ध धर्मच देणार होता आणि म्हणून केवळ तत्त्वज्ञान व उच्च नैतिकतेच्या संदर्भातच नव्हे, तर राजकीय रणनीतीच्या संदर्भातही बौद्ध धर्माकडे जाणे अगत्याचे होते; म्हणूनच बाबासाहेबांचे धर्मांतर हे केवळ धर्मांतर न ठरता जातिव्यवस्थेला जसा तो सामूहिक नकार ठरतो, तसाच जातीअंताच्या लढ्यातील, त्यांच्या हयातीतील ते अखेरचे जनआंदोलनही ठरते. जातीअंताच्या लढ्याची नाळ त्यामुळे मानवाच्या शोषणमुक्तीच्या लढ्याशी जोडली गेली, हे त्यांचे सर्वांत मोठे योगदान होय.

संदर्भ ग्रंथ

१. डॉ. बाबासाहेब आंबेडकर : रायटिंग्ज अँड स्पीचेस, खंड १ मुंबई, एज्युकेशन डिपार्टमेंट, गव्हर्नमेंट ऑफ महाराष्ट्र, पृ. २२५-२६ (बी. ए. आर. एस. हे लघुरूपच यापुढे वापरले आहे.)

२. फडके य. दि. : आंबेडकरी चळवळ, श्रीविद्या प्रकाशन, पुणे १९९०, पृ. १६९

३. बी. ए. आर. एस., तत्रैव, पृ. ७१

४. पूर्वोक्त, पृ. ७

५. केसरी, दि. १३.१२.१९३०

६. भागवत विद्युत, ‘श्री. श्रीपाद महादेव माटे, महाराष्ट्रातील जातिसंस्थाविषयक विचार’ (संपा.) सुमंत यशवंत आणि पुंडे दत्तात्रय, पुणे, प्रतिमा प्रकाशन, १९८८, पृ. १९८
७. बी. ए. आर. एस., खंड ५, मुंबई १९८९, पृ. ११२
८. पूर्वोक्त, पृ. ११५
९. पूर्वोक्त, पृ. ३९७
१०. पूर्वोक्त, पृ. ३९८
११. ऑमवेट गेल, कल्चरल रिव्हॉल्ट इन अ कलोनियल सोसयटी, मुंबई, सायंटिफिक सोशॅलिस्ट एज्युकेशन ट्रस्ट, १९७६, पृ. २४५
१२. फडके य. दि. : तत्रैव, पृ. ८५
१३. कसबे रावसाहेब, आंबेडकरवाद : तत्त्व आणि व्यवहार, पुणे, (सुगावा प्रकाशन, १९८९, पृ. ७५)
१४. फडके य. दि., तत्रैव, पृ. ११५
१५. खरात शंकरराव (संपा.) डॉ. बाबासाहेब आंबेडकर यांची आत्मकथा, पुणे, इंद्रायणी साहित्य, १९८७, पृ. ३७४-७५
१६. कीर धनंजय, डॉ. बाबासाहेब आंबेडकर, मुंबई, पॉप्युलर प्रकाशन, प्रथमावृत्ती १९६६, पृ. ५२८

❑❑❑

स्वतंत्र भारताचे संविधान निर्माण करण्यासाठी निर्माण झालेली राज्यघटना समिती हीच कायदे मंडळ म्हणूनही कामकाज पाहत होती आणि स्वातंत्र्यानंतरच्या पहिल्या सार्वत्रिक निवडणुकीपूर्वी जे पार्लमेंट होते, ते प्रोव्हिजनल पार्लमेंट म्हणून म्हटले जात होते. ह्याच प्रोव्हिजनल पार्लमेंटपुढे हिंदू कोड बिल चर्चेसाठी मांडले गेले होते.

स्वतंत्र भारताचे पहिले महामंत्री म्हणून नियुक्त केले गेलेले पं. जवाहरलाल नेहरू हे पुरोगामी आणि समाजवादी विचारसरणीचे गृहस्थ होते. त्यांचा पिंड सुधारणावाद्याचा होता. लोकसभेपुढे आलेले हिंदू कोड बिल संमत झाले पाहिजे, असे त्यांचे मत होते आणि म्हणूनच डिसेंबर १९४९ च्या पहिल्या आठवड्यात त्यांनी आपल्या खास निवेदनात असे उद्गार काढले होते की, 'हिंदू कोड बिल कायदे मंडळात मंजूर होणे किंवा न होणे हा सरकारवरील विश्वास अगर अविश्वास दर्शविणारा मुद्दा ठरेल, असे सरकार मानीत आहे. या मुद्द्यावर सरकार एक तर

११.
बाबासाहेब आंबेडकर आणि हिंदू कोड बिल

रत्नाकर गणवीर

अधिकारावर राहील किंवा अधिकारपद सोडील!'

लोकसभेत किंवा कायदे मंडळात हिंदू कोड बिल जर मंजूर केले गेले नाही, तर काँग्रेस सरकार राजीनामा देईल, अशा प्रकारचे वक्तव्य करण्यात पं. नेहरूंनी भावनाविवशता दाखविली होती आणि फार घाई केली होती, असे म्हटल्यावाचून राहवत नाही. हिंदू कोड बिलाची कामगिरी डॉ. बाबासाहेब आंबेडकरांवर सोपविल्या दिवसापासूनच डॉ. राजेंद्र प्रसाद, वल्लभभाई पटेल, पट्टाभिसीतारामय्या इत्यादी धुरीण नेत्यांनी विरोध आरंभिला होता, तेव्हाच लोकसभेतील इतर काँग्रेस पुढारी कितपत साथ देतील याचा अंदाज पं. नेहरूंनी बांधावयास पाहिजे होता; परंतु पं. नेहरूंना स्वनेतृत्वावर फार मोठा विश्वास वाटत होता. आपण सगळ्यांना आपल्या मताप्रमाणे वाकवू शकू, असेच त्यांना वाटत होते. परंतु सनातनी हिंदू प्रवृत्ती किती खोलवर रुजलेली असते आणि ती केवढी चिवट असते हेच त्यांनी लक्षात घेतले

नव्हते, असे खेदाने म्हणावे लागते आणि इथेच त्यांच्या नेतृत्वाचा हिंदू कोड बिलाच्या संदर्भात पराभव झाला असे मला वाटते.

१९४९ मधील लोकसभेतील चर्चा

डिसेंबर, १९४९ मध्ये लोकसभेत हिंदू कोड बिल जेव्हा चर्चेसाठी मांडले गेले, तेव्हा सभागृहाबाहेर या बिलाच्या विरोधकांनी गांधी टोप्यांची होळी करून काँग्रेस सरकारविरुद्ध आपला निषेध व्यक्त केला होता. ज्या स्त्रियांच्या उत्थानासाठी व स्वायत्ततेसाठी ह्या बिलाची खरी गरज होती, अशा स्त्रियासुद्धा ह्या विरोधकांत सामील होत्या, हा एक मोठा विरोधाभास होता.

अजमेर मेवाड्याचे प्रतिनिधी पं. मुकुट बिहारीलाल भार्गव यांनी हिंदू कोड बिलाला आपला विरोध दर्शविताना लोकसभेत म्हटले होते, 'नवीन पार्लमेंटने या बिलाचा विचार करावा. हे बिल पास झाल्यास हिंदू समाजाचा विध्वंस झाल्याखेरीज राहणार नाही. हिंदू विवाहाच्या बाबतीत इस्लामी आणि ख्रिस्ती पद्धत आणण्याचा उपकम या बिलान्वये करण्यात आला आहे. त्यामुळे हिंदू विवाहपद्धतीचे धिंडवडे निघतील. अमेरिकेत आणि इंग्लडांत 'आता घटस्फोट पुरे' अशी हाक ऐकू येत असताना आपण घटस्फोटाची अनिष्ट पद्धत सुरू करणे चुकीचे होईल.'

के. सन्तानम् यांनी या बिलाला आपले अंत:करणपूर्वक अनुमोदन देताना म्हटले होते, 'हिंदी राष्ट्राच्या नव्या घटनेला हे बिल पोषकच होईल. चालू परिस्थितीनुसार जुन्या हिंदू कायद्याचा जेवढा भाग जास्त ठेवता येईल तो या बिलात ठेवण्यात आलेला आहे. मनू आणि याज्ञवल्क्य यांचे कायदे ब्रिटिश जज्जांनी वेळोवेळी बदलले आहेत, मग प्रस्तुत कायदे मंडळाला आवश्यक बदल का करता येऊ नये? मुलींना मुलांइतके हक्क आणि अधिकार आपण समंजसपणाने दिले नाहीत, तर तसे करण्यास हिंदी स्त्रिया आम्हाला भाग पाडतील! आतापर्यंत जातीय पद्धतीला जो कायद्याचा पाठिंबा होता तो या बिलाने नाहीसा होईल.' त्यांच्या ह्या शेवटच्या मुद्द्यावर लक्ष्मीकान्त साहू यांनी जातीशिवाय हिंदू कोण आहे, असा प्रश्न उपस्थित केला होता. त्यावर उत्तर देताना के. सन्तानम् म्हणाले होते, 'जातीविशिष्ट हिंदू हा हिंदू नसून राक्षस ठरेल! आपण हवे तर हिंदुत्वाचा त्याग करा किंवा जातीनिरपेक्ष हिंदुत्वाला मान्यता द्या.'

महाराष्ट्राचे प्रतिनिधी हरिभाऊ पाटसकर यांनी आपले मत व्यक्त करताना म्हटले होते, 'समाजक्रांती करणाऱ्या या बिलाचा स्वीकार करण्याची वेळ अद्याप आली नाही. सामान्य माणसाला अन्नवस्त्रासारख्या प्राथमिक गरजांची विवंचना लागली आहे. सरकारने ती प्रथम दूर करावी आणि मग त्यांच्या विवाहाचा आणि

वारसाचा विचार करावा. मात्र, या बिलातील तत्त्वाला माझा विरोध नाही. कायदेमंत्र्यांनी हिंदुस्थानातील सर्व धर्मांच्या नागरिकांकरिता एक सिव्हिल कोड तयार करावे, अशी सूचना आहे. गोव्यात अशी प्रथा आहे आणि त्यामुळे कोणाचेही नुकसान झाले नाही.'

'या बिलाचा आगामी निवडणुकीवर गंभीर स्वरूपाचा परिणाम झाल्याखेरीज राहणार नाही.' असा इशारा काँग्रेसचे अध्यक्ष डॉ. पट्टाभिसीतारामय्या यांनी दिला होता. निवडणुकीच्या जाहीरनाम्यात या बिलाचा पूर्वी उल्लेख करण्यात आला नव्हता, अशी तक्रार करताना त्यांनी म्हटले होते, 'उद्योगधंद्याचे राष्ट्रीयीकरण, जमीनदारी पद्धतीचे उच्चाटन यांसारख्या गोष्टी निवडणुकीच्या जाहीरनाम्यात होत्या; पण प्रस्तुत बिलासारख्या सामाजिक सुधारणेबाबत त्यात अवाक्षरही नाही, अशा परिस्थितीत घाईघाईने हे बिल मंजूर करून घेणे अप्रस्तुत होईल. प्रथम मतदारांना सर्व गोष्टींची जाणीव करून द्यावी आणि त्यांच्या संमतीनेच हे बिल पास करवून घ्यावे. सभागृहातील बहुमतावरच भर देण्यात येऊ नये; परंतु या बिलाबाबत मात्र जरा सबुरीने घ्या, अशी माझी सूचना आहे.'

आचार्य कृपलानी यांनी पं. नेहरूंच्या खास निवेदनातील सरकारच्या राजीनाम्याचे सूत्र ध्यानात घेऊन आपल्या उपरोधिक व विनोदपूर्ण शैलीत म्हटले होते, 'या विषयाला कौल लावून आजच्या सरकारने राजीनामा देण्यास सिद्ध व्हावे, हे मला पसंत नाही. त्यापेक्षा साखरेसारख्या महत्त्वाच्या प्रश्नावर सरकारने राजीनामा द्यावा. या बिलाला पाठिंबा देण्याचे दुसरे कारण असे की, मला 'घरातून' तसे सांगण्यात आले आहे. तिसरे कारण हे की, स्त्रियांनी मला प्रतिगामी न ठरविता पुरोगामी वृत्तीचा ठरविला आहे! मला वाटते, घटस्फोटाच्या सध्याच्या पद्धतीपेक्षा विवाहाची एक पंचवार्षिक योजना ठरवावी! दर पाच वर्षांनी पुन्हा लग्न मंजूर करून घ्यावे.' आपल्या भाषणाच्या समारोपात आचार्य कृपलानींनी दुसऱ्या दिवशी गंभीरपणे म्हटले होते, 'माझा या बिलाला मन:पूर्वक पाठिंबा आहे. हिंदी स्त्रियांची परंपरा, चारित्र्य यांच्या भरभक्कम पार्श्वभूमीवर माझे मत आधारलेले आहे. या बिलाने कुटुंबपद्धतीची मुळीच वाताहत होणार नाही. घर व राष्ट्र या दोन्हीवरची हिंदी स्त्रियांची श्रद्धा अढळ राहील.'

मद्रासचे माजी ॲडव्होकेट जनरल अल्लादी कृष्णस्वामी अय्यर यांनी बिलाला पाठिंबा दिला होता. पण अविभक्त कुटुंब, वारसा, मुलीचा उत्पन्नावरील हक्क यासंबंधी बिलात महत्त्वाचे फेरबदल अगत्याचे आहे, असे त्यांनी सुचविले होते. 'आपण हिंदू आहोत हे विसरून चालणार नाही.' असे त्यांचे उद्‌गार होते, 'धार्मिक विवाहाचे नोंदणी विवाहात रूपांतर करण्याची जी तरतूद या बिलात आहे, ती आपल्याला अगम्य आहे.' असा त्यांनी शेरा मारला होता. तसेच कायदेशीरपणे विभक्त होण्यापेक्षा

ढळढळीत घटस्फोट अधिक बरा, असा अभिप्रायही त्यांनी व्यक्त केला होता.

संयुक्त प्रांताच्या प्रतिनिधी कमला चौधरी यांनी आपले अनुकूल मत प्रकट करताना म्हटले होते, 'हिंदू धर्म आणि संस्कृती यांना बाधा आणणारी एकही बाब या बिलात नाही. या बिलाच्या विरोधकांनी अशा बायकांची फसगत करण्यासाठी धर्मावर घाला आला आहे, अशा आशयाचा अपप्रचार केला आहे. म. गांधींचा स्त्रियांच्या उद्धाराविषयीचा दृष्टिकोन समजावून घेऊन प्रत्येकाने या बिलाला पाठिंबा द्यावा.'

प्रो. के. टी. शहा यांनी या बिलाबद्दल समाधान व्यक्त करताना घटस्फोट अधिक सुलभ करावयास पाहिजे होता, असा आपला अभिप्राय प्रकट केला होता. दत्तक घेण्याची प्रथा कृत्रिम आहे, अशी त्यांनी टीका केली होती. मात्र, ती प्रथा आताच बंद करावी, असा त्यांचा आग्रह नव्हता.

१९४९ साली या बिलावर विशेष चर्चा झाली नाही. बिल पास होण्याच्या दृष्टीने गती फारच धीमी होती. १९५० साली तर हिंदू कोड बिलाला मुळी वावच दिला गेला नव्हता. लोकसभेतील विरोधक प्रतिनिधींचे धुरीणत्व डॉ. राजेंद्र प्रसाद, सरदार वल्लभभाई पटेल यांच्यासारख्या सनातन्यांकडे असल्यामुळे चर्चेलाच हे बिल येऊ देऊ नये, असे त्यांचे सतत प्रयत्न राहत असत; परंतु १९५० च्या डिसेंबरमध्ये सरदार वल्लभभाई पटेलांच्या मृत्यूनंतर मात्र हिंदू कोड बिलाच्या विरोधाची धार काहीशी बोथट झाली. १९५१ च्या फेब्रुवारीत मात्र हिंदू कोड बिल लोकसभेत पुन्हा चर्चेला मांडले गेले.

जेरेशास्त्र्यांचा कट्टर विरोध आणि निरर्गल टीका

१९४९ च्या डिसेंबर अखेरपर्यंत लोकसभेतील प्रतिनिधींनी हिंदू कोड बिलावर आपापली अनुकूल-प्रतिकूल मते व्यक्त केली होती, तर हिंदू धर्माचे संरक्षक म्हणविणारे शंकराचार्य ठिकठिकाणी दौरे काढून हिंदू कोड बिलाविरुद्ध लोकमत प्रक्षुब्ध करून आपला कट्टर विरोध दर्शवीत होते. संकेश्वर पीठाचे शंकराचार्य जेरेशास्त्री हिंदू कोड बिलाविरोधी दौऱ्यात पंढरपूरला गेले होते. सरकारी कायद्यानुसार तेथील विठ्ठल मंदिर अस्पृश्यांसाठी मुक्त करण्यात आले होते. त्या विठ्ठल मंदिरात अस्पृश्यांनी प्रवेश केल्यामुळे देवाचे देवत्व नष्ट झाले आहे, देवालय भ्रष्ट झाले आहे, अशी मनोभावना करून जेरेशास्त्र्यांनी मंदिरात प्रवेशसुद्धा केला नव्हता.

१८ जानेवारी, १९५० रोजी रुक्मिणी पटांगणावर सनातन्यांची एक जाहीर सभा आयोजित करण्यात आली होती. त्या सभेत भाषण करताना त्यांनी हिंदू कोड बिलाला तर विरोध केलाच; परंतु त्या निमित्ताने डॉ. बाबासाहेब आंबेडकरांवर अत्यंत निरर्गल शब्दांत चिखलफेक केली होती. त्यांनी असे उद्गार काढले होते,

'डॉ. आंबेडकर यांनी हिंदू कोड बिल किंवा नवीन भीमस्मृती रचली आहे आणि त्यातील सर्व गोष्टींना धर्मशास्त्राचा आधार आहे, असे ते सांगत आहेत. पण दूध अगर गंगोदक कितीही पवित्र असले तरी ते नाल्यातून अगर गटारातून आले तर पवित्र मानता येत नाही! त्याचप्रमाणे धर्मशास्त्र कितीही प्रमाण असले तरी ते डॉ. आंबेडकरांसारख्या महाराकडून आले असल्यामुळे प्रमाण मानता येत नाही! धर्माचा आधार आंबेडकरांनी दाखविला आहे, पण आम्हीही वाटेल त्या गोष्टीला धर्माचा आधार दाखवू शकतो. धर्मात काय नाही? पुनर्विवाह, नाना प्रकारचे पुत्र, मुलींना वारसा अशा अनेक गोष्टी आहेत, पण आंबेडकरांना त्या गोष्टी सांगण्याचा अधिकार कोठे आहे? आंबेडकर विद्वान आहेत, त्यांचा धर्मशास्त्रांचा अभ्यास आहे असे म्हणतात, पण ते अंत्यज आहेत! आंबेडकरांच्या नाल्यातून आलेली धर्मशास्त्राची गंगा पवित्र कशी असणार? मोरीतून आलेल्या दुधासारखी ती त्याज्यच आहे!'[१] जेरेशास्त्री यांची ही मुक्ताफळे ज्या दैनिकांनी सर्वप्रथम बातमीच्या स्वरूपात दिली होती, त्यांनीच ती मुक्ताफळे कोणत्या प्रतीची आहेत, हे आपल्या मथळ्यातून व्यक्त केले होते.

'शंकराचार्यांच्या गादीवर बसून बेजबाबदार गरळ ओकणारा पाजी शास्त्री' असा आहेर मुंबईच्या दैनिक 'नवभारत' ने जेरेशास्त्र्यांस दिला होता, तर 'सनातन्यांची पंढरपुरात कोल्हेकुई' अशी संभावना पुण्याच्या दैनिक 'सकाळ' ने केली होती.

वि. स. खांडेकरांचे जेरेशास्त्र्यांस उत्तर

जेरेशास्त्र्यांनी काढलेल्या ह्या गलिच्छ उद्गारांचा निषेध करण्यासाठी कोल्हापूर येथील अस्पृश्य समाजाच्या विद्यमाने १६ फेब्रुवारी, १९५० रोजी एक जाहीर सभा आयोजित करण्यात आली होती. त्या सभेत सुप्रसिद्ध साहित्यिक वि. स. खांडेकर यांनी जेरेशास्त्र्यांच्या विचारांचा समाचार घेताना म्हटले होते, 'अत्यंत प्रखरबुद्धीचे घटनातज्ज्ञ व महान विद्वान म्हणून डॉ. बाबासाहेब आंबेडकरांना आलम दुनिया ओळखते; परंतु काही दिवसांपूर्वी डॉ. आंबेडकरांवर गलिच्छ टीका करणारे जेरेशास्त्री हे कोठले कोण हे कोणालाच आणि मलाही माहीत नाही. आंबेडकरांच्या विद्वत्तेला गटारातून येणाऱ्या गंगोदकाची उपमा देणाऱ्या जेरेशास्त्र्यांस हे सांगावेसे वाटते की, जेरेशास्त्र्यांसारख्या प्रतिगामी लोकांच्या गटारी विचारांनादेखील पावन करण्याचे पावित्र्य डॉ. आंबेडकरांच्या विद्वत्तेत आहे. जी विद्वान महाभागांच्या परंपरेची गादी समजली जाते, तत्त्वज्ञानी आणि संन्यासी वृत्तीने आचरण करून समाजाची धार्मिक सुधारणा करणे हे ज्या परंपरेचे कार्य आहे आणि तीन दिवसांपेक्षा जास्त दिवस एका गावात राहणेसुद्धा ज्या आद्य शंकराचार्यांनी निषिद्ध मानले, त्या परंपरेच्या माणसाने आंबेडकरांविषयी अनादरपूर्वक उद्गार काढणे केव्हाही गैर आहे.'[२]

१९५१ मधील लोकसभेतील चर्चा

१९४९ सालातील चर्चेनंतर हिंदू कोड बिल १९५१ च्या फेब्रुवारीतच चर्चेला घेतले गेले. त्या वेळेस जवळजवळ ५६० उपसूचना मांडण्यात आल्या होत्या. त्यांपैकी ४८० उपसूचनांनाच अध्यक्षांतर्फे परवानगी देण्यात आली होती. फेब्रुवारीनंतर मधला काळ सामसूम गेला. त्यानंतर बिल पुन्हा चर्चेसाठी म्हणून १९५१ च्या नोव्हेंबर मध्येच घेतले गेले.

जेव्हा जेव्हा म्हणून बिल चर्चेसाठी आले, तेव्हा तेव्हा ते बिल पुढे ढकलले जावे म्हणून विविध प्रकारच्या क्लृप्त्या अमलात आणल्या गेल्या होत्या. उपसूचनांचा ढीग पाडणाऱ्यांत क्लृप्त्याबहादूर म्हणून नावाजलेले नझीरुद्दीन अहमद हे प्रमुख होते. वस्तुत: हिंदू कोड बिल हे हिंदू लोकांसाठी होते, हिंदू कोड बिलाचा आणि नझीरुद्दीन अहमद यांचा धार्मिकदृष्ट्या काहीच संबंध नव्हता; परंतु विरोधकांच्या हातातील बाहुले म्हणून ते खेळविले जात होते आणि ही गोष्ट नझीरुद्दीन अहमद यांनी कधीच लक्षात घेतली नव्हती. त्यांनी असा मुद्दा उपस्थित केला होता की, 'हे बिल केवळ विशिष्ट जातीपुरतेच मर्यादित आहे आणि म्हणून ते स्वतंत्र भारताच्या संविधानाविरुद्ध आहे. लोकसभेने हे बिल जरी पास केले तरी ते सर्वोच्च न्यायालयात फेटाळले जाईल. सध्या तरी लोकमत बिलाच्या विरोधात असल्यामुळे ते ऐच्छिक ठेवणेच योग्य आहे. जेव्हा कधी लोकमत अनुकूल होईल तेव्हा ते सक्तीचे केले जावे. लोकशाहीप्रणीत समाजरचनेत लोकांच्या मनोभावनांची गळचेपी करून कायदा लादणे योग्य नाही. ते ज्या प्रांताचे प्रतिनिधित्व करीत आहेत तो पश्चिम बंगाल ह्या बिलाच्या विरोधात आहे आणि म्हणून राज्य सरकारचा विरोध केंद्रीय सरकारने लक्षात घेणे आवश्यक आहे.'[३]

जे. आर. कपूर यांनी असे प्रतिपादन केले होते की, 'संपूर्ण देशासाठी एकच एक समान नागरी कायदा लागू करावा. त्या दृष्टीने हे बिल मुस्लिमांनाही लागू होईल असे करावे. तथापि, ते कोणत्याही जमातीला सक्तीचे होऊ नये. ते लोकांच्या स्वेच्छेवर अवलंबून ठेवावे.'[४]

डॉ. आंबेडकर : भारताचे आधुनिक मनू

सेठ गोविंददास यांनी असे सुचविले होते की, 'बिलातील ज्या कलमाविषयी लोकसभेत आणि लोकसभेबाहेर जो तीव्र विरोध चालला आहे, तो भाग नव्या लोकसभेपुढे विचारार्थ मांडला जावा. मात्र, मधल्या काळात लोकमत अनुकूल करण्यासाठी प्रयत्न करावा.'[५] ह्याच सेठ गोविंददासांनी घटना समितीत, 'भारताचे आधुनिक मनू' असा डॉ. बाबासाहेब आंबेडकरांचा गौरव केला होता; परंतु हा गौरव

आसामचे रोहिणीकुमार चौधरी यांना रुचला नव्हता. हिंदू कोड बिल मांडणाऱ्या डॉ. बाबासाहेब आंबेडकरांना भारताचे आधुनिक मनू कसे म्हणता येईल, असे त्यांनी कोल्हेकुई केली होती. चौधरी यांच्या आक्षेपाला उत्तर देताना ता. १८ नोव्हेंबर, १९४९ च्या आपल्या वक्तव्यात सेठ गोविंददास यांनी म्हटले होते, ही घटना तयार करून डॉ. आंबेडकरांनी असामान्य कर्तृत्वशक्ती सर्व भारतवासीयांच्या प्रत्ययास आणली आहे. तेव्हा त्यांना गौरवपर धन्यवाद देण्यास कोणती हरकत आहे? मी स्वत: हिंदू कोड बिलाचा विरोधक आहे, तरीदेखील डॉ. आंबेडकर हे आधुनिक भारताचे मनू आहेत, असेच माझे मत आहे.'[६]

बी. दास यांनी बिलावर खरपूस टीका केली होती. हे बिल आपणास मुळीच मान्य नसल्याचे सांगून भावनाविवशतेने त्यांनी उद्‌गार काढले होते की, 'मृत्युशय्येवरूनसुद्धा ते हिंदू कोड बिलाला विरोध करतील आणि हिंदू समाजाच्या पुनर्रचनेसाठी होणाऱ्या ह्या अनुचित प्रयत्नाला आपला नकार दर्शवतील.'[७]

झुनझुनवाला यांनी लग्नसंबंधात, विशेषत: वर्णव्यवस्थेला प्राधान्य असल्यामुळे ह्या बिलात वर्णाला मान्यता दिली जावी, असे आपले मत व्यक्त केले होते. डॉ. आंबेडकर हे कलियुगातील मनू असल्याची टीका त्यांनी केली होती.'[८]

डॉ. श्यामाप्रसाद मुखर्जींना डॉ. आंबेडकरांचे उत्तर

डॉ. श्यामाप्रसाद मुखर्जींसारख्या एका ज्येष्ठ पुढाऱ्याने तर डॉ. बाबासाहेब आंबेडकरांना भारताचे आधुनिक मनू किंवा याज्ञवल्क्य बनावयाचे आहे, असे वक्तव्य केले होते. हिंदू कोड बिल एकपत्नीत्वाचा अंगीकार करीत असल्याने ते मतभेदास पात्र असल्याचे आपले मत व्यक्त केले होते. हिंदू समाजातील बहुपत्नीत्वाची पद्धत जास्त दिवस टिकणार नाही, ती स्वत:हूनच नष्ट होईल म्हणून त्यासाठी कायदाच करण्याची गरज नाही, असे त्यांनी आपले मत व्यक्त केले होते.[९] डॉ. मुखर्जी यांचा हा विरोधाचा सूर लक्षात घेऊन बाबासाहेबांनी आपल्या भाषणातून त्यांना प्रत्युत्तर करताना म्हटले होते.

'I have been noticing the performance of Dr. S. P. Mukherji ever since he has left the Government and has become a member of opposition, in fact almost leading member of opposition. I have noticed that he has developed the unfortunate mentality which sometimes leaders of opposition develop, namely to oppose everything that comes from Government.'[१०]

(डॉ. श्यामाप्रसाद मुखर्जींनी आतापर्यंत ज्या ज्या वेळी हे बिल लोकसभेत

चर्चेला आले त्या त्या वेळी त्याला विरोध केल्याचा एकही प्रसंग आठवत नाही; परंतु जेव्हापासून ते विरोधी पक्षात गेले तेव्हापासून त्यांची वृत्ती पूर्णत: बदलली आहे. सरकारकडून आलेल्या प्रत्येक गोष्टीला विरोध केलाच पाहिजे ही विरोधी पक्षीयांची भूमिका त्यांच्यात शिरलेली आहे.)

सिव्हिल कोड पचविले गेले पाहिजे

हिंदू कोड बिल केवळ हिंदूंसाठीच लागू न करता एक समान नागरी कायदा करावा आणि भारतातील सगळ्या लोकांना तो लागू करावा, ह्या मुद्द्याला उत्तर देताना डॉ. बाबासाहेब आंबेडकरांनी म्हटले होते, 'घटनेतील धर्मातीत राज्यातील राज्याची कल्पना लक्षात घेता समान नागरी कायदा सध्या तरी बनविणे योग्य नाही. तथापि, कायद्याच्या दृष्टीने बौद्ध, जैन व शीख ह्या जमाती वेगळ्या नाहीत. कायदेशीर बाबींसाठी हिंदूंसोबतच त्यांना १८३० चा हिंदू कायदा लागू केला जातो.'[११]

खरे म्हणजे हिंदू कोडच्या रूपाने एक फार मोठे पाऊल योग्य दिशेने पुढे टाकले गेले होते. एकदा हे पाऊल पुढे टाकले म्हणजे यथावकाश समान नागरी कायदा करण्यासंबंधीचे पाऊल पुढे टाकले जाणार होते आणि तशा कायद्याची अंमलबजावणी भारतातील सर्वच नागरिकांसाठी करता येणार होती. तेव्हा केवळ सर्व भारतवासीयांसाठी हे कोड नाही, फक्त हिंदूंसाठीच आहे अशा कारणाने हिंदू कोड बिलाला पाठिंबा न देणे शहाणपणाचे ठरणार नव्हते. अशा वृत्तीने समान नागरी कायदा निर्माण करून तो संमत करण्याचे काम तर रेंगाळणारच होते; पण त्याबरोबरच येऊ घातलेले हिंदू कोड बिलही लांबणीवर पडणार होते. अशा प्रकारची विचारसरणी न्यायमूर्ती प्र. बा. गजेन्द्रगडकर यांनी व्यक्त केली होती.[१२] एवढेच नव्हे तर असा युक्तिवाद करण्यामागे विरोधकांचा हेतू हे कोड मुसलमानांना लागू करण्यात यावे, असे म्हणण्याचा नव्हता, तर त्या कोडच्या मार्गात अडचणी निर्माण करण्याचा, शक्य झाल्यास ते हाणून पाडण्याचा होता,[१३] असे न्यायमूर्ती गजेन्द्रगडकरांनी आपले मत प्रदर्शित केले होते.

समान नागरी कायदा बनविणे तसे फारसे अवघड नव्हते. या संदर्भात आपले मत प्रकट करताना बाबासाहेबांनी म्हटले होते, 'ज्या लोकांना सर्व भारतीयांकरिता 'सिव्हिल' कोड असावे असे वाटत असेल, त्यांना मी तसे बिल दोन दिवसांत तयार करून देईन; पण ते 'सिव्हिल कोड' पचविण्याची तयारी मात्र पाहिजे. सिव्हिल कोड सुचविण्यामागे खरोखरीच गांभीर्य आणि सत्यता आहे, असे मला तरी वाटत नाही. जे लोक हिंदू कोड बिलाला विरोध करीत आहेत आणि प्रचलित कायदाच कायम ठेवा म्हणून प्रतिपादन करीत आहेत, तेच लोक आज अखिल

भारतीय स्वरूपाचे सिव्हिल कोड तयार करा, असे म्हणताना पाहून मला अतिशय आश्चर्य वाटते. इतके दिवस या बिलावर वाघासारखे तुटून पडणारे हे लोक आता इतके क्रांतिवादी कसे झाले हे मोठे आश्चर्य आहे.'१४

अज्ञ लोकांचे मत म्हणजे लोकशाही नव्हे!

हिंदू कोड बिल पास करण्यासाठी सर्वसामान्य लोकांचे सार्वमत लक्षात घेतले जावे, ह्या मुद्द्याला डॉ. बाबासाहेब आंबेडकरांनी मोठे मार्मिक उत्तर दिले होते. त्यांनी म्हटले होते, 'If every time this Parliament is to be subjected to the vote of the ignorant people outside, who do not know the ABC of the technicailties of the law, this Parliament will have to be suspended. It would be much better not to have a Parliament all!'१५

('ज्यांना कायद्याची प्राथमिक स्वरूपाचीसुद्धा माहिती नाही अशा अज्ञ लोकांच्या मताप्रमाणे लोकसभेने प्रत्येक वेळी कामकाज केले पाहिजे. असे असेल तर लोकसभाच बरखास्त केली पाहिजे नव्हे, अशा परिस्थितीत लोकसभाच नसलेली बरी!')

बाबासाहेब आंबेडकरांचे हे मत कोणालाही विरोधी वाटण्याचाच जास्त संभव आहे. नव्हे, तसे त्या वेळी मुस्लिम लीगचे सभासद हुसेन ईमाम यांना वाटलेही. म्हणून त्यांनी आपली तीव्र प्रतिक्रिया नोंदविताना असे म्हटले होते की,

'I was rather surprised that Dr. Ambedkar, who is a born democrat, should have made disporging remarks about the electorate. The electorate with all its ignorance is the only touch stone by means of which we can test democracy.'१६ ('सर्वसामान्य मतदाराबद्दल डॉ. आंबेडकरांसारख्या जन्मजात लोकशाहीच्या पुरस्कर्त्याने अनुदार उद्गार काढावेत ही आश्चर्याची गोष्ट आहे. मतदार अडाणी असला तरी तो लोकशाही चाचपून पाहण्याचा परीसस्पर्श आहे.')

सर्वसामान्य अडाणी मतदार हा परीसस्पर्श जरी असला तरी समाजनियमनाचे जे कायदे किंवा नियम बनवावयाचे असतात ते आम जनतेच्या कौलावर विसंबून राहून बनविता येणे शक्य नसते. समाजातील बुद्धिवंतांच्या व विचारवंतांच्या विचारविनिमयातूनच कायद्याची निर्मिती घडवावयाची असते आणि अशा विचारवंतांच्या कायद्यांनाच सर्वसामान्यांनी मान्यता दर्शवावयाची असते; कारण आम जनतेचे सार्वमत कधीच निर्णायक ठरू शकत नाही. एखादे निर्दोष चित्र एका वेळेस दोषपूर्ण म्हणून आम जनता निर्वाळा देते, तर तेच चित्र दुसऱ्या वेळेस निर्दोष व सर्वोत्कृष्ट चित्र म्हणून तीच आम जनता डोक्यावर घेऊन नाचते. म्हणून त्या दृष्टीने बाबासाहेबांनी

व्यक्त केलेला विचार लोकशाहीविरोधी नसून अत्यंत विवेकशील विचार होता.

राष्ट्रपती डॉ. राजेन्द्र प्रसाद यांचा अखेरचा विरोध

स्वतंत्र भारताचे राष्ट्रपती डॉ. राजेन्द्र प्रसाद आणि पंतप्रधान पं. जवाहरलाल नेहरू यांच्यात हिंदू कोड बिलावरून फार मोठा संघर्ष निर्माण झाला होता. १९५१ च्या ऑगस्टच्या पहिल्या आठवड्यात लोकसभेच्या चौथ्या अधिवेशनाचे उद्घाटन करताना राष्ट्रपती डॉ. राजेन्द्रप्रसाद यांनी असा हवाला दिला होता की, ह्या अधिवेशनताच हिंदू कोड बिल पास केले जाईल. एवढेच नव्हे तर १० ऑगस्ट, १९५१ च्या काँग्रेस पार्लमेंटरीच्या बैठकीत असे एकमताने ठरविण्यात आले होते की, कितीही अडचणी आल्या तरी हिंदू कोड बिल पास केले जाईल. ह्या हिंदू कोड बिलासाठी चर्चेला ३० दिवस ठेवले जातील, असेही पंतप्रधान पं. जवाहरलाल नेहरू यांनी जाहीर केले होते.

परंतु आपल्याच आश्वासनाला हरताळ फासण्याचे कृत्य महिनाभरात राष्ट्रपती डॉ. राजेन्द्र प्रसाद यांनी केले होते. दि. १५ सप्टेंबर, १९५१ रोजी त्यांनी पंतप्रधान पं. जवाहरलाल नेहरू यांना १० कलमी विस्तृत टिप्पणी लिहून आपला स्पष्ट विरोध नोंदविला होता, त्यांनी लिहिले होते,

'My dear Prime Minister, you know that I had given public expression to my views regarding that Hindu Code Bill when I had greater freedom before I was elevated to my present position... In my last interview with you three days ago, I told you what I thought and felt and in confirmation thereof I am enclosing a note for you and the cabinet. My objections to the passing of the Hindu Code Bill are of a fundamental character. I am clearly of opinion that the present parliament is not competent to enact a measure of such a fundamental character... I Propose to watch the progress of the measure in parliament from day and if I feel at any stage that I should inform the parliament also of my viewpoint, I may send to it a measure when I consider it appropriate to do so. My right to examine it on its merits when it is passed by parliament before giving ascent to it is there. But if I find that any action of mine at a later stage is likely to cause embrassment to the Government, I may take such appropriate action as I may feel called upon to avoid such embrassement consistently with the dicates of my own conscie -nce.'[१७]

(प्रिय पंतप्रधान, तुम्हाला माहीतच आहे की, राष्ट्रपतीच्या पदावर येण्याअगोदर मला खूप सारे स्वातंत्र्य होते आणि त्या वेळेस हिंदू कोड बिलाच्या संबंधात माझी मते काय होती, याबद्दलच्या लोकभावना मी व्यक्त केल्या होत्या. माझे काय विचार आहेत व मला काय वाटते हे मी आपल्याशी झालेल्या तीन दिवसांपूर्वीच्या मुलाखतीत सांगितलेच आहे. त्याचीच मी सोबतच्या टिप्पणीत पुनरावृत्ती करीत आहे. हिंदू कोड बिल संमत करण्याच्या संबंधात माझे आक्षेप मूलभूत स्वरूपाचे आहेत. माझे असे प्रामाणिक मत आहे की, सध्याची लोकसभा हिंदू कोड बिलाचा कायदा करण्याचे मुळीच अधिकारपात्र नाही आणि म्हणून हिंदू कोड बिलासंबंधीची दैनंदिन चर्चा काटेकोरपणे तपासली जावी, असे मला वाटते. एवढेच नव्हे तर काही वादातीत मुद्द्यांबद्दल तो कायदा म्हणून माझा अखेरचा शिक्कामोर्तब घेण्यापूर्वी तो कायदा म्हणून उचित किंवा अनुचित ठरविण्याचा माझा अधिकार मी अबाधित ठेवावयास पाहिजे, असे माझे प्रामाणिक मत आहे; कारण माझ्या केवळ एका अंतिम होकारामुळे सरकार जर पुढे-मागे अडचणीत येत असेल, तर मी माझ्या विवेकबुद्धीचा कौल घेणे हे केव्हाही योग्यच होय.)

डॉ. राजेन्द्र प्रसादांच्या विचारसरणीशी पं. जवाहरलाल नेहरू अनभिज्ञ नव्हते. तथापि, राष्ट्रपती म्हणून त्यांनी स्वीकारलेली विरोधी भूमिका पं. नेहरूंना मुळीच रुचली नाही. स्वतंत्र भारताच्या एका राष्ट्रपतीने आक्षेप घेतला म्हणून दबून गेले पाहिजे आणि आपली विचारसरणी बदलली पाहिजे, असा विचार स्वतंत्र बुद्धीच्या पं. नेहरूंना मुळीच मानवणारा नव्हता. उलट त्यांची स्वतंत्र प्रज्ञा अजून उफाळून आली.

पं. नेहरूंचे राष्ट्रपतींना सडेतोड उत्तर

पं. नेहरूंनी त्याच दिवशी म्हणजे १५ सप्टेंबर, १९५१ रोजी पाठविलेल्या पत्रात डॉ. राजेन्द्र प्रसादांना अत्यंत सडेतोडपणे आणि परखडपणे उत्तर दिले होते. त्या उत्तरात त्यांनी लोकसभेचे अधिकार आणि राष्ट्रपतींचे अधिकार यांच्याबद्दल आपले विचार मांडून लोकसभा हीच अंतिम अधिकारी असल्याचे नि:संदिग्धपणे जाहीर केले होते. पं. नेहरूंनी उत्तरात लिहिले होते.

'My dear Mr. President, the legal and constitutional questions you raised are important. In the last paragraph of your note, you have mentioned that it may be necessary for you to inform Parliament of your viewpoint. You also refer to your right to examine the Bill on its merits, it is passed by Parliament before giving your assent to it. These are serious matters of great constitutional importance. They might involve a conflict between the President on the one side and the Government & Parliament on the other. They would inevitably raise the question of the President's authority & powers to challenge the decision of Government & of Parliament. The consequenc would obviously be serious. I do not wish to say much on this subject except that, in our view the president has no power or authority to go against the will of Parliament in regard to a Bill that has been well considered by it and passed, the whole conception of constitutional Government is against any exercise by the President of any such authority... The question of the competence of the present Parliament to enact such a measure was raised in Parliament itself & after much discussion the speaker gave a ruling on the subject. It is hardly open to anyone, even the President, to challenge that decision. Otherwise the question would arise as to whether Parliament is the supreme legislative authority in this country not.'१८

(प्रिय राष्ट्रपती, तुम्ही उपस्थित केलेला वैधानिक व संविधानात्मक मुद्दा अति महत्त्वाचा आहे. राष्ट्रपती म्हणून लोकसभेने पास केलेल्या कायद्यांना आपली अंतिम मंजुरी देण्याअगोदर त्याचे बरे-वाईटपण तपासण्याचा आपला अधिकार अबाधित असल्याचे आपण म्हणता; परंतु ही बाब अतिशय गंभीर स्वरूपाची आहे. त्यामुळे एका बाजूला राष्ट्रपती आणि दुसऱ्या बाजूला सरकार व लोकसभा अशी विरोधी फळी निर्माण होईल. सरकारच्या किंवा लोकसभेच्या ठरावाला आव्हान करण्याचा राष्ट्रपतींना कसा काय अधिकार आहे, असा प्रश्न निश्चितच उपस्थित केला जाईल आणि त्याचे परिणाम साहजिकच गंभीर होतील. म्हणून यावर जास्त मत प्रदर्शन न करता स्पष्टपणे हेच सांगावे लागेल की, लोकसभेने हिंदू कोड बिल पास करण्याचा जो निर्णय घेतला आहे, त्याच्या विरोधात जाण्याचा राष्ट्रपतीला मुळीच अधिकार नाही. बिल पास करण्याचा हक्क सध्याच्या लोकसभेला आहे किंवा नाही ही बाब लोकसभेत पूर्वीच चर्चिली गेली आणि सरकारी प्रतोदाने आपला

निर्णयसुद्धा त्यावेळी जाहीर केला होता. त्या निर्णयाबरहुकूम आजची लोकसभा हे हिंदू कोड बिल पास करणार आहे. म्हणून राष्ट्रपतींनासुध्दा त्या निणर्याविरुद्ध आक्षेप घेता येणार नाही अन्यथा या देशात लोकसभेला सर्वोच्च वैधानिक अधिकार आहेत किंवा नाहीत, असा प्रश्न उपस्थित केला जाईल.)

पंतप्रधान पं. जवाहरलाल नेहरू यांचे हे स्पष्ट व परखड विचार अर्थातच डॉ. राजेन्द्र प्रसादांना रुचले नाहीत. राष्ट्रपतींच्या अधिकाराला आव्हान देणारे हे विचार आहेत, असेच त्यांनी आपले मत करून घेतले. तथापि, पं. नेहरूंच्या पत्रावर आपली प्रतिक्रिया व्यक्त करताना त्यांनी अशी सफाई केली की, 'My dear Prime Minister, I may assure you that I am the last person to create any conflict and will be prepared to go to the furtherst extent to avoid it, if I can do it consistently with my conscience and my views about the constitution.'[११]

('प्रिय पंतप्रधान, मी आपणास खात्री देतो की, राष्ट्रपती आणि लोकसभा यांच्यामध्ये मतभेद निर्माण होईल, अशा प्रकारची कोणतीच कृती माझ्याकडून होणार नाही. आणि तसा प्रसंग आलाच तर त्याच्या निवारणार्थ मी माझ्या सद्सद्विवेकबुद्धीनुसार प्रयत्नांची पराकाष्ठा करीन.') सिमल्याहून १८ सप्टेंबर, १९५१ ला लिहिलेल्या आपल्या पत्रातून डॉ. राजेन्द्र प्रसाद यांनी अशाप्रकारे आपली बाजू सावरण्याचा प्रयत्न केला होता.

डॉ. राजेन्द्र प्रसाद आणि पं. जवाहरलाल नेहरू यांच्या ह्या पत्रव्यवहारावरून असे दिसून येते की, एकेकाळी पत्रोत्तर करताना प्रिय जवाहरलालजी किंवा प्रिय राजेन्द्रबाबू असा आत्मीयतादर्शक मायना लिहिणारे हेच घनिष्ठ पुढारी रुक्ष असा पददर्शक मायना लिहून पत्रोत्तर करू लागले होते. हिंदू कोड बिलाने अशी रुष्टतादर्शक खोल दरी त्यांच्यात निर्माण केली होती.

विरोधकांचे नवे तंत्र

राष्ट्रपतींच्या अधिकाराचा काहीच उपयोग होत नाही हे पाहून बिलांचे विरोधक अस्वस्थ झाले खरे; परंतु त्यांनी आपला विरोध शिथिल केला नाही. त्यांनी आता वेगळेच तंत्र उपयोगात आणण्याचे ठरविले. बिलाच्या चर्चेच्या वेळी जास्तीत जास्त वेळ घेऊन प्रत्येक विरोधक सभासदाने चर्चेला मुळी वावच द्यावयाचा नाही, असे त्या तंत्राचे स्वरूप होते. हे तंत्र इतके उघडपणे वापरले जात होते की, एका प्रसंगी कायदेमंत्री डॉ. बाबासाहेब आंबेडकर यांना असे उद्गार काढावे लागले होते की,

'You may abuse me as much as possible, provided you do not take much time, I am concerned more with time than with abuse.'[२०]

(आपण मला जेवढ्या म्हणून शिव्या द्यावयाच्या असतील तेवढ्या नि:संकोचपणे द्या. मात्र, चर्चेचा वेळ उगाच घेऊ नका. शिव्यांची मला मातब्बरी नाही. चर्चेच्या वेळेचे मला महत्त्व आहे.)

प्रकृती जोपर्यंत साथ देत आहे तोपर्यंत लोकसभेच्या चालू अधिवेशनात हिंदू कोड बिल पास झाले पाहिजे, ही बाबासाहेबांची प्रबळ इच्छा होती. निवडणुकीनंतर होणाऱ्या नवीन मंत्रिमंडळात ते राहतीलच याची शाश्वती नव्हती, म्हणून समाजसुधारणेचा पुरस्कार करणारे हे हिंदू कोड बिल चालू अधिवेशनातच पास झालेले त्यांना हवे होते. परंतु त्यांची ही इच्छाच सफल होऊ द्यावयाची नाही, अशी खूणगाठ विरोधकांनी बांधून ठेवलेली होती. ह्या कारस्थानात डेप्युटी स्पीकर म्हणून काम पाहणारे अनंतशय्यम् अय्यंगार यांचाही फार मोठा हात होता. या संदर्भात आपल्या भावना व्यक्त करताना डॉ. बाबासाहेब आंबेडकरांनी म्हटले होते, 'हिंदू कोड बिलाच्या बाबतीत माझा छळ झाला असे मी म्हटले, तर अतिशयोक्ती व्हावयाची नाही. राज्यकर्त्या पक्षाचा सबळ पाठिंबा मला मंत्रिमंडळात नव्हता. निदान पार्लमेंटमधील पक्षपुढारी (Whip) तरी सभासदांच्या भाषणांवर वेळेचे बंधन घालील, अशी अपेक्षा होती. निदान आवश्यक ती चर्चा झाल्यावर वादविवाद बंद करण्याची सूचना पक्षपुढारी आणील व सभासदाला सूचना दिली जाईल, अशी माझी कल्पना होती. अशा निर्बंधामुळे बिल वेळेत पास होऊ शकले असते. पण अशी सूचना कधीच दिली गेली नाही; त्यामुळे एकेका कलमावर निरर्थक शब्दांचा कीस पडू लागला आणि हे असे कित्येक दिवस चालले. सरकारी प्रतोदाचे काम सरकारी वेळ वाचविण्याचे असते आणि सरकारी बिले व इतर कामे झपाट्याने पार्लमेंटमध्ये पार कशी पडतील यावर त्यांना कटाक्ष ठेवावयाचा असतो, पण प्रतोदाने हिंदू कोड बिलाच्या चर्चेच्या वेळी शिस्तीत माघार घेतली.'[२१]

'न्यूज क्रॉनिकल'चे व्यंगचित्र

सरकारी प्रतोदाचे हे शिस्तबद्ध वेळखाऊ धोरण इतके स्पष्ट झाले होते की, दिल्लीच्या 'न्यूज क्रॉनिकल' ह्या पत्राने एक व्यंगचित्रच प्रसिद्ध केले होते. १९ सप्टेंबर १९५१ च्या अंकातील व्यंगचित्रामधून असे दाखविण्यात आले होते की, डेप्युटी स्पीकर आपल्या हातांनी मोठ्या घड्याळाचे दोन्ही काटे थोपवून धरीत आहेत, स्पीकर सभासदांना नियोजित वेळेच्या आत बोलण्याची संधी देत आहेत;

मात्र सभासद मनसोक्तपणे बोलत आहेत. हे व्यंगचित्र प्रसिद्ध होताच लोकसभेत खूपच खळबळ माजली होती. लोकसभेच्या काँग्रेस पक्षाच्या सभासदांनी हा केवळ आमचाच अपमान नव्हे, तर सरकारचा तसेच गृहाचा घोर अपमान असल्याची ओरड केली होती आणि 'न्यूज क्रॉनिकल' च्या संपादकांवर कडक कारवाई करण्याची मागणी केली होती. त्या मागणीनुसार प्रकरणाची चौकशी होऊन शेवटी संपादकास सरकारची माफी मागावी लागली होती.

हिंदू कोड बिलाची इतिश्री

सत्तारूढ काँग्रेस पक्षाच्या सभासदांच्या एकूण विरोधामुळे बाबासाहेब आंबेडकर अस्वस्थ होऊन उठले. त्यांनी दि. २० सप्टेंबर, १९५१ ला लोकसभेत हिंदूंच्या सनातनी मनोवृत्तीची अत्यंत कठोर शब्दांत निर्भर्त्सना केली. राम-सीतेचा उल्लेख करून रामाच्या काळात हिंदू कोडसारखा एखादा कायदा अस्तित्वात असता, तर सीतेला घराबाहेर हाकलून देण्याचे धैर्य पुरुषोत्तम म्हटल्या जाणाऱ्या रामालासुद्धा झाले नसते, असा जेव्हा बाबासाहेबांनी उल्लेख केला तेव्हा पुष्कळ सभासद चिडून उठले. त्यांना निमित्तच पाहिजे होते. ह्या एकूण प्रकारामुळे पं. जवाहरलाल नेहरू खूपच अस्वस्थ झाले. बाबासाहेबांना शेवटी आपल्या शब्दांबद्दल लोकसभेत दिलगिरी व्यक्त करावी लागली होती.

दिवसेंदिवस हिंदू कोड बिलाविरुद्ध वाढत जाणारे विरोधी वातावरण आणि पुढे येऊन ठेपलेली पहिली सार्वत्रिक निवडणूक ह्या साऱ्या परिस्थितीमुळे हिंदू कोड बिलासंबंधीचा सारा आत्मसन्मान पं. जवाहरलाल नेहरूंना बाजूला सारावा लागला होता आणि दि. २६ सप्टेंबर, १९५१ ला त्यांना जाहीर करावे लागले होते की, हिंदू कोड बिल आता स्थगित करावे लागत आहे. त्यामुळे तत्काळ प्रतिक्रिया कोणाची झाली असेल तर ती डॉ. बाबासाहेब आंबेडकर यांची! स्वतःचा मुलगा वारला असता त्याचे जेवढे दुःख त्यांना झाले नसते त्यापेक्षा अधिक दुःख हिंदू कोड बिलाच्या इतिश्रीमुळे झाले होते. त्यांच्या मुखातून असे उद्गार निघाले होते की, 'It was killed and burried, unwept and unsung!' (न रडता-भाकता हिंदू कोड बिलाला ठार मारले गेले आणि गाडले गेले!) ह्या हिंदू कोड बिलाची परिणती शेवटी बाबासाहेबांच्या राजीनाम्यात झाली. दि. २७ सप्टेंबर, १९५१ ला बाबासाहेबांनी आपल्या नेहरू मंत्रिमंडळातील कायदेमंत्रिपदाचा राजीनामा सुपूर्त केला आणि त्यात म्हटले की, 'मी माझा राजीनामा देण्यास अखेर जी गोष्ट कारणीभूत झाली ती सांगतो. ती म्हणजे हिंदू कोड बिलाबद्दल सरकारने केलेला चालढकलपणा व बेपर्वाई!... केवळ हिंदू कोड बिलासाठी मी मंत्रिमंडळात राहिलो.

काहींना माझे हे करणे चुकीचे वाटेल; पण माझी दृष्टी वेगळी होती. पार्लमेंटमधील हिंदू कोड बिल ही एक अत्यंत महत्त्वपूर्ण घटना होती. पार्लमेंटपुढे यापूर्वी आलेल्या किंवा यानंतर येणाऱ्या कोणत्याच कायद्याची बरोबरी या हिंदू कोड बिलाबरोबर करता येणार नाही, असे त्याचे महत्त्व आहे. यावरून मी हिंदू कोड बिलाला एवढे महत्त्व का देतो याची आपणास कल्पना येईल. म्हणूनच तीव्र मतभेद असतानासुद्धा मी मंत्रिमंडळात राहिलो. जर यात मी चूक केली असेल, तर ती केवळ काही भरीव व मौलिक काम करण्याकरिताच होय.'२२

हिंदू कोड बिल स्थगित करताच विरोधकांना अत्यानंद झाला. लोकसभेच्या बाहेर १० दिवसांपासून उपोषणाला बसलेल्या स्वामी सत्यानंद सरस्वती यांनी आपले उपोषण मागे घेतले होते; कारण सनातन्यांचा तो एक मोठा विजय होता.

बिलाच्या पराभवाची कारणमीमांसा

हिंदू कोड बिल लोकसभेतून पं. जवाहरलाल नेहरू यांनी मागे घेतले, ते पास केले गेले नाही, ही एक मोठी दुर्दैवी घटना होती. लोकसभेचे शेवटचे अधिवेशन आणि पुरेसा वेळ नसल्याने बिल मागे घेतले गेले, असे समर्थन पंतप्रधान पं. जवाहरलाल नेहरू यांनी केले होते; परंतु आगामी सार्वत्रिक निवडणुकींचा अपेक्षित परिणाम लक्षात घेऊन ते माघारी घेतले गेले हे राजकीय निरीक्षकांचे मत होते.

लोकसभेतील काँग्रेसचे बहुसंख्य सभासद हिंदू कोड बिलाच्या विरोधात गेले होते. राष्ट्रपती राजेंद्र प्रसादसारख्या प्रमुख पुढाऱ्यानेसुद्धा आपला विरोध नोंदविला होता. हिंदू कोड बिल चालू अधिवेशनात पास केले गेले की, आगामी सार्वत्रिक निवडणुकीत काँग्रेसच्या विरोधात बहुमत जाईल ही साधार भीती घातली गेली होती आणि ही वस्तुस्थिती होती. विरोधकांनी त्या दृष्टीने सारी जय्यत तयारी करून ठेवली होती; कारण तेच एक प्रभावी साधन होते. स्वातंत्र्यप्राप्तीसाठी काँग्रेसने प्राण पणाला लावले होते. मिळालेली सत्ता काँग्रेसच्या हातात टिकवून ठेवण्याची खरी गरज होती. हिंदू कोड बिल की राजकीय सत्ता हे खरे द्वंद्व आता पं. नेहरूंपुढे आ वासून उभे होते. हिंदू कोड बिल एकदा का चालू अधिवेशनात पास झाले की, येणाऱ्या पहिल्या सार्वत्रिक निवडणुकीत काँग्रेसला आपटी खावी लागणार होती, हे चित्र आता स्पष्ट झाले होते. शेवटी सामाजिक सुधारणेपेक्षा राजकीय सत्तेचा स्वार्थच जास्त प्रबळ ठरला. पुन्हा एकदा राजकारणाचा विजय झाला. हिंदू कोड बिल पास झाले नाही तर माझे सरकार राजीनामा देईल किंवा कितीही अडचणी आल्या तरी हिंदू कोड बिल पास झाल्याशिवाय राहणार नाही, असे एकेकाळी छातीठोकपणे

वल्गना करणाऱ्या पं. जवाहरलाल नेहरूंना काँग्रेस पक्षाच्या अस्तित्वासाठी मान तुकवावी लागली होती. ही एक फार मोठी नेहरूंची शोकान्तिका होती. तो एक त्यांचा फार मोठा मानसिक व नैतिक पराभव होता.

भारताचे सरन्यायाधीश प्र. बा. गजेंद्रगडकर यांनी हिंदू कोड बिलाच्या पराभवाची मीमांसा फार वेगळ्या प्रकारांनी केलेली होती. त्यांनी म्हटले होते, 'माझ्या समजुतीने हिंदू कोड बिलाबद्दल जी दुर्दैवी घटना घडली त्याची बरीचशी जबाबदारी पुरोगामी विचारसरणीच्या बुद्धिमान लोकांनी या बिलाबद्दल जी अनास्था दाखविली त्या अनास्थेवरच आहे. १८५० पासून जेव्हा जेव्हा हिंदू कायद्यात सुधारणा करण्याचा प्रयत्न करण्यात आला, तेव्हा तेव्हा हिंदू धर्म संकटात आला आहे, असा आक्रोश उद्धारक जनतेकडून करण्यात आला. पण त्या आक्रोशाला कधी मिळाले नव्हते इतके यश हिंदू कोड बिलाच्या प्रकरणी हिंदुस्थानच्या लोकसभेत मिळाले! ही घटना नि:संशय विषादास्पद आहे. ब्रिटिशांच्या राजवटीमध्ये हिंदू कायद्यातील एखाद्या मुद्द्यावर सुधारणा करण्याकरिता जेव्हा जेव्हा बिल कायदे मंडळापुढे येई तेव्हा तेव्हा त्या बिलाच्या समर्थनार्थ विद्वान व बुद्धिमान अशा समाजसुधारकांनी केलेल्या विद्वत्ताप्रचुर चर्चा व त्यांनी लिहिलेले लेख जर आपण वाचाल, तर हिंदू कोड बिलाच्या प्रसंगी सुशिक्षित, बुद्धिमानवर्गाने दाखविलेल्या अनास्थेबद्दल मी जो दोष देत आहे, त्याचे रहस्य आपल्याला कळेल. हिंदू कोड बिल लोकसभेपुढे असताना त्या बिलातील मूलभूत तत्त्वाबद्दल जनतेला जागृत करण्याचा पुरोगामी विचारसरणीच्या लोकांनी विशेष प्रयत्न केला नाही. धर्मनिर्णय मंडळाचा एक अपवाद सोडल्यास सर्व भारतामध्ये हिंदू कोड बिलाला अनुकूल अशी बौद्धिक चर्चा जवळजवळ झालीच नाही, असे मला वाटते. त्याचाच परिणाम म्हणजे हिंदू कोड बिल हे नुसते बिल राहिले व त्याचे कायद्यात रूपांतर होऊ शकले नाही. सामाजिक चळवळीबद्दल बुद्धिमान समाजाने जी उपेक्षावृत्ती आज कित्येक वर्षे दाखविली आहे, त्याचाच एक नकळत महत्त्वाचा परिणाम असा झाला आहे की, सर्व सामाजिक प्रश्नांवर अभ्यासपूर्वक, चिकित्सक व पुरोगामी अशी चर्चा करण्याची परंपराच लुप्तप्राय झाली आहे. हिंदू कोडचा झालेला पराभव म्हणजे स्वातंत्र्ययुगातील पुरोगामी बुद्धिवादाचा झालेला हृदयविदारक पराभव होय ही माझी भावना आहे.'२३

न्यायमूर्ती गजेन्द्रगडकरांची ही मीमांसा सर्वार्थाने खरी आहे का? खरोखर भारतातील पुरोगामी बुद्धिवाद्यांचा हा दारुण पराभव आहे का? स्वामी करपात्री किंवा शंकराचार्य जेरेशास्त्री यांची वक्तव्ये कशाची द्योतके होती? डॉ. राजेन्द्र प्रसाद किंवा लोकसभेतील सभासद यांच्या विरोधातील छुपा भाव कशाचा निदर्शक होता? डॉ. आंबेडकरांसारख्या एका अस्पृश्याने-एका महाराने तयार केलेल्या हिंदू कोड

नामक कायदे संहितेवर साऱ्या हिंदू समाजाने चालावे, आपले आचार करावेत, आजपर्यंत जो सनातन हिंदू समाज त्याला पवित्र असलेल्या धर्मशास्त्रावर आधारित कायद्यांवर चालत आला तो एकाएकी एका अंत्यज समजल्या जाणाऱ्या व्यक्तीने निर्माण केलेल्या कायद्यांवर चालावा, हा खराखुरा मनातील सल होता. मनुस्मृतीचा कायदा नष्ट होऊन भीमस्मृतीचा कायदा भारतात अधिष्ठित व्हावा, हा विचारच सनातनी वृत्तीला सहन न होणारा होता. डॉ. बाबासाहेब आंबेडकरांनी तयार केलेले भारतीय संविधान भारतीय जनतेने एकदा मान्य केले म्हणून भारतीय आचारविचाराला वेढून टाकणारा कायदासुद्धा मान्य केला जावा हे कसे शक्य होते? आणि इथेच सनातनी जातीय वृत्ती अत्यंत प्रखरतेने उफाळून आली होती. हिंदू कोड बिलाचा पराभव हा सर्वार्थाने पुरोगामी बुद्धिवादाचा पराभव नसून तो सनातनी जातीय वृत्तीचा खराखुरा विजय होता आणि हीच खरी स्वतंत्र भारताची शोकान्तिका होती.

संदर्भ ग्रंथ :

१. दैनिक नवभारत, दि. २१ जानेवारी, १९५०
जनता साप्ताहिक, मुंबई दि. २८ जानेवारी, १९५०
२. जनता साप्ताहिक, मुंबई दि. १८ फेब्रुवारी, १९५०
३. Provisoinal Parliament Debates (PPD), Vol, VIII, 1951, Paragraphs-2408, 2420 and 2467
४. पूर्वोक्त, Paragraphs - 2392 and 2400
५. पूर्वोक्त, Paragraphs - 2550 and 2555
६. जनता साप्ताहिक, मुंबई, दि. १९ नोव्हेंबर, १९४९
७. PPD. Paragraphs - 2504 and 2517
८. पूर्वोक्त, Paragraphs - 3001 and 3174
९. पूर्वोक्त, Paragraph - 2706
१०. पूर्वोक्त, Paragraph - 2939
११. पूर्वोक्त, Paragraph - 2488
१२. Hindu Code Bill, Karnatak University Lectures, 1951, p48
१३. समाजप्रबोधन - न्यायमूर्ती प्र. बा. गजेन्द्रगडकर यांची भाषणे व लेख - संपा. श्यामकान्त बनहट्टी, नागपूर, १९६६, पृ. १७४
१४. जनता साप्ताहिक, मुंबई, दि. १० फेब्रुवारी १९५१
१५. PPD, 1951 - paragraph 2467
१६. पूर्वोक्त, Paragraphs - 2550 and 2537

१७. Indian Constiutional Documents : Vol I - K. M. Munshi, Bombay, 1967, p. 578

१८. पूर्वोक्त

१९. पूर्वोक्त

२०. PPD, 1951, Paragraph - 3103

२१. कायदेमंत्रीपदाचा राजीनामा, जनता साप्ताहिक, मुंबई, दि. २० ऑक्टोबर, १९५१

२२. पूर्वोक्त,

२३. समाजप्रबोधन - संपा. श्यामकान्त बनहट्टी, पृ. १३, १४ व ८३

□□□

डॉ. बाबासाहेब आंबेडकर हे नारीमुक्तीसाठी लढणारे एक लढवय्ये शिपाई होते. म. फुल्यांचा वारसा त्यांच्याजवळ होता. फुल्यांच्या कार्याची प्रेरणा त्यांच्याजवळ होती, म्हणूनच ते आपल्या पत्नीला रमाबाईंना लिहिलेल्या एका पत्रात म्हणतात,'मी नारी उन्नतीसाठी व नारीमुक्तीसाठी लढणारा एक योद्धा आहे. स्त्रियांची प्रतिष्ठा वाढविण्यासाठी आवश्यक तो संघर्ष केला, ज्याचा मला सार्थ अभिमान आहे.' बाबासाहेबांनी या प्रयत्नात केवळ दलित स्त्रीच नजरेसमोर ठेवली नाही तर तमाम हिंदू स्त्रीच्या उत्थानासाठी 'हिंदू कोड बिला' ची रचना केली. स्त्रीमुक्तीच्या संदर्भातले याहून दुसऱ्या कोणाचे कोणते व्यावहारिक प्रमाण देता येईल का? डॉ. राजेन्द्र प्रसादांनी बाबासाहेबांच्या स्त्रीमुक्ती आंदोलनाला सातत्याने विरोध केला; तरीही न डगमगता एकटेपणाने त्या विरोधाला सतत आव्हान दिले. 'हिंदू कोड बिला'ची अवहेलना होते आहे असे दिसताच तत्काळ मजूर मंत्रिपदाचा त्यांनी राजीनामा

१२. बाबासाहेब आंबेडकर आणि महिला

ज्योती लांजेवार

दिला. देवदासी प्रथेला आळा बसावा म्हणून त्यांनी सतत संघर्ष केला. हा संघर्ष या आधी गांधींनाही सुचला नव्हता; म्हणून आंबेडकरांच्या सामाजिक समतेच्या आंदोलनात स्त्रीशक्ती, स्त्रीमुक्तीला प्राधान्य दिले होते.

भारताच्या प्रदीर्घ इतिहासात समानतेचा खरा लढा झालाच नाही. एवढेच नव्हे, तर विविधेतून एकता पाळण्याचे स्वप्न पाहणाऱ्या भारताला नारीविषयक चर्चेसाठी सवडच झाली नाही. हिंदू धर्म हा तर केवळ सनातनी होताच; पण त्याबरोबर अनेक बौद्ध, ख्रिस्ती, जैनादी बंडखोर संप्रदायांनी स्त्री समानतेला कुठलेच स्थान दिले नाही. इतर धर्मांतही स्त्री समानतेचा प्रश्नच निकालात काढला होता. बौद्ध, जैन, ख्रिस्ती हे मानवता व करुणेवर आधारलेले धर्मसुद्धा स्त्रियांना समान स्थान देऊ शकले नाहीत. एक मात्र खरे की, त्या त्या धर्मात प्रवेश न देता धर्मसंघात मात्र स्त्री प्रवेश झाला. तोही अगदी नाईलाज म्हणून. ख्रिस्ती धर्मातील

नन्सना धर्मगुरू किंवा उपदेशकाचे धर्मसंस्कार करण्याचीसुद्धा मुभा नव्हती. धर्मसंस्थांतील कनिष्ठ अधिकारपदे स्त्रीला टाळत राहिली. यहुदी-इस्लामी स्त्रीची दशा याहून वाईट होती. पुढे बौद्ध धर्मातील भिक्खुणींचा दर्जा वरचेवर वाढत गेला. काही ठिकाणी तर मठाधीश म्हणून स्त्रिया काम बघत होत्या, असा इतिहासात संदर्भ सापडतो.

सर्व धर्मांमध्ये स्त्री ही पापी-नरकद्वार ठरविली होती. संत कवयित्रींनीही स्वत:चा दासीभावच व्यक्त केला. दासी जनीचा दासीभाव तर दुहेरी स्वरूपाचा होता. विठ्ठलाची दासी व त्याहूनही शूद्र म्हणून दासीपणा तिला पत्करावा लागला. स्त्रीचा मुक्तिमार्ग हा केवळ स्त्री द्वेषापासून, स्त्रीनिंदेपासून तयार झालेला. त्यामुळे अत्युच्च पदावर असलेली स्वातंत्र्यपूर्व काळातली रझिया सुलताना ही एकच स्त्री दिसते. राणी लक्ष्मीबाई, चाँदबीबी, ताराबाई, अहिल्याबाई आदींनी राज्य केले. मात्र, त्यानंतर स्त्रीचे असामान्यतत्व पुरुषप्रधान संस्कृतीने नाकारणे व तिला अधिकाधिक दास्यत्वाच्या बंधनात जखडणे असेच प्रयत्न होत गेले. एकोणिसाव्या शतकात स्त्रीविषयक सुधारणांची निकड भासू लागली. भारताच्या इतिहासात स्त्रीच्या अधिकाराची पहिली सनद स्त्रियांना जर कोणी बहाल केली असेल तर महंमद तुघलकाने. तुघलकाला तत्कालीन मौलवी पंडितांनी वेड्यात काढले; पण त्याने सक्तीने सती जाण्याच्या प्रथेला बंदी घातली. एवढेच नव्हे तर सती जाण्यापूर्वी सरकारी परवाना काढण्याची अट घातली; परंतु मुल्ला-मौलवी, शास्त्री पंडित, भ्रष्ट अधिकारी, रयत या साऱ्यांनी महंमदाला 'वेड्या'त काढून त्याची योजना फोल ठरविली. लॉर्ड बेंटिकपूर्वी पाचशे वर्षे तरी आधी महंमदाने सतीबंदीचा प्रयत्न केला. त्याला यश मिळाले नाही. अल्लाउद्दीन खिलजी हा क्रूरकर्मा राजा; पर त्याने आपल्या राज्यात वेश्यांना बंदी घातली व त्यांनी विवाह करावा, असा हुकूमनामा काढला. यानंतर अकबराने केलेल्या स्त्रीमुक्ती प्रकरणी ज्या ज्या गोष्टी केल्या; त्या सर्व व्यापक व मूलगामी होत्या. त्यांच्या 'ऐन ए अकबरी' या ग्रंथात भारतीय स्त्रीहक्काची प्रथम संहिता तयार केली. अकबरानंतर मात्र स्त्रीविषयक सुधारणा कोणीच केल्या नाहीत. हिंदू-मुसलमान राजांच्या कारकीर्दीत स्त्रीच्या संदर्भात विचार करायला कोणालाच सवड नव्हती असे दिसते.

महात्मा फुल्यांच्या काळात कुटुंबप्रमुख हा सत्ता गाजवीत असे. स्त्रीला शिक्षणापासून वंचित ठेवले होते. फुल्यांनी आपल्या आंदोलनात स्त्री समानतेला व शूद्रातिशूद्रांच्या लढ्याला प्रथम स्थान दिले होते. त्यांनी वैयक्तिकरीत्या जे प्रयत्न केले, त्यातही स्त्रीचाच विचार प्रथम होता. त्यांनी केवळ स्त्रियांसाठी ज्ञानाचे दरवाजेच मुक्त केले नाहीत, तर बालविवाह, प्रौढविवाह, विधवाविवाह, पतिता-परित्यक्तांचे

बिकट नाजूक प्रश्न, बालहत्या प्रतिबंधक गृह या सर्व क्षेत्रांत प्रथम पुढाकार घेऊन प्रत्यक्ष कार्य केले. त्यासाठी संस्था काढल्या. आधुनिक विचारांचा प्रसार व प्रचार केला. कार्यकर्ते तयार केले. विवाह संस्कारात स्त्रीला गुलाम करणारे संस्कृत मंत्र बाद ठरविले व त्याऐवजी वधू-वरांना समजतील, समानतेची महती गातील, अशी मराठी मंगलाष्टके त्यांनी तयार केली. बालविवाहाविरुद्ध प्रचारकार्य करून फुले थांबले नाहीत, तर समज आलेल्या मुलीच्या संमतीने विवाह ठरावा, असा 'संमती विवाह' विचार फुल्यांनी रुजविण्याचा प्रयत्न केला.

फुल्यांच्या स्त्री-मुक्ती विचारकार्याचे आजच्या काळात मूल्यमापन करताना एक लक्षात येईल की फुले द्रष्टे होते. 'कुटुंबप्रमुखाची हुकूमशाही आणि स्त्रियांची गुलामगिरी यासारख्या सामाजिक विषमतेला, गुलामगिरीला खतपाणी देणारा आधार आहे. या आधाराला हादरे दिल्याशिवाय कुटुंबात व पर्यायाने समाजातही स्त्री-पुरुष समता येणे अशक्य आहे आणि ही समानता आल्याशिवाय समाजात स्त्री-पुरुष समानतेच्या गप्पा मारणे फोल आहे.' अशी फुल्यांची मनोधारणा होती; म्हणून ते शास्त्रशुद्ध भूमिका स्वीकारीत. त्यासाठी वाटेल ते प्रयत्न करायला सिद्ध झाले. स्त्रीविषयक प्रश्नांच्या संदर्भात फुल्यांची निष्ठा इतकी प्रगल्भ, पक्की होती, ती इतकी आग्रही होती की, वेळप्रसंगी त्यांनी आपल्या सहकाऱ्यांनाही कटू शब्दांत समज देण्यास मागे-पुढे पाहिले नाही; पण स्त्री स्वातंत्र्य आणि समानतेला प्रथम क्रम देणाऱ्या फुल्यांच्या नंतर मात्र कोणीही प्रभावीपणा स्वीकारला नाही. महर्षी कर्वे महिलाश्रम व स्त्री शिक्षण हे कार्य पांढरपेशी मध्यमवर्गीय स्त्रियांपुरते मर्यादित ठेवून कार्य करीत असले तरी सर्वहारा बहुजन, शूद्रातिशूद्र स्त्रियांच्या शिक्षणाकडे व उन्नतीकडे कोणीच लक्ष दिले नाही. यासाठी अपवाद म्हणून पंडिता रमाबाई व मिशनरी संस्था यांचा अपवाद सांगावा लागेल. बहुजन समाजात शिक्षणप्रसार झाला, परंतु स्त्रियांपर्यंत आजही शिक्षण पोहोचले नाही, ही वस्तुस्थिती आहे.

शूद्रातिशूद्र बहुजन समाजाच्या स्त्रियांना जो त्रास सोसावा लागतो, त्याची फुल्यांनंतर कोणालाच काळजी वाटली नाही. महागाई, दुष्काळ, रोगराई, जबाबदाऱ्या या साऱ्यांचे ओझे, या साऱ्यांचा सोस स्त्रियांनाच सोसावा लागतो. दुष्काळ, रोगराईतून जगल्या, तर अनाथपणा, वैधव्य प्राप्त होऊन नवे दुःख सोसायला पुन्हा तयार. या दुखण्याला कोण बघणार? फुल्यांनी अस्पृश्यांसाठी, मुलींसाठी प्रथम शाळा काढल्या. त्यात स्वतः पत्नीला शिकवून शिक्षिका बनवले व स्त्रीमुक्तीच्या कार्यात उभयतांनी वाहून घेतले. रानडे-टिळक कालखंडात त्यांच्या आंदोलनात एकही स्त्री सहभागी झाल्याचे दिसत नाही. सरलादेवी चौधुराणी व सरोजिनी नायडू या व्यक्तिगत पुढारी, पण महिला आंदोलन त्या चालवू शकल्या नाहीत. र. धों.

कर्व्यांनी स्त्रियांच्या समागम-स्वातंत्र्याचा जन्मभर पुरस्कार केला असला तरी एकूण स्त्री समानतेला त्यांचे सहकार्य लाभले नाही. महर्षी कर्वे व र. धों. कर्वे यांचे विचार मध्यमवर्गीय पांढरपेशी स्त्रियांभोवतीच पिंगा घालीत असल्यामुळे तळागाळातल्या बहुजन स्त्रियांच्या मुक्ती स्वातंत्र्याचा विचार बाजूलाच राहिला. यामुळे कर्व्यांच्या कार्याला मर्यादा पडल्या. शहरा-शहरांत, गाव-खेड्यांत, गिरीकंदारात, जंगलखोऱ्यात जाऊन कार्य केले ते मिशनऱ्यांनीच. स्त्रियांच्या शाळा, विविध शिक्षण, विधवा, अपंग, अनाथ, पतिता, परित्यक्ता, त्यांच्या मुलांसाठी शाळा, आश्रम, वसतिगृहे, कार्यशाळा, दवाखाने, सूतिकागृहे आदी ज्या संस्था महाराष्ट्रभर आणि उपेक्षित विभागात काढल्या, त्या मिशनरी लोकांनीच. या लोकांच्या स्त्रियाही मोठ्या संख्येने त्यांच्या कार्यात मदत करीत.

गांधी आंदोलनात स्त्रियांचा सहभाग खूप होता. स्त्री कार्यकर्त्यांची पथके, प्रभातफेऱ्या प्रचारात, सामुदायिक कार्यक्रमात, सत्याग्रहात, लाठीमार, गोळीबारात अनेकानेक स्त्रिया होत्या. स्वातंत्र्य आंदोलनात पुरुषांच्या बरोबरीने स्त्रिया आल्या. गांधींचे पहिले चरित्र मराठीमध्ये एका स्त्रीनेच लिहिले. तिचे नाव अवंतिका गोखले. गांधीजींची विचारसरणी सनातनी होती. 'स्त्री ही केवळ मोक्षमार्गातच नव्हे, तर संसारातही मोहमयी आहे. मोहाचे, पापाचे आवाहन आहे. यासाठी प्रखर आत्मसंयम, कठोर व्रतपालन (ब्रह्मचर्य), देहदंड यांचा वापर केल्याविना तरणोपाय नाही.' अशी धारणा गांधींची होती. केशवपनाच्या विरोधात ज्या उदारमनस्क विचारवंतांनी सनातन्यांना धारेवर धरले होते, त्याच केशवपनाचा 'पापाचे प्रायश्चित्त' म्हणून गांधींनी पुरस्कार केला. 'देहदंड व साधना यासाठी केशवपन आवश्यकच' असे प्रतिपादन त्यांनी केले. ब्रह्मचर्य प्रयोग त्यांनी आश्रमातील अनेक स्त्रियांसोबत केले. याविषयी प्रो. निर्मलकुमार बोस 'My days with Gandhiji' मध्ये लिहितात, 'गांधींनी गावागावांत आश्रम काढले तेव्हा गावागावांत गावगांधी तयार झाले. यातून काय काय विकृत प्रकार पुढे घडले, याविषयी कल्पना न केलेली बरी. गांधींनी भांडवलदारी, सरंजामशाहीला सतत प्रोत्साहन दिले. उच्चवर्गीय स्त्रियांचे महिला चळवळीत प्राबल्य वाढले व गांधींच्या भांडवलदारी तत्त्वज्ञानामुळे त्यांच्या व्यावहारिक जीवनाला आधारच वाटला; त्यामुळे कुटुंबेच्या कुटुंबं गांधींची अनुयायी झाली. भांडवलदार-व्यापारी कुटुंबातील स्त्रिया गांधी चळवळीत उतरल्या. त्यातूनच अखिल भारतीय महिला परिषदांचा जन्म झाला.'

गांधींनी हरिजनोद्धाराची भूमिका घेतली. हरी म्हणजे ईश्वर व जन म्हणजे लोक असा अर्थ गांधींनी लावला. हरिजनांच्या वस्तीत जाऊन राहण्याचे व त्यांच्याबरोबर खाण्याचे कार्यक्रम गांधींनी केले. शूद्रातिशूंद्रामधील भंग्यांना 'पाखाना उठाते जाओ

यह पुण्यकर्म है।' अशी तर्कट नीती सांगितली. त्यांच्यातल्या क्रांतिकारी लढाऊपणाला हिंदूवादाचे गुलाम बनविले. 'हम जो खातें वही पाखाना है।' या तर्कटाला बळी पडून भंगी शेवटपर्यंत हिंदूवादालाच चिकटलेले दिसतात.

गांधींच्या पश्चात त्यांचे वैचारिक उत्तरदायित्व विनोबांकडे आले. गांधींचे तत्त्वज्ञान घेऊन विनोबा जगले. त्यांचा विचार-आचार कृतीत आणला. आश्रमजीवन, विधायक कार्यक्रम यांबरोबरच भूदान-ग्रामदान चळवळ चालवून देशव्यापी आंदोलने केली. यात स्त्रियांचा सहभाग महत्त्वाचा होता. आपल्या तात्त्विक बैठकीला स्त्रीमुक्ती आंदोलन, स्त्री-पुरुष समानता व स्त्रियांचे प्रश्न यांतून त्यांनी एक नवाच सिद्धान्त मांडला. 'स्त्रीला खरीखुरी समानता हवी असेल, तर तिने ब्रह्मवादिनी संन्यासिनी बनावे. ब्रह्मज्ञान, ब्रह्मचर्य, संन्यास आणि मोक्षमार्ग या सर्वांवर अधिकार सांगितला पाहिजे, मागितला पाहिजे व तो बजावण्यासाठी पात्रताही कमावली पाहिजे.' असा सूक्ष्म विचार त्यांनी मांडला; पण या विचारांचा सर्वसामान्य स्त्रीला किती फायदा झाला हा संशोधनाचा विषय होईल.

साधारणत: १९२९-३० नंतर नेहरूंचा प्रभाव समाजमनावर पडू लागला. त्यांची आधुनिक विचारसरणी, समाजवादी प्रेरणा यांचाही प्रभाव राजकारणावर व तरुणवर्गावर पडू लागला. महिला परिषदेतही त्यांचा विचार पुरोगामी ठरला; पण गांधींचे मत प्रत्येक निर्णायक क्षणी नेहरूंपेक्षा प्रभावी ठरत गेल्यामुळे समाजस्थितीत पाहिजे तितका बदल घडू शकला नाही. १९३४ नंतर सत्तेचे राजकारण वल्लभभाई पटेलांच्या नेतृत्वाखाली सुरू झाले. याचा परिणाम जसा राजकारणावर झाला तसाच महिला चळवळीवरही झाला. ही चळवळ भांडवलदार व्यापारीवर्गाच्या प्रभावाखाली गेली; यामुळे प्रत्यक्ष कृतीच्या दृष्टीने सर्वसामान्य स्त्रियांच्या प्रश्नाला हवी तितकी बळकटी लाभली नाही, बगल मिळत गेली.

डॉ. आंबेडकर, 'आत्मोद्धार' हेच जीवनाचे अंतिम सामर्थ्य मानत होते. अस्पृश्यांमध्ये तेजस्विता निर्माण करण्यास स्वाभिमान, स्वावलंबन व आत्मसन्मानाची निकड होती, हे त्यांनी वेळीच जाणले. आपली अंत:करणे आपणच ठोठावल्याशिवाय आत्मजागर होणार नाही व आत्मजागराविना उद्धार नाही हे ते जाणून होते. आपल्या अभ्यासपूर्ण सामाजिक, राजकीय, आर्थिक, शैक्षणिक, सांस्कृतिक, धार्मिक आदी विषयांवर मते मांडून दलितांच्या दबलेल्या अस्मितेला त्यांनी जागे केले. बाबासाहेबांनी पत्नी रमाबाईंना, त्यांच्या विठ्ठलदर्शन घेण्याबाबत एकदा अशीच समजूत घातली, 'पंढरपूरला जाण्यात अर्थ नाही. जो विठोबा भक्तांना दूर लोटतो तो का देव आहे? आपण असे तीर्थ निर्माण करू की जिथे कुणालाही दूर लोटले जाणार नाही.' या मनोनिग्रहाने एका स्त्रीच्या देवभोळ्या, अंधश्रद्धाळू मनाला दिलासा

मिळाला, नाही असे नाही, तर या देशात समस्त स्त्रियांकडे परमेश्वराची पाहण्याची दृष्टी दिसून येते. अशा देवाचे दर्शन घेऊन काय मिळणार?

दु:खे ही माणसाला कधीच चुकवता येत नाहीत. त्यांना तोंड देण्याचे सामर्थ्य मात्र अंगी असावे लागते. बाबासाहेबांच्या अंत:करणात स्त्रियांच्या संदर्भात सार्थ अभिमान भरलेला होता. संगमनेरला सभेला बाबासाहेब गेले होते. कोणीतरी त्यांना खोचून विचारले. त्या प्रश्नाला उत्तर म्हणून बाबासाहेब म्हणाले, 'आमचे नुकसान झाले तर तुम्ही का रडता? मनुष्यप्राण्याला इज्जत प्यारी असते. लाभ प्यारा नसतो. सद्गुणी व सदाचारी बाईला व्यभिचारामध्ये किती फायदा असतो हे माहीत असते. आमच्या मुंबईत अशा बायांची एक वस्ती आहे. त्या बाया सकाळी उठल्या की न्याहारीसाठी शेजारच्या हॉटेलात वर्दी देतात आणि म्हणतात, 'सुलेमान, अरे, खिम्याची प्लेट व पावरोटी घेऊन ये.' तो पावरोटी, खिमा आणतो; पण माझ्या दलितवर्गीय भगिनींना साधी चटणी भाकरीदेखील मिळत नाही. तरीही त्या इज्जतीने राहतात,' असा सार्थ अभिमान आपल्या दलित स्त्रियांविषयी बाबासाहेब व्यक्त करतात.

बाबासाहेबांनी 'भगवान बुद्ध आणि त्याचा धम्म'ह्या महान ग्रंथाची निर्मिती करून आजच्या स्त्रीला आचरणाची एक नवी दिशा दाखविली. स्त्रीचा न्यूनगंड नेमका दूर करून स्त्री फक्त चूल मूल सांभाळणारी पुरुषाची दासी एवढीच तिची भूमिका नसून ती एक शक्ती आहे. तिच्या सर्जनशक्तीची ओळख पुरुष संस्कृतीला नाही. ती धैर्याचे महामेरू जन्माला घालते. सुख दु:खाच्या पलीकडची वेदना घेऊन ती पुरुषांना घडविते. तिच्या सुप्त गुणांची पारख करून विकासाच्या नवनव्या दिशा जर तिला प्राप्त झाल्या तर प्रत्येक क्षेत्रात तिची आगेकूच राहील हे बाबासाहेबांनी स्पष्ट केले. बाबासाहेब स्त्रियांना उद्देशून बोलताना सतत त्यांना स्वत:चा सामाजिक दर्जा उंचावण्याचा, राहणीमान बदलण्याचा उपदेश करीत.

सामाजिक समतेच्या आंदोलनात स्त्री-पुरुष समानता यावर फुले आगरकरांनी जितका भर दिला, तितकाच भर, डॉ. बाबासाहेब आंबेडकरांनी स्त्रीमुक्तीच्या संदर्भात दिलेला होता. डॉ. बाबासाहेब आंबेडकरांच्या चळवळीत स्त्रीला प्रमुख स्थान दिले होते व स्त्री हीच या समाजाचा (दलितांचा) उद्धार करील. कर्मकांड, अंधविश्वास दूर सारील यावर त्यांची प्रगाढ श्रद्धा होती; म्हणून आपल्या भाषणातून ते महिलांना उद्देशून सतत सांगत राहिले की, 'तुम्ही तुमच्या मुलांना शिकवा. नीटनेटके राहा. गळ्यात ढीगभर काचेचे मणी घालू नका. फक्त काळ्या मण्यांचा एक सर ठेवा. हातात बांगड्याही रंगीबेरंगी ढोपरभर घालू नका. फाटके कपडे असले तरी स्वच्छ, नीटनेटके, धुऊन वापरा.' बाबासाहेबांसारख्या प्रज्ञावंताला

स्त्रीवर्गावरचा अन्याय सतत डाचत होता. त्यांनी केवळ उपदेशपर भाषणेच दिली नाहीत तर तिच्यात क्रांती व्हावी, आमूलाग्र बदल व्हावा, नवचैतन्य निर्माण व्हावे यासाठी कसोशीने प्रयत्न केले.

महाड धम्मसंगराच्या वेळी बाबासाहेबांनी महिलांना उद्देशून म्हटले होते, 'तुमच्या कुशीत जन्माला येणे पाप समजले जाते. तुम्ही सत्याग्रहात भाग घेणार की नाही हे निश्चित करा. तुम्ही आमच्या माय बहिणी आहात. आपणास हीन म्हणून जो त्रास होतो आहे तो तुम्हास माहीत आहेच. आम्हाला लोकांनी हीन म्हटले तर तुम्हास वाईट वाटत नाही काय? आमच्या उन्नतीसाठी तुम्ही झटले पाहिजे. आपल्या मुलांना शिक्षण द्या. नवरा, मुलगा किंवा बाप, भाऊ दारू पिऊन घरात आला तर त्याला घरात घेऊ नका. जेवण देऊ नका... 'पुत्र व्हावा ऐसा गुंडा, त्याचा तिन्ही लोकी झेंडा' अशी महत्त्वाकांक्षा ठेवून संतती निर्माण करा.' बाबासाहेबांच्या या वाणीचा इतका परिणाम झाला की, जात्यावरच्या पारंपरिक ओव्या बदलल्या. 'घरी नको राहू मधू शाळेत जाई' अशी गीते ओठांवर खेळू लागली. मोलमजुरी, काबाडकष्ट करून मुलाला साहेब करणाऱ्या माता आजही हयात आहेत. 'अंतरीचे धावे आतु बाहेरू' या तळमळीने, तडफेने व कारुण्याने ओतप्रोत भरलेल्या बाबासाहेब नावाच्या झंझावाताने-वादळाने स्त्रीवर्गासाठी महत कामगिरी केली.

अखिल भारतीय दलित परिषदेचे तिसरे अधिवेशन नागपूरला १८,१९,२० जुलै, १९४२ रोजी भरविण्यात आले होते. या अधिवेशनाला २० ते २५ हजार स्त्रियांचा जमाव पाहून बाबासाहेब हर्षित झाले होते. त्यावेळेस ते म्हणाले,'एखाद्या समाजाच्या स्त्रियांच्या प्रगतीवरून त्या समाजाच्या प्रगतीचे मोजमाप करता येते. आपण एवढ्या मोठ्या संख्येने आलात, यावरून आपला समाज आता खचीतच प्रगतीच्या मार्गावर आहे, यात शंका नाही.' महिलांनी कसे वागावे व काय करावे, राहावे, याबद्दल बोलताना ते म्हणाले, 'तुम्ही स्वच्छ राहा, सर्व दुर्गुणांपासून दूर राहा. मुलांना शिकवून महत्त्वाकांक्षी बनवा. मुलांचे लग्न करण्याची घाई करू नका. त्यांना स्वत:च्या पायावर उभे होण्याइतपत लायक करा. त्यांची सहचरी बना. माझा हा सल्ला ध्यानात ठेवून वागलात, तर तुम्ही स्वत:चीही उन्नती कराल आणि अस्पृश्य समाजालाही प्रगतीच्या मार्गावर न्याल.' बाबासाहेबांच्या या विचाराने आजचा महिलावर्ग घडला, घडतो आहे.

स्त्रीच्या समानतेवर गदा आणून त्यांना सतत मातृत्व बहाल करणाऱ्या पुरुषांना थोडीतरी समज यावी, या देशाच्या प्रगतीसाठी खीळ होणारी लोकसंख्या वाढू नये, स्त्रीचे दौर्बल्य नाहीसे होऊन तिलाही समाजात मिरवता यावे, ती आनंदी व निरोगी राहावी, यासाठी देशाला 'कुटुंब नियोजना'ची अत्यंत गरज आहे, हे या

भारतात आवर्जून सांगणारे ते पाहिले एकमेव राजकीय पुरुष होते. त्यांनी 'कुटुंब नियोजना' संदर्भात गांभीर्याने लक्ष घातले. त्यांचे विचार पटले नाहीत म्हणून विरोधकांनी 'बच्चे तो भगवान की देन है ।' 'आत्मसंयमाने कुटुंब नियोजन साध्य होईल' अशी संभावना केली व प्रस्तुतसंबंधीचा बाबासाहेबांनी मांडलेला हा गैरसरकारी ठराव फेटाळून लावला. पन्नास-साठ वर्षांपूर्वी ज्या विचारांचा त्यांनी पाठपुरावा केला होता, तो विचार आज टी. व्ही. पासून तो व्ही. टी. पर्यंत भिंतीभिंतींवर झळकतो आहे.

देशातली गरिबी दूर करण्यासाठी बाबासाहेबांना भारताचे औद्योगिकीकरण हवे होते. इतकेच नव्हे तर मौलिक राष्ट्रीय उद्योगाचे राष्ट्रीयीकरण झाले पाहिजे, असा ते आग्रह धरीत होते. शेतीला प्रमुख उद्योग मानून संविधानाच्या द्वारे राज्य समाजवाद आणू इच्छित होते. देशाचा प्रसार आणि प्रगती योजनाबद्ध रीतीने करता यावी, यासाठी त्यांनी नेहरू मंत्रिमंडळात योजना विभागाची मागणी केली होती, की ज्यात आपल्या अर्थशास्त्राच्या ज्ञानाद्वारे देशातील गरिबी दूर करता येईल व गरिबांच्या भल्यासाठी योजना राबविता येतील. गरिबीची झळ पुरुषांपेक्षा स्त्रीला जास्त सोसावी लागते याची सतत जाणीव त्यांना होती.

आजची महिला ही आंबेडकरप्रणीत विचारांचा वारसा घेऊन वाटचाल करते आहे. तिने आज सर्व क्षेत्रे आपल्या हुशारीने आणि बुद्धीने व चिकाटीने काबीज केली आहेत. राजकारण, समाजकारण, साहित्यकारण आदींत तिची आगेकूच सुरू आहे. काही वर्षांपूर्वी इंदिरा गांधी या देशाच्या पंतप्रधान राहिल्या. 'एका विधवेने देशाचा कारभार करावा का?' असा कुत्सित प्रश्न करणाऱ्यांच्या तोंडात बाईने चपराक मारली व स्त्री कुठेही कमी नाही हे दाखवून दिले. हा सर्व बाबासाहेबांच्या संविधानाचा व बिलाचा परिणाम होय. इथल्या मातृपूजक संस्कृतीच्या वारसदारांनी इंदिराजींना मंदिरप्रवेश नाकारला. त्यांचा वध करून स्त्रीविषयीची त्यांची दुर्बलता सिद्ध केली; पण इंदिराजींच्या पावलावर पाऊल टाकून कोणीही स्त्री चालू शकत नाही, असे समाज म्हणेल काय? बाबासाहेबांच्या वैचारिक वारसाचे जतन आजही या देशातील स्त्रीवर्ग ज्ञात-अज्ञात रूपाने करतो आहे. फरक एवढाच की, या महापुरुषाचे नाव घेण्यास काहींची त्यांची संस्कृतीप्रिय जीभ धजावत नाही.

❑❑❑

स्वधर्म, स्वजात, श्रेष्ठत्व ही गुहामानवांची लक्षणे बाळगणाऱ्या संस्कृतीने येथील फार मोठा वर्ग गुलामीच्या खाईत लोटून दिला होता. सापांना दूध आणि मुंग्यांना साखर घालणाऱ्या या संस्कृतीने येथील अस्पृश्य मानल्या गेलेल्या माणसासारख्या माणसाला पशूहूनही बत्तर अशी वागणूक दिली. या देशातील पायाभूत माणूस येथील दगड, देव आणि देवळांच्या संस्कृतीच्या पायात पार गाडून गेला होता. अशा प्रकारच्या माणूसपण हरवलेल्या माणसांना माणुसकी मिळवून देण्यासाठी डॉ. बाबासाहेब आंबेडकरांनी अहोरात्र कष्ट सोसले. अस्पृश्य सारा एक. त्यांचे दुःख, त्यांची वेदना, त्यांच्या जाणिवा एक आहेत हे त्यांनी जाणले होते आणि त्यानुसार त्यांनी तमाम अस्पृश्यांना एकत्रित करून प्रचंड लढा उभारण्याचा प्रयत्न केला; परंतु याचे भान नसलेली काही माणसे मात्र डॉ. बाबासाहेबांच्या कार्याला व त्यांना एका चौकटीत बंद करू पाहतात. त्यांच्यासंबंधी असा गैरसमज करून दिला जातो,

१२.
बाबासाहेब आंबेडकर आणि महारेतर दलित समाज

सुरेश वाघमारे

यासंबंधी दलित साहित्यिक शंकरराव खरात म्हणतात,

'डॉ. बाबासाहेब आंबेडकर एका विशिष्ट जातीचे पुढारी आहेत अशी टीकेसाठी टीका, म्हणूनच कुत्सित व द्वेषबुद्धीचे टीकाकार करतात. डॉ. बाबासाहेब आंबेडकर महार जातीत जन्माला आले हा काही त्यांचा दोष नव्हता. डॉ. बाबासाहेब आंबेडकरांच्या अनुयायांत मातंग, चांभार, महार, मेहत्तर इ. सर्व जातींचा भरणा होता आणि सर्व जातींवर त्यांचे फारच मोठे प्रेम होते. ते अस्पृश्य म्हणून समभावनेने पाहत होते.'१ एवढेच नव्हे तर देश फाळणीनंतर पाकिस्तानातील अस्पृश्य जातींनी आपली येथून सुटका व्हावी, यासाठी डॉ. आंबेडकरांना एक निवेदन पाठवून दिले, तेव्हा डॉ. बाबासाहेब आंबेडकरांनी १८.१२.१९४७ रोजी भारताचे पंतप्रधान नेहरू, यांना असे निवेदन लिहिले होते- 'प्रिय पंडित जवाहरलाल नेहरू, पाकिस्तानातून भारतात आलेल्या अस्पृश्य निर्वासितांकडून अनेक तक्रारी माझ्याकडे येत आहेत.

आणि त्याचबरोबर पाकिस्तानातून भारतात येण्यास प्रतिबंध करून डांबून ठेवलेल्या अस्पृश्यांकडूनही माझ्याकडे तक्रारी येत आहेत. त्यामुळे या प्रश्नांकडे आपले लक्ष वेधले पाहिजे. आज भारतात आलेल्या अस्पृश्य निर्वासितांचे व पाकिस्तानात अडकून पडलेल्या अस्पृश्यांचे काय हाल होत आहेत, यासाठी काय केले पाहिजे हे माझ्या निवेदनात पाठवीत आहे.'[२] आणि यामध्ये त्यांना महत्त्वपूर्ण उपाय सुचविले होते. त्यावर पंडित नेहरू यांनी त्यांना पुढीलप्रमाणे पत्र लिहिले होते- 'प्रिय डॉ. आंबेडकर, आपले १८ डिसेंबरचे पत्र मिळाले. या प्रश्नांकडे मी व्यक्तिशः आंनदाने लक्ष पुरवीन व त्याचबरोबर यासंबंधीच्या खात्याच्या मंत्र्यांनाही या प्रश्नात काळजीपूर्वक लक्ष घालण्यास सांगेन.'[३] यावरून डॉ. बाबासाहेब आंबेडकरांच्या कार्याच्या व्यापकतेची कल्पना येते.

वास्तविक पाहता डॉ. बाबासाहेब आंबेडकरांच्या नेतृत्वाचा उगम होण्याअगोदर महार, चांभार, मांग इ. जातींमध्ये कमी-अधिक चळवळी सुरू होऊन त्या त्या जातींत जागृती निर्माण करण्याचा प्रयत्न सुरू होता. याच दरम्यान डॉ. बाबासाहेब आंबेडकर आपला अभ्यास पुरा करण्यासाठी म्हणजे ५ जुलै १९२० रोजी लंडनला गेले होते व ते परत आल्यानंतर त्यांनी आपल्या कार्याची सुरुवात सर्वसाधारणपणे १९२३ मध्ये केली. यातूनच २० जुलै १९२४ रोजी 'बहिष्कृत हितकारिणी सभा' स्थापन करून त्यांनी आपल्या कार्याची सुरुवात केली.'[४] त्याचप्रमाणे 'असा अस्पृश्य समाजाला त्यांचे दुःख जाणणारा नेता मिळाला आणि आता या समाजाचे भवितव्य उज्वल आहे.' अशा प्रकारचे भाकीतही या दरम्यानच राजर्षी शाहू महाराज यांनी केले आणि त्यानुसार त्यांच्या कार्याला प्रारंभ झाल्याचे लक्षात येते.

आंबेडकरांच्या नेतृत्वापूर्वी विविध जातींत जागृती निर्माण होऊ पाहत असली तरी सर्व जातींना सामावून घेणाऱ्या नेतृत्वाचा मात्र अभाव होता. प्रत्येक जातीतील नेते आपल्या जातीसाठी काहीतरी करू पाहत होते. तेव्हा डॉ. बाबासाहेबांना या जाती नेतृत्वाच्या झेंड्याखाली ओढण्याचा प्रयत्न झाला; परंतु त्यांच्या व्यक्तिमत्त्वास हे पटणारे नव्हते. कारण १९२० पासून या सर्व चळवळींचा अभ्यास, सूक्ष्म निरीक्षण करूनच ते चळवळीत उतरले होते. तरी पण त्यांना आपल्या जातीय गटात ओढण्याचा प्रयत्न महार जातीतून झाला. त्यांपैकी काही घटनांचा उल्लेख करता येईल. १) २२, २३ ऑक्टोबर, १९२३ रोजी फलटण संस्थानात महार परिषदेचे अधिवेशन भरले व या परिषदेला डॉ. बाबासाहेब आंबेडकर हजर राहणार अशी जाहिरात केली होती, परंतु ते या वेळी हजर राहिले नाहीत. २) या संदर्भात पुण्याचे शि. जा. कांबळे यांनी अ. भा. अस्पृश्य परिषदेचे अधिवेशन डॉ. आंबेडकरांच्या अध्यक्षतेखाली होणार व त्यावेळी त्यांना मानपत्र व थैली देण्याचे जाहीर केले होते.

यावेळीही डॉ. बाबासाहेब आंबेडकर हजर राहिले नाहीत. तेव्हा त्यांनी ते पैसे परत केल्याचा उल्लेख आढळतो. ३) यानंतर अस्पृश्य निवारण परिषदेचे चौथे अधिवेशन २९, ३० डिसेंबर, १९३० रोजी भरविण्यात आले. यावेळीही आंबेडकर हजर राहणार असे सांगण्यात आले; पण ते प्रत्यक्ष येथेही हजर झाले नाहीत.५

या सर्व घटना हे सुचवितात की, सुरुवातीपासूनच त्यांनी जातीय संघटनास फाटा दिला व सर्वसमावेशक चळवळ उभी केली. त्यावेळी बरेचजण त्यांच्या चळवळीत त्यांच्या प्रभावाने सहभागी झाले, तर काहींच्या नेतृत्वाला यामुळे धोका निर्माण झाल्याने ते आंबेडकरांच्या चळवळीत सहभागी झाले नाहीत. या उलट त्यांनी डॉ. आंबेडकरांच्या विरुद्ध उघडच विरोध दर्शविला. त्यामध्ये महार समाजाचे नानासाहेब गवई, बनसोडे हे होते, तर पुढे मातंग समाजातील के. के. सकट हे होते; परंतु या विरोधाला न जुमानता त्यांनी सर्व जातींना एकत्रित करून प्रचंड लढा दिला आणि सर्व महारेतर जातींनाही सामावून घेण्याचा प्रयत्न केला. एकंदर आंबेडकर चळवळीचा मागोवा घेतल्यानंतर हे लक्षात येते. म्हणूनच मातंग, चांभार व आदिवासी यांचा या चळवळीतून सहभाग, याविषयी सविस्तर चर्चा करण्याचे योजिले आहे; परंतु हा त्यांच्या चळवळीचा सर्वांग अभ्यास मानता येणार नाही. ही मर्यादा लक्षात घेऊनच त्यावर प्रामाणिकपणे प्रकाश टाकण्याचा प्रयत्न येथे केला आहे.

डॉ. बाबासाहेब आंबेडकर आणि चांभार समाज

स्वातंत्र्यपूर्व काळात महार समाजाप्रमाणेच चांभार समाजातही सामाजिक चळवळीचे कार्य काही कार्यकर्ते करीत होते. चांभार समाजात रोहिदास-ज्ञानदेव समाज नावाची संघटना कार्य करीत होती. या संघटनेच्या वतीने चांभार समाजाच्या अनेक सभा बोलावण्यात आल्या होत्या व त्याद्वारे चांभार समाजात जागृती निर्माण करण्याचा प्रयत्न केला गेला. २९ एप्रिल, १९२३ रोजी रोहिदास समाजामार्फत आग्रीपाडा येथे एक प्रचंड सभा आयोजित केली होती. यामध्ये प्रामुख्याने चांभार समाजातील वाईट प्रथांचा त्याग करावा व समाजात शिक्षणाचा प्रसार व्हावा, यासंबंधीचा विचार मांडण्यात आला.६ यानंतर म्हणजे १३ मे, १९२३ रोजी रोहिदास समाजाद्वारे कल्याण येथे एक सभा भरविण्यात आली होती. या सभेच्या अध्यक्षस्थानी व. मु. काळमोरे हे होते. यावेळी प्रामुख्याने चांभार समाजातील विद्यार्थ्यांना मोफत शिक्षण मिळावे, त्यांच्यासाठी वसतिगृहाची सोय करण्यात यावी, यासंबंधी चर्चा करण्यात आली.७

या समाजाद्वारेच ७ जुलै, १९२३ रोजी हरीश बुऱ्हाडकर यांच्या अध्यक्षतेखाली नालासोपारा येथे या समाजाची सभा बोलावण्यात आली होती. यावेळी राघोबा

वनमाळी यांनी अतिशय प्रभावी विचार मांडले होते व चांभार समाजाने कॉंग्रेसपासून सावध राहावे, असा इशाराही दिला होता. यानंतर सी. के. बोले यांच्या अध्यक्षतेखाली प्रचंड सभा बोलावण्यात आली होती. यावेळी चांदोरकर, शिरोडकर, वनमाळी यांची भाषणे झाली व या सभेतच सोलापूर येथे गणपती मिरवणुकीत चांभार समाजाचा गणपती मिरवण्यात अडथळा निर्माण केल्याबद्दल निषेध नोंदवण्यात आला होता.[८] यावरून हे स्पष्ट होते की, स्वातंत्र्यपूर्व काळात चांभार समाजातही सामाजिक चळवळीचा उगम झालेला होता. यामध्ये प्रामुख्याने सी. के. बोले, व. मु. काळमोरे, सीताराम नामदेव शिवतकर, राघोबा वनमाळी, शिरोडकर, चांदोरकर, हरीश बुऱ्हाडकर, ना. क. कागराळकर इ. कार्यकर्ते कार्य करीत होते. यापैकी बहुतांशी कार्यकर्ते डॉ. बाबासाहेब आंबेडकरांच्या नेतृत्वाने भारावून गेले व ते त्यांच्या चळवळीत सहभागी झाले. त्यांमध्ये प्रामुख्याने सी. ना. शिवतकर, राघोबा वनमाळी, नाशिकचे पां. ना. राजभोज, ना. क. काजरोळकर इत्यादींचा उल्लेख करता येईल.

हे काही नेते आंबेडकर चळवळीत सहभागी झाले असले तरी संपूर्ण चांभार समाज मात्र त्यांच्या मागे उभा राहिला नाही, याची खंत डॉ. आंबेडकरांना होती. म्हणूनच त्यांनी अनेक वेळा आपल्या चळवळींत सामील होण्याचे आवाहन सर्व अस्पृश्य जातींना केले होते, तेच चांभार समाजालाही केले होते. '२७ डिसेंबर १९२७ रोजी, महाड येथील चांभारवाड्यात बोलाविलेल्या सभेत बोलतानाही त्यांनी ती खंत व्यक्त केली होती. त्याचप्रमाणे यातून त्यांनी आपला चांभार समाजाविषयीचा दृष्टिकोनही व्यक्त केला होता. यावेळी ते असे म्हणाले होते की, २-४ चांभार कार्यकर्ते सोडून बाकीचे कोणीच लोक सत्याग्रहाच्या कार्यात भाग घेत नाहीत, ही मोठी आश्चर्याची बाब आहे. पण मला त्याचे कारण समजत नाही. महार लोकांत मिसळल्याने तुमची जात बाटेल, अशी भीती बाळगण्याचे कारण समजत नाही. खरे पाहता सत्याग्रहींचा कंपू हा वीरांचा कंपू आहे. वीरांच्या कंपूत जातीपातीला थारा नसतो ही गोष्ट ब्राह्मणी राज्यातही मान्य होती. तसे जर नसते तर सिद्धनाथ महराचा तंबू मराठे सरदारांच्या छावणीत राहू दिला नसता. वास्तविक पाहता, तुम्ही सधन व्यापारी; तुम्हीच आम्हाला अधिक मदत केली पाहिजे. 'जोडे न देण्याचा सत्याग्रह' आपणास करता येईल, असे सामर्थ्य या समाजात असूनही त्याचा उपयोग तुम्ही करीत नाही. त्याला तुमची बेफिकिरी म्हणावी की आळस हेच मला कळत नाही. तुम्हास सुख पाहिजे की माणुसकी ते तुम्ही प्रथम ठरवा. मला वाटते माणुसकीशिवाय तुमचे वैभव व्यर्थ आहे. तुमच्यासारख्या लोकांनी अस्पृश्य बांधवांना माणुसकी परत आणून देण्याच्या कामात आतुरतेने भाग घेतला पाहिजे. हे पुण्य

थोडे पदरात घ्या. ह्यात तुम्ही भाग घेतला तर तुमचे नाव इतिहासात अजरामर राहील. नाहीतर तुमची पिढी तुम्हाला तुम्ही नामर्द होता. म्हणून दोष देईल.'१ यावरून डॉ. बाबासाहेब अस्पृश्यांत भावनेला आवाहन करून स्वाभिमान कसा जागृत करीत असत हेही लक्षात येते. त्याचबरोबर संपूर्ण अस्पृश्य समाजाने एकसंध झाले पाहिजे, ही त्यांची आंतरिक कळकळही लक्षात येते.

डॉ. बाबासाहेबांनी नुसते विचार मांडले नाहीत, तर त्यानुसार आचारही केला आहे. जे चांभार समाजातील कार्यकर्ते त्यांच्यासोबत कार्य करीत होते, त्यांच्यावरही त्यांची सारखीच निष्ठा होती व त्यांना या चळवळीत सामावून घेण्याचा प्रयत्न केला आहे. उदा. पां. ना. राजभोज हे बाबासाहेबांचे निकटचे सहकारी तर होतेच; पण १९, २० जुलै, १९४२ रोजी नागपूर येथे आयोजित केलेल्या अधिवेशन कमिटीचे ते सेक्रेटरी म्हणून निवडले होते. यानंतर चांभार समाजातील दुसरे कार्यकर्ते सीताराम नामदेव शिवतरकर हेदेखील आंबेडकरांचे निकटवर्ती सहकारी होते. त्याचबरोबर बहिष्कृत हितकारणी सभेचे ते जनरल सेक्रेटरी होते. काळाराम मंदिर सत्याग्रहाच्या वेळी ते सक्रिय सहभागी झाले होते. चांभार समाजातील दुसरे कार्यकर्ते ना. क. काजरोळकर हेही बहिष्कृत हितकारणी सभेचे विश्वस्त सदस्य होते. अशा प्रकारे अनेक चांभार कार्यकर्तेही त्यांच्या चळवळीत सामावून गेले होते. डॉ. आंबेडकरांच्या नेतृत्वाचा आणखी एक महत्त्वाचा गुण म्हणजे जे कार्यकर्ते त्यांच्यासमवेत असत, त्यांच्यावर विश्वास टाकत, त्यांच्याविषयी वेगळी निष्ठा बाळगत, त्याचप्रमाणे मागे कोणता समाज असो वा नसो; अस्पृश्य म्हणून कोणी असेल व त्याच्यावर अन्याय झाला असेल, तर ते त्याच्या अन्यायाला वाचा फोडण्याचे काम करीत असत. हे पुढील उदाहरणांवरून स्पष्ट होते.

चांदोरकर व राघोबा वनमाळी हे डॉ. बाबासाहेब आंबेडकरांच्या चळवळीविषयी आस्था बाळगणारे कार्यकर्ते होते. गोलमेज परिषदेच्या वेळी त्यांनी आंबेडकरांना पाठिंबा दर्शविला होता. त्यांची ही निष्ठा आंबेडकरही विसरायला तयार नव्हते हे पुढील उदाहरणावरून स्पष्ट होते. गोलमेज परिषदेच्या वेळी महात्मा गांधींचे म्हणणे असे होते की, मीच अस्पृश्य आणि स्पृश्य यांचा प्रतिनिधी! आंबेडकरांच्या मागे अस्पृश्य समाज मुळीच नाही. यातच काँग्रेस व हिंदू महासभेच्या कार्यकर्त्यांकडून अस्पृश्यांत फूट पाडण्याचे प्रयत्न चालू होते. त्यात पुन्हा चांभार समाजाच्या काही पोटजाती माझ्याविरुद्ध होत्या. त्यामुळे खोट्या सभा, तारा वगैरेंचा नुसता वर्षाव चालू होता. त्याचवेळी इतर चांभार जातींकडून होत असलेला विरोध हा चुकीचा आहे, हे श्री. वनमाळी व चांदोरकर यांच्या लक्षात आले. मला विरोध करण्यात चांभार समाजाचे हित नाही हे पूर्णपणे ओळखून माझ्या मागण्यांस पाठिंबा देण्यासंबंधीच्या

तारा त्यांनी केल्या. त्यात चांभार समाजातर्फे वनमाळी व चांदोरकर यांच्याही तारा होत्या, हे मी कधीच विसरणार नाही.'[१०] यामधून कार्यकर्त्यांकडे बघण्याचा त्यांचा दृष्टिकोन लक्षात येतो. त्याचबरोबर चांभार समाज त्यांच्या पाठीशी नव्हता, ही खंतही होती. परंतु चांभार समाजावर अन्याय झाल्यास त्याला वाचा फोडण्याचे काम त्यांनी केले, ते महत्त्वाचे आहे, हे पुढील उदाहरणावरून सांगता येईल.

मध्य प्रांतातील एका गावात चांभार व्यक्तींनी जानवे घातले म्हणून तेथील ब्राह्मण व्यक्तींनी कट करून त्यांचा निर्घृण खून केला. तेव्हा त्यांनीच सर्वप्रथम या अन्यायाला वाचा फोडली. यासंबंधी 'बहिष्कृत भारता' त पुढील मजकूर निषेधाच्या स्वरूपात मांडला होता,'अशा प्रकारच्या मनोभावनांचे चोचले किती पुरवायचे? यांचा धर्माभिमान अस्पृश्यांपुरताच आहे. हे लोक युरोपियन लोकांचे बूट चाटतील, मुसलमानांचे नाव ऐकल्याबरोबर पाय लावून पळतील; परंतु महार, चांभार आणि मांग जातींवर हक्क गाजवणे बापजाद्याचा हक्क समजतात. या लोकांना 'स्वराज्य' शब्द उच्चारावयासही खरे तर शरम वाटली पाहिजे. गुलामाची जात आणि पुन्हा वर नाक अशी रीत आहे.'[११] अशा शब्दांत त्यांनी निषेध नोंदवला होता.

अशा प्रकारची प्रांजळ भूमिका त्यांनी घेतली असली तरी संपूर्ण चांभार समाज त्यांच्या मागे उभा राहिला नाही. त्याचप्रमाणे राजकीय व सामाजिक लढ्यात सहभागी होणारे काही कार्यकर्तेही धर्मांतराच्या भूमिकेपासून दूर झाले; पण आंबेडकरांनी त्यांची पर्वा केली नाही. या उलट काही कार्यकर्त्यांनाच पश्चात्ताप होऊन पुन्हा ते आंबेडकर चळवळीत सहभागी झाले, यांपैकीच राजभोज एक होत. धर्मांतराच्या प्रश्नावर त्यांनी आंबेडकरांची साथ सोडली होती. वास्तविक पाहता हिंदू महासभा व सनातनी लोकांच्या कृतीला हे कार्यकर्ते बळी पडल्याचे दिसून येते. राजभोज यांच्या बाबतीतही हे झाले. ज्यावेळी राजभोज यांनी धर्मांतरासंबंधी बाबासाहेबांसमवेत विचार मांडले, त्यावेळी अनेक हिंदू महासभेच्या कार्यकर्त्यांनी यापासून त्यांना परावृत्त करण्याचा प्रयत्न केला. यासंबंधी वि. दा. सावरकर यांनी तर त्यांच्या भावनेला आवाहन करण्याचे लांबलचक पत्र दिले होते. त्यातील काही मजूकर पुढीलप्रमाणे होता, 'राजभोज राहून राहून तुझ्यासारख्या तरुण, सदाकांक्षी, परोपकारी, 'जीव जावो अथवा राहो' अशा निर्धाराने एका जातीचे दुःख आपले समजून झुंजणाऱ्या आत्म्यास धर्मवीर म्हणावेसे वाटते. पण असे न झाले तर हिंदू धर्माचा त्याग करू, अशा भाषेने आपली जिव्हा थोडी कलंकित झाली नसती तर ना राजभोज, आपणास मीही तुम्हाला धर्मवीरच म्हटले असते. पण तरीही तो दोष तुमचा नव्हता. तुमच्या जिव्हेचा होता. हृदयाचा नव्हता... आपण रक्ताचे, बीजाचे, नाहीतर हृदयाचे हिंदूच आहात.'[१२] त्यामुळे राजभोज धर्मांतर विचारापासून दूर गेले,

पण नंतर आंबेडकर चळवळीत सहभागी झाले, एवढेच नव्हे तर या चळवळीपासून दूर गेल्याचा पश्चात्तापही त्यांना झाला होता, हे त्यांच्या ३१.१२.१९४० च्या भाषणातून स्पष्ट होते. या भाषणात ते म्हणाले,

'मी आजपर्यंत समाज सोडून हिंदू सभा इ. संस्थांत कार्य करीत होतो. मी डॉ. बाबासाहेबांचा विरोधक बनलो होतो व आपल्या समाजाचा खून करण्याचे पातक माझ्या हातून घडले. काँग्रेस किंवा हिंदू महासभा ह्या ढोंगी आमिषांनी कशा फसवतात ते मला प्रत्यक्ष अनुभवांनी कळलेच आहे. आता मी आपल्यात आलो. आपण मला निभावून न्या. हिंदू महासभेचे व काँग्रेसचे बगलबच्चे अस्पृश्य समाजाची धूळधाण करतात. यापुढे जर मी बेईमान झालो तर माझे रक्त सांडणे तुमचे कर्तव्य आहे. आज आमचे पुण्य की आम्हांस अत्यंत विद्वान, मुत्सद्दी, थोर पुरुष लाभले. ते पुण्यपुरुष डॉ. बाबासाहेब आंबेडकर यांनी आम्हास सत्याची, स्वाभिमानाची शिकवण दिली. आपण कुणीही, कोणत्या पक्षात न जाता आपल्या सर्व समाजात दुफळी माजवण्यास निघालेल्या लोकांना मुळीच महत्त्व देऊ नका. अस्पृश्य लोकांनी कोणास सहकार्य करावे, हे डॉ. बाबासाहेब आंबेडकर ठरवतील.'[१३]

अशा प्रकारे अनेक कार्यकर्त्यांना पश्चात्ताप होऊन ते परत चळवळीत सहभागी झाले. असे असले तरी संपूर्ण चांभार समाज मात्र डॉ. आंबेडकरांच्या चळवळीत सहभागी होऊ शकला नाही. विशेषत: डॉ. आंबेडकरांच्या धर्मांतर घोषणेनंतर राजकीय व सामाजिक चळवळीत सहभागी होणारे कार्यकर्तेही दुरावले; परंतु केवळ याच कारणामुळे ते दूर गेले नाहीत तर बरेचसे चांभार समाजातील कार्यकर्ते काँग्रेसच्या प्रलोभनाला बळी पडून काँग्रेसवासी झाले.

चांभार समाजाला दलित चळवळीविषयी काय वाटते?

डॉ. आंबेडकरांच्या चळवळीनंतर चांभार समाजही दलित चळवळीपासून दुरावला. त्याला दलित चळवळही कारणीभूत ठरली असेल; परंतु तीच एकमेव कारणीभूत आहे असे म्हणता येणार नाही. परंतु डॉ. बाबासाहेब आंबेडकरांच्या नंतर चांभार समाजाचा दलित चळवळीविषयीचा दृष्टिकोन हा काहीसा संभ्रमात्मक स्वरूपाचा आढळून येतो. त्याची कारणे पुढीलप्रमाणे सांगता येतील:

चांभार समाजाची दलित चळवळीत न मिसळण्याची मानसिकता थोडीशी वेगळी असलेली दिसून येते; कारण आपणास दलित चळवळीत सहभागी करून घेतले नाही, अशी तक्रार मातंग समाज व त्यांच्या नेत्यांची आहे; परंतु अशी तक्रार चांभार समाजाला करण्याची आवश्यकता वाटली नाही. यासाठीदेखील खालील कारणे सांगता येतील:

१) चांभार समाज हा इतर अस्पृश्यांच्या तुलनेत स्वतःला श्रेष्ठ मानतो; कारण गावगाड्यात त्याला इतर अस्पृश्यांच्या तुलनेत जवळचे स्थान असल्याने त्याची ही मानसिकता तयार झाली असावी.

२) या समाजाची आर्थिक स्थिती ही इतर अस्पृश्य जातींच्या तुलनेत चांगली आहे. याशिवाय हिंदू संस्कृतीविरुद्ध, वर्णव्यवस्थेविरुद्ध बोलण्याचे तो धाडस करू इच्छित नाही किंवा या विचलित परिस्थितीत विनातक्रार राहण्याची त्याची मानसिकता आहे, असे म्हटल्यास वावगे ठरणार नाही.

३) औरंगाबाद येथील मिलिंद महाविद्यालयातून किंवा मुंबईतील काही महाविद्यालयांतून काही कार्यकर्ते बाहेर पडले असतील. उदा. राम दुतोंडे वगैरे काही कार्यकर्ते बाहेर आले; परंतु त्यांचा प्रभाव संपूर्ण समाजावर पडलेला आहे, असे म्हणणे धाडसाचे ठरेल.

४) अलीकडच्या तरुणालाही या गुलामगिरीविरुद्ध बंड करून उठण्याची आवश्यकता वाटत नाही. या उलट मागासवर्गीय विद्यार्थी कुणास कळू न देता शिष्यवृत्ती उचलत असल्याची उदाहरणे महाविद्यालयांतून सातत्याने जाणवतात.

५) हिंदू समाजाच्या गुलामीचे नाळ न तुटण्याचे कारण म्हणजे आजही चांभार समाज आपल्या पारंपरिक व्यवसायापासून अलग झालेला नाही. यासंबंधी डॉ. सुनंदा पटवर्धन यांनी केलेल्या पाहणीत त्यांना असे आढळून आले आहे की, आजही चांभार समाजातील ६९ टक्के लोक पारंपरिक व्यवसायात गुंतलेले आहेत. याउलट महार समाजातील हे प्रमाण ० टक्के आहे. [१४] यावरून हे स्पष्ट होते की, पारंपरिक व्यवसायामुळे त्याला गावावर अवलंबून राहावे लागते. कदाचित त्यामुळेही तो त्यांच्या विरोधात जाण्याची भूमिका घेत नाही. त्यामुळे त्याला दलित चळवळीत सहभागी होण्याची आवश्यकता वाटत नसावी.

६) यासंबंधीचे आणखी एक कारण सांगता येईल की, एकंदर अस्पृश्यांमध्ये चांभार समाज हा अधिक मवाळकीचे धोरण स्वीकारणारा म्हणून भारतीय राजकारणातही राखीव जागांमध्ये काँग्रेस व इतर राजकीय पक्ष त्यांना प्राधान्य देतात; त्यामुळे एक वेगळे नेतृत्व उभे राहते. त्यामुळेही त्यांना दलित चळवळीची ओढ लागत नसावी. या दृष्टिकोनातून बाबू जगजीवनराम यांच्या राजकीय नेतृत्वाचा उगम झाला, असे म्हटले तरी वावगे ठरणार नाही.

७) चांभार समाजाने हिंदू देवदेवतांवर हल्ला करण्याचे कटाक्षाने टाळलेले आहे. वास्तविक पाहता धर्मांतराच्या चळवळीच्या वेळी हा चांभार समाज व इतर अस्पृश्य आंबेडकरांच्या चळवळीत उतरायला हवे होते; परंतु दुर्दैवाने तसे घडले नाही. परंतु यानंतर जगजीवनराम बाबूंनी आपले राजकीय अस्तित्व भक्कम करावे,

या दृष्टिकोनातून आपण धर्मांतर करणार व मुस्लिम धर्म स्वीकारणार, अशी धमकीही काँग्रेसला दिली होती. तशा प्रकारची पोस्टर्सही काढली होती. त्याचा मजकूर उर्दू आणि इंग्रजीत असा होता. 'बाबू जगजीवनराम मुसलमान बनेंगे । २१ अगस्त को जामा मस्जिद में समारोह होगा । अहमद बुखारी उनको कलमा देंगे ।' या पोस्टर्सवर बाबूजींचा एक फोटोही छापलेला होता.^{१५} परंतु वास्तवात असे घडले नाही. यातून हे स्पष्ट झाले की, ही त्यांची राजकीय नीती होती. वास्तविक पाहता त्यांनी संपूर्णानंदांच्या पुतळ्याचे अनावरण केले, तेव्हा तो पुतळा गोमूत्राने शुद्ध केला. त्यावेळीच त्यांनी हा निर्णय घेतला असता, तर त्याला वेगळे स्वरूप प्राप्त झाले असते; परंतु ती त्यांची राजकीय खेळी होती.

८) आजच्या चांभार तरुणांत म्हणावे तेवढ्या प्रमाणामध्ये बाबासाहेबांच्या विचारांचे आकर्षण दिसून येत नाही. याउलट त्यांनी आपल्यासाठी काय केले? या संकुचित दृष्टिकोनातूनही काही मंडळी त्यांच्याकडे पाहतात. या दृष्टिकोनातून मुंबई 'नवशक्ती' मध्ये एका चांभार तरुण कार्यकर्त्याने आपल्या लिखाणात असे लिहिले होते की, डॉ. आंबेडकरांनी आयुष्यभर हिंदू धर्माशी लढा दिला, तो फक्त महार जातीसाठीच होता. आज मागासलेल्या व हिंदू धर्माने अस्पृश्य ठरवलेल्या जातींना ज्या सवलती मिळतात, त्या बाबासाहेबांनी मिळवल्या नसून त्या इतर जातीच्या लोकांनी स्वत: लढा देऊन मिळविल्या आहेत. बाबासाहेबांनी फक्त महाराला माणूस बनवले, इतरांना नाही, वगैरे.^{१६} यावरून त्यांची मानसिकता तर व्यक्त होतेच, पण त्याहीपेक्षा महत्त्वाची बाब म्हणजे त्यांचे अज्ञान व्यक्त होते.

या लेखासंबंधी राजा ढाले यांनी एका ठिकाणी थोड्याशा शब्दांत त्या तरुणाचे अज्ञान दाखविण्याचा प्रयत्न केला आहे. या लेखावर आपली प्रतिक्रिया नोंदवताना ते म्हणतात, 'आपण बाबासाहेबांना मानत नाही, असे कोणी म्हणत असेल तर तो त्याच्या मनाचा छोटेपणा आहे आणि त्यामुळे बाबासाहेबांच्या ऐतिहासिक कार्याला नि त्याच्या महत्तेला बाधा येत नाही. बाबासाहेब मोठेच असणार आहेत आणि असे लोक खोट्या मनानेच राहणार आहेत. बापाला बाप न मानणे यात आपले अज्ञान आहे, बापाकडे त्याचा दोष जात नाही आणि बाप नाकारता येत नसतो. आज ना उद्या त्यांची चूक त्यांच्या लक्षात येईल.'^{१७}

राजा ढाले यांची प्रतिक्रिया बोचरी असली तरी त्यातील सत्यता नाकारता येत नाही. कारण सर्व समाजाला एकत्रित बांधून संघटना भक्कम बनवण्याचे स्वप्न त्यांनी अनेक वेळा व्यक्त केले आहे. तेव्हा त्यांचा विचारही समजून घेणे आवश्यक आहे. याचा अर्थ पूर्णपणे असाही लावता येणार नाही की, संपूर्ण चांभार समाज दलित चळवळीचा विरोधक आहे; कारण आज असाही एक तरुणवर्ग आहे; तो

आपल्या समाजात डॉ. बाबासाहेबांच्या प्रेरणेतून बदल घडवून आणू पाहतो आहे. यामध्ये प्रामुख्याने या समाजातील अनेक दलित साहित्यिकांचा उल्लेख करता येऊ शकेल; परंतु संपूर्ण चांभार समाजात जे नवचैतन्य निर्माण व्हायला हवे, ते निर्माण होण्याची चिन्हे अस्पष्ट दिसतात. कदाचित अस्पृश्य समाजात बदल घडून आला पाहिजे, आपलीही मुक्ती या दास्यातून झाली पाहिजे, ही आंतरिक इच्छा ते बाहेर पाडू इच्छित नसतील. त्यामागे कदाचित श्रेष्ठ-कनिष्ठत्वाची मानसिकता असेल किंवा बंड करण्याची भीती असेल. कदाचित हिंदू समाज आपणास सामावून घेईल ही खोटी अपेक्षाही असू शकेल; पण ते काही असले तरी जोपर्यंत त्यांच्यातील सुप्त आवाज त्यांना बुलंद करता येणार नाही, जातिव्यवस्थेने घालून दिलेले गुलामीचे आणि लाचारीचे साखळदंड तोडण्याची व त्याविरुद्ध बंड करण्याची भाषा त्यांच्या जिव्हेवर येणार नाही, अन्यायाची चीड त्यांच्यात निर्माण होऊन त्यांची कानशिले तापणार नाहीत, तोपर्यंत त्यांना या दास्यातून मुक्त होता येणार नाही.

त्याचप्रमाणे या दास्यातून आपणास कोणीतरी दुसऱ्या वर्गातील व्यक्ती येऊन मुक्तता करील या कल्पनेतून बाहेर आले पाहिजे. कारण ही काळाची गरज आहे आणि सुदैवाने असे घडलेच, तर दलित चळवळीत सक्रिय सामील होण्यासंबंधी त्यांना कोणी सांगण्याची आवश्यकता राहणार नाही. हे खरे असले तरी दलित नेत्यांनीही त्यांना जागृत करण्याचा प्रामाणिक प्रयत्न करणे आवश्यक आहे. त्यातूनच दलित चळवळीला उभारी येणार आहे, यश येणार आहे हे कोणालाही नाकारता येणार नाही.

डॉ. बाबासाहेब आंबेडकर आणि मातंग समाज

महार समाजाने चोखा मेळा किंवा चांभार समाजाने रोहिदास-ज्ञानदेव समाज या नावाने संघटना उभ्या केल्या. तशा प्रकारचा आदर्श मातंग समाजासमोर असल्याचे आढळून येत नाही; म्हणून त्यांच्या संघटनेला कोणत्याही व्यक्तीचे नाव न देता त्यांनी 'मातंग समाज' या नावाने संघटना निर्माण केल्याचे आढळते. मातंग समाजातील आंबेडकरांच्या चळवळीपूर्व काळापासूनच संघटना कार्यरत असल्याचे आढळून येते आणि याद्वारे त्यांनी सामाजिक कार्य करण्याचा प्रयत्न केल्याचे एकंदरीत त्यांच्या चळवळीचा इतिहास पाहता लक्षात येते. मातंग समाजात प्रामुख्याने कोंडिबा काशिनाथ सकट, सीताराम बाबाजी लांडगे, कोंडिबा दाजीबा रणदिवे, तात्या साधू गायकवाड, एम. व्ही. दोंदे, जी. बी. माने, तुकाराम काळोखे, इंगळे इत्यादी कार्यकर्ते आंबेडकरपूर्व चळवळीत कार्य करीत होते, तर काहींनी आंबेडकर चळवळीत सक्रिय भाग घेतल्याचे जाणवते. एवढेच नव्हे, तर 'मातंग विजय' व

'मातंग तलवार' (त्रैमासिक) ही वर्तमानपत्रेही या समाजातून चालवत असल्याचा उल्लेख आढळून येतो. यावरून मातंग समाजालाही सामाजिक चळवळीची परंपरा आहे, हे सिद्ध होते.

वरील कार्यकर्त्यांपैकी बरेचसे कार्यकर्ते आंबेडकरांसोबत त्यांच्या चळवळीत काम करीत असल्याचा उल्लेख आढळतो. उदा. एम. व्ही. दोंदे, तुकाराम काळोखे, सीताराम बाबाजी लांडगे इत्यादी कार्यकर्ते त्यांच्या चळवळीत सहभागी झाल्याचे आढळते. एवढेच नव्हे, तर मातंग समाजाचे आज काळीज बनलेले लोकशाहीर अण्णा भाऊ साठे यांनीही आपल्या जीवनाच्या शेवटी आंबेडकर चळवळीवर निष्ठा ठेवलेली होती; म्हणूनच त्यांनी आपली महत्त्वपूर्ण कादंबरी 'फकिरा' डॉ. बाबासाहेब आंबेडकरांना अर्पण केली असावी. या प्रेरणेतूनच 'जग बदल घालून घाव । मला सांगून गेले भीमराव' याद्वारे त्यांनी सामाजिक परिवर्तनाचा मनोदय जाहीरपणे आपल्या काव्यातून केला हे विसरता येणार नाही. डॉ. बाबासाहेब आंबेडकरांवर जसे तमाम दलितांनी जीवापाड प्रेम केले व आंबेडकरांनीही त्यांच्यावर प्रेम केले, त्याला मातंग समाजही अपवाद नाही. डॉ. बाबासाहेबांनी एका मातंग उमेदवारासंबंधी केलेल्या भाषणात म्हटले होते, 'मी या कायदे मंडळाच्या निवडणुकीत पडलो तरी हरकत नाही; परंतु मुंबई 'जी' वॉर्ड उपविभागातून उभे असलेले आपले उमेदवार मि. काळोखे यांना तुम्ही निवडून आणले पाहिजे. त्यातच आपले कल्याण आहे. मांग-महार भेद मानू नका. त्यातच आपली आब आहे. यापुढे आपण एकच आहोत, ही उज्ज्वल भावना निरंतर हृदयात ठेवा.'[१८]

यावरून बाबासाहेबांचे मातंग कार्यकर्त्या तरुणासंबंधीचे प्रेम व विश्वास व्यक्त होतो. एम. व्ही. दोंदे हे मातंग कार्यकर्ते तर डॉ. बाबासाहेब आंबेडकरांचे अतिशय निकटचे कार्यकर्ते होते. अतिशय विश्वसनीय कार्यकर्ते देखील होते असे म्हटले तर वावगे ठरणार नाही; कारण १४.४.१९१४ रोजी डॉ. बाबासाहेब आंबेडकरांच्या सुवर्णजयंती उत्सवाच्या वेळी या सुवर्ण महोत्सव समितीचे अध्यक्ष दोंदे हेच होते. त्याचप्रमाणे बाबासाहेबांची मजूरमंत्री म्हणून निवड झाली, त्या संदर्भात करण्यात आलेल्या सत्काराच्या वेळी देखील या कार्यक्रमाचे प्रमुख म्हणून तेच होते.[१९] त्याचप्रमाणे दोंदे यांना राजकारणातही प्रतिनिधित्व मिळवून द्यावे, हा मुद्दा बाबासाहेबांनी भाऊराव यांना लिहिलेल्या पत्रातून व्यक्त होतो. या पत्रातील मजकूर पुढीलप्रमाणे होता. 'दुर्दैवाने दोंदे यांना पहिल्या प्रतीची ठाणे येथून मते मिळाली नाहीत; परंतु मालेगावातून तेथील ती मते दोंदे यांना मिळणे आवश्यक आहेत. त्यासंबंधी अनेक प्रयत्न करायला हवेत.'[२०] डॉ. बाबासाहेब आंबेडकरांनी सुरू केलेल्या मानवमुक्तीच्या चळवळीत केवळ काही जातींनी समाविष्ट व्हावे,

नव्हे, तर तमाम अस्पृश्य म्हणून गणल्या गेलेल्या जातींनी सहभागी व्हावे व त्याद्वारे सर्व अस्पृश्य समाज एकत्रित झाला पाहिजे, अशी त्यांची मनोमन इच्छा असल्याचे जाणवते; परंतु हे दुर्दैवाने घडत नव्हते, याचीही खंत आंबेडकरांच्या मनात होती. ती त्यांनी ३१ डिसेंबर, १९३८ रोजी कर्कम येथे बोलावलेल्या मातंग मेळाव्यात व्यक्त केली होती. येथे ते म्हणाले होते,

'अस्पृश्य समाजात महार, मांग, चांभार, भंगी वगैरे जातींत एकी नाही हे आपल्या सर्वांचे दुर्दैव होय. एकी नसल्याचे खरे कारण म्हणजे हिंदू समाजातील जातिभेद हेच आहे. ह्या जातिभेदाला महार, मांग, चांभार किंवा भंगी जबाबदार नाहीत. जातिभेद ही वरून आलेली गटारगंगा आहे, हा आपल्याकडे वाहत येणारा नरक आहे; त्यामळे त्याची कटू फळे, त्याचा दुष्परिणाम आपल्याला सोसावा लागत आहे. दुसरी खेदाची बाब म्हणजे ही की, हिंदू लोक आपल्यातील जातिभेद दूर करीत नाहीतच, उलट अस्पृश्यांच्या अज्ञानाचा फायदा घेऊन त्यांच्यातील जातिभेद दृढ करण्यासाठी झटतात. चांभारांना हाती धरून त्यांना महारा-मांगांविरुद्ध उठवायचे, मांगांना हाती धरून महारांविरुद्ध उठवायचे व आपली भेदनीती पसरावयाची आणि आपली एकी होऊ द्यायची नाही. मात्र, या जातिभेदाची मूळ जबाबदारी जरी हिंदू समाजावर असली तरी आपण आपली जबाबदारी विसरणे आत्मघातकीपणाचे ठरेल. आपल्यातील जातिभेद नाहीसे करणे हे आपले आद्यकर्तव्य आहे. महार, मांग, चांभार व भंगी वगैरे जातींतील रोटी-बेटी व्यवहारबंदी अजिबात बंद झाली पाहिजे. प्रत्येक जात जर आपली शेखी मिरविण्याकरिता आपल्या जातीतच चिकटून राहिली, तर महार महारच राहील, मांग मांगच राहील आणि मग आपण आपल्यावर होणाऱ्या अन्यायाचा प्रतिकार करू शकणार नाही. महार किंवा मांग नावात असे काय आहे की, ज्याचा तुम्हाला अभिमान वाटावा? तुम्हाला आज उकिरड्यावरील कचऱ्याएवढीही किंमत नाही. तेव्हा या नावाचा अभिमान न बाळगता आपल्या सर्व समाजांनी एकत्रित आले पाहिजे. आपला समाज एका वरवंट्याखाली चिरडला जात आहे, हे आपण जाणले पाहिजे व महार, मांग समाज आदींनी एकजुटीने राहिले पाहिजे.'[२१]

यापेक्षा महत्त्वाची बाब म्हणजे ज्याप्रमाणे सवर्ण-अस्पृश्य यांच्यातील विषमता दूर झाली पाहिजे, त्याचप्रमाणे अस्पृश्यांतर्गत असलेली विषमता हीदेखील दूर झाली पाहिजे, हा महत्त्वपूर्ण विचारही आंबेडकरांनी सातत्याने मांडलेला आहे. तो यामधून स्पष्ट होतो. त्यांची ही चळवळ सामाजिक समतेसाठी होती. कोणत्याही जातीधर्माविरुद्ध नव्हती हे पुढील उदाहरणावरून स्पष्ट होते. २८.८.१९२७ रोजी कामाठीपुरा येथील काही महारांनी मांगांना मरीआईच्या देवळात प्रवेश नाकारला.

तेव्हा तेथील कार्यकर्त्यांनी त्यांचा निषेध केला. यासंबंधी डॉ. आंबेडकरांनीही १३ जानेवारी, १९२८ च्या 'बहिष्कृत भारत' च्या अंकात असे नमूद केले, 'आमची अस्पृश्यता नष्ट करा, असे जेव्हा आम्ही म्हणतो तेव्हा आपणही आपसांतील अस्पृश्यता नाहीशी करण्यास तयार असले पाहिजे. जे महार, मांगांना किंवा चांभार, महारा-मांगांना कमी लेखतात, त्यांना ब्राह्मणांनी आमची अस्पृश्यता घालवावी म्हणायला बिलकूल तोंड नाही. त्यांचाही बंदोबस्त झाला पाहिजे.'[२२] बाबासाहेबांनी ही त्यांची भूमिका सातत्याने मांडली. या भूमिकेतूनच त्यांनी अस्पृश्यांना आपल्या चळवळीत व आपल्या पक्षात सामावून घेण्याचा आटोकाट प्रयत्न केला; कारण अस्पृश्यांची भक्कम अशी संघटना झाल्याशिवाय त्यांचा भविष्यकाळ उज्ज्वल ठरणार नाही व त्यांचे कल्याण दुसरा कुणीतरी येऊन करणार आहे, यावर त्यांचा विश्वास नव्हता. अशाच प्रकारचा विचार त्यांनी एका मातंग मेळाव्यात बोलताना केलेला होता. यासंबंधी ते असे म्हणतात,

'तुम्ही काँग्रेसपासून दूर राहिले पाहिजे. त्याचे कारण एकच, ते म्हणजे काँग्रेस ही मायावी सृष्टी आहे. आपल्याला गरीब जनतेचे, म्हणजे आपले स्वत:चे जीणे सुखाचे करण्यासाठी आपण आपली शक्ती वाढविणे आवश्यक आहे आणि ती शक्ती वाढविणे म्हणजे तुमच्या हिताकरिता अस्तित्वात असलेल्या स्वतंत्र मजूर पक्षाचे सभासद होणे होय. तरी तुम्ही सर्वांनी स्वतंत्र मजूर पक्षाचे सभासद झाले पाहिजे.'[२३] वरील विवेचनावरून डॉ. आंबेडकरांचा मातंग समाजातील कार्यकर्त्यांसंबंधीचा तसेच एकंदरीत अस्पृश्य समाजाच्या चळवळीसंबंधीचा दृष्टिकोन व्यक्त होतो. त्यांच्या नेतृत्वाचा आणखी महत्त्वाचा गुण म्हणजे ते आपल्या कार्यकर्त्यांवर जीवापाड प्रेम करीत असत. त्यांच्यावर विश्वास टाकत असत. त्याचप्रमाणे जे त्यांच्या तात्त्विक लढ्याला विरोध करीत, त्यांना त्यांची जागा दाखवून देण्यासही कचरत नसत. मग ती व्यक्ती कोणत्याही जातीधर्माची असो. असे खडसावत असताना त्यामध्ये मार्मिकताही ओतप्रोत भरलेली असे. यासंबंधी एक घटना पाहिल्यानंतर सहज लक्षात येते.

डॉ. बाबासाहेबांनी महाड सत्याग्रहाची घोषणा करताच के. के. सकट या गृहस्थाने हिंदू महासभेने लावलेल्या फुशीतून असे पत्रक काढले की, महार जर मांगांना बरोबरीची वागणूक देत नसतील, तर त्यांना चवदार तळ्यावर सत्याग्रह करण्याचा काय अधिकार आहे? यावरून डॉ. बाबासाहेब आंबेडकरांनी 'बहिष्कृत भारता' तून जे उत्तर दिले होते ते अधिक महत्त्वाचे आहे. ते लिहितात,

'महार लोक मांगांवर अन्याय करीत असतील, तर ते अन्यायकारक आहे. त्यांना ठिकाणावर आणण्याचे काम सकटांनी करावे. त्यांना त्यात महारांचे पुढारी व

मी स्वत: मदत करण्याचे अभिवचन देतो; परंतु चवदार तळ्यावर पाणी घेणे हा अधिकार सकटांना नाकारता येणार नाही; कारण चवदार तळ्यावर पाणी घेणे हा अस्पृश्य मानल्या गेलेल्या दरएक जातीचा कायदेशीर हक्क आहे. तो प्रस्थापित करण्यासाठी प्रत्येक जातीने आपले सर्वस्व खर्च करणे प्राप्त आहे. परंतु महार मांग जातींचे हित पाहण्यापेक्षा ब्राह्मणांचे हित पाहण्यात गुंतून गेलेल्या सकटांना कसे कळावे?' ते पुढे म्हणतात, काही दिवसांतच त्यांचे सहकारी, 'भाला' कारांनी असे विधान केले, अस्पृश्य जातीत व सवर्णांत बेटी व्यवहार तर दूरच; परंतु रोटी व्यवहार व्हावयासही कमीत कमी सात पिढ्या जाव्या लागतील. 'भाला'कारांचा सकटाच्या या सहकाऱ्यांचा हा शाप की वरदान हे सकटांनी ठरवावे. कळत नसल्यास त्यांनी आपल्या गुरुजींना (माटे) विचारावे.'२४

यानंतर सकटांनी एका पत्रकात असा उल्लेख केला होता की, 'मातंगाचा पुढारी यावयाचा आहे.' म्हणजे आंबेडकर हे मातंगाचे पुढारी नाहीत हे सकटांना सुचवावयाचे होते. यासंबंधीही आंबेडकरांनी 'बहिष्कृत भारता'त असे लिहिले की, 'मातंगांचा आणखी एक पुढारी यावयाचा आहे हे सकटांचे खरे असेल; पण मी इच्छितो की, मात्र त्या पुढाऱ्यांनी येताना आपल्या जन्मदात्या आई-बापापासून पुरेशी शिदोरी आणावी एवढीच आमची सूचना. नाही तर पोटासाठी स्वत:ची अक्कल विकण्याची पाळी बिचाऱ्यावर येऊ नये.'२५ यावरून त्यांच्या चळवळीला विरोधासाठी विरोध करणाऱ्या व्यक्तींना ते कसे नामोहरम करीत असत हे लक्षात येते.

वास्तविक पाहता कोंडिबा काशिनाथ सकट हे मातंग समाजातील अत्यंत क्रियाशील कार्यकर्ते होते. मातंग समाजात सुधारणा घडवून आणावी म्हणून त्यांनी वारंवार सभा-संमेलने भरवून त्यांच्यात जागृती करण्याचा प्रयत्न केला होता. त्या काळी त्यांनी रात्रीच्या शाळा काढण्याचा प्रयत्न केला, वाचनालये काढली, मातंग समाजाला नोकऱ्या मिळवून देण्याचा प्रयत्न केला. सर्वांत महत्त्वाची बाब म्हणजे ग्रहण मागण्यासारख्या मातंग समाजातील वाईट प्रथांना जाहीरपणे विरोध केला व प्रत्यक्ष कृतीद्वारा त्यांनी त्या प्रथा बंद करण्याचा प्रयत्न केला. त्याचप्रमाणे त्यांनी बाबू धोंडिबा वायदंडे यांच्या सहकार्याने 'मातंग बंधू' नावाचे मासिक पण १९२३ मध्ये सुरू केले होते. असे त्यांचे कार्य असतानाही केवळ ते सनातन्यांच्या संघटनेचे बळी ठरल्याने व त्यांच्या हातचे बाहुले बनल्यामुळे त्यांच्या कार्याला व्यापकता येऊ शकली नाही. एवढेच नव्हे, तर सनातन्यांच्या कुटिल नीतीला सकटांसारखा कार्यकर्ता बळी पडला नसता व बाबासाहेबांच्या चळवळीत सहभागी झाला असता, तर त्यांच्या कार्याला बहार आली असती, असे म्हटले तरी वावगे ठरणार नाही. या सर्व बाबींची जाणीवही सनातन्यांना असावी म्हणूनच हिंदू महासभा व इतर सनातनी

मंडळींनी त्यांच्या जाळ्यातून त्यांना बाहेर येऊ दिले नाही. सकटांनी सनातनी कारवायांना बळी पडून आंबेडकर चळवळीला विरोध केला असे असले तरी अनेक मातंग कार्यकर्ते त्यांच्या चळवळीत सहभागी झाले होते. याचा उल्लेख पुढीलप्रमाणे करता येईल : १३ ऑक्टोबर, १९२९ रोजी पुणे येथे त्यांच्या प्रेरणेने सुरू केलेल्या पर्वती सत्याग्रहात सीताराम लांडगे, श्री. इंगळे, थोरात सहभागी झाले होते. एवढेच नव्हे तर यावेळी सीताराम लांडगे हे जखमी झाले होते. या सत्याग्रहालाही सकटांनी विरोध दर्शविला होता; म्हणून सकटांचा निषेधही या मातंग कार्यकर्त्यांनी केलेला होता.

एवढेच नव्हे, तर डॉ. बाबासाहेब आंबेडकरांनी येवले येथे १३ ऑक्टोबर, १९३५ रोजी धर्मांतराची घोषणा केल्यानंतर, या घोषणेला मातंग समाजाचा पाठिंबा दर्शविण्यासंबंधीचे वऱ्हाड मातंग सोसायटीचे प्रमुख नेते एस. एस. बेंगाळे यांनी ८ जानेवारी, १९३६ रोजी पत्रक काढून धर्मांतराला जाहीर पाठिंबा दर्शविला होता.[२६] त्याचप्रमाणे २९ डिसेंबर, १९३६ रोजी भरलेल्या अस्पृश्य परिषदेतही मातंग समाजाने एका ठरावाद्वारे धर्मांतरास जाहीर पाठिंबा दर्शविला होता. हा ठराव मातंग नेते बेहाडे यांनी मांडला होता. यामधूनच डॉ. आंबेडकरांची चळवळ आणि मातंग समाजातील चित्र स्पष्ट होते. डॉ. बाबासाहेब आंबेडकरांनी मातंग समाजाला जागृत करण्यासाठी ३१.१२.१९३७ रोजी कर्कम येथे, १ जानेवारी १९३८ रोजी सोलापूर येथे मातंग परिषद बोलावली होती. यानंतर १६.१२.१९३९ रोजी हरेगाव, ता. श्रीरामपूर येथे महार मांग वेठीया वतन परिषद घेतली होती. त्यानंतर २३ फेब्रुवारी, १९४१ रोजी तळवडे (कसबे, पूर्वीचा जि. सोलापूर, आता उस्मानाबाद) येथे महार-मांग परिषद बोलावली होती, हे किती महार किंवा मांतग समाजाला माहीत आहे? यावरून डॉ. बाबासाहेब आंबेडकरांचा एकंदरीत मातंग समाजाविषयी असलेला दृष्टिकोनही यातूनच स्पष्ट होतो. तडवळे येथे भरलेल्या मातंग आणि महार परिषदेत त्यांनी सर्व जातींना एकसंध राहण्याचा सल्ला दिला होता. या ऐतिहासिक परिषदेस सोलापूरचे जीवाप्पा ऐदाळे, तडवळ्याचे सोनावणे, भालेराव गुरुजी जे आपल्यात आजही या अधिवेशनाचे साक्षीदार आहेत, त्याचप्रमाणे वाघोली येथील सोपान वाघमारे इ. मंडळीही या ऐतिहासिक सत्याग्रहात सहभागी झालेली होती. यावरून त्यांच्या एकंदरीत व्यापक चळवळीचा दृष्टिकोन लक्षात येतो. अशा प्रकारे मातंग समाज आणि डॉ. बाबासाहेब आंबेडकर यांच्या चळवळीचा संबंध कसा होता, हे लक्षात येते; परंतु आज मातंग समाजाला आंबेडकर चळवळीविषयी काय वाटते? हे जाणून घेणे महत्त्वाचे वाटत असल्याने त्यासंबंधीचे विवेचन करण्याचा प्रयत्न केला आहे.

मातंग समाजाला आंबेडकर चळवळीविषयी काय वाटते?

मातंग समाजाच्या या दृष्टिकोनासंबंधी बरीच संभ्रमात्मक आणि गैरसमजाची अवस्था एकंदरीत महार समाजामध्ये आणि एकंदरीत चळवळीमध्ये आढळून येते. यासंबंधी बरीचशी मंडळी नकारात्मक भूमिका घेत; पण ती कितपत खरी आहे, यासंबंधीचा विचार करणे आवश्यक आहे. त्याचप्रमाणे या दोन जातींमध्ये किंवा दलित चळवळ आणि मातंग समाज यांच्यात निर्माण झालेल्या गैरसमजांचा पडदा दूर सारल्यानंतर एक वेगळे चित्र असल्याचे दिसते. आज बहुतांशी मातंग तरुणांना आंबेडकर विचारांनी झपाटलेले आहे. त्याचाच परिणाम म्हणून आज मराठवाड्यात लहूजी सावळे कर्मचारी संघाचे कार्यकर्ते प्रामुख्याने बी. बी. गायकवाड, टी. के. शिंदे, प्रा. एम. पी. गादेकर, नरसिंग घोडके इ. कार्यकर्ते आंबेडकर चळवळीचे प्रसारक असल्याचे दिसून येते. त्याप्रमाणे 'दलित स्वयंसेवक संघ' यांचीही कार्ये महत्त्वाची वाटतात. त्याचप्रमाणे इतर मातंग कार्यकर्ते उदा. आर. के. त्रिभुवन यांसारखे कार्यकर्तेही आज यासंबंधी कार्य करतात ही बाजू महत्त्वाची आहे; हे किती दलित चळवळीतील लोकांना माहीत आहे, याबद्दलही शंका आहे; परंतु ही वास्तवता नाकारता येत नाही.

आंबेडकरांविषयीची निष्ठा दर्शविण्याच्या प्रेरणेतूनच एक मातंग तरुण आपल्या एका लेखात असे म्हणतो, 'दगडधोंड्यांना देव मानणाऱ्या संस्कृतीने जी चातुर्वर्णाधिष्ठित जातिव्यवस्था, जिला मातंगांनी नकार दिला नाही. अशांसाठी डॉ. बाबासाहेब आंबेडकरांनी आपल्या विचारांचे, सामाजिक वैचारिकतेचे प्रशस्त दालनच पुढे निर्माण करून ठेवलेले आहे. त्यावर त्यांनी तुटून पडले पाहिजे.'[२७] तर एक मातंग तरुण आपल्या तरुण मित्रास असे लिहितो, 'वंदनीय बाबासाहेबांचे उपकार मातंग समाजावरही आहेत, ते आपले काही मातंग बंधू मानायला तयार नाहीत; पण समज, बाबासाहेब झाले नसते तर... तर काय? ही जी दोन अक्षरे तुला लिहितो आहे, कदाचित तीही मला पारखी झाली असती. तेव्हा बाबासाहेबांचे ऋण न मानणे कृतघ्नपणाचे ठरेल.'[२८] यावरून मातंग समाजातील तरुणांची भावना व्यक्त होत नाही काय? आजचा मातंग तरुणही या प्रेरणेतून विद्रोही बनू पाहतो आहे. एवढेच नव्हे तर संपूर्ण मातंग समाजही याच दिशेने गेला पाहिजे, असे त्याला वाटते. यासाठी आंबेडकरांच्या विचारांचा प्रसार मातंग समाजात व्हायला पाहिजे, ही त्याची इच्छा आहे; पण तो झपाट्याने होत नाही याची उराशी खंतही आहे; म्हणून तो म्हणतो, 'डॉ. बाबासाहेब आंबेडकर कोण? त्यांनी आपल्यासाठी काय केले. हे मातंग समाजाच्या पोरांना कसे कळणार? कोण सांगणार? आणि मग वाटायला लागतं, आपला जन्म मांगाच्या पोटी झाला नसता, तर आपल्या जीवनालाही

कलाटणी मिळाली असती. आमचंही मन विद्रोही बनलं असतं.'

त्याचप्रमाणे एक मातंग तरुण असे म्हणतो की, 'ज्या आत्मविश्वासाच्या प्रभावातून डॉ. बाबासाहेब आंबेडकरांनी आपल्या विचारातून, कृतीतून व अण्णा भाऊंनी आपल्या ओजस्वी लेखणीतून नवी दृष्टी दिली. त्या नवदृष्टीचा मागोवा घेऊन मातंग समाजाला परिवर्तनाच्या दिशेने वाटचाल करावी लागेल.[२९] यावरून मातंग समाजातील तरुण, आंबेडकर विचार व अण्णा भाऊ साठे यांनी मांडलेला आपल्या लेखणीतील विचार बरोबर घेऊन जाऊ इच्छितात. हे सर्व पाहत असताना बौद्ध तो आंबेडकरवादी, असा बौद्ध समाजात गोड आणि आपल्या सोयीचे समीकरण करणाऱ्यांच्या लक्षात येईल की, कोणत्या जातीचा किंवा धर्माचा किंवा वंशाचा या घटकांचा आणि आंबेडकरवादी होण्याचा कुठल्याही प्रकारचा संबंध नाही. म्हणजेच आंबेडकरवादी कोणत्या जातीचा, धर्माचा व वंशाचा असावा हा दुराग्रह अवैज्ञानिक आहे. डॉ. बाबासाहेब आंबेडकरांच्या विचारांचा प्रसार व्हावा या उद्देशाने खडकी, ता. पुसद येथे ८ जानेवारी, १९७७ रोजी भव्य असा मातंग मेळावा घेण्यात आला. या मेळाव्यात मातंग तरुण नेते याच दृष्टिकोनातून म्हणतात, 'मी जन्माने जरी मांग असलो तरी मी आंबेडकरवादी आहे. आंबेडकरांनी अस्पृश्यताविरोधी लढा दिला, तेव्हा मांग-चांभारांनीही बौद्धांना साथ दिली पाहिजे; तरच आपण अस्पृश्यतेच्या दुर्धर रोगातून मुक्त होऊ, ही काळाची गरज आहे.'[३०] मातंग व इतर लोकांची भावना या दृष्टिकोनातून समजून घेण्याची आवश्यकता आहे.

वरील विवेचनावरून हे स्पष्ट होते की, मातंग तरुण आजही दलित चळवळीकडे अपेक्षेने पाहतो आहे. त्यांना समजून घेणे महार नेत्यांचे व समाजाचे प्रमुख कर्तव्य आहे. यातूनच आंबेडकरांच्या चळवळीचे स्वप्न साकार होणार आहे; परंतु दुर्दैवाने आज तसे घडत नाही. स्वतःला आंबेडकरांचे अनुयायी व पाईक म्हणून घेणाऱ्यांनी जातीवादाच्या पट्ट्या डोळ्यांवर बांधल्याने आंबेडकरांची सर्वसमावेशक चळवळ त्यांना दिसेनाशी झाली आहे; याचा परिणाम म्हणून दलित चळवळ ही जातीय चळवळ बनू पाहत आहे, असे म्हटल्यास वावगे ठरत नाही. मग ती दलित पँथरची रिपब्लिकन बनली तरी त्यात फरक पडल्याचे दिसत नाही. आज एखादी व्यक्ती मातंग समाजाविषयी, त्यांच्यातील जागृतीविषयी लिहित असेल, त्यावर बोलत असेल तर तो मातंगच बनलेला आहे, असे म्हणणाऱ्या निर्लज्ज सहकाऱ्यांची संख्या कमी होणे आवश्यक आहे; कारण याच व्यक्ती आंबेडकरांच्या विचाराला डांबर फासणार आहेत; म्हणून त्यांना स्पष्टपणे सांगितले पाहिजे की, दोन घोट झोकून त्याच दुर्गंधीयुक्त मुखातून डॉ. बाबासाहेब आंबेडकरांचे नाव जपण्याने बाबासाहेबांच्या विचारांना जिवंत ठेवता येणार नाही किंवा बाबासाहेबांच्या चळवळीला

दलित समाज खरेदी-विक्री संघ बनवून स्वत:ची तुंबडी भरणाऱ्या दलित नेत्यांनाही आंबेडकरांची चळवळ काय समजणार आहे? यासाठी समजून घ्यावी लागेल ती डॉ. आंबेडकर चळवळीची तात्त्विक भूमिका.

डॉ. बाबासाहेब आंबेडकर आणि आदिवासी समुदाय

भारतीय हिंदू संस्कृतीचा बळी ठरलेला अस्पृश्यांनंतरचा वर्ग म्हणजे आदिवासी समुदाय होय. आदिवासी समुदायाचेही शोषण येथील समाजव्यवस्थेने केलेले आहे. भारतातील लोकसंख्येत आदिवासींची लोकसंख्या ४ कोटींपेक्षा अधिक आहे म्हणजे एकंदर लोकसंख्येत ७.७ टक्के एवढी लोकसंख्या आदिवासींची भरते. त्यांच्यातील साक्षरतेची राज्यवार संख्या पाहता सर्वाधिक म्हणजे २९ टक्के आदिवासी मणीपूरमध्ये तर सर्वांत कमी म्हणजे ५ टक्के लोकसंख्या आंध्र प्रदेशात आढळते. महाराष्ट्र राज्यात आदिवासींची लोकसंख्या १२ टक्क्यांहून अधिक असल्याचे १९७१ च्या पाहणीत आढळून आले आहे.[३१] एवढा मोठा वर्ग असूनही भारतीय संस्कृतीने हा वर्ग दुर्लक्षित ठेवला होता. या देशाचा मुख्य रहिवासी असूनही तो परका किंवा उपरा बनला होता. या लोकांच्या प्रश्नांकडे सर्वप्रथम लक्ष केंद्रित केले ते ख्रिश्चन मिशनऱ्यांनी. त्यांच्या धर्माचा प्रसार करण्याच्या उद्देशाने ते आदिवासींपर्यंत गेले असले, तरी त्यांचा सहानुभूतिपूर्वक विचार करून त्यांना जवळ करणारे हे ख्रिश्चन मिशनरी पहिलेच होते, हे सत्य नाकारता येणार नाही. अशा दुर्लक्षित व उपऱ्या ठरवल्या गेलेल्या समूहाचेही शोषण येथील व्यवस्थेने केलेले आहे. तेव्हा त्यांचीही मुक्ती या दास्यातून झाली पाहिजे, एवढाच विचार डॉ. बाबासाहेब आंबेडकरांनी केला नाही, तर हा वर्गदेखील अस्पृश्यवर्गाचाच एक भाग आहे; या भावनेतून त्यांनी या समाजाकडे पाहिलेले आहे. 'हे त्यांनी 'दि अनटचेबल्स' या ग्रंथाच्या प्रस्तावनेतच मांडलेल्या विचारातून स्पष्ट होते. या ग्रंथात त्यांनी असे नमूद केले आहे. 'शूद्रांशिवाय हिंदू संस्कृतीत आणखी तीन वर्ग आहेत, ते पुढीलप्रमाणे-

१) गुन्हेगार समजल्या जाणाऱ्या जमाती (क्रिमिनल ट्राईब्ज) ज्यांची संख्या २० दशलक्ष असेल.

२) प्राचीन आदिम (अबरिजिनल ट्राईब्ज) यांची संख्या जवळजवळ १५ दशलक्षांहून अधिक असेल.

३) आणि अस्पृश्य (अनटचेबल्स) ज्यांची संख्या ५० दशलक्षांहून अधिक असेल. त्याचप्रमाणे त्यांची अशीही धारणा होती की, दलित आदिवासी जनता, जातिव्यवस्थेची सर्वांत मोठी बळी ठरली असल्यामुळे ती भारतीय लोकशाही क्रांतीची जाणीव व अधिक नेतृत्व क्षेत्रप्रेरक शक्ती बनणे अपरिहार्य आहे. [३१]

यासंबंधी ते असेही म्हणत की, या वर्गाचे अस्तित्वही तिरस्करणीय बाब होऊन बसली आहे. हिंदू संस्कृतीचे महत्त्वमापन वरील बाबींच्या प्रकाशात केले तर तिला संस्कृती म्हणणे कठीण. मानवतेस दडपून जोवर गुलामगिरी लादण्याची ती अधमपणाची हिकमत आहे, तिचे खरे नाव बदनाम संस्कृती आहे. [३३] यावरून हे स्पष्ट होते की अस्पृश्य आणि आदिवासी यांचे दुःख एकच आहे. दोघेही हिंदू संस्कृतीचे बळी ठरलेले आहेत. अशा प्रकारची धारणा डॉ. आंबेडकरांची होती. डॉ. बाबासाहेब आंबेडकरांप्रमाणेच आदिवासी व आजचे अस्पृश्य एकच आहेत, असे मानणारे सुप्रसिद्ध समाजशास्त्रज्ञ श्री. दत्तात्रय पुरुषोत्तम खानापूरकर हे होत. त्यांच्या मते, 'अस्पृश्य व आदिवासी हे एकच असून तेच हिंदुस्थानचे मूळ रहिवासी; पण आदिवासींना आर्य जिंकू शकले नाहीत; त्यामुळे ते आर्यांचे दास कधीच झाले नाहीत. आर्यांच्या जाळ्यात ते सापडलेले नाहीत. उलट आर्यांच्या पुरोहिताला (ब्राह्मणाला) ते पळवून नेत व आपल्या देवतेपुढे यथाविधी बळी देत.'[३४]

ज्याप्रमाणे अस्पृश्य जातींची लढाऊ परंपरा आहे, त्याचप्रमाणे किंबहुना त्याहून जास्त लढवय्येपणा आदिवासी समूहात होता. एवढेच नव्हे तर या जमातींनी संघटनात्मक रीतीनेही इंग्रजांशी संघर्ष केल्याची अनेक उदाहरणे आढळतात. महाराष्ट्रातील महादेव कोळी, गौंड, भिल्ल या तर मूळच्याच लढवय्या जमाती होत्या. १८१८ मध्ये भिल्लांनी तंट्या या भिल्ल सरदाराच्या नेतृत्वाखाली इंग्रजांविरुद्ध लढा दिला होता. शेवटी १८९१ मध्ये तंट्यास गणपत राजपूत ह्या त्यांच्या जवळच्या मित्राने इंग्रजांस पकडून दिले, तेव्हा त्याला जबलपूरच्या तुरुंगात फाशीची शिक्षा देण्यात आली.[३५] अलीकडच्या काळात नाशिकचे भागुजी नाईक व राघोबा मांजरेकर यांच्या नेतृत्वाखाली आदिवासींनी इंग्रजांविरुद्ध प्रचंड लढा दिला होता. एवढेच नव्हे तर म. गांधींच्या असहकार लढ्यातही आदिवासी मोठ्या प्रमाणात सहभागी झाले होते. इंग्रजांच्या विरुद्ध लढणाऱ्या महात्माजींच्या लढ्यात सहभागी होणाऱ्या आदिवासींना काय मिळाले? या प्रश्नाचे उत्तरसुद्धा एक प्रश्नच आहे. पण एक मात्र निश्चित की भारताच्या वेठबिगार व श्रमिकांची भरती केवळ दलित व आदिवासींमधूनच होते. उत्तर भारतातून आणलेल्या स्त्रिया राजस्थानातील ढोलपूर येथील बाजारात जाहीर लिलाव होऊन विकल्या जातात.[३६] यावरून स्वातंत्र्यलढ्यात लढणाऱ्यांना हेच बक्षीस मिळणार आहे काय? हा खरा प्रश्न आहे. तसेच ते एक कटू सत्य आहे. एकूण संस्कृतीपासून परक्या बनलेल्या लोकांना जागृत करणे सोपी बाब नसली तरी ठक्करबाप्पा, गोदूताई श्यामराव परुळेकर व श्यामराव परुळेकर यांनीही त्यांच्या संघटना बांधून त्यांच्यात जागृती निर्माण करण्याचा प्रयत्न केला.

यानंतर या जनजातींना सामाजिक समतेचे दर्शन घडावे अशा प्रकारचे

प्रयत्न डॉ. आंबेडकरांनी केले; पण या सर्व अस्पृश्य जाती-जमातींना माणुसकी मिळवून त्यांना स्वाभिमान देऊ पाहणारे हे एकटेच लढाऊ असल्याने ते एकाकी पडले. तरीही त्यांनी आपली पूर्ण शक्ती एकवटून सर्वांना न्याय मिळवून देण्याचा प्रयत्न केला व त्यांच्यावर होणाऱ्या अन्यायाला वाचा फोडण्याचा प्रयत्न केला. उदा. दिंडोरी तालुक्यात जेव्हा एका आदिवासीचा निर्घृण खून करण्यात आला, तेव्हा त्यासंबंधी २९/९/१९२७ च्या भाऊरावांना लिहिलेल्या पत्रात ते म्हणतात, 'दिंडोरी तालुक्यात एक भिल्ल मारला गेला आहे. त्यासंबंधीची पूर्ण माहिती घेऊन येतो म्हणून एक व्यक्ती गेली ती अद्याप परत आली नाही. तेव्हा त्याविषयी आपण माहिती मिळवून कळवावे.' आदिवासींची सुटका ज्याप्रमाणे सामाजिक दास्यातून झाली पाहिजे, त्याप्रमाणे आर्थिक दास्यातूनही त्यांची सुटका झाली पाहिजे, हाही विचार यामागे होता. अशा प्रकारची स्पष्ट भूमिका आंबेडकरांनी घेतलेली होती. त्याचा परिणाम म्हणून त्यांनी आदिवासींची आर्थिक दास्यातून मुक्ती कशी होईल, यासंबंधीचे काही मार्ग दाखविण्यासंबंधीचा एक सिद्धान्त मांडला, जो 'द्विराष्ट्र सिद्धान्त' म्हणून ओळखला जातो.

इतर अस्पृश्य जातींप्रमाणेच आंबेडकरांनी आदिवासींनाही आपल्या चळवळीत सामावून घेण्याचा प्रयत्न केलेला होता; कारण सामाजिक लढा देण्यासाठी त्यांनी उभारलेल्या बहिष्कृत हितकारणी सभा यामध्ये झो. मु. राठोड हा प्रमुख कार्यकर्ता कार्यरत असल्याचे आढळते. त्याचप्रमाणे १९५२ च्या निवडणूक जाहीरनाम्यात त्यांनी असे नमूद केले होते की,'भारतातील खालच्या स्तरातील सर्व अनुसूचित जाती-जमाती, भटक्या विमुक्तांची एक संघटना बांधली जाईल व त्यानुसार त्यांनी शेवटी रिपब्लिकन पक्षाची घोषणा केली होती.[३७] स्वातंत्र्योत्तर काळात सुदैवाने बाबासाहेबांना घटनानिर्मितीच्या कामात संधी मिळाली. त्यावेळी त्यांनी बजावलेली भूमिकाही महत्त्वाची आहे. यावेळी त्यांनी घटनेतील कलम १५,१६,२३,२९,३० याद्वारे भारतीय नागरिकांना मिळणारे मूलभूत अधिकार त्यांनी अदिवासींना प्राप्त करून दिले व त्यांना भारतीय संस्कृतीमध्ये सामावून घेण्याचा पहिला प्रयत्न केला म्हटल्यास वावगे ठरणार नाही. आदिवासींच्या सुधारणेसाठी विशेष व्यवस्था असावी, यासाठी आग्रह धरला होता. त्यानुसार त्यांनी घटनेच्या ५ व्या व ६ व्या कलमात तशी तरतूद करण्याची मागणी करून ती यशस्वी केली व २४४ च्या ५ व्या शेड्यूल्डप्रमाणे प्रशासनाची स्वतंत्र व्यवस्था करण्यात आली. त्याचप्रमाणे ट्राईबल ॲडव्हायजरी कौन्सिलची निर्मिती केली व याद्वारे त्यांचे आर्थिक प्रश्न सोडविण्याचे प्रयत्न केले. ३१ ऑगस्ट, १९५२ रोजी ते कायदेमंत्री असताना गुन्हेगारी कायद्यात त्यांनी बदल करण्याचाही प्रयत्न केला व आदिवासींच्या माथी गुन्हेगारीचा मारण्यात

आलेला शिक्का पुसण्याचा प्रयत्न केला.^{३८} आंबेडकरांचे हे आदिवासींसंबंधीचे महत्त्वपूर्ण कार्य विसरता येणार नाही.

डॉ. बाबासाहेबांच्या मृत्यूनंतर त्यांच्या प्रेरणेतून त्यांचे निकटचे साथी, रिपब्लिकन पक्षाचे नेते भाऊराव गायकवाड यांनी, 'कसेल त्याची जमीन, नसेल त्याचे काय?' असा सवाल सरकारला करून दलित-आदिवासींना जमिनी मिळवून देण्याचा प्रयत्न केला.^{३९} त्यानंतर याच दरम्यान मालेगावचे दादासाहेब सौंदणे यांच्या नेतृत्वाखाली आदिवासींनी अनेक मोर्चे काढले होते.^{४०} डॉ. बाबासाहेब आंबेडकरांनी आदिवासी समुदायालाही अस्पृश्यांचाच एक वर्ग मानला; परंतु त्यांच्या कार्यमर्यादेमुळे ते संपूर्ण आदिवासी जमातींत मिसळू शकले नाहीत किंवा त्या सर्वांना या चळवळीत सहभागी करून घेणे हीही अशक्य बाब होती; परंतु त्यांच्यामध्ये जागृती निर्माण करण्याचा प्रयत्न केला. त्यांना घटनात्मक दृष्टिकोनातून न्याय मिळवून देण्याचा त्यांनी प्रयत्न केला आणि याचबरोबर अस्पृश्य व आदिवासींची भक्कम संघटना उभी राहिली पाहिजे, ही कल्पना त्यांनी सातत्याने मांडली.

आदिवासी नेत्यांना दलित चळवळीविषयी काय वाटते?

वरील विवेचनावरून डॉ. आंबेडकर आणि आदिवासी समुदाय यांच्यातील संबंधाची थोडक्यात कल्पना येते. आदिवासी समुदाय हा अस्पृश्यांप्रमाणेच दुर्लक्षित असलेला समाज आहे. तो आंबेडकरांच्या चळवळीत काही कारणांमुळे सहभागी झालाही नसेल; कारण त्यांच्या समस्या या वेगळ्या होत्या. त्यांचे दुःख वेगळे होते व कार्याच्या व्यापकतेतून आंबेडकरांच्या कार्यालाही मर्यादा पडणे साहजिकच होते; परंतु आदिवासींतील नेत्यांनी मात्र डॉ. बाबासाहेब आंबेडकरांच्या विचारांशिवाय त्यांना मुक्ती नाही, हा विचार अधिक प्रभावीपणे मांडलेला आहे व स्वीकारण्याचा प्रयत्न केलेला आहे, ही दलित चळवळीच्या दृष्टिकोनातून अत्यंत जमेची बाजू म्हटली तरी वावगे ठरणार नाही. या नेत्यांमध्ये प्रामुख्याने लक्ष्मण माने, राजाराम राठोड, लक्ष्मण गायकवाड इ. मंडळींचा उल्लेख करावा लागेल. ही सर्व नेते मंडळी आंबेडकर विचारांनी प्रभावित झालेली दिसून येतात. त्यानंतर आज लक्ष्मण गायकवाड यांच्या रूपाने मराठवाड्यातील आदिवासी भटक्या-विमुक्तांना नवउमेदीचे आणि पोटतिडकीने कार्य करणारे विशेष नेतृत्व मिळाले, ही अत्यंत गौरवास्पद बाब आहे. त्यांचा शासनाने गौरव केला किंवा त्यांना विविध पुरस्कार मिळाले म्हणून ते मला मोठे वाटत नाहीत, तर त्यांच्यात असलेला कार्यकर्ता, त्यांच्या ठायी असलेली कार्याची तळमळ ही मी जवळून पाहिल्याने मला लक्ष्मण गायकवाड अधिक मोठा वाटतो.

या आदिवासी नेत्यांच्या रक्तारक्तांत बंडखोरपणा स्पष्ट जाणवतो आहे, त्याचप्रमाणे दिशाही जाणवते आहे. आंबेडकरांचा वेगळा दृष्टिकोनही जाणवतो आहे, म्हणूनच लक्ष्मण माने म्हणतात, 'या देशात आंबेडकर नावाचं वादळ आलं म्हणून आम्ही थांबलो. नाही तर आम्ही सर्व तेव्हाच नक्षलवादी बनलो असतो.'[४१] त्याचप्रमाणे आपल्या वाटेला आलेल्या स्थितीची जाणीव त्यांना झालेली आहे. प्रचलित समाजव्यवस्थेत मूलभूत बदल झाल्याशिवाय त्यांच्या जीवनात बदल होणार नाही म्हणूनच लक्ष्मण माने आपण आंबेडकर शताब्दीनिमित्ताने धर्मांतर करणार असे घोषित करताना म्हणतात, 'हिंदू म्हणून जन्मलो असलो तरी हिंदू म्हणून मरणार नाही.' अशा प्रकारची घोषणा त्यांनी केली. जुन्याच्या विरुद्ध बंड करून गुलामगिरीविरुद्ध उठणारा व नव्याने जग मांडू पाहणारा हा दलित चळवळीचा मित्र बनतो म्हणून दलित चळवळीविषयीचे आकर्षणही लक्ष्मण माने यांना राहिलेले आहे; परंतु आज हे कार्यकर्ते सक्रियपणे दलित चळवळीत काम करीत नाहीत कारण दलित चळवळीतील संकुचितता हे आहे, असे म्हटल्यास वावगे ठरणार नाही. त्यासाठी दलित चळवळ ही व्यापक बनवणे आवश्यक आहे.

या संदर्भातच लक्ष्मण गायकवाड म्हणतात, 'दलित चळवळ ही आता व्यापक बनवली पाहिजे. त्याशिवाय पर्याय नाही; परंतु दुर्दैवाने ते घडत नाही.' अशी खंतही त्यांनी व्यक्त केली आहे. असे असले तरी या चळवळीचे वैशिष्ट्य म्हणजे महाराष्ट्रातील दलित चळवळीत आदिवासी नेहमीच सहभागी झालेला आहे. मग ती मराठवाड्यातील नामांतर चळवळ असो किंवा पडिक जमिनीची मागणी असो. १९७९-१९८२ च्या दरम्यान नामांतर लढ्यात आपल्या पारंपरिक पोशाखात पँथर नेते गंगाधर गाडे यांच्या नेतृत्वाखाली व इतर डाव्या पक्षांच्या नेतृत्वाखाली परंपरागत पोशाखात सहभागी झालेला आदिवासी समाज कोण विसरेल? यावरून आदिवासी समुदाय आणि दलित चळवळ यांच्यातील नातेही स्पष्ट होते. त्याचप्रमाणे दलित चळवळीविषयीची स्पष्ट भूमिका आदिवासी नेत्यांनी व्यक्त केल्याचेही जाणवते. यावरून दलित चळवळीसमोर हे एक आव्हानच आहे, असे म्हटले तर वावगे ठरणार नाही. ते आव्हान स्वीकारून त्यांचीही भूमिका समजून घेऊन त्यांना दलित चळवळीत सामावून घ्यायला हवे.

अशा प्रकारे एकंदरीत दलित चळवळीचा आढावा घेतल्यानंतर हे लक्षात येते की, डॉ. बाबासाहेब आंबेडकरांची चळवळ ही सर्वसमावेशक होती व त्याचप्रमाणे त्यांच्या या चळवळीत बरीच महारेतर कार्यकर्ती मंडळी सहभागी झाली होती. या कार्यकर्त्यांवरही आंबेडकरांनी जीवापाड प्रेम केले; परंतु असे असतानाही डॉ. बाबासाहेबांमागे संपूर्ण अस्पृश्य समाज उभा राहिला नाही. त्यांच्या मृत्यूनंतर तर

त्यांनी निर्माण केलेली एकसंधताही उधळली गेली. त्याची अनेक कारणे सांगता येतील; परंतु त्यांतील प्रमुख कारण म्हणजे डॉ. बाबासाहेबांच्या मृत्यूनंतर त्यांच्या अनुयायांनी त्यांच्या नावाच्या जयघोषातच त्यांच्या मूलतत्त्वांना मूठमाती देण्याचे महापाप केले. डॉ. बाबासाहेबांच्या कल्पनेतील रिपब्लिकन पक्षाची स्थापना त्यांनी त्यांच्या निधनानंतर म्हणजे १४ ऑक्टोबर, १९५७ मध्ये केली; पण बरोबर एक वर्षातच त्यात फूट पडली आणि मग त्याची एवढी शकले पडली की, ती कुणालाही थोपविणे शक्य झाले नाही.

दुसऱ्या बाजूला डॉ. बाबासाहेब आंबेडकरांसोबत काम करणाऱ्या व्यक्तीही हळूहळू या चळवळीपासून दूर गेल्या. काहींनी स्वस्वार्थापोटी अगोदर या चळवळीचा त्याग केला होता. या निश्चितच दुर्दैवी घटना घडून गेल्या; परंतु त्याहीपेक्षा वाईट बाब म्हणजे, या अस्पृश्य जातींनी परस्परांविरुद्ध अनेक आरोप-प्रत्यारोप करायला सुरुवात केली. आपली स्वतंत्र संघटना निर्माण झाली तरी आपला विकास साधण्याऐवजी ही सर्व मंडळी एकमेकांवर गंभीर आरोप करण्यात गुंतून गेली. यांपैकी काही आरोप किंवा परस्परांसंबंधी असलेले गैरसमज समजून घेणे आवश्यक आहे. यासंबंधी असा एक आरोप महार जातीवर केला जातो की, 'दलित चळवळीची जी प्रेरणा, त्या बाबासाहेब आंबेडकरांना, महार समाजाने आपल्या समाजापुरते मर्यादित करून टाकले आहे. आंबेडकर म्हणजे त्यांची जशी खासगी मालमत्ता लागली आहे. त्या महापुरुषाला असे संकुचित करणे जातीय भावना नाही काय?... महार समाजाने दलितांतील चांभार, ढोर, मातंग समाजाला दूर लोटलेले आहे आणि डॉ. बाबासाहेब आंबेडकरांमुळे आपली प्रगती करून घेतली आहे.'[४२] त्याचप्रमाणे असा एक चांभार तरुणांवर आरोप केला आहे की, डॉ. बाबासाहेबांनी आयुष्यभर जो लढा दिला, तो महार जातीसाठीच होता. त्यांनीच त्यांना माणूस बनविले.' (नवशक्ती, मुंबई, १७ जुलै, १९७७)

या आरोपांचा तात्त्विकदृष्ट्या विचार केल्यास पहिला आरोप जो आहे, तो पूर्णपणे नाकारता येणार नाही; पण ते एक अर्धसत्य आहे. ते यादृष्टीने, की बाबासाहेब आपल्या जातीत जन्मले म्हणजे ते आपलेच, ही मनोवृत्ती नकळतपणे बहुतांशी महार लोकांनी स्वीकारलेली आहे, हे कटू सत्य नाकारता येत नाही; परंतु त्यामुळे आंबेडकरांच्या विचारांना स्वीकारण्यात कशी आणि कुठे बाधा येते? हा प्रश्न पाहिल्यास वरील आरोप हे एक अर्धसत्य आहे असे स्पष्ट जाणवते कारण बाबासाहेब आंबेडकरांचा स्वीकार एक व्यक्ती म्हणून करावयाचा की एक विचार, एक प्रेरणा म्हणून त्यांना स्वीकारायचे, हा मूलभूत प्रश्न आहे आणि जर आंबेडकरांना एक विचार, एक प्रेरणा किंवा एक मुक्तीचा मार्ग म्हणून आपण स्वीकारत असू,

तर ती कुणाचीही मालमत्ता असू शकत नाही. त्यांना या पद्धतीने स्वीकारण्यासाठी महारांची परवानगी हवी कशाला? त्यांचा जन्म कोणत्या जातीत झाला याच्याशी काय कर्तव्य? ही मनोभूमिका तयार होणे आवश्यक आहे. त्यावेळी ती कुणाची मालमत्ता आहेत? हे जाणून घेण्याची आवश्यकता भासणार नाही. या दृष्टिकोनातूनच त्यांचा स्वीकार करणे आवश्यक आहे. १७ ऑक्टोबर, १९९० रोजी मंडेला भारतात आले त्यावेळी एका कार्यक्रमात बोलताना ते म्हणाले, 'डॉ. बाबासाहेबांच्या चरित्रामुळे आपण बरेच प्रभावित झालो. त्यांनी सामाजिक अन्यायाविरुद्ध दिलेला लढा हा आम्हाला वसाहतवाद आणि वर्णद्वेषी व्यवस्था यांच्याविरुद्धच्या संघर्षात नेहमीच प्रेरणादायी ठरलेला आहे.'४३ यातून ही बाब स्पष्ट होते की, हजारो मैल दूर असलेल्या मंडेलांनी आंबेडकरांचा स्वीकार केला. तो करताना त्यांनी आंबेडकरांवर कोणाची मालकी आहे किंवा त्यांचे कार्य कोणासाठी आहे हा विचार निश्चितच केलेला नाही; त्यामुळे हा विचार स्वीकारताना त्यांना महारांची किंवा कोणाचीही परवानगी घेण्याची आवश्यकता नव्हती आणि याच दृष्टिकोनातून स्वत:ची सामाजिक दास्यातून मुक्तता करून घेणाऱ्या जाती-जमातींनी आंबेडकरांचा स्वीकार केला पाहिजे.

महार समाजावर दुसरा असा आरोप केला जातो की, ज्या काही शासनाच्या सवलती किंवा नोकऱ्या आहेत, त्या त्यांनी इतर जातींपर्यंत येऊ दिलेल्या नाहीत. हा आरोपही पूर्णपणे बरोबर नाही किंवा निराधार आहे, असे म्हटल्यास वावगे ठरणार नाही; कारण मातंग समाजातील शिक्षणाचे प्रमाण अतिशय कमी आहे व त्याचप्रमाणे महारांचे शिक्षणाचे प्रमाण हेदेखील सर्व जातींत अधिक आहे, असेही आढळून येत नाही; कारण यासंबंधी समाजशास्त्रज्ञ सुनंदा पटवर्धन यांनी महाराष्ट्रातील अस्पृश्य जातींची पाहणी केली असता ग्रामीण भागात शिक्षणाचे प्रमाण त्यांना जातवार पुढीलप्रमाणे आढळून आलेले आहे; चांभारांचे शिक्षणातील प्रमाण १७.४, महारांचे प्रमाण १२.९५, तर मांग जातीचे ८.३ असे आहे.४४ यावरून हे स्पष्ट होते की, अस्पृश्यांमध्ये ग्रामीण भागात चांभार समाजामध्ये शिक्षणाचे प्रमाण अधिक आहे. याउलट मातंगाचे प्रमाण सर्वाधिक कमी आहे; त्यामुळे मातंग समाजाने महार समाजावर केलेला आरोप हा कसा गैरसमजावर आधारित आहे, हेही स्पष्ट होते. मातंग समाजाचे शिक्षणाचे प्रमाण अधिक नसल्यामुळे अर्थातच नोकऱ्यांमध्ये त्यांचे प्रमाण कमी असणे साहजिकच आहे.

मातंग समाजातील शिक्षणाचे प्रमाण यासाठी वाढवणे आवश्यक आहे. मातंग समाजात शिक्षणाचे प्रमाण कमी असण्याची प्रमुख दोन कारणे सांगता येतील:

१) मातंग समाज आजही मोठ्या प्रमाणात पारंपरिक व्यवसायात गुंतलेला आहे. यासंबंधी केलेल्या पाहणीत सुनंदा पटवर्धन यांना असे आढळून

आले आहे की, आजही मातंग समाजातील २९ टक्के लोक पारंपरिक व्यवसाय करतात. याउलट पारंपरिक व्यवसाय करणाऱ्या महार व्यक्तींचे प्रमाण आज शून्य असल्याचे पटवर्धन यांना आढळून आलेले आहे.[४५]

२) मातंग समाजात असलेली धार्मिकता हीदेखील त्यांच्या सामाजिक व शैक्षणिक प्रगतीतील अडसर बनलेली आहे, हेही यासंबंधीच्या करण्यात आलेल्या पाहणीत आढळून आलेले आहे. आजही ६९ टक्के मातंग समाज हे धर्म, अंधश्रद्धेवर लक्ष केंद्रित करून परिवर्तनवादी दृष्टिकोनाकडे दुर्लक्ष करतात. त्या तुलनेत महार समाज बराच सुधारलेला आहे.[४६]

या सर्व कारणांमुळे त्यांच्यात शिक्षणाचे प्रमाण कमी आहे. त्यांच्यातील जाणीवजागृती हीदेखील कमी आहे. यासंबंधी मातंग समाजाने अंतर्मुख होऊन विचार करण्याची गरज आहे.

मातंग समाजाद्वारेच असा आरोप काही नेते मंडळी करतात की, त्यांना दलित नेते आपल्या चळवळीत सामावून घेत नाहीत. हा त्यांचा आरोप बऱ्याच अंशी खराच असला तरी तो पूर्णपणे बरोबर आहे असे म्हणता येणार नाही; कारण दलित चळवळीचे प्रणेते राजा ढाले, अरुण कांबळे, नामदेव ढसाळ, रामदास आठवले इ. नेत्यांनी त्यांना सामावून घेण्याचा प्रयत्न निश्चितपणे केलेला दिसून येतो. यासंबंधीच राजा ढाले एका निवेदनात असे म्हणतात, 'माझ्या मते महार, मांग, चांभार या सर्वांचा वंश एकच असावा; कारण महार-मांग यांची दैवते उदा. पोतराज, मरीआई ही सारखीच आहेत; पण ते काहीही असो; या चळवळीत सर्व अस्पृश्यांनी सहभागी झाले पाहिजे. ही चळवळ सर्वसमावेशक घडविण्यासाठी त्यांनी एकत्रित आले पाहिजे; कारण ही काळाची गरज आहे; म्हणून मीही आपली चळवळ एकाग्र आणि समग्र बनवण्याचा प्रयत्न करतो आहे.'[४७] आणि त्याचाच वारसा घेऊन आज गंगाधर गाडे, आठवले इ. मंडळींनी याकडे लक्ष केंद्रित केल्याचे दिसून येते; परंतु काही दलित नेते यासंबंधी आकस बाळगून आहेत, हे कटू सत्यदेखील नाकारता येत नाही.

ज्याप्रमाणे महारेतर समाज महार किंवा बौद्धाच्या चळवळीसंबंधी तक्रार करतात, त्याचप्रमाणे महार समाजाचीही तक्रार या महारेतर समाजाविषयीची आहे. त्यानुसार त्यांचीही मते समजून घेणे हे येथे महत्त्वाचे ठरेल. प्रामुख्याने खालील तक्रारी महार समाज हा महारेतर समाजाविषयी करीत असल्याचे आढळून येते :

१) महार समाजाचा महारेतर समाजाविषयीचा पहिला आणि गंभीर आरोप असा आहे की, चांभार, मातंग समाजातील व्यक्ती बाबासाहेबांना मानत नाहीत.

२) दुसरी तक्रार ते अशी करतात की, या अस्पृश्य महार जातींनी उभ्या केलेल्या चळवळीत महारेतर जाती सहभागी होत नाहीत.

३) महार समाजाची तिसरी तक्रार अशी आहे की, ते धर्मांतर करीत नाहीत किंवा जयभीम करीत नाहीत.

यांसारखे अनेक आरोप त्यांच्यासंबंधी केले जातात; परंतु वरील काही आरोपांसंबंधीच चर्चा करणे येथे प्रस्तुत ठरेल. महार जातींनी इतर जातींविषयी केलेली पहिली तक्रार लक्षात घेताना प्रथमतः महारेतर जाती आंबेडकरांना मानत नाहीत, म्हणजे नेमक्या कोणत्या दृष्टिकोनातून मानत नाहीत? किंवा त्यांना मानणे म्हणजे नेमके काय करणे? ह्या दोन्ही प्रश्नांचे स्पष्टीकरण करणे आवश्यक आहे. यासंबंधी समाजशास्त्रीय दृष्टिकोनातून असे गृहीत धरता येईल की, त्यांच्या तात्त्विक बाबींना मानणे म्हणजे त्यांना मानणे होय व त्यांच्या विचारांचे प्रतीक म्हणून त्यांचा फोटो आपल्या घरात लावणे. या दृष्टिकोनातून पाहता महार समाजाने केलेला आरोप बऱ्याच अंशी चांभार जातीच्या संदर्भात तर अधिक लागू होतो व काही अंशी तो मातंग समाजासही लागू होतो; परंतु यामुळे सर्वच मातंग समाजाला किंवा चांभार समाजाला सारख्या दृष्टिकोनातून पाहता येणार नाही. ज्या व्यक्ती आंबेडकरांचे तत्त्वज्ञान मान्य करतात; त्यांच्यासंबंधीचा निश्चितपणे विचार होणे आवश्यक आहे. अन्यथा गव्हाबरोबर किडे रगडण्याची शक्यता असते. त्याचबरोबर ह्या व्यक्तींचा दलित चळवळीकडे बघण्याचा दृष्टिकोनही बदलण्याची शक्यता नाकारता येत नसते आणि या स्थितीतच ब्राह्मणवादी किंवा जातीयवादी मंडळी (मग कोणत्याही जातीची असेनात) अशा संधीची वाट पाहत असतात, म्हणून या आरोपात सत्यता असली तरी त्याचे वरीलप्रमाणे मूल्यमापन होणे आवश्यक आहे, असे मला वाटते.

महार समाजाचा दुसरा आरोप हा आहे की, महारेतर जाती एकंदरीत दलित चळवळीत मिसळत नाहीत, परंतु यासंबंधीचा आरोप करताना महार समाजाने त्या जाती का मिसळत नाहीत? याचाही अभ्यास केला पाहिजे. यासंबंधीची त्यांची मानसिकता जाणून घेणे आवश्यक आहे. महारेतर जाती आपले स्वतंत्र अस्तित्व ठेवून लढू इच्छित असतील व त्यांना खरोखरीच या चळवळीचे देणे-घेणे नसेल, तर त्यांचा विचार करण्याची आवश्यकता नाही किंवा त्याची निकड असूनही फायद्याचे ठरणार नाही; परंतु अशाही घटना तर घडत नाहीत ना की, ज्यामुळे महारेतर समाज दलित चळवळीत मिसळत नाही. याचा मानसशास्त्रीय दृष्टिकोनातून दलित चळवळीच्या नेत्यांनी अभ्यास करणे आवश्यक आहे. यासाठी महारेतर समाजातील व्यक्तींची मानसिकता व त्यांचे काही प्रश्न समजून घेणे महत्त्वाचे ठरते. यासाठी आंबेडकरांच्या संघटनकौशल्याचा सूक्ष्म अभ्यास करावा लागेल.

यासंबंधी आणखी एक आरोप केला जातो की, हे लोक बौद्ध धर्माचा स्वीकार का करीत नाहीत? हा प्रश्न जेवढ्या सहजपणे निर्माण होऊ शकतो तेवढ्या सहजपणे त्याचे उत्तर कोणालाही देता येणार नाही. तरीही या प्रश्नाचे उत्तर कोणाला तरी शोधावेच लागणार आहे. चांभार समाजाने धर्मांतर केल्याचे मोठ्या प्रमाणात आढळून निदान महाराष्ट्रात तरी येत नाही; परंतु मातंग समाजातील व्यक्तींनी धर्मांतर केल्याचे आढळून येते. बहुतांशी मातंगांनी ख्रिश्चन धर्माचा, तर काहींनी बौद्ध धर्माचा स्वीकार केलेला आहे.[४८] १५ नोव्हेंबर १९८१ मध्ये भाऊसाहेबांच्या नेतृत्वाखाली काही मातंग लोकांनी बौद्ध धर्माचा स्वीकार केल्याचे आढळते,[४९] हे किती जणांना माहीत आहे? याप्रमाणेच बाबासाहेब आंबेडकरांच्या प्रेरणेनेही अनेक मातंग लोकांनी धर्मांतर केल्याचे पाहणीत आढळून आले आहे.[५०] परंतु खरा प्रश्न निर्माण होतो की, या धर्मांतरित महारेतर समाजाला किंवा मातंग समाजाला आपण खरोखरीच बौद्ध म्हणून स्वीकारणार का? किंवा स्वीकारले आहे काय? याचे उत्तर दुर्दैवाने 'नाही' असेच आहे. अन्यथा 'सुलभा' नावाच्या मातंग मुलीला खालीलप्रमाणे पत्र लिहिण्याची पाळी आली नसती. जे पत्र एका साहित्य संमेलनात सोलापूर येथे जाहीरपणे वाचून दाखवण्यात आले. ती पत्रात असे लिहिते,

'बंधूंनो,

माझे अण्णांनी त्याच प्रचंड प्रकाशात आपल्या हातात एक पेटती मेणबत्ती घेऊन प्रकाशमय झाले. धर्माचा प्रसार करू लागले. पण अण्णा महार झाले म्हणून मातंगांनी आमचे घर वाळीत टाकले. पण अण्णांनी जुमानले नाही. मी एम. ए. झाले. अण्णा माझ्या लग्नाकरिता धडपडू लागले. मला पाहणारी माणसं परत येत नसत. कारण बाबांचा फोटो व गौतम बुद्धांची घरातील मूर्ती पाहून कर्मठ मांगं बिचकू लागली. 'आरं, ही घर बुद्धाचं हाय. ती मांग ऱ्हायली नायत. महार झालाच आता जा की म्हणावं महाराकडं,' अण्णांनी तो प्रयत्न करून पाहिला. पण... पण ती तर मांगाहून हुशार निघाली. केरू लोंढे बुद्ध झाला असेल म्हणून काय झालं? तो तर मांगाचा. यानंतर अण्णा कोसळले. माझे लग्न अण्णांचा रोग बनला. अण्णा एकटेच पडले. हळूहळू खंगू लागले. मग मात्र मला पाहवेना. माझ्यामुळे निर्माण झालेला प्रश्न निर्धाराने मी सोडवण्याचे ठरवले आणि निर्णय घेतला... बंधूंनो, आज मी माझ्या मर्जीने संपूर्ण सावध राहून अक्कलहुशारीने, नशापाणी न करता या बोधीवृक्षास साक्ष ठेवून यालाच लटकावून माझे जीवन संपवत आहे. तशी मी फार अभागी आहे. माझ्या दुर्दैवाने मी जर का या प्रयत्नातून वाचलेच आणि जर का आत्महत्येचा यशस्वी प्रयत्न म्हणून मला पोलीस अटक करावयास आले तर एक विनंती आहे; बंधूंनो, कृपया मला अटक करू नका. तुम्हाला अटक करावयाचीच

असेल तर भगवान बुद्धास अटक करा. कारण ही आत्महत्या माझी नाहीच मुळी. ती आत्महत्या आहे गौतम बुद्धाची.'

तुमची सुलभा.^{५१}

या जाहीर पत्राचं कुठंतरी आत्मपरीक्षण व्हायला पाहिजे. त्यानंतरच महारेतर बौद्ध का होत नाहीत, असा प्रश्न बौद्धांना करता येईल. महार समाजातर्फे प्रामुख्याने असाही आरोप केला जातो की, महारेतर जाती 'जय भीम' करीत नाहीत, हा आरोप करीत असताना जय भीम म्हणजे काय? हे समजून घेतले पाहिजे. हिंदू लोक रस्त्यात भेटले की, ते रामराम म्हणतात या अर्थाने याचा अर्थ घेतला जाऊ नये, कारण 'जय भीम' म्हणजे जीवन जगण्याची एक पद्धती आहे. या दृष्टिकोनातूनच महारेतर जातींनी तो स्वीकारणे आवश्यक आहे.

याचाच अर्थ दलित, दलितेतर यांच्यातील बहुतांशी आरोप अशास्त्रीय आणि निराधार आहेत. त्यामुळे महार, महारेतर संघर्ष केवळ याच कारणांनी होतो, असे मानणे शास्त्रीय दृष्टिकोनातून बरोबर ठरणार नाही म्हणून एकंदर अस्पृश्य समाजाची मानसिकता समजून घेणे आवश्यक आहे. या मानसिकतेचा समाजशास्त्रीय दृष्टिकोनातून अभ्यास होणे आवश्यक आहे. यासंबंधीचे असे एक कारण सांगितले जाते की, 'संपूर्ण अस्पृश्य समाज वर्षानुवर्षे उपेक्षित आणि आत्मवंचित ठेवला गेला; त्यामुळे संधी येताच स्वभावतःच प्रत्येक व्यक्तीमध्ये, गटागटामध्ये सर्वांच्या पुढे आपण केव्हा पोहोचू, ही आपापसांतील अहमहमिकतेची चढाओढीची भावना निर्माण झालेली आहे.^{५२} यासंबंधीचा विचार करता त्यात बरेच तथ्य असल्याचे दिसून येईल. परंतु या एकमेव कारणामुळे त्यांच्यातील ऐक्यात बाधा आली आहे व त्यांच्यातील संबंध दुरावले आहेत, असे म्हणता येत नसले, तरी ते एक महत्त्वपूर्ण कारण म्हणून त्याच्याकडे पाहता येईल. यासंबंधीचे दुसरे कारण म्हणजे जातीय संघटना निर्माण करून जातीय नेतृत्व उभे करण्याची प्रवृत्ती जी समाजात निर्माण होत आहे, त्याचे पडसाद अस्पृश्य जातीतही उमटलेले आहेत. त्यामुळे प्रत्येक जात आपल्या जातीतही स्वतंत्र अस्तित्व निर्माण करू पाहते आहे. त्यामुळे देखील अस्पृश्य जातीत दुरावा निर्माण झाला आहे. त्यातूनच मग समज-गैरसमज पसरविले जात आहेत व हा दुरावा कायम ठेवण्यात येतो आहे. त्यामध्येच महारेतर नेते मंडळीही आपला स्वार्थ जपण्यासाठी त्याला खतपाणी घालण्याचे काम करतात. यासंबंधी आणखी एक महत्त्वाचे कारण म्हणजे ब्राह्मणवादी सवर्णांची 'फोडा आणि झोडा' ही इंग्रज नीती यामागे आहे. या नीतीचे लोक काही अस्पृश्य जाती हाताशी धरून त्यांची चळवळ मारण्याचा प्रयत्न करतात व त्यांच्या या फुटीरतेला काही

अस्पृश्य जाती बळी पडलेल्या आहेत, हे कटू सत्य नाकारता येत नाही. ही सनातनी मंडळी, काही अस्पृश्य जातींना सहानुभूती दाखवून त्यांच्या एका लढाऊ चळवळीला मारण्याचे काम करतात हे लक्षात येत नाही. तेव्हा या मूलभूत प्रश्नांकडे अस्पृश्य जातींनी डोळसपणे पाहणे आवश्यक आहे. आपले हित कशात आहे हे पाहणे प्रथम महत्त्वाचे आहे. परंतु त्याचबरोबर आपले नेते आपणास कोठे नेत आहेत हे जाणले पाहिजे. सनातनी मंडळींचा कुटिल डाव ओळखला पाहिजे; कारण आज सनातन्यांचा प्रमुख शत्रू महार समाजच आहे; कारण तो त्यांच्याविरुद्ध बंड करू पाहतो आहे, लढतो आहे. तेव्हा या लढाईत संपूर्ण अस्पृश्यांनी सहभागी होणे आवश्यक आहे. अन्यथा सुपातल्यांनी जात्यातल्यांकडे पाहून हसण्यासारखा प्रकार होणार आहे. त्याचा परिणाम म्हणून एक दिवस सर्वच या विषमतेच्या जात्यात भरडले जाणार आहेत. हे भविष्यातील सत्य आपण विसरू, तर आपला आत्मनाश जवळच उभा आहे हे निश्चित.

संदर्भ ग्रंथ

१. खरात शंकरराव : डॉ. बाबासाहेबांची पत्रे, पृ. १९८

२. कित्ता

३. कित्ता

४. कांबळे बी. सी. : समग्र आंबेडकर चरित्र, पृ. १७

५. मून वसंत : मध्य वऱ्हाडातील डॉ. आंबेडकरपूर्व दलित चळवळी, पृ. १२०

६. कित्ता, पृ. १०२

७. कित्ता, पृ. १०३

८. कित्ता

९. प्रा. गांजरे मा. फ. : डॉ. बाबासाहेब आंबेडकरांची भाषणे, खंड २, पृ. ४५

१०. कित्ता

११. गणवीर रत्नाकर : बहिष्कृत भारतातील डॉ. आंबेडकरांचे स्फुट लेख, पृ. २७

१२. समग्र सावरकर वाङ्मय

१३. राजभोज यांचे एक भाषण

१४. डॉ. पटवर्धन सुनंदा : चेंज अमंग इंडियाज हरिजन, पृ. ६८

१५. वागळे निखिल : सा. दिनांक, ६ सप्टें. १९८१, पृ. २१

१६. दै. नवशक्ती, मुंबई : १७ जुलै, १९७७
१७. कित्ता
१८. प्रा. गांजरे : डॉ. बाबासाहेब आंबेडकरांची भाषणे, खंड ३ रा. पृ. ९०
१९. माने जी. बी. : डॉ. बाबासाहेब आंबेडकर यांचा दलित मुक्ती संग्राम
२०. खरात शंकरराव : डॉ. बाबासाहेब आंबेडकरांची पत्रे, पृ. १९९
२१. प्रा. गांजरे मा. फ. : डॉ. बाबासाहेब आंबेडकरांची भाषणे खंड ३ रा. पृ. १३१
२२. गणवीर रत्नाकर : बहिष्कृत भारतातील डॉ. बाबासाहेब आंबेडकरांचे स्फुट लेख
२३. गांजरे मा. फ. : डॉ. बाबासाहेब आंबेडकरांची भाषणे, खंड ३ रा, पृ. १३१
२४. रणवीर रत्नाकर : ब. भारतातील डॉ. बाबासाहेब आंबेडकरांचे स्फुट लेख, पृ. १८०
२५. कित्ता
२६. कोसारे एच. एल. : विदर्भातील दलित चळवळीचा इतिहास, पृ. २८४
२७. सं. वानखेडे चंद्रकांत : मातंग - प्राचीनता आणि सामाजिक परिवर्तनाची दिशा, पृ. ४६
२८. कित्ता, पृ. ५४
२९. कित्ता, पृ. ५१
३०. कित्ता, पृ. ७२
३१. पाटील शरद : सत्यशोधक मार्क्सवादी : डिसेंबर ८९, डिसेंबर ९०, पृ. २५
३२. डॉ. आंबेडकर भीमराव : दि. अनूटचेबल्स, पृ. ८, ९
३३. कित्ता, पृ. १०
३४. खैरमोडे चां. भ. : डॉ. भीमराव रामजी आंबेडकर : खंड १ ला, पृ. समग्र ५
३५. पाटील शरद : सत्यशोधक मार्क्सवादी, पृ. १२
३६. कित्ता
३७. प्रा. गांजरे मा. फ. : डॉ. बाबासाहेब आंबेडकरांची भाषणे
३८. राठोड मोतीराज : भटक्या विमुक्तांचा जाहीरनामा, पृ. ८२
३९. पाटील शंकर : सत्यशोधक मार्क्सवादी, पृ. १०
४०. कित्ता, पृ. १३
४१. माने लक्ष्मण : स. भु. महाविद्यालय ४/२/८१ गुरुवार, दिलेले येथील वाक्य.

४२. दै. सकाळ : दि. १७ ऑक्टोबर, १९९०
४३. डॉ. वाघमारे सुरेश : रिलिजॉसिटी अमंग द मांगस् ऑफ मराठवाडा, पृ. ७०
४४. डॉ. सुनंदा पटवर्धन : चेंज अमंग द इंडियाज हरिजन, पृ. ८१
४५. कित्ता, पृ. ६८
४६. डॉ. वाघमारे सुरेश : रिलिजॉसिटी अमंग द मांगस् ऑफ मराठवाडा, पृ. ७५
४७. सं. वानखेडे चंद्रकांत : मातंग - प्राचीनता आणि सामाजिक परिवर्तनाची दिशा
४८. डॉ. वाघमारे सुरेश : रिलीजॉसिटी अमंग द मांगस् ऑफ मराठवाडा, पृ. ६८
४९. कसबे रावसाहेब : डॉ. आंबेडकर आणि मार्क्स, पृ. २१० - २११
५०. डॉ. सुरेश वाघमारे : रि. अ. द. मांगस् ऑफ मराठवाडा, पृ. ६१
५१. प्रा. ढोबळे लक्ष्मण यांचे १४ फेब्रु. १९८७, रोजी अ. भा. दलित साहित्य संमेलनातील स्वागताध्यक्ष भाषण
५२. मेश्राम योगेंद्र : दलित साहित्य जेव्हा चळवळ बनते, पृ. ९७

❑❑❑

|| ३ ||

बाबासाहेबांच्या मनात आधीपासूनच शेतकऱ्यांविषयी जिव्हाळा व त्यांच्या कल्याणाविषयी कळकळ होती.

१०-१-१९३८ ला कोकण, सातारा व नाशिक जिल्ह्यांतील शेतकऱ्यांनी असेंब्ली हॉलवर मोर्चा आणला होता, तेव्हा त्याचे मार्गदर्शन बाबासाहेबांनी केले, ते म्हणाले, 'कष्टाळू लोकांची संघटना करावयाची झाल्यास त्यांत जातिभेद व धर्मभेद या गोष्टींना थारा मिळता कामा नये. कष्टाळू वर्ग आधीच आर्थिक दडपणाखाली दडपला गेला आहे.'

त्यावेळी मुंबई सरकारपुढे सादर केलेल्या मूलभूत मागण्या अशा होत्या :

१) शेतकरीवर्गाला स्वतंत्रपणे व सुखासमाधानाने राहता यावे.

२) जमिनीची मशागत करणाऱ्यांच्या आर्थिक हिताची व्यवस्था व्हावी.

३) जमीन कसणाऱ्यांच्या चरितार्थाची योग्य ती सोय करावी.

१४.
बाबासाहेब आंबेडकर
आणि कृषी

ना. मा. निमगडे

४) शेतमजुराला किमान मजुरी देण्याची कायद्याने सोय करावी वगैरे. भारतीय संविधानात देखील सातव्या शेड्युलमध्ये कृषीविषयी बऱ्याच तरतुदी केल्या आहेत.

१) शेतीविषयी योग्य ते शिक्षण देण्यात यावे व संशोधन करण्यात यावे.

२) पिकांची नासाडी करणाऱ्या किड्यांपासून व रोगांपासून पिकांचे संरक्षण.

३) शेतीला उपयोगी जनावरांचे संरक्षण व त्यांचे उत्तम पालन.

४) शेतीकरिता पाण्याची व्यवस्था व सदुपयोग. पाटबंधारे व कालवे काढणे

५) कास्तकारांच्या हक्कांचे संरक्षण.

६) जमिनीचे वाटप, जमिनीची सुधारणा व त्याकरिता सरकारकडून कर्ज देण्याची व्यवस्था.

७) जंगले व त्यांची जोपासना.

८) वन्य पशूप्राण्यांचे रक्षण.

९) मत्स्यपालन इत्यादी बऱ्याच बाबींचा त्यांत उल्लेख केला गेला आहे.

भारतीय संविधान घडवीत असताना कृषी विषयावर व शेतकऱ्यांच्या कल्याणाच्या बऱ्याच मुद्द्यांवर चर्चा होत असत. त्योळी गरीब शेतकऱ्यांचा कैवार घेणारे व त्यांच्या हितासाठी कळकळीने लढणारे भारत कृषक समाजाचे (Farmers Forum of India) जनक, भाऊसाहेब पंजाबराव देशमुख ह्यांनी सप्टेंबर १९४९ ला शेतकऱ्यांसाठी कल्याणप्रद अशा कायद्याचा प्रस्ताव मांडला व डॉ. आंबेडकरांनी लक्ष पुरवावे, ही विनंती केली. बाबासाहेब त्यावेळी कायदेमंत्री होते व त्यांच्या मनात कास्तकारांविषयी अत्यंत जिव्हाळा होता, म्हणून त्यांनी तो प्रस्ताव ताबडतोब मंजूर केला होता.

१८-१९-२० जुलै, १९४२ ला अखिल भारतीय दलित परिषदेकरिता बाबासाहेब नागपूरला आले होते. त्यावेळी त्यांना व्हाईसरॉयच्या कौन्सिलच्या मेंबरपदाच्या नियुक्तीचे पत्र मिळाले होते व त्यांनी नागपुरातूनच आपली स्वीकृती तारेने व्हॉइसरायना कळविली होती. ही घटना अगदी अभूतपूर्व अशी होती; कारण त्या आधी एवढ्या उच्च सन्मानाच्या पदावर अस्पृश्य समाजापैकी कुणालाही अशी सुवर्णसंधी कुणीच दिली नव्हती.

बाबासाहेब दिल्लीला परतल्यानंतर विचार करू लागले की, देशातील गरीब लोक कशाने सुखी होतील व त्याप्रमाणे त्यांनी कार्य देखील केले.

भारतामध्ये अनेक वेळा अतिशय प्रखर स्वरूपाचे दुष्काळ वारंवार पडत असत. त्यापैकी १९४३ चा बंगालचा दुष्काळ फारच भीषण असा होता. त्यावेळी लाखो लोक उपासमारीने मरण पावले. दुसऱ्या महायुद्धाचा तो काळ होता. अन्नधान्याच्या कमतरतेबरोबरच घासलेट, साखर इत्यादी अत्यावश्यक वस्तूंची देखील संपूर्ण देशात कमतरता होती. यास्तव ह्या अत्यावश्यक वस्तू गोरगरिबांना स्वस्त भावात मिळाव्या म्हणून बाबासाहेबांनी अन्नधान्याबरोबर घासलेट व साखर ह्या वस्तूंचे रेशनिंग सुरू केले होते.

लोकांचा अन्नदाता शेतकरी फारच उपेक्षित होता. यास्तव बाबासाहेबांनी उत्तम प्रकारे शेती कशी करता येईल? याबद्दलच्या ज्ञानाचा प्रसार व्हावा म्हणून 'अधिक धान्य पिकवा' (Grow more food) ही मोहीम काढली होती.

एवढेच नाही तर स्वत:ही त्याबद्दल प्रयोग केला होता. दिल्लीमधील त्यावेळच्या त्यांच्या २२, पृथ्वीराज रोडवर सरकारी निवासस्थान असलेल्या त्यांच्या बंगल्याभोवतीच्या काही मोकळ्या जागेत शोभेची हिरवळ (Lawn) लावलेली होती, ती काढून टाकून त्यावर गव्हाचे उत्तम पीक काढले होते व अनेक भाज्या व पालेभाज्या लावल्या

होत्या. त्या पिकांचा त्यांनी पूर्ण हिशोब लिहून ठेवला होता. किती बीज पेरले, किती खत टाकले, किती मजुरी झाली, याबद्दलची आकडेवारी व पैपैचा हिशोब आणि धान्य गोळा होईपर्यंतचा सर्व खर्च सविस्तर लिहून ठेवला होता. हा सर्व अनुभव घेऊन ते त्याबद्दल भेटावयास येणाऱ्या कास्तकारांना सांगत असत. 'जो दुसऱ्यावरी विश्वासला त्याचा कार्यभाग बुडाला,' हे त्यांचे ब्रीदवाक्य होते.

बाबासाहेबांना कृषीविषयी फार जिज्ञासा होती. दिल्लीमधील 'भारतीय कृषी अनुसंधान संस्थे'च्या निसर्गरम्य परिसरात ते सकाळच्या वेळी फिरायला जात असत. त्यांच्या बंगल्यापासून संस्था फार लांब असल्यामुळे ते मोटारीने जात. मोटार संस्थेबाहेरच थांबवून आतमध्ये पायी फिरायला जात असत. जास्त वेळ असला तर ते मोठ्या उत्सुकतेने शास्त्रीय पद्धतीने वाढविलेल्या पिकांचे व फळा- फुलांचे निरीक्षण करीत असत, ही गोष्ट त्यांनी मला बोलण्याच्या ओघात सांगितली.

१९४९ मध्ये एकदा मी त्यांना विनंती केली होती की, 'बाबासाहेब, आमची पूसा इन्स्टिट्यूट फारच सुंदर आहे. आपण जरूर बघावयास या.' त्यावर ते म्हणाले होते, 'अरे, तिथे तर मी नेहमीच फिरावयास जात असतो. मिलिंद महाविद्यालयाच्या परिसरातील बगीच्यात लावण्याकरिता अनेक प्रकारच्या फुलांच्या, गुलाबांच्या व नानारंगी बोगनवेलाच्या कलमा (त्यांनी बोटॅनिकल नावे पण भराभर उच्चारली होती.) औरंगाबादला घेऊन गेलो होतो. मला ती इन्स्टिट्यूट फार आवडली.' हे ऐकून मला फार फार धन्यता वाटली.

शेतीविषयक त्यांचे विचार सांगताना, शेतीला उपयुक्त ठरणाऱ्या आणखी काही योजना त्यांनी आखल्या होत्या, त्यांचा येथे उल्लेख करणे आवश्यक आहे. त्यांपैकी 'दामोदर घाटी योजना' ही प्रमुख होय. ही योजना बाबासाहेबांच्या देशभक्तीचे, निष्ठेचे व जनकल्याणाच्या तळमळीचे उत्कृष्ट उदाहरण होय. ही योजना अमेरिकेतील 'टेनेसी व्हॅली ऑथॉरिटी' च्या धर्तीवर आधारलेली आहे.

'दामोदर' नदीचा उगम छोटा नागपूरच्या टेकड्यांमधून झाला आहे. ती नदी बिहारमध्ये २९० किलोमीटर लांब वाहते, नंतर बंगाल प्रांतातून वाहून कलकत्त्यापासून ४८ किलोमीटर खाली हुगळी नदीला जाऊन मिळते. ५४० किलोमीटर लांबीच्या प्रवासात दामोदर नदीचे प्रमुख वैशिष्ट्य म्हणजे प्रथम ती फार वेगाने वाहते व जमिनीची नासाडी करते. दुसऱ्या भागात ती फारच संथ वाहते; पण पुरामुळे अतिशय हानी करते.

१८५९ ते १९४३ पर्यंत ह्या नदीला बारा वेळा भयानक पूर येऊन जीवन व मालमत्तेचे अतोनात नुकसान झाले. तसेच पूर ओसरल्यावर मलेरिया व कॉलरासारखे प्राणघातक आजार पसरत असत आणि ही नदी वारंवार पात्र पण बदलत असे.

अशा भयानक नदीला वेसण घालून बाबासाहेबांनी लोकोपयोगी करण्याचे ठरविले ते असे.

१) तिच्या पाण्याचा उपयोग शेतीसाठी करून भरपूर पिके काढण्यासाठी.

२) वीज उत्पन्न करण्यासाठी.

३) पाण्यावरील दळणवळण वाढविण्यासाठी

अशा बहुविध उपयोगांसाठी ही योजना राबविण्याचे त्यांनी निश्चित केले होते. बाबासाहेबांनी त्यासाठी अमेरिकेतून अनेक ग्रंथ मागवून स्वत: त्यांचा अभ्यास केला व योजना आखली, नकाशे तयार केले. ते कार्य सुरळीत व यशस्वीपणे चालविण्याकरिता रावबहादूर ए. एन. खोसला यांची चीफ इंजिनिअर म्हणून नेमणूक केली आणि 'सेंट्रल टेक्निकल पॉवर बोर्ड' ची स्थापना सुद्धा त्यांनी केली.

जेव्हा ते कार्य पूर्ण झाले व त्यांनी बाबासाहेबांना उद्घाटन करण्याकरिता निमंत्रण दिले, त्यावेळी बाबासाहेबांनी आपल्या प्रायव्हेट सेक्रेटरीला पाठविले; स्वत: गेले नाहीत; कारण त्यांना कामाचे महत्त्व वाटत असे, उद्घाटनाचे नाही.

याच अनुषंगाने अणुशक्तीचा देखील उपयोग जनकल्याणाच्या उपयुक्त कामांसाठी करण्याचे बाबासाहेबांच्या मनात होते. त्यांचे म्हणणे होते की, भारताची जनसंख्या झपाट्याने वाढत आहे. निसर्गसुद्धा अनेकदा नुकसान करीत असतो. पावसाळ्यात नद्यांना पूर येऊन अत्यंत हानी होत असते. वारंवार पूर आल्यामुळे नद्यांची पात्रे उथळ झाली आहेत. पात्रात वाळू फारच साचली जाते. पुरामुळे लोकांचे प्राण जातात, म्हणून बाबासाहेब फार हळहळत. ६-८-१९४५ ला अमेरिकेने हिरोशिमावर बॉम्ब टाकून अतिशय विध्वंस केला होता. त्यांनी असा विचार केला की हीच अणुशक्ती जर नद्यांचे पात्र साफ करण्यात वापरली तर एवढे पूर येणार नाहीत; कारण नद्यांचे पात्र चांगले खोल होऊन पाणी आजूबाजूच्या गावांत पसरणार नाही व प्राणहानी व पिकांची नासाडी होणार नाही. नद्यांचे पाणी सदुपयोगी लागेल, पाण्यावरील दळणवळण वाढेल व सुरक्षित होईल व अशा प्रकारे पुरामुळे दु:खदायी नद्यांचा उपयोग मानवी हितासाठी करता येईल.

बाबासाहेबांना त्यांच्या आयुष्याच्या शेवटच्या दिवसात असे वाटायचे की, त्यांनी आतापर्यंत सुशिक्षितांकरिता बरेच कार्य केले, पण सुशिक्षित झालेल्यांनी आपले उत्तरदायित्व ठीक सांभाळले नाही. आपल्या अशिक्षित बांधवांशी ते समरस झाले नाहीत. उलट त्यांच्यापासून अलिप्त व्हायला लागले आहेत. यास्तव उरलेल्या आयुष्यात यापुढे मजूर व भूमिहीनांच्या कल्याणाकरिता आपली शक्ती व वेळ द्यावयाचा, अशी त्यांची मनीषा होती. त्यांनी भूमिहीनांना सरकारकडून जमिनी मिळवून देण्याची इच्छा देखील प्रकट केली होती.

२५ मार्च, १९५६ ला ते आपल्या मोटारीतून आग्र्याला मीटिंगकरिता जात होते. वाटेत मथुरेनंतर त्यांना बरीच पडीक जमीन दिसली. श्री. सोहनलाल शास्त्री त्यांच्याबरोबर होते. बाबासाहेब म्हणाले, 'ही इतकी जास्त पडीक जमीन अशीच पडली आहे. ती भूमिहीनांना मिळाली तर त्यांचे कल्याण होईल. अधिक पीक काढता येईल.' हेच विचार त्यांनी नंतर आग्र्यामधील सभेमध्येही बोलून दाखविले होते.

कृषीविषयी त्यांना किती जिव्हाळा होता, याबद्दल मी माझा अनुभव सांगतो. स्वतंत्र भारताच्या प्रथम निवडणुकीत बाबासाहेब मुंबईहून उभे होते. त्यावेळी श्री. राजभोज हे शेड्यूल्ड कास्ट फेडरेशनचे सचिव होते. तेही निवडणुकीसाठी उभे होते. त्यांचे म्हणणे पडले की, विद्यार्थ्यांनी निवडणुकीत शे. का. फे. चा प्रचार करावा; म्हणून मी मुंबईला प्रचार करावयासाठी जायला तयार झालो. तत्पूर्वी २६, अलीपूर रोडवरील बंगल्यावर बाबासाहेबांना भेटावयास गेलो होतो. सहज बोलता बोलता मी सुद्धा मुंबईला प्रचाराकरिता जात आहे, असे त्यांना सांगितले.

त्यावर बाबासाहेब म्हणाले, 'विद्यार्थ्यांनी प्रथम आपल्या शिक्षणाकडे लक्ष द्यावे.' त्यांच्याच शब्दांत सांगतो, 'Students should persue their studies very sincerely. You have done a good thing, that you came to see me before leaving Delhi. I do not want victory at the cost of my best students. You should return the ticket and do not come to Bombay for canvacing. You are conducting research for Ph. D. in Agriculture, which is very important subject. I wish, you should concentrate on your research. For your information, I tell you that, we have made good provisions in constitution for encouraging agricultural developments.'

हे ऐकून मला फार धन्यता वाटली. बाबासाहेबांना कृषीविषयी फार जिव्हाळा असल्याचे जाणवले. तसेच त्यांच्यासारख्या थोर विद्वानाने माझ्यासारख्या साध्यासुध्या विद्यार्थ्याला 'उत्तम विद्यार्थी' म्हटल्याबद्दल अंत:करण पुलकित झाले आणि यापुढे आपण कंबर कसून अभ्यास करावा व खरोखरच उत्तम विद्यार्थी बनावे, अशी मी प्रतिज्ञा केली.

मला रॉकफेलर फाऊन्डेशनचे फेलोशिप दिल्याबद्दलचे पत्र आले होते. ते मी बाबासाहेबांचे खासगी सचिव श्री. नानकचंद रत्तू ह्यांना दाखविले होते; पण सांगितले की मला अमेरिकेत जाण्यासाठी सरकारकडून सुट्टी मिळत नाही. बाबासाहेबांना रत्तूजींनी ते पत्र दाखविले. ते पत्र वाचून बाबासाहेबांना फार आनंद झाला; पण जेव्हा

रत्तूजींनी सांगितले की त्याला अमेरिकेला जाण्यासाठी सरकाकडून सुट्टी मिळत नाही, हे ऐकून त्यांना संताप आला.

ते माझ्यावर कडाडून रागावले व म्हणाले, 'अरे, तू माझ्याकडे नेहमीच येतोस. सरकारकडून तुला सुट्टी मिळत नाही याची जाणीव तू मला आधीच का दिली नाहीस? दुसरे लोक येतात, काम करून घेतात व परतून तोंड दाखवत नाहीत. तू मात्र भेटायला येतोस व हेलपाटा घालून निघून जातोस.'

त्यांनी लगेच नानकचंद रत्तूला बोलावले व म्हणाले,'कोण आहे रे ह्याचा मिनिस्टर? लाव त्याला ताबडतोब फोन!'

रत्तूनी भाऊसाहेब पंजाबराव देशमुखांना फोन लावला. फोनवर थोडे प्रास्ताविक बोलणे झाल्यावर बाबासाहेब म्हणाले, 'पंजाबराव, माझ्याकडे एक विद्यार्थी आहे. निमगडे नावाचा. त्याला पीएच. डी. करण्यासाठी अमेरिकेतील रॉकफेलर फाऊन्डेशनकडून फेलोशिप मिळाली आहे; पण आपले सरकार सुट्टी देत नाही त्याला अमेरिकेत जाण्यासाठी.'

त्यावर भाऊसाहेब म्हणाले,'बाबासाहेब, मी त्याला फार चांगल्या प्रकारे ओळखतो. आपल्याकडे न येता त्याने जरी मला सांगितले असते तरी त्याचे काम झाले असते.' हे ऐकून बाबासाहेबांना फार आश्चर्य वाटले की, हे दोन्ही महापुरुष मला उत्तम प्रकारे ओळखत असून मी दोघांनाही आपले काम सांगितले नाही. ते मला म्हणाले, 'अरे तू मला आतापर्यंत का सांगितले नाहीस?' मी म्हणालो, 'बाबासाहेब! आपला वेळ फार बहुमोल आहे व तो देशाच्या व समाजाच्या कारणी लागत आहे. अशावेळी माझे हे क्षुल्लक काम सांगून मी आपला वेळ घेऊ इच्छित नाही. आम्ही आपल्याकडे केव्हाही येतो; आपण बोलता ते ऐकतो. अधूनमधून आपल्याशी बोलता देखील येते, हा आमचा केवढा मोठा फायदा आहे!' हे ऐकून बाबासाहेब शांत झाले.

तेवढ्यात माईसाहेब तिथे आल्या. त्यांनी पण रॉकफेलर फाऊन्डेशनकडून आलेले पत्र वाचले. त्या मला म्हणाल्या, 'अरे निमगडे, आज डॉक्टरसाहेब तुझ्यावर फार प्रसन्न दिसत आहेत, तर तू त्यांना Character Certificate माग.'

बाबासाहेब कधीच कुणाला सर्टिफिकेट देत नसत. माझ्यासमोरच त्यांनी अनेकांना सर्टिफिकेट देण्याचे नाकारले होते. ते म्हणत, 'मला काय माहीत रे तुम्ही लुच्चे आहात, लफंगे आहात की कसे आहात? मी कसा काय सर्टिफिकेट देऊ?' हे ठाऊक असल्यामुळे सर्टिफिकेट मागायला बाबासाहेबांची मला फार भीती वाटे, पण त्या दिवशी माईसाहेबांनी सुचविल्यामुळे हिंमत बांधली व बाबासाहेबांना म्हणालो,'मला परदेशात पीएच. डी. करायला जायचे आहे. कृपा करून Character Certificate द्याल तर बरे होईल.'

त्यावर ते आनंदाने म्हणाले, 'बरे, तू आपल्याविषयी माहिती लिहून दे.' मी लगेच मोठ्या कागदावर माझ्याविषयी माहिती लिहून दिली.

बाबासाहेबांनी ती माहिती वाचली. माझे पेन मी त्यांना दिले. त्यांनी एक दोन अक्षरे लिहून ते परत केले व स्वत:चे पेन मागवले. 'I don't want to spoil my handwriting!' कारण माझ्या पेनची नीब चांगली नव्हती. त्यांनी मी लिहिलेले पूर्ण खोडून टाकले व स्वत:च्या मनाने स्वहस्ते सर्टिफिकेटचा मजकूर लिहिला. मला म्हणाले, 'आता रात्र झाली. तू घरी जा.'

त्याच रात्री ११ वाजता श्री. नानकचंद रत्तू ते सर्टिफिकेट टाइप करून व त्यावर बाबासाहेबांची सही घेऊन पूसा इन्स्टिट्यूटमध्ये आले. ते म्हणाले, 'बाबासाहेबांचा आदेश आहे की आजच हे सर्टिफिकेट नेऊन दे; म्हणून आता रात्री आलो.' यावरून बाबासाहेबांच्या विद्याप्रेमाची व विद्यार्थीप्रेमाची त्यादिवशी खरी ओळख पटली.'

❑❑❑

शेतकऱ्यांच्या आत्महत्या हा आज गंभीर विषय होऊन बसला आहे. शेतकऱ्यांच्या होत असलेल्या आत्महत्येची प्रथम चौकशी व चौकशीच्या तथ्यानंतर त्याच्या कुटुंबीयांना मिळणारी आर्थिक मदत देऊन सरकार यातून मुक्त होत असते व समाजही त्यावर खोल विचार करताना दिसत नाही.

आजही भारतामध्ये उपेक्षित वर्ग मोठ्या प्रमाणावर शेतीवरच जगतो. आपल्याकडे कितीही औद्योगिक विकास झाला असला, तरी आणि वैश्विक खेडे निर्माण करण्याच्या जागतिकीकरणाच्या विचारांचा जल्लोष सर्वच स्तरावरून करण्यात येत असला तरी भारत अद्यापही कृषिप्रधानच आहे हे वास्तव विसरता येत नाही. अधिक रोजगाराच्या व उत्पन्नाच्या संधी अजूनही याच क्षेत्रात आहेत. ज्याने रात्रं-दिवस शेतीत कष्ट उपसावे व उत्पादन काढावे त्या शेतकऱ्याच्या जीवनात एवढा अंधार का निर्माण झाला? पूर्वी सावकार शेतकऱ्याला कर्ज देत असे, आता कायद्याने नियमित

१५.

बाबासाहेब आंबेडकर व शेतकऱ्यांचे प्रश्न

बी. आर. वाघमारे

केलेल्या यंत्रणा कर्ज देत आहेत. म्हणजे कर्जाच्या ओझ्याखालून अद्याप त्यांची सुटका झाली नाही. निसर्गाचा कोप, लहरी पाऊस, यातून उत्पादन कमी व त्यातून मूलभूत गरजा भागविताना होणारी त्यांची दमछाक आणि त्यातूनच न होणारी कर्जफेड या चक्रव्यूहामध्ये शेतकऱ्याला जीवन नकोसे होऊन ते जीवनच संपविण्याचा टोकाचा विचार करीत आहेत.

शेतकऱ्यांच्या शोषणाच्या प्रश्नावर स्वातंत्र्यपूर्व काळात काही ठिकाणी शेतकऱ्यांनी एकत्र येऊन लढा देण्याचा प्रयत्न केला आहे. इ. स. १८५७ ते १९२१ या कालखंडात शेतकरी चळवळीचा प्रारंभ झाला. जमीनदारांचा जुलूम व ब्रिटिशांचा जुलमी शेतसारा, यामुळे शेतकरी अगतिक झाला. त्यांच्यावरील अन्याय इतका शिगेला पोहोचला होता की, शेतकऱ्यांनी त्याविरुद्ध उत्स्फूर्तपणे पण असंघटित आवाज उठविला. १९२३ ते १९४६ या काळात राजकीय स्वातंत्र्यासाठी जे

आंदोलन करीत होते ते शेतकऱ्याच्या हिताचे रक्षण करण्यास व त्यांच्या प्रश्नांना वाचा फोडण्यास असमर्थ आहे, या भावनेतून शेतकऱ्यांनी १९३५ मध्ये शेतकऱ्यांची "अखिल भारतीय किसान सभा" स्थापन केली.[१] या सभेने विविध प्रांतांत जमीनदारांच्या जुलमाविरुद्ध लढे देऊन देशाचे लक्ष वेधले होते.

स्वातंत्र्यपूर्व काळात व स्वातंत्र्यानंतरही शेतकऱ्यांच्या जिव्हाळ्याच्या प्रश्नांवर उपाययोजना झालेल्या नाहीत. शेतकरी व शेतमजूर यांचे प्रश्न दुर्लक्षितच राहिले. त्यांच्या प्रश्नांचा गांभीर्याने व अंत:करणातून विचार करून ते सोडविण्याचा पायाभूत प्रयत्न झाला नाही.

देशाच्या समाजकारण व राजकारणात डॉ. बाबासाहेब आंबेडकरांचा प्रवेश हा उपेक्षितांच्या प्रश्नांवर तळमळीने मूलभूत विचार करण्याच्या दृष्टीने महत्त्वाचा आहे. परंतु त्यांच्या प्रयत्नांना अधिकतर जातीय व धर्मीय पैलू समजून आजही कुणी त्यांच्या विचारांची पेरणी करण्यास तयार होत नाहीत.

२६ नोव्हेंबर, १९४९ मध्ये घटनेचे प्रारूप संसदेमध्ये सादर केले, त्यावेळी पूर्ण चर्चेनंतर शेवटी भाषणामधून देशाला डॉ. बाबासाहेब आंबेडकरांनी इशारा दिला होता. त्याची आठवण आज करणे गरजेचे आहे. "२६ जानेवारी, १९५० रोजी आपण ज्या जीवनाला प्रारंभ करणार आहोत, ते विरोधाने भरले आहे. राजकीय जीवनात समता दिसेल, परंतु सामाजिक व आर्थिक जीवनात विषमताच दिसेल. त्या विरोधाभासाचे जीवन आपण किती दिवस चालवणार आहोत. आर्थिक व सामाजिक जीवनात आपण समतेला किती काळ थोपावून धरणार आहोत. आपण जर अधिक काळपर्यंत या समतेला विरोध करीत राहिलो, तर त्यायोगे आपली राजकीय लोकशाही संकटात आल्याशिवाय राहणार नाही, ही विषमता शक्य तितक्या लवकर नष्ट केली पाहिजे. नाही तर विषमतेने गांजलेले लोक या घटना परिषदेने मोठ्या परिश्रमाने उभे केलेले हे राजकीय लोकशाहीचे मंदिर उद्‌ध्वस्त केल्यावाचून राहणार नाहीत"[२]

आज लाखो बेरोजगारांच्या फौजा व त्यांची अस्वस्थ मने, शेतकऱ्यांमधील नैराश्य व त्यातून अस्वस्थ झालेला समाज टोकाची भूमिका घेणारच नाही, असे म्हणता येत नाही व त्यामुळे राजकीय लोकशाहीच्या मंदिरास तडे जाणार नाहीत, याची शाश्वती कोण देईल?

डॉ. बाबासाहेब आंबेडकरांची आर्थिक समतेची योजना

सामाजिक समतेचा पाया अधिक दृढमूल होण्यासाठी त्याला आर्थिक आयाम देण्याची गरज डॉ. बाबासाहेब आंबेडकरांनी ओळखूनच स्वतंत्र मजूर पक्षाची

स्थापना १९३६ मध्ये केली होती. १९ मार्च, १९४० मध्ये डॉ. बाबासाहेब आंबेडकरांनी अस्पृश्य स्वातंत्र्यदिनानिमित्त जे भाषण केले, त्यात ते म्हणतात की, "चवदार तळ्याच्या लढ्यातून स्वतंत्र मजूर पक्षाचा उगम झाला आहे. हा पक्ष या लढ्याची राजकीय फलश्रुतीच होय. चवदार तळ्याच्या लढ्यानेच आपल्या वर्गात राजकीय, सामाजिक व आर्थिक जागृती झाली आहे ही गोष्ट कोणीही विसरता कामा नये."[३] डॉ. बाबासाहेब आंबेडकरांचे वरील मत पाहता त्यांनी सामाजिक व राजकीय समतेसोबतच आर्थिक समता प्रस्थापित करण्याच्या हेतूनेच स्वतंत्र मजूर पक्षाची स्थापना करून शेतकरी व शेतमजुरांच्या प्रश्नास वाचा फोडण्याचे ठरविले होते.

डॉ. बाबासाहेब आंबेडकरांनी प्रांतीय विधानसभेच्या निवडणुकीमध्ये मुंबई प्रांत व मध्यप्रांत-वऱ्हाडमध्ये आपले उमेदवार निवडणुकीत उभे केले. शेतकऱ्यांचे नेते डॉ. भाऊसाहेब पंजाबराव देशमुख यांना अमरावती तहसील मतदारसंघातून, तर त्यांच्या पत्नी विमलाताई देशमुख यांना अमरावती-अकोला स्त्री-मतदारसंघातून, तर मजूर नेते ॲड. रा. बा. फुले, नागपूर यांना स्वतंत्र मजूर पक्षातर्फे निवडणुकीत उभे करून आपल्या पक्षाची व्यापकता सिद्ध केली होती. डॉ. पंजाबराव ऊर्फ भाऊसाहेब देशमुख यांना तर बाबासाहेबांनी स्वतंत्र मजूर पक्षाच्या कार्यकारिणीत समाविष्ट केले होते.[४] या निवडणुकीत स्वतंत्र मजूर पक्षाने १४ जागा जिंकल्या, तर वर्धा-हिंगणघाट मतदारसंघातून निवडून आलेले बंडखोर उमेदवार श्री. दशरथ लक्ष्मण पाटील हे सुद्धा बाबासाहेबांच्या पक्षात सहभागी झाले. दिनांक ३०/०५/१९३७ रोजी स्वतंत्र मजूर पक्षाचे निवडून आलेले जे उमेद्वार होते, त्यांच्या अभिनंदनाची सभा झाली, त्यात डॉ. बाबासाहेब आंबेडकर म्हणाले, "आपला स्वतंत्र मजूर पक्ष जो शेतकरी व कामकरीवर्गावर श्रीमंतांकडून जो जुलूम होतो, तो नाहीसा करण्यासाठीच स्थापन झाला आहे."[५]

कायदे मंडळातील शेतकरी हिताची कृती

डॉ. बाबासाहेब आंबेडकरांनी सर्व कर्जबाजारी शेतकरी व शेतमजूर यांच्या स्थितीमध्ये सुधारणा होण्यासाठी अस्तित्वात असलेल्या कायद्यामध्ये दुरुस्ती सुचविणारी विधेयके मुंबईच्या विधानसभेत मांडली. या विधेयकावरील चर्चेच्या निमित्ताने आणि विधेयकाच्या बाजूने लोकमत अनुकूल करून घेण्यासाठी काढलेल्या प्रचार मोहिमेद्वारा कर्जबाजारी शेतकऱ्यांच्या, शेतमजुरांच्या व वेठबिगारांच्या प्रश्नांना वाचा फोडली. सरकारचे धोरण कसे भांडवलधार्जिणे आहे, सावकारांनी व जमीनदारांनी चालविलेले शोषण सरकार कसे बंद करू इच्छित नाही, ते जनतेसमोर मांडण्याचा डॉ. बाबासाहेब आंबेडकरांनी सतत प्रयत्न केला. मुंबई प्रातांच्या गव्हर्नरने गरीब शेतकऱ्यांवर

कराचे ओझे लादून त्यांच्या दुर्दशेमध्ये भर घालण्याचे धोरण जेव्हा अवलंबिले, तेव्हा इंग्रजांच्या धोरणाचे वाभाडेही काढण्यास डॉ. बाबासाहेब आंबेडकर अग्रेसर राहिले.

सावकारी नियंत्रण विधेयक

शेतकऱ्यांना अडचणीच्या काळात जे कर्ज घ्यावे लागत होते ते कर्ज गावात असणारे सावकार अनियंत्रितपणे व्याजदर आकारून शेतकऱ्यांच्या कष्टाचा मोठा हिस्सा आपल्या पदरात पाडून घेत व शेतकरी पुन्हा कंगालच राहत असत. यावर नियंत्रण राहावे, म्हणून डॉ. बाबासाहेब आंबेडकरांनी १९३७ मध्ये ''सावकारी नियंत्रण विधेयक'' विधानसभेत आणून खालील उपाययोजना सुचविल्या.

१. भारताच्या कोणत्याही प्रांतामध्ये सावकारी करणाऱ्या सावकाराची रीतसर नोंदणी करणे.
२. सावकारी व्यवसाय करण्यासाठी सरकारने एक वर्ष मुदतीचे परवाने द्यावेत.
३. प्रत्येक वर्षी या परवान्याचे नूतनीकरण करण्याचे बंधन घालावे.
४. सावकाराने गैरव्यवहार केल्याचे सिद्ध झाल्यास त्याचा परवाना रद्द करावा.
५. लेखी व्यवहाराद्वारे धनकोने ऋणकोस या व्यवहाराच्या नोंदी असलेल्या खाते पुस्तिका द्याव्यात.

वरील तरतुदी करणारे विधेयक डॉ. बाबासाहेब आंबेडकरांनी शेतकऱ्यांच्या हितासाठी मांडले होते. ते जसेच्या तसे त्यावेळी मंजूर झाले असते, तर शेतकऱ्यांना प्राप्त होणाऱ्या कर्जाच्या व्यवहारात नियमितता येऊन शेतकरी शोषणमुक्तीच्या प्रश्नावर एक उपाय ठरला असता.

खोती पद्धती नष्ट करण्याबाबतचे विधेयक

सरकारी नियंत्रण विधेयकासोबत खोती पद्धत नष्ट करण्याबाबतसुद्धा डॉ. बाबासाहेब आंबेडकरांनी दि. २० ऑफ १९३७ क्रमांकाचे विधेयक दि. १७ सप्टेंबर, १९३७ ला विधानसभेत मांडले.[६] जमीनदारांकडून होणारी शेतकऱ्यांची पिळवणूक, शेतकरी कुळाकडून जमिनीचे मालकीपण काढून घेण्याची जमीनदारांची प्रवृत्ती विशेषत्वाने खोती व तालुकादारी या पद्धतीने शेतकऱ्यांची पिळवणूक होत असे. ती पिळवणूक थांबवून शेतकरी हिताचे संरक्षण व्हावे, असा सदर विधेयक आणण्याचा डॉ. बाबासाहेब आंबेडकरांचा हेतू होता, कारण १८६४ पासून खोतांच्या हक्कांना आळा घालण्याचे प्रयत्न सरकारने चालविले असले तरी कायदे धाब्यावर बसवून खोत बेमुर्वतपणे शेतकऱ्यांचे शोषण करीत होते. खोतांनी राजरोसपणे

शेतकऱ्यांची चालविलेली लूट असह्य झाली की, खोत आणि शेतकरी यांच्यामध्ये संघर्षाची ठिणगी पडून मारामारी व खूनही पडत असत. अशा फौजदारी खटल्यात शेतकऱ्यांच्या वतीने डॉ. बाबासाहेब आंबेडकर न्यायालयात फौजदारी व दिवाणी दाव्यात काम पाहत असत. १९३४ साली उंदेरी खटला या नावाने गाजलेल्या खटल्यात प्रकृती बरी नसतानाही डॉ. बाबासाहेबांनी उच्च न्यायालयात आरोपी शेतकऱ्यांनी केलेल्या अपिलात कोर्टात काम पाहिले व त्यात शेतकऱ्यांना खालच्या कोर्टाने दिलेली शिक्षा कमी करण्यात यश मिळविले होते.[७] शेतकऱ्यांवर खोताकडून जी जुलूमजबरदस्ती व अत्याचार होत होते, त्याची वृत्ते डॉ. बाबासाहेब आंबेडकर चालवित असलेल्या "जनता" साप्ताहिकामध्ये छापून अन्यायास वाचा फोडत असत. इतर पक्षाच्या लोकांचे धोरण जमीनदारधार्जिणे व सावकारधार्जिणे असल्याच्या प्रवृत्तीवर सडकून टीकाही डॉ. बाबासाहेब आंबेडकर करीत असत व त्यांचे खरे रूप जनतेसमोर मांडत. शेतकऱ्यांना व कुळांना त्यांच्या प्रश्नावर संघटित करून सरकारवर शेतकरी हिताचे धोरण अवलंबिण्याचे तंत्रदेखील डॉ. बाबासाहेब आंबेडकरांनी उपयोगात आणले होते.

शेतकऱ्यांचे संघटन बांधणीचा प्रयत्न

१ जानेवारी, १९३८ ला दापोली येथे खोती वतन नष्ट करण्याबाबत रघुनाथ धोंडिबा खांबे यांच्या अध्यक्षतेखाली तिल्लोरी कुणब्यांची परिषद भरली. या परिषदेस डॉ. बाबासाहेब आंबेडकरांनी आपल्या स्वतंत्र मजूर पक्षाचे सहकारी श्री. अनंतराव चित्रे, सुरबा टिपणीस यांना पाठविले होते. डॉ. बाबासाहेब आंबेडकरांच्या या सहकाऱ्यांनी आपल्या वक्तृत्वाने तेथे चांगलाच प्रभाव पाडला व त्यातून खोतांच्या जुलमाला बळी पडणाऱ्या शेतकऱ्यांना अन्याय व अत्याचाराच्या विरोधात आंदोलन करण्याबाबत प्रवृत्त केले होते. त्याबाबत त्यांची भाषणे सरकारने आक्षेपार्ह ठरवून त्यांच्यावर खटले भरले होते. तेव्हा न्यायालयात डॉ. बाबासाहेब आंबेडकरांनी त्यांच्या वतीने युक्तिवाद केला होता.[८]

डॉ. बाबासाहेब आंबेडकरांनी काढलेला शेतकरी मोर्चा

१० जानेवारी, १९३८ ला मुंबई येथे डॉ. बाबासाहेब आंबेडकरांनी स्वतंत्र मजूर पक्षाच्या वतीने वीस हजार शेतकऱ्यांचा मोर्चा आझाद मैदानावरून कौन्सिल हॉलकडे नेला होता. शेतकऱ्यांच्या वतीने मोर्चानंतर कॉंग्रेस मंत्रिमंडळाला शेतकऱ्याच्या चार मूलभूत मागण्या आणि तेरा तातडीच्या मागण्या सादर केल्या होत्या.[९]

१. जमीन कसणाऱ्याला त्याच्या कष्टाचे फळ मिळाले पाहिजे.

२.	खोत, इनामदारासारखे मध्यस्थ म्हणून खोत हटवावे.

३.	शेतकऱ्यांवर कराची आकारणी करण्यापूर्वी त्यांच्या चरितार्थाची योग्य सोय कायद्याने करून दिली पाहिजे.

४.	शेतमजुरांना किमान मजुरी देण्याची सोय कायद्याने करून दिली पाहिजे. जमिनीचे किमान उत्पन्न ठरवून त्यापेक्षा कमी उत्पन्नावरील वाढत्या साऱ्याची आकारणी करण्यासाठी जमीन महसूल कायद्यात दुरुस्ती करावी. तोपर्यंत सालींना ७५ अगर त्यापेक्षा कमी शेतसारा देणाऱ्यांचा सारा ताबडतोब पन्नास टक्क्यांनी करावा. खोती व इनामदारी पद्धती भरपाईसह नष्ट करण्यासाठी ताबडतोब कायदा करावा. तीन वर्षे जमीन कसणाऱ्या कुळाला कायम कूळ समजले जावे. जमीनविषयक प्रश्नांची पाहणी करण्यासाठी आयोग नेमावा. साऱ्याच्या मानाने फक्त तिसरा हिस्सा अधिक खंड घ्यावा. लहान शेतकऱ्यांची पाणीपट्टी पन्नास टक्क्यांनी कमी करावी. सर्व खेड्यात मोफत चराई राने असावीत. कर्ज निवारण कायदा लागू होईपर्यंत कर्जतहकुबी जाहीर करावी. सावकारी व्यवसायाचे नियंत्रण करावे. शेतकऱ्याला उदरनिर्वाहासाठी लागणारी जमीन तसेच चरितार्थाला आवश्यक वस्तूंवर सावकारी जप्ती आणण्यास घालावी, वेठबिगार हा फौजदारी गुन्हा ठरवावा. सर्व पडीक जमीन शेतमजुरांना मोफत वाटून द्यावी, अशा विविध बाबींचा तेरा तातडीच्या मागण्यांमध्ये अंतर्भाव करण्यात आला होता. तेव्हा मताधिकार फारच मर्यादित करण्यात आलेला असल्याने लोकमताचे खरे प्रतिबिंब कायदे मंडळात उमटत नव्हते, म्हणून वयात आलेल्या सर्व स्त्री-पुरुषांना मताधिकार द्यावा, अशी मागणीही शेतकऱ्यांच्या मोर्चाने केली होती.''

स्वतंत्र मजूर पक्षाचे काम एवढे प्रभावी होते की, सरदार वल्लभभाई पटेल यांनी शनिवारवाड्यापुढे प्रांतीय मंत्रिमंडळ गठित झाल्याच्या निमित्ताने जे भाषण केले त्यात ''मुंबई असेंब्लीमध्ये निरनिराळे पक्ष आहेत. त्यामध्ये डॉ. बाबासाहेब आंबेडकरांचा स्वतंत्र मजूर पक्षसुद्धा अत्यंत महत्त्वाचा आहे.'' असे म्हणून दखल घेतली होती.[१०] आंतरराष्ट्रीय राजकारणाच्या डावपेचात डॉ. बाबासाहेब आंबेडकरांना स्वतंत्र मजूर पक्षाचा विलय करण्यास १९४२ मध्ये भाग पाडले होते. तरीही त्यांनी आपल्या आर्थिक योजना पुढे विविध माध्यमातून साकार करण्याचा प्रयत्न केला.

आर्थिक समतेची रचना

स्वतंत्र मजूर पक्षामार्फत शेतकरी व शेतमजूर यांचे प्रश्न धसास लावतानाच १९३९ मध्ये दुसरे जागतिक महायुद्ध सुरू झाले होते. भारतातील ब्रिटिश सरकार त्यात प्रामुख्याने गुंतल्याने देशातील सर्वच प्रश्न थंड बस्त्यात पडले. दुसऱ्या

महायुद्धाच्या समाप्तीनंतर इंग्रजांनी भारताला स्वातंत्र्य देण्यासाठी घटना परिषद स्थापन केली, त्यात डॉ. बाबासाहेब आंबेडकर सहभागी झालेत.

घटना परिषदेच्या माध्यमातून देशात शेतकरी, कामकरी उपेक्षितांच्या प्रश्नाला न्याय देऊन त्यांची पिळवणूक थांबवून स्वतंत्र भारतात त्यांच्या हिताच्या योजना राबविण्याचा दृष्टीने डॉ. बाबासाहेब आंबेडकरांनी योजना आखली. राज्य समाजवादाची संकल्पना मांडून राजकीय व सामाजिक लोकशाहीला आर्थिक आयाम द्यावा आणि देशातील शेतकरी व कष्टकऱ्यांच्या जीवनातील अंधारयुग नष्ट करण्याच्या योजना आखण्याच्या दृष्टीने त्यांनी पंडित जवाहरलाल नेहरू यांना पत्र पाठवून त्यांची भूमिका विशद केली. त्या योजनेनुसार-

१. औद्योगिकीकरणाच्या दृष्टीने जे उद्योगधंदे महत्त्वाचे समजले जातात, असे उद्योगधंदे व आर्थिक विकासाचा मूळ आधार असणारे सर्व उद्योगधंदे राष्ट्राच्या मालकीचे असावेत.

२. ते उद्योगधंदे सरकारी खात्यामार्फत किंवा सार्वजनिक महामंडळामार्फत चालविले जावेत.

३. विमा व्यवसायाचे राष्ट्रीयीकरण करावे.

४. सर्व शेती सरकारने ताब्यात घ्यावी आणि सामूहिक पद्धतीने शेती करावी.

वरील संकल्पनेतून कुणी जमीनदार, कुणी कूळ, कुणी मजूर राहणार नाहीत, तर सर्व शेतकरी व शेती करणाऱ्यांत ज्यांचा ज्यांचा सहभाग राहील, त्यांची समान मालकी राहील.

देशातील उत्पन्नाचे जे स्त्रोत राहतील त्या सर्वांवर कष्ट करणाऱ्या शेतकरी, शेतमजुरांची मालकी, सरकाराची मालकी व मिळणाऱ्या उत्पन्नाचा लाभ सर्व स्तरावर त्या त्या घटकाच्या परिश्रमानुसार विभागणी करावी, अशी समाजवादी आर्थिक रचना भारतीय घटनेद्वाराच अंमलात आणण्याची पराकाष्ठा डॉ. बाबासाहेब आंबेडकरांनी केली होती. परंतु घटना परिषदेने स्थापन केलेल्या उपसमित्यांमध्ये सदर आर्थिक रचना फेटाळली गेली.[११]

डॉ. बाबासाहेब आंबेडकरांनी याबाबत पंडित जवाहरलाल नेहरू यांना दिनांक १४ मे, १९४७ ला पत्र पाठवून समाजवादी आर्थिक रचनेची संकल्पना साकार करण्यात घटना परिषदेच्या उपसमित्यांमध्ये येणाऱ्या अडचणी मांडल्या. त्यावर पंडित जवाहरलाल नेहरूंनी त्या योजनेला तत्त्वत: पाठिंबा देण्याबाबत कळविले. पंडित जवाहरलाल नेहरूंनी २२ मे, १९४७ ला डॉ. बाबासाहेब आंबेडकरांना उत्तर पाठविले. त्यात 'आपल्या सूचना घटनेतच समाविष्ट करण्याचा आपला आग्रह इष्ट राहणार नाही. आर्थिक योजनेसाठी वेगळी समिती नेमणे

उपयुक्त ठरू शकेल. पण तिचा घटनेशी काही संबंध राहणार नाही. सद्य:स्थितीत सर्व प्रकारच्या फुटीर शक्ती असून, त्याचा मुकाबला करण्यासाठी आणि त्याच वेळी देशातील पुरोगामी शक्तींना सामर्थ्य देण्यासाठी स्थिर व समर्थ प्रशासन निर्माण करणे, ही प्रथम निकड आहे. जर आपण संयमपूर्ण पावले टाकली नाहीत, तर प्रतिगामी प्रवृत्ती भारतात गोंधळ माजवतील व कुठल्यातरी प्रकारची हुकूमशाही आणतील.''१२ त्यामुळे भारतीय राज्यघटनेत त्यांची संकल्पना स्थान घेऊ शकली नाही.

डॉ. बाबासाहेब आंबेडकरांनी तरीही आर्थिक समतेच्या योजनेचे आपले प्रयत्न सोडले नाहीत, कारण पंडित जवाहरलाल नेहरू हे त्यांच्या आर्थिक दृष्टिकोनाशी सहमत असल्याचे डॉ. बाबासाहेब आंबेडकरांना जाणवत होते. त्यामुळे आपल्याला नियोजन समितीवर नेमण्यात यावे आणि तेथे ही अभिनव क्रांतिकारक कल्पना साकार करण्याची संधी मिळेल, अशी त्यांनी पंडित जवाहरलाल नेहरूंकडे अपेक्षा व्यक्त केली. परंतु दिनांक १५ मार्च, १९५० ला भारत सरकारने नियोजन समिती नेमली तेव्हा त्यात डॉ. बाबासाहेब आंबेडकरांना घेण्यात आले नाही. पुढे १९५१ मध्ये केंद्र सरकारात प्रथमच नियोजन मंत्रिपद निर्माण केले गेले, तेव्हा ते खाते गुलझारीलाल नंदा यांना देण्यात आले.

आश्वासन देऊनही डॉ. बाबासाहेब आंबेडकरांना आर्थिक नियोजनाच्या रचनेपासून दूर ठेवल्याने डॉ. बाबासाहेब आंबेडकरांनी तातडीने कायदेमंत्री पदाचा राजीनामा दिला. त्यांनी ११ ऑक्टोबर, १९५१ ला याबाबत जे जाहीर निवेदन दिले, त्यात राजीनामा देण्याचे प्रमुख कारण आर्थिक रचनेत त्यांचा नाकारलेला सहभाग आहे, तर दुसरे कारण स्त्रियांच्या हक्काबाबतचे विधेयक मान्य न होण्याचे होते.१३

सामाजिक समतेची चळवळ चालवित असताना डॉ. बाबासाहेब आंबेडकरांचा विचार हा दलितांचा विचार समजून दुर्लक्षिला गेला. सुरबा टिपणीस व शंकराचार्य कुर्तकोटींनी डॉ. बाबासाहेबांना धर्मांतर करण्याऐवजी एखादा धर्म, पंथ किंवा संप्रदाय स्थापन करावा, असे सुचविले होते. त्यावेळी डॉ. बाबासाहेब आंबेडकरांनी मार्मिक उत्तर दिले की, दलित माणसाच्या त्यातल्या त्यात महार माणसांचा धर्म, पंथ/संप्रदाय कोण स्वीकारेल? आर्थिक समानतेचा त्यांचा विचार स्वीकारताना आता तरी तसे होऊ नये. आर्थिक समानतेच्या रचनेची चळवळ आता उभारताना डॉ. बाबासाहेब आंबेडकरांचा विचार हा देशाच्या, राष्ट्राच्या आणि शेतकरी व शेतमजूर व सामान्यांचे जीवन मंगल करणारा विचार म्हणून आजही स्वीकारला गेला पाहिजे. तो आता ५५ वर्षांनंतर जसाच्या तसा स्वीकारता येणार नसेल, तर आजची जागतिक स्थिती व देशाची स्थिती पाहून काळाच्या कसोटीवर उतरण्यासाठी जे आवश्यक मूलभूत बदल करून व त्याला संस्कारित करून स्वीकारला पाहिजे.

त्यांच्या विचाराला जातीपातीच्या, धर्माच्या, संप्रदायाच्या व देशाच्या सीमा ओलांडून पार करावे व केवळ माणूस केंद्रिभूत करून त्याच्या सुखाची पालखी वहन केली तरच स्वातंत्र्य, समता व बंधुत्वाच्या युगाची पहाट होईल. आजच्या जागतिकीकरणाच्या गदारोळात तर डॉ. बाबासाहेब आंबेडकरांचे आर्थिक विचार मूलभूत अभ्यास करून स्वीकारणे गरजेचे आहे.

संदर्भ सूची

१.   सामाजिक आंदोलने - लेखक-नागगोडे गुरुनाथ, पृष्ठ-२

२.   भारतीय राज्यघटना, अनुवादक-तुलसी पगारे, पृष्ठ-१७

३.   ''जनता'' पत्रातील लेख-डॉ. बाबासाहेब आंबेडकर-संपादक - अरुण कांबळे, पृष्ठ-१४७.

४.   जागतिक कृषक क्रांतीचा विधाता लोकनेता डॉ. पंजाबराव देशमुख, लेखक -वीर उत्तमराव मोहिते, पृष्ठ१९३.

५.   जनता पत्रातील लेख-डॉ. बाबासाहेब आंबेडकर, संपादक-अरुण कांबळे, पृष्ठ-१०८.

६.   डॉ. बाबासाहेब आंबेडकर रायटींग ॲण्ड स्पीचेस, खंड:२ पृष्ठ-९६.

७.   आंबेडकरी चळवळ: लेखक. य. दि. फडके, पृष्ठ-१३९.

८.   आंबेडकरी चळवळ: लेखक य. दि. फडके, पृष्ठ-१४२-१४३.

९.   आंबेडकरी चळवळ, लेखक य. दि. फडके, पृष्ठ-१४३.

१०.   ''जनता'' पत्रातील लेख- डॉ. बाबासाहेब आंबेडकर, संपादक-अरुण कांबळे, पृ.-११०.

११.   एक टक्का विरुद्ध ९९ टक्के, लेखक-नीलकंठ खाडीलकर, पृष्ठ-६३

१२.   एक टक्का विरुद्ध ९९ टक्के, लेखक-नीलकंठ खाडीलकर, पृष्ठ-७७

१३.   डॉ. बाबासाहेब आंबेडकर आणि इंडियन नॅशनल काँग्रेस, लेखक-य. दि. फडके, पृ.-४५,

❑❑❑

प्रज्ञासूर्य डॉ. बाबासाहेब आंबेडकर म्हणजे एक असामान्य प्रतिभावंत म्हणून त्यांच्या व्यक्तिमत्त्वाचे वेगवेगळे पैलू भारतीयांना परिचित आहेत. कायदा, समाजशास्त्र, मानववंशशास्त्र आणि राज्यशास्त्र अशा अनेक क्षेत्रांत डॉ. आंबेडकरांनी बहुमोल कामगिरी बजावली असली तरी ते मूलत: अर्थतज्ज्ञ होते, हे त्यांनी संपादित केलेल्या 'एम. ए., पीएच. डी. आणि डॉक्टर ऑफ सायन्स' या तीन पदव्यांसाठी लिहिलेल्या प्रबंधावरून दिसून येते. ते भारतीय घटनेचे शिल्पकार तर होतेच परंतु या देशाच्या आर्थिक नियोजनाचे व जलनीतीचेदेखील शिल्पकार होते, हे फारसे जनतेसमोर आले नाही. प्रस्तुत लेखामध्ये, डॉ. आंबेडकर यांचे देशाच्या जलनीती क्षेत्रात योगदान कसे होते, केंद्रीय तांत्रिक वीज मंडळ (Central Technical Electricity Board); केंद्रीय जल आयोग (Central Water Commission) आणि केंद्रीय सिंचन व वीज मंडळ (Central Board of irrigation and Power)

१६.
बाबासाहेब आंबेडकरांचे भारताच्या जलनीतीक्षेत्रास योगदान

डी. टी. गायकवाड

या तांत्रिक संस्थांची निर्मिती डॉ. आंबेडकरांच्या नेतृत्वाखाली कशी निश्चित झाली आहे, देशाचे पाणी धोरण काय असावे, दामोदर खोरे प्रकल्प, महानदी प्रकल्प आणि सोन नदी प्रकल्प कार्यान्वित करण्यासाठी त्यांनी बजावलेल्या भूमिका महत्त्वपूर्ण कशा ठरल्या, नव्हे तर हिराकूड धरणाच्या उभारणीसाठी आंबेडकरांनी महत्त्वपूर्ण भूमिका बजावली आहे. याचा या लेखात ऊहापोह केला आहे.

डॉ. आंबेडकरांच्या एकूण योगदानाचा विचार करता त्यांनी राजकीय आणि आर्थिक क्षेत्रात किती मोलाची भर टाकली आहे, हे त्यांनी लिहिलेल्या वेगवेगळ्या ग्रंथांवरून दिसून येते. राज्ये आणि अल्पसंख्याक, पाकिस्तानचा फाळणी प्रश्न, पुणे करार, स्टेटची भूमिका, शासकीय समाजवाद, सामाजिक धोरण, श्रमविषयक धोरण इत्यादी विषयक त्यांनी गोरगरिबांना स्थान देण्यासाठी वेळोवेळी त्यांचा विचार केलेला आढळतो.

२० जुलै, १९४२ रोजी डॉ. आंबेडकरांनी मजूर मंत्री म्हणून सूत्रे हाती घेतली. डॉ. आंबेडकरांचा व्हॉईसरॉय कार्यकारी मंडळाचे सभासद म्हणून समावेश करण्यात आला व त्यांच्याकडे श्रम, सिंचन व वीज हे विभाग सोपविण्यात आले. या कालावधीत त्यांनी देशाच्या सर्वांगीण विकासासाठी मूलभूत प्रकल्प व विकासाच्या संकल्पना राबविल्या. देशाच्या सर्वांगीण विकासासाठी दळणवळण, रस्ते व वीज हे अत्यावश्यक आहेत, हे ते पुन: पुन्हा मांडत असत.

भारत देशाचा स्वतंत्र 'श्रम विभाग' हा नोव्हेंबर १९३६ मध्ये निर्माण करण्यात आला. औद्योगिक विभाग हा उद्योग आणि श्रम विभागाचा एक पोटभाग होता. उद्योग आणि श्रम विभाग हे व्यापार विभागाचे संयुक्त विभाग होते, म्हणून सिंचन, वीज आणि इतर सार्वजनिक कामे नव्याने निर्माण केलेल्या श्रम विभागाशी निगडित होते. यासाठी सिंचन आणि वीज शक्ती (Irrigation and Electric Power) या संबंधीचे धोरण विभागप्रमुख म्हणून डॉ. आंबेडकर यांच्याकडे होते.

ज्यावेळी डॉ. आंबेडकरांनी प्रत्यक्ष भाग घेतला तेव्हापासून देशपातळीवर वीज आणि सिंचनसंबंधीच्या आर्थिक नियोजास सुरुवात झाली. जलसंपत्ती व वीजसंपत्ती (Water Resources And Electricity Resources) बद्दलचे निश्चित धोरण आकार घेऊ लागले. त्यावेळेपासून मूलभूत पाणी, वीज, सिंचन इत्यादीवर सर्व भारत पातळीवर नियोजन करणे क्रमप्राप्त ठरले. १९४२-४७ च्या दरम्यान केंद्र सरकारने जलसंपत्ती आणि वीजशक्ती विकासाबद्दलचे धोरण निश्चित केले. ते खालीलप्रमाणे:

अ) देशपातळीवर पाणी आणि वीजशक्तीचा विकास करणे.

ब) तांत्रिक व प्रशासकीय देखरेख करण्यासाठी केंद्रीय जल आयोग आणि केंद्रीय वीज प्राधिकरण निर्माण करणे.

क) 'रिव्हर व्हॅली ॲथॉरिटी' ची संकल्पना स्वीकारणे व राज्य आणि केंद्र दरम्यान राज्यातील नद्यांचा सिंचन व वीजनिर्मितीसाठी उपयोग करणे.

ड) नदी खोरे प्रकल्प योजना राबविणे.

डॉ. आंबेडकरांनी श्रम, सिंचन आणि वीज विभागाचे प्रमुख म्हणून देशपातळीवरील जलसंपत्ती व वीजसंपत्ती विकास करण्याचे निश्चित धोरण राबविण्यास सुरुवात केली. त्यांचे अर्थशास्त्र, राज्यशास्त्र आणि राज्यघटनेबाबतचे योगदान आहेच पण ते पाणी धोरणाचे मूळ व्यक्तिमत्त्व म्हणूनही आहे. खरे तर ते पाणी धोरणाचे व वीज विकासाच्या धोरणाचे स्वातंत्र्यापूर्वीचे मुख्य आधारस्तंभ आहेत. हा त्यांच्या व्यक्तिमत्त्वाचा पैलू अपरिचित राहिला आहे. स्वातंत्र्यापूर्वी देश विकासाच्या संकल्पना व प्रकल्प त्यांनी राबविण्यास सुरुवात केली. नदी खोरी प्रकल्प, तांत्रिक

संस्थांची निर्मिती आणि वेगवेगळ्या धरणनिर्मितीत त्यांचा सिंहाचा वाटा होता, हे यावरून दिसून येते.

जलनीतीचे मूळ

दुसऱ्या महायुद्धानंतर उद्ध्वस्त झालेली औद्यागिक व पायाभूत संपत्ती दुरुस्त करणे गरजेचे होते. अनेक युरोपियन देशात आर्थिक पुनर्बांधणी व उद्योगधंद्याच्या स्थलांतराचे काम चालू होते. यासाठी सर्व देशांत पुनर्वसन व पुनर्बांधणीसाठी आर्थिक नियोजनास सुरुवात झाली होती. त्याप्रमाणे भारतातदेखील केंद्र सरकारने युद्धातील सैनिक आणि कर्मचाऱ्यांचे पुनर्वसन करण्याचे कार्य हाती घेतले. यासाठी वेगवेगळ्या योजना तयार करून त्या केंद्र शासनाकडे सुपूर्त करण्यात आल्या. त्यात बॉम्बे योजना (Bombay Plan) जे. आर. डी. टाटाने व इतरांनी तयार केली. तसेच जनयोजना (People Plan) ही योजना बॅनर्जी, पारेख आणि तारकुंडे व जवाहरलाल नेहरू तसेच सुप्रसिद्ध शास्त्रज्ञ मेघनाद शहा यांनी काँग्रेस योजना (Congress Plan) तयार केली. या सर्व योजनांचा हेतू हा की देशाचे आर्थिक नियोजन करणे. १९५०-६० च्या दरम्यान युद्धानंतरच्या पुनर्वसनासाठी व पुनर्बांधणीसाठी आर्थिक नियोजन करण्यासाठी अनेक प्रसिद्ध अर्थशास्त्रज्ञ व्ही. के. आर. राव, डी. आर. गाडगीळ, सी. एन. वकील आणि पी. एस. लोकनाथन यांचा प्रामुख्याने सहभाग होता. १९४२-४६ च्या दरम्यान पुनर्बांधणीसाठी आर्थिक विकासाचा पाया म्हणजे जल आणि वीज धोरण होय. आर्थिक विकासाच्या योजना सर्वंकष व समांतरित होण्यासाठी शासनाने धोरण आणि कृतीयोजना कार्यान्वित करण्यासाठी पाच समित्या नेमल्या होत्या. यावर मुख्य पुनर्बांधणी कार्यवाही समिती (Reconstruction Committee of the Council) चे मुख्य काम हेतू व उद्दिष्टे ठरविणे होतं. या समितीत कॅबिनेट सभासद आणि व्हाईसरॉय हे अध्यक्ष होते. प्रत्येक समितीत धोरण समिती Policy Committee चा प्रमुख संबधित खात्याचे कॅबिनेट सभासद होते आणि राज्याचे प्रतिनिधी, व्यापार, उद्योग आणि औद्योगिक क्षेत्रातील प्रतिनिधी होते. त्यांना कार्यालयीन समितीचे प्रमुख त्या त्या खात्याचे सचिव होते.

डॉ. बाबासाहेब कार्यकारी मंडळाचे आणि योजना समितीचे अध्यक्ष म्हणून सिंचन व वीज हे विभाग पाहत होते. योजना व कार्यालयीन समितीचे काम हे सिंचन व वीजनिर्मितीचा अभ्यास करणे व त्यावर उपाय सुचवणे हे होते. आंबेडकरांनी प्रामुख्याने सतत जल आणि वीज संपत्तीचा अधिकाधिक उपयोग आणि विकासासाठी धोरणे कृती योजना तयार करण्यात पुढाकार घेतला तो असा:

१. युद्धानंतरचे व्यापक आर्थिक विकासाचे धोरण तयार करणे.

२. सिंचन व वीज या विषयावर तपशीलवार धोरण तयार करणे.

मुख्य धोरण

१९३५ च्या कायद्यानुसार श्रम विभागाने सिंचन आणि वीज विकासाकरिता खालील तीन गोष्टी मुख्यत्वे कार्यान्वित करण्याचे ठरविले.

१. एकापेक्षा दोन राज्यांत वाहणाऱ्या नद्यांचे नियंत्रण व व्यवस्थापनाचा विकास करणे.

२. राज्यातील नद्यांवर पाणी व जल विद्युत ऊर्जा संपत्ती (हाईड्रोलेक्ट्रिक पॉवर रिसोर्सेस) निश्चित करणे.

३. प्रशासकीय व तांत्रिक विकास करण्यासाठी राष्ट्रीय सिंचन धोरण काय असावे, हे वरील कालावधीत ठरविण्यात आले. १५ नोव्हेंबर १९४३ ते ८ नोव्हेंबर, १९४६ च्या दरम्यान ज्यावेळी धोरण ठरले त्या त्या वेळच्या चर्चा व भाषणावरून हे दिसून येते. या कालावधीत झालेल्या परिषदेमध्ये आंबेडकर म्हणतात-

"अतिरिक्त पाण्यामुळे माणसाच्या हालअपेष्टा होत नाहीत; जेवढे हाल पाणी कमी असल्यामुळे होतात. पाणी ही राष्ट्राची संपत्ती आहे. ही संपत्ती आपण सांभाळली पाहिजे. पाण्याची विल्हेवाट योग्य तऱ्हेने लावण्यासाठी आपल्याकडे कायमस्वरूपी धोरण असले पाहिजे. वाढत्या महापुरामुळे निसर्गाविषयी तक्रार न करता अतिरिक्त पाण्याची साठवण आपण नीट केली पाहिजे." यावरून वाढत्या पाण्याविषयी त्यांचा विधायक दृष्टिकोन दिसून येतो. वाढीव पाणी हे संकट आहे, असे गृहीत धरून त्याची विल्हेवाट लावण्यासाठी महापुरावर नियंत्रण करणे एवढाच एककलमी कार्यक्रम न करता त्यांनी इतर विकसित राष्ट्रांप्रमाणे आपणही कालवे काढून पाण्याची कायमस्वरूपी साठवण केली पाहिजे व पाण्याचा बहुउद्देशीय उपयोग केला पाहिजे. साठवण केलेल्या पाण्यावर सिंचन, नौकापर्यटन व वीजनिर्मितीसाठी उपयोग होऊ शकतो, असा तोडगा त्यांनी सुचविला. (८ नोव्हेंबर १९४५).

यावरून त्यांनी खालील मूळ संकल्पनांची धोरणे ठरविली ती अशी.

१. जलसंपत्तीचा साधनांच्या विकासासाठी बहुउद्देशीय दृष्टिकोन असला पाहिजे.

२. रिव्हर व्हॅली ॲथॉरिटी या संकल्पनेची सुरुवात.

३. केंद्रस्थानी पाण्याच्या नदी स्रोताच्या विकासासाठी तांत्रिक संस्थांची निर्मिती करणे भाग पडले. सेंट्रल वॉटरवेज नॅव्हिगेशन ॲन्ड इरिगेशन आणि सेंट्रल टेक्निकल पॉवर बोर्ड.

तांत्रिक संस्थांची निर्मिती:

राज्य व केंद्र पाटबंधारे धोरण ठरविण्यासाठी एक तांत्रिक आयोग स्थापन करण्याची गरज भासू लागली, तेव्हा श्रम विभागाला सर्व राज्यांशी संपर्क साधून देश पातळीवर एक आयोग नेमावा लागला. हा आयोग राज्याच्या पाण्याविषयीच्या समस्या सोडविण्यासाठी मूलभूत माहिती, पर्जन्यवृष्टीची माहिती, वेगवेगळ्या राज्यांतील नद्यांची मूलभूत माहिती जमा करून त्यावर उपाययोजना निश्चित करील. तेव्हा हे कार्य पार पाडण्यासाठी एका केंद्रीय जलमार्ग व पाटबंधारे आणि आयोगाची केंद्रात आवश्यकता असल्याचे नमूद केले. राज्यातील समस्यांची प्रत्यक्ष पाहणी करणे व उपाययोजना सुचविणे हे कार्य निश्चित झाले. सर्व राज्यांनी एकमताने सहमती दर्शविली. परिणामी, केंद्रीय जल आयोग व पाटबंधारे आणि नौकानयन आयोग हा डॉ. आंबेडकरांच्या नेतृत्वाखाली मार्च १९४४ मध्ये स्थापन झाला.

'सार्वजनिक पाटबंधारे व ऊर्जा शक्ती' धोरण समितीच्या पहिल्या बैठकीत २५ ऑक्टोबर, १९४३ रोजी केंद्रीय तांत्रिक मंडळाची स्थापना झाली. या मंडळाने देशातील सार्वजनिक पाटबंधारे व ऊर्जा शक्तीचा आराखडा तयार करणे, सर्व्हे करणे व ऊर्जा विभागाच्या सहकार्याने वेगवेगळ्या योजना तयार करणे, असे ठरले. संपूर्ण देशात हे ऊर्जा मंडळ केंद्र, राज्य आणि संस्था यांचा समन्वय साधून ऊर्जाविषयक नियोजन व विकास करण्यासाठी स्थापन करण्यात आले. १९४२-४६ या चार वर्षांच्या दरम्यान अल्पावधीत श्रम मंत्रालयाच्या मदतीने अर्थात डॉ. आंबेडकरांच्या अध्यक्षतेखाली नदी विकास खोरे प्राधिकरण स्थापन करून आंतरराज्यीय नद्यांचा विकास आणि बहुउद्देशीय विकास करण्यासाठी नदीवर जलाशय निर्माण करणे, यासाठी या दोन संस्थांची निर्मिती करण्यात आली.

पाण्यासंबंधी घटनात्मक तरतूद

डॉ. आंबेडकरांना पाटबंधारे व वीज विभागाचा मजूरमंत्री म्हणून (१९४२ ते १९४६) पदभार सांभाळताना पाण्यासंबंधी जटिल समस्या माहीत होती. १९४६ ला ज्यावेळी ते घटना मसुदा समितीचे अध्यक्ष होते, त्यावेळी १९३५ च्या कायद्याच्या आधारे भारतात राज्ये (Provinces) होती. त्यामध्ये पाणी हा विषय राज्याच्या अखत्यारित ठेवण्यात आला होता. केंद्र शासनाला पाण्यासंबंधीचा कोणताही अधिकार या कायद्याला नव्हता. तेव्हा आंबेडकरांनी घटनेचा आराखडा, घटना समितीस सादर करताना पाणी हा विषय केंद्र शासनाच्या आखत्यारित असावा, अशी भूमिका मांडली. त्यामुळे भारतीय राज्यघटनेत पाणी हा विषय क्रमांक ५६ मध्ये अंतर्भूत होऊन केंद्र शासनालाही यासंबंधी कायदे करण्याचे अधिकार प्राप्त

झाले. 'आंतरराज्यीय नद्या आणि खोऱ्यांचे नियमन आणि विकास करण्याचा, केंद्र शासनाला अधिकार अमलात येईल.' या ५६ क्रमांकावरून सुरेश प्रभू या योजनेचे अध्यक्ष आहेत. भारताच्या राज्यघटनेत ही तरतूद कलम २६२ मध्ये समाविष्ट करण्यात आली आहे. याच तरतुदी अंतर्गत आंतरराज्यीय जलविवाद कायदा, नद्या खोरे प्राधिकरण कायदा १९५६ पारित करण्यात आला.

ओरिसा राज्यामध्ये सतत पुरामुळे मोठ्या प्रमाणावर प्राणहानी, वित्तहानी होत असे. त्यावेळी १९४२ ते १९४५ या काळात या पाणीप्रश्नावर उपाय सुचविण्यासाठी अनेक समित्या नेमण्यात आल्या होत्या. या सर्व समित्यांचे अहवाल डॉ. आंबेडकरांनी प्रत्यक्ष अभ्यासले. परंतु त्यातील एकही अहवाल त्यांना बहुआयामी वाटला नाही. त्यांच्या मते हे अहवाल एकांगी होते. ८ नोव्हेंबर, १९४५ साली कटक येथे झालेल्या परिषदेमध्ये डॉ. आंबेडकरांनी अत्यंत मौलिक विचार देशाला दिले आहेत. त्यांच्या मते 'पाणी आणि महापूर, हे विनाशकारी आहेत असे गृहीत धरून उपाययोजना सुचवू नका. देशामध्ये एवढे पाणी उपलब्धच नाही, की जे हानिकारक ठरू शकेल. भारतीय जनतेला पाण्याच्या कमतरतेमुळे जास्त कष्ट सोसावे लागतात, जास्त पाण्याच्या उपलब्धतेमुळे नाही. पाणी राष्ट्रीय संपदा असल्यामुळे आणि पावसाळ्यात पडणाऱ्या पाण्याचे प्रमाण असमतोल आणि अविश्वासार्ह असल्यामुळे पुराच्या जास्त पाण्याविषयी तक्रार करण्यापेक्षा या पुराच्या पाण्याचा मनुष्याच्या विकासासाठी धरणे बांधून कसा उपयोग करता येईल, हा दृष्टिकोन बाळगला पाहिजे आणि त्यासाठी जेथे पुरामुळे नेहमी नुकसान होत असते त्या नद्यांवर ठिकठिकाणा धरणे बांधून हे पाणी समुद्राला जाऊ न देता विकासासाठा वापरणेच इष्ट ठरेल,' असे मत व्यक्त केले होते. यासाठी नदी खोरे प्राधिकरणदेखील स्थापन करण्याची आवश्यकता डॉ. आंबेडकरांनी विशद केली होती.

दामोदर खोरे प्राधिकरणाची स्थापनाः

डॉ. आंबेडकरांनी तयार केलेली 'राष्ट्रीय जलनीती' हा दुसऱ्या महायुद्धानंतरच्या आर्थिक आराखड्याचा एक भाग होता. या आराखड्याची सुरुवात पाण्याचे राष्ट्रीय स्तरावर नियोजन, व्यवस्थापन, वितरण, जलविद्युतनिर्मिती व बहुउद्देशीय प्रकल्प आणि आंतरराज्यीय नद्यांचे प्रश्न सोडविण्यासाठी खोरे निहाय प्राधिकरण असावे आणि हे सर्व कार्यान्वित करण्यासाठी राष्ट्रीय स्तरावर सर्वोच्च संघटना असावी, यासाठी डॉ. आंबेडकरांनी केंद्रीय जलमार्ग, पाटबंधारे, नौकानयन आयोग (Central Waterways Irrigation and Navigation Commission) आणि केंद्रीय तांत्रिक

विद्युत प्राधिकरण (Central Technical Power Board) याची स्थापना केली. याचप्रमाणे आंतरराज्यीय नद्यांचा विकास घडवून आणावयाचा असेल, तर बहुउद्देशीय प्रकल्प हाती घेणे आवश्यक आहे, अशी त्यांची धारणा होती.

याबाबत डॉ. आंबेडकरांच्या नेतृत्वाखाली खोरे प्राधिकरण स्थापन करण्याचे काम १९४४ ते १९४६ या काळात युद्धपातळीवर सुरू होते. यामध्ये दामोदर नदी प्राधिकरण, सोननदी खोरे प्राधिकरण, महानदी, कोसी, चंबळ आणि दख्खनमधील नद्यांचे प्राधीकरण स्थापन करण्याचे कार्य डॉ. आंबेडकरांनी हाती घेतले होते. हे सर्व प्रकल्प बहुउद्देशीय धरणे बांधून जलाशय निर्माण करणे, हे पाणी जलविद्युत सिंचनासाठी आणि पिण्यासाठी वापरणे तसेच नौकानयन हाही उद्देश अंतर्भूत करण्यात आला होता. या धर्तीवर डॉ. आंबेडकरांनी दामोदर खोरे प्राधिकरणाची स्थापना केली. हा प्रकल्प स्वातंत्र्योत्तर काळातील नदी खोरे विकासाचा पहिला प्रकल्प होता.

दामोदर नदीचा उगम पश्चिम बिहार या राज्यातून ६१० मी. समुद्र सपाटीपासून दक्षिण-पूर्व दिशेने ५४० कि. मी. (२४० कि. मी. बिहार राज्यात व २५० कि.मी. पश्चिम बंगालमध्ये) अंतरावर कलकत्ता शहराच्या ५० कि. मी. खालच्या अंतरावर हुगळी नदीशी संगम होतो. दामोदर नदीचा मुख्य प्रवाह बिहार राज्यातून जाऊन बराकर नदीशी मिळतो. ह्या नदीचा एकूण विस्तार २२००० चौरस कि. मी. त्यातील १९००० चौरस कि. मी. पठारावर व उरलेला ३००० चौरस कि. मी. सपाटीवर पसरलेला आहे. दामोदर नदीच्या प्रवाहाने बिहार राज्यातील वरील भागातून नदी पात्रातील वाहून आलेला गाळ पश्चिम बंगालच्या हुगळी नदीला येऊन मिळत असे. परिणामी, दोन्ही राज्यांना हा गाळ हानिकारक ठरत असे. दामोदर नदीच्या ह्या हानिकारक प्रवृत्तीमुळे तिला 'दुःखदायी नदी' म्हणून संबोधली जाऊ लागली. यावर उपाय म्हणून डॉ. आंबेडकरांनी दामोदर खोरे प्राधिकरण स्थापण्याचे योजिले. या संदर्भात डॉ. आंबेडकरांनी सलग तीन परिषदा घेतल्या. पहिली व दुसरी परिषद अनुक्रमे दि. ३ जानेवारी, १९४४ व २३ ऑगस्ट, १९४४ रोजी कलकत्ता येथे तर तिसरी परिषद ८ नोव्हेंबर, १९४५ रोजी कटक येथे घेण्यात आली. दामोदर खोरे प्राधिकरणाचे प्रारूप तयार करण्यात आले. ६ जानेवारी, १९४७ रोजी घेतलेल्या चौथ्या परिषदेत प्रस्तुत करण्यात आले. त्याला मंजुरी पाचव्या परिषदेत दि. २७ एप्रिल, १९४७ रोजी मिळाली. राज्य शासनाने प्रारूप त्यांच्या असेंब्लीत मंजूर केल्यानंतर दामोदर नदी खोरे प्राधिकरण स्थापन करण्याचे बिल संसदेत १ डिसेंबर, १९४७ मध्ये प्रस्तुत करण्यात आले. आणि १८ फेब्रुवारी, १९४८ रोजी या बिलाला मान्यता मिळाली. शेवटी ७ जुलै, १९४८ रोजी दामोदर नदी खोरे

प्राधिकरण कायदा अस्तित्वात आला. या सर्व घडामोडी डॉ. आंबेडकरांच्या नेतृत्वाखाली पार पडल्या. प्राधिकरणाकडे कायद्याने खालील कार्ये सोपविण्यात आली आहेत.

१. धरणे बांधून जलसिंचनाची सोय

२. वीजनिर्मिती करून तिचा पुरवठा करणे

३. पूरनियंत्रण करणे

४. दामोदर नदीचा व तिच्या उपनद्यांचा जलमार्ग म्हणून उपयोग करणे.

५. दामोदर नदीच्या खोऱ्यात जंगलाची लागवड करून जमिनीची धूप थांबविणे व

६. खोऱ्यातील आरोग्य, शेती, उद्योग यांचे संवर्धन करणे

या प्रकल्पाची/प्राधिकरणाची उभारणी बिहार-पश्चिम बंगाल राज्ये व केंद्र सरकार यांच्या सहकार्याने करण्यात आली. मूळ आराखड्यात दामोदर व बराकर या नद्या व त्यांच्या उपनद्या यांच्यावर एकूण सात धरणे बांधावित, असे सुचविले होते; परंतु प्रत्यक्षात फक्त चार धरणे तिलैया, मैथॉन, पानशेत व कोनार येथे बांधण्याचे व त्यातील पहिल्या तीन ठिकाणी एकूण १०४ मे. वॉ. क्षमतेची तीन जलविद्युत केंद्रे उभारण्याचे निश्चित झाले. ही चारही धरणे बिहारमध्ये असून त्यांच्यासाठी ४२ कोटी खर्च झाला. तिलैया धरण १९५३ मध्ये, कोनार धरण १९५५ मध्ये व मैथॉन धरण १९५७ मध्ये पूर्ण झाले. खास पूर नियंत्रणासाठी बांधलेले दामोदर नदीवरील पानशेत धरण व तेथील जलविद्युत केंद्र ही दोन्ही १९५९ अखेर कार्यान्वित झाली होती. त्यापूर्वी १९५५ मध्ये दामोदर नदीवरील दुर्गापूर येथील ६९२ मी. लांब व ११.५८ मी. उंच बंधारा पूर्ण झाला होता. हा बंधारा इतर चार धरणांतील पाण्याच्या साह्याने सुमारे ३.७ लक्ष हेक्टर जमीन भिजवू शकतो. वीजनिर्मितीसाठी तिलैया, मैथॉन व पानशेत येथे जलविद्युत केंद्र व बोकारो, दुर्गापूर आणि चंद्रपूर येथे औष्णिक विद्युत केंद्र उभारलेली आहेत.

हिराकूड धरण प्रकल्प

८ नोव्हेंबर, १९४५ रोजी डॉ. आंबेडकरांच्या अध्यक्षतेखाली परिषद आयोजित करण्यात आली. त्यात ओरिसा राज्याचे प्रतिनिधी व भारत सरकारचे प्रतिनिधी यांनी ओरिसामधील नद्यांचा विकास करण्याबाबत सर्वंकष चर्चा केली. महानदीचे सर्वेक्षण, चौकशी व बहुउद्देशीय विकास यावर तपशीलवार चर्चा होऊन हिराकूड धरण प्रकल्प हाती घेण्याचे निश्चित झाले.

ओरिसातील नेहमीच्या महापुराने पिकांचे अतोनात नुकसान होत असे. यासाठी तेथे दरवर्षी महापूर व दुष्काळ यासारख्या समस्यांना तोंड द्यावे लागत असे. तेव्हा १८५८ साली सर ऑर्थर कॉटन यांनी ओरिसा राज्याचा महापूर दौरा करून

महानदीवरील पुराचे पाणी रोखण्यासाठी शिफारशी केल्या. त्यानंतर नोव्हेंबर १९२७ ला बिहार आणि ओरिसा राज्य सरकारने तीन अभियंत्यांची समिती स्थापन केली. व ओरिसामधील पूर समस्येवर अभ्यास करण्यास सांगितले. या समितीने राज्याचा दौरा करून प्रतिनिधी शेतकरी व निवेदनांचा अभ्यास करून काही शिफारशी केल्या. १९२७ मध्ये एम. विश्वेश्वरय्या या प्रसिद्ध अभियंत्यास अभ्यास करण्यात पाचारण करण्यात आले. सर्व दस्तऐवजांचा अभ्यास करून त्यांनी दोन अहवाल सादर केले. १९३९ साली एम. विश्वेश्वरय्यांनी श्री. एन. कुनूनगो यांच्यासोबत दौरा करून महानदीवर धरण बांधण्याविषयी येणारे अडथळे व राज्याची सीमा व उपलब्ध निधी यावर विचार केला. शेवटी विश्वेश्वरय्यांच्या निष्कर्षावरून केंद्रीय जलमार्ग, पाटबंधारे, नौकानयन आयोगाचे अध्यक्ष श्री. ए. एन. खोसला यांनी महानदीवर बहुउद्देशीय विकास प्रस्तावावर आंबेडकरांशी चर्चा करून हिराकूड धरणाची कोनशिला त्यावेळचे ओरिसा राज्याचे गव्हर्नर सर हॉथरॉन लेव्हिस यांच्या हस्ते १५ मार्च १९४६ रोजी बसविण्यात आली.

हिराकूड धरणाची लांबी पाच कि. मी., उंची १५० फूट, एकूण पाच लाख क्षेत्रफळ जमिनीवर पाणीसाठा विस्तारलेला आहे. दीड लाख क्युसेक्स पाण्याचा साठा, संबलपूर आणि सोनपूर ८,००,००० एकर जमीन सिंचनाखाली येणार होती. तसेच या धरणापासून ५०,००० हजार कि. वॅट. ऊर्जेचा ३०० कि.मी. पर्यंत फायदा होणार होता. हा खर्च पाटबंधारे व ऊर्जानिर्मितीपासून मिळणाऱ्या उत्पन्नातून होणार होता.

निष्कर्ष

वरील प्रतिपादनावरून असे स्पष्ट होते की, डॉ. आंबेडकर हे भारतीय घटनेचे शिल्पकार तर आहेतच, पण त्याचबरोबर ते भारत देशाच्या आर्थिक नियोजनाचे व जलनीतीचे शिल्पकार होते. देशाची जलनीती दामोदर खोरे प्रकल्प, हिराकूड धरण प्रकल्प, सोननदी प्रकल्प कार्यान्वित करण्यासाठी त्यांनी बजावलेली भूमिका उल्लेखनीय व महत्त्वपूर्ण आहे. तसेच केंद्रीय तांत्रिक वीज मंडळ, केंद्रीय जल आयोग आणि केंद्रीय सिंचन व वीज मंडळ या तांत्रिक संस्थांच्या निर्मितीस डॉ. आंबेडकरांचे योगदान लक्षणीय आहे. सध्याच्या राष्ट्रीय नदीजोड प्रकल्पाची कल्पना ही डॉ. आंबेडकरांनी १९४२ ते १९४५ या दरम्यान मांडली आहे. यासाठी पाण्यासंबंधी आंतरराज्य समस्या उद्भवू नये म्हणून घटनेतच तरतुदी करून ठेवल्या आहेत. याचाच फायदा आजच्या पाणी समस्येतील धोरणात्मक निर्णय घेणाऱ्या मंडळींनी घ्यावा.

९. संदर्भ सूची

1. Ambedkar's main academic work & include his M.A. dissertation "Administration and Finance of East India Company" submitted to the Columbia university, Published in Dr. Ambedkar, Writings and Speeches Vol.6 "On Economics" Vasant moon (ed); Education Dept., Govt. of Maharashtra (1998); Ph.D. Thesis on "The Evolution of Provinicial in finance in British India" London ; King and son (1925), D.Sc. Dissertation, "The Problem or Rupees,' king and son (1925), Small Holding in India and their Remedies" Journal of Indian Economic society, Vol. 1, 1918 and "State and Minorities " Bombay Thacker (1947).

2. Ambedkar, The Principal Architect of the Constitution of India. Dr. Babasaheb Ambedkar, Writings and speeches Vol. 13 Education Dept, Govt. of Maharashtra (1994)

3. Thorat, Sukhdeo. Ambedkar's Role in Economic Planning and Water policy, Shipra Publication, 115-A, Vikas Marg, Shakarpur, Delhi-110092. 1998. 288p.

4. The Conferences addressed by Dr. Ambedkar during 1942-45 include, Chronologically:
   a) Post-war Developement of Electric Power in India, Oct. 25,1943
   b) Damodar Valley Scheme, First conference, Jan. 3, 1945
   c) Post-war Electric Development, of Feb. 2, 1945
   d) Multi - purpose Development, of Damodar Valley, Second Calcutta Conference, August 23, 1945
   e) Multi- purpose Plan for Development of Orissa Rivers, Nov.8, 1945

5. ibid

6. Central Water Commission, New Delhi (1986). Four decades of Central Water Commission in Service of the Nation, IV-V

7. Ambedkar, B.R. The partition of India (1946) Thacker and Co. Revised edn.

8. Dr. Babasaheb Ambedkar Writings and speeches (1991) Vol.10 "Dr. Ambedkar as Member of the Governer General's Executive General, 1942-46

9. Govt. of India, Central Waterways Irrigation and Navigation Commission, Mahanadi Valley Development, Hirakud Dam Project, June 1947. p.350

|| ४ ||

१

लोकप्रातिनिधिक जबाबदार राज्यपद्धतीचा अंगीकार हिंदुस्थानात केला जावा, अशी मागणी इंग्रजी शिक्षण घेतलेल्या वर्गाकडून पुढे येऊ लागली, तेव्हा हिंदुस्थानावरील आपल्या राज्याची सुरक्षितता कशात आहे, याचा शोध घेण्यास इंग्रज राज्यकर्ते व प्रशासक यांनी जारीने सुरुवात केली. हिंदुस्थानात अनेक धर्मांचे, वंशाचे लोक राहतात आणि त्यांच्यात सामाजिक, सांस्कृतिक, आर्थिक अंतर आहे, त्यांच्या हितसंबंधामध्ये विरोध व संघर्ष आहे, या वस्तुस्थितीत त्यांना फार मोठे आश्वासन मिळाले. इंडियन नॅशनल कॉंग्रेसच्या स्थापनेच्या वेळी व्हॉईसरॉय असलेल्या लॉर्ड डफरीन यांनी हिंदी समाजाचे रेखाटलेले चित्र लक्षात घेण्यासारखे आहे. डफरीन म्हणतात, 'हिंदुस्थान अनेकानेक पृथक् राष्ट्रीय समूहांचा मिळून बनलेला आहे. वेगळे धर्म, वेगळे विधी व संस्कार, वेगवेगळ्या भाषा, इतकेच नाही तर परस्परांमध्ये

१७. बाबासाहेब आंबेडकर आणि कॉंग्रेस

वसंत पळशीकर

विसंवाद निर्माण करणारे पूर्वग्रह, एकमेकांमध्ये वितुष्ट निर्माण करणारे रीतिरिवाज व त्यांचे मूलस्रोत आणि परस्परविरोधी ऐहिक हितसंबंध यांच्यामुळे हे लोकसमूह एकमेकांपासून अधिकच दुरावलेले आहेत. खेरीज प्रागैतिहासिक युगापासून ते थेट वर्तमानयुगापर्यंत जे विभिन्न टप्पे मानवजातीने सुसंस्कृततेच्या व प्रगतीच्या वाटचालीत ओलांडले, ते सर्व टप्पे वेगवेगळ्या समूहांच्या रूपाने जिवंत स्वरूपात येथे आढळतात.' 'विविधतेत एकता' हे भारतीय समाज व संस्कृती यांचे गुणवैशिष्ट्य आहे, असे सांगण्यासाठी डफरीन यांनी हा प्रपंच केलेला नव्हता हे सांगावयास नको. हिंदुस्थान हे एक राष्ट्र आहे, असे समजून त्यास स्वराज्याचे अधिकार देणे कसे अशक्य, अव्यवहार्य व अहितकारक आहे, येथे इंग्लंडच्या धर्तीची जबाबदार प्रातिनिधिक राज्यपद्धती अंगीकारणे कसे चुकीचे होईल, हे दाखवून देण्यासाठी हा सारा प्रपंच होता.

मुसलमान, पारशी, ज्यू, अँग्लो-इंडियन, हिंदी, ख्रिश्चन या जमाती भिन्नधार्मिक

असल्याने त्यांचे वेगळेपण चटकन् ठसण्यासारखे व मान्य होण्यासारखे होते. पण त्यांच्या वेगळ्या, पृथक् 'राष्ट्रीयत्वा'वर भर देणे पुरेसे नव्हते कारण उर्वरित समाजाचे आकारमान पुरेसे मोठे होते. राष्ट्रसभेची चळवळ ही प्रथमपासूनच सर्वसमावेशक होती. तरीपण स्वभाविकपणे हिंदू समाजाचे या संघटनेच्या अनुयायांमधील आधिक्य मोठे होते. तेव्हा, केवळ अन्यधर्मीय जमातींच्या पृथकपणावर भर देऊन न थांबता, 'हिंदू' म्हणून ओळखला जाणारा समाजही कसा एकसंध नाही; या एका हिंदू समाजाच्या पोटातही खरे तर पृथक् अशा जमाती असून, त्यांच्यात एकराष्ट्रीयत्व निर्माण होणे कसे अशक्य आहे, हे दाखवून देण्यावर तेवढाच भर दिला जाऊ लागला. हिंदू समाज जातिव्यवस्थाधिष्ठित आहे, या वस्तुस्थितीचा या कामी इंग्रज राज्यकर्त्यांनी पुरेपूर उपयोग करून घेतलेला दिसतो.

भारतातील कोणत्याही प्रदेशात ज्या अनेकानेक जाती आढळतात, त्या सर्वांची उत्पत्ती एकाच पद्धतीने झाली असे म्हणणे शक्य नाही; पण एक गोष्ट खरीच की, एकेक जात-उपजात म्हणजे एकेक पृथक् वांशिक सांस्कृतिक टोळीसमाज वा लोकसमूह असे जरी नसले तरी मुळात एक असलेल्या लोकसमूहाचे तुकडे असे जातींचे स्वरूप नाही; अनेक पृथक्, वांशिक, सांस्कृतिक (एश्निक) लोकसमूह / टोळीसमाज यांच्या एकत्र बांधणीमधून जात्याधिष्ठित भारतीय समाज आकारास आला असला पाहिजे. या घटनेकडे दोन प्रकारे पाहता येते. मुळात कधीकाळी पूर्णतः वेगळ्या असलेल्या लोकसमूहांच्या पृथकपणावर जोर देता येतो किंवा जातपातीच्या विषम व श्रेणीप्रधान व्यवस्थेच्या आधारे का होईना, पण त्यांच्या साहाय्याने एका समाजाची बांधणी झाल्यामुळे आलेल्या एकात्मतेवर भर देता येतो. जातिभेदांमधील उच्च-नीचता व कनिष्ठ जातींवरील अनेक निर्बंध दूर करून भविष्यात आणखी एकात्म असा समाज निर्माण करण्याची भूमिका काँग्रेसच्या नेत्यांनी अंगीकारलेली होती, तर पृथकपणावर जोर देऊन, एकाच समाजाचे हे घटक आहेत, हे मान्य न करण्याकडे इंग्रज राज्यकर्ते व सनदी प्रशासक यांचा कल होता.

हिंदू समाजातील विविध जातीजमातींनी आपल्या वेगळेपणावर भर देऊन फुटीर भूमिका घेतली, तर काँग्रेसची चळवळ अटळपणे दुबळी बनणार ही गोष्ट इंग्रजांनी ओळखली होती. मुसलमानांना काँग्रेसच्या चळवळीपासून वेगळे करण्यासाठी त्यांना वेगळे परिश्रम घ्यावे लागले नाहीत. मुसलमानी राजवटीच्या कालखंडापासून राजकीय सत्तेच्या मुद्द्यावरून येथील हिंदू व मुस्लिम समाजांतील वरिष्ठवर्गीयांमध्ये स्पर्धा, तणाव व संघर्ष होताच. नव्या इंग्रजी राज्यात शिक्षण व नोकऱ्या-चाकऱ्या, व्यवसाय या क्षेत्रांतील आघाडीच्या आधारे व त्याहीपेक्षा बहुसंख्येच्या जोरावर हिंदू समाज राजकीय सत्तेच्या क्षेत्रात आपणावर कुरघोडी करील, या वरिष्ठवर्गीय मुसलमानांच्या

मनातील भयाला चुचकारून, त्याला खतपाणी घालून फुटीर मुस्लिम राजकारणाला इंग्रज राज्यकर्त्यांनी लवकरच बळकटी आणली.

हिंदू समाजातील जाती व पंथभेदांचीही त्यांनी अशाप्रकारे दखल घेतली की, ज्यामुळे फुटीर राजकीय अस्मितेचा व मागण्यांचा परिपोष व्हावा. दशवार्षिक जनगणना करीत असताना जातीजमाती व पंथ यांची जेवढी वेगवेगळी नोंद करता येईल, तेवढी करण्यामागे केवळ समाजशास्त्रीय/मानववंशशास्त्रीय जिज्ञासा व ज्ञानलालसा नव्हती. या सर्व उपक्रमाला एक निश्चित राजकीय टोक होते. एका विचारप्रणालीचे (आयडियालॉजी) जनगणना हे हत्यार होते. मोर्ले/मिंटो सुधारणांच्या वेळी इंग्रज राज्यकर्त्यांच्या ध्यानात आले की, जबाबदार लोकप्रातिनिधिक राज्यपद्धती प्रस्थापित करण्याच्या दिशेने होणारी वाटचाल आपण आता रोखू शकणार नाही; तिची गती धीमी राहील हे आपण फार तर पाहू शकू. घटनात्मक सुधारणांचे हप्ते दर आठ-दहा वर्षांनी द्यावे लागणारच; पण ते देत राहूनही खरी सत्ता आपल्याच हाती कायम राहावी, यादृष्टीने कोणत्या क्लृप्त्या करता येतील याचा विचार ते करू लागले, तेव्हा हिंदी समाजातील भेदाभेद हा एक अत्यंत उपयुक्त मुद्दा आहे, ही गोष्ट त्यांनी हेरली. त्यांनी असे एक वातावरण निर्माण केले, जे स्वत:च्या जातीजमातीचे पृथक्करण आणि एक ना एक प्रकारचे 'मागासलेपण' वा 'कमकुवतपण' पुढे करून जादा प्रमाणात प्रतिनिधित्व मागण्यास जातीजमातींना उद्युक्त करील. याचा एक परिणाम सरळच असा होता की, सर्वांना विशेष प्रकारची वागणूक व प्रमाणाबाहेर प्रतिनिधित्व देऊन झाल्यावर उरतील तेवढ्याच जागा 'सर्वसाधारण' या कोटीत काँग्रेससारख्या चळवळीच्या आटोक्यात राहतील.

काँग्रेसला ज्या जागा जिंकणे सहज शक्य आहे, त्या जागा कमी करूनच इतरांना दिल्या जायच्या असल्याने असे सर्व समूह व त्यांचे प्रतिनिधी हे काँग्रेस व काँग्रेसची चळवळ यांना विरोधी राहण्याची शक्यता अधिक होती. इतकेच नव्हे, तर उद्या ब्रिटिश येथून गेले व स्वराज्य मिळाले की प्रमाणाबाहेर विशेष प्रतिनिधित्व टिकून राहीलच, अशी खात्री देता येत नव्हती. असे विशेष प्रमाणातील प्रतिनिधित्व हे ब्रिटिश राजवटीच्या कृपेनेच टिकून राहणार हे माहीत असल्याने ब्रिटिशांचे राज्य येथे टिकून राहण्यात या समूहांचा स्वार्थी हितसंबंध तयार होत होता. म्हणजे हिंदी समाजातील भेदाभेदांवर जोर देणे, वेगळे व प्रमाणाबाहेर प्रतिनिधित्व मिळावे म्हणून मागणी पुढे करण्यास प्रोत्साहक वातावरण निर्माण करणे, यामुळे एका बाजूला काँग्रेसच्या चळवळीला खीळ घालणे आणि दुसऱ्या बाजूला ब्रिटिश राजवटीवर परावलंबन वाढविणे या दोन्ही गोष्टी साधल्या जाणार होत्या.

घटनात्मक सुधारणांचा हप्ता मिळणार असे १९१७ च्या आसपास स्पष्ट

झाल्यानंतर हिंदुस्थानातील वेगवेगळ्या जातीजमाती आपल्यासाठी विधिमंडळांमध्ये खात्रीशीर प्रतिनिधित्व मिळविण्याच्या दृष्टीने तयारीस लागल्या. आपल्यापुरतेच पाहावयाचे या मर्यादेत त्या विचार करीत असल्याने, लोकसंख्येतील प्रमाणापेक्षा काकणभर अधिकच प्रतिनिधित्व मिळाले पाहिजे, अशी मागणी करणे जातीजमातीय पुढाऱ्यांना योग्यच वाटले. अशी मागणी समर्थनीय ठरण्याच्या दृष्टीने कोणता युक्तिवाद पुढे करावा, याचा पाठ मुस्लिम नेतृत्वाने सर्वांसाठी घालून दिलेलाच होता.

अस्पृश्य समाजाचा कैवार घेऊन भारतीय राजकारणाच्या मंचावर डॉ. बाबासाहेब आंबेडकरांचा प्रवेश या प्रसंगाने झाला.

२

माँटेग्यू चेम्सफर्ड (घटनात्मक) सुधारणांनुसार विधिमंडळाची पुनर्रचना करीत असताना मताधिकार कोणास द्यावा व कोणत्या जातीजमातीस किती व कोणत्या पद्धतीने प्रतिनिधित्व द्यावे, याचा विचार करण्यासाठी साऊथबरो कमिटीची नेमणूक झालेली होती. या कमिटीपुढे आंबेडकरांची २७ जानेवारी, १९१८ रोजी साक्ष झाली. या कमिटीस डॉ. आंबेडकरांनी एक विस्तृत लेखी निवेदन आधीच सादर केले होते. हे निवेदन व ही साक्ष यांच्या आधारे आंबेडकरांची हिंदी राजकारणातील भूमिका समजावून घेता येते व तशी ती समजावून घेणे महत्त्वाचे आहे.

लॉर्ड डफरीन यांनी हिंदी समाजाचे रेखाटलेले चित्र बाबासाहेब आपल्या लेखी निवेदनाच्या आरंभालाच उद्धृत करतात व त्यास आपली स्वीकृती देतात ही गोष्ट महत्त्वाची आहे. आंबेडकरांचा युक्तिवाद तपशिलामध्ये जाऊन चिकित्सक दृष्टीने तपासून ती खोडून काढता येणार नाही अशातली गोष्ट नाही; पण येथे त्यांची भूमिका जाणून घेणे हेच उद्दिष्ट असल्याने तेवढ्या खोलात जाण्याचे कारण नाही. मुसलमान, पारशी, ख्रिश्चन, ज्यू या जमाती जशा व जेवढ्या एकमेकांपासून पृथक् आहेत तेवढेच व त्याच प्रकारचे पृथकपण (आणि अंतर व दुरावा) सवर्ण व अवर्ण हिंदू यांच्यात आढळते असे म्हणून हिंदू या नात्याने ते एकच होत असे न धरता वेगळा समाज म्हणून त्यांची दखल घेतली पाहिजे, असे ते म्हणतात. एखादा समाज एकजिनसी कधी असतो? जेव्हा त्या समाजातील व्यक्ती व गट यांच्यातील भेदाभेदांच्याही पलीकडे जाऊन पोहोचणारे असे मनाचे एकसारखेपण समाजातील सर्वांच्या ठायी आढळते आणि याच्या आधारे त्यांच्यात मोकळा संवाद होऊ शकतो. तेव्हा तो समाज एकजिनसी समाज म्हणता येतो, असे आंबेडकरांचे प्रतिपादन आहे. या कसोटीवर सारे मुसलमान, ज्यू, पारशी, ख्रिश्चन हे असे एक म्हणता येतात, तसे सारे हिंदू एक आहेत असे म्हणता येत नाही. सवर्ण व अवर्ण

यांच्यात अनुल्लंघनीय असे अंतर व दुरावा आहे. असे त्यांचे म्हणणे.

अशा बहुजिनसी हिंदी समाजाला जर लोकप्रातिनिधिक जबाबदार राज्यपद्धती बहाल करावयाची म्हटली, तर विविध पृथक् समाजांमधील व्यक्तींना राज्य करण्याच्या कामी समानत्वाने सहभाग देता येण्याच्या दृष्टीने कोणती व्यवस्था असायला हवी, हा प्रश्न आंबेडकर उपस्थित करतात. प्रादेशिक मतदारसंघ हे एकजिनसी समाजात ठीक आहेत; बहुजिनसी समाजात ते निकामी ठरतात. का तर अशा समाजात मतदार मत देताना योग्य उमेदवारास मत देत नाहीत, तर ते आपल्या जातीच्या, जमातीच्या उमेदवारास मत देतात. त्यामुळे बहुसंख्याक जातीजमातींमधूनच दर वेळी प्रतिनिधी निवडून जाणार व त्याच जातीजमाती राज्यकर्त्या बनणार; राज्यसत्तेवर काही मोजक्या जातीजमातींची मक्तेदारी प्रस्थापित होणार. आंबेडकर म्हणतात,'प्रादेशिक मतदारसंघ जबाबदार प्रातिनिधिक राज्यसत्ता प्रस्थापित करण्यात अपयशी व असमर्थ ठरतात; कारण अल्पसंख्याक समाजातील व्यक्तींची प्रतिनिधी म्हणून निवड अशा व्यवस्थेत होत नाही.'

त्यांचे पुढे असे म्हणणे होते की, सर्वसाधारण मतदारसंघांमधून जर वेगवेगळ्या जातीजमातींना प्रमाणशीर प्रतिनिधित्व प्राप्त व्हावयाचे असेल, तर त्या जातीजमातींमधील मतदारांची संख्या पुरेशी मोठी असायला हवी. इतकी मोठी की, केवळ आपल्या जातीजमातींच्या मतदारांच्या मतांच्या भरवशावर त्या जातीजमातींमधील उमेदवार निवडून यावा. यासाठी एकेका मतदारसंघामधून अनेक प्रतिनिधी निवडून देण्याची व्यवस्था अंगीकारली पाहिजे आणि मताचा अधिकार त्या त्या जातीजमातीमधील पुरेशा लोकांना मिळण्याच्या दृष्टीने त्यासाठीच्या कसोट्या जातीजमातीनुसार वेगवेगळ्या कमी-जास्त असायला पाहिजेत. ही पद्धती स्वीकारल्यास सामान्यत: विभक्त मतदारसंघांची गरज पडणार नाही; पण अस्पृश्यांच्या बाबतीत विभक्त मतदारसंघांची गरज अशासाठी आहे, की स्पृश्य व अस्पृश्य यांचा जर एकच मतदारसंघ असला, तर अस्पृश्य मतदार पुरेशा मोठ्या संख्येने निर्माण केले, तरी अस्पृश्यही स्पृश्य उमेदवारांनाच मतदान करतील; कारण त्यांच्या मनावर संस्कारच असे असतात की, आपण अस्पृश्य लायक नाही आणि स्पृश्यांच्या मनावर तर आपल्याशिवाय अन्य कोणी लायक नाही, असा दृढ संस्कार असतो. म्हणून अस्पृश्य मतदार अस्पृश्य उमेदवारांनाच निवडून देतील याची खात्री करून घ्यावयाची असेल, तर इतर कोणाला नाही तरी अस्पृश्यांना विभक्त मतदारसंघ दिले पाहिजेत.

सवर्ण हिंदू समाजातील व्यक्ती अस्पृश्य समाजाला कधीच न्याय देणार नाहीत, असे प्रतिपादन बाबासाहेबांनी याचवेळी केलेले आढळते. काँग्रेसविषयी ते लिहितात. 'राजकारणात जहाल सुधारक आणि समाजकारणात प्रतिगामी सनातनी

असा ज्यांचा पिंड आहे अशा व्यक्तींचाच काँग्रेसमध्ये प्रामुख्याने भरणा आहे.' ते पुढे म्हणतात, 'काँग्रेस ही अशा रीतीने अराष्ट्रीय वा राष्ट्रीयतेच्या आड येणारीच संघटना असल्याने जातजमात विशिष्ट विभक्त मतदारसंघ असावेत की नाही, यासंबंधी तिच्या मतांची गंभीर दखल घेण्याइतकी त्यांची लायकी नाही.' अस्पृश्यांविषयी आत्मीयता वाटणारे, त्यांच्या उद्धारासाठी झटणारे सवर्ण हिंदू नाहीत असे नाही; पण ते अगदी हाताच्या बोटावर मोजण्याइतके थोडे असून, साऱ्या सवर्ण समाजाचे वळण बदलण्याचे सामर्थ्य त्यांच्या ठायी नाही, असे आंबेडकर म्हणतात. काँग्रेस संघटनेमध्ये सनातनी विचारप्रणालीचा प्रभाव वाढत आहे, याकडे ते लक्ष देतात.

अस्पृश्य समाजाची आर्थिक व सामाजिक स्थिती सुधारावी एवढे मर्यादित उद्दिष्ट आंबेडकरांनी डोळ्यांसमोर ठेवले नव्हते. त्यांना अस्पृश्य समाजाला राज्यसत्तेमध्ये सहभाग मिळावयास हवा होता आणि त्यासाठी विधिमंडळामध्ये अस्पृश्य प्रतिनिधींचे व मताचे वजन पडेल इतक्या प्रमाणात त्यांना जागा दिल्या जाव्यात, अशी त्यांची मागणी होती. अस्पृश्य समाजामध्ये उच्च शिक्षितांचे प्रमाण अत्यल्प असले तरी मतदानाचा अधिकार व्यापक प्रमाणावर अस्पृश्यांना देण्यास काही प्रत्यवाय नव्हता. किंबहुना, अस्पृश्यांचे राजकीय शिक्षण करण्याच्या दृष्टीने व्यापक मताधिकार देणे इष्ट व आवश्यक होते.

बाबासाहेबांनी घेतलेल्या भूमिकेसंबंधी तीन गोष्टी सांगता येतील. अस्पृश्य समाज ही मुस्लिम, ख्रिश्चन, पारशी, ज्यू यांच्याप्रमाणेच एक अगदी वेगळी जमात आहे. तांत्रिकदृष्ट्या यांनाही हिंदू म्हणूनच गणले जात असले तरी त्यांच्यात त्यांना कोणतीच एकात्मता आढळत नाही. दुसरी गोष्ट, अस्पृश्यांखेरीज अन्य कोणीही, विशेषत: सवर्ण हिंदू, अस्पृश्य उमेदवारांना कधीही निवडून देणार नाहीत, याविषयी ते ठाम होते आणि काँग्रेसवर त्यांनी पुरता अविश्वास व्यक्त केला, ही तिसरी गोष्ट.

बहुप्रातिनिधिक सर्वसाधारण मतदारसंघ व राखीव जागा ही व्यवस्था स्वीकारूनही अस्पृश्य प्रतिनिधी विधिमंडळांमध्ये जाऊ शकले असते; पण बाबासाहेबांनी अस्पृश्यांसाठी विभक्त मतदारसंघ मागितले. मुसलमान समाजाला प्रमाणाबाहेर जागा व विभक्त मतदारसंघ आधीच मिळालेले असल्याने, इतर सर्व आकांक्षी जातीजमाती त्या समाजाच्या पावलावर पाऊल टाकूनच आपल्या मागण्या सादर करीत होत्या. आंबेडकरही तसेच करीत असलेले आढळतात.

राखीव जागा विभक्त मतदारसंघ यांची मागणी करणाऱ्या जातीजमातींना आपल्या मागणीच्या समर्थनार्थ भारतीय समाजामध्ये एकराष्ट्रीयत्वाचा अभाव आहे, यावर भर देणे जसे अनिवार्य होते, तसेच एकराष्ट्रीयत्वाच्या परिपोषासाठी सर्वसाधारण व संयुक्त मतदारसंघाचेच प्राधान्य एकंदर व्यवस्थेत राहिले पाहिजे व वाढले

पाहिजे, अशी भूमिका घेणाऱ्या काँग्रेसच्या विरोधात उभे राहणेही आवश्यक वाटत होते. काँग्रेस ही खऱ्या अर्थाने राष्ट्रीय संघटना नाहीच, ती केवळ एक हिंदू संघटना आहे, असे मुस्लिम नेत्यांचे आग्रही प्रतिपादन होतेच. मॉंटेग्यू-चेम्सफर्ड सुधारणांच्या वेळी, काँग्रेस ही सर्व हिंदूंची पण संघटना नाही, ती फक्त सवर्ण हिंदूंची आहे व ती फक्त ब्राह्मण व तत्सम उच्चवर्णीयांची संघटना आहे, असे तेवढेच आग्रही प्रतिपादन केले जाऊ लागले.

आंबेडकरांनी आपल्या राजकीय कारकिर्दीच्या अगदी आरंभीच अशा रीतीने काँग्रेसविरोधी भूमिका घेतली.

३

१९२० साली कोल्हापूर जिल्ह्यातील माणगाव येथे आणि नागपूर येथे अस्पृश्यांच्या परिषदांमध्ये डॉ. आंबेडकरांनी भाग घेतला. कोल्हापूरच्या राजर्षी शाहू महाराजांनी त्यांना राजकीय व्यासपीठ मिळवून देण्यात आणि त्यांचे पुढीरपण प्रस्थापित करण्यात महत्त्वपूर्ण कामगिरी बजावली. टिळकपक्षीय काँग्रेसच्या चळवळीच्या विरोधास समर्थ ब्राह्मणेतर चळवळ उभी राहावी, यासाठी शाहू महाराजांचे प्रयत्न होते आणि या कामी होतकरू व्यक्ती हेरून त्यांना सर्व प्रकारे साहाय्य करण्याची त्यांची भूमिका होती. या काळी महाराष्ट्रातील काँग्रेस ही टिळकपक्षीयांच्या हाती होती आणि टिळकपक्षाचे वळण सनातनी व ब्राह्मणी होते. आक्रमक वृत्ती व अहंमन्यताही भरपूर होती. 'राजकारणात बंडखोर व समाजकारणात प्रतिगामी' हे आंबेडकरांनी त्यांचे केलेले वर्णन योग्यच होते. ही स्थिती ध्यानात घेता राजकीय कारकिर्दीची सुरुवात बाबासाहेबांनी काँग्रेसविरोधक म्हणून करावी यात नवल उरत नाही. टिळकांचा काँग्रेस संघटनेवर वरचष्मा प्रस्थापित झाल्यामुळे १९१८ मध्ये प्रागतिकांनी (लिबरल) काँग्रेसचा त्याग करून आपली वेगळी संघटना स्थापन केली होती. ही गोष्टही येथे ध्यानात घेणे आवश्यक आहे. पण १९२० ते १९३० या काळात काँग्रेसचे बदलते वळण लक्षात घेऊनही आंबेडकरांनी भूमिका का बदलली नाही?

हिंदी राजकारणात व काँग्रेस संघटनेत महात्मा गांधींचा प्रवेश १९१६ - १९१७ साली झाला. अंशत: त्यांच्या प्रभावाखाली १९१७ च्या अधिवेशनात अस्पृश्यता निवारणाचे महत्त्व विशद करणारा ठरावही पसार झाला. परंतु १९२० सालापावेतो लाला लजपतराय, लोकमान्य टिळक यांच्या तुलनेने गांधींचे स्थान कनिष्ठच होते. खिलाफत प्रकरण व जालियनवाला हत्याकांड या मुद्द्यांवरून उभारलेल्या असहकार आंदोलनामुळे १९२० च्या अखेरीस काँग्रेस संघटना गांधींच्या

प्रभुत्वाखाली निर्विवादपणे आली. हिंदू-मुस्लिम ऐक्य, अस्पृश्यता निवारण, दारिद्र्य निर्मूलन यांच्याखेरीज स्वराज्य अर्थपूर्ण ठरणार नाही यावर त्यांनी १९१५ पासूनच भर दिला होता. अहमदाबादजवळ स्थापन केलेल्या आश्रमाच्या नियमांनुसार अस्पृश्यता पाळणाऱ्यास प्रवेश निषिद्ध मानलेला होता. अस्पृश्य कुटुंबास आश्रमात प्रवेश देण्याच्या मुद्द्यावरून असहमती असेल, तर गांधींनी खुद्द आपल्या पत्नीसही कस्तुरबांना आश्रम सोडून जाण्यास सांगितले होते.

या सर्व गोष्टी खऱ्या असल्या तरी सनातनी वळणाच्या उच्चवर्णीय हिंदू नेत्यांचे काँग्रेस संघटनेतील स्थान व त्यांचे पुढारीपण लगोलग काढून घेण्याची भूमिका गांधींनी अंगीकारली नाही. देशभरच्या जिल्हा व प्रांतिक पातळीवरील काँग्रेस समित्यांचा कारभार हाती घेऊ शकतील, असे नव्या विचारांशी बांधीलकी असलेले नेतृत्व जागोजाग पुरेशा संख्येने निर्माण झालेले नसताना असा आग्रह ठेवणे व्यवहार्य ठरले नसते. चळवळीच्या अनुभवातून अनेकानेक जुन्या काँग्रेस पुढाऱ्यांची व कार्यकर्त्यांची वैचारिक बैठक बदलण्याची आकांक्षा त्यांनी बाळगली. एका महाराष्ट्राचे उदाहरण घेतले तरी आपणास असे आढळते की, टिळकांचे कित्येक तरुण सहकारी व अनुयायी यांच्या भूमिकेत गांधींनी १९२० ते १९३० या काळात परिवर्तन घडवून आणले, तेच नवे नेतृत्वही निर्माण केले. पण त्याची काही किंमतही गांधींना मोजावी लागली. त्यांचे विचार व व्यक्तिगत आचरण सामाजिक, आर्थिक व राजकीय तिन्ही अंगांनी क्रांतिकारक व बंडखोर होते. पण आपल्याएवढी बंडखोर भूमिका घेण्याची तयारी नसलेले सहकारी व अनुयायी यांच्या सहकार्याने राजकीय स्वातंत्र्यप्राप्तीचे राजकारण करण्याची किंमत म्हणून त्यांना सामाजिक व आर्थिक मुद्द्यावरील आपल्या सहकारी व अनुयायी यांचे प्रतिगामी वागणे-बोलणे खपवून घ्यावे लागले.

या देशात राजकीय स्वातंत्र्याचे राजकारण यशस्वीपणे व व्यवहार्यपणे करावयाचे तर 'फोडा व झोडा' या ब्रिटिशांच्या राजनीतीचे सतत भान ठेवून, तीवर मात करणारे 'बेरजे'चे आघाडीचे राजकारण करावयास हवे, अशी गांधींची रणनीती होती. कामगार विरुद्ध भांडवलदार, जमीनदार विरुद्ध कुळे, ब्राह्मण विरुद्ध ब्राह्मणेतर, सवर्ण विरुद्ध अस्पृश्य, हिंदू विरुद्ध मुसलमान, शीख, अँग्लो इंडियन इत्यादी प्रकारे जेवढ्या म्हणून अंगांनी हिंदी समाजात फूट पडणे शक्य होते, तेवढी ती पडत राहावी, यात ब्रिटिश राजवटीचा सरळ सरळ हितसंबंध होता. परक्या शत्रूबरोबरच्या सामन्याच्या प्रसंगी आपण सर्व एकत्र एकशेपाच हीच योग्य भूमिका व नीती असू शकते, ही गांधींची धारणा असल्याने ज्या कार्यक्रमामुळे, चळवळीमुळे आपापसांत भांडण लागून मुख्य उद्दिष्टांवरून लक्ष विचलित होईल आणि एकजूट

व सामर्थ्य खच्ची होत राहील, अशा कार्यक्रमांना व चळवळींना आवर घालावयाचा, फूट पाडून पाचर ठोकण्याची संधी ब्रिटिशांना द्यावयाची नाही, असे धोरण गांधींनी स्वीकारले. सद्य:स्थितीत राजकीय पारतंत्र्याविरुद्ध शक्तिशाली लढा उभारावयाचा झाल्यास येथील उच्चवर्णीय, उच्चवर्गीय शिक्षित व आर्थिकदृष्ट्या सुस्थितीत असलेल्या मंडळींचा पुढाकार आवश्यक आहे. नव्हे, त्यांच्याशी वैर पत्करून तर हे काम साध्य होणारच नाही, ही जाण गांधींच्या भूमिकांच्या बुडाशी होती. दक्षिण आफ्रिकेमध्ये जनसामान्यांचा सहभाग आपल्या लढ्यांमध्ये मिळविण्याचे महत्त्व गांधींनी पूर्णपणे जाणले होते. एवढेच नाही तर असा सहभाग मिळविण्यात त्यांनी अभूतपूर्व यश संपादन केले होते. जनसामान्यांच्या आर्थिक व सामाजिक हिताचा वरिष्ठांच्या स्वार्थी हितसंबंधांशी मूलगामी विरोध आहे, याकडेही त्यांचे दुर्लक्ष नव्हते. गांधींची सत्याग्रही भूमिका स्वभावत: व मूलत: संघर्षप्रवण होती ही गोष्टही दक्षिण आफ्रिकेत पुरेशी सिद्ध झालेली होती. हिंदुस्थानात परतल्यावर काँग्रेस संघटनेच्या झेंड्याखाली राजकीय स्वातंत्र्याचे राजकारण करीत असतानादेखील सर्व जातीजमातीच्या आणि सर्व आर्थिक परिस्थितीतल्या लोकांना बरोबर घेऊन आपले राजकारण सिद्ध करण्याची आवश्यकता व इष्टता त्यांना वाटत होती.

हिंदुस्थानच्या राजकीय स्वातंत्र्याचा मुद्दा एका अर्थी कळीचा मुद्दा होता ही गोष्ट ध्यानात घ्यायला हवी. आपापल्या जातीजमातीय मागण्यांची पूर्तता आधी झाल्याशिवाय देशाला राजकीय स्वातंत्र्य मिळता कामा नये, अशी भूमिका घेणार की आपापसांतील प्रश्नांचा निकाल आपण नंतर लावून घेत बसू, पण आधी राजकीय पारतंत्र्यातून मुक्त होऊ, अशी भूमिका घ्यावयाची? असा तो प्रश्न होता. ब्रिटिश राज्यकर्त्यांचे हेतू आणि त्यांची नीती याविषयीची चिकित्सक जाण काय आहे याचाही येथे संबंध पोहोचत होता. हिंदुस्थानातील जातीजमातीना न्याय देण्याच्या हेतूने ब्रिटिश येथे राज्य करीत आहेत की स्वत:चे राज्य अधिक भक्कम करण्यासाठी आपणच तेवढे न्याय देऊ, असा आभास निर्माण करीत आहेत, याचा निवाडा करण्याचीही आवश्यकता होती. आणि शेवटी काँग्रेस संघटना ही राष्ट्रीय बाण्याची आहे की, ती ब्रिटिश म्हणतात त्याप्रमाणे केवळ उच्चवर्णीय शिक्षित बाबूलोकांचा स्वार्थ साधणारी संघटना आहे, याचा निर्णय करणे क्रमप्राप्त होते.

ब्रिटिश राजवटीचे खरे स्वरूप काय आहे, तिने अस्पृश्य समाजाला न्याय देण्याच्या दृष्टीने खरोखर पावले उचलली आहेत की नाही, हिंदुस्थानचे हित ती साधते का हिंदुस्थानविरुद्ध पक्षपाती वागणूक ठेवते, या प्रश्नांची वस्तुनिष्ठ उत्तरे देण्याइतकी चिकित्सक बुद्धी बाबासाहेबांपाशी होती. त्यांनी वरील प्रश्नांची जी उत्तरे दिली ती कितपत वस्तुनिष्ठ होती? याचे उत्तर सर्वांचे सारखेच येणार नाही. पण

एक गोष्ट येथे नमूद करण्याजोगी आहे. एक रणनीती म्हणून का होईना, आंबेडकरांनी ब्रिटिश राजवटीवर जो भरवसा ठेवला, त्या राजवटीचा उपयोग एक तरफ म्हणून करून घेण्याचे योजिले. त्यात त्यांच्या पदरी अखेरीस घोर निराशा पडली. जीना आणि आंबेडकर या दोघांनाही ब्रिटिशांविषयी कटू अनुभव आला.

स्वतःच्या संघटित सामर्थ्याच्या जोरावर, समाजातील इतर घटकांशी संघर्ष करीत, पण त्याचवेळी सामंजस्य प्रस्थापित करीत आपल्या आकांक्षांची, मागण्यांची शक्य तेवढी पूर्तता करून घेण्याची भूमिका ठेवण्याऐवजी ब्रिटिश सत्तेच्या जोरावर त्यांची पूर्तता करून घेणे राजकीयदृष्ट्या अधिक सुज्ञपणाचे होईल, अशा निर्णयाला आंबेडकर १९२६-२७ च्या सुमारासच आलेले दिसतात. राजकीय स्वातंत्र्याचा लढा हा त्यांनी गौण मानला; किंबहुना, अस्पृश्य समाजाच्या वतीने ते करीत असलेल्या मागण्या जोवर स्वीकृत होत नाहीत, येथील घटनात्मक व्यवस्थेत त्यांचा समावेश होत नाही, तोवर ब्रिटिशांचे राज्य येथे कायम राहणेच आपण पसंत करू, अशी भूमिका त्यांनी घेतली.

याचाच अर्थ असा की, १९२० नंतरच्या काळात गांधींच्या नेतृत्वाखाली काँग्रेसला जे वेगळे वळण प्राप्त होते त्याची दखल घ्यावयास बाबासाहेब तयार नव्हते. काँग्रेसची सूत्रे आज उच्चवर्णीय, उच्चवर्गीय हिंदू मंडळींच्या हाती असली, तरी काँग्रेस ही सवर्ण हिंदूंची संघटना नसून ती व्यापक राष्ट्रवादी चळवळीचे नेतृत्व करणारी संघटना आहे आणि जातीय वा धार्मिक संकुचित हितसंबंधांचा पाठपुरावा तिने कधी केलेला नाही; गांधींचे नेतृत्व प्रस्थापित झाल्यापासून सामाजिक सुधारणेस राजकीय सुधारणेइतकेच महत्त्व आहे, हा मुद्दाही मान्य होत चालला आहे, या वास्तवाची उपेक्षा त्यांनी केली, काँग्रेस ही सबगोलंकार स्वरूपाची आघाडी असल्याकारणाने, अस्पृश्य समाजाच्या हिताचे समाजकारण व राजकारण पुढे रेटण्यासाठी काँग्रेसच्या राष्ट्रीय चळवळीला पूरक, पण तिच्याहून स्वतंत्र अशा अस्पृश्यांच्या लॉबीची गरज आहे, अशी भूमिका बाबासाहेब घेऊ शकले असते; पण त्यांनी अशी भूमिका घेतली नाही. त्यांनी काँग्रेसविरोधी भूमिका सरळसरळ घेतली.

४

सायमन कमिशनच्या कामात मदत करण्यासाठी सरकारने प्रांतिक पातळ्यांवर समित्या नेमल्या होत्या. मुंबई इलाख्यासाठी नेमलेल्या समितीत आंबेडकरांचा समावेश होता. या समितीचे सभासद म्हणून त्यांनी एक स्वतंत्र भिन्न मतपत्रिका सादर केली. बहिष्कृत हितकारिणी सभेच्या वतीने आंबेडकरांनी अस्पृश्यांच्या हितसंबंधांचे रक्षण करण्यासाठी कोणत्या तरतुदींची गरज आहे, याची स्पष्टता करणारे एक

लेखी निवेदन सादर केले. १९२८ सालच्या ऑक्टोबरमध्ये सायमन कमिशनसमोर आंबेडकरांची साक्ष झाली. सर्व कागदपत्रांवरून १९२८ अखेर त्यांची भूमिका काय होती, हे जाणून घेता येते.

सायमन कमिशनवर एकाही हिंदी इसमाची सभासद म्हणून नेमणूक केली नाही म्हणून देशातील सर्व राजकीय संघटनांनी निषेध केला. काँग्रेसने कमिशनच्या कामावर बहिष्कार टाकला. हिंदी लोकमत व राजकीय संघटना यांच्याविषयीच्या बेपर्वा वृत्तीच्या या प्रदर्शनामुळे देशामध्ये मोठा प्रक्षोभ उत्पन्न झाला. तरुणांमध्ये चैतन्य संचारले होते. यातूनच काँग्रेसने 'वसाहतीच्या स्वराज्या' च्या जागी 'पूर्ण स्वराज्य' हे ध्येय म्हणून घोषित करावे, यासाठी दबाव उत्पन्न झाला. वसाहतीच्या स्वराज्याचा घटनात्मक आराखडा तयार करण्यासाठी पं. जवाहरलाल नेहरू यांच्या अध्यक्षतेखाली एक सर्वपक्षीय परिषद भरविण्यात आली. तिने आपला अहवाल १९२८ अखेर प्रसिद्ध केला. १९२९ अखेर हिंदुस्थानला ताबडतोब वसाहतीचे स्वराज्य देण्यात आले नाही, तर काँग्रेस पूर्ण स्वराज्य हे आपले ध्येय म्हणून घोषित करील व त्यासाठी लढ्याचा मार्ग अनुसरेल असे जाहीर झाले.

या पार्श्वभूमीवर आंबेडकरांची भूमिका काय होती हे पाहूया. बहिष्कृत हितकारिणी सभेतर्फे जे लेखी निवेदन त्यांनी सादर केले, त्याच्या आरंभालाच त्यांनी असे म्हटले की, 'आयोगावर एखाद्या हिंदी गृहस्थाची सभासद म्हणून नेमणूक न करण्याच्या पार्लमेंटच्या निर्णयामुळे सभेची फार मोठी चिंता दूर झाली आहे.' समाधानाचा सुस्कारा सोडण्याचे कोणते स्पष्टीकरण सभेने दिले? सभा म्हणते, 'स्वराज्याची मागणी जर सर्व हिंदवासीयांची समान मागणी असती आणि तिचा विचार आयोगाला करावयाचा असता, तर हिंदी गृहस्थांच्या नेमणुकीवरून आंदोलन करणे उचित झाले असते. पण देशात जे विभिन्न हितसंबंधी घटकसमूह अस्तित्वात आहेत, त्यांच्या वेगवेगळ्या स्वरूपाच्या मागण्यांचा विचार आयोगाला करावयाचा आहे ही वस्तुस्थिती आहे.' घटनात्मक सुधारणांच्या पुढच्या हप्त्याबरोबर राज्यकारभारात प्राप्त होणाऱ्या वाट्यांमध्ये स्वत:चा हिस्सा मागण्यासाठी विविध हिंदी जातीजमाती आपापल्या मागण्या सादर करणार असल्यामुळे नि:पक्षपाती निवाड्याच्या दृष्टीने हिंदी सभासद कमिशनवर नसणेच सभेस योग्य वाटत होते. याचा अर्थ हाच की, हिंदुस्थानातील सर्वच व्यक्ती व संघटना या जातीय व धार्मिक हितसंबंधाचेच प्रतिनिधित्व करू शकतात वा करणाऱ्या आहेत. राष्ट्रीय हिताचा पक्ष हिंदुस्थानातील कोणीच घेऊ शकत नाही, असे सभेचे मत होते.

काँग्रेस संघटना सर्व राष्ट्राचे, राष्ट्रातील विविध जातीजमातींचे हित ध्यानात घेऊन आपली भूमिका ठरवित असली तरी तिच्या भूमिकेत अमूकअमूक त्रुटी आहेत

त्या भरून काढण्यासाठी अमूक एक विचार काँग्रेसने करावयास हवा, अशा प्रकारची टीका आंबेडकर करीत नाहीत. अस्पृश्य समाजास काँग्रेस अद्याप न्याय देत नाही, अशी टीका करून न्याय द्यावयाचा झाला, तर कोणत्या गोष्टी काँग्रेसने स्वीकारल्या पाहिजेत, याची स्पष्टता करून काँग्रेसला खऱ्या अर्थाने राष्ट्रीय बनविण्याचा त्यांचा प्रयत्न नाही. इतकेच नाही तर सर्व हिंदी संघटना, निरपवादपणे, फक्त एकेकटा संकुचित हितसंबंधच काय तो बाळगू शकतात आणि म्हणून सर्वांना समान अशा स्वरूपाचा राष्ट्रीय स्वयंनिर्णयाचा मुद्दा असूच शकत नाही, अशा आशयाचा युक्तिवाद ते करतात.

हिंदी लोक केवळ आपापल्या जातीजमातींपुरते पाहणाऱ्या संघटना व चळवळी उभारू शकणार असतील, तर अशा सर्व फुटीर वृत्तींच्या घटकांना एका व्यवस्थेत बांधून ठेवून राज्यकारभार चालविण्याचे काम हे कोणातरी त्रयस्थाने केले पाहिजे हा निष्कर्ष अटळ ठरतो. आंबेडकरांची भिस्त औपचारिकत: सुस्पष्टपणे सत्तेची वाटणी करून देणाऱ्या लिखित राज्यघटनेच्या अस्तित्वावर व तिच्या राबवणुकीची कायम हमी ब्रिटिश राजवटीने घेण्यावर होती. म्हणूनच काँग्रेसच्या 'पूर्ण स्वराज्या'च्या मागणीची त्यांनी काहीशी कुचेष्टा केलेली आढळते.

सायमन कमिशनसमोर त्यांनी बहिष्कृत हितकारिणी सभेच्या वतीने जे निवेदन दिले व पुढे त्यांची जी साक्ष झाली, त्यात त्यांच्या मागण्या कोणत्या होत्या? मागण्यांकडे वळण्याच्याही आधी एका मुद्द्याचा निकाल लावण्याची आवश्यकता होती. मुसलमान ही ज्या अर्थाने अल्पसंख्याक जमात होती, त्या अर्थाने अस्पृश्य ही एक हिंदूंपासून वेगळी अशी राजकीय जमात होती का? अस्पृश्यांचे मागासलेपण निर्विवाद होते. अस्पृश्य म्हणून त्यांच्यावर जे अनेक निर्बंध होते, त्यामुळे त्यांची उन्नती ही एक अवघड गोष्ट होती, हे खरे. पण अस्पृश्य हे हिंदू समाजाचाच एक घटक होते. त्यांना राजकीयदृष्ट्या पृथगात्म अल्पसंख्याक जमातीचा दर्जा देणे कितपत योग्य होते? माँटेग्यू-चेम्सफर्ड सुधारणांच्या वेळी अस्पृश्य समाजाचे विशेष स्वरूपाचे मागासलेपण ध्यानात घेतले गेले होते व अस्पृश्यांचे काही प्रतिनिधी विधिमंडळामध्ये असले पाहिजेत, ही गोष्ट स्वीकारली गेली होती. शिक्षण, व्यवसाय, मालमत्ता या अंगांनी विचार करता अस्पृश्य समाजामधून किमान पात्रता असणारे मतदार अत्यल्प निघू शकणार असल्याने निवडणुकीचे तत्त्व न अंगीकारता नेमणुकीची तरतूद केली गेली होती. अस्पृश्य ही एक पृथगात्म राजकीय अल्पसंख्याक जमात म्हणावी इतका तिचा दर्जा आहे वा तशी पार्श्वभूमी आहे, ही गोष्ट मान्य झाली नव्हती. बहिष्कृत हितकारिणी सभेच्या निवदेनामध्ये अस्पृश्य ही मुसलमानांप्रमाणेच एक पृथक राजकीय अल्पसंख्याक जमात असे गृहीत धरून मुसलमान जमातीइतकेच

महत्त्व आपणास मिळाले पाहिजे, अशी मागणी केलेली होती.

कमिशनसमोर आंबेडकरांची जी साक्ष झाली, तीमध्ये आंबेडकर एका प्रश्नाच्या उत्तरात म्हणतात, 'हिंदू समाजातच आमचा समावेश केला जात असल्याने आम्ही एक पृथक अल्पसंख्याक जमात आहोत या वास्तवावर आजपावेतो पांघरूण घातले गेले. वास्तविक पाहता, पददलित वर्ग (डिप्रेस्ड क्लासेस) आणि हिंदू जमात यांच्यामध्ये खऱ्या अर्थाने कोणताच दुवा नाही. म्हणून आम्ही एक पृथगात्म व स्वायत्त अल्पसंख्याक जमात आहोत, ही गोष्ट स्वीकृत झाली पाहिजे हा पहिला व प्राथमिक मुद्दा मला आयोगासमोर जोर देऊन मांडावयाचा आहे.'

स्पृश्यास्पृश्यता आणि जातिभेद या दोन्ही गोष्टींचा हिंदू असण्याशी अंगभूत संबंध आहे, ही गोष्ट समाजशास्त्राचा अभ्यास केलेल्या बाबासाहेबांना ठाऊक नव्हती असे म्हणता येणार नाही. महाड सत्याग्रहाच्या प्रसंगी २५ डिसेंबर, १९२७ रोजी त्यांनी जे भाषण केले, त्याची साक्ष काढता येईल. या भाषणात ते म्हणतात, 'आजची ही सभा हिंदू समाजाने संघटन करण्यास्तव बोलविण्यात आलेली आहे. बेटीबंदीपासून भेटीबंदीपर्यंत वर्णाश्रमाच्या चौकटीचे खिळे उडवून हिंदू समाजाचा एक वर्ण केला पाहिजे. त्याशिवाय अस्पृश्यता जाणार नाही व समताही प्रस्थापित होणार नाही.' ते पुढे म्हणतात, 'यास्तव हिंदू समाज समर्थ करावयाचा असेल, तर चातुर्वर्ण्य व असमानता यांचे उच्चाटन करून हिंदू समाजाची रचना एकवर्णत्व व समता या दोन तत्त्वांच्या पायावर केली पाहिजे. अस्पृश्यता निवारणाचा मार्ग हा हिंदू समाज समर्थ करण्याच्या मार्गापासून भिन्न नाही. म्हणून मी म्हणतो की आपले कार्य जितके स्वहिताचे आहे तितकेच ते राष्ट्रहिताचे आहे, यात काही किंतु नाही.' महाडला जो जाहीरनामा प्रस्तृत केला, त्याच्या प्रास्ताविकात म्हटले आहे, 'सामाजिक अन्याय, धार्मिक ग्लानी, राजकीय अवनती आणि आर्थिक गुलामगिरी यांच्यामुळे राष्ट्र कसे अधोगतीस जाते, याचे सांप्रतचा हिंदू समाज हे एक ठळक व अनुकंपनीय उदाहरण आहे, असे या सभेचे ठाम मत आहे. हिंदू समाजास अशी घोर दशा प्राप्त होण्याचे मुख्य कारण असे की, बहुजन समाजाने मनुष्यमात्राचे जन्मसिद्ध हक्क कोणते याची जाणीव करून घेण्याची तत्परता दाखविली नाही... हिंदूमात्राचे जन्मसिद्ध हक्क कोणते, हे सतत हिंदू जनांच्या डोळ्यांसमोर असावे म्हणून जगन्नियंत्या सर्वसाक्षी परमेश्वराला साक्षी ठेवून आणि त्याचा आशीर्वाद मागून खालील जाहीरनामा ही सभा सर्वांच्या माहितीकरता प्रसिद्ध करीत आहे.'

अवघ्या वर्षभराच्या आत आंबेडकर आपलेच प्रतिपादन नाकारण्यापर्यंत कसे काय येऊन पोहोचले? महाडच्या सत्याग्रहाच्या प्रसंगी ब्राह्मण व ब्राह्मणेतर मंडळींचे जे वर्तन झाले, त्यामुळे त्यांच्या ठायी कटुता निर्माण झाली असली, तर ती गोष्ट

समजू शकते; पण तेवढ्याने समाजशास्त्रीय वस्तुस्थिती बदलू शकत नाही. काय घडले असावे? १९२४ ते १९२८ या कालखंडात बाबासाहेबांची भूमिका अस्पृश्यांच्या राजकारणी नेत्याइतकीच हिंदू समाजसुधारकाची होती. २७ डिसेंबर, १९२७ रोजी सत्याग्रह स्थगित केल्यानंतर जो मोठा मोर्चा महाड गावातून काढण्यात आला, त्यामध्ये एकनाथ, ज्ञानेश्वर या संतांचा तसेच रामशास्त्री, आगरकर, महात्मा गांधी व अन्य समाजसुधारकांचा व अस्पृश्यांच्या उद्धारकांचा आणि शिवाजी महाराज व छत्रपती शाहू महाराज यांचा जयजयकार करण्यात आला, ही गोष्ट या त्यांच्या भूमिकेचीच द्योतक आहे. यावरून असा तर्क होतो की, सायमन कमिशनच्या घोषणेनंतर त्यांच्या भूमिकेमध्ये जो संकुचितपणा आला, त्यांनी समाजशास्त्रीय वास्तव जे नाकारले, त्याचा संबंध सायमन कमिशनमुळे उत्पन्न झालेल्या राजकीय संदर्भाशी होता. विधिमंडळांची पुनर्रचना व त्यांचा विस्तार, राज्य चालविण्याच्या अधिकारांमध्ये वाढ, वेगवेगळ्या जातीजमातींना दिल्या जावयाच्या जागा, त्यांच्या प्रतिनिधींच्या निवडणुकीची रीत, या साऱ्याच गोष्टींच्या फेरविचाराची बैठक, हिंदी समाज हा पृथगात्म जातीजमातीचा बनलेला व एकजिनसी नसलेला समाज आहे ही धारणाच असल्याने त्याच धारणेतून विचार करण्यास, मागण्या मांडण्यास राजकारणी पुढारी प्रवृत्त झाले. मोर्ले-मिंटो व मॉंटेग्यू-चेम्सफर्ड सुधारणांच्या वेळीही नेमके असेच घडले होते.

मुसलमानांप्रमाणेच अस्पृश्य ही राजकीयदृष्ट्या स्वतंत्र अल्पसंख्यांक जमात आहे, हे आंबेडकरांचे म्हणणे चोख बौद्धिक चिकित्सेत टिकले नसते. जात-पात व कमी-अधिक परीने आपापसांतील व्यवहारांमध्येही स्पृश्यास्पृश्यता पाळणाऱ्या अनेकविध प्रादेशिक जातींची मिळून बनणारी अस्पृश्य समाज ही एक वर्गवारी होती. ती काही एकजिनसी जमात नव्हती. जो काही एकजिनसीपणा अस्पृश्य असण्यामधून निर्माण होत असेल तो या सर्व जाती हिंदू धर्म व जातिव्यवस्था मानीत असल्यामुळेच निर्माण होत होता. पण अस्पृश्यांची एक वेगळी अल्पसंख्याक जमात आहे व राजकीय संरक्षण मिळावे इतकी ती दुबळी; पण त्याचवेळी महत्त्वाची जमात आहे, हा युक्तिवाद ब्रिटिशांच्या पथ्यावर पडणारा होता. इतका की, सायमन कमिशनपुढे झालेल्या साक्षीच्या वृत्तान्तातही, आंबेडकरांच्या भूमिकेची खोलवर परखड चिकित्सा सभासदांपैकी काहींनी होऊ दिली नाही, ही गोष्ट स्पष्ट दिसून येते.

अस्पृश्य ही हिंदूंशी काही देणेघेणे नसलेली अशी स्वतंत्र राजकीय अल्पसंख्याक जमात आहे, असे म्हटल्यावर, अँग्लो-इंडियन मुसलमान यांच्याप्रमाणेच अस्पृश्यांनाही लोकसंख्येतील प्रमाणानुसार प्रतिनिधित्व मिळाले पाहिजे, ही मागणी मग ओघानेच येते. पृथक राजकीय जमात आहे, असे मानल्यास तिचे प्रतिनिधित्व अन्य कोणी

करू शकत नाही हा युक्तिवाद स्वीकारावाच लागतो. अल्पसंख्याक असण्याच्या आधारे प्रमाणाबाहेर जादा प्रतिनिधित्वही मागता येते व या मागणीचे समर्थनही करता येते. सभेच्या निवेदनामध्ये पुढीलप्रमाणे युक्तिवाद केलेला आढळतो. 'या प्रकारच्या गोष्टींविषयीचे निर्णय करीत असताना एखाद्या जमातीची लोकसंख्या किती आहे एवढा एकच मुद्दा विचारात घेणे पुरेसे नाही, ही गोष्ट पहिल्याप्रथम ध्यानात घेतली जाणे आवश्यक आहे. एखाद्या जमातीला किती जागा दिल्या जाव्यात, हे ठरविण्यासाठी त्या जमातीचे स्थान वा दर्जा ही गोष्ट तितकीच महत्त्वाची म्हणून विचारात घेतली गेली पाहिजे. जो जीवनकलह चाललेला असतो त्यात स्वत:च्या हितसंबंधाचे संरक्षण करण्याची ताकद एखाद्या समाजात किती आहे, त्या दृष्टीने तिच्या हाती किती सत्ता आहे, यावरून त्या जमातीचा दर्जा कनिष्ठ की वरिष्ठ ते ठरविले गेले पाहिजे... जमातीचा दर्जा जेवढा कनिष्ठ तेवढा त्या जमातीस, जागांच्या संदर्भात, इतर जमातींच्या तुलनेत झुकते माप मिळावयास हवे.' प्रमाणापेक्षा जास्त संख्येने म्हणजे किती संख्येने? अल्पसंख्याक जमात ही विधिमंडळात अल्पसंख्य असूनही वजन टाकू शकण्याइतकी प्रभावी होण्याइतके तिचे प्रतिनिधी असले पाहिजेत. थोडक्यात, जो समाज बहुसंख्याक असेल त्या समाजाचे बहुसंख्याकपण निष्प्रभ करून टाकण्याइतक्या कमी संख्येने त्या बहुसंख्याक समाजाचे प्रतिनिधी विधिमंडळात असले पाहिजेत, असा निष्कर्ष काढला जातो.

उपरोधाची गोष्ट अशी की, एखाद्या राष्ट्रातील वेगवेगळ्या जमातींपैकी काहींनी लोकसंख्येतील प्रमाणाबाहेर प्रतिनिधित्व मागण्यास सुरुवात केली, तर काय परिस्थिती उत्पन्न होते, याचे चित्र आंबेडकरांनीच रेखाटले आहे. काँग्रेस व लीग यांच्यात झालेल्या लखनौ करारावर त्यांनी सायमन कमिशनच्या मुंबई प्रांतिक कमिटीचे सभासद म्हणून सादर केलेल्या भिन्नमतपत्रिकेमध्ये जी टीकाटिप्पणी केली आहे, ती पाहण्यासारखी आहे. आंबेडकर म्हणतात, 'मुसलमान जमातीला जे काही झुकते माप दिले जाते ते अन्य कोणत्या तरी घटकाच्या वा घटकांच्या पदरातले काढून घेऊनच, ही गोष्ट करार करणारे महाभाग विसरले.' लखनौ कराराला उद्देशून हिंदुस्थान सरकारने केलेली पुढील टीकाटिप्पणीही ते आपल्या पसंतीनिशी उद्धृत करतात, 'राज्यपद्धती अधिक लोकप्रातिनिधिक व जबाबदार बनत जाण्याच्या दृष्टीने वेगवेगळ्या जमातींच्या प्रतिनिधित्वाचे प्रमाण हे कायमचे निश्चित करून देणे ही गोष्ट हितावह नाही. विभक्तवर्गीय व जातीजमातीय मतदारसंघांची साचेबंद रचना जितकी अधिक काळ टिकून राहील, तितके प्रतिनिधित्वाच्या नेहमीच्या स्वाभाविक पद्धतीच्या दिशेने पावले टाकणे अधिकाधिक अवघड बनत जाईल.'

प्रौढ मताधिकाराचे तत्त्व स्वीकारले तरी विभक्त मतदारसंघांची मागणी आपण

करणार नाही, संयुक्त मतदारसंघात राखीव जागा मिळाल्या, तर आपले समाधान होईल, अशी भूमिका आंबेडकरांनी घेतली. लोकसंख्येतील प्रमाणापेक्षा थोड्या अधिक जागा मिळाव्यात, असा आग्रह त्यांनी धरला. अस्पृश्यांची मोजदाद किती होते, या मुद्द्यावर आदिवासी जमातींचाही समावेश ते अस्पृश्यांमध्ये करीत असावेत असे दिसते. प्रौढ मताधिकाराचे तत्त्व जर मान्य झाले नाही तर मात्र विभक्त मतदारसंघ आपणास मिळावेत, असा आपला आग्रह राहील, ही गोष्ट त्यांनी स्पष्ट केली, ही स्पष्टता कमिशनसमोर झालेल्या साक्षीच्या ओघात त्यांनी केली. येथेही उपरोधाची गोष्ट अशी की, आपल्या भिन्नमतपत्रिकेत त्यांनी विभक्त मतदारसंघांची अनेकांगी घातकता विशद करण्याचे परिश्रम घेतले आहेत. यांपैकी तीन प्रमुख युक्तिवाद पुढीलप्रमाणे आहेत.

१) विभक्त मतदारसंघांमुळे फुटीर जातीय वृत्ती बळावत जातात.

२) जी ती प्रमुख जमात आपले प्रतिनिधी निवडून देणार असल्याने समाजात समरसता निर्माण होत जाण्याऐवजी तटबंदीआड राहण्याची वृत्ती बळावते.

३) जबाबदार प्रातिनिधिक राज्यपद्धतीमध्ये बहुमतवाल्या पक्षाची राजवट प्रस्थापित होण्यास महत्त्व असते. असा पक्ष देशातील साऱ्या घटकांचे प्रतिनिधित्व करीत असतो, कारण सर्व घटकांमधील मतदारांचा निवडणुकीत सहभाग असतो. विभक्त मतदारसंघ असले तर एखाद्या पक्षाचे बहुमत झाले तरी तो इतर घटकांचे प्रतिनिधित्व करीत नाही, असा दावा करणे शक्यच राहील. त्यामुळे खऱ्या अर्थाने जबाबदार प्रातिनिधिक राज्यपद्धती कधीच साकार होऊ शकणार नाही.

बहुसंख्याक जमातीच्या हातची बाहुली बनण्याइतके दुबळे असलेले उमेदवारच अल्पसंख्याक जमातीचे प्रतिनिधी म्हणून संयुक्त मतदारसंघांमधून निवडून येतील या आक्षेपालाही आंबेडकरांनी आपल्या भिन्नमतपत्रिकेत उत्तर दिले आहे. हे उत्तर दोनपदरी आहे. संयुक्त मतदारसंघ व राखीव जागा या पद्धतीमुळे जबाबदार व विवेकी उमेदवार निवडून येण्याची खात्री जास्त; विभक्त मतदारसंघाच्या पद्धतीने अतिरेकी व बेजबाबदार माणसे निवडून येण्याचा धोका खूप जास्त; दुसरा पदर असा की, मताधिकार पुरेसा व्यापक असला आणि मतदारांची संख्या पुरेशी मोठी असेल तर मतदारसंघ संयुक्त असले तरी बहुसंख्याक जमातीचे सर्व मतदार केवळ अल्पसंख्य उमेदवारास पाडण्यासाठी एकत्र येतील हे खरे नाही. बहुसंख्याक जमातीतून जे अनेक उमेदवार उभे राहतील, त्यांच्यात मतांची विभागणी होईल त्यामुळे अल्पसंख्याक जमातीलाही आपला उमेदवार निवडून आणण्याची बऱ्यापैकी संधी राहील.

विभक्त मतदारसंघांविरुद्ध आणखीही एक युक्तिवाद आंबेडकरांनी केलेला आढळतो. विभक्त मतदारसंघांच्या पद्धतीखाली अल्पसंख्याक जमातीस तिच्या

कोट्याप्रमाणे प्रतिनिधित्व मिळते जरूर; पण विधिमंडळातील इतर प्रतिनिधींशी अल्पसंख्याक जमातींच्या प्रतिनिधींचे कोणतेच लागेबांधे नसल्याने त्यांच्या इच्छा-आकांक्षांची कदर करण्याचे बहुसंख्यांक प्रतिनिधींना कोणतेच कारण नसते. आंबेडकर लिहितात, 'अशा रीतीने अल्पसंख्याक जमातीला सर्वस्वी स्वतःच्या सामर्थ्यावरच विसंबून राहण्याची पाळी येते. प्रतिनिधित्वाची कोणतीही पद्धती अवलंबिली तरी अल्पसंख्याक जमातीचे रूपांतर बहुमतामध्ये होणे शक्य नसल्याने, अल्पसंख्याक जमातीवर बहुसंख्याक जमातीची कायमची मात राहणार ही गोष्टही अटळ आहे.' या उलट बहुसंख्याक जमातीचे प्रतिनिधी जर काही प्रमाणात अल्पसंख्याक जमातीच्या मतदारांच्या मतांच्या पाठिंब्यावर निवडून आलेले असतील, तर ते प्रतिनिधी अल्पसंख्याक जमातीच्या हिताची जपणूक करणे आपले कर्तव्य समजतील.

सायमन कमिशनच्या कामकाजाच्या ओघात आंबेडकरांनी घेतलेली भूमिका विस्ताराने येथवर पाहिली. काँग्रेसच्या भूमिकेशी या भूमिकेचा विरोध कोठे कोठे व का होता ते आता थोडक्यात पाहू. हिंदू समाजातील जातिभेद, विषमता आणि कनिष्ठ जातीयांची दडपणूक यासंबंधी काँग्रेसच्या नेत्यांचे दुमत नव्हते. हिंदी लोकांचे खऱ्या अर्थाने काँग्रेसला प्रतिनिधित्व करावयाचे झाल्यास तिच्या कार्यात ब्राह्मणेतर व अस्पृश्य जातींचा सहभाग वाढायला हवा. जातपातीशी निगडित उच्च-नीचता व अस्पृश्यता दूर व्हायला हवी, ही काँग्रेसचीही भूमिका होती. पण सध्याच्या राजकीय जीवनात उच्चवर्णीय, उच्चवर्गीय व उच्चशिक्षितांचा सहभाग अधिक आहे या कारणाने राखीव जागा व विभक्त मतदारसंघ यांचा पुरस्कार करणे राष्ट्रीय एकात्मतेच्या दृष्टीने, तसेच जबाबदार प्रातिनिधिक राज्यपद्धतीच्या विकासाच्या दृष्टीने घात होईल, असे काँग्रेसचे म्हणणे होते. सर्वसाधारण जागांचे प्रमाण वाढेल, निदान आता आहे त्यापेक्षा कमी होणार नाही आणि या सर्व जागांवर राष्ट्रीय बाण्याचे प्रतिनिधी निवडून येतील असे पाहिले पाहिजे, असा काँग्रेसच्या पुढाऱ्यांचा युक्तिवाद होता. प्रतिनिधी संयुक्त मतदारसंघांच्या द्वारा जरी निवडून गेलेले असले तरी ते जर आपल्या जातीजमातींसाठी 'राखीव' गणले जाणार असले तर मुसलमान, अँग्लो-इंडियन, जमीनदार इत्यादी आधीपासून असलेल्या तुकड्यांमध्ये वाढ होऊन राष्ट्रीय एकात्मता व जबाबदार प्रातिनिधिक राज्यपद्धती यांच्या विकासाला त्यांच्या दृष्टीने खीळ बसणार होती. काँग्रेसचे हे प्रतिपादन आंबेडकरांनी केलेल्या प्रतिपादनाशी मिळतेजुळतेच होते.

काँग्रेस संघटना व चळवळ यांच्याशी सहकार्य करून अस्पृश्यांचे हितसंबंध जोपासावयाचे की काँग्रेसच्या वाढत्या सामर्थ्याचे खच्चीकरण करूनच ते जोपासता येतील असे मानावयाचे आणि या बाबतीत ब्रिटिश राजवटीशी हातमिळवणी करावयाची? आंबेडकरांचा मूळ पवित्रा काँग्रेसविरोधीच होता हे आपण वर पाहिले

आहे. राजर्षी शाहू महाराजांच्या राजकीय धोरणाचे हे वळण स्पष्ट होते. महाराष्ट्रात काँग्रेस संघटनेची सूत्रे ज्या टिळक पक्षीयांच्या हाती होती, त्यांच्याशी आंबेडकरांचे न जुळणे स्वाभाविक होते. पेशवाईचा अभिमान बाळगणाऱ्या ब्राह्मण मंडळींचा पक्ष ही काँग्रेसची ओळख असल्याकारणाने या काँग्रेसवर मात करण्यासाठी ब्रिटिश राजवटीशी सहकार्य करणाऱ्यांची एक फळीच तयार झाली होती. आंबेडकर तिचे एक घटक होते. काँग्रेसला विरोध करावयाचा ही गोष्ट स्वतंत्रपणे ठरलेलीच होती. एरवी मुसलमानांच्या मागण्यांमधील घातकता स्पष्ट करीत असतानाच स्वतःच्या समाजासाठी त्याच प्रकारच्या मागण्या आंबेडकरांनी का केल्या असत्या? मुसलमानांना एकदा विभक्त मतदारसंघ व प्रमाणाबाहेर प्रतिनिधित्व दिले म्हणून ते चालूच ठेवले पाहिजे असे म्हणणे गैर आहे. चूक एवढी घातक आहे, तर ती दुरुस्त केलीच पाहिजे, असे आंबेडकरांचे प्रतिपादन होते. मुसलमानांच्या पावलावर पाऊल टाकून ब्राह्मणेतर अस्पृश्य इत्यादींनी आपणासाठी त्याच गोष्टी पदरात पाडून घेण्यातून ही घातक चूक दुरुस्त न होता अधिक जास्त घातक बनणार नव्हती का?

काँग्रेसला विरोध करावयाचा म्हटल्यावर टीका करण्यासाठी मुद्दे सापडणे कठीण नव्हते. अस्पृश्यतेचा कलंक धुऊन काढल्याखेरीज स्वराज्याला अर्थ प्राप्त होणार नाही, असे गांधी सतत सांगत असले तरी, जातिव्यवस्थेतील उच्च-नीचता, स्पृश्यास्पृश्यता व दडपणूक यांविषयी सर्वसाधारण काँग्रेसी पुढारी व अनुयायी यांना तीव्र आक्षेप नव्हता. परंपरेने चालत आलेली व्यवस्था त्यांना स्थूलमानाने ठीकच वाटत होती ही वस्तुस्थिती होतीच, तसेच सायमन कमिशनला पर्याय म्हणून घटनात्मक सुधारणांचा आराखडा हिंदी राजकीय पक्षोपपक्षांनी तयार करावयाचा असे ठरल्यावर काँग्रेसमध्ये नसलेल्या ब्राह्मणेतर व अस्पृश्य पुढाऱ्यांचा वाटाघाटींमध्ये सन्मानपूर्वक सहभाग मिळविण्यासाठी विशेष प्रयत्न करणे उचित झाले असते. उदयोन्मुख अस्पृश्य चळवळीची दखल न घेण्यात अस्पृश्य पुढाऱ्यांचा अधिक्षेप झाला ही गोष्ट खरीच. सर्वपक्षीय तोडगा काढण्याच्या भरात आपल्या काही मुख्य तत्त्वांपासून काँग्रेसला फारकत घ्यावी लागली आणि आंबेडकरांनी तो एक टीकेचा मुद्दा बनविला हे योग्यच होते. आंबेडकरांनी त्यांच्या 'जनता' पत्राच्या १८.०१.१९२९ च्या अंकातील 'नेहरू कमिटीची योजना व हिंदुस्थानचे भवितव्य' या मथळ्याच्या अग्रलेखात मुसलमानांच्या सरळ सरळ जातीय व फुटीर भूमिकेला चुचकारण्याचा, खतपाणी घालण्याचा अपराध काँग्रेसकडून घडत असल्याची जी जळजळीत टीका केली आहे, ती अगदी खरीच होती. ब्रिटिश पार्लमेंटमध्ये मंजुरी मिळवून घटनात्मक सुधारणा पदरात पाडून घ्यावयाच्या व त्या आधारे स्वराज्याच्या दिशेने वाटचाल करावयाची अशी उमेद बाळगण्यातच भ्रम होता; कारण यात तराजूची

दांडी ब्रिटिश शास्त्यांच्या हातीच अखेरपर्यंत राहावयाची होती. मुसलमान जमातीला ब्रिटिशांकडून मिळणाऱ्या पक्षपाती आवडतीच्या वागणुकीच्या तुलनेत थोडे जास्त देऊ करून त्यांच्या जातीयवादी पुढाऱ्यांना आपल्या बाजूला वळवून 'एकी' निर्माण करण्याचे प्रयत्न आत्मघातकी व देशाचे अकल्याण करणारे होते. घटनात्मक सुधारणांच्या खोड्यांत न सापडता स्वातंत्र्याची चळवळ लोकलढ्यांच्या व लोकसंघटनेच्या मार्गाने पुढे नेत राहणे हाच योग्य पर्याय होता. १९२४ ते १९२९ च्या दरम्यानचे काँग्रेसांतर्गत 'स्वराज्य पक्षा' चे राजकारण हे अनेक अंगांनी हिणकस राजकारण होते यात शंका नाही.

येथेही, मुसलमानांच्या जातीय व फुटीर राजकारणाचे मर्म उघड केल्यानंतर, या सर्व मामल्यांवरील ब्रिटिशांची कुटिल नीती आंबेडकरांनी का जाणली नाही आणि देशाच्या व हिंदू समाजाच्या कल्याणाच्या दृष्टीने आपल्या राजनितीची तत्त्वे का सुनिश्चित व सुस्पष्ट केली नाहीत, या प्रश्नाचे समाधानकारक उत्तर मिळत नाही.

५

हिंदुस्थानसाठी घटना तयार करण्याच्या कामात हिंदी पुढाऱ्यांचा सहभाग असायला हवा याचे भान ब्रिटिश सायमन कमिशनच्या नेमणुकीनंतर देशभर उठलेल्या विरोधाच्या आवाजाने ब्रिटिशांना झाले. यातून गोलमेज परिषदेची कल्पना बाहेर पडली. हिंदुस्थानातील वेगवेगळ्या जातीजमातींचे व हितसंबंधांचे मान्यवर पुढारी यासाठी आमंत्रित करण्याचे ब्रिटिश राज्यकर्त्यांनी ठरविले. हिंदुस्थान म्हणजे अनेकानेक जातीजमातींचे, परस्परविरोधी हितसंबंधांचे कडबोळे असून, त्यांच्यात एक 'समतोल' राखला जाण्याच्या दृष्टीने घटना बनविली गेली पाहिजे, ही धारणा बाळगूनच गोलमेज परिषदेचा घाट घातला गेला. इंग्लंडच्या धर्तीच्या लोकशाही राज्यपद्धतीचा अंगीकार हिंदुस्थानात करता येणार नाही; कारण हिंदी समाज हा बहुजिनसी व फुटीर समाज आहे, या निष्कर्षाच्या पार्श्वभूमीवर 'समतोला'ची ब्रिटिश राज्यकर्त्यांची संकल्पना जाणून घ्यावी लागते. बहुजिनसीपणा व फुटीरपणा आहे तसाच पण 'संतुलित' स्वरूपात कायम राखण्यात न्याय आहे, अशी भूमिका होती. हे संतुलन कायम राखण्यासाठी तराजूची दांडी हिंदुस्थानातील कोणत्याही एका जमातीच्या व संघटनेच्या हातात जाणार नाही, ती शक्यतोवर ब्रिटिशांच्या हातीच राहील, हे पाहायला लागेल अशीही दृढ समजूत होती. हिंदुस्थान किती बहुजिनसी आहे, तो किती फुटीर आहे आणि त्याची एकसंधता महत्प्रयासाने टिकवून धरण्यासाठी ब्रिटिशांकडे सूत्रधाराची भूमिका असणे किती आवश्यक आहे, याचे दर्शन घडून येईल, अशा पद्धतीनेच गोलमेज परिषदेची आखणी झालेली होती.

वसाहतीचे स्वराज्य हिंदुस्थानला दिले जाईल आणि वसाहतीच्या स्वराज्याची

घटना तयार करण्यासाठी गोलमेज परिषद भरेल, अशी घोषणा नि:संदिग्धपणे ब्रिटिश करतील तर कॉंग्रेस या परिषदेत भाग घेईल, अशी शर्त कॉंग्रेसने घातली. वसाहतीच्या स्वराज्याच्या दिशेने वाटचाल जरूर करावयाची आहे, पण वसाहतीचे स्वराज्य दिले जाण्यास अद्यापि बराच काळ लोटावयास हवा, अशी स्पष्टता ब्रिटिश राजकारण्यांनी व व्हॉइसरॉय यांनी केल्यामुळे कॉंग्रेसने लाहोरच्या अधिवेशनात 'पूर्ण स्वराज्य' हे आपले ध्येय असल्याचे जाहीर केले व लढ्याची तयारी केली. मार्चमध्ये गांधींची जगप्रसिद्ध दांडीयात्रा सुरू झाली. देशभर मिठाचा सत्याग्रह पेटला.

गोलमेज परिषदेसाठी अस्पृश्यांचे प्रतिनिधी म्हणून सरकारने डॉ. आंबेडकर व श्रीनिवास यांची निवड केली. अखिल भारतीय नेतृत्वाच्या पातळीवर आंबेडकरांचा अधिकृतपणे प्रवेश या प्रसंगी झाला असे म्हणणे वावगे होणार नाही. अखिल भारतीय स्वरूपाची अस्पृश्यांची संघटित चळवळ अद्याप आकारास आलेली नव्हती. १९२४ पासून बहिष्कृत हितकारिणी सभेचे व १९२६ पासून मुंबई प्रांतिक कौन्सिलचे सभासद या नात्याने केलेले कार्य त्यांच्या पाठीशी होते. त्यांची निवड हा त्यांचा बहुमान होता.

ऑगस्ट १९३० मध्ये नागपूर येथे अखिल भारतीय दलितवर्ग परिषद भरली. आंबेडकर तिचे अध्यक्ष होते. अध्यक्षपदावरून केलेल्या भाषणात त्यांनी कॉंग्रेसने सुरू केलेल्या सत्याग्रह लढ्यापासून अस्पृश्य बांधवांनी दूर राहावे, असे आवाहन केले. वसाहतीचे स्वराज्य देण्याचा हेतू ब्रिटिशांनी जाहीर केला असताना व धिम्या गतीने का होईना त्या दिशेने प्रगती होत असताना कॉंग्रेसने चळवळ करणे समयोचित नाही, असा त्यांचा एक मुद्दा. पण त्यांची खरी टीका काहीशी वेगळीच होती. ते म्हणतात, 'भारतीय समाजामध्ये ज्या शक्ती सध्या कार्यरत आहेत, त्यामध्ये राजकीय सत्तेच्या वाटपाद्वारा खराखुरा सापेक्ष बदल घडून येईल, अशा प्रकारचे सत्तांतर आम्हाला हवे आहे. यासाठी तडजोडीची आवश्यकता आहे. अशा प्रकारची तडजोड होण्यावर व तिची प्रत्यक्षात कार्यवाही होण्यावरच दलितवर्गाचे भवितव्य पूर्णत: अवलंबून आहे.' कॉंग्रेसच्या चळवळीची निष्पत्ती म्हणून सत्तांतर घडून यायला त्यांना नको होते. कारण कॉंग्रेस ही केवळ उच्चवर्णीय सवर्णांचेच राज्य जातिभेद व स्पृश्यास्पृश्यता यांच्या बैठकीवर प्रस्थापित करील, असा त्यांनी ठाम पूर्वग्रह करून घेतला होता. कॉंग्रेसचे बदलते व्यक्तिमत्त्व व वळण यांची मोकळ्या मनाने दखल घ्यायला ते तयार नव्हते. कॉंग्रेसमध्ये ब्राह्मणेतर व अस्पृश्य यांचा सहभाग वाढतो आहे, त्यांना तेथे 'पेशवाई अमला' चा अनुभव येत नाही ही वस्तुस्थिती जाणून घ्यावयास ते तयार नव्हते. त्यामुळे अस्पृश्यांना सत्तेत वाटा मिळण्यासाठी, स्वसामर्थ्याच्या अभावी, त्यांची मदार ब्रिटिशांच्या सूत्रचालनाखाली

केल्या जाणाऱ्या तडजोडीवर व ब्रिटिश सत्तेच्या आश्रयाने त्या तडजोडींच्या अंमलबजावणीवर होती. काँग्रेसच्या चळवळीचे व नेतृत्वाचे त्यांनी खंडन करावे ही गोष्ट मग स्वाभाविकच होती; पण ती योग्य होती असे नाही.

जातपात आणि स्पृश्यास्पृश्यता यांच्या पालनामागे धार्मिक श्रद्धेचाच भाग होता असे नाही, तर राजकीय व आर्थिक हितसंबंधी गुंतलेले होते हा आंबेडकरांचा मुद्दा अयोग्य नव्हता. इतक्या प्रदीर्घ कालावधीचे आयुष्य असलेली अशी गाभ्याची गोष्ट काँग्रेसने पाच-दहा वर्षांमध्ये घालवून दाखवावी, ही अपेक्षा अनुचित होती. घटनात्मक तरतुदीच्या बळावर व प्रशासकीय कारभाराद्वारा सामाजिक शक्तीचा असमतोल बदलता येतो ही त्यांची कल्पना भाबडी होती. तसे शक्य असते, तर ब्रिटिशांनी अत्यंत आनंदाने येथील वरिष्ठवर्गीय व जातीयांना चिरडले नसते का? पुणेरी ब्राह्मणवर्गाविषयी टोकाचा अविश्वास व आकस असूनही त्यांना ब्राह्मणांचे प्रभुत्व स्वीकारावे लागले कारण समाजात खोलवर रुजलेल्या शक्तींना उखडण्यासाठी वैकल्पिक शक्ती प्रथम समाजजीवनातच आकारास याव्या लागतात किंवा मग सर्वंकष हुकूमशाही राजवट प्रस्थापित करून ती निर्घृणपणे टिकवून धरण्याचे आव्हान पत्करावे लागते.

अस्पृश्यांता मुक्त करण्याचे काम ब्रिटिश सरकार करू इच्छित नाही, उच्चवर्णीयांची नाराजी ओढवून करू धजत नाही हे आंबेडकरांचेच १९३० सालच्या परिषदेतील विश्लेषण आणि तरीही त्यांना ब्रिटिश कावा लक्षात आला नाही? भावी हिंदी राज्यघटनेच्या संदर्भातला खरा मुद्दा असा होता की, प्रांतिक पातळीवर लोकप्रातिनिधिक शासन प्रस्थापित करण्यास त्यांची तयारी होती. पण ब्रिटिशांना केंद्रामध्ये जबाबदार प्रातिनिधिक राज्यपद्धतीचा अंगीकार करावयाचा नव्हता. म्हणजेच वसाहतीच्या स्वराज्याची सुरुवातही करावयास त्यांची तयारी नव्हती. पण या आपल्या भूमिकेचा बचाव करण्यासाठी मतदारसंघ, जागा इत्यादी मुद्द्यांवरून हिंदी पुढाऱ्यांमध्ये असलेल्या मतभेदांवर ते बोट ठेवीत होते. गोलमेज परिषदेच्या पहिल्या फेरीत काँग्रेसच्या अनुपस्थितीतदेखील इतर सर्व पुढाऱ्यांचे या बाबतीत एकमत होऊ शकले नाही. आंबेडकर व श्रीनिवासन यांनी मिळून अस्पृश्यांच्या मागण्यांविषयी एक लेखी निवेदन परिषदेस सादर केले. त्यात प्रौढ मताधिकारांचे तत्त्व मान्य केले तरी पहिल्या दहा वर्षांसाठी अस्पृश्यांना विभक्त मतदारसंघ दिले जावेत, ही मागणी नव्याने केली होती. राखीव जागा व संयुक्त मतदारसंघ ही भूमिका सुटली होती. सवर्ण हिंदू ही बहुसंख्याक जमात मानून इतर सर्वांनी स्वत:साठी लोकसंख्येतील प्रमाणापेक्षा काहीशा जास्तच जागा मिळाव्यात व त्याही विभक्त मतदारसंघांच्या पद्धतीने मिळाव्यात, असा आग्रह धरला. इतक्यानेही अल्पसंख्याक जमातींचे समाधान झाले नाही. त्याशिवाय प्रांतिक व केंद्रीय मंत्री वा कार्यकारी मंडळांमध्ये

प्रतिनिधित्व दिले जावे, घटनेत अनेक संरक्षक तरतुदी केल्या जाव्यात, सरकारी नोकऱ्यांमध्ये प्रमाणशीर भरती केली जावी इत्यादी मागण्या केल्या गेल्या. हिंदी, ख्रिश्चन, अँग्लो-इंडियन, शीख, मुसलमान, अस्पृश्य, ब्रिटिश व्यापारी हितसंबंध, जमीनदारी हितसंबंध इत्यादी सर्वांच्या मागण्या मंजूर करावयाच्या असे म्हटले, तर एकराष्ट्रीयत्वाचा व लोकशाहीचा विकास अशक्य होणार ही गोष्ट अल्पसंख्याकांच्या समितीलाही अखेरीस नमूद करावी लागली.

गोलमेज परिषदेच्या दुसऱ्या फेरीच्या वेळी गांधी-आयर्विन करार झालेला होता. काँग्रेसचे एकमेव प्रतिनिधी म्हणून गांधी परिषदेच्या कामकाजात सहभागी होते. सर्व हिंदुस्थानभर मुसलमानांना आणि पंजाबमध्ये शिखांना विभक्त मतदारसंघ व ठरावीक प्रमाणात राखीव जागा दिल्या गेल्याला बरीच वर्षे झालेली होती आणि हिंदुस्थानच्या अलीकडच्या इतिहासात राजकीयदृष्ट्या या दोन जमातींचे एक विशेष स्थान निर्विवाद होते. हे विशेष स्थान व त्याचे कारण पुढे करून त्यांना देऊ केलेल्या राखीव जागा व विभक्त मतदारसंघ या गोष्टी निकोप राजकीय लोकशाहीच्या प्रस्थापनेच्या आड येणाऱ्याच गोष्टी होत्या. त्याविषयी गांधींनाही शंका नव्हती; पण १८८० ते १९३० या जवळपास पन्नास वर्षांच्या काळातील घडामोडींमधून पक्की बनलेली बैठक बदलणे काँग्रेसच्या ताकदीच्या बाहेरचे होते. दुर्दैवाने पुरेशा मोठ्या संख्येने मुसलमान समाजास काँग्रेसच्या झेंड्याखाली आणण्यात अपयश आले होते. मुसलमान जमातीच्या भागीदारीशिवाय स्वातंत्र्याच्या दिशेने पाऊल पुढे पडणे अशक्य व्हावे, इतके त्यांचे लोकसंख्येतील प्रमाण होते आणि अशा प्रकारे त्यांची हिंदुस्थानच्या काही भागांमध्ये बहुसंख्य होती; त्यामुळे गांधींना निखळ तर्कशुद्ध भूमिका घेता आली नाही. त्यांनी शीख व मुसलमान जमातींचा अपवाद केला; पण इतर कोणासही हा दर्जा देण्याचे अमान्य केले. काँग्रेस ही हिंदू संघटना नाही. ती राष्ट्रीय संघटना आहे हे आग्रहाने त्यांनी परिषदेपुढे मांडले. पण हिंदुस्थानी समाज हा प्रामुख्याने हिंदू व मुस्लिम अशा दोन धार्मिक जमातींचा मिळून बनलेला आहे. ही वस्तुस्थिती त्यांना अमान्य नव्हती. मुस्लिमांच्या फुटीर जातीय राजकारणाला मर्यादित ठेवून आधुनिक एकराष्ट्रीयत्व विकसित करावयाचे असेल, तर मुस्लिमेतर 'सर्वसाधारण' जागांवर जातीय व धार्मिक फुटीर भूमिकेतून प्रतिनिधी निवडून न जाणे नितांत महत्त्वाचे होते. सर्वसाधारण जागांचे प्राधान्य आणखी धोक्यात आणणाऱ्या कोणत्याही प्रस्तावास मंजुरी देणे आत्मघातकी व देशाच्या अकल्याणाचे ठरेल ही गोष्ट गांधींना स्पष्ट दिसत होती.

अस्पृश्य समाजाच्या संदर्भात आणखी एक मुद्दा होता. अस्पृश्यत्वाच्या कसोटीवर जर काही जातींना एका स्वतंत्र राजकीय जमातीचा दर्जा देण्यात आला, तर त्यांचा

तो दर्जा टिकविण्यासाठी त्यांना सवर्ण हिंदूंनी निरंतर अस्पृश्य म्हणून वागणूक देणे आवश्यक ठरणार होते. 'अस्पृश्य' या कोटीत समाविष्ट विविध जातींना एकत्र बांधणारी धर्म, वंश वा संस्कृती यांसारखी दुसरी कोणतीच गोष्ट नव्हती. विधिमंडळांमध्ये त्यांना पाचपन्नास जागा मिळू शकतील, पण गावोगाव सवर्ण व अस्पृश्य असे दोन तट निर्माण होणार आणि त्यांच्यात शत्रुत्वाचे संबंध निर्माण होणार. खेड्यापाड्यांमधून अस्पृश्य समाज हा सवर्ण हिंदूंवर पोटापाण्यासाठी अवलंबून होता. तो दुबळाही होता. अस्पृश्यतेचे उच्चाटन या मार्गाने कसे होणार होते? गांधींनी म्हटले की, अस्पृश्यतेच्या आधारे वेगळ्या अल्पसंख्याक जमातीचा दर्जा मागून त्यांच्या वतीने हितसंबंधी मागण्या पुढे ठेवणे ही 'सर्वांत निर्दय अशी गोष्ट' आहे. कारण 'ही महापातकी भेदरेषा चिरंतन काळपर्यंत कायम राहील, अशी व्यवस्थाच करून ठेवण्यासारखे ते आहे. हिंदुस्थानचे स्वराज्य संपादन करण्यासाठीदेखील मी अस्पृश्यांच्या प्राणभूत हिताची अशी कायमची तिलांजली दिली जाण्यास राजी होणार नाही.'

गांधींचा आंबेडकरांशी खटका उडाला तो वेगळ्या मुद्द्यांवरून. वेगवेगळ्या जमातींचे पुढारी म्हणून ब्रिटिश सरकारने आमंत्रित केलेल्या व्यक्ती या लोकांच्या संघटना वा चळवळी यांच्यामधून पुढे आलेल्या व त्या त्या जमातीच्या लोकांनी निवडून दिलेल्या नाहीत, याकडे गांधींनी लक्ष वेधले. अशा व्यक्तींनी परस्परांमध्ये वाटाघाटी करून काही ठरवावे याला कितपत महत्त्व द्यावयाचे; अशा व्यक्तींच्या वक्तव्यांना व त्यांनी केलेल्या मागण्यांना खरोखर जबाबदार व प्रातिनिधिक मानावे, अशी शंका पडते, असे सूचन गांधींच्या या विधानांमधून होत होते. गांधी असेही म्हणाले की, आपण हिंदी जनतेला स्वराज्याचे कोणते अधिकार देणार, याविषयी ब्रिटिश सरकारने आपला पक्का निर्णय जर आधी जाहीर करून नवी व्यवस्था राबवण्याची जबाबदारी लोकांमध्ये काम करणाऱ्या व त्यांना जबाबदार असणाऱ्या प्रतिनिधींवर टाकली असती, तर मनमानी मागण्या पुढे ठेवून व त्यांच्याविषयी टोकाचा आग्रह राखून एकमताविषयी बेपर्वा वृत्ती बाळगणे अवघड गेले असते. कारण आम्ही आपसांत एकमत बनवू शकलो नाही म्हणून स्वराज्याचे अधिकार आपणास प्राप्त होऊ शकत नाहीत, असा जाब देण्याची प्रतिनिधींवर पाळी आली असती. गोलमेज परिषदेत एकत्र आलेल्या बव्हंश प्रतिनिधींना परत गेल्यावर कोणालाच जाब द्यावयाचा नसल्याने, एकमत बनविण्याच्या दिशेने प्रामाणिकपणे प्रयत्न व समंजस देवाणघेवाण करण्याऐवजी, प्रत्येकजण जास्तीत जास्त मागण्या पुढे ठेवण्याच्याच मागे लागलेला होता. गांधींच्या टीकेत फार मोठे तथ्य होते. पण तेथे जमलेल्या आमंत्रित पुढाऱ्यांच्या प्रातिनिधिकतेचाच मुद्दा उपस्थित केल्याने आंबेडकरांचा संताप होणे स्वाभाविक होते.

गांधींचा समाचार घेताना आंबेडकर म्हणाले, 'आम्ही सरकारनियुक्त आहोत

हा आरोप आम्ही खोडून काढू शकत नाही. पण माझ्यापुरते तरी मी खचितच असा दावा करतो की, या परिषदेसाठी प्रतिनिधी निवडण्याची संधी जरी हिंदुस्थानातील दलितवर्गांना दिली गेली असती तरीदेखील माझी येथे निवड झालीच असती. म्हणून सरकारने माझी नेमणूक केलेली असली, तरी माझ्या समाजाच्या आकांक्षांचे मी पूर्णपणाने प्रतिनिधित्व करतो, असे माझे निश्चितपणे म्हणणे आहे.' एवढे म्हणून आंबेडकर थांबले नाहीत. अस्पृश्यांचे प्रतिनिधित्व काँग्रेसच इतर कोणाहीपेक्षा अधिक खऱ्या अर्थाने करते हा काँग्रेसवाल्यांचा दावा खोटा आहे आणि (गांधींसारखी?) बेजबाबदार माणसे तो करीत असतात, पण अस्पृश्य निरपवादपणे तो नाकारीत आले आहेत, असे त्यांनी ठासून सांगितले. अस्पृश्य समाज काँग्रेसबरोबर नाही, असाही त्यांनी दावा केला.

गांधींनी त्याला उत्तर दिले. काँग्रेस अस्पृश्यांचे प्रतिनिधित्व करीत नाही, बेजबाबदार माणसे हा खोटा दावा करीत आहेत, या आरोपाला प्रत्युत्तर देणे भागच होते. गांधींचे उत्तर असे होते; 'कोट्यवधी अस्पृश्य जनांचे प्रतिनिधित्व व्यक्तिशः माझ्या रूपाने मी करतो, असा माझा दावा आहे. येथे मी केवळ काँग्रेसच्या वतीने बोलतो आहे असे नाही. मी व्यक्तिशः माझ्याही वतीने बोलत आहे. अस्पृश्यांचे जर सार्वमत घेतले तर मला सर्वाधिक मते अस्पृश्यांची पडतील असा माझा दावा आहे.' अस्पृश्यांचे सार्वमत घेतल्यास मलाच सर्वांत अधिक मते पडतील असे गांधींनी म्हणावे हे त्यांचा तोल ढळल्याचे लक्षण म्हटले पाहिजे. त्यांना सर्वाधिक मते पडली असतीही, पण असे म्हणणे गैर होते.

अस्पृश्य ही हिंदूंशी कोणताच संबंध नसलेली मुसलमानांप्रमाणेच स्वतंत्र जमात आहे हा आंबेडकरांचा मुद्दा चुकीचा होता. अस्पृश्य समाज हा हिंदू समाजाचा एक घटक मानला, तरी अस्पृश्यांच्या हितसंबंधाचा जपणुकीच्या दृष्टीने त्यांचे म्हणून व त्यांच्याचमधून आलेले प्रतिनिधी पुरेशा संख्येने विधिमंडळांमध्ये असले पाहिजेत आणि तसे ते निवडून यावयाचे असतील, तर त्यांच्यासाठी जागा राखीव ठेवायला हव्यात. एवढ्या मर्यादेपर्यंत आंबेडकरांचा मुद्दा योग्य होता. काँग्रेस वा शासन वा इतर सभासद यांच्या सदिच्छेवर व नाममात्र नेमणुकीवर ही बाब सोडून देण्यास ते तयार नव्हते हे योग्यच होते. पण काँग्रेस व सवर्ण हिंदू यांचा अतिरेकी अधिक्षेप करीत, प्रमाणाबाहेर जागा व विभक्त मतदारसंघ यांची मागणी करणे व या मागणीचे समर्थन व्हावे म्हणून अस्पृश्य व अस्पृश्य या नात्याने वेगळी जमात आहे, असा दावा करणे बरोबर नव्हते.

ब्रिटिश सरकारने आमंत्रित केलेल्या व्यक्ती या त्या त्या जातीजमाती वा समाजघटक यांना जाबजबाब देण्यास बांधील नाहीत, त्यांना लोकांनी निवडलेले नाही; कारण त्यांच्यामागे लोकशाही संघटना नाहीत आणि म्हणून त्या जबाबदार

प्रतिनिधी नाहीत, ही वस्तुस्थिती बहुतेकांच्या बाबतीत होती. पण या मुद्द्यावर मग काँग्रेसने गोलमेज परिषदेत सहभागी व्हायचे आधीच नाकारावयास हवे होते. एकदा सहभागी झाल्यावर, वाटाघाटींना अपयश आल्यावर हा मुद्दा पुढे आणणे गैर होते. त्यांची प्रातिनिधिकता आधी स्वीकारली व नंतर नाकारली असा प्रकार झाला.

१९३० सालच्या देशव्यापी लढ्याचा परिणाम हिंदुस्थान सरकारने काँग्रेसशी बरोबरीच्या नात्याने तह करण्यात झाला होता, म्हणजे राष्ट्राचे प्रतिनिधित्व करण्याचा हक्क काँग्रेसने कमावलेला होता. गोलमेज परिषदेतील इतर बहुतेक जण सरळसरळच जातीजमातींच्या संकुचित हितसंबंधांचे प्रतिनिधित्व करण्यासाठी भाग घेत होते. त्यांच्या प्रातिनिधिकतेस आव्हान न देता काँग्रेसने (म्हणजे गांधींनी) राष्ट्रीय भूमिकेतून सर्वांचे प्रतिनिधित्व करण्याचा आपला हक्क बजावीत राहायचे, तसा आपणास हक्क असल्याचे ठासून सांगत राहायचे. गांधींनी सामान्यत: असाच पवित्रा कायम ठेवला. पण या एका प्रसंगी त्यांची सहनशीलता संपली व शांती ढळली, असे म्हटले पाहिजे.

पंडित मोतीलाल नेहरूंच्या अध्यक्षतेखालील समितीच्या रिपोर्टात अस्पृश्यांच्या प्रतिनिधित्वाचा केलेला विचार अपुरा होता. अस्पृश्यांचे हित पाहणारे आपण आहोतच ही वृत्ती आत्मसंतुष्टतेची व अदूरदर्शीपणाची द्योतक होती. जातपात व स्पृश्यास्पृश्यता यांच्या मुळाशी असलेल्या राजकीय, आर्थिक हितसंबंधाची जाण काँग्रेसच्या पुढाऱ्यांमध्ये फार होती. अस्पृश्यांना सरळसरळ सत्तेमध्ये सहभाग मिळण्याचे जे महत्त्व आंबेडकर प्रतिपादीत होते ते योग्य होते. अस्पृश्यांच्या सामाजिक, आर्थिक व राजकीय मुक्तीसाठी दीर्घकाळ संघर्ष करावा लागणार आहे, ही आंबेडकरांची जाण अचूक होती. हा संघर्ष वा लढा हिंदू समाजाच्या आंतरिक पुनर्संघटनेचा होता आणि म्हणून तो साम्राज्यवादी परस्थ शक्तीच्या आश्रयाने वा साहाय्याने चालविण्याची नीती मात्र अयोग्य होती. दुसऱ्या गोलमेज परिषदेस जाण्यापूर्वी आंबेडकरांनी गांधींची भेट घेतली होती. संयुक्त मतदारसंघातच सर्वसाधारण जागांपैकी काही जागा अस्पृश्यांसाठी राखीव ठेवण्यासंबंधी त्याच वेळी गांधी जर आपली सहमती दर्शविते, तर काय घडले असते सांगता येत नाही. पण गांधींनी आंबेडकरांचे व्यक्तित्त्व, त्यांचे १९१९ ते १९२९ या काळातील कार्य व त्यांची दृष्टी व भूमिका यांचा पुरेसा परिचय करून घेतला नव्हता आणि अस्पृश्यांच्या प्रतिनिधित्वाच्या मुद्द्याचा पुरेशा गांभीर्याने विचारही केला नव्हता, असे म्हणावे लागते.

अस्पृश्य या नात्याने अस्पृश्य ही एक वेगळी जमात आहे आणि तिचा हिंदूंचा काही संबंध नाही; अस्पृश्यांचे अस्पृश्य या नात्याने राजकीय हक्क आहेत, हे आंबेडकरांचे प्रतिपादन समाजशास्त्रीयदृष्ट्या अवास्तव व प्रत्यक्ष परिणामांच्या दृष्टीने असमंजस होते. अस्पृश्यतेच्या उच्चाटनाच्या दृष्टीने आणि अस्पृश्यांच्या

भल्याच्या दृष्टीने या भूमिकेचा प्रतिवाद करणे आवश्यक होते, पण ब्रिटिशांनी अनुकूल भूमिका घेतली असल्याचे तात्कालिक राजकीय लाभांच्या आकर्षणामुळे बौद्धिक युक्तिवाद प्रभावी ठरेल, अशी शक्यता कमी होती. हे जाणून गांधींनी गोलमेज परिषदेच्या अल्पसंख्याक समितीत आपला निर्धार व्यक्त करताना म्हटले, 'अस्पृश्य हे चिरंतन काळपर्यंत अस्पृश्यच राहणार का? त्यापेक्षा हिंदूधर्माचा नाश झालेला मी पत्करेन... साऱ्या पृथ्वीचे राज्य जरी कोणी देऊ केले तरी मोबदल्यात त्यांचे हक्क सोडून द्यायला, त्यांच्या हक्कांचा सौदा करायला मी कदापि कबूल होणार नाही. मी पूर्ण जबाबदारीने बोलत आहे आणि मला असे म्हणावयाचे आहे की, हिंदुस्थानभरच्या साऱ्या अस्पृश्यांच्या वतीने बोलण्याचा हक्क सांगत डॉ. आंबेडकर त्यांच्या नावाने जो दावा करीत आहेत. (की हिंदू समाजाशी कोणताच संबंध नसलेली अस्पृश्य ही एक पृथगात्म व स्वायत्त जमात आहे) तो योग्य नाही. त्यांचा दावा मान्य केला, तर हिंदू समाजात दोन तट पडतील. ही विभागणी मी कोणत्याही प्रकारे स्वीकारू शकत नाही. अस्पृश्यांची तशी इच्छा असेल, तर धर्मांतर करून ते मुसलमान वा ख्रिस्ती बनले, तर ती गोष्ट मानायला मी तयार आहे. ते मी सहन करीन; पण प्रत्येक खेड्यात दोन तट पडण्यामधून हिंदू समाजावर जे संकट कोसळेल ते मी खपवून घेऊ शकत नाही. अस्पृश्यांच्या राजकीय हक्कांसंबंधी जे बोलतात त्यांना हिंदुस्थानचा परिचय नाही. आज हिंदी समाजाची बांधणी कशी झालेली आहे त्याची कल्पना नाही आणि म्हणून जेवढे काही माझे वजन असेल तेवढे सर्व पणाला लावून मी असे म्हणतो की, या गोष्टीचा (विभक्त मतदारसंघ बहाल करून तट पाडण्याचा) प्रतिकार करणारा मी एकटाच असलो तरी बेहत्तर, पण मी याचा प्राणपणाने प्रतिकार करीन.'

६

विधिमंडळामधील जागांचे वाटप कसे व्हावे, यावरून हिंदी पुढाऱ्यांमध्ये एकमत न झाल्याने ब्रिटिश पंतप्रधान मॅकडोनल्ड यांनी निवाडा दिला. या निवाड्याने अस्पृश्यांना राखीव जागा व विभक्त मतदारसंघ दिले.

यावेळी गांधी तुरुंगात होते. काँग्रेसला कायमचे नामशेष करण्याची आकांक्षा मनात ठेवून व्हॉईसरॉय विलिंग्डन यांनी निर्घृण दडपशाही चालविलेली होती. गोलमेज परिषदेच्या वेळी जाहीर केलेल्या निर्धारानुसार गांधींनी प्राणांतिक उपोषण करण्याचा मनोदय जाहीर केला. देशात प्रचंड खळबळ माजली. ब्रिटिश सरकारने घोषित केले की, स्पृश्य व अस्पृश्य हिंदू यांनी जर आपापसांत समझोता केला तर आम्ही तो स्वीकारू; पण एरवी निवाडा एकतर्फी आम्हाला बदलता येणार नाही.

अस्पृश्य पुढाऱ्यांमध्ये आंबेडकरांना पटविणे सर्वांत अवघड असल्याची जाणीव सर्वांनाच होती. यामुळे सर्व लक्ष व प्रयत्न त्यांच्यावर केंद्रित झाले. त्यांना विलक्षण महत्त्व प्राप्त झाले, तसे त्यांच्यावर प्रचंड दडपणही आले.

उपोषणाच्या निर्णयावर कडवट टीकाटिप्पणी आंबेडकरांनी केली; पण आपणास फेरविचाराला सरळसरळ नकार देता येणार नाही हे त्यांना स्पष्ट दिसत होते. 'जातीविषयक निर्णय बदलला जावा असा गांधीजींचा जर आग्रह असेल, तर त्यांनी दुसरी योजना सादर केली पाहिजे व आज जे काही अस्पृश्यांना मिळाले आहे, त्यापेक्षा आपल्या या योजनेत अस्पृश्यांचे हित अधिक आहे व ते हित अमलात येण्यासाठी लागणारी सर्व कायदेशीर तरतूद त्या योजनेत आहे, असे त्यांनी सिद्ध करून दाखविले पाहिजे.' ही आपली भूमिका स्पष्ट करून त्यांनी जाहीर केले की, 'गांधीजींचा प्राण व माझ्या लोकांचे हक्क या दोहोंपैकी कोणत्या तरी फक्त एकाच गोष्टीची निवड करण्याचा दुर्धर व नाजूक प्रसंग आल्यास मी कोणत्या गोष्टीची निवड करीन हे न सांगताही समजण्यासारखे आहे. काहीही झाले तरी स्पृश्य हिंदूंच्या हवाली माझ्या लोकांचे भवितव्य सोपविण्यास मी कदापिही कबूल होणार नाही.'

राखीव जागा व विभक्त मतदारसंघ पदरात पाडून घेऊन आपण अस्पृश्यांसाठी राजकीय सत्तेचा लक्षणीय वाटा प्राप्त करून घेण्यात यश संपादन केले, अशी आंबेडकरांची रास्त धारणा होती. स्पृश्य हिंदूंच्या व कॉंग्रेसच्या (म्हणजे ओघानेच गांधींच्या) कारवायांवर सवाई मात करून आपण विजय संपादन केला, अशीही त्यांची आत्मगौरवाची भावना होती. जे पदरात पडले आहे त्यात आणखी भर पडत असेल, तरच विभक्त मतदारसंघांवर आंबेडकर पाणी सोडण्यास राजी होतील हे स्पष्ट झाले असणार. हिंदू समाजामधीलच एक घटक भाग, या गोष्टीस मान्यता असेल तर विधिमंडळांमध्ये त्यांना प्रमाणशीर प्रतिनिधित्व देण्यास गांधी जेवढ्या तत्परतेने तयार होते, तेवढे इतर हिंदू पुढारी नव्हते. एका हाताने मिळणार असलेली राजकीय सत्ता दुसऱ्या हाताने निघून जाणार होती.

सवर्ण हिंदू वा कॉंग्रेस यांच्याविषयीचे आंबेडकरांचे मत कायमच होते. बहुमताचे राज्य म्हणजे सवर्ण हिंदूंचे राज्य, म्हणजे अस्पृश्यांना गुलामीत डांबणारे राज्य. ही समीकरणे यांच्या मनात तशीच होती. अस्पृश्यांना राजकीय सत्तेत वाटा हवा, त्याचा प्रधान व सर्वप्रथम हेतू सवर्ण हिंदूंना खीळ घालता यावी हा आहे, ही गोष्ट त्यांच्या मांडणीतून उघड होत आली होती. वाटाघाटींच्या वेळी आंबेडकरांविषयीचा मनातील कटू भाव वाढलाच असला पाहिजे. शेक्सपिअरच्या 'मर्चंट ऑफ व्हेनिस' मधल्या शॉयलॉकची ('I must have my pound of flesh') आठवण सवर्ण हिंदू

पुढाऱ्यांना झाली असणार, पण गांधींनी आपले प्राण पणाला लावले आहेत याचे त्यांना भान होते. विभक्त मतदारसंघावर पाणी सोडावयाचे असेल, तर त्या बदल्यात आपणास काय मिळणार, असा आंबेडकरांचा सवाल होता. निवाड्याने दिल्या त्याहून पुष्कळ अधिक जागा दिल्या जाव्यात, अशी त्यांची अपेक्षा होती. अस्पृश्यांमधून निवडून जाणारे प्रतिनिधी हे सवर्णांचे हस्तक वा त्यांच्या हातातील बाहुले नसावेत, यासाठी निवडणुकीस कोणास उभे राहता येईल, हे ठरविण्यासाठी प्रथम केवळ अस्पृश्यांचेच मत घेतले जावे आणि त्या मतमोजणीत ज्यांना पहिल्या चार क्रमांकांची मते पडतील त्यांनाच निवडणूक लढविता यावी, अशी पद्धती स्वीकारली, तर विभक्त मतदारसंघ सोडून दिल्यानंतरही आपली स्वतंत्रता टिकून राहील, असे आंबेडकरांना वाटले.

'पुणे करारा' ने आंबेडकरांना त्यांना हवे होते ते सर्व सढळपणे दिले. करार झाल्या झाल्या त्यांनी जे भाषण दिले त्यात ते म्हणाले, 'आपणा सर्वांच्या सहकार्याने व आपण शोधून काढलेल्या उपाययोजनेमुळे मी आज खूष आहे. एकीकडे महात्मा गांधींचे जीवनही वाचवू शकलो आणि दुसरीकडे सुसंगतपणे दलितवर्गाच्या भावी कल्याणाचा व अवश्य त्या संरक्षणाचा प्रश्नही सोडवू शकलो, ह्या सर्व वाटाघाटीच्या श्रेयापैकी फार मोठा वाटा महात्मा गांधींना दिला पाहिजे. मी त्यांना भेटलो तेव्हा आम्हा दोघांच्या विचारात बरेचसे साम्य आहे, असेच मला आढळले. तेव्हा तर माझ्या आश्चर्याला पारावर राहिला नाही, हे कबूल केलेच पाहिजे.' करार झाल्यानंतर काही दिवसांनी आंबेडकर गोलमेज परिषदेच्या तिसऱ्या फेरीसाठी इंग्लंडला गेले. त्या वेळी बोटीवरून 'जनता' या त्यांच्या पत्रासाठी पाठविलेल्या वार्तापत्रात ते म्हणतात, 'या डावात अस्पृश्य समाजाची कल्पनातीत सरशी झाली... अस्पृश्यांना मध्यवर्ती कायदे कौन्सिलात पुणे करारामुळे शेकडा १८ जागा मिळाल्याचे पाहून हा आपल्या योजनेला दुर्दैवाने दिलेला एक प्रखर तडाखाच आहे, असे सरकारी अधिकाऱ्यांना व मुत्सद्यांना वाटत असल्यास त्यात बिलकूल आश्चर्य नाही!'

२८ सप्टेंबर, १९३४ रोजी 'पुणे करार स्मृतीदिन' साजरा करणारी सभा मुंबईस झाली. त्या प्रसंगी केलेल्या भाषणात बाबासाहेब म्हणाले, 'पुणे करार हा अस्पृश्यांच्या इतिहासात एक चिरस्मरणीय असा प्रसंग आहे. या कराराच्या द्वारे आपल्या समाजाने बेदरकार हिंदू समाजास आपले राजकीय अस्तित्व कबूल करण्यास भाग पाडले आहे. पुणे करारान्वये आपल्या समाजास मिळालेले अधिकार आपण योग्य रीतीने उपयोगात आणतो की नाही, हे पाहण्याकरिता या दिवशी जमले पाहिजे.' १९३४ पावेतो पुणे करारामुळे जादा जागा (७१ च्या जागी १४८) अस्पृश्यांसाठी राखीव म्हणून सोडाव्या लागल्याबद्दल सवर्ण हिंदू पुढाऱ्यांना वाटणारा

क्षोभ व्यक्त झालेला होता व या कराराच्या 'सापळ्या'तून आपण कसे सुटू शकू याचा विचारही काही पुढारी करीत होते असे दिसते. हिंदू पुढाऱ्यांविषयी आंबेडकरांचे उद्‌गार परत विखारपूर्ण निघू लागले होते. अशावेळी पुणे कराराविषयी त्यांची भावना स्पृश्य हिंदू पुढाऱ्यांना चितपट करून अस्पृश्यांना मिळवून दिलेली राजकीय सत्तेची सनद याच आशयाची होती, ही गोष्ट ध्यानात घेणे महत्त्वाचे आहे.

पुणे करारामुळे आंबेडकर आणि गांधी यांच्यामधील सर्व मतभेद मिटलेले नव्हते. आंबेडकरांचा भार राजकीय सत्ता हस्तगत करण्यावर व सत्तेच्या जोरावर अस्पृश्यांची स्थिती बदलण्यावर अधिक होता. पुणे करारानंतरही राजकीय स्वातंत्र्यप्राप्तीच्या राजकारणात काँग्रेसची साथ करण्याची भूमिका त्यांनी घेतलेली नव्हती. सवर्ण हिंदूंवर मात करण्यासाठी युद्ध करण्याचा त्यांचा पवित्रा व त्याला अनुरूप भाषा कायमच होती. अस्पृश्यता निवारण्यासाठी गांधींनी जी संस्था काढायचे ठरविले होते, तिचे कामकाज कसे चालावे, त्या संस्थेची सूत्रे कोणाच्या हाती असावीत, संस्थेच्या कामाचा रोख काय असावा, या मुद्द्यांवरून गांधींचा व त्यांचा लवकरच बेबनाव होणे यामुळे अटळच होते. शत्रुत्वाच्या भूमिकेतून आक्रमक हल्ले चढवून हिंदू समाजातून अस्पृश्यतेचे निर्मूलन न करता मित्रत्वाच्या भूमिकेतून सवर्णांचे आंतरिक हृदयपरिवर्तन घडवून आणण्याची गांधींची भूमिका होती. अस्पृश्यता हे एक पाप असून, सवर्णांनी अस्पृश्यांची स्थिती सुधारण्यासाठी सेवाकार्य करून पापक्षालन करावयाचे आहे व यासाठी ही नवी संस्था आहे, अशी स्पष्टता गांधींनी केली; तर अस्पृश्यांची एक जहाल, संघर्षवादी सुधारक संघटना उभारण्यासाठी, उग्रवादी कार्यकर्त्यांची सेना उभारण्यासाठी गांधी हरिजन कार्यासाठी गोळा करीत असलेल्या पैशाचा विनियोग व्हावा, अशी त्यांची सूचना हाती. या संदर्भात ठक्कर बाप्पा यांना १९३२ च्या नोव्हेंबरात लिहिलेल्या पत्रात आंबेडकर म्हणतात, 'आपल्या हक्कांसाठी झगडण्यास अस्पृश्य जनतेला हे स्वयंसेवक उत्तेजन देतील व प्रवृत्त करतील आणि सरकारी दरबारी अस्पृश्यांना न्याय मिळवून देण्यासाठी पैशाची व इतर आवश्यक मदतही या स्वयंसेवकांमार्फत अस्पृश्यांना मिळेल अशी व्यवस्था झाली पाहिजे.' 'आपल्याला आता बदललेच पाहिजे. जुन्या समजुतीचा, रूढाचाराचा त्याग केल्याशिवाय आता आपल्याला गत्यंतरच नाही.' असा विचार करण्यास भाग पाडणारी परिस्थिती निर्माण झाल्याचे स्पृश्य जनतेच्या जेव्हा प्रत्ययास येईल, तेव्हाच अस्पृश्यांच्या उन्नतीचा मार्ग खुला झाला, असे समजता येईल. हिंदू समाजसुधारणेचे व पुनर्रचनेचे गांधी व आंबेडकरांचे मार्ग भिन्न होते.

७

'पुणे करारा'च्या पार्श्वभूमीवर आंबेडकर काँग्रेसविषयीचा पूर्वीचा अविश्वास व शत्रुत्व सोडून देऊन चळवळीशी हातमिळवणी करतील, अशी अपेक्षा काँग्रेसच्या पुढाऱ्यांनी राखली असती, तर ती गोष्ट स्वाभाविक व उचित होती. काँग्रेसशी मतभेद असल्यामुळे लिबरल मंडळींनी हिंदी राजकारणात आपली वेगळी चूल १९१८ साली मांडली होती. श्रीनिवास शास्त्री, सप्रू, जयकर आदी मंडळी त्यात प्रमुख होती. त्यांची भूमिका 'सनदशीर घटनात्मक सुधारणावादी' (Constitutional Reformist) या अर्थाने ब्रिटिश राज्यकर्त्यांशी सहकार्य करण्याची असतानाच दुसरीकडे त्यांचे कार्य काँग्रेसविरोधी कधी बनले नाही. काँग्रेसच्या मार्गाविषयी त्यांचे मतभेद असले तरी काँग्रेसच्या राष्ट्रीय बाण्याविषयी त्यांनी कधी शंका घेतली नाही. आंबेडकरांना आपली संघटना व चळवळ स्वायत्त ठेवूनही यासारखी भूमिका घेता आली असती. परस्परविश्वासाचे संबंध व वातावरण टिकवून धरण्याचे महत्त्व गांधींनी बाबासाहेबांच्या मनावर ठसविण्याचा प्रयत्न केला. दुर्दैवाने सामंजस्य, विश्वास यांपेक्षा हमखास खात्री बाळगता येईल, अशा संरक्षक तरतुदींनी प्रत्येक गोष्ट पदरात पाडून घेण्याचा आग्रह धरण्याची त्यांची वृत्ती होती. पण व्यवहारात सर्वच गोष्टी घटनात्मक संरक्षक तरतुदींच्या आधारे मिळविता येत नसतात.

पुणे कराराच्या आधारे निवडणुका लढविण्यासाठी आंबेडकरांनी 'इंडिपेंडंट लेबर पार्टी' ची स्थापना केली. अस्पृश्येतर कामगार, मजूर, कुळे, शेतकरी यांना आपल्या पक्षात आणण्यात त्यांना यश आले नाही. या पक्षाच्या व्यासपीठावरूनही त्यांनी काँग्रेसशी वैरच पत्करले. काँग्रेस ही सवर्ण हिंदू संघटनाच केवळ नसून ती भांडवलदार धनिकांची बगलबच्ची संघटनाच आहे, अशी टीका भरीला ते करू लागले. राजकारणाच्या पातळीवर दिलेले आव्हान काँग्रेसला स्वीकारावयास हवेच होते. काँग्रेस ही केवळ उच्चवर्णीय सवर्ण हिंदूंची संघटना नाही, मुसलमान, अस्पृश्य, ब्राह्मणेतर, तसेच शेतकरी कुळे, कामगार अशा विविध समाजघटकांचा तिला पाठिंबा आहे ही गोष्ट निवडणुकांद्वारे सिद्ध करण्याचे व आपले अग्रगण्य व एकमेव राष्ट्रीय संघटना म्हणून असलेले चारित्र्य प्रकट करण्याचे कर्तव्य काँग्रेसला पार पाडावयास हवेच होते. १९३२ ते ३४ या काळात व्हॉईसरॉय यांनी काँग्रेस संघटना कायमची निकालात काढल्याची शेखी मिरवली होती, तीही खोटी पाडावयाची होती. 'पुणे करारा'ने अस्पृश्यांना जागा दिल्या होत्या व त्या मिळविण्यात आंबेडकरांचा मोठा वाटा होता, हे बरोबर; पण या जागा आंबेडकरांच्या पक्षाला काही बहाल केलेल्या नव्हत्या किंवा केवळ अस्पृश्य समाजात कार्य करणाऱ्या राजकीय वळणाच्या अस्पृश्य संघटनांनीच या जागांसाठी निवडणुका लढवाव्यात, असा तो करार

नव्हता. मॅकडोनल्ड यांचा निवाडाही हे बंधन घालणारा नव्हता. पण काँग्रेसने या जागांसाठीही आपले उमेदवार उभे करावेत व काँग्रेसी उमेदवार निवडून द्यावेत, या दोन्ही गोष्टींनी आंबेडकरांना धक्का बसलेला दिसतो. याने आपला विश्वासघात झाल्याने कराराचा जणू भंग झाल्यासारखे वाटले, असेही दिसते.

काँग्रेस पक्ष ही एक राष्ट्रीय आघाडी होती. वर्गविग्रहाच्या मार्गाने समाजवादी क्रांती आणणारा तो पक्ष नव्हता. काँग्रेसच्या हाती ज्या प्रांतांमध्ये १९३७ साली कारभार आला, त्या प्रांतांमध्ये काँग्रेसने आमूलाग्र सामाजिक, आर्थिक व राजकीय परिवर्तनाचा कार्यक्रम हाती घेतला नाही. हिंदी समाजामध्ये उच्चवर्णीयांचे, सरंजामशाही वळणाच्या जमीनदारांचे, बूर्ज्वा भांडवलदारांचे-मालकांचे, मध्यमवर्गीय बुद्धिजीवी उच्चवर्णीयांचे जे प्रभुत्व होते, ते निपटून काढण्याच्या कार्यक्रमावर काँग्रेस निवडून आलेली नव्हती. सामाजिक व आर्थिक न्याय आणि समता प्रस्थापनेच्या दिशेने वाटचाल करण्याचे आश्वासन आणि उत्पातकारी क्रांती यांच्यात अर्थातच मोठे अंतर होते. क्रांतिकारक भूमिकेमधून काँग्रेसच्या चारित्र्याची, तिच्या राजवटीची तपासणी केली तर टीकेचे पुष्कळ मुद्दे सापडण्यासारखे होते. काँग्रेसी मंत्रिमंडळाच्या कारभारावर या भूमिकेतून परखड टीका काँग्रेसमधीलच समाजवादी विचाराच्या गटांनी काही कमी केली नाही. १९३७ साली मुख्य मुद्दा प्रांतिक पातळीवरील स्वायत्ततेच्या तरतुदीनुसार हिंदी मंडळींनी राज्य चालविण्याचा होता. अद्यापि, केंद्रात जबाबदार मंत्रिमंडळाचे तत्त्व स्वीकृत व्हावयाचेच होते. आंबेडकरांनी काँग्रेसच्या 'उजवे' पणाला धरून केलेली टीका, वेगळ्या अंगाने व वेगळ्या संदर्भात गांधींनाही मान्य झाली असती.

८

स्वतंत्र मजूर पक्षाचा प्रयोग खऱ्या अर्थाने यशस्वी झाला नाही. व्यवहारात तो जागोजागच्या महाराष्ट्रीय महार जातीयांचाच मुख्यत्वेकरून पक्ष राहिला, असे दिसून येते. निवडणुकांमध्ये अपेक्षेप्रमाणे आपले उमेदवार निवडून आणणेही त्यांना जमले नाही. एक प्रकारची निराशा त्यांच्या मनात दाटत आली असेल असे म्हणण्याचे कारण असे की, काँग्रेसवर तोंडसुख घेण्याच्या बरोबर, पुणे कराराचे मूल्यमापन बदललेले आढळते. आपण मिळविलेला एक मोठा नेत्रदीपक विजय असे म्हणण्याऐवजी दडपणापुढे काही न चालून गांधींचा जीव वाचविण्यासाठी अनिच्छेने पत्करावी लागलेली ती एक आत्मघातकी तडजोड होती असे आता ते म्हणू लागले. त्यांचा खरा राग, काँग्रेसने अस्पृश्यांसाठीच्या राखीव जागा लढवाव्यात आणि मंत्रिमंडळामध्ये त्यांच्या निवडीचा एखादा तरी अस्पृश्य आमदार मंत्री म्हणून

घेतला जाऊ नये या दोन कारणांनी असावा, असे त्यांच्या डिसेंबर १९३९ मधील एका वक्तव्यावरून वाटते.

लवकरच आंबेडकर मुस्लिम लीगशी हातमिळवणी करून काँग्रेसच्या विरोधात राजकारण करण्यास राजी झाले. मुसलमानांच्या घातक अराष्ट्रीय राजकारणाची फोड आपणच पूर्वी पुष्कळ केली आहे ही गोष्ट ते विसरले. ज्या पुणे कराराला ते आता नावे ठेवीत होते त्या कराराने किती तरी अधिक जागा अस्पृश्य समाजाच्या वाट्याला आल्या होत्या. इतकेच नाही तर मुंबई इलाख्यात या जागांपैकी बव्हंश जागांवर त्यांचीच माणसे निवडून आली होती. ही गोष्टही ते विसरले. गोलमेज परिषदेने वा १९३५ च्या कायद्याने त्यांच्या पदरात सत्तेमध्ये मोठा वाटा टाकला होता आणि तो काँग्रेसने काढून घेतला होता अशातली गोष्ट नव्हती, हेही ते विसरले. १९२८ साली सायमन कमिशनशी संलग्न मुंबई प्रांतिक कमिटीच्या अहवालाला जोडलेल्या भिन्नमतपत्रिकेत त्यांनी काँग्रेस लीग यांच्यामधील 'लखनौ करारा' चे वाभाडे काढले होते. त्याच कराराचे आता ते कौतुक करू लागले. 'पाकिस्तान'च्या मागणीच्या राजकारणाचा एक भाग म्हणून १९३९ साली काँग्रेसने सत्तात्याग केला तो दिवस जीनांनी 'मुक्तिदिन' म्हणून साजरा केला. या प्रसंगात आंबेडकरही सहभागी झाले. या प्रसंगी केलेल्या भाषणातील पुढील युक्तिवाद आंबेडकर कोणत्या टोकाला गेले होते त्याचा निदर्शक आहे. 'अल्पसंख्याकाचा प्रश्न समेटाने हातावेगळा करण्यास गांधींचा लय (?) लागत नाही. ब्रिटिश सरकारने आपली मागणी मान्य केली नाही, तर आपण सत्याग्रह सुरू करू, अशी भाषा ते बोलू लागले आहेत. पण मी वेळीच त्यांना इशारा देत आहे. मिळकतीच्या बाबतीत तंटा चालू असता इस्टेटीची व्यवस्था नीट ठेवण्याकरिता कोर्ट रिसीव्हरची नेमणूक करते. हिंदुस्थान स्वराज्याबाबत ब्रिटिश सरकार हे अशा रिसीव्हरच्या जागी अधिष्ठित आहे. या रिसीव्हरच्या हातून संयुक्त मिळकत आपल्या वाट्यास यावी म्हणून रिसीव्हरला सतावण्याची कोणतीही 'कृती' अल्पसंख्याकांच्या वाजवी हक्कांविरुद्ध उठाव म्हणूनच गणली जाईल आणि त्याचे पर्यावसान असे होईल की, आपणाला योग्य न्याय मिळावा म्हणून रिसीव्हरच्या पारड्यात अल्पसंख्याकांना आपले बळ घालावे लागेल आणि त्या घटनेला जबाबदार काँग्रेसच राहील.'

पुणे करार झाल्यानंतर आंबेडकरांनी अनेक प्रसंगी बोलताना असे उद्‍गार काढले होते की, अस्पृश्यांसाठी जे राजकीय हक्क व विशेषाधिकार प्राप्त करून घ्यावयाचे होते ते आता आपण मिळविले असून, यापुढे एका समाजघटकाच्या वतीने संकुचित राजकारण न करता ते यापुढे साऱ्या देशाचे राजकारण करणार. त्यांची ही आकांक्षा अगदी रास्त होती. स्वतंत्र मजूर पक्षाच्या स्थापनेने त्यांनी याची

जाणीवपूर्वक सुरुवातही केली होती; पण १९३९ साली ते परत अस्पृश्यांच्या वतीने राजकारण करण्याच्या भूमिकेवर आले.

वेगवेगळ्या हिंदी राजकीय पक्षोपपक्षांच्या पुढाऱ्यांचे मत न घेताच १९३९ साली व्हाईसरॉय यांनी हिंदुस्थान दोस्त राष्ट्रांच्या बाजूने युद्धात उतरत असल्याचे जाहीर केले. ब्रिटिश साम्राज्यातील एक वसाहत हाच हिंदुस्थानचा दर्जा आहे, असे आपण मानतो. हीच गोष्ट व्हॉईसरॉयने आपल्या कृतीने उघड केली. हिंदुस्थानला वसाहतीचे स्वराज्य देण्याची भाषा किती दांभिक होती हेच यावरून सिद्ध होते, असे कारण पुढे करून काँग्रेसच्या मंत्रिमंडळांनी व विधिमंडळ सभासदांनी राजीनामे दिले. स्वतंत्र मजूर पक्षाचे धोरण स्पष्ट करताना आंबेडकरांनी म्हटले की, व्हॉईसरॉयने परस्परनिर्णय केला ही गोष्ट खेदजनक आहे खरी; पण सारासार विचार करता, या प्रसंगी युद्धकार्यात सरकारला पूर्ण सहकार्य देणे योग्य होईल, असे पक्षाचे मत आहे. काँग्रेसने राजीनामे दिले असले तरी या युद्धात इंग्लंडची बाजू न्यायाची आहे म्हणून युद्धप्रयत्नात खीळ बसेल अशा प्रकारचे आंदोलन सुरू न करण्याचे काँग्रेसचे धोरण होते. मात्र, युद्धाचे कारण पुढे करून सरकारने विचार, भाषण व लेखन स्वातंत्र्यावर जे निर्बंध परस्पर वटहुकूम काढून लादले होते त्यांचा निषेध न करता गप्प बसणे अयोग्य होईल, असा विचार करून काँग्रेसने १९४० साली वैयक्तिक सत्याग्रहाचे आंदोलन चालविण्याचा निर्णय केला.

काँग्रेसच्या या निर्णयाची टीकाटिप्पणी करणारे पत्र आंबेडकरांनी 'टाईम्स ऑफ इंडिया'त प्रसिद्ध केले. काँग्रेसच्या निर्णयाची कारणमीमांसा करताना त्यांनी म्हटले,'विस्तारित कार्यकारी मंडळामध्ये बिगरकाँग्रेस पक्षांना व अल्पसंख्य जमातींना समाविष्ट करून घेऊन देशाचा कारभार चालविण्याच्या प्रस्तावापासून व्हॉईसरॉयना परावृत्त होण्यास भाग पाडण्याच्या उद्देशानेच काँग्रेसने एकाएकी ही लढ्याची घोषणा केली आहे... काँग्रेस देशाच्या मुक्तीसाठी लढा पुकारीत आहे ही गोष्ट बनवाबनवीची आहे. सत्तेची सारी सूत्रे आपल्या हातात घेण्यासाठी काँग्रेसचा सारा झगडा आहे.

सत्ताच काँग्रेसला हवी होती तर ती आपखुशीने तिने सोडली नसती. काँग्रेसच्या मंत्रिमंडळाच्या कारभारावर ब्रिटिश शास्ते समाधानी होते; पण समजा, की काँग्रेसने सत्याग्रह सुरू करण्यामागे हा हेतू होता, तरी त्यात गैर काय होते? काँग्रेसने सत्ता सोडली तेव्हा या सुवर्णसंधीचा फायदा घेऊन काँग्रेसला नेस्तनाबूद करावयास आंबेडकर, जीना, रामस्वामी नायकर आदींबरोबर युती करायला सरसावले होतेच. काँग्रेस हाही एक राजकीय पक्षच होता. दुसरी गोष्ट अशी की, १९३७ च्या निवडणुकांनी काँग्रेस हा सर्व जातीजमातींचा पाठिंबा असलेला एकमेव राष्ट्रव्यापी व राष्ट्रीय पक्ष आहे ही गोष्ट पुरेशी सिद्ध झाली होती. अशा पक्षाने सत्ता हाती घेण्याचे

राजकारण करणे हे गैर ठरायचे कारण नव्हते. किंबहुना मुस्लिम लीगचीदेखील निवडणुकीत जी दुर्दशा झाली होती, तिने मुस्लिम लीगसकट सर्व संघटनांची व पुढाऱ्यांची अप्रातिनिधिकता जाहीर झालेली होती. गोलमेज परिषदेत गांधींनी केलेल्या विधानांची पुष्टी होत होती.

आपापल्या समाजाचे वा जमातींचे आपण एकमेव प्रतिनिधी व प्रवक्ते आहोत हा दावा व्यवहारात शाबीत होईल, अशा प्रकारे आपले अभेद्य एकमुखी संघटन कसे उभे करावयाचे असा पेच जीना, आंबेडकर, सावरकर, नायकर आदी पुढाऱ्यांसमोर होता. काँग्रेसच्या राजीनाम्याने सत्तास्थानी निर्माण झालेल्या अवकाशाचा फायदा उठवून ही गोष्ट साधण्याचा डाव टाकण्याची या पुढाऱ्यांची इच्छा होती. ब्रिटिशांचीही, विशेषत: येथील सनदी नोकरशीहीची याला अनुकूलता होती. या संधीचा फायदा उठविण्यासाठी आंबेडकर उत्सुक होते. व्हॉईसरॉयनी त्यांच्या कार्यकारी मंडळाचा विस्तार केला, तेव्हा त्यावर अस्पृश्यांच्या प्रतिनिधींची नेमणूक केली नाही, तेव्हा लढ्याची भाषा करण्याबद्दल काँग्रेसला फैलावर घेणाऱ्या आंबेडकरांनीही कोणती भाषा वापरली ते पाहण्यासारखे आहे. व्हॉईसरॉयच्या कार्यकारी मंडळावर अस्पृश्यांचा एक पण प्रतिनिधी न घेतल्याने अस्पृश्य जमातीचा विश्वासघात झालेला आहे. इंग्रजांची ही नीच करणी आहे, अशा प्रकारची टीका आंबेडकरांनी केली आहे. ही टीकाटिप्पणी केल्यानंतर आठवडाभरातच महार वतनाशी संबंधित 'जुडी' नावाच्या करारामध्ये सरकारने केलेल्या वाढीविरुद्ध अटीतटीचा लढा देण्याचा आदेश आंबेडकर देतात ही गोष्ट बोलकी आहे. अस्पृश्य जमातीच्या सर्व वेगवेगळ्या पुढाऱ्यांना एकत्र आणून एक समर्थ संघटना निर्माण केल्याखेरीज अस्पृश्य जमातीला मुसलमान जमातीच्या बरोबरीने हिंदी समाजाचा तिसरा प्रमुख घटक (हिंदू, मुसलमान हे इतर दोन) म्हणून मान्यता मिळवून घेता यावयाची नाही, ही जाणीव आंबेडकरांना तसेच इतरही काँग्रेसेतर अस्पृश्य पुढाऱ्यांना झाली. १९४२ साली राजकीय पेचप्रसंगावर तोडगा काढण्यासाठी ब्रिटिश मंत्रिमंडळातील एक सभासद सर स्टॅफर्ड क्रिप्स भारतात आले. त्यांनी केलेल्या शिष्टाईला यश आले नाही. त्यांनी मुस्लिम लीग व काँग्रेस या दोन पक्षांच्या पुढाऱ्यांशीच वाटाघाटी केल्याने आंबेडकरांचा संताप झाला. खरोखर सत्तांतर करावयाची वेळ येईल, त्यावेळी ब्रिटिश आपली काय गत करणार याची त्यांना विदारक जाणीव झाली. क्रिप्स शिष्टाईने ही गोष्टही प्रथमच निर्विवादपणे स्पष्ट केली की, ब्रिटनच्या साम्राज्याचा सूर्य मावळण्याचा समय आला आहे.

या सुमारास म्हणजे १९४१-४२ या काळात त्यांची व्हॉईसरॉयच्या कार्यकारी मंडळावर नेमणूक होण्याअगोदरच्या दिवसांत आपल्या राजकारणाची चहुबाजूंनी

कोंडी झाल्याची तीव्र जाणीव आंबेडकरांना झाली आणि त्यांचा धीर सुटल्यासारखा झाला. गांधी व काँग्रेसबद्दल सर्व प्रकारचे आरोप वर्षांनुवर्ष करीत राहून, काँग्रेसला खच्ची करण्याच्या डावपेचात ब्रिटिश व मुस्लिम नेते यांची साथ करून काँग्रेसजनांचे शत्रुत्व विकत घेतले होते. ब्रिटिश राज्यकर्ते व मुस्लिम पुढारी या दोघांनांही अस्पृश्यांची खरी कदर नव्हती. पर्वाही नव्हती. वास्तविक, आंबेडकरांना मनोमन आतमध्ये ही गोष्ट माहीत होती, हे त्यांच्या वेळोवेळच्या विश्लेषणावरून दिसून येते. सत्ता हस्तांतरित करण्याच्या वेळी काँग्रेस व लीग या दोन संघटनांचाच विचार घेतला जाणार म्हटल्यावर, अस्पृश्य समाजाचे भवितव्य काँग्रेसच्या हातात स्वराज्यात राहणार ही गोष्ट स्पष्ट झाली. त्यांनीच अनेक वर्षे केलेल्या पूर्वग्रहदूषित विषारी प्रचाराने त्यांचीदेखील इतकी पकड घेतली होती की, काँग्रेस ही वास्तवात कोणत्या प्रकारची संघटना आहे हे जाणून घेण्याचा डोळसपणा त्यांच्या ठायी उरला नव्हता. धीर सुटून सशस्त्र उठावाची भाषा करण्यापर्यंत ते गेले.

जुलै १९४२ नंतर चार वर्षे बाबासाहेब, व्हॉईसरॉयच्या कार्यकारी मंडळामध्ये मजूर खाते सांभाळीत होते. यांपैकी तीन वर्षे काँग्रेसचे पुढारी तुरुंगातच होते 'चलेजाव' आंदोलनाच्या संदर्भात हिंदुस्थानच्या स्वराज्याची घटना करण्याचे काम स्थगित होते. अस्पृश्यांचा प्रतिनिधी केंद्रीय सरकारचा एक सभासद म्हणून घेतला गेला याचा आंबेडकरांनी असा अर्थ लावला की सरतेशेवटी आपले राजकारण यशस्वी झाले आहे. यापुढच्या त्यांच्या मांडणीमध्ये हिंदू, मुस्लिम व शेड्यूल्ड कास्टस (अस्पृश्य) हे तीन समाजघटक स्वराज्यात सत्तेचे वाटेकरी असले पाहिजेत. याविषयी आग्रह जसा आढळतो, तसे त्यांनी हे गृहीत धरल्यासारखे दिसते. अस्पृश्यांची लोकसंख्या सहा कोटी आहे, असे त्यांच्या प्रतिपादनामध्ये येते.

जुलै १९४२ मध्ये नागपूर येथे भरलेल्या अखिल भारतीय शेड्यूल्ड कास्टस फेडरेशनच्या पहिल्या अधिवेशनातले ठराव पाहिल्यास त्यांच्या असुरक्षिततेच्या भावनेची व अविश्वासाची व्याप्ती किती मोठी होती ही गोष्ट दिसून येते. घटनात्मक तरतुदींद्वारा दलितांची वेगळी खेडी वसविली जावीत व त्यासाठी शासनाने दरवर्षी ५ कोटी रुपये काढून ठेवावेत अशी मागणी ठरावाद्वारे केलेली होती. मुख्य ठरावाद्वारे, घटनेतील तरतुदींद्वारा अस्पृश्यांच्या प्राथमिक व उच्च शिक्षणासाठी ठरावीक रक्कम अग्रक्रमाने खर्च करण्याचे बंधन घातले जावे, प्रांतिक व केंद्रीय सरकारांमध्ये अस्पृश्यांची 'संख्या, गरज व महत्त्व यांच्या प्रमाणात' त्यांना मंत्रिपदे देणे बंधनकारक असावे, सरकारी नोकऱ्यांमध्ये याच कसोटीवर त्यांना प्रमाणशीर जागा दिल्या जाव्यात, न्यायखाते, पोलिस व महसूल खात्यांमध्ये त्यांना ज्या प्रमाणात जागा देण्याचे निश्चित होईल, तेवढ्या प्रमाणात दहा वर्षांच्या आत जागा

भरल्या जाव्यात, याच कसोटीवर स्थानिक स्वराज्य संस्था व विधिमंडळे यांच्यात अस्पृश्यांना प्रतिनिधित्व राखीव असावे, या प्रतिनिधींची निवड विभक्त मतदारसंघांच्या पद्धतीने व्हावी आणि लोकसेवा आयोगांवर (प्रांतिक व केंद्रीय) त्यांना प्रतिनिधित्व असावे, अशी मागणी केलेली होती. अशी घटना ब्रिटिश असतानाच केली जायला हवी हे त्यांच्या लक्षात आलेले होतेच. एकदा ब्रिटिश गेल्यावर, काँग्रेसच्या (व पर्यायाने येथील इतर समाजघटकांच्या) स्वेच्छापूर्वक दिलेल्या समंजस होकाराच्या अभावी, परकीय सत्तेच्या दडपणाखाली केलेल्या घटनेत तरतूद केली आहे म्हणून त्यांची अंमलबजावणी होईल याची हमी कोणती होती? याला आंबेडकरांपाशी खरे उत्तर एकच होते. हिंदुस्थानला पूर्ण स्वातंत्र्य मिळावे, यासाठी अस्पृश्य समाज उत्सुक नाही असे ते पुन्हापुन्हा सांगताना आढळतात. घटनात्मक तरतुदींची अंमलबजावणी होत आहे हे पाहण्यासाठी ब्रिटिशांच्या हाती अंतिम सूत्रे राहायला हवीत, या दृष्टीने ते अखेरपर्यंत वसाहतीच्या स्वराज्यापलीकडे काही मागणे कसे आवश्यक नाही हे पटवून द्यायचा प्रयत्न करीत होते, असे तर नाही?

९

१९४५ साली महायुद्ध संपल्यावर, इंग्रजांनी भारतावरचे राज्य सोडावयाची तयारी चालविली, गोलमेज परिषदेच्या धर्तीवर वेगवेगळ्या पक्षोपक्षांच्या व गटांच्या पुढाऱ्यांची बैठक व्हॉईसरॉय वेव्हेल यांनी बोलावली; पण गोलमेज परिषदेवेळचाच अनुभव परत आला. एकमत होणे अशक्य होते, पण यावेळी सत्ता हाती राखण्याचे एक समर्थन म्हणून या मतमतांच्या, मागण्यांच्या गलबल्याचे प्रदर्शन घडवीत राहण्यात ब्रिटिशांना रस नव्हता. सत्ता लवकरात लवकर हस्तांतरित करावयाची होती. सत्ता हाती घेऊन ती राबवू शकेल असे काँग्रेस व मुस्लिम लीग हे दोनच पक्ष होते, ही गोष्ट १९४६ सालच्या निवडणुकांमधून उघड झाल्यावर वाटाघाटी या दोन पक्षांच्या नेत्यांबरोबरच करणारे धोरण ब्रिटिशांनी अंगीकारले. अस्पृश्य जमातीचे हितसंबंध समाधानकारकरीत्या संरक्षित राहतील अशी खात्री झाल्याखेरीज, या जमातीच्या संमतीशिवाय सत्ता हस्तांतरित केली जाणार नाही, असे वेळोवेळी ब्रिटिश सरकारने व व्हॉईसरॉयनी जाहीर केले होते. १९४६ च्या निवडणुकांमध्ये अस्पृश्य जातींसाठीच्या राखीव जागा मोठ्या बहुसंख्येने आंबेडकरांच्या पक्षाने जिंकल्या असत्या, तर ब्रिटिशांना वाटाघाटीच्या वेळी आंबेडकरांना जीनांच्या बरोबरीने स्थान कदाचित द्यावेही लागले असते. पण मुसलमानांचा एक अपवाद सोडता, अस्पृश्य, ब्राह्मणेतर सवर्ण आदिवासी हे वेगवेगळे समाजघटक काँग्रेस हाच आपला पक्ष मानतात हे निर्विवादपणे सिद्ध झाल्याने, काँग्रेस आपले हितसंबंध सुरक्षित

राखील व काँग्रेसच्या हाती सत्ता जाण्यास आपली संमती आहे, असा कौल अस्पृश्यांनी दिला, हा युक्तिवाद ब्रिटिशांना करता येत होता. आम्ही आमचे अभिवचन पाळले आहे, असे ते म्हणू शकत होते. अखेरचा निर्वाणीचा प्रयत्न करण्यास १९४६ साली आंबेडकर इंग्लंडला गेले, तेव्हा आता तुम्ही काँग्रेसनी जुळवून घेणे बरे, असा सल्ला त्यांना मिळाला असावा.

स्वातंत्र्य मिळणार व काँग्रेसच्या हाती सत्ता येणार असे म्हटल्यावर सर्वनाश ओढवणार, असे आंबेडकरांना वाटले. घटना समितीवर ते बंगालमधून निवडून आले होते. फाळणीमुळे त्यांना ती जागा गमवावी लागणार होती. काँग्रेसची व गांधींची त्यांनी इतकी वर्षे इतक्या तऱ्हांनी जहरी व कुत्सित टीकाटिप्पणी केली होती की, राजकारणातून त्यांची उचलबांगडी होत असेल, तर 'सुंठीवाचून खोकला गेला' असे काँग्रेसच्या पुढारी मंडळींनी समाधानाने म्हणावे अशी परिस्थिती होती आणि असेच काही घडले.

स्वतंत्र हिंदुस्थानचे पहिले मंत्रिमंडळ हे पक्षीय मंत्रिमंडळ नसावे, ते राष्ट्रीय मंत्रिमंडळ असावे, अशी कल्पना मुळात कोणाची असेल ते असो; पण ती मान्य झाल्यावर जी यादी बनली, ती जेव्हा गांधींपुढे ठेवली गेली, तेव्हा त्यात आंबेडकरांचे नाव नाही, हे पाहिल्यावर त्यात आंबेडकरांचा समावेश असायलाच हवा, असे गांधींनी म्हटल्याची हकीकत माऊंट बॅटन यांचा हवाला देऊन सांगण्यात आलेली आहे. राष्ट्रीय सरकार आंबेडकरांशिवाय पूर्ण होऊ शकत नाही, असे ठामपणे म्हणण्याचा मोठेपणा गांधींखेरीज अन्य कोणत्याच काँग्रेसच्या वा हिंदी पुढाऱ्याच्या ठायी नव्हता असे म्हणणे अन्यायकारक होईल. पण गोलमेज परिषदेतील खटका ध्यानात असलेल्या गांधींच्या मनात ही गोष्ट येणे तर स्वाभाविकच होते. जयकरांच्या राजीनाम्याने रिकाम्या झालेल्या जागी मुंबई प्रांतिक असेंब्लीतील काँग्रेस पक्षाने आंबेडकरांना बिनविरोध निवडून दिले. (आंबेडकरांचा समावेश घटना समितीत व मंत्रिमंडळात असावा ही सूचना जयकरांची असू शकेल) आंबेडकर पहिल्या राष्ट्रीय मंत्रिमंडळात कायदेमंत्री झाले. राज्यघटना तयार करण्याच्या कामाची जबाबदारी राष्ट्राच्या वतीने त्यांच्यावर सोपविण्यात आली.

काँग्रेस व गांधी यांच्याविषयीचा आंबेडकरांचा निवाडा न्याय्य नव्हता एवढे तर नक्कीच. काँग्रेसने वा गांधींनी आंबेडकरांवर व्यक्तिशः वा अस्पृश्य समाजावर, त्यांना मंत्रिपदे देऊन उपकार केले नव्हते हेही तेवढेच खरे. आपल्या राजकीय हक्कांविषयी, अस्पृश्यांविषयी जागृती घडवून आणून, राज्यसत्तेत योग्य वाटा मिळण्याचे, महत्त्व ठरविण्याचे कार्य सातत्याने तीस-पस्तीस वर्षे करून त्यांनी त्या पदावर आपला हक्क प्रस्थापित केला होता. अस्पृश्य समाजामध्ये त्यांच्याइतकी

विद्वत्तेची दुसरी व्यक्ती नव्हती; इतकेच नाही तर भारतातील प्रखर बुद्धिमान पंडितांमध्ये त्यांची सहज गणना होत होती. त्यांना मंत्रिपद देऊन काँग्रेसने राष्ट्रीय मंत्रिमंडळाचा मान वाढविला होता.

१०

कोणत्याही समाजात एखाद्या जातीजमातीची, समूहाची जी सामाजिक, आर्थिक, सांस्कृतिक स्थिती परिस्थिती असते, तिचा अंगभूत संबंध, सत्तेचे वाटप त्या समाजात कोणाकोणामध्ये कसकसे झालेले आहे याच्याशी पोहोचतो; म्हणून पददलित समाजाचा उद्धार व्हावयाचा असेल, तर राजकीय सत्तेचा वाटा पुरेशा प्रमाणात त्या समूहाच्या पदरात पडायलाच हवा, हा मुद्दा आंबेडकरांनी लावून धरला ही त्यांची मोठी कामगिरी व त्यांचे विशेष योगदान म्हणावयास हवे. पण अशी कोणतीही पुनर्रचना करीत असताना जर बृहद् समाजाचे/राष्ट्राचे ऐक्य कायम ठेवावयाचे असेल वा त्याहीपेक्षा, एकराष्ट्रीयत्व निर्माण करावयाचे असेल, तर जातीयवादी फुटीर भूमिकेतून परस्थ शक्तींच्या भरवशावर व घटनात्मक तरतुदींच्या क्लृप्तीने ही पुनर्रचना न करता परिवर्तनाचे जोमदार प्रवाह समाजाच्या सर्व थरांमध्ये व घटकांमध्ये निर्माण करून अशा पुनर्रचनेला हात घालावा लागतो व तसा घालता येतो, ही गोष्ट काँग्रेसने आपल्या प्रदीर्घ कारकिर्दीत दाखवून दिली. ही स्वातंत्र्यपूर्व काळातील काँग्रेसची मोठी कामगिरी व तिचे विशेष योगदान म्हणायला हवे.

संदर्भ ग्रंथ

१. डॉ. बाबासाहेब आंबेडकर, रायटिंग्ज अँड स्पीचेस, खंड १ व २ (संपादन : वसंत मून), शिक्षण खाते, महाराष्ट्र शासन, मुंबई १९७९ व १९८२.

२. सोर्स मटेरियल ऑन डॉ. बाबासाहेब आंबेडकर अँड द मूव्हमेंट ऑफ अनटचेबल्स, खंड १, (संकलन : डॉ. भा. ग. कुंटे) शिक्षण खाते, महाराष्ट्र शासन, मुंबई १९८२.

३. डॉ. बाबासाहेब आंबेडकरांची भाषणे, खंड १ ते ६ (संपादक : प्रा. मा. फ. गांजरे), अशोक प्रकाशन, नागपूर, १९७४-७७.

४. बी. आर. आंबेडकर, मि. गांधी अँड द इमॅन्सिपेशन ऑफ अनटचेबल्स, थॅकर्स, मुंबई, १९४३.

❑❑❑

पहिल्या महायुद्धानंतरच्या काळात रशियातील बोल्शेविक पक्ष आणि इंग्लंडमधील ब्रिटिश लेबर पक्ष यांच्या राजकीय उदयामुळे साम्यवाद-समाजवादाबद्दल जागतिक पातळीवर आकर्षण निर्माण झाले होते. भारतातही समाजवादी विचारांचा प्रसार सुरू झाला होता. साम्यवादी पक्षाची तसेच काँग्रेसअंतर्गत समाजवादी पक्षाची स्थापना झाली होती. १९२७ साली नेहरू युरोपच्या दौऱ्यावरून परतले ते समाजवादी विचारांनी पुरते भारलेल्या मन:स्थितीत होते. काँग्रेसच्या वार्षिक अधिवेशनाच्या व्यासपीठावरून त्यांनी समाजवादाचा जोरदार पुरस्कार केला होता. भारताच्या अनेक सामाजिक, आर्थिक समस्यांची सोडवणूक समाजवादातून होऊ शकेल असे त्यांनी खात्रीपूर्वक सांगितले होते. एका बाजूने समाजवादाच्या विचारप्रणालीला लाभत असलेली ही व्यापक लोकमान्यता आणि दुसऱ्या बाजूने १९३५ च्या कायद्यानुसार येऊ घातलेल्या निवडणुकांच्या राजकारणाचा रेटा, या दोन्ही घटनांच्या पार्श्वभूमीवर

१८.

बाबासाहेब आंबेडकर आणि स्वतंत्र मजूर पक्ष

भा. ल. भोळे

डॉ. आंबेडकरांनी केलेली स्वतंत्र मजूर पक्षाची स्थापना समजून घेता येते. दलित-शोषितांच्या समावेशक एकजुटीवाचून तरणोपायच नाही, अशी त्यांची जी धारणा होती, तिचा पहिला आविष्कार स्वतंत्र मजूर पक्षाच्या स्वरूपात झाला.

डॉ. आंबेडकरांना याची अशी अटकळ होती की, अस्पृश्यता निवारणासारखा एखादा प्रश्न सोडल्यास इतर सर्व हितसंबंधांवर सर्वच श्रमिकांची एकजूट होऊ शकते. अस्पृश्यतेविरुद्धचा आपला लढा अस्पृश्यांना स्वतंत्रपणे लढावा लागेल; पण आर्थिक न्यायाचा लढा मात्र त्यांना शेतकरी-कामगारवर्गाच्या सहकार्यावाचून मुळीच यशस्वी करता येणार नाही. अस्पृश्य-अस्पृश्येतर शोषित श्रमिकांचा हा लढा प्रभावीपणे चालविण्याची क्षमता कोणत्याही विद्यमान राजकीय पक्षापाशी नसल्यामुळे या वर्गाचा असा नवा पक्ष निर्माण करणे हाच एक मार्ग त्यांना दिसत होता.

काँग्रेस पक्षाकडून श्रमिक कष्टकरीवर्गांना न्यायमिळण्याची त्यांच्या मते सुतराम

शक्यता नव्हती; कारण बोलून चालून तो पक्ष भांडवलदारांचाच होता. काँग्रेसचे वर्गचरित्र व तत्त्वज्ञान या दोहोंवरही डॉ. आंबेडकरांनी सतत आक्षेप घेतले होते. पिळवणूक करणारे व पिळले जाणारे यांची एकजूट करण्याचा प्रयत्न काँग्रेस करते; पण दलित शोषितांना सामाजिक, आर्थिक न्याय मिळवून देण्याच्या दृष्टीने मात्र ती कुचकामी सिद्ध होणे अपरिहार्य आहे. काँग्रेसचा साम्राज्यशाहीविरोधही वरवरचा असून, उद्या ती सत्तेवर आल्यास आपली सत्ता ती देशीविदेशी भांडवलदार आणि स्वार्थी हितसंबंध यांच्याच सोयीने वापरणार, याबद्दल डॉ. आंबेडकरांना शंका नव्हती. त्यांच्या मते, समाजवादाची भाषा काँग्रेस नेते करीत असले तरी शेतकरी कामगारवर्गाच्या हिताला तिने कधीच तिलांजली दिली आहे. वर्गीय आधारावर पक्षबांधणी न करता सबगोलंकार चळवळीचेच स्वरूप काँग्रेसच राहणार असल्यामुळे ती कधीच क्रांतिकारी संघटना होऊ शकणार नाही. जनसामान्यांना न्याय, संधी व स्वातंत्र्य यांची हमी काँग्रेसकडून मिळणे अशक्य होते. १९३० मध्ये ब्राह्मणेतर पक्ष ज्या अपेक्षांनी काँग्रेसमध्ये विलीन झाला, त्या कधीच काँग्रेसकडून पूर्ण होऊ शकणार नाहीत; त्यामुळे भ्रमनिरास झाल्यावर ब्राह्मणेतरांनाही काँग्रेसमधून बाहेर पडण्यावाचून गत्यंतर उरणार नाही. अशा वेळी त्यांना दलित-दलितेतरांच्या एकजुटीवर आधारित स्वतंत्र मजूर पक्षातच यावे लागेल, असा डॉ. आंबेडकरांचा होरा होता.

समाजवादी विचारप्रणालीवर आधारित वेगळा राजकीय पक्ष काढण्याऐवजी डॉ. आंबेडकरांनी आपल्या अनुयायांसह काँग्रेस समाजवादी पक्ष हा वैचारिकदृष्ट्या जवळ असलेला पक्ष का जवळ केला नाही? असा प्रश्न त्यांच्या टीकाकारांनी तेव्हा उपस्थित केला होता आणि अजूनही अधूनमधून तो विचारला जातो; त्याचे उत्तर वस्तुत: डॉ. आंबेडकरांनी विस्ताराने व वारंवार दिले आहे.

समाजवादी पक्षाबद्दल त्यांचे काही गंभीर आक्षेप होते. एक तर काँग्रेससारख्या भांडवलदारी विचाराच्या पक्षात राहून त्याला समाजवादी कार्यक्रम स्वीकारणे आपण भाग पाडू, हा समाजवादी मंडळींचा आशावाद डॉ. आंबेडकरांना अनाठायी वाटत होता. दुसरे असे की, समाजवादी पुढारी यांना मार्क्सवादाचे पढिकपंडित वाटत होते. आर्थिक प्रश्नांवरच लक्ष केंद्रित करून सामाजिक विषमतेच्या प्रश्नाकडे ते साफ दुर्लक्ष करतात. मार्क्सचा 'पाया-इमारत सिद्धांत' ते फारच शब्दश: खरा मानून चालतात, केवळ वर्गीय परिभाषेत ते भारतीय समाजवास्तव पाहत असल्यामुळे त्यांना त्याचे यथार्थ आकलन होऊ शकत नाही, असे डॉ. आंबेडकरांचे समाजवाद्यांविषयी काही आक्षेप होते; त्यामुळे त्यांच्याशीही सहकार्य किंवा निवडणूकमैत्री करून श्रमिकांचे हित साधण्याची शक्यता त्यांना दिसत नव्हती.

१९३७ च्या निवडणुकांनी उपलब्ध करून दिलेल्या संधीचा जास्तीत जास्त

लाभ करून घेऊन दलित श्रमिकांनी शक्य तेवढी राजकीय सत्ता आपल्या हाती घ्यावी; कारण स्वत: सत्ताधारी होणे हाच न्यायप्राप्तीचा एकमात्र मार्ग संभवतो; अशी डॉ. आंबेडकरांची भूमिका होती. त्यामुळे फक्त अस्पृश्यांसाठी वेगळा पक्ष काढून मर्यादित कार्यक्रम आखण्याचा आपला मूळ बेत बदलून पक्षाला व्यापक रूप व समावेशक कार्यक्रम देण्याचा निर्णय त्यांनी घेतला. अस्पृश्येतर वर्गात आपल्या कार्याविषयी आस्था निर्माण झाली असून, अनेकांनी आपल्या कार्यक्रमांना मान्यता व पाठिंबा दिला आहे. जिथे अस्पृश्यांसाठी राखीव जागा नाहीत, अशा मतदारसंघांतून अस्पृश्येतर उमेदवार आपल्या पक्षाच्या वतीने उभे करता येतील किंवा किमानपक्षी अशा उमेदवारांना समर्पित करून त्या मतदारसंघातील सर्व अस्पृश्य मतदारांची मते देऊन त्यांना निवडून आणता येईल आणि यातून अस्पृश्य व अस्पृश्येतर यांच्यात किमान राजकीय बाबतीत तरी सहकार्य घडवून आणता येईल, अशा आशयाची मांडणी डॉ. आंबेडकरांनी केली होती, असे 'जनता' पत्रात प्रकाशित झालेल्या खुलाशावरून स्पष्ट होते.१

दलित-दलितेतरांच्या सहकार्यावाचून दलितांना आपल्या राखीव जागांचा फारसा उपयोग होण्याची मुळीच शक्यता नाही, हे स्पष्टच होते. मुंबई विधानसभेतील १७५ जागांपैकी मुस्लिम, आंग्ल-भारतीय, युरोपीय, जमीनदार, व्यापारी, उद्योगपती स्त्रिया वगैरे वगैरेंच्या साठ जागा वगळता उर्वरित ११५ जागांपैकी फक्त १५ राखीव जागा अस्पृश्यांच्या वाट्याला आल्या होत्या. त्या सगळ्या जिंकूनही काहीच फारसे पदरात पडणार नव्हते. सर्वसाधारण जागांपैकी काही सवर्ण हिंदू उमेदवारांना जर तिथल्या अस्पृश्यांची एक गठ्ठा मते मिळवून देऊन निवडून आणले तरच त्यांच्या सहकार्याने सभागृहातील अस्पृश्यांचे प्रतिनिधी काहीतरी प्रभाव पाडू शकतील, असा हिशोब डॉ. आंबेडकरांच्या मनात होता. त्यासाठीच त्यांनी स्वतंत्र मजूर पक्षाची स्थापना केली होती. अन्य राजकीय पक्षांपेक्षा वेगळा आणि प्रत्येक प्रश्नाकडे त्याच्या गुणवत्तेच्या आधारे भूमिका घेणारा या अर्थाने हा पक्ष 'स्वतंत्र' होता. जाती, धर्म, प्रदेश वगैरे भेदांना बाजूला सारून वर्गभावनेच्या आधारे सर्व स्पृश्यास्पृश्य, शेतकरी, कष्टकरी श्रमजीवींची एकजूट करणारा पक्ष या दृष्टीने 'मजूर' शब्दाची त्याच्या नावात योजना करण्यात आली होती. बहिष्कृत, डिप्रेस्ड क्लासेस वगैरे संज्ञांपेक्षा मजूर ही संज्ञा व्यापक होती. भांडवलदारांच्या काँग्रेस पक्षाला तुल्यबळ व शह देऊ शकेल असा पक्ष एकजुटीतून उभा राहू शकेल, असा आशावाद डॉ. आंबेडकरांनी या पक्षाच्या स्थापनेच्या वेळी मनात बाळगला होता. संतुलित द्विपक्षपद्धतीवर आधारित सांसदीय लोकशाहीवरची त्यांची दृढ श्रद्धा या आशावादामधून डोकावत होती. स्वतंत्र मजूर पक्षाची भूमिका, बांधणी व कार्यक्रम ठरवताना डॉ. आंबेडकरांच्या

समोर इंग्लंडच्या मजूर पक्षाचे प्रतिमान असावे हे स्पष्ट जाणवते. पक्षाचा जाहीरनामाच नव्हे तर नियमावली व धोरणात्मक रूपरेषाही लेबर पार्टीवरून बेतलेली दिसते. १९३५ च्या कायद्याने दिलेल्या सुधारणांमध्ये अनेक त्रुटी व दोष असूनही त्या राबवण्यास या पक्षाची हरकत नसल्याचे प्रारंभीच नमूद करून गव्हर्नरास या कायद्यान्वये मिळालेल्या अनिर्बंध अधिकारांचा वापर होऊन जबाबदार शासनाचे स्वरूपच निकालात निघणार नाही, याकडे हा पक्ष विशेष लक्ष देईल असे या पक्षाचा जाहीरनामा सांगतो. जाहिरनाम्यात पुढे आर्थिक धोरण, करधारापद्धतीविषयी या पक्षाचे धोरण, सामाजिक सुधारणा, ग्रामसंघटना, शिक्षण आणि राज्यकारभार अशा शीर्षकांतर्गत मांडणी केलेली आढळते.[२]

स्वतंत्र मजूर पक्षाच्या आर्थिक धोरणात पुढील १२ बाबींचा अंतर्भाव होता :

१) शेतीची प्रगती होऊन तो धंदा अधिक फलदायी करण्याच्या दृष्टीने भूतारण बँका, शेतकऱ्यांच्या सहकारी पतपेढ्या व खरेदी-विक्री संघ यांची स्थापना हा पक्ष करील.

२) जमिनीचे लहान लहान तुकडे होत जाणे हेच शेतकऱ्यांच्या दारिद्र्याचे मूळ कारण असून, भांडवल गुंतवणूक व आधुनिक पद्धतींनी फसवणूक या दोन्ही गोष्टींना या तुकडीकरणामुळे वावच राहत नाही. वाढत्या लोकसंख्येला शेतीवरच उपजीविकेसाठी विसंबून राहावे लागणे हे जमिनीच्या तुकडीकरणाचे मुख्य कारण असल्यामुळे पर्यायी व्यवसाय उपलब्ध करून देणे हाच त्यावरचा उपाय असू शकतो. त्यासाठी शेतीतील उत्पादनवाढ व उद्योगधंद्यांचा विकास झाला पाहिजे. जुन्या उद्योगधंद्यांचे पुनरुज्जीवन करवून इलाख्यातील कच्च्या मालास अनुरूप असे नवे उद्योगधंदे हा पक्ष उभारील.

३) लोकांना आपापल्या धंद्यांत आवश्यक ते प्रावीण्य संपादून उत्पादनक्षमता वाढवता यावी, या दृष्टीने धंदे-शिक्षणाचा विस्तृत कार्यक्रम हा पक्ष हाती घेईल.

४) लोकहिताच्या दृष्टीने आवश्यक उद्योगधंद्यांची मालकी व व्यवस्थापन सरकारने आपल्याकडे घ्यावे, ही या पक्षाची भूमिका राहील.

५) जीवनाचा परिपूर्ण उपभोग स्वतंत्रपणे घेण्याच्या मार्गात उपस्थित होणाऱ्या सर्व अडचणी नष्ट होण्याच्या दृष्टीने विशिष्ट वर्गावर अन्याय करणारी अर्थव्यवस्था बदलणे, सुधारणे वा नष्ट करणे हे या पक्षाचे कार्य असेल.

६) खोती, तालुकादारी यांसारख्या पद्धतींमध्ये जमीनदारांकडून शेतकरी कुळाची जी पिळवणूक होते, तिच्यापासून शेतकरी कुळांचे संरक्षण व्हावे असे कायदे करण्याचा प्रयत्न हा पक्ष करील.

७) शेतकरी व कामगार या वर्गांना सुधारलेल्या राहणीमानानुसार जीवन जगता यावे,

इतपत तरी मुशाहिरा मिळेलच अशी व्यवस्था करण्यास हा पक्ष बांधील राहील.

८) कारखान्यातील कामगारांना नोकरीची व वेतनवाढीची हमी, कामाचे नियमित तास, कामानुरूप वेतन, पगारी रजा, बोनस, पेन्शन वगैरे सुविधा, बेकारी, आजारपण, अपघात वगैरे प्रसंगी मदत मिळेल अशी विम्याची सोय, स्वस्त भाड्याची निवासगृहे इत्यादी बाबींकडे हा पक्ष लक्ष देईल.

९) कामगारांप्रमाणेच शेतकऱ्यांच्याही हिताची काळजी घेतली जाईल.

१०) बेकारी निवारण ही शासनाची जबाबदारी आहे असे हा पक्ष तत्त्व म्हणून मानतो आणि त्यासाठी नव्या रोजगारसंधी सरकारने उपलब्ध करून द्याव्यात, असा आग्रह हा पक्ष धरील.

११) जबर व्याज घेणाऱ्या, खोटे व घोटाळ्याचे व्यवहार करणाऱ्या सावकारांपासून गरीब ऋणकोंचे संरक्षण व्हावे तसेच शेतकऱ्यांना ऋणमुक्त होता यावे, असे कायदे करवून घेण्याचा प्रयत्न हा पक्ष करील.

१२) मोठ्या शहरांत व औद्योगिक वसाहतींत राहणाऱ्या मध्यम स्थितीतील लोकांना सोयीस्कर घरभाड्यात घरे मिळतील असे कायदे हा पक्ष करवून घेईल.

करधारा पद्धतीविषयी या पक्षाची अशी अपेक्षा होती की, प्रजाकल्याण व प्रगती साधेल अशा राष्ट्रसंवर्धक कार्यक्रमांसाठी लागणारा पैसा कररूपाने वसूल करताना गरीबवर्ग भरडून निघणार नाही ही काळजी सरकारने घ्यायलाच पाहिजे. सध्याची करधारापद्धती त्या दृष्टीने या पक्षाला अन्यायकारक व म्हणून आक्षेपार्ह वाटते. आर्थिक विषमता नष्ट करण्यासाठी आवश्यक ते फेरफार हा पक्ष या पद्धतीत करील.

पुढील काही सामाजिक सुधारणा अग्रक्रमाने करण्याचेही आश्वासन स्वतंत्र मजूर पक्षाच्या जाहीरनाम्यात देण्यात आले होते. सनातन्यांकडून समाजसुधारकांवर पडणाऱ्या बहिष्कारास आळा घालणे, व्यक्तींचे कायदेशीर हक्क व जीवनस्वातंत्र्य यांचा उपभोग घेण्याआड येणारी दहशत वा बहिष्कार शिक्षापात्र गुन्हा ठरवणाऱ्या कायद्याची निर्मिती करणे, धार्मिक द्रव्यनिधीचा दुर्विनियोग अगर गैरव्यवस्था होऊ नये, तर शिक्षणासारख्या कामी सदुपयोग व्हावा, यासाठी सार्वजनिक धर्मादाय संस्थांवर सरकारी नियंत्रण ठेवणारे कायदे करणे आणि भिकारी व अन्य निराश्रित लोक यांच्या योगक्षेमाची कायद्यान्वये व्यवस्था करणे.

ग्रामसंघटनेच्या दृष्टीने आवश्यक अशी सुखाची राहणी ग्रामीण लोकांना लाभावी, यासाठी सर्वतोपरी प्रयत्न केले जावेत, नगररचनेच्याच धर्तीवर ग्रामीण घरबांधणी करून आरोग्याची निगा घेतली जावी, खेड्यांत वाचनालये, सार्वजनिक सभागृहे, फिरते सिनेमे, रेडिओ वगैरे सुविधा करून जानपद जनतेच्या विचारांना चालना मिळेल, अशी दक्षता हा पक्ष घेईल, असे आश्वासन या जाहिरनाम्यात दिले गेले होते.

शिक्षणाच्या संदर्भात मोफत व सक्तीच्या प्राथमिक शिक्षणाची योजना अमलात आणणे, साक्षरता प्रसारासाठी प्रौढ शिक्षणाची मोहीम चालवणे, औद्योगिक शिक्षणावर विशेष भर देणे, शैक्षणिकदृष्ट्या मागास जातीतील होतकरू तरुणांना देशात व परदेशात उच्च शिक्षण घेता यावे म्हणून सरकारी मदत मिळेल अशी कायदेशीर योजना करणे, इलाख्यात गरज असेल तिथे प्रत्यक्ष शिक्षणाची प्रादेशिक विद्यापीठे स्थापन करून विद्यापीठीय शिक्षणाची पुनर्घटना करण्याविषयी कायदे करणे, विद्यार्थ्यांचे श्रम आणि बुद्धिमत्ता मातीमोल करून टाकणारी हल्लीची परीक्षापद्धती नष्ट करणे या गोष्टींसाठी पक्षाच्या वतीने प्रयत्न केला जाईल, असे जाहिरनाम्यात म्हटले आहे.

राज्यकारभाराच्या बाबतीत पक्षाचा जाहीरनामा अशी हमी देतो की, राज्यकारभाराची पद्धती सूक्ष्म, इष्ट परिणामकारी व दोषरहित चालावी, असे या पक्षाचे प्रयत्न चालू राहतील. त्यासाठी न्याय व अंमलबजावणी या खात्यांची फारकत करणे, आधुनिक परिस्थितीला अनुरूप वेतनपद्धती योजणे, या दोन योजना हा पक्ष हाती घेईल. सरकारी नोकरीत कुठेही एकाच जातीचा वा वर्गाचा भरणा असता कामा नये हे या पक्षाचे धोरण असून, सर्व जाती वर्गांना योग्य प्रमाणात प्रवेश मिळून इलाख्याचा राज्यकारभार अधिक परिणामकारक करण्याचा प्रयत्न पक्षातर्फे केला जाईल.

'इतका ध्येयपूर्ण, नि:संदिग्ध व जनहिताबद्दल दक्षता दाखवणारा जाहीरनामा तत्कालीन राजकीय पक्षांत क्वचितच सापडेल.' अशा शब्दांत नामदेव ढसाळांनी स्वतंत्र मजूर पक्षाच्या जाहीरनाम्याचा गौरव केला असून, तो अनाठायी नाही.[३] मतदारांनी या पक्षाला निवडणुकीत चांगला प्रतिसाद दिला. पंधरा राखीव जागांपैकी अकरा जागा पक्षाने जिंकल्या. काँग्रेसला फक्त चार जागा जिंकता आल्या. याचा अर्थ स्पष्ट असा होतो की, राज्यातील बहुसंख्य अस्पृश्य समाज डॉ. आंबेडकरांच्या मागे होता. स्वतंत्र मजूर पक्षाने जिंकलेल्या जागांपैकी चार जागांवरच उमेदवार दलितेतर होते हेसुद्धा लक्षणीय आहे. मुंबई विधिमंडळात विरोधी पक्षाचा दर्जा पक्षाला मिळाला. राखीव जागांखेरीज इतर सर्वसाधारण मतदारसंघातील अस्पृश्य उमेदवारांच्या मतपाठिंब्याच्या आधारे आपल्या पक्षाने समर्पित केलेल्या अस्पृश्येतर उमेदवारांना मोठ्या संख्येने निवडून आणता येईल, ही डॉ. आंबेडकरांची अपेक्षा मात्र फोल ठरली. त्यांची अशी अटकळ होती की, पंधरा राखीव आणि तीस पुरस्कृत असे एकूण ४५ प्रतिनिधी स्वतंत्र मजूर पक्षाला विधानसभेत पाठविता येतील. पण प्रत्यक्षात पक्षसमर्थितांपैकी फक्त तीनच उमेदवार निवडून आले.

या पक्षाने सभागृहात आणि सभागृहाबाहेरही आपल्या घोषित भूमिकेला साजेलसे कार्य यथाशक्ती पार पाडले हे त्याच्या जमेच्या बाजूला नमूद करणे आवश्यक आहे. खेर मंत्रिमंडळाने सभागृहात मांडलेल्या औद्योगिक कलह विधेयकाचा

मसुदा लोकमत अजमाविण्यासाठी १९३८ मध्ये प्रस्तुत करण्यात आला होता. संप व टाळेबंदी यांना प्रतिबंध घालावा आणि मालक व मजूर यांना समेटाचे प्रयत्न करणे सक्तीचे करावे, असा या विधेयकाचा आशय होता. स्वतंत्र मजूर पक्षाच्या डॉ. आंबेडकर-परुळेकर प्रभृती प्रतिनिधींनी विधानसभेत या विधेयकावर घणाघाती हल्ला चढवला. संपाधिकार हिरावून घेणारे हे विधेयक कामगारांवर गुलामगिरी लादणारे आहे असा त्यांचा अभिप्राय होता. सभागृहातील बहुमताच्या जोरावर प्रस्तुत विधेयक मंजूर होणारच असे दिसल्यावर कामगारांचा सार्वत्रिक संप घडवून आणावा, असा बेत ज्या डाव्या नेत्यांनी आखला आणि अमलात आणला, त्यात स्वतंत्र मजूर पक्षाचे अग्रणीही आघाडीवर होते. काँग्रेस सरकारने आंबेडकर-परुळेकरादिकांवर भलभलते आरोप करून स्वत:चेच हसे करून घेतले. स्वतंत्र मजूर पक्षाने मध्यप्रांत-वऱ्हाडातील बिडी कामगारांना न्याय मिळवून देण्यासाठी तिथल्या विधानसभेचे व्यासपीठ वापरले होते, याची नोंद डॉ. फडके यांनी घेतली आहे.[४]

स्वतंत्र मजूर पक्षाच्या जाहीरनाम्यातील आश्वासनांशी इमान राखून डॉ. आंबेडकरांनी मुंबई विधानसभेत महार वतन नष्ट करण्यासंबंधीचे, तसेच खोती पद्धतीचे निर्मूलन करण्याविषयीचे अशी दोन विधेयके मांडली होती. शहरी अस्पृश्य कामगारांच्या कर्जबाजारीपणावरचा उपाय म्हणून एक सावकारी नियंत्रण विधेयकही तयार करून सभागृहात मांडण्याची अनुमती त्यांनी मागितली होती.

महार वतनामुळे महार स्वाभिमानशून्य, ऐतखाऊ व पराधीन होतात ही डॉ. आंबेडकरांची पूर्वापार भूमिका होती आणि प्रसंगी ते वतन खालसा करण्याकरिता गरज पडल्यास जबरदस्तीही करण्यास त्यांची हरकत नव्हती. तरी महारबांधवांना त्या वतनाबद्दल असलेले आकर्षण पाहता महार वतन नष्ट करण्याच्या विधेयकात ते वेतन सोडावे, अशी सक्ती कोणावरही केलेली नव्हती. महार वतन हे महारांचे वंशपरंपरागत इनाम नव्हते, तर ते त्यांच्या कामाशी संलग्न होते आणि या कामांची कुठेही स्पष्ट व्याख्या नसल्यामुळे त्यांना मर्यादाच नव्हती. सांगकामे, हरकामे, गावनोकर म्हणून चोवीस तास महारांना राबावे लागत होते, याची आठवण डॉ. आंबेडकरांनी आपल्या ज्ञातिबांधवांना करून दिली. १९ गावकामांची एक निश्चित यादी त्यांनी सरकारकडून प्रसृत करून घेतली.

खोतीप्रथेविरुद्ध जनमत जागवण्यासाठी, खोतांनी कुळांवर केलेल्या जुलमांच्या कहाण्या डॉ. आंबेडकरांनी 'जनता' साप्ताहिकात पत्ररूपाने प्रसिद्ध केल्या. काँग्रेसने खोतांपुढे शरणागती पत्करल्यामुळे आपले विधेयक मंजूर होण्याची मुळीच शक्यता नाही, हे डॉ. आंबेडकरांना स्पष्ट दिसत होते; पण काँग्रेसचे जमीनदार, सावकारवर्ग, धार्जिणे स्वरूप उघडकीस आणण्यासाठी त्यांनी या विधेयकाचा पाठपुरावा केला होता.

सभागृहाबाहेरही त्या प्रश्नावर जनमत जागवण्याचा प्रयत्न स्वतंत्र मजूर पक्षाने केला होता.

सावकारांनी आपला व्यवसाय करण्यासाठी परवाने घ्यावेत, त्या परवान्यांची मुदत वर्षभराचीच असावी, दरवर्षी त्यांचे नूतनीकरण केले जावे, सावकाराने गैरव्यवहार केल्यास त्याचा परवाना रद्द व्हावा, कर्जाचे व्यवहार लेखी व्हावेत आणि धनकोने ऋणकोस या व्यवहारांची नोंद असलेले खातेपुस्तक द्यावे, अशा अनेक अभिनव तरतुदी सावकारी नियंत्रण विधेयकात डॉ. आंबेडकरांनी केल्या होत्या.[५] त्यांच्या या विधेयकाच्या धर्तीवर मुंबई सरकारने मांडलेले विधेयक विधानसभेने पुढे मंजूर केले होते.

१० जानेवारी, १९३८ रोजी मुंबईत स्वतंत्र मजूर पक्षाने वीस हजार शेतकऱ्यांचा मोर्चा विधानसभेवर नेला होता. मोर्चाच्या वतीने डॉ. आंबेडकरांनी काँग्रेस मंत्रिमंडळाला शेतकऱ्यांच्या चार मूलभूत मागण्या व तेरा तातडीच्या मागण्या सादर केल्या होत्या. जमीन कसणाऱ्याला त्याच्या मेहनतीचे फळ मिळाले पाहिजे, खोत इमानदारांसारखे मध्यस्थ नकोत, शेतमजुरांना किमान वेतन मिळावे, शेतकऱ्यांवर कर वा पट्टी बसवण्यापूर्वी त्यांना चरितार्थापुरती योग्य सोय करून दिली जावी, या चार मूलभूत मागण्या होत्या. किमान निर्धारित उत्पन्नापेक्षा कमी उत्पन्न झाल्यास शेतसारा संपूर्ण माफ करावा, तीन वर्षे जमीन कसणाऱ्या कुळाला कायम कूळ समजले जावे, जमीनप्रश्नविषयक आयोग नेमावा, पाणीपट्टी कमी करावी, मोफत चराईराने सर्व खेड्यांत असावीत, कर्जतहकुबी व सावकारी नियंत्रण व्हावे, चरितार्थासाठी लागणाऱ्या जमिनीवर व साधनांवर जप्ती आणता येऊ नये, सर्व पडीक जमीन शेतमजुरांना मोफत वाटून द्यावी वगैरे मागण्यांचा अंतर्भाव तातडीच्या मागण्यांच्या यादीत होता.[६] वयात आलेल्या सर्व स्त्री-पुरुषांना मताधिकार द्यावा, अशीही मागणी या मोर्चाने केली होती.

स्वतंत्र मजूर पक्षाच्या निर्मितीप्रक्रियेत डॉ. आंबेडकरांची विद्वत्ता व लोकप्रियता, डाव्या विचाराच्या स्नेह्यांचे सहकार्य आणि वैचारिक, व्यावहारिक या दोन्ही पातळ्यांवर पक्षाने स्वीकारलेली इष्ट दिशा अशा स्वागतार्ह घटकांचे योगदान घडूनही या पक्षाला यशस्वी होता आले नाही. काँग्रेसला पर्यायी होणे तर लांबच राहिले, तिचा एक स्पर्धक पक्ष म्हणून स्वत:चे अस्तित्वही हा पक्ष फार काळ टिकवू शकला नाही. सहा वर्षांच्या अल्पावधीतच डॉ. आंबेडकरांनी हा पक्ष विसर्जित करून शेड्यूल्ड कास्टस फेडरेशन या जातीनामवाचक पक्षाची स्थापना केली. डॉ. बाबासाहेबांनी असे का केले? स्वतंत्र मजूर पक्षाच्या अपयशाचे खरे अपश्रेय कोणाचे? या प्रश्नांची उत्तरे अभ्यासकांनी आपापल्या दृष्टिकोनातून देण्याचा प्रयत्न आजपर्यंत केला आहे. त्या पक्षाचे धोरण व कामकाज डाव्या विचारप्रणालीशी एकनिष्ठ राहू शकले नाही आणि त्यामुळे त्याची पीछेहाट झाली, असे संदिग्ध स्पष्टीकरण डावे

अभ्यासक देतात, तर तत्कालीन डाव्या चळवळीच्या ब्राह्मणी प्रवृत्तींना डॉ. आंबेडकरांच्या मांडणीतील भांडवलशाहीविरोध हवासा वाटला, तर ब्राह्मणशाहीविरोध मात्र मानवला नाही आणि त्यामुळे स्वतंत्र मजूर पक्षाला मनापासून सहकार्य केले नाही, अशी या पक्षाच्या अपयशाची मीमांसा आंबेडकरवादी अभ्यासक करतात.

मजूर पक्षाचे कार्य डॉ. आंबेडकरांना सोडावे लागणे हा या देशातील अमानुष समाजव्यवस्था, जातिप्रथा व अस्पृश्यता यांचा परिणाम आहे असे म्हणता येईल; कारण श्रमिकांच्या एकजुटीला आजही या संकुचित निष्ठा छेद देताना आढळतात. पण स्वतंत्र मजूर पक्षाची बलस्थाने व मर्मस्थाने अचूक हेरून तो अल्पायुषी ठरण्याची साधार कारणमीमांसा डॉ. य. दि. फडके यांनीच अलीकडे केली आहे.[७] तत्पूर्वी फक्त परस्परांवर हेत्वारोपी टीका किंवा अमूर्त सामाजिक परिस्थितीबद्दलचा विषाद अशाच स्वरूपात स्वतंत्र मजूर पक्षाच्या पराभवाचे प्रतिपादन केले जात असे.

निवडणुकांच्या तोंडावर अस्तित्वात आलेल्या स्वतंत्र मजूर पक्षाला अगदी प्रारंभापासूनच विचारप्रणाली व पक्षबांधणी या दोन्ही आघाड्यांवरील पेचप्रसंगांना तोंड द्यावे लागले होते असे दिसते. डॉ. आंबेडकरांनी १९३५ साली धर्मांतराची घोषणा केली होती आणि १९३६ साली स्वतंत्र मजूर पक्षाची स्थापना केली होती. या दोन घटना वेगवेगळ्या दिसत असल्या तरी त्या एकमेकांशी निगडित होत्या. एवढेच नव्हे, तर वरकरणी त्या परस्परपोषक भासत असल्या तरी प्रत्यक्षात मात्र त्यातून अनेक व्यावहारिक ताणतणाव उद्भवून त्या घटना परस्परछेदक सिद्ध असल्याचे अनुभवास येऊ लागले होते. भारतीय श्रमिकांची एकजूट करण्यासाठी त्यांना जातीमुक्त केले पाहिजे. त्यातही स्पृश्यास्पृश्य श्रमिकांना एकमेकांपासून तोडणाऱ्या रूढी, प्रथा व समजुती यांचे उच्चाटन त्वरित झाले पाहिजे. वर्णव्यवस्था धर्मपुरस्कृत, असल्यामुळे धर्मांतराखेरीज तिला झुगारून देताच येणार नाही, अशा प्रकारे धर्मांतर ही डॉ. आंबेडकरांच्या दृष्टीने दलित कष्टकरी जनसामान्यांच्या निधर्मी, समाजवादी व लोकशाही तत्त्वावर आधारित पक्षनिर्मितीची महत्त्वाची पूर्वअट होती. ती पूर्ण झाल्यानंतरच खऱ्या अर्थाने स्वतंत्र मंजूर पक्षाची संकल्पना प्रत्यक्षात येऊ शकणार होती. धर्मांतरातून अपेक्षित असलेल्या सामाजिक मन्वंतराला आर्थिक राजकीय संघटनेचा आधार देण्याची प्रक्रिया स्वतंत्र मजूर पक्षाच्या उभारणीतून डॉ. आंबेडकरांना अभिप्रेत होती.

प्रत्यक्ष अनुभव मात्र उलटाच आला. उमेदवार निवडीपासूनच धर्मांतराच्या प्रश्नावरून नवनिर्मित पक्षात एकजुटीच्या ऐवजी फाटाफुटीलाच चालना मिळाली. चांभार, मातंग, ढोर, भंगी या अस्पृश्य समाजातील घटकांना धर्मांतराची कल्पना मान्य होऊ शकली नव्हती. राखीव जागांसाठी उमेदवार निवडताना धर्मांतरास पाठिंबा देणाऱ्यांचाच विचार करण्याचे धोरण डॉ. आंबेडकरांनी ठेवल्यामुळे चांभार

समाजातील एकाही इच्छुकाला स्वतंत्र मजूर पक्षाचे तिकीट मिळाले नाही. त्यामुळे हा समाज या पक्षाच्या विरोधात गेला. मुंबईच्या ज्या मतदारसंघातून डॉ. आंबेडकर स्वत: निवडणूक लढवीत होते, तिथे त्यांचे तिन्ही प्रतिस्पर्धक चांभार जातीचे होते, याला केवळ योगायोग म्हणता येणार नाही.

स्वतंत्र मजूर पक्षाची समाजवादी विचारप्रणाली आणि तिच्याशी सुसंवादी आर्थिक कार्यक्रमसुद्धा सधन महारश्रेष्ठींचा डॉ. आंबेडकरांवर रोष होण्यास कारणीभूत ठरला. आर्थिक प्रश्नांवर लढे उभारण्याची या पक्षाची भाषा अमृतराव रणखांबे, रोकडे प्रभृती धनिक पुढाऱ्यांना मुळातच रुचलेली नव्हती. त्यात रणखांबे यांना राखीव जागेसाठी उमेदवारी न देता त्यांनी सर्वसाधारण जागेसाठी उभे राहावे, असा आग्रह डॉ. आंबेडकरांनी धरल्यामुळे रणखांबे त्यांच्यापासून कायमचे दुरावले. १९३८ पासून रणखांब्यांनी बाबासाहेबांच्या विरुद्धच्या कडवट आणि भडक प्रचारमोहिमेला पैसा पुरवला आणि ते सतत विरोधी छावणीतच राहिले.

उमेदवाराला इंग्रजीचे ज्ञान असावे, तो तरुण असावा आणि त्याने पक्षशिस्त मोडता कामा नये, या तीन कसोट्याही पक्षाच्या ज्येष्ठ सभासदांना जाचक वाटल्या. त्यांच्यापैकी अनेकजण जेव्हा तिकीटवाटपातून शिक्षणाच्या वा वयाच्या कारणास्तव वगळले गेले, तेव्हा त्यांनी स्वतंत्र मजूर पक्षालाच रामराम ठोकला आणि ते सरळ काँग्रेसमध्ये दाखल झाले आणि स्वत:ला राष्ट्रीय हरिजन म्हणू लागले. डॉ. आंबेडकरांच्या पक्षाच्या प्रगतीला याची नक्कीच झळ लागली.

अस्पृश्य समाजांतर्गत झालेल्या या फाटाफुटीचा विपरीत परिणाम स्वतंत्र मजूर पक्षाच्या बांधणीवरही झाला. अस्पृश्येतर कष्टकरी समाजाचा तर त्याला फारसा प्रतिसाद मिळाला नाहीच; पण खुद्द अस्पृश्य समाजातूनही पक्षसदस्यत्व स्वीकारण्यासाठी मुंबई शहरातूनही फार मोठ्या संख्येने लोक पुढे आले नाहीत. धर्मांतरास मान्यता न दिल्याने पक्षाची तिकिटे नाकारली म्हणून महारेतर अस्पृश्य पक्षापासून फटकून राहिले, तर महार वतन विधेयक न रुचून काही महारही पक्षावर रुष्ट झाले. अनुभवी, प्रतिष्ठित पण अशिक्षित असलेले जुने नेते पक्षविन्मुख झाले. धनिक नेत्यांनी पक्षाच्या समाजवादी कार्यक्रमाचा धसका घेतला. सदस्यत्वाबाबत अशी एकूण प्रतिकूलता असल्यामुळे पक्षाची आर्थिक स्थितीही ओढग्रस्तीची राहणे क्रमप्राप्तच होते. खिशाला खार लावूनच डॉ. आंबेडकर स्वतंत्र मजूर पक्षाचे 'जनता' साप्ताहिक हे मुखपत्र चालवीत होते. अखेरपर्यंत हा पक्ष गरिबांचाच पक्ष राहिला.

विश्वासू साथीदार गमावण्याचे आघात डॉ. आंबेडकरांना वारंवार सोसावे लागले. एल. एन. हरदास आणि त्यांच्यापाठोपाठ सुभेदार सवादकर निधन पावले. अमृतराव रणखांबेच्या पाठोपाठ शिवतरकर आणि शंकरदास बर्वे साथ सोडून गेले. स्वतंत्र

मजूर पक्षावर त्या सहकाऱ्यांनी टीकेची झोड उठवली. त्या पक्षात फक्त स्पृश्यांचाच भरणा आहे, तो पक्ष रशियाच्या लाल बावट्याखाली अस्पृश्य समाजाला घेऊन जात आहे, काँग्रेसद्वेष आणि संधिसाधूपणाचे राजकारण एवढेच या पक्षाचे धोरण आहे हा त्या टीकेचा आशय होता. व्यक्तिश: डॉ. आंबेडकरांवरही त्यांनी सतत चिखलफेक केली होती. डॉ. आंबेडकरांनी जरी त्या टीकेला कधीच फारशी किंमत दिली नसली वा तिची दखल घेतली नसली, तरी यातून त्यांच्या कार्याची उमेद कमी होणे स्वाभाविकच होते. त्यांची प्रकृतीही या काळात फारशी बरी नसायची. स्वतंत्र मजूर पक्षाच्या कार्यावर मर्यादा पडण्यात या परिस्थितीचा वाटा फार मोठा होता.

डॉ. आंबेडकरांची समाजवादाबद्दलची साशंक भूमिकाही त्यांना स्वतंत्र मजूर पक्षाचे कार्य पुढे चालू न ठेवण्याच्या निर्णयाप्रत घेऊन गेली असावी, असे म्हणण्यास जागा आहे. या समाजाला वर्गीय समाजाचे स्वरूप खऱ्या अर्थाने आलेले नाही आणि जोपर्यंत अस्पृश्यता व जातीसंस्था समाजात ठाण मांडून आहेत, तोपर्यंत एकजिनसी कामगारवर्ग अस्तित्वात आहे, असे गृहीत धरून कामगार चळवळ चालविणे भ्रममूलक ठरेल, अशी त्यांची समजूत होती. स्वातंत्र्य, समता, बंधुभाव या तत्त्वांना विरोध करणाऱ्या ब्राह्मण्यवादाचे समूळ उच्चाटन केल्याखेरीज वर्गीय समाज आणि निखळ वर्गसंघर्ष उभेच करता येणार नाहीत. पण सवर्णांच्या कामगार संघटना या दृष्टीने मुळीच पुढाकार घेत नाहीत. म्हणून अस्पृश्य रेल्वे कामगारांची वेगळी परिषद डॉ. आंबेडकरांनी मनमाड येथे १९३८ साली भरविली होती. अस्पृश्यांच्या स्वतंत्र कामगार संघटना असण्यात त्यांना काहीच गैर दिसत नव्हते. उलट कामगारांचे हक्क यथावकाश मिळतील, पण तत्पूर्वी माणूसपणाचे हक्क पदरात पाडून घेण्यासाठी त्यांना हे आवश्यक वाटत होते.

ब्राह्मणशाहीच्या जोडीने भांडवलशाही हीसुद्धा कामगारांचा शत्रू ठरवली असली तरी भांडवलशाहीची जमेची बाजू नजरेआड करून चालणार नाही, तर अस्पृश्यता निवारणाच्या कामी तिचाही यावच्छक्य उपयोग करून घ्यायला हरकत नाही, अशी फलितप्रामाण्यवादी दृष्टी डॉ. आंबेडकरांनी बाळगलेली दिसते, 'जनता'च्या एका संपादकीयात ही भूमिका व्यक्त झाली आहे. तिचा आशय असा : व्यक्तिस्वातंत्र्याचा महामंत्र जगाला देणाऱ्या भांडवलशाहीने श्रमिकांची दैहिक गुलामगिरी जगाच्या पाठीवरून नष्ट केली. भारतात मात्र अस्पृश्यतेच्या स्वरूपात ती अजूनही कायम आहे. बहुसंख्य अस्पृश्य श्रमिकांना या प्रथेमुळे भांडवलशाहीच्या खुल्या बाजारात आपली श्रमशक्ती विकण्यास मज्जाव होतो. कित्येक धनोत्पादक धंदे त्यांना वर्ज्य ठरतात. अस्पृश्यता विध्वंसनाला भांडवलशाहीचा विरोध नाही, उलट पाठिंबाच असू शकतो. सबब भांडवलशाही शासनसंस्थेच्या साहाय्याने अस्पृश्यता

घालविणे शक्य असल्यामुळे अस्पृश्यवर्गाने सनदशीर मार्गाने राजकीय सत्ता, अंशतः का होईना हस्तगत करावी. सुधारणा कायद्यान्वये मिळणारे हक्क वापरून आपली सामाजिक-आर्थिक-शैक्षणिक उन्नती करून घ्यावी, अशी डॉ. आंबेडकरांची धारणा दिसते.[८]

लोकहिताच्या दृष्टीने आवश्यक उद्योगधंद्यांची मालकी सरकारने स्वतःकडे घ्यावी, अशासारख्या काही तरतुदींमधून स्वतंत्र मजूर पक्षाचा जाहीरनामा समाजवादी वळणाचा वाटत असला तरी त्यात करपद्धतीची स्पष्ट समाजवादी रूपरेषा कुठेही दिलेली नाही किंवा समाजवादाशी समग्रपणे जुळणारी अशी अर्थव्यवस्थेचीही मांडणी आढळत नाही. हे खरे की, डॉ. आंबेडकरांनी काँग्रेसवर टीका करताना ती भांडवलधार्जिणी आहे आणि तिला पर्यायी एकजूट कामगारांनी करावी, असे पुनःपुन्हा म्हटले होते. विशेषतः १९३६ नंतर काही काळ त्यांच्या मांडणीत भांडवलशाही शोषणाचा तसेच कामगार संघटनांचा विषय वरचेवर येत होता. 'राजकारण हे वर्गीय जाणिवेवरच उभे असले पाहिजे. वर्गीय जाणिवेशिवाय असणारे राजकारण ही शुद्ध भोंदुगिरी आहे' असाही अभिप्राय त्यांनी एका भाषणात दिला होता. समाजवादी विचारांचे त्यांना असलेले आकर्षण असे वारंवार व्यक्त झाले आहे. पण तरीही त्यांनी वर्गीय विश्लेषणाचा अंगीकार काटेकोरपणे केला होता, असे म्हणता येणार नाही. जातीविभक्त समाज असलेल्या या देशात निकटच्या भवितव्यात तरी केवळ वर्गीय पायावरील राजकारण शक्य होणार नाही आणि नुसते भांडवलशाहीशी लढून श्रमिकांची मुक्तता घडवून आणता येणार नाही. अशीच त्यांची ठाम भूमिका होती आणि ती सर्वस्वी चूक होती, असेही म्हणता येणार नाही.

विसाव्या शतकाच्या तिसऱ्या दशकाच्या मध्यावर दुसऱ्या महायुद्धाने भारतीय राजकारणाला नवे वळण दिले व सारेच संदर्भ बदलले. स्वातंत्र्य दृष्टिक्षेपात आले; त्यामुळे दीर्घकालीन क्रांतिकारक परिवर्तनापेक्षा तत्कालीन सत्तावाटपाच्या प्रश्नाला प्राधान्य प्राप्त झाले. अस्पृश्यांसह सर्व अल्पसंख्याकांचे हक्क सुरक्षित करून घेण्याची निकड डॉ. आंबेडकरांना विशेष प्रकर्षाने जाणवू लागली. आपल्या व्यक्तिगत हितसंबंधांपेक्षा देशहिताला प्राधान्य देणे ही जशी आपली आयुष्यभराची निष्ठा आहे, तद्वतच ज्यात जन्मलो त्या समाजावरही आपली दृढ निष्ठा असल्याचे नमूद करून आंबेडकरांनी हे स्पष्ट शब्दांत सांगितले की, 'जेव्हा जेव्हा देश आणि अस्पृश्य यांच्या हितसंबंधांमध्ये द्वैत निर्माण होईल, तेव्हा तेव्हा मी देशापेक्षा अस्पृश्यांचे हितसंबंध जपण्याला अग्रक्रम देईन.'[९]

ऑक्टोबर १९३९ मध्ये काँग्रेस मंत्रिमंडळाने राजीनामा दिल्यानंतर विरोधी पक्षाचे संमिश्र सरकार तयार करण्याची आशा डॉ. आंबेडकर बाळगून होते. काँग्रेस मंत्रिमंडळाने राजीनामा दिल्यावर मुस्लिम लीगने साजरा केलेल्या आनंदोत्सवातही

त्यांनी बॅ. जीना यांना साथ दिली. कोणत्याही क्षणी इंग्रज राज्यकर्ते या देशातील पेचप्रसंगातून वाट काढण्यासाठी काँग्रेसशी वाटाघाटी करतील आणि अशा वेळी अस्पृश्यांच्या प्रतिनिधींना डावलून राजकीय सौदा केला जाऊ नये म्हणूनच काँग्रेस विरोधकांशी सहकार्य करण्यास डॉ. आंबेडकर तयार झाले होते. पाकिस्तानच्या निर्मितीचे समर्थनही त्यांनी केले होते.

दुसऱ्या बाजूने, कम्युनिस्टांचे युद्धविषयक धोरण परभूत आहे, युद्धप्रयत्नात ते रशियाच्या सांगण्यावरून अडथळे आणीत आहेत, अशी खात्री झाल्याने डॉ. आंबेडकर त्या पक्षापासून दुरावले होते. बाबासाहेबांच्या या काँग्रेसविरोधी व कम्युनिस्टविरोधी भूमिकेचा अचूक उपयोग इंग्रज राज्यकर्त्यांनी आपल्या साम्राज्यकाळात राजकारणासाठी करवून घेतला. व्हॉईसरॉयच्या कार्यकारिणीत मजूरमंत्री म्हणून त्यांना नेमण्याचे त्यांचे हेच राजकारण होते. नव्या पदाची जबाबदारी स्वीकारण्यापूर्वीच डॉ. आंबेडकरांनी स्वतंत्र मजूर पक्ष गुंडाळून शे. का. फे. ची स्थापना केली.

स्वतंत्र मजूर पक्षाचे कार्य डॉ. आंबेडकरांना सोडावे लागले यात अशा प्रकारे अनेक घटकांचा व घटनांचा वाटा होता. कोणत्याही एकेकट्या कारणावरच त्याचे संपूर्ण अपश्रेय टाकणे इतिहासाला धरून होणार नाही.

संदर्भ ग्रंथ

१. उद्धृत, य. दि. फडके : आंबेडकरी चळवळ, श्रीविद्या प्रकाशन, १९९०, पृ. ८४.

२. उद्धृत, 'आम्ही', 'ऑगस्ट १९७३, पृ. १९-२१.

३. नामदेव ढसाळ : आंबेडकरी चळवळ आणि सोशालिस्ट कम्युनिस्ट, पृ. २०.

४. य. दि. फडके, पूर्वोक्त, पृ. १२५.

५. कित्ता, पृ. १३५.

६. कित्ता, पृ. १४३-४४.

७. कित्ता, पृ. १४६-१६०, १७२-१८५ लेखातील यानंतरचे विवेचन मुख्यत्त्वे डॉ. फडके यांच्या प्रस्तुत संशोधनावर आधारित आहे.

८. उद्धृत, कित्ता, पृ. ८९.

९. उद्धृत, कित्ता, पृ. १६९.

❑❑❑

हिंदुस्थानच्या स्वातंत्र्याच्या अखेरच्या टप्प्यात कॅबिनेट मिशन आले. त्यावेळी काँग्रेस आणि मुस्लिम लीगबरोबर त्यांनी चर्चा केली. डॉ. बाबासाहेब आंबेडकरांना टाळण्यात आले. त्याचवेळी स्टॅफोर्ड क्रिप्सने घटना समिती तयार करून भारताची घटना बनवावी, असा आदेश दिला. शिवाय एक हंगामी मंत्रिमंडळ (Interium Government) बनविले. तिथेही डॉ. आंबेडकरांना टाळले. त्यांचा समावेश त्या मंत्रिमंडळात होऊ दिला नाही.

प्रत्येक प्रातांच्या कायदे मंडळातून घटना समितीवर सभासद घेण्यात आले. बॅ. एम. आर. जयकर आणि के. एम. मुन्शी हे काँग्रेस पक्षाचे नसतानाही त्यांना निवडून आणले. परंतु डॉ. बाबासाहेबांना कुणीही निवडून देऊ नका, अशी भूमिका काँग्रेस पक्षाने घेतली.

स्वतंत्र भारताच्या भावी जडणघडणीमध्ये दलितांचे हित काय असावे,

१९.
बाबासाहेब आंबेडकर
आणि भारतीय संविधान

रमेश शिंदे

त्यांच्या उद्धाराच्या योजना घटनेत कशा अंतर्भूत करता येतील, हा ध्यास डॉ. आंबेडकरांना लागला होता आणि याकरिता घटना समितीत जाणे आवश्यक आहे. परंतु काँग्रेसने सर्व दरवाजे बंद केलेले होते. बहुतेक प्रांतातील विधानसभेत काँग्रेसचे बहुमत होते. बंगालच्या विधानसभेत एकमेव सभासद शे. का. फे. या आंबेडकर पक्षाचा होता. बहुसंख्य आमदार मुस्लिम लीगचे होते. शिवाय २५ दलित काँग्रेस पक्षाचे, ४ दलित अपक्ष, शेवटी जोगेंद्रनाथ मंडल या सभासदाने मुस्लिमांची मते फिरवून डॉ. आंबेडकरांना निवडून आणले.

प्रत्यक्ष मतदान झाले त्यावेळी डॉ. आंबेडकर पहिल्या फेरीतच निवडून आले. अशा तऱ्हेने त्यांचा प्रवेश घटना समितीत झाला. शत्रूंच्या शिबिरात एकमेव डॉ. आंबेडकर होते.

घटना समितीची पहिली बैठक ९ डिसें. १९४६ रोजी झाली. पं. नेहरूंनी

१३ डिसेंबरला राज्यघटनेची ध्येये आणि उद्दिष्टे या विषयीचा ठराव मांडला. डॉ. आंबेडकर ठरावावर १७ डिसेंबरला बोलले. ते म्हणाले, "पंतप्रधानांनी मांडलेल्या ठरावात हक्कांचा उल्लेख आहे. परंतु या हक्कांचा जर भंग झाला तर उपाययोजना काय असावी, हे पं. नेहरू यांनी सांगितले नाही. नागरिकांचे स्वातंत्र्य, मालमत्ता व त्याचे जीवन कायदेशीर कारवाईशिवाय हिरावून घेतले जाणार नाही यावर काय उपाय आहेत, हेदेखील सांगितले नाही. मूलभूत हक्कांवर कायदा आणि सार्वजनिक नीती यांची बंधने ठेवण्यात आली आहेत. परंतु कायदा व सार्वजनिक नीती यावर मंत्रिमंडळ कसे काय निर्णय घेऊ शकेल? उद्दिष्टे केवळ जाहीर करून भागत नाही, तर त्याबरोबर उपाययोजनाही सांगावी लागते. जाती आणि पंथ अनेक असले तरी आपण एक राष्ट्र होऊ, याबद्दल माझ्या मनात शंका नाही. त्याचप्रमाणे मुसलमानांना हेही समजून येईल की, हिंदुस्थानात राहण्यातच त्यांचे हित आहे. केंद्र सरकार मजबूत असणे हा लोकशाहीचा आणि स्वातंत्र्याचा गाभा आहे हेही आवर्जून सांगितले पाहिजे."

पंतप्रधानांच्या ठरावातील त्रुटी परखड भाषेत आंबेडकरांनी दाखविल्या; पण त्यांनी केलेले विश्लेषण हे त्यांच्या विलक्षण बुद्धिमत्तेचा प्रभाव आहे हे सदस्यांच्या लक्षात आले आणि या व्यक्तीचा उपयोग आपणाला पुढे निश्चित होईल ही त्यांची खात्री झाली.

भारत आणि पाकिस्तान यांचे स्वातंत्र्य जाहीर झाल्यावर आंबेडकरांचे सभासदत्व रद्द झाले. ज्या काँग्रेसने आंबेडकरांना विरोध केला होता त्याच काँग्रेसने मुंबईच्या विधानसभेतून निवडून आणण्याकरिता मुख्यमंत्री बाळासाहेब खेर यांना राजेंद्र प्रसाद आणि वल्लभभाई पटेल यांनी सूचना दिल्या व डॉ. आंबेडकरांना काँग्रेसने निवडून आणले.

देशातील नेत्यापुढे असा प्रश्न होता की, स्वातंत्र्य मिळाले परतु संविधान बनविण्याकरिता काय योजना आखायची? घटनेमध्ये तज्ज्ञ असणारी एकही व्यक्ती त्यांना आढळून आली नाही. या संदर्भात सुप्रसिद्ध पत्रकार आणि पद्मभूषण अक्षयकुमार जैन यांचा उल्लेख महत्त्वाचा वाटतो. पं. नेहरू आणि सरोजिनी नायडू एक दिवस महात्माजींना भेटावयास गेले. पंडितजी थोडे विचारमग्न आणि खिन्न होते. महात्माजींनी याचे कारण विचारले. भारताची राज्यघटना तयार करण्यासाठी एका घटनातज्ज्ञाची गरज आहे. आशिया खंडातल्या काही देशांचे राज्यघटना तयार करणाऱ्या सर आयव्हर जेनिंग्स यांना यासाठी बोलवावे, असे काही मंडळींनी सुचविले आहे, असे पंडितजींनी सांगितले. आपल्या देशातल्याच एका घटनातज्ज्ञाचे, डॉ. आंबेडकरांचे नाव पडिंतजींच्या कसे लक्षात आले नाही, असा उलट प्रश्न महात्माजींनीच नेहरूंना विचारला.

दुसरा एक प्रसंग पंडित नेहरूंचे सेक्रेटरी एम. ओ. मथाई यांनी सांगितला आहे. डॉ. आंबेडकरांना एकदा ते भेटावयास गेले. चर्चा बरीच रंगली तेव्हा डॉ. आंबेडकर म्हणाले, हिंदूंना महाभारत हवे होते तेव्हा त्यांना व्यास मिळाला. तो शूद्र होता. रामायणाकरिता वाल्मीकीला बोलावले. तोही शूद्र. शेवटी हिंदूंना राज्यघटना हवी होती. त्यावेळी मला बोलावले. मीही शूद्र. तेव्हा मी आंबेडकरांना एक आठवण करून दिली की, मंत्रिमंडळात डॉ. आंबेडकरांना घेण्यासाठी म. गांधीजींनी नेहरूंना सुचविले आणि त्याच आंबेडकरांनी घटना समितीत भारतीय घटनेचे बिल मांडले. (Reminiscences of the Nehru Age- M.O.Mathai page 25)

याबरोबरच एक मजेशीर घटना घडली ती अशी : काँग्रेसचे काही ज्येष्ठ नेते वल्लभभाई पटेलांना भेटले व म्हणाले, आम्ही एक तक्रार घेऊन आलो आहोत. पटेलांनी विचारले, तक्रार काय आहे? तेव्हा ते म्हणाले, म. गांधींचे टीकाकार आणि काँग्रेसचे विरोधक असलेले डॉ. आंबेडकर यांना मसुदा समितीचे अध्यक्षपद का दिले? तेव्हा रागाने पटेल म्हणाले, What do you know of Constitution making? We have chosen the best man for the job' (घटना तयार करणे म्हणजे काय आहे हे तुम्हाला समजते काय? आम्ही अतिशय चांगल्या माणसाची या कामी निवड केलेली आहे.) (Sardar Patel's corrospondence : Vol. 10' page 494).

हा ऊहापोह करण्याचे कारण असे की, भारताचे संविधान तयार करण्यासाठी डॉ. बाबासाहेब आंबेडकर यांची निवड काँग्रेसच्या नेत्यांनी का केली? सर बेनेगल, नरसिंग राव यांची निवड का केली नाही? बेनेगल यांच्या संदर्भात कुणीही काही म्हटल्याचे ऐकिवात नाही की वाचनात नाही. रावांच्या पांडित्याची कल्पना म. गांधी आणि नेहरू यांना नव्हती काय? स्वातंत्र्याला ५० वर्षे पूर्ण होत आली. राज्यघटनेला देखील लवकरच पन्नास वर्षे पूर्ण होतील. मग हे अनमोल रत्न अरुण शौरी आणि दुर्गा भागवत यांना ५० वर्षांनंतर कसे आठवले? चार देशांच्या घटना एकत्र करून त्यावरून कच्चा मसुदा तयार करणे आणि सतत तीन वर्षे भारतीय समाजाच्या प्रतिनिधींबरोबर चर्चा करून एकमुखाने निर्णय घेऊन तो घटनेच्या रूपाने प्रतिबिंबित करणे निराळे. संविधान म्हणजे केवळ कायद्याच्या कक्षा सांभाळणारी शब्दावली नव्हे. संविधानाला आशय असतो. हा संविधानाचा आशय त्यातील शब्दरचनेपेक्षा केव्हाही महत्त्वाचा असतो. संविधानाचा आशय नेत्यांच्या मुखातून शब्दबद्ध होत असला तरी त्यांना जनतेने नेतृत्व दिलेले असते. नेमके हेच कार्य डॉ. आंबेडकरांनी केलेले आहे म्हणून ते शिल्पकार ठरले.

डॉ. आंबेडकर हे फक्त कायदाशास्त्राचे पंडित नव्हते तर अर्थशास्त्र, समाजशास्त्र,

शैक्षणिकशास्त्र, धर्मशास्त्र, घटनाशास्त्र इ. विषयांवर ते अधिकारवाणीने बोलू शकत होते.

घटना समितीत अनेक वेळा एखादा कूट प्रश्न निर्माण झाला, कुणालाही त्याचे उत्तर देता येत नव्हते, त्यावेळी डॉ. राजेंद्र प्रसाद डॉ. आंबेडकरांकडे बोट करीत आणि म्हणत, 'आता ते बोलतील.'

२०० वर्षांपूर्वी अमेरिकेची घटना तयार झाली. जॉर्ज वॉशिंग्टन, थॉमस जेफर्सन, अलेक्झांडर हॅमिल्टन, जॉनजय आणि जेम्स मॅडिसन यांनी जीवाचे रान करून घटना तयार केली. घटना पंडित थॉमस जेफर्सन यांचा सिंहाचा वाटा होता म्हणून अमेरिकेच्या घटनेच्या शिल्पकाराचा मान थॉमस जेफर्सनकडे जातो. त्याचप्रमाणे जगाने मान्य केले आहे की, भारतीय राज्यघटनेचे शिल्पकार डॉ. आंबेडकर हे आहेत. क्षुद्र वृत्ती आपल्या देशातच आढळते. ज्याचे श्रेय त्याला मिळालेच पाहिजे, हा न्याय आहे. जगाने, भारतीय नेत्यांनी, म. गांधींनी आणि घटना समितीतील सभासदांनी डॉ. आंबेडकरांचे कर्तृत्त्व मान्य केलेले आहे. जगाने त्यांच्या इतिहासात ही नोंद केव्हाच करून ठेवली आहे.

अमेरिकेतील कोलंबिया विद्यापीठाने डॉ. आंबेडकरांना एल. एल. डी. ही पदवी बहाल केली आहे. डॉक्टर ऑफ लॉ आणि डॉक्टर ऑफ लिटरेचर अशी पदवी केवळ घटना तयार केल्याबद्दल दिली आहे.

कुठल्याही विद्यापीठाने सर बेनेगल, नरसिंग राव यांना पदवी दिल्याचे ऐकिवात नाही. अरुण शौरी किंवा दुर्गा भागवत यांनी सांगावे.

१७ नोव्हें. १९४८ रोजी घटनेचा अंतिम मसुदा तिसऱ्या वाचनाकरिता डॉ. आंबेडकरांनी घटना समितीपुढे सादर केला. त्यावेळी त्यांचे कौतुक करण्यामध्ये डॉ. राजेंद्र प्रसाद, पं. नेहरू, वल्लभभाई पटेल, टी. टी. कृष्णम्माचारी, अनंतशयनम् अय्यंगार, गोकुलभाई दौलतराम भट, पं. लक्ष्मीकांत मैत्र, के. संथानम्, रेव्ह जे. जे. एम. निकोल्स रॉय, एच. व्ही. कामथ, शेठ दामोदर स्वरूप, टी. प्रकाशम्, शंकरराव देव, सरदार हुकूमसिंग, जसपत राय कपूर, बेगम ऐजाज ए. रसूल आदी होते.

काही प्रतिक्रिया नमूद करणे अपरिहार्य आहे.

महावीर त्यागी - गेली ३० वर्षे ज्याकरिता आम्ही आयुष्य वेचले त्याच्या श्रमाचे चित्र आमच्यासमोर या घटनेच्या रूपाने दिसत आहे. डॉ. आंबेडकर जे या चित्राचे चित्रकार आहेत, त्यांनी आपला कुंचला बाजूस ठेवून चित्रावरील पडदा दूर केला आहे. लोकांकरिता व आपल्याकरिता त्यावर आपला अभिप्राय व्यक्त करण्यासाठी हे चित्र मुक्त केले आहे.

शंकरराव देव - घटना तयार करण्यासाठी परिपूर्ण ज्ञान असलेले घटना पंडित तसेच घटनातज्ज्ञ वकील असावेत, अशी अपेक्षा होती. डॉ. आंबेडकर आणि त्यांच्या सहकाऱ्यांद्वारे ही अपेक्षा पूर्ण झाली. माझ्या मते जगातील कुठल्याही राष्ट्रातील कोणत्याही घटना पंडिताच्या तोडीचे त्यांचे (डॉ. आंबेडकर) कार्य आहे.

शामनंदन सहाय (विहार) -महात्माजींनी स्वातंत्र्य दिले तर त्यांचे कठोर टीकाकार डॉ. आंबेडकर यांनी भारताची घटना तयार करण्याचे काम केले. निव्वळ घटना समितीच नव्हे तर संपूर्ण राष्ट्र त्यांचे ऋणी राहील. ज्या समर्थपणे त्यांनी मसुदा तयार केला तितक्याच समर्थपणे आंबेडकरांनी घटना समितीमार्फत तो मान्य करून घेतला. हे त्यांचे कौशल्य वर्तमानकाळच नव्हे तर भविष्यकाळदेखील कृतज्ञपणे लक्षात ठेवील.

अल्लादी कृष्णस्वामी अय्यर - माझे मित्र डॉ. आंबेडकर यांचे घटनेतील कौशल्य आणि बुद्धिमत्ता याचा उपयोग करून अविश्रांत खपून त्यांनी जी घटना तयार केली आहे, त्याबद्दल धन्यवादास ते पात्र आहेत.

केशवराव जेधे - या घटनेला मनुस्मृती न म्हणता भीमस्मृती म्हणावे. आंबेडकरांचे कर्तृत्व व बुद्धिमत्ता अलौकिक आहे.

फ्रँक अँथनी - हा एवढा प्रचंड आणि किचकट दस्तऐवज तयार करण्यासाठी किती प्रचंड श्रम व मनाची एकाग्रता लागली असेल याची आपणापैकी कुणालाही कल्पना येऊ शकेल, असे मला मुळीच वाटत नाही. डॉ. आंबेडकरांची विषयावरील पकड निव्वळ मूलभूत तत्त्वावरच नव्हे, तर बारकाव्याबद्दलदेखील आणि या सर्वांचे स्पष्टीकरण सुटसुटीतपणे करून स्वत:ची बाजू मांडणारे त्यांचे भाषण ऐकताना मला नेहमीच आनंद होत असे.

डॉ. पट्टाभी सीतारामय्या - आंबेडकरांनी अप्रतिम व प्रचंड असे काम केले आहे. त्याकरिता रस्ता गुळगुळीत करण्यासाठी लागणाऱ्या वाफेच्या इंजिनाची शक्ती असलेली बुद्धिमत्ता त्यांनी वापरली. कुणालाही न जुमानणारी, दडपणाला बळी न पडणारी, अजिंक्य अशी त्यांची बुद्धिमत्ता 'पाम' वृक्षाप्रमाणे उंच, दिग्गज असोत की खुरटी-झुडपे असोत, त्या सर्वांचे ते दमन करीत असत. त्यांना जे योग्य वाटेल त्याकरिता ते परिणामाची पर्वा न करता उभे राहत.

दि. १७ नोव्हें. १९४९ पासून सतत २५ नोव्हें. १९४९ पर्यंत म्हणजे संपूर्ण आठवडाभर एक-दोन सदस्यांचा अपवाद सोडता प्रत्येकाने डॉ. आंबेडकरांच्या कर्तृत्वाची, बुद्धिमत्तेची, अविश्रांत श्रमाची, कायदेविषयक ज्ञानाची, किचकट विषय सुलभ भाषेत समजावून सांगणाऱ्या पद्धतीची, राज्यशास्त्र, धर्मशास्त्र, अर्थशास्त्र, विधीशास्त्र यातील ज्ञानाची आणि वादविवाद पटुत्वाची घटना समितीच्या चर्चेच्या

अहवालामध्ये मुक्तकंठाने स्तुती केलेली आढळते. कौतुक करणाऱ्यांमध्ये काँग्रेस नेते, कर्मठ सनातनी आणि हिंदुत्ववादी यांचा विशेष भरणा होता.

घटना समितीच्या वादविवाद खंडामध्ये सर वी. एन. राव यांचे कौतुक केल्याचे उल्लेख सापडत नाहीत. एकूण १२ खंडांमध्ये एक-दोन वेळी त्यांच्या नावाचा उल्लेख नोंदविण्यात आला आहे.

एक घटनातज्ज्ञ एस. व्ही. पायली म्हणतात, ''डॉ. आंबेडकरांनी आपली विद्वत्ता, कल्पनाशक्ती, तर्कनिष्ठा, कर्तृत्व आणि अनुभव पणाला लावला. अतिशय क्लिष्ट अशा प्रकारचा प्रश्न ते सहजसुलभ मांडीत. शिवाय आपली मते प्रभावीपणे पण तितक्याच सुलभपणे मांडीत. जगातील सर्व सुधारलेल्या राष्ट्रांच्या घटनात्मक कायद्याचे त्यांना प्रचंड ज्ञान होते. शिवाय १९३५ च्या कायद्याचा बारकावा त्यांनी सखोल अभ्यासला होता. घटनेच्या मसुद्यावर चर्चा होत असताना झालेल्या टीकेला ते स्पष्ट आणि सुलभ उत्तरे देत असत. उत्तर दिल्यानंतर सदस्यांच्या मनातील संदेह, गोंधळ, असंदिग्धपणा याचे सावट नाहीसे होई. त्यांच्याइतका युक्तिवादात प्रभावी, स्पष्ट आणि सर्वांना समजणारे स्पष्टीकरण आणि कोणत्याही मुद्द्याला तात्काळ प्रतिवाद करून तो संपुष्टात आणण्याची हातोटी अन्य सदस्यांत नव्हती. एवढेच नव्हे, तर विरोधकांचा मुद्दा योग्य असेल तर तो खिलाडू वृत्तीने स्वीकारीत, तेवढा उदारपणा ते दाखवित. म्हणूनच त्यांना आधुनिक मनु अथवा भारतीय राज्यघटनेचे जनक असे म्हणतात.'' (Constitutional; Govt. of India - N.V. Pylee p. 60-61)

राज्यसभेत २ सप्टें. १९५३ रोजी आंध्र बिल मांडण्यात आले. डॉ. आंबेडकर यांचे भाषण चालू असताना उपरोधाने काही सदस्य म्हणाले, ''भारतीय संविधानाचे जनक तुम्ही आहात मग आता का ओरड करता?'' त्यावेळी रागाने आंबेडकर म्हणाले, ''मी ओझ्याचा बैल होतो. माझ्या मनाप्रमाणे घटना झाली नाही म्हणून अशी घटना जाळावयास पाहिजे.''

परंतु राज्यघटनेचे चौथे दुरुस्ती विधेयक राज्यसभेत दि. १९ मार्च १९५५ रोजी आले, त्यावेळी भाषणात डॉ. आंबेडकर म्हणाले, ''इंग्लिश भाषा लिहिता-वाचता येईल अशा माणसाला समजण्यासारखी सोप्या भाषेत मी घटना लिहिली आहे. जगातील अनेकांनी मला धन्यवाद दिले. अनेक प्रकाशकांनी घटनेवर टीका (Commentary) लिहा, पैसाही भरपूर मिळेल. परंतु मी नकार दिला.'' त्याचवेळी डॉ. अनुपसिंग या सभासदाने मध्येच प्रश्न विचारला, ''मागच्या वेळी तुम्ही घटना जाळावयास तयार झाला होता.'' त्यावेळी मी का असे म्हणालो याचे उत्तर डॉ. आंबेडकरांनी दिले. ''घटना हे पवित्र मंदिर बांधले. पण त्यात देवाची मूर्ती ठेवण्यापूर्वी

राक्षस त्यात शिरला. त्याने त्या मंदिराला भ्रष्ट केले. तेव्हा ते जाळणेच योग्य.'' त्याचवेळी बी. के. पी. सिंह (बिहार) यांनी विचारले,''मंदिर जाळण्यापेक्षा राक्षसाला ठार का करीत नाही?'' तेव्हा आंबेडकर म्हणाले, ''कारण हा राक्षस फार शक्तिमान आहे. त्याने अमृत प्राप्त केले आहे.'' 'शतपथ ब्राह्मण' या ग्रंथाचा आधार त्यांनी दिला.

हे दुरुस्त विधेयक घटनेच्या ३१ व्या कलमाचे होते हे कलम काँग्रेसने टाकलेले होते. घटना समिती किंवा डॉ. आंबेडकर त्याला जबाबदार नव्हते. तेच कलम केवळ चौथ्या वर्षी दुरुस्तीस आलेले होते. त्यावर आंबेडकर बोलत होते.

राज्यघटनेचा शब्द न् शब्द हा डॉ. बाबासाहेब आंबेडकरांचा आहे किंवा त्यांच्या संमतीने तयार झाला आहे, असाही आमचा दावा नाही. किंबहुना लोकशाहीत ते शक्य नाही. संविधानात जनतेची स्वप्ने आणि आकांक्षा प्रतिबिंबित झालेल्या असतात. संविधानाचा आशय अनेक आणि भिन्न मताच्या नेत्यांच्या मुखातून शब्दबद्ध होत असला तरी नेत्यांना जनतेने नेतृत्व देऊन ही कामगिरी सोपविलेली असते.

घटनेच्या सरनाम्यापासून शेवटच्या कलमापर्यंत डॉ. आंबेडकरांची छाप आहे, बुद्धिकौशल्य आहे आणि अविश्रांत परिश्रम आहेत. त्यांच्या घटनापांडित्याचा परिपाक 'घटनेचे शिल्पकार' या शब्दामध्ये उतरला आहे. पं. नेहरू, पटेल, राजेंद्र प्रसाद आणि इतर घटना परिषदेतील सदस्य यांच्या साक्षीने भारतीयांना कोण शिल्पकार हे समजले. सर्वसामान्य जनता घटनानिर्मितीच्या प्रक्रियेत नव्हती. राज्यकर्ते किंवा जनतेचे नेते प्रतिनिधी यांनी प्रत्यक्ष त्यांच्या समवेत काम केले. चांगल्या कामाला नेहमी पारितोषिक देतात. डॉ. आंबेडकरांना पारितोषिक मिळाले ते म्हणजे 'घटनेचे शिल्पकार.' म्हणून डॉ. आंबेडकर हेच घटनेचे एकमेव शिल्पकार ठरतात. सगळ्यांनी साहाय्य केले हा प्रश्न वादातीत आहे. म्हणून शिल्पकार अनेक होऊ शकत नाहीत. शिल्पकार एकच असतो.

अमेरिकेची घटना तयार करताना थॉमस जेफर्सन यांना अनेकांचे साहाय्य झाले तरी अमेरिकेच्या घटनेचे शिल्पकार फक्त जेफर्सन यांनाच मानले जाते.

हिरे अनेक असतात. परंतु सर्वांना कोहिनूर म्हणता येत नाही. कोहिनूर तो कोहिनूरच! त्याचे स्थान फार उच्च असते. त्या स्थानापर्यंत युगायुगातून एखादाच जातो. डॉ. बाबासाहेब आंबेडकरांसारखा आणि म्हणूनच ते एकमेव घटनेचे शिल्पकार ठरले!

□□□

१९४० नंतर भारताला पूर्ण स्वातंत्र्य मिळेल, असा तेव्हाच्या भारतीय नेत्यांना विश्वास वाटू लागला होता. त्यावेळी स्वतंत्र भारताला कशा प्रकारची लोकशाही लागू करायची, याबद्दल वाद निर्माण झाला होता. १९१९ च्या कायद्यानुसार विकृत स्वरूपात का होईना, भारतात ब्रिटिश पद्धतीच्या लोकशाहीचा प्रयोग चालू होता. तेव्हा तीच पद्धत स्वतंत्र भारताने अंगीकारावी, असे एका गटाचे मत होते. १७ सप्टेंबर, १९४३ रोजी दिल्ली येथे केलेल्या भाषणात याबद्दल डॉ. आंबेडकरांनी भारतीय जनतेस असा इशारा दिला की, 'सावधान! सांसदीय लोकशाहीपासून सावधान! सांसदीय लोकशाही जशी चांगली दिसते, तशी ती प्रत्यक्षात नाही.' पण १९५० साली त्यांनी जी घटना लिहिली ती सांसदीय लोकशाहीचीच आणि पुढे याच सांसदीय लोकशाहीची तारीफ केली, ही एक ठळक विसंगती आहे; पण प्रत्यक्षात ही खरोखरच विसंगती आहे का? आणि असेल तर त्यांचे १९४३ चे मत

२०.
बाबासाहेब आंबेडकर आणि लोकशाही

सुधाकर शि. गायकवाड

ग्राह्य मानायचे की १९५० नंतरचे?

सांसदीय लोकशाही भारताला अयोग्य कशी आहे, याची कारणमीमांसा करताना डॉ. आंबेडकर म्हणतात, 'सांसदीय लोकशाहीच्या अपयशामागे दोन मूळ कारणे आहेत : एक चुकीची तत्त्वप्रणाली आणि दुसरे चुकीचे संघटन. चुकीच्या तत्त्वप्रणालींपैकी एक म्हणजे कराराचे स्वातंत्र्य, सांसदीय लोकशाहीने आर्थिक विषमतेकडे व कराराच्या स्वातंत्र्यातून निर्माण होणाऱ्या परिणामाकडे लक्षच दिले नाही. तिने राजकीय स्वातंत्र्यावर अधिक भर दिला; पण गरिबांच्या प्रश्नाकडे वा त्यांच्या आर्थिक स्वातंत्र्याकडे कधी लक्षच दिले नाही.'

सांसदीय लोकशाहीवरील त्यांचा हा आक्षेप लक्षात घेतला तर सांसदीय लोकशाही म्हणजे, राज्यशास्त्रात जिला पाश्चात्त्य लोकशाही वा उदारमतवादी लोकशाही वा भांडवलशाही लोकशाही म्हणतात ती अभिप्रेत असावी. ७ सप्टेंबर, १९४३

रोजी कामगार मेळाव्यापुढे केलेल्या त्यांच्या भाषणात, सांसदीय लोकशाही म्हणजे उदारमतवादी लोकशाही असाच अर्थ सूचित केलेला आहे. ते म्हणतात, 'जे औद्योगिक संघटनेच्या भांडवलदारी राजकीय रचनेत, की जिला सांसदीय लोकशाही म्हणतात- राहतात, त्यांनी त्यांच्या रचनेतील विसंगती जाणायला हवी. ती म्हणजे प्रचंड श्रीमंती व प्रचंड गरिबी, यांतील दरी, जे कष्ट करतात त्यांना संपत्ती मिळत नाही व जे कष्ट करीत नाहीत, त्यांच्याजवळ मात्र संपत्ती प्रचंड प्रमाणात केंद्रिभूत होते. म्हणजे लोकांना राजकीय समता मिळते, पण आर्थिक समता मात्र मिळत नाही.'

ज्या काळात आंबेडकरांनी सांसदीय वा उदारमतवादी लोकशाहीवर टीका केली, त्याच काळात जगात अनेक उदारमतवादीही या सांसदीय वा उदारमतवादी लोकशाहीकडे संशयाने पाहू लागले होते. याला कारण म्हणजे, उदारमतवादी लोकशाहीला प्रचंड तडाखा १९१७ साली रशियन राज्यक्रांतीने दिला. रशियन क्रांतीने भांडवलशाही लोकशाहीवर सैद्धांतिक व व्यावहारिक या दोन्ही पातळींवरून हल्ला चढविला. दुसरे म्हणजे, भांडवलशाही लोकशाहीने अत्यंत महत्त्व दिले ते स्वातंत्र्याला. भांडवलदारी अर्थव्यवस्थेशिवाय स्वातंत्र्य टिकूच शकत नाही, असे उदारमतवाद्यांचे आग्रही प्रतिपादन होते. पण जर्मनीमध्ये विकसित भांडवलशाही फॅसिझममध्ये परिणत झाली, यामुळे उदारमतवादी गडबडले. त्यांना फॅसिझम लोकशाहीवरचे मोठे संकट वाटू लागले. त्यांनी उदारमतवादाचीच चिकित्सा सुरू केली. हेरॉल्ड लास्की यांनी तर उदारमतवादी लोकशाहीची चिकित्सा केली ती मार्क्सच्या ऐतिहासिक भौतिकवादाचा आधार घेऊन! त्यांनी स्वातंत्र्याच्या राजकीय अंगाबरोबरच आर्थिक अंगावरही भर दिला. ब्रिटनमध्ये मजूर पक्षाने फॅसिझमची प्रतिक्रांती नेस्तनाबूद करायची असेल, तर प्रस्थापित अर्थरचना बदलावीच लागेल, असे घोषित केले. म्हणजे सांसदीय लोकाशाहीला जे आव्हान मिळाले, त्याचे खूपसे कारण दोन्ही महायुद्धांनी बदलत गेलेल्या आर्थिक राजकीय परिस्थितीत होते. डॉ. आंबेडकरांची सांसदीय लोकशाहीवरील टीका लक्षात घेताना हा जागतिक संदर्भही दुर्लक्षिता कामा नये.

आता आपण डॉ. आंबेडकरांच्या उदारमतवादी लोकशाहीवरील टीकेची सैद्धांतिक छाननी करू.

जीवनाच्या साधनांचा अभाव व श्रमाच्या साधनांचा अभाव, हे आर्थिक विकासाच्या टप्प्यावर अवलंबून असतात. अविकसित देशात हा अभाव मोठ्या प्रमाणात असतो. म्हणून तिथे आर्थिक विषमता मोठ्या प्रमाणात असते. अशी विषमता लोकशाहीला मारक असते. म्हणून आर्थिक, सामाजिक न्यायासाठी,

श्रमाच्या व जीवनाच्या साधनांची मुबलक सार्वजनिक उपलब्धतता आवश्यक असते. परंतु अशा या नैसर्गिक साधनांचा अभाव उदारमतवादी लोकशाहीच्या व मुक्त अर्थव्यवस्थेच्या समर्थकांनी एक मुख्य गृहीतकृत्य मानले. दुसरे गृहीत्यकृत्य म्हणजे माणूस हा मुख्यत: उपभोक्ता आहे हे होय. माणसाच्या जीवनासाठी वस्तूंचा उपभोग आवश्यक असतो. अशा या वस्तूंच्या उपभोगामागे असणारी माणसाची इच्छा ही बाजारपेठेतील मागणी ठरते. या मागणीनुसार वस्तूंचा पुरवठा उत्पादक करू लागतो. मागणीनुसार पुरवठा हा अर्थशास्त्रातील मूलभूत नियम ठरला, तर राज्यशास्त्रात वस्तूंचा उपभोग हा मानवी अस्तित्वाचा भाग असल्याने तो जीवन जगण्याचा अधिकार या तत्त्वात परिणत झाला. रिकार्डो, बेंथॉम, लॉम, हॉब्स वगैरे राज्यशास्त्रज्ञांनी जीवन जगण्याचा हा मानवी नैसर्गिक अधिकार मानला.

मानवी जीवन जगण्याचा हक्क या सिद्धान्तातून आणखी एक उपसिद्धान्त निघतो. मानवी जीवनाच्या अस्तित्वासाठी वस्तूंचा उपभोग आवश्यक असतो. त्यातून मिळते ते समाधान. हे समाधान मानवी आनंद, साफल्य असे मानले. ४ जुलै, १८६१ च्या अमेरिकन स्वातंत्र्याच्या घोषणेत आनंदाचा माग घेणे हा मूलभूत मानवी हक्क म्हणून घोषित केला. पुढे १९ व्या शतकात उपयुक्ततावाद्यांनी 'अधिकतम सुख अधिकाधिक लोकांसाठी' असा सिद्धांतच मांडला.

सुखाचा माग घेणे याचा दुसरा अर्थ असा की, अत्युच्च समाधानासाठी आवश्यक असणाऱ्या वस्तूंचा इच्छेनुसार उपभोग घेणे, वापर करणे, विनियोग करणे हा होय. यासाठी कोणत्याही तऱ्हेचा हस्तक्षेप, प्रतिबंध, निर्बंध नसावा लागतो. बाह्य हस्तक्षेप, प्रतिबंध, निर्बंध यांशिवाय होणाऱ्या व्यक्तीच्या कृती तिच्या स्वेच्छेचे फलित असते. अशा कृतीचे दुसरे नाव स्वातंत्र्य! म्हणजे स्वातंत्र्य हा व्यक्तीचा नैसर्गिक हक्क ठरला. या हक्कानेच उदारमतवाद्यांनी राज्याला व्यक्तीच्या जीवनात कोणत्याही प्रकारे, प्रत्यक्ष वा अप्रत्यक्षरीत्या, हस्तक्षेप करण्यास विरोध केला.

दुसरी बाब म्हणजे व्यक्तीच्या स्वातंत्र्यातून घडणारी कृती ही दुसऱ्याच्या स्वातंत्र्यावर आक्रमणही करू शकते; म्हणून दुसऱ्याच्या स्वातंत्र्यावर आक्रमण न करणे ही स्वातंत्र्याची पूर्वअट ठरली. १७८९ च्या फ्रेंच राज्यघटनेतील चौथे कलम व १७९३ च्या घटनेतील पहिलेच कलम यानुसार स्वातंत्र्य म्हणजे दुसऱ्याच्या हक्कावर गदा न आणता माणसाला हवे ते करण्याचा अधिकार होय.

यातून व्यक्तिवाद्यांचे व उदारमतवाद्यांचे एक मूलतत्त्व निघाले, ते म्हणजे जीवन जगणे, स्वातंत्र्य व सुखाचा भाग हे मानवाचे अबाधित, अदेय, मूलभूत नैसर्गिक अधिकार आहेत.

आता राहिला शेवटचा उपसिद्धान्त, मालमत्ता धारणेचा हक्क. मानवी

अस्तित्वासाठी आवश्यक असते ती वस्तूंची उपलब्धतता; परंतु वस्तू ही मानवी श्रम व साधनसामग्री यांची निर्मिती असते. श्रम ही माणसाची अविभाज्य अंगीभूत बाब असल्याने त्यातून निर्माण होणाऱ्या वस्तूंवर व्यक्तीचाच ताबा असतो. त्यामुळे वस्तूंचा उपभोग घेणे, विनियोग करणे, संचय करणे हा व्यक्तीचा हक्क ठरतो. याचा अथ असा की, वस्तूचा उपभोग ती ज्याच्याजवळ असते त्यानेच वा वस्तूचा जो मालक असतो त्यानेच, फक्त त्यानेच घेणे. यात दुसऱ्याला त्या उपभोगापासून वा त्यातून निर्माण होणाऱ्या फायद्यापासून वंचित केलेले असते.

दुसरे म्हणजे मानवी उच्चतम समाधान हे वस्तूच्या उपभोगावर अवलंबून असल्याने उदारमतवाद्यांनी वस्तूची मालकी ही त्याची पूर्वअट मानली; म्हणून खासगी मालकी ही वस्तूनिर्मितीमागची मानवी मूल प्रेरकशक्ती ठरली. बाजारपेठी समाजात श्रमाचा मोबदला हा खासगी मालकी या प्रेरकशक्तीशी निगडित ठरवला गेला. म्हणजे जमीनदाराचा शेतसारा, भांडवलदाराचा नफा, मजुरांचे वेतन या सर्वांमागे खासगी मालकी हीच प्रेरकशक्ती असते हे सूत्र ठरविले गेले.

उदारमतवाद्यांनी अशा या बाजारपेठी समाजातून निर्माण झालेल्या व त्यावरच उभ्या राहिलेल्या उदारमतवादावर लोकशाहीचा ढाचा उभा केला. उदारमतवाद उदारमतवादी लोकशाहीत परिणत झाला. भांडवलशाहीच्या विकासासाठी बाजारपेठी समाजावर उभ्या असलेल्या लोकशाहीच्या राजकीय रचनेची गरज होती. जीवन जगणे, स्वातंत्र्य, सुखाचा भाग हे बाजारपेठी समाजात वस्तूची उपलब्धतता व तिची मालकी यांच्याशीच निगडित राहिले; त्यामुळे व्यक्तींच्या क्रयशक्तीशिवाय वस्तूंचा उपभोग अशक्य ठरला. क्रयशक्ती ही सर्व उत्पन्नाच्या विभागणीवर अवलंबून असते; पण मुक्त बाजारपेठ व खासगी मालकी यांमुळे उत्पादनाच्या साधनांची मालकी काही लोकांच्याच हाती एकवटली गेली. याचा परिणाम म्हणजे गरीब व श्रीमंत अशी भयानक दरी वाढली आणि याच परिणामावर डॉ. आंबेडकरांनी बोट ठेवले. या बाबीवरून जेव्हा डॉ. आंबेडकर उदारमतवादी लोकशाही नाकारतात, तेव्हा त्यांच्या संबंधित असणारे तत्त्वसूत्र, जीवन जगणे, आनंदाचा माग घेणे, स्वातंत्र्य व मालमत्ता धारणेचा हक्क यांची छाननी करणे आवश्यक ठरते; कारण डॉ. आंबेडकर स्वत:च म्हणतात की, संसदीय लोकशाही आनंदाचा मार्ग, स्वातंत्र्य, संपत्ती व जीवन जगणे हे हक्क सर्वसामान्य जनतेस बहाल करण्यास अयशस्वी झाली. पण हे अपयश वरील तत्त्वसूत्रांविरुद्ध पुरावा होऊ शकत नाही. त्या अपयशाचे कारण बाजारपेठी समाजाच्या अंतर्विरोधात होते; म्हणून या तत्त्वसूत्रांचा सर्वसामान्य जनतेच्या आयुष्यातून प्रत्यक्ष आविष्कार होण्यासाठी हा बाजारपेठी समाज नाकारावा लागतो.

डॉ. आंबेडकरांच्या राज्यसमाजवाद या सिद्धांताची पार्श्वभूमी या विचारातच आहे. त्यांच्यापुढे प्रश्न उभा राहिला तो म्हणजे जीवन जगणे, स्वातंत्र्य व आनंदाचा माग, या मूलभूत हक्कांपासून गरिबांना वंचित केले जाते, त्यापासून त्यांचे संरक्षण कसे करायचे? त्यासाठी त्यांनी योजना अशी आखली की, जिच्यात सबलांच्या, दुर्बलांच्या आयुष्यावर वर्चस्व गाजविण्याच्या अधिकारावर मर्यादा घातली गेली असेल. म्हणजे सबलांचे, दुर्बलांच्या आर्थिक सामाजिक कृतीवर असणारे नियंत्रण नष्ट करणे. खरे तर हे कलम १७९३ च्या फ्रेंच राज्यघटनेच्या पहिल्याच कलमाचा व्यत्यास आहे. हे कलम व्यक्तीला दुसऱ्याच्या स्वातंत्र्यावर गदा न आणता हवे ते करण्याचा हक्क देते; परंतु प्रत्यक्षात बाजारपेठी समाजात दुसऱ्याच्या स्वातंत्र्याचा संकोच करूनच हवे ते करण्याचे व्यक्तीस स्वातंत्र्य मिळाले. बाजारपेठी समाजातील हा अंतर्विरोध फ्रेंच राज्यघटनाकारांच्या लक्षात आला नव्हता. डॉ. आंबेडकरांनी त्यावरच नेमके बोट ठेवले.

आता बाजारपेठी समाज नाकारायचा म्हणजे त्याच्या संबंधित असणारे मूल गृहीततत्त्व माणूस हा मूलतः उपभोक्ता आहे- हे नाकारावे लागेल, मग त्याला पर्याय काय? तो पर्याय म्हणजे माणूस हा मूलतः कृतिशील प्राणी आहे, हे होय. मार्क्सच्या तत्त्वज्ञानामागचे मूल गृहीतकृत्य हेच होते. या गृहीततत्त्वाची तार्किक परिणती म्हणजे माणसात जे सुप्त गुण वा शक्ती असते, त्याचा अधिकतम वापर वा विकास करण्यासाठीच माणसाच्या कृती घडत असतात. माणसाचा विशेष तो उपभोक्ता आहे हे नसून तो स्व-विकास करणारा आहे हे होय. हे मूलतः नैतिक तत्त्व आहे आणि ते बाजारपेठी समाजाच्या विरोधी म्हणून मांडले गेले. या तत्त्वाला हेरॉल्ड लास्कीने नाव दिले, स्वातंत्र्य! आणि याचबाबत डॉ. आंबेडकर प्रश्न विचारतात,'माणसाला त्याच्या सत्तेच्या परिणामकारक व कार्यक्षम उपयोगाने मिळणारा फायदा स्वातंत्र्याला का घेऊ देऊ नये?' याचा होकारात्मक अर्थ असा की, मानवी शक्तीच्या व सत्तेच्या पूर्ण विकासातच स्वातंत्र्य दडलेले असते. इथे माणसाच्या व्यक्तित्त्वाच्या पूर्ण विकासासाठी डॉ. आंबेडकरांनी इंग्रजी (Power) म्हणजे सत्ता हा शब्द वापरला आहे. याचा अर्थ असा की, माणसाच्या सुप्त गुणांचा वा शक्तीचा अधिकतम विकास करण्याची माणसाची शक्ती म्हणजेच माणसाची सत्ता. इथे डॉ. आंबेडकरांच्या सत्ता या संकल्पनेची व्याख्या सापडते. अशा सत्तेला सी. बी. मॅकपरसन विकसनशील सत्ता म्हणतात.

अर्थात, यात नवीन असे काही नाही. ॲरिस्टॉटल व प्लेटो या ग्रीक तत्त्वज्ञांनी सत्तेची अशीच व्याख्या केली होती. त्यांच्या मतानुसार माणसाचे अंतिम ध्येय व कार्य म्हणजे स्वतःच्या गुणांचा व शक्तींचा अत्युच्च विकास करणे आणि

त्यांच्या या सुप्त क्षमतेचा उपयोग व विकास यालाच सत्ता म्हणतात.

माणसांत त्यांच्या सुप्त गुणांचा व शक्तीचा अधिकतम वापर व विकास करण्याची क्षमता असेल, तर त्या विकासाच्या मार्गात कोणतेच अडथळे असता कामा नयेत. पण प्रत्यक्षात असे अडथळे आर्थिक, सामाजिक रचनेत सामावलेले असतात. डॉ. आंबेडकर स्पष्ट म्हणतातच की, समाजशास्त्राच्या मते, ज्याच्या अंगी जो गुण असेल, त्याचा पूर्ण विकास होण्यास समाजव्यवस्था अत्यंत मोठी कारणीभूत गोष्ट आहे. हे सूत्रमय भाषेत असे सांगता येईल की, मानवी व्यक्तिमत्त्वाचा विकास हा सामाजिक अडथळ्यांच्या व्यस्त प्रमाणात असतो.

प्रश्न असा की, हे सामाजिक अडथळे कोणते ते सांगण्याअगोदर सत्तेचे अजून पृथक्करण करणे आवश्यक आहे. समाजशास्त्रानुसार सत्ता म्हणजे व्यक्तीस दुसऱ्याच्या कृती नियंत्रित करण्याचा अधिकार. व्यक्तीस असा अधिकार कोण देते? डॉ. आंबेडकरांच्या मते, व्यक्तीस हा अधिकार धर्म, सामाजिक प्रतिष्ठा व संपत्ती देतात. त्यांच्याच शब्दांत सांगायचे म्हणजे धर्म, सामाजिक प्रतिष्ठा व संपत्ती हे सत्तेचे मूलस्रोत आहेत. धर्म, सामाजिक प्रतिष्ठा व संपत्ती समाजात प्रत्यक्ष वर्ग, जाती निर्माण करतात. अशा विषम समाजात सत्तेचे विषम वाटप होते. जे गट जाती वा वर्ग, सामाजिक, धार्मिक व आर्थिकदृष्ट्या वरचढ असतात, त्यांना अतिरिक्त सत्ता प्राप्त होते आणि या अतिरिक्त सत्तेमुळे ते इतरांचे स्वातंत्र्य नियंत्रित करतात. या विषम सामाजिक रचनेशी निगडित असणाऱ्या सामाजिक सत्तेस आपण सामाजिक अधिसत्ता म्हणू. ही सामाजिक अधिसत्ता व्यक्तीच्या व्यक्तिविकासातील मोठी अडचण ठरते. ही अडचण स्वातंत्र्य व समतेस व म्हणून पर्यायाने लोकशाहीस मारक ठरते. अशा या सामाजिक सत्तेच्या स्तरावर लोकशाही उभारली, तर सर्व शासकीय सत्ता हा सामाजिक सत्ताधारीवर्गच बळकावतो. डॉ. आंबेडकरांच्या शब्दांत सांगायचे म्हणजे उच्च जाती वा वर्ग हेच फक्त सत्ताधारी बनतात. ते या बाबीला नाव देतात साम्राज्यवाद! अशा तऱ्हेने सामाजिक अधिसत्ता व राजकीय समाजाचे शासक व शासित असे दोन वर्ग निर्माण करते. म्हणून डॉ. आंबेडकर म्हणतात, 'लोकशाही ही मग लोकांनी लोकांकरिता चालविलेली शासनसंस्था न बनता पिढीजात लोकांनी त्यांच्याच लोकांकरिता चालविलेली शासनसंस्था बनते.'

व्यक्तिविकास हे आपले गृहीतकृत्य आहे. त्यामधला मोठा अडथळा सामाजिक सत्तेची विषम विभागणी हा आहे. म्हणजे सामाजिक अधिसत्तेचे समानीकरण करणे आवश्यक ठरते. सामाजिक अधिसत्तेचे समानीकरण हा डॉ. आंबेडकरांच्या लोकशाही-मागचा मूलभूत सिद्धान्त होय.

सामाजिक अधिसत्तेचे समानीकरण याचे दुसरे नाव सामाजिक न्याय! हा

सामाजिक न्याय समतेची प्रस्थापना करतो. समता ही व्यक्तीच्या व्यक्तिविकासासाठी आवश्यक असणाऱ्या बाह्य परिस्थितीच्या उपलब्धतेत मोजायची असते. प्रत्येक व्यक्तीचा व्यक्तिविकास करणे हे त्याचे स्वातंत्र्य असेल, तर समता त्या हक्काचे मूलाधिष्ठान ठरते. याचा दुसरा अर्थ असा की, सामाजिक सत्तेचे समानीकरण हे स्वातंत्र्य व समता यांचे समतोलत्व राखते.

आता सामाजिक अधिसत्तेचे समानीकरण प्रबळ राजकीय सत्तेशिवाय शक्य नसते. दुसऱ्या शब्दांत हे असे सांगता येईल की, विषम सामाजिक रचना बदलून प्रत्येक माणसाच्या व्यक्तिविकासात अनुकूल अशी रचना करण्यासाठी प्रबळ राजकीय सत्तेची आवश्यकता असते आणि राजकीय सत्तेच्या बळाचे स्वरूप हे त्या समाजाच्या आर्थिक, सामाजिक विकासाच्या स्थितीशी निगडित असते. आर्थिक, सामाजिक समाज जितका मागासलेला तितकी सामाजिक सत्तेचे समानीकरण करण्यासाठी वापरावयाची राजकीय सत्ता अधिक प्रबळ होण्याकडे झुकते. जर ती अधिकाधिक प्रबळ होत गेली तर ती हुकूमशाहीत परिणत होते. ही हुकूमशाही खरी तर रशियातील कम्युनिस्ट पक्षाच्या हुकूमशाहीसारखी तात्त्विक स्वरूपाची नसते, तर मागासलेल्या समाजात स्वातंत्र्य व समता यांचे समतोलत्व निर्माण करण्यासाठी प्रबळ होत जाण्याकडे राजकीय सत्तेची प्रवृत्ती असते. रिचर्ड लॉवेनथॉल अशा हुकुमशाहीला विकासात्मक हुकूमशाही म्हणतात. डॉ. आंबेडकरांना अशा हुकूमशाहीचा धोका जाणवत होता. अशी हुकूमशाही टाळून लोकशाही मार्गानेच आर्थिक सामाजिक बदल कसा करायचा, हा त्यांच्यापुढे प्रश्न होता. यासाठी त्यांनी जी योजना आखली तिचे नाव होते राज्यसमाजवाद! ते स्वतः म्हणतात, 'फक्त या योजनेनुसारच तीन ध्येये साकार होतील. समाजवादाची प्रस्थापना, लोकशाही टिकविणे व हुकूमशाहीला प्रतिबंध करणे.'

आता ही राजकीय सत्ता, सामाजिक सत्तेचे समानीकरण करण्यासाठी वापरावयाची असल्याने ती सामाजिक सत्तेपेक्षा निश्चितच प्रबळ असायला हवी. पण ती इतकी प्रबळ असता कामा नये, की जेणेकरून ती हुकूमशाहीत परिणत होईल. किंबहुना लोकशाहीच्या चौकटीतच या प्रबळ राजकीय सत्तेचा उपयोग करायला हवा आणि राज्यशास्त्राच्या इतिहासात राजकीय सत्तेला नेहमीच मर्यादा घातली ती घटनावादाने (Constitutionalism). म्हणजे राज्यसत्तेचे कार्य राज्यघटनेच्या चौकटीत बंदिस्त करावे लागते. इथे मग आपणाला राजकीय सत्तेला जोड द्यावी लागते ती सार्वभौमत्व या संकल्पनेची!

सार्वभौमत्व म्हणजे अंतिम सत्ता. लोकशाहीत ही अंतिम सत्ता कधीच मर्यादित नसते; तरीपण लोकशाहीत सार्वभौमत्वाचे स्थान कशात आहे हा फार गुंतागुंतीचा

व काहीसा अनिर्णीत असा प्रश्न आहे. हा प्रश्न म्हणजे सार्वभौम कोण? जनता, संसद की राज्यघटना? आंबेडकर तत्त्वविचारात सार्वभौमत्व जनतेत असते, हा विचार टिकणारा नाही; कारण मग आपणाला उदारमतवादाचा वा व्यक्तिवादाचा आश्रय घ्यावा लागेल. शिवाय ज्या समाजात जाती, वर्ग प्रबळ असतात, आर्थिक, सामाजिक विषमता टोकाची असते तेथे जनतेचे सार्वभौमत्व हे प्रबळ जाती, वर्ग यांच्या हुकूमशाहीत परिणत होते. या बाबीला डॉ. आंबेडकर साम्राज्यवाद असे नाव देतात.

मग सार्वभौम संसद की राज्यघटना? १७ सप्टेंबर, १९४९ रोजी घटना संसदेत बोलताना डॉ. आंबेडकर म्हणाले होते की, 'संसद घटनेच्या तिसऱ्या भागाव्यतिरिक्त कोणताही भाग बदलू वा दुरुस्त करू शकते.' घटनेचा तिसरा भाग हा मूलभूत हक्कांसंबंधीचा आहे आणि मूलभूत हक्क संसदेस बदलण्याचा, त्याचा संकोच करण्याचा वा ते दुरुस्त करण्याचा संसदेस अधिकार नाही, असा त्याचा अर्थ आहे. म्हणजे इथे संसद सार्वभौम ठरत नाही. पी. के. त्रिपाठी हे त्यांच्या 'Some Inside into Fundamental Rights' या ग्रंथात म्हणतात की, डॉ. आंबेडकर तसे अनवधानाने म्हणाले असावेत. त्यांच्या मते, डॉ. आंबेडकर संसदेस मूलभूत हक्क बदलण्याचा अधिकार नाही, अशा मताचे नव्हते. म्हणजे ते असे सुचवितात की, डॉ. आंबेडकर संसदेलाच सार्वभौम मानतात.

परंतु संसद ही जाती, वर्गांनी विभागलेल्या समाजाच्या प्रतिनिधींनीच तयार होते आणि अशा जाती-वर्गातून गेलेल्या प्रतिनिधींचे बहुमत हे जातीय असते, असे खुद्द डॉ. आंबेडकरांचे म्हणणे होते. मग संसद सार्वभौम आहे, असे डॉ. आंबेडकरांना अभिप्रेत असावे, असे पी. के. त्रिपाठी सुचवतात, ते मान्य करता येत नाही. मग डॉ. आंबेडकर राज्यघटनेलाच सार्वभौम मानतात का? याचे उत्तर होकारार्थी दिल्याशिवाय गत्यंतर नाही. याबाबतचा पुरावा आपणाला त्यांच्या 'States and Minorities' या ग्रंथात सापडतो.

डॉ. आंबेडकर राज्यसमाजवादाला घटनेच्या कायद्याचा दर्जा देतात. याविषयीचा युक्तिवाद करून ते शेवटी म्हणतात, 'राज्यसमाजवाद तहकूब करणे, बदलणे वा त्याचा संकोच करणे याचा अधिकार सांसदीय बहुमताच्या आवाक्याबाहेर ठेवणे आवश्यक आहे.' याचा अर्थ ते संसदेस घटनेच्या मूलभूत कायद्याचा दर्जा असलेला राज्यसमाजवाद बदलण्याचा अधिकार नाही असे स्पष्ट म्हणतात. पर्यायाने ते सार्वभौमत्व घटनेत बंदिस्त करतात.

राज्यघटनेचे सार्वभौमत्व हे खरे तर जॉन ऑस्टिन यांच्या कायद्याचे सार्वभौमत्व या कल्पनेचा लोकशाहीतील विकासात्मक व सुधारित विचार आहे. आधुनिक राज्यशास्त्रात अर्नेस्ट वार्कर व अॅन्थॉनी क्विन्टोन यांनी तो जोरदारपणे मांडलेला

आहे; पण घटनेचे सार्वभौमत्व हे अपातत: घटनेचा अर्थ लावणारे न्यायाधीश यांच्याकडेच जाते. मग जनतेने निवडलेले प्रतिनिधी व त्यांनी बनलेली संसद श्रेष्ठ, की सरकारने नियुक्त केलेले न्यायाधीश श्रेष्ठ असा वाद निर्माण होतो. आपल्याकडे हा वाद गोलकनाथ व केशवानंद भारती या खटल्यासंबंधी न्यायालयाने दिलेल्या निकालाच्या वेळी निर्माण झाला होता. या दोन्ही खटल्यांत सर्वोच्च न्यायालयाने संसदेचे सार्वभौमत्व नाकारले होते आणि भिनर्वा खटल्यातही त्याच मताचा पुन्हा उच्चार केला.

आता आपण पुन्हा मूळ मुद्द्याकडे वळू. डॉ. आंबेडकर राज्यघटना सार्वभौम ठेवून राज्य बलशाही करून विषम सामाजिक अधिसत्तेचे समानीकरण व म्हणून स्वातंत्र्य व समता यांचे समतोलत्व करू पाहतात हाच त्यांचा लोकशाही सिद्धान्त. तो असा मांडता येईल : सार्वभौम राज्यघटनेद्वारे बळकट राज्यामार्फत विषम आर्थिक, सामाजिक अधिसत्तेचे समानीकरण हे आर्थिक, सामाजिक स्वातंत्र्य व समता यांच्या समतोलत्वात, पर्यायाने खऱ्या लोकशाहीत परिणत होते. याकरिता त्यांनी जो नमुना तयार केला आहे, त्याच्या सोयीकरिता दोन भाग मांडता येतील. एक राजकीय नमुना व आर्थिक नमुना. प्रत्यक्ष आपण राजकीय नमुन्याचा थोडक्यात आढावा घेऊ.

प्रथम ते संसदेच्या प्रतिनिधित्वाची रचना अशा रीतीने करतात की, प्रत्येक जाती, जमाती, धर्मांना त्यात स्थान मिळेल. पण कोणत्याही जाती धर्माच्या प्रतिनिधींची संख्या ते, त्या जाती-धर्माची सामाजिक प्रतिष्ठा, आर्थिक, शैक्षणिक प्रगती यांच्या व्यस्त प्रमाणात ठेवतात. म्हणजे आर्थिक-सामाजिक मागासलेल्या समाजाला त्याच्या लोकसंख्येच्या मानाने अधिक प्रतिनिधित्व मिळते, तर उच्च जाती-धर्माच्या समाजगटांना ते अशा तऱ्हेने प्रतिनिधींची संख्या ठरवतात की, त्यांचे बहुमत हे खालच्या जातीजमातींवरचे अन्यायी बहुमत नसेल.

आता विस्तारभयास्तव आपण नमुन्याच्या इतर बाबी बाजूला ठेवू व शासन बनविण्याच्या प्रक्रियेबाबतची त्यांची योजना लक्षात घेऊ. ही योजना त्यांच्या 'States and Minority' आणि 'Communal Deadlock and A Way to Solve it' या ग्रंथात सापडते ती अशी :

१) शासनसंस्था ही असांसदीय असेल, म्हणजे शासन त्याच्या पूर्ण कालावधीअगोदर बरखास्त केले जाणार नाही.
२) शासनातील प्रतिनिधींना संसदेस बसण्याचा, बोलण्याचा अधिकार असेल.
३) पंतप्रधान हा संपूर्ण सभागृहामार्फत एकमेव देय मताने निवडला जाईल.
४) शासनातील निरनिराळ्या अल्पसंख्याक जातीजमातींचे प्रतिनिधी हे संसदेतील त्या या जातीजमातींच्या प्रतिनिधींमार्फतच निवडले जातील.

५) शासनातील बहुसंख्य जाती-जमातींचे प्रतिनिधी हे संपूर्ण सभागृहामार्फत एकमेव देय मताने निवडले जातील.

६) शासनातील कोणत्याही प्रतिनिधीला संसदेत त्याच्यावरील भ्रष्टाचार वगैरे आरोपांबाबत अविश्वासाचा ठराव पास होत नाही, तोपर्यंत त्याला शासनातून काढता येणार नाही.

आता इथे स्पष्ट आहे की, या नमुन्यात बहुमतधारी जाती-जमातींबरोबरच सर्व अल्पसंख्य जाती-जमातींना शासनात सहभाग मिळतो. बहुमतधारी जाती-जमातींच्या प्रतिनिधींची संख्या अशा पातळीवर ठेवली जाते की, त्यांचे बहुमत अल्पसंख्य जाती-जमातींवर लादले जाणार नाही. किंबहुना शासनातील अल्पसंख्य जाती-जमाती प्रतिनिधींचा पाठिंबा घेऊनच शासन कार्य करील.

या तऱ्हेने केलेल्या प्रतिनिधित्वाच्या रचनेमुळे ज्या बहुसंख्य जाती-जमातींकडे अतिरिक्त असणारी अधिसत्ता कमी केली जाते, तर अल्पसंख्याकांची वाढविली जाते. एका परीने शासकीय पातळीवर सत्तेचे समतोलत्व साधले जाते; पण प्रत्यक्ष समाजात सामाजिक अधिसत्ता विषमच असते. इथे समाजातील अतिरिक्त विषय सामाजिक अधिसत्तेचा शासनावरील प्रभाव परिणामशून्य केला जातो. शिवाय शासकीय पातळीवर सत्तेचे समतोलत्व प्रत्यक्ष समाजातील सामाजिक अधिसत्तेची विषमता कमी करण्यासाठी वापरले जाते. स्वातंत्र्य व समता हे सामाजिक अधिसत्तेच्या प्रमाणाच्या व्यस्त पातळीवर असल्याने सामाजिक अधिसत्तेची विषमता जितकी कमी तितकी स्वातंत्र्य व समता यांची समाजात प्रस्थापना होण्याची शक्यता अधिक.

आता या नमुन्याकडे आपण टीकात्मक दृष्टीने पाहू. हा नमुना संयुक्त सरकार (Coalition Government) स्थापन करतो. फ्रान्स, इंग्लंडमध्ये संयुक्त सरकारचा अनुभव फार पूर्वीपासून आहे; पण असे सरकार परिणामकारक असू शकते का? प्रत्येक जाती-जमातींचे प्रतिनिधी आपल्याच जाती-जमातींचे हितसंबंध पाहणार. पण प्रत्येक जाती-जमातींचे हितसंबंध एकमेकाला छेदत असतात; त्यामुळे शासनातील निर्णयप्रक्रिया वादग्रस्त बनते. मंत्रिमंडळ एकजिनसी राहत नाही. जर मतभेद तीव्र असतील, तर सरकार अस्थिर बनेल. हर्मन फिनर यांनी त्यांच्या 'The Theory and Practice of Modern Government' या ग्रंथात १८७३ ते १९४० या काळात फ्रान्समध्ये शंभर संयुक्त सरकारे झाली, याची तपशीलवार माहिती दिली आहे. आपणालाही निरनिराळ्या राज्यांत संयुक्त सरकारे १९६७ सालात कशी गडगडली याचा अनुभव आहे. डॉ. आंबेडकरांनी हा धोका ओळखला होता. म्हणूनच त्यांनी शासन असांसदीय ठेवले. म्हणजे कोणत्याही परिस्थितीत सरकार त्याच्या मुदतीअगोदर

बरखास्त केले जाणार नाही व गडगडले जाणार नाही म्हणजे हा नमुना ब्रिटिश व अमेरिकन शासनसंस्थेचा मिलाफ करून सुधारलेली आवृत्ती आहे.

आता एखाद्या धोरणाबाबत शासनातील एखाद्या प्रतिनिधीचा तीव्र मतभेद असेल, तर पंतप्रधान त्याला मंत्रिमंडळातून काढून टाकू शकणार नाही. यावरून हे दिसते की, शासकीय निर्णय तडजोडीनेच घेतले जातील. तसेच तो निर्णय प्रत्येक जाती-जमातीच्या हितसंबंधाचा महत्तम साधारण विभाजक असेल; परंतु त्यामुळे निर्णयाच्या गुणवत्तेचा प्रश्न निर्माण होतो; म्हणजे जी तडजोड असेल ती अशा विकृत स्वरूपात असेल की, त्यानुसार आखलेल्या कार्यक्रमाच्या अंमलबजावणीमुळे मूळ आर्थिक-सामाजिक प्रश्न न सुटता त्यावर फक्त मलमपट्टी केली जाईल.

मग या नमुन्यातील योग्य व परिणामकारक निर्णयासाठी दोन मुख्य गृहीत कृत्ये मानावी लागतील.

१) प्रत्येक जाती-जमातीचा शासनातील प्रतिनिधी हा आपल्या जाती-जमातीच्या हितसंबंधापेक्षा संपूर्ण समाजहित व देशहित पाहील.

२) मंत्री हे सुशिक्षित, अभ्यासू, बुद्धिवादी, ध्येयवादी व निर्मळ चारित्र्याचे असतील.

वरील दोन गृहीतकृत्ये सत्य मानली, तरच हा नमुना परिणामकारक बनेल अन्यथा नाही. शिवाय त्यात एक महत्त्वाची त्रुटी आहे. ती म्हणजे पंतप्रधानांच्या खातेवाटपाचा अधिकार. समजा, पंतप्रधान बहुजन समाजाचा आहे. त्याने या नमुन्याबरहुकूम मंत्रिमंडळाची रचना केली आहे; पण शासनातील काही खाती महत्त्वाची असतात. उदा. गृहखाते, अर्थखाते वगैरे. मग इथे शक्यता अशी की, पंतप्रधान अल्पसंख्य जाती-जमातीच्या प्रतिनिधींना अशी खाती देईल की, ती बिनमहत्त्वाची असतील. तो त्यांना मंत्रिमंडळात घेईल; पण कॅबिनेटमध्ये घेईलच असे नाही.

दुसरी गोष्ट अशी की, कोणत्याही लोकशाही देशातील शासनातील निर्णयप्रक्रिया तपासली तर हे दिसून येईल की, पंतप्रधान हा महत्त्वाच्या खात्याचे मंत्री व विश्वासू सहकारी यांच्याच साहाय्याने निर्णय घेतो. मग या नमुन्यात निर्णयप्रक्रिया कशी असेल, याबाबत डॉ. आंबेडकर काहीच सांगत नाहीत. याबाबत खुद्द त्यांचाच अनुभव सांगता येईल. नेहरू मंत्रिमंडळात असताना त्यांना कॅबिनेटच्या बैठकीसाठी आमंत्रण नसे. त्यांना अर्थमंत्री व्हायची इच्छा होती; पण मिळाले कायदेमंत्रिपद.

राज्यसत्तेत सहभाग जितका महत्त्वाचा असतो, तितकाच निर्णयप्रक्रियेतील सहभाग महत्त्वाचा असतो. या नमुन्यात अल्पसंख्य जाती-जमातींना सत्तेत सहभाग मिळतो; पण तो निर्णयप्रक्रियेत मिळतोच असे नाही आणि निर्णयप्रक्रियेत त्यांचा सहभाग नसेल, तर हा नमुना परिणामशून्य बनेल.

आपण आपल्या कल्पनाशक्तीला ताण देऊन असे म्हणू की, प्रत्येक निर्णय

हा सर्व मंत्र्यांच्या सहभागाने व संमतीनेच घेतला जाईल; पण अगोदरच सांगितल्याप्रमाणे इथे निर्णयाच्या गुणवत्तेचा प्रश्न निर्माण होतो. यात शासनसंस्था स्थिर आहे, हा या नमुन्याचा विशेष आहे; पण ती तीव्र मतभेदाने पोखरलेली असण्याची शक्यताही आहे आणि तसे असेल, तर शासन कार्यक्षम असणार नाही; त्यामुळे राज्यसत्ता प्रत्यक्ष समाजातील विषम सामाजिक अधिसत्तेचे समतोलत्व साधण्याकरिता वापरायची असते, तशी ती परिणामकारकपणे वापरली जाणार नाही आणि असे असेल, तर सामाजिक अधिसत्तेचे समानीकरण करून स्वातंत्र्य व समता यांचे समतोलत्व करण्याचा दावा हा नमुना करतो तो फोल ठरेल. म्हणजे डॉ. आंबेडकरांची लोकशाही प्रत्यक्षात आणण्यास हा नमुना परिणामकारक आहे, असे म्हणता येत नाही.

डॉ. आंबेडकरांना हा धोका जाणवत होता म्हणून ते Communal Dead-lock and a Way to Solve it मध्ये हिंदूंना सल्ला देताना म्हणतात की, कायदे मंडळात व शासनसंस्थेत निर्णय जर एकमतानेच घेतले गेले वा सर्वांचे एकमत हाच नियम बनविला, तर भारतात जातीय प्रश्न नावाची वस्तू उरणार नाही. एकमत होणे शक्य नसेल, तर निर्णय सापेक्ष बहुमताने (Relative Majority) घेतले जावेत, यावर त्यांनी भर दिला. असे असेल तर त्यांचा हा नमुना परिणामकारक असेल यात शंका नाही.

या नमुन्यात दुसरा अजून एक दोष आहे. या नमुन्यात समाजाची वर्गवारी, अल्पसंख्य, अनुसूचित जाती, धर्म या नात्यानेच केली गेली आहे. प्रत्येक जात, धर्म हा एकमेकांत न मिसळता स्वतंत्रपणे वावरत असतात. परस्पर अलग असणाऱ्या जाती-धर्मांचे प्रतिनिधी संसदेत येतात. संसदीय लोकशाहीत राजकीय पक्षाची आवश्यकता असते. या नमुन्यात राजकीय पक्ष त्या त्या जाती-धर्माच्या पक्षात परिणत होतात. म्हणजे एखादी विशिष्ट जात वा धर्म बरोबर त्यांचा पक्ष. या पक्षाचे दुसऱ्या जाती-धर्माचे लोक सभासद बनत नाहीत. खरे तर एखाद्या मोठ्या पक्षात अनेक जाती-धर्मांचे लोक एकत्र येऊ शकतात. जसे स्वातंत्र्यपूर्व व नंतरही काँग्रेस पक्षात अनेक जाती-धर्मांचे लोक एकत्र आले. अशा पक्षांना या नमुन्यात थारा मिळत नाही.

आतापर्यंत आपण व्यक्तिविकासातील सामाजिक अडथळ्यांचीच चर्चा केली. आता आर्थिक अडथळ्यांबाबत चर्चा करू.

सी. बी. मॅकपरसन यांनी व्यक्तिविकासातील आर्थिक अडथळे सांगितले आहेत; त्यांपैकी दोन महत्त्वाचे आहेत. एक श्रमाच्या साधनांचा अभाव व दुसरा जीवनाच्या साधनांचा अभाव. त्याची चर्चा सुरुवातीसच केलेली असल्याने त्याची द्विरुक्ती टाळतो.

बाजारपेठी समाजात माणसांच्या गरजेच्या तुलनेत त्या गरजा भागविण्याच्या नैसर्गिक साधनसामग्रीचा अभाव असतो. संपत्तीची मालकी अत्यंत खासगी व व्यक्तिगत मानल्याने तुटपुंज्या साधनसामग्रीची विभागणी व त्यांचा कार्यक्षम वापर हाच भांडवली

अर्थव्यवस्थेचा गाभा बनला. तसेच संपत्तीची खासगी मालकी हीच उत्पादनाची प्रमुख प्रेरणा मानल्याने, उत्पादन घटकांच्या कार्यक्षम वापरातून अधिकतम मिळकत मिळविणे हाच आर्थिक कृतीचा उद्देश राहिला; म्हणून माणसाच्या गरजेच्या पूर्तीसाठी त्याची क्रयशक्ती महत्त्वाची असते. म्हणजेच संपत्तीच्या पाठबळाशिवाय बाजारपेठेत मागणी निर्माण होत नाही; म्हणून ज्याच्याजवळ संपत्ती नाही, त्याला आपल्या गरजा पुऱ्या करता येत नाहीत; त्यामुळे त्याला स्वविकास करता येत नाही. याचा अर्थ संपत्तीचा अभाव ही व्यक्तिविकासातील मोठी अडचण आहे. अशा समाजात, डॉ. आंबेडकर म्हणतात, जमीनदारांना व भांडवलदारांनाच स्वातंत्र्याचा पुरेपूर उपभोग घेता येतो. स्वातंत्र्य हा प्रत्येकाचा मूलभूत हक्क असेल तर प्रत्येकाजवळ योग्य प्रमाणात संपत्ती असायला हवी. त्यासाठी राष्ट्रीय संपत्तीचे सर्वांमध्ये वाटप केले पाहिजे आणि त्यासाठी उत्पादन साधनांचे वाटप केले पाहिजे.

पण येथे प्रश्न निर्माण होतो उत्पादन साधनांचे वाटप कसे करायचे? त्यासाठी दोन मार्ग उपलब्ध आहेत. पहिला म्हणजे उत्पादनाचे समान वाटप करणे. पर्यायाने सर्व उत्पादन साधनांचे राष्ट्रीयीकरण करणे. याविषयी मी विस्ताराने चर्चा 'डॉ. बाबासाहेब आंबेडकर यांची अन्वेषण पद्धती : एक शोध' या लेखांकात दिलेली असल्याने त्याची द्विरुक्ती येथे टाळतो.

दुसरा मार्ग म्हणजे, उत्पादनाचे न्याय्य वाटप करणे आणि डॉ. आंबेडकरांनी हाच मार्ग अनुसरला आहे.

उत्पादन साधनांचे समान योग्य वाटप केले तरी मुख्यत: दोन आर्थिक प्रश्न निर्माण होतात. प्रा. वि. म. दांडेकर व नीळकंठ रथ Poverty in India या ग्रंथांत म्हणतात की, उत्पादन साधने तुटपुंजी असल्याने त्यांचे लोकसंख्येच्या प्रमाणात योग्य वा समान वाटप करता येत नाही. केले तर प्रत्येकाकडून उत्पादन साधनांचा कार्यक्षम वापर करून उत्पन्न अत्युच्च पातळीपर्यंत वाढविता येत नाही. त्यामुळे आर्थिक विकासात अवरुद्ध अवस्था प्राप्त होते. उत्पन्न कमी प्रमाणात झाल्याने त्याचे योग्य वा समान वाटप दरडोई उत्पन्न कमी करते. त्यामुळे व्यक्तीचे व समाजाचेही राहणीमान खालच्या पातळीवरच राहते.

मग इथे प्रश्न निर्माण होतो, उत्पन्न अत्युच्च पातळीपर्यंत वाढविण्याचा. दांडेकर-रथ यावर उपाय सुचवतात तो असा: उत्पादनाच्या योग्य वाटपाबरोबरच खासगी उद्योगधंद्यांना वाव देणे. ते यासाठी की, खासगी मालकीमुळे व्यक्तीला आर्थिक कार्य करण्यास प्रेरणा मिळते व उत्पन्न वाढते. याचा अर्थ सर्वच उत्पादन साधनांचे राष्ट्रीयीकरण न करणे म्हणजे मोक्याच्या व महत्त्वाच्या उत्पादन साधनांचेच राष्ट्रीयीकरण करणे व उरलेल्या खासगी क्षेत्रात खासगी धंद्यांना वाव देणे. यातून एक तत्त्व निर्माण होते;

उत्पादन अत्युच्च पातळीपर्यंत वाढविणे. खासगी मालकीस वाव देणे व उत्पादनाचे योग्य वा न्याय्य वाटप करणे. हे तत्त्व दुसरे तिसरे काही नसून डॉ. आंबेडकरांच्या राज्य-समाजवादाचा पायाभूत सिद्धान्त होय. या सिद्धान्तावरच त्यांचा राज्य-समाजवाद उभारलेला आहे. हे तत्त्व मी त्यांच्याच शब्दांत सांगतो, 'या कलमाचा प्रमुख उद्देश म्हणजे राज्यावर लोकांच्या आर्थिक जीवनाचे अशा मार्गाने नियोजन करण्याची जबाबदारी सोपविणे की, त्यामुळे खासगी उद्योगधंद्यांचा प्रत्येक मार्ग बंद न करता उत्पादन अत्युच्च पातळीपर्यंत वाढेल व त्यात संपत्तीच्या योग्य वाटणीची तजवीजही असेल.'

खरे तर सिद्धान्तात अंतर्गत विसंगती आहे. एका बाजूने उत्पादनाचे योग्य व न्याय्य वाटप करणे व दुसऱ्या बाजूने खासगी मालकी ठेवणे यात विसंगती आहे. उत्पादन वाढीसाठी खासगी उद्योगधंद्यांना वाव देणे म्हणजे उद्योगपतींना नफा कमविण्यास मोकळीक देणे. नफा ही उद्योगपतींची प्रेरकशक्ती असते. अधिकतम नफा हे त्यांचे ध्येय असते. मग एका बाजूने उद्योगपतींचा हा नफा मान्य केला, तर संपत्तीचे न्याय्य वाटप झाले असे म्हणता येणार नाही. अर्थात, इथे एक गोष्ट लक्षात घ्यायला हवी, ती म्हणजे अर्थसंकल्पीय तरतुदींद्वारा हे नफ्याचे प्रमाण वा खासगी संपत्ती प्रमाणाबाहेर जाणार नाही याची सरकार काळजी घेते, हे इथे गृहीतकृत्य असते. हे गृहीतकृत्य सैद्धान्तिकदृष्ट्या मान्य केले तरी ते प्रत्यक्षात फार फसवे असते. आर्थिक विकासात खासगी उद्योगधंद्याने एकदा का पाय घट्ट रोवले की ती अर्थरचना भांडवलशाहीत परिणत होते आणि भांडवलशाहीत संपत्तीचे न्याय्य वाटप हा भ्रम आहे, हे जर मान्य केले तर डॉ. आंबेडकरांच्या आर्थिक सिद्धान्तात काही प्रमाणात तरी आर्थिक विषमता असते हे मान्य करावे लागते. त्यामुळे काही प्रमाणात आर्थिक विषमतेचे समर्थन करावे लागते आणि ही विषमता मान्य केली, तर त्यांच्या आदर्श लोकशाहीच्या मुळाशी असणारे स्वातंत्र्य व समता यांचे समतोलत्व ढासळते. यामुळे त्यांची लोकशाही अप्रत्यक्षपणे बाजारपेठी समाजाकडेच झुकते. याचा अर्थ असा की, डॉ. आंबेडकरांचा राज्यसमाजवाद त्याची आदर्श लोकशाही पूर्णपणे प्रत्यक्षात आणू शकत नाही. सूत्रमय भाषेत सांगायचे म्हणजे त्यांची लोकशाही संपत्तीची न्याय्य वाटणी व खासगी मालकी यांच्या भेदाच्या व्यस्त प्रमाणावर अवलंबून असते. हा भेद जितका कमी तितकी त्यांच्या लोकशाहीच्या यशाची शक्यता जास्त. पण हा भेद प्रत्यक्षात वाढतच गेला आहे. उदाहरणार्थ, आपला भारत!

१९४३ साली डॉ. आंबेडकरांनी जेव्हा सांसदीय लोकशाहीविरुद्ध भारतीय जनतेस सावधगिरीचा इशारा दिला, तेव्हा त्याच्या मुळाशी बाजारपेठी समाज हे कारण होते; कारण पाश्चात्त्य लोकशाही व त्या अनुषंगाने भांडवलशाही अर्थरचनेचा स्वीकार दलितांच्या व एकूणच भारतीय जनतेच्या हिताच्या दृष्टीने धोक्याचा होता.

शिवाय या शतकाच्या चौथ्या दशकात महायुद्धाने, भांडवलशाहीने, साम्यवादाने व फॅसिझमने लोकशाहीला धोका निर्माण झाला होता. लोकशाहीवाद्यांना लोकशाही कशी जिवंत ठेवायची हाच प्रश्न पडला होता. भांडवलशाही अर्थरचना लोकशाहीला हानीकारक आहे, याविषयी राज्यशास्त्रात जवळजवळ एकमत होत चालले होते. त्यामुळे अर्थप्रेरणा पूर्णपणे मुक्त न ठेवता त्यावर शासनाचे काही प्रमाणात तरी नियंत्रण आवश्यक ठरले. त्यातून कल्याणकारी राज्याचा व अर्थरचनेचा उदय झाला. साम्यवादी अर्थरचनेने बाजारपेठी समाजास पर्याय दिला खरा; पण सर्वच उत्पादन साधनांच्या राष्ट्रीयीकरणामुळे लोकशाहीच्या मुळाशी असणाऱ्या स्वातंत्र्याचा लोप होतो, हेही खरे होते. पण अर्थप्रेरणेवर नियंत्रण महत्त्वाचे असल्याने केवळ मुख्य व मोक्याचे मूलभूत उद्योगधंदे समाजाच्या मालकीचे ठेवावेत व उरलेल्या क्षेत्रांत खासगी उद्योगधंद्यांना अशा प्रकारे वाव दिला जावा की, ते व्यक्तीच्या स्वातंत्र्यावर हल्ला करणार नाहीत, असे सूत्र ठरविले गेले. हेरॉल्ड लास्कीसारख्या जगातल्या लोकशाहीवाद्यांनी हेच सूत्र स्वीकारले आणि डॉ. आंबेडकरांनीही तेच सूत्र स्वीकारले. 'स्टेट अँड मॉयनॉरिटीज' मध्ये त्याचाच पुरस्कार केला. त्यातील सर्वच कल्पना भारतीय राज्यघटनेत त्यांना समाविष्ट करता आल्या नसल्या तरी बहुतेक कल्पना त्यांनी त्यात अंतर्भूत केल्या. त्यामुळे त्यांना असा विश्वास वाटू लागला की, पाश्चात्त्य लोकशाहीतील धोके आपण भारतीय राज्यघटनेत टाळलेले आहेत; म्हणून त्यांनी १९५० नंतर सांसदीय लोकशाहीचे समर्थन केले, म्हणजे १९४३ च्या व १९५० च्या त्यांच्या वक्तव्यात तशी विसंगती नाही, हे दिसून येईल.

साम्यवादी अर्थरचनेने बाजारपेठी समाजास पर्याय दिला खरा; पण आता त्या अर्थरचनेतील दोष उघड होऊ लागलेत. रशिया व चीन या साम्यवादी देशांनी आपल्या अर्थरचनेत मोठे बदल केले आहेत व करीत आहेत. त्यांनी खासगी मालकीला काही प्रमाणात तरी वाव दिला आहे. १९७८ च्या धोरणानुसार चीनने शेतकऱ्यांना अधिक शेती उत्पादन निर्माण करण्यासाठी आपल्या शेती उत्पादनातील काही भाग बाजारपेठेत विकून नफा कमविण्यास मोकळीक दिली आहे. १९८४ च्या आर्थिक धोरणानुसार काही उद्योगधंद्यांना पूर्ण स्वायत्तता देऊन, उद्योगपतींना, कोणत्या मालाचे उत्पादन करायचे हे ठरविण्याचे, कच्चा माल बाजारपेठेतून विकत घेण्याचे, मालाची किंमत ठरविण्याचे व नफा कमविण्याचे स्वातंत्र्य दिले आहे. आताच्या रशियन अर्थव्यवस्थेला डावे विचारवंत राज्य भांडवलशाही असे संबोधू लागले आहेत. यावरून साम्यवादी देशानेही बाजारपेठी समाज स्वीकारला आहे, हे दिसून येईल. म्हणजे बाजारपेठी समाजास निश्चित पर्याय नाही. मग बाजारपेठी समाज डॉ. आंबेडकरांच्या तत्त्वसूत्रात येतो म्हणून त्यावर टीका करता येत नाही.

पण इथे एक गोष्ट लक्षात घेणे आवश्यक आहे. साम्यवादी देशात राजकीय ढाचा हुकूमशाहीचा असल्याने बाजारपेठी समाज भांडवलशाही समाजात परिणत होण्याविरुद्ध सहजपणे उपाय योजता येणे शक्य आहे; पण लोकशाही राजकीय रचनेत त्याला आळा कसा घालायचा, हाच प्रश्न आहे.

❏❏❏

भारत, आपला देश, एकविसाव्या शतकाच्या उंबरठ्यावर उभा असताना अनेक समस्यांच्या साखळ्यांनी जखडल्यासारखा झाला आहे. सामाजिक व आर्थिक विषमता, राजकीय अस्थिरता आणि धार्मिक मूलभूतवाद अशा अनेक प्रश्नांनी सामान्य जनजीवन विस्कळीत होत आहे. इतकेच नव्हे, तर असंख्य भारतीयांचे अस्तित्व आणि एकता धोक्यात आहे. यांत विशेष करून गरीब, शोषित, सत्ताहीन दलित जास्तीत जास्त भरडले जात आहेत. यांतील लाखो लोक अद्याप अशिक्षित, अंधश्रद्धांनी झपाटलेले असून, दारिद्र्यरेषेखाली आपले जीवन कसेतरी रेटीत आहेत. स्वतंत्र भारताच्या घटनेने त्यांना स्वातंत्र्य आणि समतेचे वरदान दिले; परंतु स्वातंत्र्य मिळून चाळीस वर्षे उलटली तरी त्यांची परिस्थिती बदललेली नाही. जातीयवादाचा भस्मासुर आगीत तेल ओततोय. अशा परिस्थितीत बाबासाहेब आंबेडकरांची तीव्रतेने आठवण होते; इतकेच नव्हे तर त्यांची उणीव भासते. दलितांचे कैवारी, त्यांच्या

२१.
बाबासाहेब आंबेडकर आणि राष्ट्रीय एकात्मता

सुनंदा कर्नाड

हक्कांसाठी आयुष्यभर लढणारे, सामाजिक अन्यायाविरुद्ध विद्रोह करण्यासाठी सबळ नेतृत्व करणारे, घटनाकार बाबासाहेब आज हयात असते, तर राष्ट्रीय एकात्मतेचे स्वप्न साकार करण्यात आपल्या मार्गात असलेले अनेक अडसर त्यांनी कुशलतेने दूर करण्याचे भगीरथ प्रयत्न केले असते. विसाव्या शतकातील हा महापुरुष आपल्याला मार्गदर्शन करायला फार काळ लाभला नाही हे आपले दुर्भाग्य!

बाबासाहेबांच्या जीवनकार्याचे एकमेव ध्येय होते, 'अस्पृश्यते'चा कलंक धुऊन काढून, देशातील असंख्य अस्पृश्य बांधवांना 'माणूस' म्हणून जगण्याचा हक्क प्राप्त करून देणे. 'हजारो वर्षे अज्ञान, अन्याय व अत्याचाराला बळी पडलेल्या अस्पृश्य बांधवांच्या मनात आत्मविश्वासाची भावना निर्माण करण्यासाठी आणि आपल्या हक्कांसाठी संघटितपणे लढा देण्यासाठी डॉ. आंबेडकरांनी आपले सर्वस्व

वेचले.१ परंतु हे सर्व करीत असताना, भारत स्वतंत्र झाला पाहिजे, या मूलभूत गरजेकडे त्यांनी दुर्लक्ष केले नाही. ब्रिटिशांच्या गुलामगिरीविरुद्ध राजकीय नेते लढत होते; पण हिंदू धर्माने लादलेल्या मानसिक व सामाजिक गुलामगिरीविरुद्ध आवाज उठवीत नव्हते. स्वातंत्र्यप्राप्तीनंतर बहुसंख्यांक हिंदू सत्ताधारी, दलितांना राजकीय सत्तेत सहभाग देतील किंवा त्यांना समानतेची वागणूक देतील याची खात्री त्यांना वाटत नव्हती आणि म्हणूनच बाबासाहेबांनी भारतातील राजकीय नेत्यांशी सहकार्य करण्यापेक्षा, ब्रिटिश साम्राज्याशी सहकार्य करून, दलितांसाठी, त्यांच्या उद्धारासाठी जितके हक्क व सवलती मिळविणे शक्य असेल, तितके मिळविण्याचा प्रयत्न केला. 'मी ब्रिटिश सरकारशी सातत्याने इमान राखले आहे.'२ अशा अनेक प्रसंगी बाबासाहेबांनी काढलेले उद्गार त्यांच्याविषयी पसरवलेल्या गैरसमजुतींना खतपाणी घालीत राहिले. भारत देशाविषयी निस्सीम प्रेम करणाऱ्या व त्याच्या भवितव्याची सतत काळजी घेणाऱ्या बाबासाहेबांना 'राजकीय प्रतिगामी' व 'ब्रिटिश साम्राज्याचा हस्तक' म्हणवून घ्यावे लागले. राष्ट्रीय पत्रकारांनी केलेल्या अखंड टीकेच्या भडिमारास तोंड द्यावे लागले. तेही कार्य त्यांनी स्वतः सुरू केलेल्या 'मूकनायक', 'बहिष्कृत भारत', 'जनता' इत्यादी वृत्तपत्रांतून एका झुंजार पत्रकाराच्या भूमिकेत सतत केले. तसेच ह्या वृत्तपत्रांतून अस्पृश्यांच्या हिताहिताची चर्चा करावी, त्यांच्या दुःखांना वाचा फोडावी, त्यांच्यावर होणाऱ्या जुलम-अत्याचाराची सरकारला जाणीव करून द्यावी आणि सामाजिक अन्यायाविरुद्ध उठाव करण्यासाठी अस्पृश्यांतील अस्मिता जागवावी, हाही हेतू होता.

राष्ट्रीय एकात्मता साधण्यासाठी 'मानवी एकात्मता' साधणे अत्यंत आवश्यक आहे, असे बाबासाहेबांचे मत होते. केवळ माणसे एकमेकांजवळ राहिली म्हणजे समाज पूर्ण होत नाही, तर सर्वांना एका सूत्रात बांधणे हीच खऱ्या अर्थाने समाजाच्या अस्तित्वाची कल्पना होय, असे त्यांना वाटत होते. 'आदर्श समाजाची रचना स्वातंत्र्य, समानता व बंधुत्वावर आधारित असते. गतिशीलता हे त्यांचे अंतःसूत्र असते. संक्षेपाने असे म्हणता येईल की, मानवी एकात्मता ही डॉ. आंबेडकरांच्या आदर्श समाजाची संकल्पना आहे. हे सूत्र घेऊनच त्यांनी हिंदू समाजव्यवस्थेचा विचार केला आहे.३ विधवांचे केशवपन, बालविवाह, विधवाविवाह इत्यादी कुलाचाराशी निगडित असलेल्या प्रश्नांपलीकडे, महाराष्ट्रातील बऱ्याच समाजसुधारकांचे लक्ष कधी गेले नाही म्हणूनच डॉ. बाबासाहेब म्हणतात की, सामाजिक सुधारणेचा जप करूनही या समाजसुधारकांना जातिभेद, स्पर्शास्पर्शभेद नष्ट करता आला नाही. त्यांचा दृष्टिकोन स्वजातीच्या शुद्धीकरणापुरता संकुचित होता. या उलट एकाच धर्मात आणि एकाच संस्कृतीखाली वाढणाऱ्या, परंतु भिन्न समाजजीवन जगणाऱ्या

हिंदू व अस्पृश्य लोकांना एकत्र कसे आणता येईल? अस्पृश्यता, जातीय उतरंड नष्ट करून दलितांना माणूस म्हणून जगण्याचा हक्क कसा देता येईल? सर्वांना एकत्र आणून हिंदू समाज व पर्यायाने भारत देश एकसंध राष्ट्र कसा बनू शकेल? याचे चिंतन डॉ. आंबेडकर सातत्याने करीत होते. 'एक सच्चा भारतीय आपल्या देशासाठी कोणत्या उच्चतम नियतीची इच्छा करील?' असा प्रश्न स्वत: विचारून, डॉ. बाबासाहेब म्हणाले, 'इतर सर्व गोष्टी समान राहिल्या तर शंभर टक्के भारतीय, आपल्या देशाविषयी स्वाभिमान बाळगणारा भारतीय म्हणेल, एक अभिन्न व स्वतंत्र भारत हेच माझ्या भारताच्या नियतीचे ध्येय होय.' या उद्गारांत बाबासाहेबांना वाटणारे राष्ट्रप्रेम ओतप्रोत भरले आहे, हे सत्य कोण नाकारील?

कर्नाटक प्रातांची स्वतंत्र प्रांतरचना १९३८ साली झाली, त्यावेळी प्रांतीयवादाचा धिक्कार करताना डॉ. बाबासाहेब म्हणाले,'आपण सर्व भारतीय आहोत, ही भावना वाढीस लावणे, हेच आपले ध्येय असावे.' हिंदू, मुसलमान, शीख, इसाई हा धार्मिक भेदभाव विसरून आपण सर्व केवळ भारतीय आहोत हीच निष्ठा प्रत्येकाने बाळगली पाहिजे. ही निष्ठा कोणत्याही स्पर्धात्मक निष्ठांनी डागळली जाऊ नये, असा त्यांचा विश्वास होता. म्हणूनच ते म्हणतात, 'मला वाटते, सर्व भारतीयांनी सर्वप्रथम आणि सर्वांनी केवळ भारतीयच असावे, दुसरे काही नसावे.'[४] हे विधान त्यांच्या प्रखर राष्ट्रवादाचे आणि राष्ट्रीय एकात्मतेच्या ध्येयाचे जिवंत द्योतक ठरावे. स्वातंत्र्य, समता आणि बंधुत्व ह्या जीवनमूल्यांवर जीवापाड प्रेम करणारे व त्या मूल्यांवर लोकशाही उभारण्याचे स्वप्न पाहणारे डॉ. बाबासाहेब त्यांच्या समकालीन बुद्धिमान विचारवंतांना नीट उमगलेच नाहीत. राष्ट्रातील सर्व पुढारलेल्या वृत्तपत्रांनी त्यांना 'राष्ट्रद्रोही' ठरवून, त्यांच्यावर सतत विषारी टीकेचे हल्ले केले. राष्ट्रीय काँग्रेसचा प्राण असलेल्या गांधीजींशी जवळजवळ २५ वर्षे चाललेला वैचारिक संघर्ष आणि हिंदुस्थानच्या फाळणीविषयीचे बाबासाहेबांचे विचार प्रामुख्याने कारणीभूत ठरले. वर्णव्यवस्था कायम ठेवून अस्पृश्यतेचे निर्मूलन करता येईल. वर्णकल्पना जन्माशी निगडित असून, व्यवसाय वर्णानुसार ठरतो, ही गांधीजींची मते बाबासाहेबांना कधीच पटली नाहीत. त्यांना दलित जातीजमातींत नवा आत्मविश्वास, माणूस म्हणून प्रतिष्ठेने जगण्याची जिद्द निर्माण करावयाची होती. सर्व अस्पृश्य बांधवांना संघटित करून त्यांचा स्वाभिमान जागवावा आणि हिंदू धर्माने लादलेल्या गुलामगिरीविरुद्ध बंड पुकारावे म्हणून त्यांनी चळवळी केल्या. विषमतेचे समर्थन करणाऱ्या व तिला पवित्र मानणाऱ्या हिंदू धर्मावर त्यांनी हल्ले चढवले. गांधी आणि काँग्रेसशी असहकार पुकारला; म्हणून त्यांचा देशाभिमान कमी प्रतीचा होता किंवा ते देशभक्त नव्हतेच असे म्हणणे चुकीचे ठरेल. त्यांचे देशप्रेम गांधी-नेहरूंच्या देशप्रेमाच्याच तोडीचे

होते. फक्त त्यांचे अग्रक्रम भिन्न होते. स्वातंत्र्यप्राप्तीआधी अस्पृश्यता नष्ट करावी, अस्पृश्यांना माणूस म्हणून जगण्याचे हक्क मिळावेत, त्यांना स्वतंत्र मतदारसंघ मिळावा आणि स्वतंत्रतेच्या सूर्यप्रकाशात अस्पृश्यांना समानतेचे, हक्काचे स्थान प्राप्त व्हावे, ह्या गोष्टींना बाबासाहेबांनी अग्रक्रम दिला. त्यासाठी दलित जनांना 'शिका, संघटित व्हा व संघर्ष करा.' असा आदेश देऊन, 'आमचे जन्मजात हक्क आम्ही मिळवू, आम्हाला कुणाचे उपकार नकोत,' अशी स्वाभिमानी भूमिका घेणारे डॉ. बाबासाहेब आंबेडकर प्रथम श्रेणीचे देशभक्त होते, यात शंकाच नाही.

बाबासाहेबांना स्वातंत्र्य हवे होते देशासाठी; म्हणूनच सत्तांतर व्हावे असे त्यांना मनापासून वाटत होते; परंतु वर्षानुवर्षे एका वर्गाने दुसऱ्या वर्गावर गाजवलेले वर्चस्व स्वातंत्र्यप्राप्तीनंतरही तसेच चालू द्यायचे त्याला त्यांचा सक्त विरोध होता. दोन हजार वर्षांपासून सनातनी हिंदूंनी अस्पृश्यांवर लादलेल्या गुलामीपासून 'मानसिक स्वातंत्र्य' त्यांना आधी मिळवायचे होते. लाखो बहिष्कृत अस्पृश्य बांधवांना सामाजिक समानता प्राप्त करून द्यायची होती, हे ध्येय साध्य करण्यासाठी सनातनी हिंदू धर्माशी, पुरातनमतवादी हिंदूंशी वैर पत्करले; कारण त्यांच्या मते ब्रिटिश साम्राज्य व त्यांचे सरकार कमी प्रतीचा शत्रू होता. चातुर्वर्ण्यव्यवस्थेचे समर्थन करणारा हिंदू धर्म, एक पंचमांश हिंदूंना 'अस्पृश्य' ठरवून त्यांचे युगानुयुगे शोषण करणारा हिंदू समाज, त्यांना गुलामीचे निकृष्ट जीवन जगायला लावणारी ग्रामीण जातिव्यवस्था त्यांचे प्रमुख शत्रू होते. म्हणून काँग्रेसशी सहकार्य करून स्वातंत्र्यासाठी लढण्यापेक्षा, भारतात सामाजिक व आर्थिक लोकशाही यावी, समताधिष्ठित समाजरचना यावी म्हणून त्यांनी आपले आयुष्य वेचले. नवा गतिशील विचार रुजविल्याशिवाय सम्यक क्रांतींची प्रक्रिया सुरू होऊ शकत नाही, असा त्यांचा ठाम विश्वास होता. त्यासाठी हिंसात्मक रक्तरंजित क्रांतीची गरज नाही, तर लोकमत जागृत करून शांतीपूर्ण आंदोलन करून, घटनात्मक मार्गाचाच कटाक्षाने अवलंब करावा, असे त्यांचे मत होते.

बाबासाहेबांचा लोकशाही जीवनपद्धतीवर नितांत विश्वास होता. हजारो जातीजमातींत विभागलेल्या भारताला राष्ट्र कसे म्हणावे, असा प्रश्न त्यांनी २५ नोव्हेंबर, १९४९ रोजी घटना समितीच्या कार्याच्या समारोपाच्या भाषणात उभा केला. लोकशाहीत जातिभेदाला थारा नाही, राजकारणात विभूतिपूजा अध:पतनाकडे नेते, राजकीय लोकशाहीचे सामाजिक लोकशाहीत रूपांतर केले पाहिजे. जेथे लोकांचा जीवनमार्ग स्वातंत्र्य, समता, बंधुत्व या तत्त्वांवर आधारलेला असेल ही मते मांडताना 'एक माणूस एक मत' या जाणिवेपेक्षा 'एक माणूस एक मूल्य' ही जाणीव रुजवण्याचा बाबासाहेबांनी आग्रह धरला. त्यांचे हे तत्त्व राष्ट्रीय जीवनात

आचरले गेले असते, तर 'मतपेटी' मोलाची ठरली नसती, जातीचे राजकारण झाले नसते. भ्रष्टाचाराचा मार्ग अवलंबून निवडणुका जिंकण्याचा प्रयत्न झाला नसता आणि माणसाचे मूल्य, सत्ता, संपत्ती, प्रतिष्ठा, धर्म, जाती या बाबींनुसार ठरले नसते. सद्य:परिस्थितीत जेथे राष्ट्राचे सामाजिक, आर्थिक व राजकीय जीवनच विस्कळीत झाले आहे, तेथे राष्ट्रीय एकात्मता साधावी तरी कशी? भारतात निरनिराळ्या विघातक शक्ती राष्ट्रीय एकात्मता छिन्नविछिन्न करण्यात गुंतल्या आहेत. याचवेळी बाबासाहेबांची तत्त्वप्रणाली काळाची गरज ठरते.

डॉ. बाबासाहेब आंबेडकरांविषयी अनेक गैरसमज जसे सवर्ण हिंदूंच्या मनात होते, तसेच काहीसे गैरसमज, महार वगळता इतर अनुसूचित जातीजमातींतही होते. याला कारण त्यांचा जन्म महार जातीतला म्हणून ते केवळ महारांचेच हित पाहणार, असा गैरसमज काही काँग्रेसधार्जिण्या लोकांनी त्या काळी पसरवला; परंतु अशा गैरसमजुतीने किंवा टीकेमुळे, सर्व दलितवर्गाचा उद्धार व उन्नती हेच आपले ध्येय मानणारे बाबासाहेब आपल्या जीवनकार्यापासून तसूभर ढळले नाहीत. मात्र, तिसऱ्या दशकात मतदारांच्या याद्या करताना, विभागीय मागण्या की राष्ट्रहित या प्रश्नाने बाबासाहेबांना भेडसावले. दलितांसाठी विभागीय मागण्या जास्त ताणून धरल्या तर राष्ट्रहिताला बाधा येईल की काय, दोहोंत मेळ कसा घडवून आणावा, याचा विचार त्यांना सतावीत होता. सर्व दलितांना प्रौढ मताधिकाराच्या तत्त्वावर मतदारांच्या यादीत सामील करणे व स्वतंत्र मतदारसंघांची मागणी करणे, असा दुहेरी हेतू त्यांना साधावयाचा होता.

१९३१ साली लंडन येथे भरलेल्या वर्तुळ परिषदेत स्वतंत्र मतदारसंघाच्या निमित्ताने आंबेडकर-गांधी संघर्षाला सुरुवात झाली. त्यासंबंधी गांधींची भूमिका नकारात्मक असली, तरी बाबासाहेबांनी केलेली स्वतंत्र मतदारसंघाची मागणी राजकीय हितरक्षणाचे लक्ष्य केंद्रित करूनच होती, ह्यात शंका नाही. 'स्वतंत्र मतदारसंघांच्या निर्णयामुळे अस्पृश्य हिंदूंपासून विभक्त होतील, असा गांधीजींचा तर्क व भीती वस्तुस्थितीस धरून नव्हती. या मागणीविरुद्ध म. गांधींनी आमरण उपोषण केले. तेव्हा सर्व राष्ट्रीय पत्रांनी व राजकीय नेत्यांनी बाबासाहेबांना दूषण दिले व 'राष्ट्रद्रोही' म्हणून संभावना केली. राष्ट्रहितासाठी व गांधीजींचे प्राण वाचविण्यासाठी बाबासाहेबांनी माघार घेतली. प्रसिद्ध 'पुणे करार' झाला; परंतु अस्पृश्यांना आपले उमेदवार स्वतंत्रपणे निवडून देण्याच्या योजनेला कायमचे डांबर फासले गेले याची खंत बाबासाहेबांना कायम वाटत राहिली.'[३]

स्वतंत्र मतदारसंघाची मागणी करीत असतानाच १९४० च्या पूर्वार्धात मुस्लीम लीगने केलेली देशाच्या फाळणीची मागणी मान्य करावी, असा कौल

बाबासाहेबांनी दिला आणि पुन्हा एकदा 'विभक्तक' म्हणून त्यांच्यावर टीकेची झोड उठली. परंतु हिंदू-मुस्लिम संघर्षाच्या बाहेर उभे राहून, वस्तुनिष्ठपणे विचार करणारी डॉ. आंबेडकर ही एकच व्यक्ती होती. त्यांना मुस्लिमांचा धर्मवेडेपणा जितका नापसंत होता, तितकाच सवर्ण हिंदूंच्या बहिष्कृततेशी विरोध होता. त्यांनी केलेली सूचना-मर्यादित मध्यवर्ती केंद्र किंवा मुस्लिम बहुसंख्येने असलेल्या संलग्न प्रदेशाचा मिळून झालेला विभक्त पाकिस्तान-सुरुवातीस विरोध करणाऱ्या गांधी व इतर राजकीय नेत्यांना अखेर मान्य करावीच लागली.

बाबासाहेबांनी हिंदुस्थानची फाळणी करून मुस्लिमांना स्वयंनिर्धाराचा आणि स्वतःच्या नियतीस आकार देण्याचा हक्क मान्य केला, तरी एक देशप्रेमी म्हणून 'अविभक्त' भारताचे स्वप्न भंग झाल्याने ते तितकेच बेचैन झाले. त्यांनी केलेली फाळणीची सूचना, त्यांनी केलेल्या भारताच्या इतिहासाच्या अभ्यासावर व भारताच्या सीमासंरक्षणाच्या समस्येच्या विचारावर आधारलेली होती. 'भारताच्या उत्तरेकडील सीमांचा संदर्भ देऊन बाबासाहेब म्हणतात की, भारताला पारतंत्र्याचे भय आहे आणि ते भौगोलिक कारणांनी आहे. हिंदुस्थानच्या एका बाजूला चीन व जपान ह्यांसारखी राष्ट्रे आहेत. दुसऱ्या बाजूला तुर्क, परशिया, अफगाणिस्तान यांसारखी मुस्लिम राष्ट्रे आहेत. प्रसंगी ही मुस्लिम राष्ट्रे एकत्र येतील. त्यात अशक्य असे काही नाही. असे घडले तर हिंदुस्थानला फार मोठा धोका आहे.'[४]

या देशातील द्विराष्ट्रवादाची मार्मिकपणे चर्चा करताना ते म्हणतात,'या देशात हिंदू आणि मुसलमान हे दोन समाज नव्हे, ही दोन राष्ट्रे नांदत आहेत. हिंदी मुसलमान लोकांचा ओढा मुसलमान संस्कृतीच्या राष्ट्रांकडे असणे साहजिक आहे... हिंदुस्थान देश आपला आहे, याबद्दल ज्यांना अभिमान नाही व त्यातील निकटवर्ती हिंदू बांधवांविषयी ज्यांना बिलकूल आपलेपणा नाही, असे मुसलमान लोक मुसलमानी परचक्रापासून हिंदुस्थानचे संरक्षण करण्यास सिद्ध होतील, असे धरून चालणे धोक्याचे आहे, असे आम्हास वाटते.'[५] यावरून भारताच्या संरक्षणाविषयी बाबासाहेब किती सचिंत होते, ते स्पष्ट होते. भारतातील ब्रिटिश सैन्यात, विशेषतः मुस्लिमांचा भरणा असल्याने व त्यांची जातीय भावना उग्र असल्यामुळे मध्यवर्ती केंद्र कमकुवत राहिल्यास भारताची सुरक्षा धोक्यात येईल, अशी भीतीही त्यांना वाटत असावी. आपल्या देशाविषयी नितांत प्रेम असणारा बाबासाहेबांसारखा देशभक्तच अशी काळजी करू शकेल.

हिंदुस्थानची फाळणी करण्याच्या बाबासाहेबांच्या सूचनेमागे दुसरे कारण म्हणजे बहुधा त्यांच्या मनात असलेली एक सुप्त भीती- ती म्हणजे भारतास दुभंगण्यापासून वाचवण्यासाठी काँग्रेस मुस्लिमांना वाटेल त्या सवलती देऊ करील

आणि त्यामुळे अनुसूचित जातीजमातींसारख्या स्वत:च्या हक्कांचा आग्रह धरू न शकणाऱ्या अल्पसंख्याक लोकांचे नुकसान होईल. याच संदर्भात डॉ. बाबासाहेब कडवटपणे म्हणतात, 'अस्पृश्यांना कोणत्याही राजकीय सवलती देण्यास विरोध करण्याचा निर्धार करणारे श्री. गांधी मुस्लिमांना अनुकूल ठरेल असा कोरा चेक सही करून देण्यास तयार नाहीत का? हे खरे आहे की हिंदू शासकीय वर्ग, शूद्रांना आणि अस्पृश्यांना सत्तेचा वाटा देण्यापेक्षा मुस्लिमांसारख्या इतर श्रेष्ठींशी तो वाटून घेण्यास सदैव तयार असेल.'[६]

देशाचे विभाजन शांततेने पार पडावे आणि दोन्ही राष्ट्रांमध्ये सलोख्याचे संबंध राहावेत ही बाबासाहेबांची इच्छा पूर्ण होऊ शकली नाही; परंतु सबळ मध्यवर्ती सरकार आणि त्यांना बहुमोल वाटणारे अनुसूचित जातींना हवे असलेले प्रतिपादन व प्रतिबंधक उपायांसह मूलभूत हक्क मिळवण्यात ते यशस्वी ठरले.

डॉ. बाबासाहेब आंबेडकरांनी दलितांवरील सामाजिक अन्याय दूर करण्यासाठीच केवळ आंदोलन केले असे नाही, तर त्यांना मनुष्यनिर्मित जातींचे अडसर नष्ट करून, सर्वांना समान संधी उपलब्ध करून सामाजिक क्रांती घडवून आणायची होती. 'सर्व हिंदूंना एकत्र आणून एकसंध जात निर्माण करण्यात जर आपल्याला यश आले, तर आपल्या आंदोलनाद्वारे भारत देशाशी विशेषत: हिंदू समाजासाठी फार मोठी सेवा घडेल.' बाबासाहेबांना अशी आशा होती; पण भारतीय राष्ट्रीय सभेसारख्या प्रचंड राजकीय शक्तीमुळे सर्व हिंदूंना एकत्र आणणे शक्य झाले नाहीच. पण गांधींजीवर विश्वास प्रकट करणाऱ्या काही अनुसूचित जातींनी त्यांचे नेतृत्व नाकारून, एकूण दलितवर्गातही फूट पाडली. ज्यांच्यासाठी बाबासाहेबांनी आपले अखंड आयुष्य वेचले, त्यांच्यातील एका गटाने संबंध तोडून विश्वासघात केला.

बाबासाहेबांनी अचूकपणे दर्शवले होते की, जातिव्यवस्था व त्यातील मतभेदांमुळेच समाजाची व पर्यायाने देशाची शक्ती नष्ट होत आहे. जे सत्य त्यांनी दशकामागे सांगितले, ते आजही आपले राष्ट्रीय जीवन नासवीत आहे आणि राष्ट्रीय एकात्मतेला धोकादायक होत आहे.

भारताविषयी अतूट श्रद्धा असलेले डॉ. आंबेडकर, अस्पृश्य समाजात जन्मले म्हणून त्या समाजाशी निष्ठा ठेवून आहेत, हा गैरसमज पसरायला आणखी एक कारण झाले ते म्हणजे, त्यांनी मोकळ्या मनाने केलेली जाहीर घोषणा. ते म्हणतात, 'ज्यावेळी राष्ट्रहित आणि अस्पृश्यांचे हित यांमध्ये संघर्ष निर्माण होईल, त्यावेळी राष्ट्रहितापेक्षा, अस्पृश्यांच्या हिताला मी प्राधान्य देईन. ज्या वेळी देशहित व माझ्या स्वत:च्या हिताचा प्रश्न उद्‌भवेल त्यावेळी देशहितालाच मी महत्त्व देईन. परंतु दलितवर्गाच्या हितासाठी, राष्ट्रहिताला प्राधान्य न देता दलितांचे हित मला

मोलाचे वाटेल.' या उद्गारांमुळे बाबासाहेबांना 'जातीयवादी' संबोधिले गेले. तरीही त्यांचा दृढ विश्वास होता की, 'अस्पृश्यांचा उद्धार म्हणजेच देशाचा उद्धार!'

आज आपला देश जातीय दंगली, धार्मिक माथेफिरूपणा आणि असंख्य निष्पाप लोकांचे बळी घेणाऱ्या अतिरेक्यांच्या हिंसक कारवायांनी विकलांग होत आहे. अशा वेळी बाबासाहेब आंबेडकरांसारख्या नेत्याची व सामाजिक क्रांतिकारकांची प्रकर्षाने उणीव भासते. ते आज हयात असते तर जातिव्यवस्थेची पोलादी चौकट चक्काचूर करून सामाजिक समानता प्रस्थापित करण्याचा आटोकाट प्रयत्न केला असता. देश स्वतंत्र होऊन चार दशके उलटली तरी सामाजिक समतेचे स्वप्न स्वप्नच राहिले आहे.

संदर्भ ग्रंथ

१. भालचंद्र फडके, डॉ. बाबासाहेब आंबेडकर, श्रीविद्या प्रकाशन, पुणे, पृ.४

२. Kunte B. G. (Complied) Source Material on Dr. Babasaheb Ambedkar and The Movement of Untouchables (Vol. I), 1982.

३. गंगाधर पानतावणे, पत्रकार डॉ. बाबासाहेब आंबेडकर, अभिजित प्रकाशन, नागपूर, १९८७, पृ. ८०.

४. Vasant Moon (Complied) B. R. Ambedkar : Writings and Speeches, Vol. 2, Bombay, 1982.

५. बहिष्कृत भारत, १८ जानेवारी १९२९, नेहरू कमिटीची योजना व हिंदुस्थानचे भवितव्य.

६. Keer Dhananjay : Dr. Ambedkar - Life and Mission, Popular Prakashan, Bombay, 1971.

❏❏❏

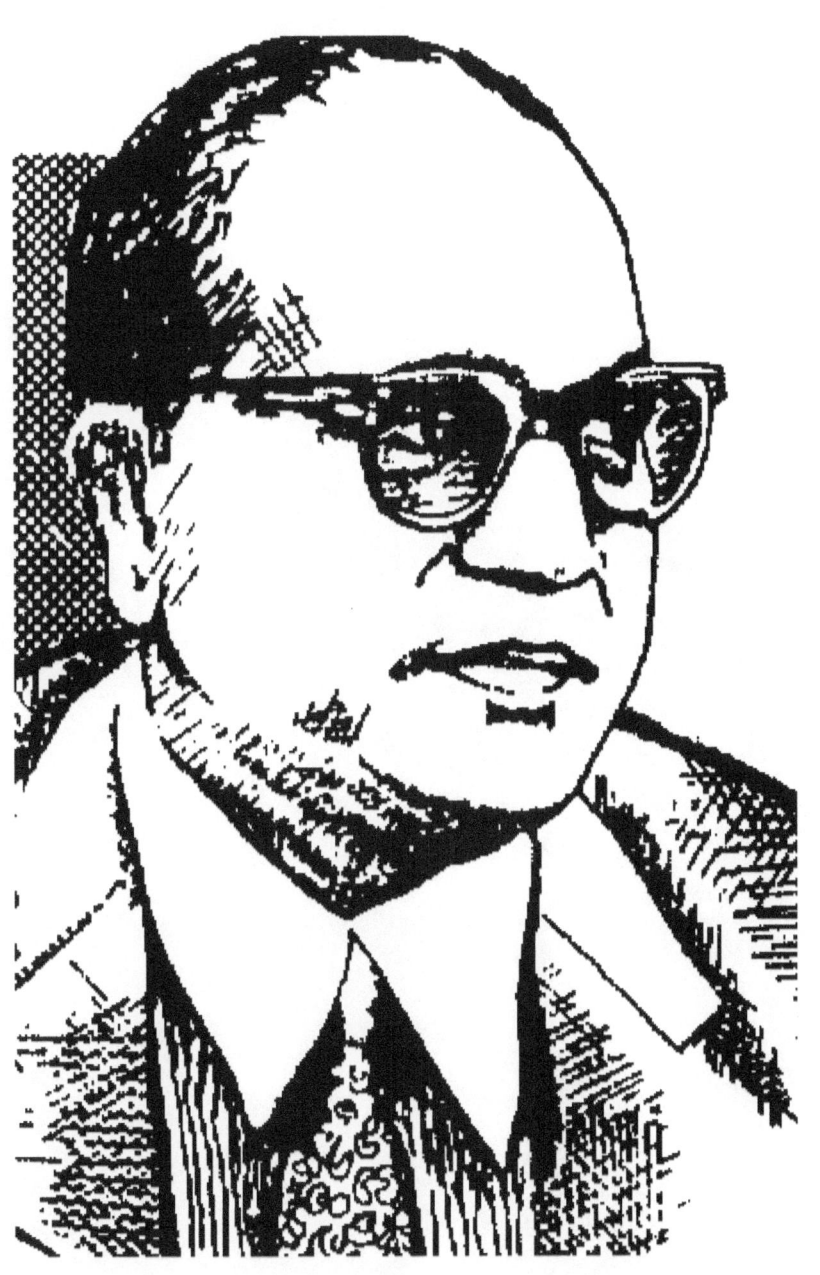

॥ ५ ॥

महाराष्ट्रातील संतांनी वारकरी संप्रदायाच्या रूपाने आध्यात्मिक समता प्रस्थापित करण्याचा प्रयत्न महाराष्ट्रामध्ये केला, असे वारंवार म्हटले जाते. अनेकदा संतांच्या मर्यादांची जाणीव न ठेवता यासंबंधात अतिशयोक्त विधाने केली जातात. एक गोष्ट निश्चित, महाराष्ट्रातील वारकरी संप्रदाय हा उदारमतवादी संप्रदाय आहे. या संप्रदायाने सर्व जातीजमातींचे संत निर्माण केले. पंढरीच्या पांडुरंगाच्या निमित्ताने सर्व जातीजमातींचे एकत्रित मेळे पंढरपूरला भरू लागले. 'भक्ती गा येथ सरे । जाती अप्रमाण ।' ही भूमिका भक्तीच्या क्षेत्रात वारकरी संप्रदायाने स्वीकारल्यामुळे अस्पृश्यवर्गालासुद्धा पंढरपूरच्या पांडुरंगाच्या भक्तीचा अधिकार प्राप्त झाला; परंतु संतांची समता ही केवळ आध्यात्मिक क्षेत्रापुरतीच मर्यादित होती. व्यावहारिक क्षेत्रात 'भजनात एकी आणि भोजनात बेकी' हाच व्यवहार होता.

डॉ. बाबासाहेब आंबेडकरांनी महाराष्ट्रातील भागवतधर्मी साधुसंतांच्या संबंधात

२२. बाबासाहेब आंबेडकर आणि संत

अरुण कांबळे

परखड विश्लेषण केलेले आहे, असे बहिष्कृत भारतातील त्यांचे लेखन पाहताना आढळते. ते म्हणतात, 'चातुर्वर्ण्याविरुद्ध हिंदू समाजात जी अनेक बंडे झाली, त्यांपैकी महाराष्ट्रातील भागवतधर्मीय साधुसंतांचे बंड हे प्रमुख बंड होय; परंतु या बंडातील लढ्याचे स्वरूप अगदी वेगळे होते. मानवी ब्राह्मण श्रेष्ठ की शूद्र मानव श्रेष्ठ? हा प्रश्न सोडविण्याच्या भरीस साधुसंत पडले नाहीत.' (ब. भा. अ. दि. १/२/२९) यामुळे संतांच्या बंडाचा चातुर्वर्ण्य नष्ट करण्याच्या दृष्टीने कोणताही उपयोग झाला नाही. तुमचे चातुर्वर्ण्य तुम्ही तसेच ठेवा. आम्ही भक्त होऊ व ब्राह्मणांवर विजय मिळवू, असा अभिमान बाळगून संतांनी चातुर्वर्ण्याला हात लावला नाही.

डॉ. आंबेडकर म्हणतात, 'भक्तीच्या मुलाम्याने माणुसकीला किंमत येते असे नाही. तिची किंमत स्वयंसिद्ध आहे. (उक्त). भक्तीच्या संदर्भात सारी माणसे ईश्वराची लेकरे आहोत, असे संत म्हणतात. तथापि, सारी माणसे समान आहेत, असा त्यांचा

उपदेश नव्हता. परमेश्वराच्या नजरेपुढे समान लेखला गेलेला माणूस एकमेकांशी वागताना मात्र विषमता, दुजाभाव, श्रेष्ठ-कनिष्ठ प्रवृत्ती उराशी बाळगत होता. याचाच अर्थ संतांनी जातिव्यवस्थेविरुद्ध बंड केलेले नाही. उलट ते जातिव्यवस्थेला कवटाळून राहिले व त्यातच त्यांनी आनंद मानला, असे डॉ. आंबेडकरांनी म्हटले आहे. या संबंधात संत ज्ञानेश्वरांचे उदाहरण त्यांनी दिले आहे. 'ज्ञानेश्वरी, एकनाथी भागवत, तुकारामाची गाथा वगैरे ग्रंथ आपण वाचतो. ज्ञानेश्वर विद्वान होते; पण माझी एक शंका आहे; सर्व ज्ञानेश्वरीत ज्ञानेश्वरांनी वेदान्त विषयावर भाष्य केले, ब्रह्म सत्य आहे आणि ते सर्वव्यापी आहे असे ज्ञानेश्वर म्हणाले. पण शेवटी त्यांनी चातुर्वर्ण्याचे हिरिरीने समर्थन केले. ज्ञानेश्वर व त्यांच्या इतर भावंडांना ब्राह्मणांनी जातीबहिष्कृत केले होते. त्यांना पुन्हा जातीत जावयाचे होते; त्यामुळेच त्यांनी रूढ चातुर्वर्ण्याच्या कल्पना उचलून धरल्या व समाजापुढे कच खाल्ली. ब्रह्म जर सर्वव्यापी आहे तर ज्ञानेश्वर असे म्हणू शकले असते, की तुम्ही मला बहिष्कृत केले, मी महारवाड्यात राहीन. त्यांच्यातही ब्रह्म आहे.' (जनता दि. २७-११-५४)

डॉ. आंबेडकरांनी हे विचार हैद्राबाद येथे दिनांक १४-११-५४ रोजी मराठवाडा साहित्य परिषदेत दिलेल्या भाषणात व्यक्त केले आहेत. त्यावरून त्यांनी संतांवर चढविलेल्या बुद्धिवादी हल्ल्याचे स्वरूप स्पष्ट होईल. संतांच्या संबंधात बोलताना आपल्या 'जातिभेद निर्मूलन' या ग्रंथांत डॉक्टरसाहेब म्हणतात,'संत ज्या जातीत जन्मले व ज्या जातीत वाढले त्याच जातीत मेले.' अस्पृश्यतेच्या बाबतीत संत हे सरळ सरळ प्रतिगामी होते. संत एकनाथांनी भर उन्हात तळमळत असणाऱ्या महाराच्या एका लहान मुलाला वाळूतून उचलून कडेवर घेतले व त्याला महारवाड्यात त्याच्या घरी पोहोचते केले. हे उदाहरण संत एकनाथांच्या मानवतावादी वृत्तीचे द्योतक म्हणून सांगितले जाते. ही एक दंतकथा आहे; परंतु याच एकनाथांनी आपल्या एकनाथी भागवतात असे स्पष्ट म्हटले आहे की,'अंत्यजाचा विटाळ ज्यासी । गंगास्नाने शुद्धत्व त्यासी । ते गंगास्नान अंत्यजाशी । शुद्धत्वास अनुपयोगी।' (एकनाथी भागवत : अध्याय २८, ओवी १९१) संत एकनाथांनी अस्पृश्यांच्या मुलाला स्पर्श केला त्याचे कारण 'अस्पृश्याला स्पर्श केल्यामुळे झालेला विटाळ गंगेच्या पवित्र पाण्याने स्नान केल्यानंतर निघून जातो, असे त्यांना वाटत होते.' (जातिभेद निर्मूलन पृ. १२८) डॉ. आंबेडकरांनी संतांच्या सामाजिक कामगिरीचे मूल्यमापन करताना स्पष्टपणे म्हटले आहे की, 'माझ्या माहितीनुसार संतांनी जातिभेदाच्या व अस्पृश्यतेच्या विरुद्ध कधीही युद्ध पुकारले नाही.' (जातिभेद निर्मूलन, पृ. १२८-१२९)

सवर्णांतील संतांनी चातुर्वर्ण्याच्या विरोधात कधीही पाऊल टाकले नाही; परंतु त्याचबरोबर अस्पृश्य संतांनीही अस्पृश्यतेच्या विरुद्ध कोणताही आवाज उठवला

नाही, असे डॉ. आंबेडकरांच्या निदर्शनास आले. चोखामेळ्याने अस्पृश्यांच्या उन्नतीसाठी भक्तिमार्ग सांगण्यापेक्षा वेगळे काहीच सांगितलेले नाही. उलट त्याच्यामुळे स्पृश्य हिंदूंना हत्यार सापडले. ते म्हणू लागले, 'तुम्ही चोखामेळ्यासारखे संत व्हा. मग तुम्हाला मानू.' (ब. भा. अंक, दि १/२/२९) तथापि, 'एखादा चोखामेळ्यासारखा संत समाजात निर्माण झाल्याने संपूर्ण समाज उन्नत दिशेला पोहोचतो की काय?' (उक्त) असा प्रश्न विचारून डॉक्टरसाहेब म्हणतात, समाजरचनेविषयीचा विचार हा एकंदर जनसमूहाच्या दृष्टीने केला पाहिजे. चोखोबा, रोहिदास यांसारखे पुरुष कोणत्याही समाजात शेकड्यांनी निर्माण होत नाहीत. बहिष्कृत वर्गातील सर्वच लोक साधू नाहीत.' (ब. भा. अंक, दि. २९ जुलै २७)

संतांनी चातुर्वर्ण्याविरुद्ध कोणताही आवाज उठवला नाही, उलट काही संतांनी चातुर्वर्ण्याचा जोरदार पुरस्कार केला आहे. तो बळकट करण्यास मदत केली आहे. ते म्हणतात, 'संत रामदास यांनी 'दासबोध' या ग्रंथात असे म्हटले आहे की, 'एखादा अंत्यज केवळ पंडित आहे म्हणून आपण त्याचा स्वीकार करू शकतो काय?' (जातिभेद निर्मूलन, पृ. ३२)

'अंत्यज शब्दज्ञाता बरवा । परी तो घेऊन काय करावा?
ब्राह्मणा संन्निध पुजावा । हे तो न घडे ।
ब्राह्मण वेद मूर्तिमंत। ब्राह्मण तोचि भगवंत ।
पूर्ण होती मनोरथ । विप्र वाक्ये करोनी ।
अशा ब्राह्मणा सूरवर वंदिती । तेथे मानव बापुडे किती ?
जरी तो ब्राह्मण मूढमति । तरी तो जगत वंद्य ।'

ब्राह्मणाच्या श्रेष्ठत्वाची उच्चरवाने घोषणा करणाऱ्या संत रामदासांची भूमिका वर्णश्रेष्ठत्वाचा पुरस्कार करणारी आहे, हे उघड आहे. 'गुरु तो सकळांशी ब्राह्मण। जरी तो असला विद्याहीन । तरी तयाशीच शरण अनन्य भावे असावे ।' ही रामदासाची भूमिका. 'वर्णांना ब्राह्मणो गुरु:' या शास्त्रवचनाशी संगत आहे. डॉ. आंबेडकरांनी या संबंधात रामदासांवर उघड उघड हल्ला चढवला. ते म्हणतात, 'रामदासी पंथांचा संस्थापक जाती दुराभिमानाने ग्रासलेला होता.' (ब. भा. अ. दि. १२ जुलै, २९) अशा रीतीने महाराष्ट्रीय संतांच्या कार्यकर्तृत्वाचा आढावा घेऊन डॉ. आंबेडकरांनी संतांनी जातिभेद निवारणाचा व अस्पृश्यतेचा नायनाटाचा प्रयत्न मुळीच केला नाही; उलट जातिवादाला बळकट करण्याचा प्रयत्न केला, अशी भूमिका मांडली आहे.

सामाजिक समतेच्या व जातिभेद निवारण्याच्या दृष्टीने संतांनी कोणतेही भरीव कार्य केले नसले तरी त्याचे वाङ्मयीन कार्य डॉ. आंबेडकरांनी अनेकदा गौरविले आहे. संतकाव्याचे जे अत्यंत भोक्ते व चाहते होते. 'माझ्याइतका मराठी संतकवींचा खोल अभ्यास केलेली फार थोडी माणसे असतील.' (नवयुग : डॉ. आंबेडकर

विशेषांक, दि. १३-४-४७) असे उद्‌गार त्यांनी प्रा. सत्यबोध हुदलीकर यांना मुलाखत देताना काढले होते. त्यामुळेच त्यांच्या तोंडून व्याख्यानाच्या वेळी संतकाव्यातील ओळी बाहेर पडत. त्यांनी अहिंसेची व्याख्या तुकारामांच्या शब्दात दिली आहे. ते म्हणतात,'तुकारामबुवांची अहिंसेची जी व्याख्या होती, तीच माझी देखील आहे. 'दया तिचे नाव । भुतांचे पाळण । आणिक निर्दाळण । कंटकांचे।' प्राण्यावर दया करावी, पण त्याचप्रमाणे दुष्टांचे निर्मूलनदेखील करावे असा माझा देखील समज आहे.' (पुणे, दि. २१/७/४६ मा. फ. गांजरे भाषण खंड १, पृ. १६१)

भाषण करताना व लेखनात सर्वत्र जनसामान्यांना समजण्यासाठी संतांच्या अभंगांचा वापर ते सहजरीत्या करीत असत. महाडच्या परिषदेच्या वेळी त्यांनी अस्पृश्यांना आवाहन केले ते संतांच्या शब्दांत 'भले कुलवंत म्हणावे । तेही वेगी हजीर व्हावे । हजीर न होता कष्टावे । लागेल पुढे ।' (ब. भा. अ. दि. २० मे, १९२७) त्यांच्या काही अग्रलेखांची शीर्षके संतांच्या वाणीत त्यांनी दिली आहेत. त्या दृष्टीने, 'आजवरी होतो तुझे सत्तेखाली । तोवरी तो केली विटंबना ।' हे दि. १६/११/२८ च्या बहिष्कृत भारताच्या अग्रलेखाचे शीर्षक पाहण्यासारखे आहे. 'महापुरे झाडे जाती । तेथे लव्हाळी वाचती ।' किंवा 'समर्थांशी द्वंद्व बंधुनी। मग कोठे तगावे?' किंवा 'विष्णुमय जग । वैष्णवाचा धर्म । भेदाभेद भ्रम अमंगळ।' यांसारखी त्यांच्या लेखनात अवतरणारी संतवचने पाहण्यासारखी आहेत.

त्यांनी संपादिलेल्या 'मूकनायक' व 'बहिष्कृत भारत' या पत्रांच्या शिरोभागी संतांचीच वचने त्यांनी बिरुदावली म्हणून वापरलेली दिसतात. 'मूकनायक' या पाक्षिक वृत्तपत्राच्या शिरोभागी तुकारामाच्या गाथेतून पुढील चरण दिले गेले होते, 'काय करू आता । धरूनीया भीड । नि:शंक हे तोंड । वाजविले । नव्हे जगी कुणी । मुकियांचा जाण । सार्थक लाजून । नव्हे हीत ।'

'बहिष्कृत भारत' या पाक्षिकाच्या शिरोभागी दुसऱ्या अंकापासून पुढील चरण देण्यात आले होते. हे चरण ज्ञानेश्वरीतील आहेत.

'आता कोदंड घेऊनी हाती । आरूढ पां इये रथी ।
देई आलिंगन वीरवृत्ती । समाधाने ।
जगी कीर्ती रुढवी । स्वधर्माचा मानु वाढवी
अिया भारा पासोनि सोडवी । मेदिनी हे ।
आता पार्था नि:शंकु होई । या संग्रामा चित्त देई
येथ हे वाचून काही । बोलो नये ।'

संत एकनाथांवरील ग्रंथाचे प्रकाशन औरंगाबाद येथील एका संस्थेच्या वतीने होत असताना डॉ. आंबेडकरांनी जो संदेश पाठविला आहे, त्यामध्ये व्यक्तीच्या

नैतिक पायाभरणीच्या दृष्टीने संतसाहित्याचे महत्त्व त्यांनी प्रतिपादिले आहे. त्याचबरोबर आपल्या तरुण वयात 'महाराष्ट्रातील संतसाहित्याचे मी आवडीने वाचन केले आहे.' असाही उल्लेख त्यांनी केला आहे. (श्री एकनाथ दर्शन : खंड १ला, प्रकाशक : श्री एकनाथ संशोधन मंदिर, औरंगाबाद)

अस्पृश्यतेच्या उगमासंबंधी मूलगामी चिकित्सा करणारा 'The Untouchables : who are they & why they became untouchable?' हा ग्रंथ त्यांनी अस्पृश्य संतांना अर्पण केला आहे. ते म्हणतात, 'नंदनार, रविदास आणि चोखामेळा हे तीन प्रसिद्ध संत अस्पृश्य म्हणून जन्माला आले आणि आपल्या पावित्र्याने सर्वांच्या बरोबरीचे ठरले. त्यांच्या स्मृतीस अर्पण!'

संत साहित्यावर त्यांचे असलेले प्रेम आणखी एका उदाहरणावरून लक्षात येईल. श्री. ज. रा. जोशी यांच्याजवळ 'मराठी भाषा व मराठी साहित्य' याबद्दल बोलताना १८ ऑगस्ट, १९४३ रोजी बाबासाहेब म्हणाले, 'यच्चयावत सर्व मराठी पुस्तके व ग्रंथ उद्या कोणी अरबी समुद्रात बुडवून टाकले किंवा जाळून टाकले तरी मला काहीही दुःख होणार नाही. फक्त दोन अपवाद- एक तुकारामांची गाथा आणि दुसरी ज्ञानेश्वरांची 'ज्ञानेश्वरी' या दोन ग्रंथांच्या आधारे माझी मराठी 'यावश्चंद्र दिवाकरौ' अभिमानाने व डौलाने जिवंत राहील.' (मराठा दि. १४/१०/१९७३) संत साहित्याची त्यांना जाणवलेली थोरवी यावरून निःसंशय प्रतीत होईल. तथापि, संतसाहित्याची तात्त्विक मीमांसा करतेवेळी त्यांनी असेही उद्गार काढले आहेत, 'काय आहे तुमच्या संतसाहित्यात?' 'हाक मारुनी सांगे तुका । नाम घेतल्यावीण राहू नका.' ह्या पलीकडे काय आहे? व नाम घेऊन तुमचे काय काम होणार आहे?' (दलितांचे विद्रोही वाङ्मय : प्रा. म. ना. वानखेडे. पृ. १७)

संतसाहित्याबद्दल डॉ. आंबेडकरांनी काही ठिकाणी गौरवोद्गार काढले असले तरी अनेकदा संतांच्या कर्तृत्वावर त्यांनी कठोर हल्लाही चढविला; कारण त्यांची अशी धारणा होती की, चातुर्वर्ण्य व्यवस्थेच्या संदर्भात संतांनी कोणतेही मूलगामी कार्य केलेले नाही.' त्यांनी म्हटले आहे, 'सोळाव्या शतकात साधुसंतांनी 'सत्यशोधकी' कुऱ्हाडीचे घाव कितीतरी घातले; परंतु अस्पृश्यतारूपी फोफावलेला वृक्ष त्यांच्या हातून तोडला गेला नाहीच; पण त्याने पानसुद्धा त्यांच्याने हलले नाही.' (ब. भा. अ., दि. ३ जून, १९२७)

चातुर्वर्ण्य व्यवस्थेला मूठमाती देण्याच्या दृष्टीने संत अपयशी ठरले ही त्यांची खंत होती. त्यांचे वडील स्वतः कबीर पंथाचे होते. 'त्यांच्यामुळेच मुक्तेश्वर, तुकाराम वगैरे संतकवींची वचने मला तोंडपाठ झाली, एवढेच नव्हे तर त्या काव्यावर मी मनामध्ये विचार करू लागलो.' ('नवयुग' आंबेडकर विशेषांक,

१३.४.४७) असे डॉ. आंबेडकरांनी म्हटले आहे. लहानपणीचा त्यांच्या मनावरील संत साहित्याचा ठसा कधीही पुसला गेला नाही. तथापि, संतांच्या कार्याचे परखड विश्लेषण करावयासही त्यांनी मागे-पुढे पाहिले नाही.

नाशिक येथे १९२८ च्या जानेवारीत संत चोखामेळा यांचे मंदिर बांधण्याच्या दृष्टीने अस्पृश्य समाजातील मंडळींची एक सभा भरली असताना अध्यक्षपदावरून डॉ. आंबेडकरांनी स्पष्ट भूमिका मांडली की, 'संतांचे मंदिर बांधण्यापेक्षा अस्पृश्यता निवारणाच्या कार्याकडे आपले लक्ष वेधणे हे अधिक उचित होईल. तेच संतांचे खरे स्मारक उभारणे होय.'(कीरकृत आंबेडकर चरित्र, पृ. ११३)

वारकरी संप्रदायासंबंधीचे डॉ. आंबेडकरांच्या मनातील आकर्षण समजून घेण्याच्या दृष्टीने आणखी एका गोष्टीचा उल्लेख करावा लागेल. त्यांचे असे मत होते की, वारकरी पंथ किंवा भागवत संप्रदाय यावर गौतम बुद्धाच्या विचारांचा पगडा आहे. किंबहुना पंढरपूर हे फार प्राचीन काळी बौद्धजनांचे महाराष्ट्रातील पवित्र व प्रमुख धर्मपीठ होते, असे बाबासाहेब समजत. (श्री. खैरमोडे लिखित आंबेडकर चरित्र, खंड ३, पृ. १३-१४) यासंबंधीचा उल्लेख देहूरोड येथे बुद्धमूर्तीची प्रतिष्ठापना करीत असताना केलेल्या भाषणात त्यांनी केला आहे. डॉ. आंबेडकर म्हणाले, 'पंढरपूरच्या विठोबाची मूर्ती ही वस्तुत: बुद्धाची आहे. या विषयावर मला एक प्रबंध लिहावयाचा आहे. तो पूर्ण झाल्यावर पुणे येथील भारत संशोधन मंडळापुढे मी तो वाचणार आहे. विठोबाचे पांडुरंग हे नाव पुंडरीक या शब्दापासून बनलेले आहे. पुंडरीक म्हणजे कमळ आणि कमळालाच पालीमध्येच पांडुरंग म्हणतात. म्हणजे पांडुरंग दुसरा तिसरा कोणीच नसून बुद्धच होय.' (डॉ. आंबेडकर चरित्र, कीर, पृ. ५०१) एवढेच नव्हे तर या संदर्भात एका ग्रंथाचे लेखनही आपण करणार आहोत असे सांगितले. (मार्च १९५५) लोणावळा येथे या ग्रंथाची पहिली तीन चार पानेही त्यांनी लिहिली; परंतु काही कारणाने हे लेखन नंतर अपुरे राहिले. (कीरकृत आंबेडकर चरित्र, पृ. ५०१)

या संबंधात अ. रा. कुलकर्णी यांनी आपल्या 'धर्मपद' या ग्रंथाच्या परिशिष्टात अत्यंत महत्त्वपूर्ण अशी माहिती पुरवली आहे व पंढरपूरचा पांडुरंग हा बुद्धच आहे, असा निष्कर्ष त्यांनी काढला आहे. डॉ. आंबेडकरांचे चरित्रकार श्री. चां. भ. खैरमोडे यांनी या संबंधात महत्त्वपूर्ण माहिती दिली आहे. ते म्हणतात, 'पंढरपूर येथे मानवतेचा कैवारी बौद्ध धर्म काही शतके राज्य करीत होता.' बौद्ध भिक्खू आणि आचार्य हे पुढे ऐषआराम व प्रापंचिक सुख यांच्या मोहाला बळी पडले व सातव्या शतकात त्यांच्याबद्दल जनतेत घृणा निर्माण झाली. तरीही हिंदूंचा भागवत धर्म जरी पंढरपुरावर तेराव्या शतकापासून राज्य करू लागला, तरी पंढरपूर व त्याचा वारकरी अगर भागवत पंथ यांवर बौद्ध धर्माच्या तत्त्वांचा पगडा बसलेला होता. हिंदूतील ब्राह्मणांनी बौद्ध धर्मातील

काही तत्त्वे व आचारविचार यांची सरमिसळ करून पूर्वीच्या सर्व बौद्धांनुयायांना आपल्या पंखाखाली घेतले आणि जनतेवर भिक्षू व आचार्य यांचे जे वर्चस्व होते ते नष्ट केले. भिक्षू व आचार्य यांच्या जागी येऊन ब्राह्मणांनी जनतेवर आपले वर्चस्व लादले, तरी अल्पसंख्याक जनता बौद्ध धर्माप्रमाणे आचरण करीत असे आणि वहिवाट ज्ञानेश्वरांपासून ते तुकारामापर्यंत चालली होती.' (खैरमोडे लिखित आंबेडकर चरित्र खंड ३, पृ. १३-१४)

या संदर्भात The Poems of Tukaram, Volume I या ग्रंथांत महत्त्वपूर्ण प्रकाश टाकण्यात आला आहे.

'Vithoba's probably a relic of Buddhist times of Tukas creed is in some ways a far off reflection of Buddhism. No one however knew this less than he. (The poems of Tukaram, Volume I, page 4) लेखक J. Nelson Fraser, M. A.,Indian education Dept. आणि K. B. Marathe, published by the Christian Literature Society)

इंडियन ॲन्टिक्वेरी (भाग दहावा) मध्येही पंढरपूर हे स्थान पूर्वी बौद्धांचे होते, आता हिंदूंचे झाले, असा उल्लेख आहे. ('श्री विठ्ठल आणि पंढरपूर)

'बौद्धपर्व' या ग्रंथाचे लेखक श्री. वा. गो. आपटे यांनीही असेच मत व्यक्त केले आहे. (पृ. १६७)

डॉ. आंबेडकरांच्या विचारांचे समर्थ भाष्यकार प्रा. म. भि. चिटणीस यांनी या संबंधात विवेचन केले आहे. डॉ. आंबेडकरांच्या 'रिडल्स ऑफ हिंदुइझम' आणि 'रेव्हल्यूशन अँड काऊंटर रेव्हल्यूशन इन एन्शट इंडिया' या १९४०-४१ साली लिहिल्या गेलेल्या अप्रकाशित ग्रंथांचा आधार घेऊन यासंबंधी आपले मत व्यक्त केले आहे. ते म्हणतात, 'मराठी भाषेतून धर्म सांगणाऱ्या मराठी साधुसंतांचा छळ ब्राह्मणां-कडूनच झाला. कारण ते साधुसंत धर्माचाराच्या बाबतीत जनसामान्यांना जोडू पाहत होते. ते जातीपेक्षा भक्तीला, कुळापेक्षा शीलाला महत्त्व देत होते. ते प्रत्यक्षात जातिभेदाचे निर्मूलन करीत नव्हते, पण त्याची तीव्रता कमी करण्याचा त्यांचा प्रयत्न होता यात शंका नाही. बौद्ध क्रांतीचे भारतात उरलेसुरले पडसाद त्यांनी आपल्या शिकवणुकीत नीतीवर जो भर दिला आहे, त्यातून उमटत होते. महाराष्ट्रातील या संतांचा शिरोमणी 'ज्ञानेश्वर'आपल्या गीतेवरील विवेचनात नैतिक गुणाचे विवरण करताना पानेच्या पाने खर्ची घालतो. 'अहिंसा' या पदाच्या स्पष्टीकरणार्थ तो ४०० ओव्या लिहून जातो आणि ज्या भाष्यकाराला वाट विचारून तो मार्ग क्रमित आहे, तो भाष्यकार म्हणजे शंकराचार्य या शब्दाचा अर्थ सांगण्यापलीकडे जात नाही.' (सामाजिक लोकशाहीचे प्रणेते डॉ. बाबासाहेब आंबेडकर, ले. म. भि. चिटणीस, पृ. ४१)

म. भि. चिटणीसांनी 'बाबांचे स्मरण' या आपल्या मुलाखतीत साधुसंतांवरील बौद्ध विचारांच्या पगड्याबद्दल बोलताना म्हटले आहे की, 'साधुसंत तर माझ्या मते एक प्रतिध्वनी आहे; जनमानसात रुजलेल्या बौद्ध धर्माचा! ते जे काही गुणांचे, दयेचे महत्त्व सांगतात ते कोठून आलेले आहे, तर ते आले आहे बुद्धापासून. बाबासाहेबांनी (अहिंसेचा) जो अर्थ दिलेला आहे तोच अर्थ 'आणि जगाचिया सुखाचि दोसे । शरीर वाचा मानसे । राहाटणे ते अहिंसे। रूप जाण ।' असा ज्ञानेश्वरीत दिला आहे, हा कशाचा परिणाम? याचा अर्थ हा की, लोकांच्या मध्ये अहिंसा हा थोर गुण आहे; सद्‌गुण आहे. ही कल्पना रुजलेली होती आणि तिचा प्रतिसाद गीतेतील सद्‌गुण बरवा, स्थितप्रज्ञाच्या लक्षणावरील प्रवचनात, ज्ञानेश्वरीत आढळून येतो.' (ग्रंथमाला, पुणे प्रकाशित, 'बाबांचे स्मरण',प्रा. म. भि. चिटणीस)

साधुसंतांच्या सहाशे वर्षांच्या कार्यानिसुद्धा लोकांच्या मनातील जातिव्यवस्थेचा परिणाम कमी होऊ शकला नाही. उलट रामदासांसारख्या संतांनी तो दृढ करण्याचा प्रयत्न केला. कमी-अधिक प्रमाणात ज्ञानेश्वर, तुकाराम-एकनाथादी संतांनी जातिव्यवस्थेच्या बाबतीत पारंपरिक भूमिकाच घेतल्याचे आढळते. तथापि, ब्राह्मणी वर्णवर्चस्वाला आणि वेदांच्या अधिकाराला आव्हान देण्याचे कार्य संतांनी केले. ('वेदू ऐसा कृपण नाही? वेदाचा तो अर्थ आम्हासीच ठावा, येऱ्यांनी वहावा भार फुका।') ह्या दृष्टीने वारकरी संप्रदाय हा उदारमतवादी संप्रदाय होता. आध्यात्मिक क्षेत्रात का होईना, परंतु समता प्रतिपादण्याचा प्रयत्न संतांनी केला होता; तरीही संतांच्या कार्याचे बुद्धिवादी दृष्टिकोनातून परखड विश्लेषण करावयास आंबेडकरांनी मागे-पुढे पाहिले नाही. ते म्हणतात, 'सर्व संतांपैकी मुक्तेश्वर, ज्ञानेश्वर यांचे तत्त्वज्ञान मला मान्य आहे असे नाही. पण मला त्यांचे जे वाङ्मय आवडते, ते केवळ भाषेच्या स्वरूपामुळे, तत्त्वज्ञानामुळे नव्हे.' (साप्ताहिक आशाप्रमोद, दि. २१.१.१९४०, रविवार पृ. ८-९) डॉ. आंबेडकरांचा संत साहित्याबद्दलचा हा दृष्टिकोन मराठी साहित्याच्या दृष्टीने आणि महाराष्ट्रीय संतांच्या कार्याच्या मूल्यमापनाच्या दृष्टीने अत्यंत नवीन आणि विचारप्रवण करणारा असा आहे. मराठी साहित्यामध्ये या दृष्टीने संतांच्या विचारकार्याचे, साहित्याचे विश्लेषण झालेले नाही, असे आढळते. डॉ. आंबेडकरांच्या 'बहिष्कृत भारता'त यासंबंधीचा अभिनव दृष्टिकोन मिळतो.

❑❑❑

डॉ. बाबासाहेब आंबेडकर यांना एकाच वेळी दोन आघाड्यांवर झुंज द्यायची होती. एका बाजूला समाजातील सत्ता-संपत्ती-संस्कृती यांत हितसंबंध गुंतलेल्या व त्यात नव्याने कोणाला वाटेकरी करण्याची अनिच्छा असणाऱ्यांना त्यांच्या मैदानात पराभूत करायचे आहे. ती क्षमता त्यांच्यात पुरेशी होती. व्युत्पत्तता, व्यासंग या गोष्टी त्यांच्याजवळ होत्या आणि या मंडळींना हवे असलेले इंग्रजी भाषेवरील प्रभुत्वही त्यांच्यापाशी होते. आपल्या वैचारिक शक्तीवर ते ती झुंज देऊ शकत होते. त्यासाठी 'टाइम्स ऑफ इंडिया' सारख्या प्रतिष्ठित वृत्तपत्राचे रकाने त्यांच्यासाठी मोकळे होते. दुसऱ्या बाजूला अस्पृश्य समाजाला शिक्षित, संघर्षशील आणि संघटित करण्याची गरजही ते जाणून होते. त्यांच्या डोळ्यां- समोर त्या काळात अवघ्या देशातला अवघा अस्पृश्य समाज नव्हता, तर मुख्यतः खेडोपाडी, विखुरलेला महार समाज होता. गावातील राजकीय उचापती दाराबाहेरून का होईना त्यांच्या

२३. बाबासाहेब आंबेडकर आणि पत्रकारिता

यदुनाथ थत्ते

कानी पडत होत्या. मराठी भाषा त्यांना अवगत होती. अक्षरओळख झालेली होती. त्यांच्या घरादारापर्यंत रतिबाप्रमाणे नवविचारांच्या कावडी पोहोचवायच्या, तर त्याला नियतकालिक हेच सोयीचे साधन होते. त्या जाणिवेमुळे त्यांच्या मनात तो विचार सतत घोळत होता.

परिचिताकडून अपरिचिताकडे ही शिक्षणाची दिशा असते. महार समाजाला परिचित असलेली भाषा वापरूनच त्यांना अपरिचित अशा स्वाभिमानाच्या व मानवतेच्या टप्प्याकडे घेऊन जाणे भाग होते. बालपणी आंबेडकर त्यांच्याच सोबत राहिले होते. त्यांचे वडील लिहिणारे, वाचणारे होते आणि त्या काळात ज्या पोथ्या, पुराणे, कथा छापून प्रकाशित झाल्या होत्या, त्यांचा उपयोग करून बाबासाहेबांना त्यांनी शिकविले होते. बाबासाहेब अभिमानाने सांगत की, सर्वसामान्य सवर्ण मराठीतून हिंदू परंपरेसंबंधी जी माहिती घेऊ शकत असे ती त्यांनी घेतली होती. त्या

परिभाषेशी त्यांची सलगी होती, नव्हे तिच्यावर त्यांचा अधिकार होता. आपल्या वृत्तपत्रात त्याचा वापर त्यांनी अत्यंत जाणकारीने केला आहे.

बाबासाहेबांनी पहिले मराठी नियतकालिक जे सुरू केले त्याचे नाव 'मूकनायक.' हा आजवर मूक असला तरी नवसमाजाचा निर्मित नायक आहे ही जाणीव त्यामागे होती. बाबासाहेब मराठी भाषेचा किती चपखल उपयोग करीत होते त्याचेच हे द्योतक आहे. हे नियतकालिक चालवण्याची तळमळ त्यांना होती. परंतु त्यासाठी आर्थिक व इतर आधार जे हवे असतात त्यांची जमवाजमव करताना त्यांची फार तारांबळ उडे. वृत्तपत्रांचा आर्थिक आधार जाहिराती हाच असतो. वृत्तपत्राच्या वाचकवर्गाच्या खरेदीच्या आवडीनिवडी आणि क्षमता यांचा अंदाज घेऊनच उत्पादक जाहिरातींच्या माध्यमांची निवड करतो. डॉ. आंबेडकर ज्यांच्यासाठी आपले वृत्तपत्र चालवीत होते त्या समाजघटकांची सारी क्रयशक्ती अन्नवस्त्रादींच्या गरजांतच खर्ची पडत असल्याने त्यांच्यासाठी जाहिरात करणे म्हणजे पैशाची नासाडी करणेच ठरले असते. तेव्हा फायद्यासाठी उद्योग चालवणाऱ्यांनी त्यांच्या वृत्तपत्राकडे लक्ष देऊ नये हे ओघानेच आले.

१९२० च्या जानेवारीमध्ये 'मूकनायक' सुरू झाले. आंबेडकरांच्या या नावाच्या निवडीमागे आणखीही एक सुप्त विचार असला पाहिजे आणि तो 'मूकं करोति वाचालम्' मुक्याला बोलके करण्याचा असला पाहिजे. मुक्यांना बोलके करायचे तर त्यांच्या जीवनाबद्दल त्यांना सज्ञान करणे आवश्यक होते. त्या संदर्भातच आपले मनोगत प्रकट करण्याची इच्छा निर्माण होणार. बाबासाहेबांना कामाच्या व्यापातून साप्ताहिकासाठी वेळ काढणे अशक्य झाले, तेव्हा 'मूकनायका'चा आवाज बंद पडला.

१९२७ मध्ये चवदार तळ्याच्या निमित्ताने डॉ. बाबासाहेब आंबेडकरांच्या जीवनातले एक नवे पर्व सुरू होते. शिक्षणानंतर संघर्षाचे पाऊल न पडले तर ते शिक्षणही वावदुकी ठरते. चवदार तळ्याच्या निमित्ताने त्यांनी माणुसकीलाच आव्हान दिले आणि आवाहनही केले. हे करण्यासाठी त्यांना नियतकालिकाची पुन्हा गरज भासू लागली. परंतु साप्ताहिकाचे साहस करण्याऐवजी त्यांनी 'बहिष्कृत भारत' हे पाक्षिक सुरू केले. 'बहिष्कृत भारत' मधील लिखाणाची शैली 'मूकनायक' च्या शैलीपेक्षा वेगळी आहे. मुक्याला बोलके करून आपण नवनिर्माणाचे नायक आहोत ही जाणीव करून देणाऱ्या लिखाणाचा सूर विनवणीचा आहे; पण 'बहिष्कृत भारत' मधील लिखाण हे रणांगणांतील योद्ध्याचे आहे. रणांगणात उतरणाऱ्या योद्ध्याने शत्रूसमोर तुताऱ्या फुंकाव्या तशा तुताऱ्या 'बहिष्कृत भारत' मधून फुंकल्या आहेत असे जाणवते.

बोलक्या झालेल्या समाजाला वादातही जिंकता यावे, यासाठी जी वैचारिक बेगमी करून देणे आवश्यक असते तशी बेगमी 'बहिष्कृत भारत' करून देतो. प्रतिपक्षाचा संभाव्य युक्तिवादांचा आधीच समाचार घेतला म्हणजे स्वाभाविकच त्याचे अर्धे अवसान संपुष्टात येते. 'बहिष्कृत भारत' मधील लेख संग्रहरूपाने आता उपलब्ध असल्याने डॉ. आंबेडकरांच्या पत्रकारितेचा अभ्यास करण्याची किमान सोय उपलब्ध झाली आहे. डॉ. आंबेडकरांच्या मराठी शैलीचाही अभ्यास झाला पाहिजे. त्यांच्या मराठी लिखाणात मराठी भाषा-परंपरा जशी व्यक्त होते तसाच लोककलांचाही अनाहत स्वर उमटल्याचे जाणवते.

१९२७ साली डॉ. बाबासाहेब आंबेडकर यांनी आपल्या चळवळीला व्यापक रूप देण्यासाठी 'समता समाज संघ' स्थापन केला. आपल्या नव्या चळवळीसाठी एखाद्या मुखपत्राची त्यांना गरज भासू लागली आणि १९२८ साली 'समता' नावाचे नियतकालिक सुरू केले. डॉ. आंबेडकरांना स्वातंत्र्य आणि समता या एकाच नाण्याच्या दोन बाजू वाटत होत्या. समतेच्या संगराचाच एक भाग चवदार तळ्यावरील महाडचा सत्याग्रह हा होता. जन्मजात अल्पसंख्य केवळ आपल्या एकट्याच्या बळावर लोकशाहीत यशस्वी होऊ शकत नाहीत, ही जाणीव त्याच्या मुळाशी असावी. 'समता' हे पत्र हे त्याचेच द्योतक होय. पण हे पत्रही अल्पायुषी ठरले.

१९३० हे वर्ष आधुनिक भारताच्या इतिहासातील एका नव्या पर्वाच्या प्रारंभाचे वर्ष म्हणून नोंदवावे लागेल. देशात मिठाच्या सत्याग्रहामुळे अभूतपूर्व अशी लोकजागृती झाली आणि इंग्रज सरकारलाही त्याची जाणीव झाली. त्याच काळात गांधी-आयर्विन करार होतो. गोलमेज परिषदांचा घोळ चालतो आणि गांधी-आंबेडकर यांच्यातील प्रसिद्ध येरवडा करार होतो. अस्पृश्यतेचा प्रश्न शेवटी सवर्णांच्या संदर्भात सुटायचा असतो. जन्मजात अल्पसंख्य केवळ स्वबळाने प्रश्नाची तड लावू शकत नाहीत. त्यांना नैतिक बळ हवे असते. त्यामुळे आंबेडकर १९३० साली 'जनता' नावाचे पाक्षिक सुरू करतात.

१९३५ साली डॉ. आंबेडकरांनी धर्मांतराची घोषणा येवले येथे केली होती. त्यानंतर आपले इतर उद्योग सांभाळून त्यांनी विविध धर्मांचे परिशीलन सुरू केले. धर्मांतराची मुख्य कारणे पाच. काम, लोभ, चीड, सूड आणि विवेक. यांपैकी पहिल्या चार कारणांचे उगमस्थान विकार हे आहे आणि त्यामुळे त्या धर्मांतराची गणना विवेकी धर्मांतरात होऊ शकत नाही. डॉ. आंबेडकर सर्व धर्मांचे सखोल परिशीलन केल्यानंतर बौद्ध धर्माच्या स्वीकाराकडे वळतात. हे धर्मांतर सामूहिक झाले तरच त्याची सामाजिक संदर्भात काही दखल घेतली जाईल, हे ओळखून डॉ. बाबासाहेब आंबेडकर १९५५ साली 'प्रबुद्ध भारत' हे साप्ताहिक सुरू करतात;

परंतु यानंतर त्यांना रोग येऊन घेरतात. आता आपले थोडे दिवस उरले आहेत ही जाणीव त्यांना होऊ लागली असावी. त्यामुळे उरलेले दिवस अधिक कृतार्थ कसे होतील हा त्यांच्या चिंतनाचा व चळवळीचा विषय बनला. १९५६ साली त्यांनी जाहीरपणे नागपूरला बौद्ध धर्माची दीक्षा घेतली आणि त्यानंतर लवकरच त्यांचे निधन झाले. 'प्रबुद्ध भारत' मध्ये आंबेडकरांची पत्रकारिता व्यक्त होण्याला फारसा अवकाश मिळाला नाही. डॉ. आंबेडकर यांच्या वृत्तपत्रीय कारकिर्दीचे हे पाच टप्पे आहेत.

□□□

'मूकनायक', 'बहिष्कृत भारत' आणि 'जनता' या नियतकालिकांतून डॉ. आंबेडकरांनी लिहिलेले ४२ अग्रलेख, १५५ स्फुटलेख आणि वाचकांसाठी विलायतेहून धाडलेली १५ पत्रे असे मराठीतील विपुल वैचारिक लेखन हा स्वतंत्र चिंतनाचा व संशोधनाचा विषय आहे. एक झुंजार व्यक्तिमत्त्व, ध्येयवादी संपादक, प्रखर बुद्धिवादी, आदर्श दलितोद्धारक आणि भारतीय राज्यघटनेचा शिल्पकार अशा विविध नात्यांनी ज्यांनी दलितांची अस्मिता जागृत केली आणि महाडच्या चवदार तळ्याचे पाणी गावकुसाबाहेरील वसाहतीत नेऊन त्यांच्यात विचारक्रांती घडवून आणली, त्या डॉ. आंबेडकरांचे हे लेखन परत परत वाचूनही त्याची गोडी द्विगुणित होत राहते; कारण त्यांच्या लेखांतील विचारांचे सौंदर्य आणि लेखनशैलीतील नवनवोन्मेष यांच्या पुन:प्रत्ययाचा आनंद काही वेगळाच असतो.

'बहिष्कृत भारत' मधील सर्वच्या सर्व रकाने बाबासाहेबांनी लिहिले आहेत.

२४.
बाबासाहेब आंबेडकर आणि लेखनशैली

हरिश्चंद्र निर्मळे

नियतकालिकांतील विचारवंत लेखकाला सर्व स्तरांतील आणि वर्गांतील लोकांचा विचार साकल्याने करावयाचा असतो; कारण कोणत्याही घटनेचा वा गोष्टींचा विचार त्याला तळागाळातील लोकांपासून उच्चस्तरीय लोकांपर्यंत पोहोचवायचा असतो आणि म्हणूनच कोणताही विचार सर्वांचे लक्ष वेधून घेऊन, सारख्याच तीव्रतेने आवाहन करील अशा बेताने त्याला मांडावा लागतो. एकांगी, एकतर्फी किंवा बिनबुडाचा विचार मांडण्याने आपली फसगत होण्याची शक्यता असते. या गोष्टीचे त्याला सातत्याने भान राखावयाचे असते. बाबासाहेबांनी आपले सारे लेखन या गोष्टीचे भान ठेवूनच केले आहे.

स्वसमाजोद्धाराची जी आत्यंतिक तळमळ बाबासाहेबांच्या ठिकाणी होती, त्यातून त्यांच्या लेखणीने स्फुरण घेतले. आत्मोन्नतीच्या आणि समाजसुधारणेच्या बाबतीत जो आवेश, जी उत्कटता आणि जी तळमळ होती तीच त्यांच्या लेखणीतून

स्फुरण पावलेली दिसते. जी तत्त्वे प्रतिपादन करावयाची आहेत त्यांच्याविषयी पूर्णपणे खात्री पटल्यामुळेच त्यांची या तत्त्वांवर अढळ निष्ठा होती. या तत्त्वांना त्यांनी पूर्णपणे आत्मसात केलेले असल्यामुळेच त्या तत्त्वांचे प्रतिपादन, समर्थन आणि प्रसारण करताना त्यांच्या लेखणीला वेगळीच धार येते, वेगळा आवेशही येतो. त्यातून त्यांचा आत्मविश्वासाचा प्रत्यय येतो. जे काही सांगावयाचे ते त्यांनी ठाशीवपणे, स्पष्टपणे, सडेतोडपणे आणि अस्खलितपणे सांगितले.

बाबासाहेबांचा पिंडच मुळी समाजसुधारकाचा असल्यामुळे वृत्तपत्रव्यवसायाचे आकर्षणही त्यांना जबरदस्त होते. समाजाला ताठपणे उभे करणे, त्याच्यात आत्मविश्वास निर्माण करणे, अन्यायाचे वाभाडे, कधी अग्रलेखातल्या तर कधी स्फुटलेखातल्या रकान्यातून काढून सामाजिक न्यायाची प्रतिष्ठापना करणे हे कार्य वृत्तपत्रांकडून समर्थपणे होत असते. ते अधिक कसदारपणे व दमदारपणे करणारा बुलंद आवाज दलितांच्या नियतकालिक क्षेत्राला बाबासाहेबांच्या रूपाने लाभला. पत्रकाराच्या लेखणीला तलवारीची धार नसेल, तर सत्य मांडण्याचा आणि समाजाला न्याय देण्याचा व्यवसाय त्याला यशस्वीपणे करता येणारच नाही, याचीही जाणीव बाबासाहेबांना होती. त्यात वास्तवाचे आकर्षणही जबरदस्त होते. त्यामुळेच ते पत्रव्यवसायात पडले.

कवितेपेक्षा आणि लघुकथेपेक्षाही एखादे स्फुट किंवा एखादा अग्रलेख भावनेची आणि विचारांची विशेष हालचाल घडवून आणतो. त्यामुळेही बाबासाहेबांना या क्षेत्राचे आकर्षण असावे. मानवी मूल्यांची जाणीव करून देण्याची संधी या क्षेत्राइतकी अन्यत्र मिळणेही शक्य नव्हते. सहृदयता, व्यापक सहानुभूती, प्रखर स्मरणशक्ती, प्रगाढ व्यासंग, भाषाप्रभुत्व, गुणग्राहकता, मानवी मूल्यांचे पूजन, प्रसंगावधान, हजरजबाबीपणा आणि समाजजागृतीची आंतरिक तळमळ हे सद्गुण बाबासाहेबांच्या ठिकाणी मूलत:च होते आणि त्यांच्याच बळावर पत्रकारितेच्या क्षेत्रात अल्पावधीतच त्यांनी भरघोस यश संपादन केले. बाबासाहेबांना दलित समाजाची नाडी सापडली होती आणि 'मूकनायक', 'बहिष्कृत भारत', 'जनता', यांच्या रकान्यांतून ते जो उपदेश करीत होते तो समाजाच्या पचनी पडत होता.

जे जे आपणासी ठावे ते ते इतरांना समजावून सांगण्याची विलक्षण तळमळ ही बाबासाहेबांच्या लेखनाची महत्त्वाची प्रेरणा आहे. दलितांच्या मनावर संस्कार करावेत, त्यांना त्यांच्या न्याय्य हक्कांची जाणीव करून द्यावी, सामाजिक दंभाचे भर चौकात वाभाडे काढावेत, उदात्त, समर्पित जीवनांना पूर्णविराम मिळाले तेव्हा त्यांच्यावर मृत्युलेख लिहून जाहीर कृतज्ञता व्यक्त करावी, सद्वर्तनी लोकांच्या गुणांचा गौरव करावा आणि दुर्गुणांचा निषेध नोंदवावा, असे कितीतरी हेतू या लेखनामागे होते. बाबासाहेबांचे अग्रलेख, स्फुटलेख, मृत्युलेख आणि पत्रे जन्माला

आली ती याच भूमिकेतून.

वाचकांच्या विचाराला चालना देणे हे जसे पत्रकाराचे काम आहे, त्याप्रमाणे त्यांची भावना चेतविणे हे त्याच्या कलेचे एक अंग आहे. बाबासाहेबांच्या लेखनाने दलित समाजात आत्मोद्धाराची भावना चेतविली आणि कर्तृत्वत, शौर्य, पावित्र्य, उदात्तता आणि मानवता यांचे पाठ दिले. अस्मितेला जपण्यासाठी लढायला शिकविले. बाबासाहेबांचे 'बहिष्कृत भारत' हे 'बहिष्कृत हितकारिणी सभे' चे मुखपत्र होते. दलित समाजमनाची पकड घेऊन त्याने दलित चळवळ पुढे नेली. अनेक विरोधी वृत्तपत्रांशी प्रसंगी त्यांनी दोन हात केले.

बाबासाहेबांच्या लेखनात निबंध, वक्तृत्व निबंध (Lecture - Essay) अग्रलेख, स्फुटलेख, मृत्युलेख, स्वगत, मुक्तचिंतन, प्रवचन, प्रवासवर्णन असे किती वाङ्मयप्रकार समाविष्ट झाले आहेत. कधी त्यांचे निर्भेळ रूप पाहावयास मिळते, तर कधी ते संमिश्र स्वरूपात आढळतात. या लेखनाला बाबासाहेबांच्या बहुश्रुत, व्यासंगी, बुद्धिनिष्ठ आणि विद्वत्तापूर्ण व्यक्तिमत्त्वाचा स्पर्श आहे. त्यातील प्रत्येक वाक्य म्हणजे बाबासाहेबांच्या व्यक्तिमत्त्वाचे प्रतिबिंब आहे.

बाबासाहेबांच्या लेखनाला वक्तृत्त्व गुणाचा सर्वांत मोठा आधार आहे. बाबासाहेब आवेशाने प्रतिपक्षावर तुटून पडतात तेव्हा त्यांचा प्रत्येक शब्द अंगावर धावून आल्यासारखा वाटतो. एखादा वक्ता व्याख्यानात जी भाषा वापरतो तीच भाषा वृत्तपत्राची असावी. ती अलंकारिक नसावी, तर तिचा सहज अर्थबोध व्हावा तसेच बाबासाहेबांचे सारे लेखन आहे. त्यांच्या पत्रांतील स्तंभातून जणू काही बाबासाहेबांमधील वक्ताच बोलत होता आणि ते दलितांच्या मनाला भिडत होते. सर्वांना समजतील असे साधे, सोपे, सरळ शब्द वाचकांच्या मनात बाणाप्रमाणे घुसत होते आणि ते वाचून बहिष्कृत लोक पेटून उठत होते. समाजाला आवाहन करण्याचे तंत्र बाबासाहेबांमधील वक्त्याने अचूक हेरले होते. यादृष्टीने 'महाड येथील धर्मसंगर व अस्पृश्यवर्गाची जबाबदारी' हा लेख प्रत्यक्षच तपासून पाहण्यासारखा आहे.

कोणत्याही महान लेखकाची एक विशिष्ट लेखनप्रक्रिया असते. डॉ. आंबेडकरांच्या वैचारिक लेखनाचीही एक पद्धत आहे. ती प्रथम समजावून घेणे अगत्याचे आहे. 'मूकनायक', 'बहिष्कृत भारत' व 'जनता' यांमधून बाबासाहेबांनी वेळोवेळी जे लेखन केले, त्याचा पहिला विशेष म्हणजे त्या लेखनातील आशयगर्भता. प्रत्येक लेखात त्यांनी एक स्वतंत्र आणि मूलभूत विचार मांडला आहे. त्यांची मांडणी तर्कशुद्ध तर असतेच, पण दाखले, प्रमाणे, अवतरणे देऊन स्वमतप्रतिपादन व परमतखंडन करण्याची पद्धत आपल्या सर्वच लेखनात बाबासाहेबांनी अवलंबिलेली आहे. त्यामुळे त्यांच्या लेखनात युक्तिवाद, आक्रमकपणा आणि लढाऊपणा आपोआपच

येतो. उपरोध आणि उपहास ही तर त्यांची आवडती हत्यारे होती. आणि 'ठोशास प्रतिठोसा' देण्याची पद्धत तर प्रत्येक लढाऊ पत्रकाराला अवलंबावी लागते. त्यामुळे 'भाला' कार भोपटकर आणि 'बहिष्कृत भारत' कार डॉ. आंबेडकर यांच्या वाग्युद्धाला विशेष रंग चढत असे. लेख असो वा स्फुटलेख, बाबासाहेबांचे प्रतिपादन, विवेचन, नियोजित मुद्द्यांचा विचार आणि विस्तार अचूक व नेमका असे. विषयांतर त्यांच्याकडून कधीच झालेले दिसत नाही. अग्रलेखातील विषयांची मांडणी करताना तर नियुक्त विषयावरची त्यांची पकड कधीही ढिली पडत नसे. कारण विविध पुस्तकांचे मनमुराद वाचन करावे, त्यांवर टिपणे करावीत, मसुदे करावेत व ते पुन:पुन्हा सुधारावेत हा त्यांचा उद्योग सातत्याने चाललेला असे.

ललित कलाकृतींप्रमाणे वैचारिक लेखन ही एक कला आहे. या कलेत लेखकाच्या मनातील मूलद्रव्य, कल्पनीय अमूर्ताचा विविध संस्कार होत होत भाषिक वैचारिक लेखनात प्रविष्ट होत असते. येथे त्यांच्या संवेदनशील मनाचा विचार पुढे येतो. संवेदनशीलतेचा वैचारिक लेखनाशी निकटचा नसला तरी अप्रत्यक्ष संबंध असतो. मानवी जीवनातील बाह्य वास्तवाबद्दल, त्या वास्तवातील घडामोंडीबद्दल आपली स्वत:ची प्रतिक्रिया व्यक्त करण्याची लेखकाची पद्धत म्हणजेच त्याची संवेदनशीलता. ही संवेदनशीलता त्यांच्या अंगी असणाऱ्या श्रद्धा आणि संस्कृतीमूल्ये यांनी नियमित केलेली असते. असे असले तरी वैचारिक लेखनाचा जाणिवांशी निकटचा (प्रत्यक्ष) आणि संवेदनशीलतेशी दूरचा (अप्रत्यक्ष) संबंध असतो. या पार्श्वभूमीवर 'नमस्कारातल्या ब्राह्मण्या'विषयीचा बाबासाहेबांचा विचार तपासून पाहण्यासारखा आहे. मनुस्मृतीविषयीचा आदर, संस्कृतीमूल्य व श्रद्धा लक्षात घेता ब्राह्मणाने अस्पृश्यास 'नमस्कार' म्हणणे तसे गैरच. मग तो अस्पृश्य बुद्धिमत्तेने ब्राह्मण माणसापेक्षाही विद्वान का असेना! अस्पृश्याला केलेला 'राम राम' ही बाबासाहेबांची जाणीव. तिच्याशी अधिक निकटत्व!

अंधश्रद्धा, अनिष्ट परंपरा, सनातनित्व, भोंदूगिरी, ढोंगीपणा, पूर्वसंस्कारित, मन आणि विवक्षित पूर्वग्रहदूषितपणा यांमुळे कळत नकळत जेव्हा दुसऱ्यावर अन्याय केला जात असतो, तेव्हा पीडकांविरुद्ध पीडितांनी बंड पुकारणे, त्याला समज देणे स्वाभाविक असते. अत्याचार (मग तो शारीरिक असो वा मानसिक) करणाऱ्यांच्या मनात परिवर्तन घडवून आणणे हे विचारवंतांचे प्रमुख ध्येय बनते, मग हा अन्याय एखाद्या राष्ट्रावर असो, समाजावर असो वा व्यक्तीवर. कोणतेही परिवर्तन घडवून आणताना किंवा त्याविषयीचे आपले विचार मांडताना विचारवंतांच्या मनात वैचारिक संघर्ष सुरू होतो. ललित लेखकाच्या मनात सुसंवादाला मुभा असते, म्हणजेच येथे संघर्षाला गौण स्थान मिळते. विचारवंतांच्या बाह्यमनात

विद्रोहाची, बंडाची, निषेधाची किंवा सारे काही झुगारून देण्याची वृत्ती असते, तर अंतर्मनात सामंजस्याची, समन्वयाची, सारे काही एकदम झुगारून देण्यापेक्षाही धीमेपणाने परिवर्तनाची वाट पाहण्याची वृत्ती असते. या दोहोंच्या रसायनातून तावून, सुलाखून बळ धरलेला विचार हेच वैचारिक लेखनाचे मूलद्रव्य होय. डॉ. आंबेडकरांनी १९३५ च्या येवल्याच्या परिषदेत केलेली धर्मांतराची घोषणा आणि त्यानंतर तब्बल एकवीस वर्षांनंतर घेतलेली बौद्ध धम्माची दीक्षा, या घटना वरील विवेचनाला पूरक ठरणाऱ्याच नव्हेत काय? किंबहुना धर्मांतराच्या घोषणेनंतर विविध धर्मगुरूंनी बाबासाहेबांना दिलेले निमंत्रण आणि बऱ्याच विचारांती आणि विविध धर्मांच्या चिकित्सक अभ्यासानंतर बाबासाहेबांनी घेतलेला बौद्ध धम्म स्वीकाराचा निर्णय हे तरी कशाचे द्योतक आहे?

विचारवंतांच्या मनातील मूलद्रव्य आणि त्यावर शैलीच्या विविध घटकांचे संस्कार होऊन आकाराला आलेले भाषिक, वैचारिक रूप म्हणजे वैचारिक लेखन. या घटकांमध्ये विचारवंतांच्या मनावरील संस्कार, त्याचे शिक्षण, अभ्यास व व्यासंग, त्याची मन:प्रकृती आणि व्यक्तिमत्त्व, तार्किकता आणि तात्त्विक बैठक, अन्यायाची तीव्रता आणि त्यामुळे आलेली परखडता, आव्हान, कडवेपणा, वीरश्री, ओज, धडाडी, झेप, बाणा, उर्मटपणा, आघात-प्रत्याघात टोले, हल्ला-प्रतिहल्ला आणि त्यामुळे लेखणीला आलेली धार, उपहास आणि उपरोध, वक्तृत्त्व वक्रोक्ती, कारुण्य, कोट्या, विनोद, शब्दसंग्रह आणि त्यांचे सामर्थ्य, पोटतिडकीतून आलेली भाषा, वास्तवाचे भान आदींचा त्याच्या शैलीवर परिणाम होत असतो. मात्र, हे सारेच घटक एकाच वेळी एकदम आपले कार्य करीत असतात असे नव्हे. ज्या संदर्भात तो लिहित असेल त्यावर या गोष्टी आधारभूत असतात. आधी राजकीय सुधारणा की सामाजिक या तात्त्विक वादातून आकाराला आलेली लो. टिळकांची 'स्वराज्य हा माझा जन्मसिद्ध हक्क आहे आणि तो मी मिळवणारच!' ही प्रतिज्ञा, 'इष्ट असेल तेच बोलणार!' हा आगरकरांचा बाणा आणि 'अस्पृश्यता नष्टमूल करणे हेच माझे आद्यकर्तव्य!' हा डॉ. आंबेडकरांचा निर्धार हा देखील त्या त्या व्यक्तींनी स्वीकारलेल्या मार्गातूनच आविष्कृत होत असतो. या सर्वच ठिकाणी निर्धार, धडाडी, वीरश्री, आव्हान, बाणा, ध्येय आणि झेप या शैलीघटकांचा विचार प्रमुख ठरतो.

महाडच्या चवदार तळ्यावर दलितांच्या धर्मसंगराची ठिणगी पडली आणि तेथील समाजव्यवस्थेविरुद्ध बाबासाहेबांनी जो बुलंद आवाज उठवला त्याचे पडसाद महाराष्ट्रभर उमटले. 'केसरी', 'भाला', 'कुलाबा समाचार', 'चाबुकस्वार', 'संग्राम', 'स्वराज्य', 'पुरुषार्थ' इत्यादी पत्रांनी बाबासाहेबांच्या विद्रोही भूमिकेविरुद्ध आग

पाखडली. या धर्मसंगरानंतर लगेचच कुलाबा समाचारने सोयीस्कर बातमी दिली की, महाडात मार बसलेल्या महारांची संख्या किती आहे हे कोठे प्रसिद्ध झालेले नाही. शेकडो अस्पृश्यांना मार बसला आणि तोही 'बेदम' हे धादांत खोटे आहे.' (१६.४.१९२७) तर 'चाबुकस्वार' मधून प्रसिद्ध झाले की, महाडला जी दंगल झाली ती अस्पृश्यांनी चवदार तळ्याचे पाणी प्यायल्यामुळे झाली नाही, तर नंतर ते वीरेश्वराच्या मंदिरात प्रवेश करणार होते म्हणून झाली. (१६.४.१९२७) यावर बाबासाहेबांनी स्पष्ट सवाल विचारला, 'तळे बाटल्यामुळे जर स्पृश्य लोकांचा क्षोभ झाला नव्हता, तर मग तळ्याची शुद्धी का करण्यात आली?' वस्तुस्थिती अशी होती की सर्व ब्रह्मवृंदांची सभा २१ मार्च रोजी होऊन एक हजार कलश पाणी उपसून टाकून बहिष्कृतांनी बाटवलेल्या तळ्याचा वेदोक्त विधिपूर्वक शुद्धिसमारंभ करण्यात आला होता. (ज्ञानप्रकाश, २७.३.१९२७) 'भाला'कार भोपटकरांनी लिहिले की, 'तुम्ही देऊळ किंवा पाणवठे बाटविण्याचा प्रयत्न एकदम बंद करा. तसे न केल्यास आम्ही तुमच्या पाठी सडकू' (२८.३.१९२७) त्यांना बाबासाहेबांनी कडक प्रत्युत्तर दिले की,'आम्ही आमचा प्रयत्न केव्हाच बंद करणार नाही. आमच्या पाठी जो सडकील त्याची टाळकी आम्ही सडकू.' यातून बाबासाहेबांचा निर्धार, धडाडी, वीरश्री आणि आव्हान यांचे प्रत्यंतर येते.

मनुस्मृतीदहनाच्या निमित्ताने 'स्वराज्य' चे संपादक श्री. भुस्कुटे यांनी बाबासाहेबांना लिहिले की, 'मनुस्मृतीची ही जंत्री जाळल्याने आजवर हिंदू समाजात रूढ झालेल्या जातीविषयक कल्पना थोड्याच नष्ट होणार?' 'कुलाबा समाचार' ने तर बाबासाहेबांची 'भीमासुर' अशी वल्गना केली. 'प्रबोधन', 'रणगर्जना', 'भाला', 'संग्राम' या पत्रांनीही मनुस्मृती दहनाविरुद्ध रान उठविले होते. यावर बाबासाहेबांनी या सर्वांना उद्देशून 'मनुस्मृती का जाळली?' हा लेख लिहून 'होळी करणे हा निषेध नोंदविण्याचा एक प्रकार असून, तो रानटी नसून शिष्टसंमत आहे.' असे सडेतोड उत्तर दिले. या सर्व घटनांकडे पाहण्याची 'केसरी' ची भूमिकाही तशीच पारंपरिकच होती. 'केसरी'ने ३.५.१९२७ च्या अंकात महाड धर्मसंगराची थोडक्यात बातमी देऊन 'झाला प्रकार अत्यंत गर्हणीय झाला' असा शेरा मारला होता. या निमित्ताने 'केसरी' कारांनाही परखड उत्तर देताना बाबासाहेब लिहितात की,'अस्पृश्याच्या निवारणाच्या बाबतीत साऊथ आफ्रिकेतील गोऱ्या लोकांना अस्पृश्यता निवारणाची जेवढी कळकळ आहे, त्याहून जास्त कळकळ 'केसरी' ला नाही. दोघांनाही अस्पृश्यता घालवावयास नको; उलट आपल्या स्वार्थी धोरणाला एक कारण म्हणून तिची होईल तितकी जोपासना करण्याकडे त्यांचे लक्ष! हिंदी लोकांनी समान हक्क मागितले की, साऊथ आफ्रिकेतील गोऱ्या लोकांनी अस्पृश्यतेच्या अन्यायाचे घोडे दामटलेच! तसेच

ब्राह्मणेतरांनी ब्राह्मणांना समान हक्क मागितले की 'केसरी'ने तुम्ही अस्पृश्यांना विरोध करता, मग तुम्हाला आमच्या बरोबरीचे हक्क मागण्याचा काय अधिकार असा प्रश्न केलाच!' (ब. भा. २०-५-१९२७) परंतु या विरोधी पत्रांसोबतच 'ज्ञानप्रकाश', 'दीनमित्र', 'क्रांती', 'जागृती', 'तरुण मराठा', 'नवयुग', 'नवा काळ', 'निजाम विजय', 'प्रबोध', 'प्रजापक्ष, 'राष्ट्रवीर', 'विजयी मराठा', 'संजीवनी', 'विविधवृत्त', 'सत्यशोधक', 'स्वातंत्र्य' यांसारखी अनेक पत्रे दलितांच्या लढ्याविषयी सहानुभूती बाळगणारी होती. अशा पत्रांच्या गुणांचा गौरव करून बाबासाहेबांनी त्यांच्याविषयीची कृतज्ञताही व्यक्त केली.

'बहिष्कृत भारत' च्या निमित्ताने बाबासाहेबांना वाग्युद्ध आणि जाणीवजागृती करण्यासाठी एक नवे व्यासपीठ मिळाले. 'बहिष्कृत भारत' मधून विरोधकांचे हल्ले प्रखर शब्दांत लेखन करून, बाबासाहेब परतवून लावत होते आणि दलितांवर होणारा अन्याय सभा-परिषदांतून आणि 'विविधवृत्ता' तून जगाच्या वेशीवर टांगत होते. विरोधी वृत्तपत्रांनी बाबासाहेबांनी चालविलेल्या चळवळीवर आणि त्यांनी वेळोवेळी मांडलेल्या मतांवर, विचारांवर जी टीका केली, त्याला 'होऊ द्या तर दोन हात' या वृत्तीने बाबासाहेबांनी झुंज दिली. दलितांवर होणाऱ्या अत्याचाराच्या बातम्यांवर बाबासाहेब अत्यंत मार्मिक आणि आक्रमक भाष्य करीत असत. 'जानव्यासाठी खून' या स्फुटात ते लिहितात, 'ब्राह्मण-क्षत्रियांचा धर्माभिमान व शौर्य ही फक्त अस्पृश्यांवर गाजविण्यासाठी आहेत. हे लोक युरोपियनांचे बूट चाटतील, मुसलमानांचे नाव ऐकल्यावर पळ काढतील; पण अस्पृश्यांवर वर्चस्व गाजविणे हा यांचा व यांच्या बापजाद्यांचा हक्क! या लोकांना 'स्वराज्य' शब्द उच्चारावयाला खरे म्हटले असता शरम वाटली पाहिजे. गुलामाची जात आणि पुनः नाक वर आहेच!' (ब. भा. ३.४.१९२७) मध्य प्रांतातील सतनामी नावाच्या एका चांभाराने गळ्यात जान्हवे घातल्यामुळे ब्राह्मण व रजपुतांनी त्याचा खून केला, या घटनेने बाबासाहेबांचा संताप अनावर होणे स्वाभाविक होते. अशाच प्रकारच्या अनेक आणि विविध कारणांमुळे ब्राह्मण समाजावर बाबासाहेबांचा विशेष कटाक्ष होता.

आपापल्या जातीच्या वरिष्ठपणाचा टेंभा मिरविणाऱ्या ब्राह्मणवर्गाच्या दांभिकतेचे वाभाडे काढताना बाबासाहेब म्हणतात,'काही जाती आपणाला ब्राह्मण म्हणविणाऱ्या आहेत. त्यांची अर्थातच आपल्या जातीचा पहिला मान राखून ठेवण्यासाठी धडपड चाललेली असते. या ब्राह्मणांत अनेक पोटजाती आहेत. त्या एकमेकांना उच्च-नीच समजतात, एकमेकांच्या उखाळ्या-पाखाळ्याही काढतात. परंतु जातिभेद कायम ठेवण्याच्या कामी सर्व एक होतात. आपल्याला लोकांनी ब्राह्मण म्हणावे, मग कसलेही ब्राह्मण म्हटले तरी चालेल. विषारी ब्राह्मण म्हणा किंवा अपशकुनी ब्राह्मण

म्हणा, आर्य ब्राह्मण म्हणा किंवा अनार्य ब्राह्मण म्हणा, षट्कर्मी ब्राह्मण म्हणा किंवा त्रिकर्मी ब्राह्मण म्हणा, आचारी ब्राह्मण म्हणा किंवा पाणके ब्राह्मण म्हणा, धूर्त ब्राह्मण म्हणा किंवा मूर्ख ब्राह्मण म्हणा, भाजीखाऊ ब्राह्मण म्हणा किंवा मटणखाऊ ब्राह्मण म्हणा, मांसेखाऊ ब्राह्मण म्हणा किंवा कोंबडीखाऊ ब्राह्मण म्हणा, कसलेही ब्राह्मण म्हणा, परंतु ब्राह्मण म्हणा, असा या ब्राह्मण म्हणविणाऱ्या लोकांचा आग्रह असतो.' (ब. भा. १२.७.१९२९) अशा अनेक प्रकारच्या समताविरोधकांशी अस्पृश्यता निर्मूलन व समाज समतावाद या चळवळींना सामना करावयाचा होता आणि म्हणूनच बाबासाहेबांच्या लेखणीला विशेष धार येते.

आघात, प्रत्याघात, हल्ला, प्रतिहल्ला या घटकांचा लेखकांच्या वैचारिक लेखनशैलीवर खूप परिणाम होत असतो. या निमित्ताने 'वाचकांची पत्रे', 'कोणाला काय वाटते', यासांरखी सदरे तपासून पाहण्यासारखी आहेत. 'भाल्या'च्या फेकी आजही नजरेआड करता येत नाहीत. 'भाला' आणि 'बहिष्कृत भारत' यांतील अनेक वर्षे चाललेली जुगलबंदी उपरोक्त लेखनशैलीचे खास नमुने आहेत. शंकराचार्य, संकराचार्य, प्रतिसंकराचार्य हे खास शब्दही बाबासाहेबांचेच. पिठ्या महाराला चावलेल्या सापाची जात चांभार होती, ही 'कुलाबा समाचारा'तली बातमी आणि त्या निमित्ताने बाबासाहेबांनी लिहिलेले 'सापात चांभार की माणसांत साप' हे स्फुट त्यांच्या प्रत्याघाताचे एक खास उदाहरण होय. 'समता' पत्रातून बॅ. सावरकरांनी प्रसारित केलेला 'पूर्वास्पृश्य' हा शब्द आणि बाबासाहेबांनी त्या शब्दाची उडविलेली रेवडी हा नमुनाही त्यातलाच. आपले मुद्दे पटवून देताना अनेकदा बाबासाहेबांना शाब्दिक कोट्याही कराव्या लागल्या. शब्द, त्याचे अनेक अर्थ आणि तार्किक पद्धतीने आपल्याला सोयीस्कर असा त्याचा अर्थ घेण्याची पद्धतही वृत्तपत्र लेखनातील एक महत्त्वाची गोष्ट असते. अशा शाब्दिक कोट्या, समर्पक, उचित आणि मनोवेधक शब्दयोजना यांवरच या लेखनाची भिस्त असते. 'अस्पृश्यांची पुंडाई की स्पृश्यांची गुंडाई', 'नमस्कारातले ब्राह्मण्य', 'शंकराचार्य की प्रतिसंकराचार्य?' ही बाबासाहेबांची स्फुटे त्याचीच द्योतकं आहेत. महाड येथील धर्मसंगराच्या निमित्ताने बाबासाहेबांनी लिहिलेल्या 'अस्पृश्यता व सत्याग्रहाची सिद्धी' या अग्रलेखातील हिंसा आणि अहिंसा या शब्दाविषयी केलेले विश्लेषण आणि विवेचनही प्रत्यक्ष तपासून पाहण्यासारखे आहे. असे असले तरी आवेशाच्या भरात किंवा कठोर आणि परखड सडेतोड प्रत्युत्तरे देण्याच्या ओघात बाबासाहेबांच्या लेखनातील संयम कुठेही सुटलेला नाही किंवा तोलही गेलेला नाही.

स्वत:वर, स्वसमाजावर होणाऱ्या अन्यायाच्या तीव्रतेसंबंधी विचारवंत जे लेखन करीत असतो. त्यावेळी तो अनेकदा पोटतिडकीने आणि कारुण्याची झालर

देऊन आपले विचार पटवून देत असतो. अशावेळी त्याच्या लेखनशैलीचे स्वरूप बदलते. नेहमीची परखडता, आघात-प्रत्याघात, कोट्या मागे पडतात आणि त्या मूलद्रव्याला कारुण्याचा स्पर्श होऊन ते लेखन वाचकांना अंतर्मुख करते. आपल्या न्याय्य हक्कांसाठी समतेचे अनेक सत्याग्रह करूनही जेव्हा केवळ नैराश्य आणि अपयशच पदरी पडते तेव्हा 'अस्पृश्यांनी आपल्या स्पृश्य बांधवांकडे समतेची आणि प्रेमाची भीक मागितली.' पण अस्पृश्यांच्या पदरात भाकरीऐवजी दगडधोंडेच पडले.' हा बाबासाहेबांचा विचार दलितांसोबतच सवर्णांनाही अंतर्मुख बनवितो. हाच विचारवंत जेव्हा इजिप्तमधील पिरॅमिडस्‌चे सूक्ष्म निरीक्षण करतो, तेव्हा त्याच्या अंत:करणात गदगदणारे शल्य नकळतपणे बाहेर येते आणि तो लिहून जातो की 'ज्यांना आपण पिरॅमिडस् म्हणतो तो तत्कालीन राजवैभवाची स्मारके नसून ज्यांनी काबाडकष्ट करून ती उभी केली त्या गुलामांची आणि त्यांच्या गुलामगिरीची स्मारके आहेत.' आणि मग एखादा समाजसुधारक, विचारवंत, जेव्हा महत्प्रयास करूनही अपयशच वाट्याला येते, तेव्हा अधिकच पेटून उठतो. अशा प्रसंगी त्याच्या लेखणीला काही आगळीच धार चढते. एक तप चाललेल्या समतेच्या सत्याग्रहानंतर १९३५ साली बाबासाहेबांनी जाहीर केले की, 'मी हिंदू म्हणून जन्मलो असलो तरी हिंदू म्हणून मरणार नाही!' पण अशा प्रसंगीही त्यांच्यावर प्रतिहल्ला करणारी वृत्तपत्रे काही कमी नव्हती. लगेचच श्री. ठाकरे यांनी 'दलितबंधू' तून लिहिले की, 'धर्मांतराचा बॉंब, दिल्ली फार लांब!' त्या त्या प्रसंगी केलेल्या तत्कालीन परिस्थितीच्या पार्श्वभूमीवर या विधानांतून केवढे तथ्य आणि सामर्थ्य होते याची कल्पना सहजपणे येऊ शकते.

आपल्या तात्विक तर्कनिष्ठ आणि बुद्धिनिष्ठ मुद्द्यांचे स्पष्टीकरण करताना आणि समर्पक विश्लेषण करताना बाबासाहेब आपल्या लेखनातून संस्कृत ग्रंथांतील, संत साहित्यातील आणि पाश्चिमात्य विचारवंतांच्या लेखनातील उतारे, अवतरणे, संदर्भ देतात आणि आपला मुद्दा वाचकमनावर अधिक प्रभावीपणे ठसवतात. अस्पृश्यता निवारणाकरिता प्राण खर्ची घालण्यातच खरा पुरुषार्थ आहे हा मुद्दा पटवून देताना बाबासाहेब,

'एतावाने, च पुरुषो यदमर्षी यदक्षमौ ।
क्षमावतन्नेरमर्षश्च नैवस्त्री न पुन:पुमान ।।'

(ज्या पुरुषाला (अन्यायाचा) राग येतो व जो (अपमान) सहन करीत नाही तोच पुरुष म्हणावयाचा. ज्या पुरुषाला राग किंवा चीड येत नाही तो आणि नपुंसक सारखाच!) या महाभारतातील समर्पक श्लोकाचा आधार देतात आणि असे कठीण पण महत्कार्य तडीस जाण्यासाठी अस्पृश्य बांधवांनी कोणत्या पद्धतीने प्रतिकार

करावयास हवा ते सांगताना 'तप्तेन तप्तायसा घटणाय योग्यम्' चे (लोखंडाचे दोन तुकडे तापून लाल झाले की ते एक होण्यास विलंब लागत नाही) उदाहरण देतात. आपल्या बांधवांना न्याय्य हक्कांची जाणीव करून देताना, महाभारतातील श्रीकृष्ण, अर्जुन, धर्म, भीम, दुर्योधन, विदुला या व्यक्तींच्या विचारांचा बाबासाहेब अनेकदा परिचय करून देतात.

कावळ्याचे हजार वर्षे जगणे आणि त्याच्यासारखेच हिंदू समाजाचे हजार वर्षे जगणे सारखेच आहे, हे सांगताना बाबासाहेब, 'काकोऽपि जीवति चिरायु बली च भुङ्क्ते' या वचनाचा आधार घेतात आणि माणसांसाठी आवश्यक असणाऱ्या खऱ्या धर्माची ओळख करून देताना 'यतोऽभ्युदय निःश्रेयस सिद्धिः स धर्मः!' (ज्याच्या योगाने ऐहिक उत्कर्ष होतो व मोक्षप्राप्ती होते तो धर्म) या वचनाकडे अंगुलीनिर्देश करतात.

हिंदू धर्मातील लोक स्वतःला वैष्णव म्हणवून घेतात, परंतु अशा लोकांची बाबासाहेबांना कीव येते आणि संत तुकारामांच्या ओवीचा आधार घेऊन ते म्हणतात, 'विष्णुमय जग,वैष्णवांचा धर्म! भेदाभेद भ्रम अमंगळ' असे महावैष्णवांनी कितीही कानीकपाळी ओरडून सांगितले तरी ज्यांचा दुराभिमान नाहीसा होत नाही ते वैष्णव धर्माच्या नदीतले गोटेच होत आणि म्हणूनच महाड येथील धर्मसंगराला संघटितपणे तोंड देण्याचे स्वबांधवांना आवाहन करताना,

'भले कुलवंत म्हणावे । तेही वेगी हजीर व्हावे
हजीर न होता कष्टावे । लागेल पुढे ॥'

या श्रीसमर्थ रामदासांच्या ओवीचा आधार घेतात.

हिंदू समाज हा बर्बूनच्या राजघराण्यासारखा 'काही शिकत नाही व काही विसरतही नाही.' असा असल्याचे सांगताना बाबासाहेब त्याला 'Learns nothing & forgets nothing' या इंग्रजी विधानाची पुष्टी देतात, तर ज्या धर्मात काही लोकांतील स्वाभिमान नष्ट करून त्यांच्या जातीची उन्नती करण्यास बंदी घालण्यात आलेली आहे, त्या हिंदू धर्मावर आपला इतका कटाक्ष असणे स्वाभाविकच आहे, हे पटवून देताना बाबासाहेब, लॉर्ड ऑलिव्हियर यांच्या 'The Anatomy of African Misery' या निग्रोंविषयीच्या हृदयद्रावक वर्णनपर पुस्तकातील 'No race can be raised by destroying its self respect' या विधानाचा आधार घेतात.

बाबासाहेबांच्या वैचारिक लेखनात खरे सौंदर्य आहे, ते विचारांचे. त्यांचे विचार वाचकमनात खोलवर रुजतात आणि त्यांना अंतर्मुख आणि मंत्रमुग्ध करतात. 'धर्मासाठी माणूस नसून माणसांसाठी धर्म आहे,' 'समता हे सामाजिक नीतीचे एक मुख्य तत्त्व आहे.' 'लोकसंग्रहाचा आग्रह म्हणजेच सत्याग्रह', 'स्वाभिमानशून्यतेचे

जीवन कंठणे नामर्दपणाचे आहे.', 'जगणे हा काही जगातला पुरुषार्थ नव्हे, काकबळी खाऊन कावळेही पुष्कळ वर्षे जगतात.' 'मृत्यू हा कोणासच चुकत नाही, तर मग त्याबद्दल डर किंवा रड कशाला?' 'ज्यांना पायातली वहाण म्हणून वागविले जाते त्यांनी त्या धर्माच्या रक्षणासाठी काय म्हणून मरावे?' 'शेळ्यांना लांडग्यांविषयी आपलेपणा वाटणे कधी तरी संभवनीय आहे काय?', 'अस्पृश्यता म्हणजे शुद्ध गुलामगिरी', 'अस्पृश्यता नष्टमूल करणे हे माझे आद्यकर्तव्य आहे.' 'हिंसा करणे अयोग्य असले तरी आत्मरक्षणासाठी हिंसा करणे रास्त आहे', 'स्वतःचे राज्य नष्ट झाले असता ते 'दे ग बाई जोगवा' म्हणून मिळत नसते.' 'भिक्षा मागणे हा ब्राह्मणाचा धर्म आहे, क्षत्रियांचा नव्हे', 'ज्या देशात दहा-बारा वर्षांच्या बालकांचे लग्न करून त्यांच्याकडून प्रजोत्पादन करण्यात येते, त्या देशातील प्रजा, खुरटी, अल्पायुषी, निस्तेज, दुर्बल व निरुत्साही झाली नाही तर कशी होणार?' 'होळी करणे हा निषेध दर्शविणारा एक प्रकार आहे व तो रानटीपणाचा नाही', इत्यादी कितीतरी वाक्ये बाबासाहेबांच्या लेखनातून सुभाषितांसारखी विखुरली आहेत.

आपला विचार अधिक समर्पकपणे मांडण्याच्या ओघात, अनेकदा समर्पक उपमा, रूपकादी अलंकारांची योजना बाबासाहेब अगदी सहजपणे करतात. 'हिंदुस्थान म्हणजे विषमतेचे माहेरघर आहे.' 'समाज ही एक नौकाच आहे,' 'हिंदू समाज म्हणजे विनाशिडीचा एक मनोरा आहे,' 'धर्माच्या नावावर अस्पृश्यतेसारखी अनेक सामाजिक अन्यायाची टेंगळे व गळवे हिंदू जनांच्या अंगावर वाढलेली आहेत.' 'ब्राह्मण, ब्राह्मणेतर व अस्पृश्य या ब्राह्मण्याने भरलेल्या गाडग्यांच्या उतरंडी आहेत.' 'बलुते म्हणजे भीक आणि महार म्हणजे भिकारी असा स्पृश्यास्पृश्यांचा ग्रह होऊन बसला आहे.' 'नवीन पिढी तरी वतनदारीचे हाडूक गळ्यात बांधून मिरविण्यात भूषण मानणार नाही.' 'विचार हा काही एखाद्या ज्वालामुखीप्रमाणे आपोआप पेट घेत नाही.' 'उदात्त तत्त्वांच्या मनोराज्यात गढून जाऊन व्यवहाराला विसरणाऱ्या शाळकरी पोराप्रमाणे आम्ही मूर्ख नाही.' 'सोळाव्या शतकात साधुसंतांनी सत्यशोधकी कुऱ्हाडीचे किती घाव घातले, परंतु अस्पृश्यतारूपी फोफावलेला वृक्ष त्यांच्या हातून तोडला गेला नाहीच, पण त्याचे पानसुद्धा त्याच्याने हालले नाही.' 'बहिष्कृत भारताच्या झंझावाताने हिंदू समाजात एक प्रकारचे तुफान आले आहे.' अशी कल्पनाविलासाची असंख्य विधाने बाबासाहेबांच्या लेखनशैलीतील सौंदर्य अधिकच खुलवितात.

प्रचलित म्हणी आणि वाक्प्रचार यांचाही सर्रास वापर बाबासाहेब आपल्या लेखनातून करीत असत. 'कामाला सरकार वैरणीला रयत,' 'महार मेला आणि विटाळ गेला,' 'न कर्त्याचा वार शनिवार', 'बाप दाखव नाहीतर श्राद्ध घाल'

'हगवणीला बायको आणि नागवणीला सोयरा', 'नाक दाबल्याशिवाय तोंड उघडत नाही', 'कुऱ्हाडीचा दांडा गोतास काळ', 'ज्याची तलवार खंबीर तो हंबीर', 'सुंभ जळले तरी पीळ जळत नाही.', 'शिळ्या कढीला ऊत आणणे', 'कानी कपाळी ओरडणे' इत्यादी म्हणी आणि वाक्‌प्रचारांच्या वापरातून बाबासाहेबांच्या शैलीचे अस्सल मराठमोळेपणच लक्षात येते. याशिवाय 'बीचमें मेरा चाँदभाई', 'खानेकू हम और लढनेकू तुम' 'हत्ती चलता है और कुत्ता भोंकता है' अशा हिंदीतील बोली म्हणींचाही बाबासाहेब आपल्या लेखनातून उपयोग करीत असल्याने ते अधिकच खुलून दिसते.

बाबासाहेबांच्या शैलीतून त्यांचे ठसठसशीत व्यक्तिमत्त्व प्रकट झाले आहे ते आणखी एका अर्थाने. अन्यायाची चीड आणि दुर्गुणांवर प्रहार हा बाबासाहेबांचा स्वभावधर्म आहे. आपल्या अनेक लेखांना दिलेल्या शीर्षकांतूनही तो प्रभावीपणे प्रकट होतो. 'ब्राह्मणेतरांचा लपंडाव', 'जानव्यासाठी खून', 'आरसा आहे, नाक असेल तर तोंड पाहून घ्या', 'उष्टे खाऊन ब्राह्मणीन स्पृश्य ती स्पृश्यच!' 'केसरीचा आगलावेपणा', 'पगडी फिरवली', 'नमस्कारातले ब्राह्मण्य', 'खुदा देखता है', 'पीर पावला', 'देशद्रोही कोण', 'दरोडेखोर धर्माभिमानी', 'बीचमें मेरा चाँदभाई', 'नकटा नकट्याला हसतो', 'अस्पृश्यांची पुंडाई की स्पृश्यांची गुंडाई', 'हिंदू धर्माला नोटीस', 'देव आडवा येतो काय?' 'अर्धेही देत नाही तर सर्वच घेऊ', 'आजवरी होतो तुझे सत्तेखाली, तोवरी तो केली विटंबना', 'आधी कलस मग पाया' यांसारखी अनेक शीर्षके बाबासाहेबांचे अंतरंग समर्थपणे उलगडून दाखवितात. पण त्यांसोबतच एखाद्या बाणाप्रमाणे वाचकांच्या काळजाला जाऊन भिडल्यावाचून राहत नाहीत. ही शीर्षके लेखातील आशय सूचित करणारी असतात.

काही विचारवंत असेही असतात की, ते विनोदाच्या साहाय्याने आपला विचार समर्थपणे पटवून देतात. अशा लेखकांची प्रकृतीच थोडीशी विनोदी असते. किंबहुना उपहास आणि उपरोध यांचाच त्यांच्या लेखनशैलीवर अधिक परिणाम होत असतो. घटना, प्रसंग, व्यक्ती आणि त्यामधील विसंगती यामुळे अशा वैचारिक लेखनशैलीवर उपहास आणि उपरोध हे घटक अप्रत्यक्ष परिणाम घडवीत असतात. बॅ. सावरकरांच्या सहभोजनात सामील होऊन घरी येऊन सचैल स्नान करणाऱ्या ढोंग्यांविषयी बाबासाहेबांनी लिहिलेले 'खुदा देखता है', हे स्फुट किंवा पुण्यात गाजलेल्या खान-पाणंदीकर विवाहाच्या निमित्ताने, 'मालिनीने मुसलमानांपेक्षा एखाद्या महाराशी लग्न केले असते, तर एक वेळ बरे झाले असते.' या सनातन्यांच्या अभिप्रायावर बाबासाहेबांनी लिहिलेले 'पीर पावला' हे स्फुट ही त्यांच्या उपहास आणि उपरोधाचीच खास उदाहरणे आहेत.

प्रासादिकता, सहजता आणि ताजेपणा हे गुण बाबासाहेबांच्या लेखनशैलीत विशेषत्वाने जाणवतात. त्यात कुठेही निर्जीवपणा नाही. सारेच लेखन कसे सजीव, रसरशीत आणि जोमदार उतरले आहे. वाचकांच्या भावना ते सहजपणे चेतवू शकते. डॉ. आंबेडकरांची लेखणी किती तडफदार व तेजस्वी आहे याचा निर्वाळा देताना 'निजाम विजय' ने १२-४-१९२७ च्या अंकात म्हटले आहे की,'पत्रातील लेखकाची भाषा अत्यंत जोरदार, सडेतोड व केवळ निर्भेळ सत्याशिवाय कशाचाही दरकार न करणारी अशी आहे व हेच धोरण पत्रकर्ते जोपर्यंत कायम ठेवतील तोपर्यंत ते आपले उद्दिष्ट सिद्धीस नेण्याचे यश खात्रीने मिळवतील. यापेक्षा त्यांच्या लेखणीच्या कौशल्याचे वर्णन कोणत्या योग्य व परिणामकारक शब्दांत करता येईल?' बाबासाहेबांच्या लेखनशैलीतील मऱ्हाटमोळेपण आणि विचारांचे सौंदर्य हे मराठी साहित्याचे मोठे भूषण आहे. आशय, विचारसरणी आणि निबंधशैली या सर्वच दृष्टींनी बाबासाहेबांच्या लेखनाला नियतकालिकातील श्रेष्ठ निबंधाचे स्वरूप लाभले आहे. त्यामुळे त्यांच्या निबंधांना मराठी वाङ्मयाच्या इतिहासात एक स्वतंत्र आणि वैशिष्ट्यपूर्ण स्थान प्राप्त झाल्यावाचून राहणार नाही.

❑❑❑

डॉ. भीमराव रामजी आंबेडकरांचा ज्ञानयोगी म्हणून अनेक लेखकांनी गौरव केलेला आहे. विद्येचे त्यांना अपार प्रेम होते. ज्या पूर्वास्पृश्य महार समाजात ते जन्माला आले, दारिद्र्य हीच ज्या समाजाची श्रीमंती होती, ज्ञानाची झुळूक ज्या गावकुसाला क्वचितच लागायची, अशा महार समाजातील डॉ. बाबासाहेबांचे एकूण कर्तृत्व आणि ग्रंथप्रेम पाहिले म्हणजे आश्चर्य वाटते. तो एक चमत्कार वाटतो. शिक्षणाचे महत्त्व बाबासाहेबांनी जाणले. शिक्षणाचा विचार म्हणजे ग्रंथसंगती, व्यासंग, 'ग्रंथ हेच गुरू' हे बाबासाहेबांनी फार अल्प वयात जाणले होते. शिक्षण घेऊन पदवी मिळवावी आणि कोणतीतरी नोकरी करीत शांत बसावे हे बाबासाहेबांना मुळीच मान्य नव्हते. या बाबतीत ते आपल्या समाजाला नेहमी सांगत असत. एका भाषणात ते म्हणाले होते. 'शिकून नोकरी लागली की विद्यार्जनाचा मार्ग साफ खुंटतो. विद्येचे महत्त्व खुंटले जाते... म्हणून विद्येचा व्यासंग नेहमी केला पाहिजे. बायकोपेक्षा, पोरापेक्षा ज्याचे विद्येवर

२५. बाबासाहेब आंबेडकर आणि ग्रंथ

मदन कुलकर्णी

जास्त प्रेम आहे, त्याला विद्येची गोडी लागली असे मी म्हणेन.'[१] त्यांचे १९३८ साली व्यक्त केलेले हे मत आजही तेवढेच अर्थपूर्ण आहे.

डॉ. आंबेडकरांचे जीवन राजकारण, समाजकारण, राष्ट्रकारण यांमध्ये अष्टौप्रहर गुंतून गेलेले होते असे दिसून येते. अशा कार्यव्यस्त माणसाला आपला विद्याव्यासंग ठेवणे किती कठीण असते ह्याची कल्पना आपल्याला करता येईल. जातीय विषमतेच्या अपमानाचे कडू जहर पचवीत ज्ञानतृष्णा कायम ठेवून आपल्या व्यासंगाला जपणे त्यांना किती कठीण होते? पण बाबासाहेबांनी या सर्व गोष्टींवर मात करीत आपले ग्रंथप्रेम जपले. आयुष्याच्या संघर्षाच्या काळातही ह्या माणसाने आपला ग्रंथ व्यासंग सांभाळला हे महत्त्वाचे. हे त्यांनी स्वतःपुरते केले नाही तर विद्या आणि व्यासंग यांचे महत्त्व आपल्या समाजाला वेळोवेळी ते पटवून देत असत. या ग्रंथप्रेमाने, ज्ञानसाधनेनेच त्यांना बुद्धिमत्ता आणि प्रचंड विद्वत्ता प्राप्त झालेली होती. आयुष्याच्या

अखेरपर्यंत त्यांचा ज्ञानयज्ञ चालूच होता.

आपल्या सभोवतालच्या सामाजिक परिवेशाची त्यांना चांगलीच कल्पना होती. त्यामुळे आपल्या आयुष्यात ज्ञानप्राप्तीला त्यांनी फार महत्त्व दिले होते. दि. २८ मार्च, १९१६ च्या 'बॉम्बे क्रॉनिकल' च्या अंकात ग्रंथालयाचे, ज्ञानसंपादनाचे समाज उत्थानातील महत्त्व सांगताना त्यांनी लिहिले होते. 'We have not as yet realised the value of library as an institution in the growth and advancement of society.'[२] हे पूर्वी खरे होते आणि आजही तेवढेच खरे आहे.

डॉ. आंबेडकरांना अगदी लहानपणापासून ग्रंथप्रेम होते. त्यांच्या ठिकाणी ग्रंथप्रेमाच्या संस्कारांचे त्यांच्या मनी-मानसी बीज रोवणारे होते त्यांचे वडील रामजी. 'विद्येनेच मनुष्या आले श्रेष्ठत्व या जगामाजी' यावर रामजींची श्रद्धा होती. हावर्डची इंग्रजी पुस्तके आणि तर्खडकरांची भाषांतरे त्यांनीच बाबासाहेबांना शिकविली. प्रतिशब्द कसा योजावा हे त्यांनीच शिकविले, 'माझ्या इंग्रजीतल्या वक्तृत्वाचे नि ग्रंथकर्तृत्वाचे श्रेय माझ्या वडिलांकडे जाते.'[३] असे कृतज्ञतेचे उद्‌गार डॉ. बाबासाहेबांनी काढले ते यामुळेच!

डॉ. बाबासाहेबांना संस्कृतविषयी प्रेम होते. त्यानां पर्शियन भाषा फिकी वाटे. 'संस्कृत भाषेत काव्यमीमांसा नि अलंकारशास्त्र आहे. नाटके आहेत. रामायण-महाभारतासारखी महाकाव्ये आहेत. तत्त्वज्ञान आहे, तर्कशास्त्र आहे, गणित आहे. आधुनिक विद्येच्या दृष्टीने पाहता संस्कृत वाङ्‌मयात सर्वकाही आहे. तशी स्थिती पर्शियनची नाही. मला संस्कृत भाषेचा अभिमान असल्यामुळे ती चांगली अवगत व्हावी, याविषयी माझ्या अंत:करणात तळमळ आहे. तो सुदिन कधी उगवेल तो खरा.'[४] या त्यांच्या उद्‌गारावरून त्यांची ज्ञानलालसा आणि अतीव ग्रंथप्रेमाची जाणीव होते.

डॉ. बाबासाहेबांना शैक्षणिक जीवनापासूनच ग्रंथांबद्दल प्रेम वाटू लागले होते. त्यांच्या ठायी अभ्यासक्रमाबाहेरील वाचनाची आवड उत्पन्न झाली. पुस्तकांचा त्यांना हव्यास लागला. त्यासाठी ते (भीमराव) हट्ट धरू लागले. महत्त्वाचा ग्रंथ पाहिला की तो त्यांना संग्रही ठेवावासा वाटे. अभ्यासाकडे दुर्लक्ष करून अवांतर पुस्तके वाचणे रामजींना मुळीच पसंत नव्हते. पण ते तडक कातेकरांकडे दिलेल्या आपल्या मुलीकडे जायचे. तिच्याकडून उसने पैसे घ्यायचे. तिच्याकडे पैसे नसले तर तिला दिलेल्या दागिन्यांपैकी एक दागिना उसना आणायचे. तो ठरावीक मारवाड्याकडे गहाण ठेवायचे. पैसे मिळताच मुलाला पाहिजे असलेले पुस्तक विकत घेऊन घरी यायचे...

'वडिलांनी ग्रंथ आणून दिला की तो वाचता वाचता उशाला घेऊन भीम झोपायचा. भीमाला तशी सवय जडलेली होती... तथापि, स्वत:च्या पुस्तकांचा संग्रह करावा, या आवडीमुळे अमुक पुस्तकाच्या अमक्या ठिकाणी एखादी महत्त्वाची

बाब आहे, ही गोष्ट कोठेही टाचणे वगैरे न लिहिली असताही भीम आठवू शके. भूतपूर्व नि विद्यमान राजकारणी विद्वान पुरुष आणि विद्वान राजकारणपटू यांच्या जीवनावरून असा निष्कर्ष काढता येतो की, त्यांच्या नेतृत्वाचा नि कीर्तीचा पाया विद्यार्थिदशेतच अफाट वाचन, गाढ मनन, ऐतिहासिक दृष्टिकोन ह्यांवरच उभारलेला असतो.[५] डॉ. आंबेडकरांच्या बाबतीतही नेमके असेच घडलेले आहे.

डॉ. आंबेडकरांचे हे ग्रंथप्रेम वाढत्या वयाबरोबर वाढतच गेले. आयुष्यात आलेल्या संधीचा भरपूर लाभ घेण्यासाठी आंबेडकरांनी प्रत्येक क्षण सोन्याचा मानून त्याचा अभ्यासार्थ वापर केला. अमेरिकेत असताना त्यांनी जे वाचन केले, त्याला तोड नाही. अठरा अठरा तास ते अभ्यास करीत, पण हा अभ्यास केवळ पदव्या मिळविण्यासाठी नव्हता, तर 'जगात अजून खूप शिकण्यासारखे आहे; ज्ञान दिवसेंदिवस प्रगतच होत चालले आहे, तेव्हा आपण कमावलेल्या विद्वत्तेच्या संचितावर आत्मसंतुष्ट राहिलो, तर आपल्या बुद्धिमत्तेला गंज चढेल आणि आपण अल्पकाळात मागे पडू, असे त्यांना वाटे.'[६] त्यामुळे ग्रंथ विकत घेण्याची आंबेडकरांची भूक न शमता वाढतच होती. वेळ मिळेल तेव्हा ते जुन्या ग्रंथांच्या दुकानातून भटकत असत. पोट बांधून ग्रंथ विकत घेण्याच्या वेडामुळे सुमारे दोन हजार जुन्या ग्रंथांचा त्यांच्या जवळ संग्रह झाला. तो भारतात नेण्यासाठी त्यांनी अपाल्या मित्राच्या स्वाधीन केला. भारतात येईपर्यंत त्यातील बरेच ग्रंथ गहाळ होऊन उरलेसुरले त्यांच्या हाती आले.[७] ग्रंथांवर एवढे प्रेम करणारा असा माणूस विरळाच!

डॉ. आंबेडकरांची अशीच एक आठवण ते लंडनला असतानाची सांगितली जाते. 'लंडन स्कूल ऑफ इकॉनॉमिक्स ॲण्ड पोलिटिकल सायन्स' या संस्थेत त्यांनी अभ्यासाला प्रारंभ केला. त्याच वेळी बॅरिस्टरीचा अभ्यासही त्यांनी ग्रेज इनमध्ये सुरू केला होता. त्यावेळीही त्यांनी आपला क्षणन्‌क्षण ग्रंथांच्या सहवासात घालविला. 'अभ्यासाची सिद्धता क्रमिक पुस्तकांवरून करूनच ते थांबले नाहीत. त्यांनी आपली दृष्टी अध्यात्म नि ज्ञानशास्त्र यांच्या विचारांचे जे निधान, जगाच्या प्राचीन इतिहासाचे नि स्थित्यंतराचे जेथे अवशेष जतन करून ठेवले आहेत, जेथे मार्क्स, मॅझिनी, लेनिन, सावरकर ह्यांनी संशोधनाचे कार्य केले, त्या लंडन म्युझियमकडे वळविली. पुरेसा पैसा नसल्यामुळे त्यांना सर्व विद्याभ्यास ठरावीक वेळेतच संपवायचा होता. आंबेडकर पोटास चिमटा काढून जेवढे ग्रंथ विकत घेणे शक्य असेल तेवढे विकत घेत. प्रवासाकरिता खर्च न करिता वाचनालयातून दुर्मिळ ग्रंथ मिळविण्याकरिता ते मैलोंमैल पायपीट करीत असत...'

अशावेळी पोटाची भूक मारून तोही वेळ ते अभ्यासात घालवीत असत. जेव्हा ते ग्रंथालयातून बाहेर पडत तेव्हा, 'टिपण वह्यांनी खिसे फुगलेले, चेहरा घामाने

डबडलेला, शरीर शिणलेले, पण डोळे टवटवीत असे आंबेडकर वाचनालयातून शेवटी बाहेर पडत... रात्री पुन्हा वाचनाची दुसरी फेरी सुरू होई.' असे आंबेडकरांचे विद्याव्यसन वर्णन करून धनंजय कीर पुढे सांगतात. '(आंबेडकरांना) आयुष्य थोडे विद्या फार असे वाटे. त्यामुळे लोखंडाचे चणे खाऊन आपला अभ्यास पूर्ण करण्यासाठी ते अहोरात्र झटत. ते रात्रीचा दिवसही करीत होते. ही ज्ञानोपासना किती कडक, त्यासाठी किती अविश्रांत श्रम, अखंड तपश्चर्या. ज्ञानयज्ञ तो आणखी दुसरा कोणता? 'विद्यातुराणां न सुखं न निद्रा' ह्या वचनाचा प्रत्यय त्यांच्या जीवनात प्रकर्षाने येतो.'८

ग्रंथांविषयीचे हे प्रेम त्यांच्या व्यक्तिमत्त्वाचे एक वैशिष्ट्य होऊन बसले होते. ग्रंथ हेच त्यांचे सर्वस्व तर वाचन हे त्यांचे व्यसन होते. यातूनच व्यासंगाधिष्ठित मूलगामी विचार करणे हा त्यांचा स्वभाव बनला होता. त्यांच्या जीवनातील त्यांनी केलेल्या प्रत्येक कार्यावर त्यांच्या ग्रंथव्यासंगाचा प्रभाव जाणवत असे, याचे कारण तरी हे ग्रंथप्रेमच होते.

श्री. शां. शं. रेगे हे डॉ. आंबेडकरांचे निकट सान्निध्य लाभलेले व्यक्तिमत्त्व. डॉ. आंबेडकरांच्या ग्रंथासक्तीबद्दल ते लिहितात, 'त्यांचे वाचन जसे अफाट होते तितकीच त्यांची आकलनशक्तीही अपूर्व होती. आमच्या महाविद्यालयाच्या विद्यार्थ्यांशी एकदा गप्पा मारताना त्यांनी 'वाचन' या विषयावर विवेचन केले होते. 'वाचन' ह्या निबंधाचा उल्लेख करून 'वाचन' या शब्दाची व्युत्पत्ती त्यांनी सांगितली. 'वच' म्हणजे बोलणे ह्या संस्कृत धातूपासून हा शब्द तयार झाला असून, वाचन म्हणजे बोलणे, बोलते करणे. अक्षरे व शब्द मूक असतात. जो ह्या मूक शब्दांना बोलते करतो तोच खरा वाचक. हे सामर्थ्य, ही पात्रता ज्याच्या अंगी आहे, त्याच्याशीच अक्षरे, शब्द, ग्रंथ बोलू लागतात. त्यालाच शब्दांचे इंगित समजते, त्यालाच ग्रंथातले ग्रंथकारांचे विचार समजतात; पण नुसते विचार कळले म्हणजे ही प्रक्रिया पूर्ण होत नाही. एका मशालीने दुसरी मशाल पेटविली जाते, तसाच एक विचार दुसरा विचार जागृत करतो. वाचनाची परिणती चिंतनात व्हायला पाहिजे. वाचलेला शब्द सार्थ आहे की नाही, शब्दातून व्यक्त होणारा विचार सत्य आणि साधार आहे, हे त्यावर चिंतन केल्याशिवाय समजणार नाही. वाचन मनाला अन्न पुरविते; पण ह्या अन्नाचे चर्वण केले तर ते पचते. अन्न हे पचले तरच बुद्धी प्रगल्भ होऊ शकते.'९ डॉ. आंबेडकरांचे हे वाचनविषयक विचार पाहिले म्हणजे ग्रंथवाचनाचे, व्यासंगाचे, चिंतनाचे महत्त्व ते किती मानत होते हेच यावरून दिसून येते. हा केवळ उपदेश नव्हता, तर हे अनुभवाचे बोल होते.

डॉ. बाबासाहेब आंबेडकर मुंबईच्या सिद्धार्थ महाविद्यालयातील (१९४६) कार्यालयाच्या एका मोठ्या खोलीत राहत होते, तेव्हा संध्याकाळी प्रांगणात बसूनही ते वाचन करीत. मध्येच आलेल्या मित्रांच्या चर्चेत भागही घेत, पण पुन्हा आपल्या

वाचनात गुंगून जात. 'रिकामा जाऊ नेदी क्षण' ही त्यामागे त्यांची प्रवृत्ती होती. या संदर्भातील आठवण श्री. शां. शं. रेगे यांनी सांगितलेली आहे. 'प्रांगणात बहुधा तत्पूर्वी वाचलेले पुस्तक त्यांच्या हातात असे. बाजूच्या एका स्टुलावर लाल निळ्या पेन्सिली, कागद, फाऊंटनपेन आणि आणखी काही (त्याच दिवशी बाजारातून आणलेली) पुस्तके ठेवलेली असत. गप्पा अनौपचारिक असत... बाबासाहेब हातातले पुस्तक वाचता वाचता अधूनमधून डोके वर करून गप्पांत भाग घेत आणि पुन्हा वाचनात दंग होत... आजूबाजूला चाललेल्या बोलण्यामुळे त्यांच्या वाचनात व्यत्यय येत नसे. त्यांचे डोळे वळत त्या ठिकाणी क्षणात ते एकाग्र होऊ शकत. ह्या एकाग्रतेच्या वरदानामुळे त्यांची स्मरणशक्ती ही सामर्थ्यवान होऊ शकली. एकदा वाचलेली ओळ त्यांच्या स्मरणात इतकी अचूक जाऊन बसे की, कधीही लेखनात आणि भाषणात ते ती सहजपणे शब्दश: उद्धृत करू शकत.'[१०] त्यांच्या ग्रंथप्रेमाचा आणि व्यासंगाचाच हा परिणाम होता हे उघड आहे. यामुळेच त्यांचे वर्तमानपत्रीय लेखन असो, राऊण्ड टेबल कॉन्फरन्समधील भाषण असो, संसदेतील वाक्युद्ध असो अथवा सामान्य श्रोत्यांसमोर द्यायचे भाषण असो; ते आपल्या प्रतिपादनासाठी अनेक पुरावे सादर करीत. त्यांच्या वक्तृत्वात जो सडेतोडपणा, हजरजबाबीपणा व मुद्देसूदपणा येत असे, याचे कारण त्यांचे ग्रंथप्रेम आणि ग्रंथव्यासंग हेच होते. वकिली करीत असतानाही ते प्रतिपक्षाला याच बळावर निरुत्तर करीत.

डॉ. बाबासाहेब आंबेडकरांनी इंग्रजी ग्रंथांचे जेवढे वाचन केले तेवढेच मराठी ग्रंथांचेही वाचन केलेले होते. मातृभाषेवर त्यांचे प्रेम होते तेवढेच प्रभुत्वही होते. 'ज्ञानेश्वर, तुकाराम, एकनाथ इत्यादीकांच्या वाङ्मयाचा तसेच चिपळूणकर, आगरकर, टिळक, परांजपे, केळकर, अच्युतराव कोल्हटकर इत्यादीकांचे गद्य त्यांनी आवडीने वाचले होते. गडकऱ्यांची नाटके त्यांनी लंडनच्या विद्याभ्यासाच्या वेळी सोबत नेली होती. 'पुण्यप्रभाव', 'राजसंन्यास', 'बेबंदशाही', 'आग्र्याहून सुटका' इत्यादी नाटकांतील गाजलेली स्वगते त्यांनी अनेकवेळा म्हणून दाखविलेली होती.[११] याच संदर्भात सुधाकर पवार लिहितात, 'मराठी वाङ्मयाचे वाचन करून मराठी लेखन करण्यासाठी आवश्यक असे भाषाप्रभुत्व त्यांनी प्राप्त करून घेतले. ते इतके समर्थ, की आजही त्यांच्या लेखनातील दाहक विचारसौंदर्याइतकेच भाषाप्रभुत्व परिणामकारक वाटते आणि आश्चर्य हे वाटते की, आंग्लभाषाप्रभुत्वाच्या जोडीनेच मायमराठीचीही तितकीच बूज त्यांनी राखली, हा त्यांच्या वैचारिक परिपक्वतेचाच भाग होय.[१२] मूकनायक या वृत्तपत्रासाठी लेखन करताना प्रारंभी आधी ते इंग्रजी लेख लिहून काढीत आणि नंतर मग मराठीत भाषांतर करून छापायला देत, पण लवकरच ही पद्धत सोडून मराठीत उत्तम तऱ्हेने लेखन करायचा सराव त्यांनी केला.

संतवाङ्मय, तत्कालीन मराठी नियतकालिके व साहित्य यांचे वाचन त्यांनी केले.[१३] 'मूकनायक', 'बहिष्कृत भारत' इत्यादी नियतकालिकांतील त्यांचे लेखन पाहिले म्हणजे त्यांच्या ग्रंथव्यासंगाची जागोजागी साक्ष पटते. वृत्तपत्रासाठी आवश्यक असे बहुआयामी वाचन आंबेडकरांनी केलेले होते.

डॉ. बाबासाहेब आंबेडकरांच्या ग्रंथप्रेम व ग्रंथव्यासंगामागील एक कारण त्यांचे एकाकीपण होते असे म्हटले जाते; परंतु ते ग्रंथमित्र झाले; कारण आपल्या समाजाच्या ज्ञानवंचित्वाची त्यांना तीव्र जाणीव होती. आपल्या समाजाला शिक्षणाने काय चमत्कार होतो, हे त्यांना दाखवून द्यायचे होते. ग्रंथव्यासंगाची महती त्यांना पटवून द्यायची होती. 'या ग्रंथसंग्रहाच्या प्रेमापोटी त्यांनी कर्ज काढून भव्य 'राजगृह' बांधले आणि आपल्या अभ्यासिकेची उत्तम व आकर्षक रचना करून घेऊन ग्रंथांचे सतत दर्शन व सहवास लाभू शकेल, अशी व्यवस्था केली. ते दिल्लीला मंत्रिमंडळात जाईपर्यंत त्यांच्या या ग्रंथराजगृहात बावीस हजार उत्तमोत्तम व दुर्मिळ ग्रंथ त्यांनी जमवले होते. ह्या छंदापायी त्यांनी आपली सर्व कमाई उधळली. हा ग्रंथसंग्रह बनारस हिंदू विद्यापीठासाठी विकत घेण्यासाठी पं. मदनमोहन मालवीयजींनी दोन लक्ष रुपये देऊ केले होते व काही वर्षांनंतर बिर्ला शेटजींनी पिलानी विद्यापीठासाठी सहा लक्ष रुपये देऊ केले होते; पण बाबासाहेब बधले नाहीत. आपल्या प्रत्येक ग्रंथावर त्यांचे प्रेम होते आणि त्याचा विक्रय करणे म्हणजे गुलामाचा व्यापार करण्यापेक्षा अधिक दुष्ट कृत्य आहे, असे ते सांगत. ज्या ग्रंथांनी आपल्याला ज्ञान दिले, आत्मविश्वास दिला, प्रगल्भता दिली, एकांतात धीर दिला आणि निःस्वार्थी सोबत दिली, त्या ग्रंथांपासून कायमचे दूर होणे त्यांना रुचले नसते, मानवले नसते.[१४]

डॉ. बाबासाहेबांचे ग्रंथप्रेम व व्यासंग त्यांच्या मदतीला कसे धावून गेले त्याचा एक प्रसंग उल्लेखनीय ठरेल. सिडनेहॅम कॉलेजमध्ये 'पोलिटिकल इकॉनॉमी' या विषयासाठी बाबासाहेबांची नेमणूक करण्यात आली; तेव्हा हा नवागत प्राध्यापक काय शिकविणार या भावनेने त्यांच्याकडे दुर्लक्ष केले गेले; पण 'व्यासंग, ज्ञाननिष्ठा व विद्यादानाविषयीची तळमळ असलेली अध्यापक व्यक्ती पुढे उभी राहिली म्हणजे काय घडू शकते याचा अनुभव त्या विद्यार्थ्यांना कदाचित नसावा. आंबेडकरांचा गाढा अभ्यास, सिद्धान्ताचे विस्तृत विवेचन करण्याची हातोटी आणि त्यांची विचारप्रवर्तक शैली यांची विद्यार्थ्यांच्या मनावर चांगलीच पकड बसली. आंबेडकरांच्या ज्ञानप्रभेने ते अगदी दिपून गेले.'[१५]

डॉ. आंबेडकरांना आपले ग्रंथ व ग्रंथालय यांविषयी अपार प्रीती होती. जेव्हा त्यांच्या राजगृहावर सरकारी जप्ती आली तेव्हा ते म्हणाले,'बेलिफाने जर माझ्या पुस्तकांना हात लावला, तर त्याला मी गोळी घालून जागच्या जागी ठार करीन.'[१६]

कोणत्याशा कारणांवरून 'राजगृहा' भोवती गुंड फेऱ्या घालीत आहे तेव्हा तुम्ही जाऊ नका, असे अनुयायी म्हणाले, तेव्हा आंबेडकर म्हणाले, 'पुत्र, पुतण्या आणि प्राणापेक्षाही प्रिय असलेले माझे ग्रंथालय धोक्यात टाकून केवळ आपला जीव वाचविण्यासाठी तेथे न जाण्याचा भेकडपणा मी करणार नाही.'[१७]

ग्रंथप्रेमी वृत्तीमुळे डॉ. आंबेडकरांना कौटुंबिक जीवनात लक्ष द्यायला वेळ मिळत नसे; कारण त्यांच्यातील 'ग्रंथकीटक' तसा त्यांना वेळच मिळू देत नसे. टपालाने आलेले पुस्तक लगेच वाचीत. न्यायालयात जाणारा हा माणूस न्यायालयातील काम संपल्यावरही पुस्तक विक्रेत्यांच्या दुकानात जाऊन भला मोठा पुस्तकांचा भारा घेऊन घरी येई. 'दुर्मिळ पुस्तक एखाद्या ओळखीच्या गृहस्थाकडून हस्तगत करावयाचे असल्यास त्यांच्या घरी जाऊन त्याला चकित करीत. नंतर रात्री ग्रंथ हातात घेऊन वाचनालयाच्या कोपऱ्यात जेवण होई. वाचनात गढलेल्या बाबासाहेबांना भेटावयास आलेल्या माणसाशी बोलण्यासही वेळ नसायचा.'[१८]

डॉ. आंबेडकरांचे असे मत होते की, ग्रंथवाचन हे ज्ञानसंपादनासाठी आणि व्यक्तित्व विकासासाठी फार महत्त्वाचे साधन आहे. एवढेच नव्हे तर शिक्षण आणि करमणूक ह्या दोन्ही यामुळे लाभतात. कीर म्हणतात,'ग्रंथांच्या बाबतीत आंबेडकरांना स्वर्गीय आनंद लाभे; गंभीर, विलोभनीय अलगपणा वाटे; कारण विद्येने मनुष्य स्वत:चा मित्र बनतो... सतत ज्ञानसंपादन करणे हे त्यांचे ब्रीद होते. त्यांची ज्ञानलालसाही एखाद्या साम्राज्यासारखी अफाट विस्तीर्ण होती. एखाद्या निर्जन, निबिड अरण्यात ग्रंथालय उभारून तिथे प्राचीन ऋषीमुनी नि तत्त्ववेत्ते यांच्याशी संभाषण करण्यात उर्वरित आयुष्य कंठावे, अशी त्यांची अखेरची इच्छा होती.'[१९]

असे म्हणतात की थॉमस जेफरसनची पहिली आवड ज्ञानार्जन होती. लोकमान्य टिळकांना गणिताचा प्राध्यापक व्हायचे होते, तर डॉ. आंबेडकर म्हणत की, 'देशाच्या घटनेत अस्पृश्यांना योग्य संरक्षण मिळाले, तर आध्यात्मिक चिंतनाचे आणि लेखनाचे केवढे तरी क्षेत्र मला मोकळे आहे. अस्पृश्यतेच्या किंकाळीने आंबेडकरांना राजकारणात गोवले, नाही तर... आंबेडकर महान तत्त्ववेत्ते, ज्ञानेश्वर झाले असते.'[२०]

डॉ. आंबेडकरांचे ग्रंथप्रेम काय वर्णावे? ग्रंथाच्या प्रथम भेटीतच ते ग्रंथाची पक्की ओळख ठेवीत. ग्रंथाचा आकार, रंग, प्रकरणे यांची ते आठवण ठेवीत. त्यांचा ग्रंथाविषयीचा हव्यास वाढत होता. त्यांच्या संग्रही हजारो ग्रंथ होते, त्यात जगातील दुर्मिळ ग्रंथ होते. डॉ. आंबेडकरांच्या ग्रंथप्रेमाचा विशेष हा की ते केवळ विद्याविभूषित ज्ञानी पुरुष नसून कृतिशूर नेतेही होते. विद्या आणि व्यवहार यांची सांगड घालणारे असे डॉ. बाबासाहेबांचे व्यक्तिमत्त्व होते.

डॉ. आंबेडकरांनी सर्व धर्मग्रंथांचा सखोल अभ्यास केलेला होता. परस्परविरोधी

विचार सांगणारे धर्मग्रंथ डॉ. आंबेडकरांच्या ग्रंथालयात गुण्यागोविंदाने बाबासाहेबांच्या हस्तस्पर्शाची वाट पाहत एकमेकांवर रेलून असत. डॉ. आंबेडकरांचे ग्रंथालय आचार्य अत्रे यांनी पाहिल्याचा उल्लेख त्यांच्या 'कऱ्हेचे पाणी' या आत्मचरित्रात आढळतो. ज्ञानाचे अग्निहोत्र घालून बसलेले आंबेडकर पाहून 'महार जातीत जन्माला आलेला हा माणूस वृत्तीने व्यासंगाने आणि अधिकाराने ब्राह्मणापेक्षाही अधिक श्रेष्ठ आणि पवित्र असा ब्राह्मण आहे! एवढेच नव्हे तर 'महर्षी ह्या श्रेष्ठ पदवीपर्यंत जाऊन पोहोचला आहे. ज्या कोण्या सनातनी ब्राह्मणाला आपल्या जन्मजात ब्राह्मण्याची घमेंड असेल त्याने त्या कर्मजात 'ब्राह्मणा'च्या घरात जाऊन त्याचे शूचिर्भूत सोज्वळ आणि ज्ञानमय जीवन पाहावे... आतापर्यंत आंबेडकरांनी लिहिलेले ग्रंथ आणि पुढे ते लिहिणार असेलेले ग्रंथ विचारात घेतले म्हणजे त्यांची विशाल विद्वत्ता बघून कोणीही थक्क झाल्यावाचून राहणार नाही. धर्मशास्त्रांपासून तर घटनाशास्त्रापर्यंत असा कोणताही विषय नाही की, ज्यामध्ये त्यांची प्रतिभा लीलेने विहार करू शकत नाही. गहन विषयाचे संशोधन करण्याचा त्यांचा हव्यास तर ज्ञानकोशकार केतकर आणि इतिहासाचार्य राजवाडे ह्यांच्या जातीचा आहे. आंबेडकरांच्या विद्वत्तेचे आणि व्यासंगाचे प्रतिबिंब त्यांच्या धार्मिक आणि राजकीय विचारसरणीमध्ये पूर्णपणे पडलेले आहे. त्यांच्या उच्चाराला आणि विचाराला एक प्रकारचा भारदस्त वजनदारपणा प्राप्त झाला आहे. मूळच्या त्यांच्या बंडखोर स्वभावात सतत अभ्यासाने प्राप्त झालेल्या खंबीर आत्मविश्वासाची भर पडल्याने त्यांच्या भाषणात आणि लेखनात एक प्रकारची बेदरकार निर्भयता निर्माण झालेली आहे.'

महाराष्ट्रात भांडारकर, टिळक, रानडे, तेलंग, केतकर, राजवाडे ह्यांची निर्भेळ ज्ञानोपासना तितक्याच तपश्चर्येने आणि अधिकाराने चालविणारा महर्षी महाराष्ट्रात डॉ. आंबेडकरांशिवाय दुसरा कोणी नव्हता; कारण वाचन, चिंतन आणि लेखन, त्याशिवाय आंबेडकरांना जणू दुसरे जीवनच उरले नव्हते. असा आशय व्यक्त करून अत्रे म्हणतात, 'डॉ. आंबेडकरांसारखा प्रचंड बुद्धीचा, विद्वत्तेचा, आणि कर्तृत्वाचा दुसरा एकही महाराष्ट्रीय माणूस आज आम्हाला दिसत नाही.' हा गौरव यथार्थच म्हणावा लागेल.

डॉ. आंबेडकर केवळ इतर लेखकांच्याच ग्रंथांवर प्रेम करीत नव्हते, तर स्वतःच्या ग्रंथलेखनावरही त्यांचे तेवढेच प्रेम होते. आपले स्वतःचे छापलेले ग्रंथ पाहून त्यांना अपार आनंद होई. त्यांच्या ग्रंथातूनही त्यांच्या अफाट वाचनाचे प्रतिबिंब पडलेले आहे. त्यांच्या ग्रंथ व्यासंगाचे दृश्य रूप म्हणजे त्यांचे अनेक ग्रंथ होत. त्यांच्या ग्रंथांमागे विचारवंतांना खाद्य पुरविण्याचे सामर्थ्य आहे. या त्यांच्या ग्रंथलेखनामागे सामाजिक प्रश्नांची सोडवणूक करण्याचे ध्येय होते. त्यातून त्यांचे द्रष्टेपण जाणवते. आपल्या पांडित्याचा

वा विद्वत्तेचा त्यांना गर्व नव्हता. या दृष्टीने ते विनयशील होते. 'मी विद्यार्थी आहे. मला अजून खूप शिकायचे आहे. जगात अथांग ज्ञान आहे. पण ते साध्य करण्यासाठी माझ्याजवळ पुरेसा वेळ नाही.' असे ते वारंवार म्हणत.

असे होते ग्रंथप्रेमी आंबेडकर! ग्रंथ हेच त्यांचे जीवनसर्वस्व होते आणि वाचन होते त्यांचे व्यसन!

संदर्भ ग्रंथ

१.   डॉ. बाबासाहेब आंबेडकरांची भाषणे - खंड ४ : सं. रत्नाकर गणवीर, पृ. ४८ (मूळ भाषण : 'स्वत: सुधारल्याशिवाय इतरांना तुम्ही काय शिकवणार?' 'जनता' दि. १७.१२.१९३८)

२.   म. फुले-आंबेडकर : शोध आणि बोध : डॉ. भालचंद्र फडके, पृ. ९५ (मूळ : बॉम्बे क्रॉनिकल दि. २८ मार्च १९१६)

३.   डॉ. बाबासाहेब आंबेडकर : धनंजय कीर, पृ. २२

४.   नवयुग : आंबेडकर विशेषांक दि. १३ एप्रिल १९४७ : प्रा. सत्यबोध हुदलीकर

५.   धनंजय कीर : उ. नि. पृ. २३-२४

६.   लोकराज्य : दि. १६ एप्रिल १९९० : 'डॉ. आंबेडकर सान्निध्यात' : शां. शं. रेगे, पृ. १०

७.   धनंजय कीर : उ. नि., पृ. ३५

८.   धनंजय कीर : उ. नि., पृ. ४९-५०

९.   शां. शं. रेगे : उ. नि., पृ. १०-११

१०.   शां. शं. रेगे : उ. नि., पृ. ११

११.   शां. शं. रेगे : उ. नि., पृ. १२

१२.   लोकराज्य : 'डॉ. आंबेडकर यांची पत्रकारिता, 'डॉ. सुधाकर पवार, पृ. ४६

१३.   डॉ. आंबेडकर चरित्र : ले. खैरमोडे

१४.   शां. शं. रेगे : उ. नि., पृ. १३

१५.   धनंजय कीर : उ. नि., पृ. ४३

१६.   डॉ. बाबासाहेब आंबेडकरांची भाषणे : खंड ४ : सं. मा. फ. गांजरे

१७.   धनंजय कीर : उ. नि., पृ. ४०२

१८.   धनंजय कीर : उ. नि., पृ. ४९०

१९.   धनंजय कीर : उ. नि.; पृ. ४९१-४९२

२०.   मराठी माणसे - मराठी मने : डॉ. भीमराव आंबेडकर : आचार्य अत्रे - परचुरे प्रकाशन, मुंबई

॥ ६ ॥

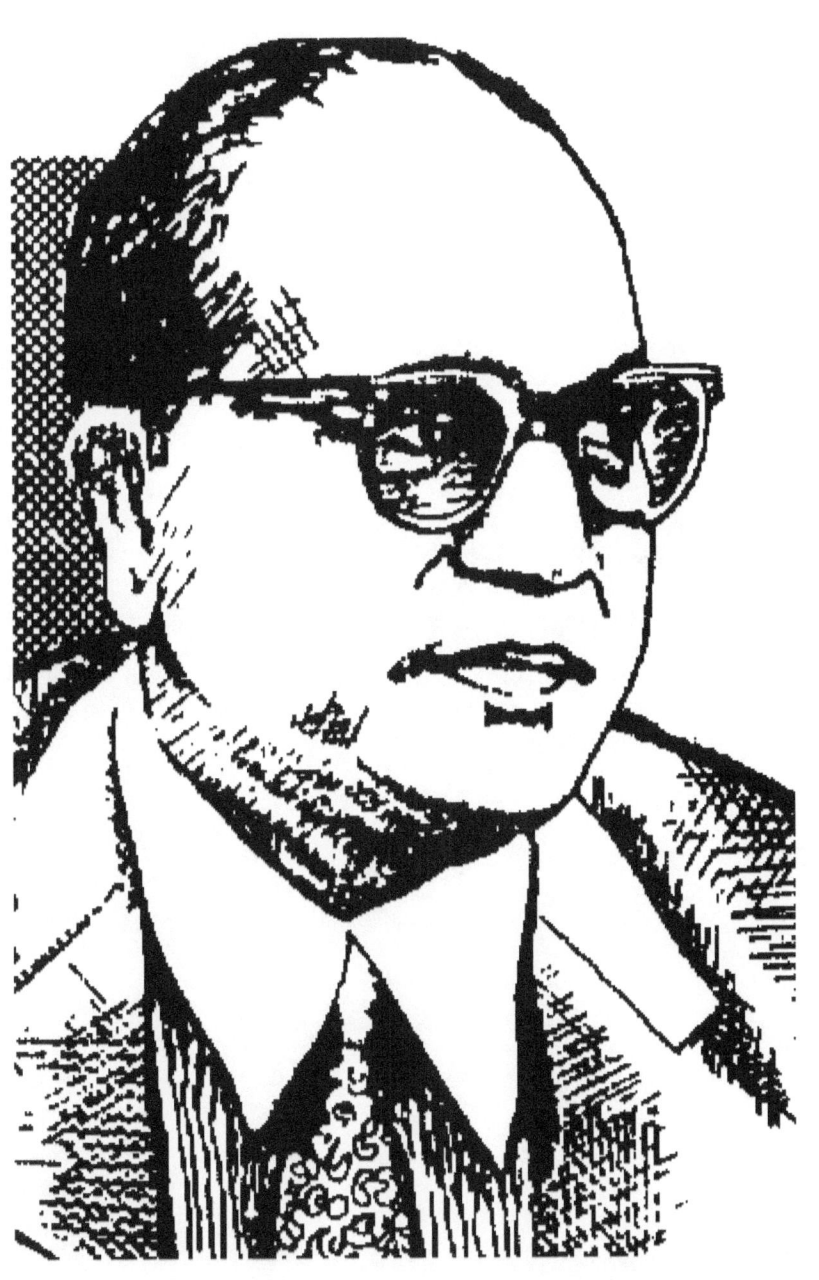

डॉ. बाबासाहेब आंबेडकरांनी मुंबईस १९४६ साली जूनच्या वीस तारखेपासून एक नवे कॉलेज सुरू केले आहे. त्या कॉलेजचे नाव 'सिद्धार्थ कॉलेज.' एखाद्या ब्रह्मर्षीप्रमाणे अध्ययन व अध्यापन हा डॉक्टरसाहेबांचा अत्यंत जिव्हाळ्याचा प्रश्न आहे.

सन १९३७ साली 'शीख गुरुद्वारा प्रबंधक कमिटी' ने मुंबईत 'खालसा कॉलेज' काढले. ते कॉलेज काढण्याची मूळ कल्पना डॉ. आंबेडकरांचीच आणि त्याचे नेतृत्वही त्यांच्याकडेच येणार होते. तथापि, तेवढ्यासाठी डॉक्टरांनी व त्यांच्या अस्पृश्य अनुयायांनी शीख धर्माचा स्वीकार करावा, अशी शिखांची अपेक्षा होती. ह्या गोष्टीला डॉक्टर तयार झाले नाहीत; म्हणून पुढे त्यांनी त्या कॉलेजच्या व्यवस्थेमधून आपले अंग काढून घेतले.

पण त्यामुळे मुंबईस अत्यंत आधुनिक पद्धतीचे व अत्यंत पुरोगामी असे कॉलेज स्थापन करावे, या डॉक्टरांच्या इच्छेस चालना देण्याचे तसेच राहून गेले. ती त्यांची मागे पडलेली मनीषा गेल्या वर्षी फळाला आलेली पाहून त्यांना किती

२६.

बाबासाहेब आंबेडकरांबरोबर गप्पागोष्टी

सत्यबोध हुदलीकर

आनंद झाला असेल, याची कल्पनाच करता येण्यासारखी आहे.

बाबासाहेबांचा मुक्काम मुंबईस असला की, हायकोर्टाचे काम संपताक्षणीच ते ह्या आपल्या आवडत्या कॉलेजरूममध्ये येऊन बसतात. सध्या त्यांना बसण्यासाठी चांगलीशी खोलीसुद्धा नाही; पण त्याची ते मुळीच पर्वा करीत नाहीत. आरंभी तर ते, भोवती खुर्च्या-टेबलांचा ढिगारा पडला आहे, सुताराचे काम चालू आहे, अशा एका कौलारू व बिनभिंतीच्या झोपडीत येऊन बसत असत. तथापि, ही झोपडी वाढविण्यात आली आणि त्या ठिकाणी कॉलेजची दुसरी काही खाती आणण्यात आली. तेव्हा डॉक्टरसाहेबांना याही जागेला मुकावे लागले. त्यानंतर कॉलेजमधल्या एका प्रोफेसरांच्या खोलीत त्यांनी आपली बैठक ठेवली. पण आपल्या बैठकीमुळे त्यांच्या कार्यात व्यत्यय येतो असे जेव्हा त्यांना आढळून आले, तेव्हा त्यांनी आपला संध्याकाळचा मुक्काम सदरहू प्रोफेसरांच्या खोलीसमोरील व्हरांड्यातच हलवला. तेव्हापासून तो अद्यापपर्यंत तेथेच आहे.

एक ऐसपैस आरामखुर्ची, त्यावर उशी व समोर काम करण्यासाठी एक अगदी साधेच टेबल व भोवताली भेटण्यास आलेल्या प्रोफेसर व इतर मंडळींसाठी दोन-चार खुर्च्या अशा थाटाची ही बैठक असते. 'सिद्धार्थ कॉलेजा'तील डॉ. आंबेडकरांची ही साधी बैठक व गंभीर वादविवाद पाहून कोणालाही बोधीसत्त्व झाडाखाली बसून वादविवाद करणाऱ्या सिद्धार्थ बुद्धांची आठवण झाल्याशिवाय राहत नाही! तेथे रोज नाना तऱ्हेची शैक्षणिक, राजकीय, आर्थिक इत्यादी विषयांवर विवेचने होतात. या अनौपचारिक ज्ञानसत्रांत झालेल्या डॉक्टरांच्या प्रवचनांची व वादविवादांची टिपणे गेले चार-पाच महिने रोजच्या दैनंदिनीप्रमाणे मी लिहून ठेवलेली आहेत. त्या दैनंदिनीचा उपयोग प्रस्तुत लेख तयार करताना मी करू शकलो, याबद्दल मला आनंद होत आहे. या लेखावरून थोड्याच वेळामध्ये किती नानाविध विषयांवर डॉ. आंबेडकरांनी मार्मिक व विचारप्रवर्तक विवेचने केली, ते वाचकांना कळून येईल. त्याखेरीज ह्या लेखात डॉक्टरांच्या वैयक्तिक जीवनाचे जे चित्र प्रकट झालेले आहे, ते तर वाचकांना अतिशयच अभिनव वाटल्यावाचून राहणार नाही.

लहानपणची माहिती

एके दिवशी डॉ. आंबेडकर आपल्या लहानपणची हकीगत सांगू लागले.

आमचे वडील मास्तर होते. ईस्ट इंडिया कंपनी सरकारचा एक फार चांगला नियम होता. तो पुढे पाळला गेला नाही, हे आमचे दुर्दैव होय. तो नियम म्हणजे कंपनी सरकारच्या सैन्यातील दरोबस्त सैनिकाला सक्तीचे शिक्षण दिले जात असे व सैनिकांच्या मुलां-मुलींसाठी दिवसाच्या शाळा असून, प्रौढ लोकांसाठी रात्रीच्या शाळा असत. प्रत्येक पलटणीसाठी स्वतंत्र शाळा असत. अशा एका शाळेमध्ये माझे वडील चौदा वर्षं हेडमास्तर होते. सैनिकांसाठी चांगले शिक्षक तयार करण्यासाठी पुण्यास एक 'नॉर्मल शाळा' होती. त्या नॉर्मल शाळेत माझे वडील शिकून त्यांनी मास्तरचा डिप्लोमा मिळविला होता. त्यांची शिकविण्याची पद्धत फार वाखाणण्यासारखी होती. त्यामुळे आमच्या वडलांच्यामध्ये शिक्षणाविषयी आवड व आस्था निर्माण झालेली होती. आमच्या घरातील बायकामुलांनासुद्धा उत्तम लिहिता वाचता येत होते. इतकेच नव्हे तर पांडवप्रताप, रामायणासारखे ग्रंथ वाचून त्यावर निरुपण करण्याची शक्तीही वडिलांच्या प्रोत्साहनाने माझ्या थोरल्या बहिणीत आली होती. ते स्वत: कबीरपंथी असल्याने भजने व अभंग त्यांना कितीतरी तोंडपाठ असत.

मी संस्कृत शिकावे अशी त्यांची फार इच्छा होती; पण ही त्यांची इच्छा सफल झाली नाही. त्याला एक कारण झाले ते असे- माझा थोरला भाऊ सातारा येथे असताना इंग्रजी चवथीत आला तेव्हा त्यानेही संस्कृतचा अभ्यास करावा व चांगला विद्वान व्हावे,

अशी त्यांची फार इच्छा होती; पण आमच्या संस्कृतच्या मास्तरांनी 'अस्पृश्याच्या पोरांना मी संस्कृत शिकविणार नाही' असा हट्ट धरल्यामुळे माझ्या भावाला अगदी निरुपाय म्हणून पर्शियन भाषा शिकणे भाग पडले. ते मास्तर वर्गात आमची हेटाळणी करीत; त्यामुळे मनावर एक प्रकारचा वाईट परिणाम होत असे. पुढे मीसुद्धा जेव्हा इंग्रजी चवथ्या इयत्तेत आलो, तेव्हा आमच्या संस्कृत मास्तरांचा हट्ट मलाही भोवणार हे नक्की माहीत असल्यामुळे मला पर्शियन भाषेकडेच निरुपायाने धाव घेणे भाग पडले. मला संस्कृत भाषेचा अत्यंत अभिमान आहे व ती मला चांगली यावी, अशी अजूनही माझी इच्छा आहे. आता स्वतःच्या मेहनतीने मी थोडेसे संस्कृत वाचू-समजू शकतो. नाही असे नाही; पण त्या भाषेत पारंगत व्हावे, अशी माझ्या अंतःकरणात तळमळ आहे. तो सुदिन कधी उगवेल तो खरा!

मी जरी पर्शियन भाषेचा चांगला अभ्यास केला असला व मला शंभरापैकी नव्वद-पंच्याण्णव मार्क्स मिळत असले, तरी हे कबूल करायला हवे की, संस्कृत वाङ्मयापुढे पर्शियन वाङ्मय अगदी फिक्के आहे. संस्कृत वाङ्मयात काव्य आहे, काव्यमीमांसा आहे, अलंकारशास्त्र आहे, नाटके आहेत, रामायण-महाभारतासारखी महाकाव्ये आहेत, तत्त्वज्ञान आहे, तर्कशास्त्र आहे, गणित आहे. आधुनिक विद्येच्या दृष्टीनेही पाहता संस्कृत वाङ्मयात सर्व काही आहे; पण तशी स्थिती पर्शियन वाङ्मयात नाही. संस्कृतचा अभिमान व संस्कृत भाषा आपल्याला चांगली अवगत असावी, याविषयी माझ्या अंतःकरणात विलक्षण तळमळ असताही शिक्षकांच्या कोत्या वृत्तीमुळे व आकुंचित दृष्टिकोनामुळे मला संस्कृत भाषेला मुकावे लागेल!

वडिलांची कडक शिस्त

आमच्या वडिलांची घरची शिस्त कडक व फौजी असल्यामुळे मला त्यांच्या कडकपणाचा फार कंटाळा येई. आता मला वाईट वाटते की, माझ्या वडिलांच्या तळमळीप्रमाणे मी अभ्यास केला असता, तर मला मुंबई विश्वविद्यालयातील एकूण एक परीक्षांत दुसरा वर्ग तरी मिळविणे काही अशक्य झाले नसते. पण त्यावेळी मला त्यांच्या तळमळीचा अर्थ कळत नसे; म्हणून आमच्या मागे ते अभ्यासाचे विनाकारण टुमणे लावतात, असेच आम्हाला वाटत असे.

त्यांना गणिताचा भारी नाद असे. गोखल्यांच्या अंकगणितातील एकूण एक उदाहरणे त्यांनी स्वतः सोडवून चांगल्या सुबक अक्षरात एका मोठ्या वहीत उतरून ठेवली होती. इच्छा ही की, ती वही मी वेळोवेळी चाळून पाहावी व गणित विषयात खूप हुशारी मिळवावी. त्याचप्रमाणे मी उत्तम तऱ्हेने पास व्हावे, याविषयी त्यांनी माझी किती काळजी वाहिली असेल याची कोणाला कल्पनासुद्धा यायची नाही.

इंग्रजी शिक्षणासाठी पुढे आम्ही मुंबईला आलो व मी 'मराठा हायस्कूला'त शिकू लागलो. पहिल्याने आमची घरची स्थिती बऱ्यापैकी होती; पण पुढे पुढे ती फारच हलाखीची झाली. माझ्या वडिलांना थोडेसे पेन्शन मिळत असे. पण मुंबईची राहणी व कुटुंबात बरीच माणसे सांभाळायची, त्यामुळे मला लागतील ती पुस्तके आणून देणे व मला चांगले कपडेलत्ते करून देणे हे आमच्या वडलांच्या आटोक्याबाहेरचे असे. तरी पण होईल ती झीज सोसून ते माझ्या सुखसोयींची तरतूद करण्यास नेहमी तयार असत. ही गोष्ट मला आठवली म्हणजे मला माझ्या वडिलांचा अत्यंत अभिमान वाटतो. असा प्रेमळ पिता फार थोड्यांना लाभत असेल, अशी माझे मन मला नेहमी ग्वाही देत असते. माझ्या अल्लड स्वभावामुळे मला त्या वेळी त्यांच्या प्रेमळपणाची किंमत कळली नाही.

मला पहिल्यापासूनच शाळेच्या अभ्यासाकडे दुर्लक्ष करून इतर पुस्तके वाचण्याचा भारी नाद असे; पण ते माझ्या वडिलांना पसंत नव्हते. असे त्यांचे म्हणणे होते की, शाळेचा अभ्यास हा अगदी चोख केला पाहिजे. हवे असल्यास इतर वाचन करावे.

मराठीप्रमाणेच त्यांना इंग्रजी भाषेचा पण अभिमान होता. त्यांना इंग्रजी शिकविण्याची भारी हौस होती. ते मला नेहमी सांगत, 'हावर्डची पुस्तके तोंडपाठ करून टाक!' त्याचप्रमाणे तर्खडकर भाषांतर पाठमालेची तीन पुस्तके पण त्यांनी माझ्याकडून पाठ करून घेतली होती. मराठी भाषेतील शब्दांना योग्य इंग्रजी प्रतिशब्द हुडकून काढण्यास व त्यांचा योग्य ठिकाणी उपयोग करण्यासही मला माझ्या वडिलांनीच शिकविले. मी इंग्रजी चांगला बोलतो व लिहितो, अशी माझी थोडीबहुत ख्याती आहे, असे मला वाटते. पण योग्य शब्दांचा तोल मोडून उपयोग कसा करावा हे माझ्या वडिलांनी मला जसे शिकविले तसे इतर कोणीही मास्तरांनी मला शिकविले नाही. तर्खडकरांच्या पुस्तकातून उलट-सुलट शब्द विचारून ते माझ्या ज्ञानाची नेहमी चाचणी करीत. त्याचप्रमाणे इंग्रजी वाक्प्रचार (Idioms) व योग्य भाषाशैली कशी वापरावी, हेही त्यांनीच मला शिकविले.

मी लाडावलो होतो

त्या गोष्टी जणू काही आत्ताच घडल्यासारख्या वाटतात. स्वत:ची पुस्तके असावीत, म्हणजे फक्त स्वत:च्या मालकीची एवढीच त्या वेळी माझी महत्त्वाकांक्षा होती. त्या महत्त्वाकांक्षेमधूनच हल्लीचे माझे ग्रंथसंग्रहालय निर्माण झाले! त्यावेळी सुद्धा नवीन नवीन पुस्तके आणून देण्यासाठी मी माझ्या वडिलांच्या जवळ हट्ट धरी. मी एखादे पुस्तक मागितले की, ते संध्याकाळपर्यंत माझे वडिलांनी कोठून आणून दिले नाही असे कधी झालेच नाही. आमची आर्थिक स्थिती खूपच हलाखीची होती ही गोष्ट मी

आत्ताच तुम्हाला सांगितली. पण त्यावेळी मला या गोष्टीची फारशी जाणीव नव्हती. माझ्या वडिलांचे अंत:करण थोर होते यात शंकाच नाही. माझ्याकडून एखाद्या पुस्तकाची मागणी आली की, खिशात पैसे असोत नसोत, बहुतेक खिशात पैसे नसायचेच. खाकोटीस आपले नेहमीचे मुंडासे मारून माझ्या वडिलांची स्वारी थेट बाहेर पडायची.

त्यावेळी माझ्या दोघीही बहिणी येथेच मुंबईत असायच्या, त्यांची त्या वेळी लग्ने झालेली होती. माझे वडील जे घरून निघायचे ते थेट माझ्या धाकट्या बहिणीकडे जायचे व तिच्यापाशी जे काही तीन-चार रुपये माझ्या पुस्तकासाठी हवे असतील ते मागायचे. तिच्यापाशी तरी कोठून असणार तीन-चार रुपये? ती बिचारी कळवळ्याने 'माझ्यापाशी एवढे रुपये नाहीत.' असे म्हणायची. पण लगेच माझे वडील पुन्हा आपले मुंडासे काखोटीस मारून माझ्या थोरल्या बहिणीकडे जायचे. तिच्यापाशीही काहीही सुटे रुपये नसले म्हणजे तिच्याकडून एखादा दागिना मागून घेत. अर्थात, हे दागिने माझ्या वडिलांनीच माझ्या बहिणींना लग्नात दिलेले होते. तरी पण त्यांची नेकी पाहा केवढी होती! तो दागिना घेऊन ते एका ठरावीक मारवाड्याकडे जात. त्याच्याकडे महिन्यासाठी तो दागिना गहाण ठेवीत आणि महिना संपला की पेन्शन हाती पडल्याबरोबर पुन्हा त्या मारवाड्याच्या घरी जात व तो गहाण ठेवलेला दागिना सोडवून आणून बहिणीला पोहोच करीत. त्यामुळे माझ्या बहिणीही वडिलांनी दागिना मागितला तर कधी नाही म्हणत नसत.

याला आणखी एक कारण होते. माझी आई अगदी लहानपणी वारलेली असल्यामुळे मला माझ्या आत्याने वाढविले होते. ही आमची आत्या माझ्या वडिलांच्यापेक्षा मोठी असल्याने तिचा घरात मोठा रुबाब व दरारा असे. माझे वडीलसुद्धा तिला खूप मान देत असत. त्यामुळे मी आतेचा लाडका म्हणून घरात मला बोलण्याची छाती नव्हती. त्याचा परिणाम असा झाला की, मी त्यामुळे खूप लाडावलो गेलो. ह्या सुखासाठी माझे वडील किती दगदग सहन करीत व नाना तऱ्हेच्या अडीअडचणींना कसे तोंड देत याची मला त्यावेळी मुळीच जाणीव नव्हती. मी शेंडीला चपचपीत तेल चोपडून या नव्या आणलेल्या पुस्तकांची उशी करून खुशाल आपला झोपी जायचा! या पुस्तकांची त्यामुळे काय दुर्दशा होत असेल याची तुम्हीच कल्पना केलेली बरी! लहान वयापासून मला वाचनाचा विलक्षण नाद लागला! तो इतका की अमुक पुस्तकात अमक्या ठिकाणी एखादी महत्त्वाची बाब आहे, ही गोष्ट कोठेही टाचणे वगैरे न लिहिली असताही मी ताबडतोब आठवू शकतो. या माझ्या सवयीमुळेच माझी स्मरणशक्ती अतिशय तल्लख झालेली आहे.

संपलं तुमचं भजन?
आमचे कुटुंब गरिबीचे असले तरी त्यामधले वातावरण पुढारलेल्या सुशिक्षित

कुटुंबाला शोभेल असे होते. आम्हांमध्ये विद्येची अभिरुची उत्पन्न व्हावी, आमचे चारित्र्य सोज्वळ बनावे, यासाठी आमचे वडील अतिशय दक्ष असत. सकाळी जेवायला बसायच्या आधी ते आम्हाला देवघरात बसवून भजने, अभंग, दोहे म्हणायला लावीत. अर्थातच, आम्ही सार्‍यांनी, त्यांपैकी विशेषत: मी नेहमीच अळंटळं करायचो. कसे तरी दोन-चार अभंग अर्धेसुर्धे म्हणून आम्ही जेवण्यासाठी ताटावर येऊन बसायचे! लगेच वडील आम्हाला हटकून विचारायचेच,'का रे आज लवकर संपलं तुमचं भजन?' त्यांच्या त्या प्रश्नाला उत्तर देण्याच्या आधीच आम्ही तेथून पसार झालेलो असावयाचो. पण ही सकाळची धांदल संध्याकाळच्या वेळी मात्र आमचे वडील केव्हाही चालू देत नसत. रात्रीचे आठ वाजले की माझ्या दोघी बहिणी, माझे वडील बंधू व मी देवघरापाशी जमा झालेच पाहिजे, असा त्यांचा कडक नियम होता. कोणी गैरहजर राहिल्यास त्याला ते कधीही क्षमा करीत नसत. ज्यावेळी ते मोठ्या भक्तिभावाने संतांचे अभंग आणि कबिराचे दोहे म्हणू लागत, त्यावेळी अतिशय गंभीर आणि पवित्र वातावरण निर्माण होत असे. आमच्या वडिलांचे पाठांतर फार असे. अभंगांमागून अभंग ते म्हणू शकत. वडिलांच्या पाठांतराचे आम्हाला कौतुक वाटे. त्याचप्रमाणे माझ्या बहिणीसुद्धा गोड गळ्यांनी जेव्हा अभंग म्हणत, त्यावेळी धर्म व धार्मिक शिक्षण मनुष्याच्या जीवनात अत्यंत आवश्यक आहे, असे मलासुद्धा पटत असे.

मी 'धर्मलंड' आहे, असे पुष्कळ समजतात. पण ही गोष्ट खरी नाही. हा लोकांचा माझ्याबद्दलचा गैरसमज आहे. जे जे म्हणून लोक माझ्या सान्निध्यात येतात, त्यांना माझी धर्माविषयीची श्रद्धा व प्रेम माहीत आहे. धार्मिक ढोंग मला बिलकूल पसंत नाही. 'ज्या धर्माच्या शिकवणुकीमुळे मनुष्याच्या अंत:करणातील पाशवी वृत्ती काबूत आणल्या जात नाहीत, तो धर्म कुचकामाचा आहे.' असे अजून माझे मत आहे. माझी मते अशी प्रागतिक बनली, याचे श्रेय माझ्या वडिलांच्या धार्मिक वृत्तीलाच मी देतो. लहानपणी त्यांनीच भक्तिमार्गाचे वातावरण माझ्या मनामध्ये निर्माण केले. पण भक्तिमार्गाने मनुष्य हा विभूतिपूजक, मूर्तिपूजक बनतो. हा त्यामधला एक मोठा दोष आहे. म्हणून भक्तिमार्ग हा राष्ट्राला विघातक आहे. असे माझे प्रामाणिक मत आहे. कदाचित माझे हे म्हणणे लोकांना पटणार नाही; पण त्यांनी या माझ्या म्हणण्याचा खोल व ऐतिहासिक भूमिकेवरून व नि:पक्षपातबुद्धीने विचार करावा, म्हणजे बुद्धिवादी माणसाला माझ्या म्हणण्याचे प्रत्यंतर आल्यावाचून राहणार नाही. माणसाने बुद्धिवादाबरोबरच माणुसकीच्या दृष्टीने प्रत्येक बाबीचा विचार करण्यास शिकावे. वडिलांच्या पाठांतरामुळे मुक्तेश्वर, तुकाराम वगैरे संतकवींची कवने मला तोंडपाठ झाली; एवढेच नव्हे तर त्या काव्यावर मी मनामध्ये विचार करू लागलो. माझ्याइतका मराठी संतकवींचा खोल अभ्यास केलेली फार थोडी माणसे असतील.

मला भाषांची फार आवड आहे. मी इंग्रजी तर उत्तम जाणतोच. इंग्रजी इतकाच मला मराठीचाही अभिमान आहे. मी कैक वर्षे 'बहिष्कृत भारत', 'जनता', 'मूकनायक' या साप्ताहिकाचा संपादक होतो व मराठीत मी बरेच लिखाण केलेले आहे. 'जनता' पत्रात येणारे मुख्य संपादकीय लेख बहुतेक सारे माझ्याच लेखणीतून उतरलेले होते. जर्मन भाषेचाही मी चांगला अभ्यास केला आहे. आता मी ती थोडीशी विसरलो असलो तरी थोड्या दिवसांच्या साफसफाईने मी ती पुन:पुन्हा वाचू शकेन अशी मला उमेद आहे. मी गुजराथीत परवा अहमदाबादेस व्याख्यान दिले होते हे तुम्हाला माहीत आहेच. मराठीत व्याख्यान देण्यास प्रथम मला उगाच भीती वाटत होती. पण मराठीतही मी चांगले बोलू शकतो, असे मला पुढे आढळून आले. मला फ्रेंच भाषा पण येते.

किती अभ्यास करायचा?

आता मला माझ्या वडिलांविषयी आणखी दोन-चार महत्त्वाच्या गोष्टी सांगाव्याशा वाटतात. मी बी. ए. व्हावे याबद्दल माझ्या वडिलांना अत्यंत तळमळ वाटत असे. पहाटे दोन वाजता उठून मी अभ्यास करीत असे. पहाटेच्या वेळी मन शांत व प्रसन्न असल्यामुळे अभ्यास चांगला होतो, अशी माझी समजूत आहे. परीक्षेच्या वेळी पहाटे दोन वाजता जागे व्हावे म्हणून वडील दोन वाजेपर्यंत स्वत: निजतच नसत. आरंभी आरंभी सकाळी उठावयाचे माझ्या जीवावर येत असे. वडिलांनी जबरदस्ती करून मला उठवले की, मनातल्या मनात काहीतरी रागाने मी पुटपुटत असे. माझ्या उशाशी त्यावेळी एक समई ठेवलेली असे. त्यातले तेल व वात उजेड देऊन देणार तरी किती व मी वाचणार तरी किती? जेमतेम पहाटेच्या पाच वाजेपर्यंत अंथरुणातल्या अंथरुणात या कुशीवरून त्या कुशीवर लोळत लवंडत मी काहीतरी अभ्यास करायचो किंवा निदान अभ्यासाचे सोंग तरी छान आणायचा. पाच वाजल्यानंतर मात्र एक मिनिटसुद्धा अंथरुणावर निजण्याची आम्हाला परवानगी नसे. मी वडिलांना नेहमी म्हणायचो, 'मी कधीही नापास होत नाही व दरवर्षी बिनबोभाट पास होत असतो. हे नाही का पुरे होत? मग मी आणखी अभ्यास करावा म्हणून तुम्ही माझ्या मागे का लागता?'

आमच्या एल्फिन्स्टन कॉलेजात त्यावेळी प्रो. ओस्वॉल्ड म्युल्लर, प्रिन्सिपॉल कॉव्हर्नटन, प्रो. जॉर्ज अँडर्सन असे चांगले चांगले प्रोफेसर होते. पण काय असेल ते असो, त्यांनी काही माझ्या मनात स्फूर्ती उत्पन्न केली नाही. प्रो. म्युल्लरचे तर माझ्यावर फार प्रेम असे. ते मला आपले शर्ट देत, आपली पुस्तके देत, तरी पण त्यांच्या शिकविण्याने माझ्या अंत:करणात नवचैतन्य निर्माण होऊ शकले नाही, ही गोष्ट तितकीच खरी. त्यामुळे मी जरी युनिव्हर्सिटीच्या परीक्षा प्रतिवर्षी पास होत गेलो तरी मला कधी दुसरा क्लास मिळाला नाही. बी. ए. ला. तर थोड्याच मार्कांनी माझा

दुसरा वर्ग गेला. त्या वेळच्या माझ्या अभ्यासामधल्या प्रगतीवरून पाहता मी पुढे मिळविलेल्या पदव्या घेण्यास व लिहिलेली पुस्तके लिहिण्यास समर्थ झालो असतो, असे जर कोणी माझ्याविषयी भविष्य वर्तविले असते, तर ते साफ चुकीचे ठरले असते!

वडिलांचे निधन

बी. ए. पास झाल्यावर मात्र माझ्या वडिलांना वाटले की, मी इथे राहावे व काही केल्या बडोद्याला जाऊ नये. बडोद्याला गेल्यानंतर माझा जो अपमान होणार होता त्याची कल्पना माझ्या वडिलांना आधीपासून होती असे वाटते. बडोद्याच्या नोकरीत मी प्रवेश करू नये, यासाठी त्यांनी नाना तऱ्हांनी माझे मन वळविण्याचा प्रयत्न केला. पण मी माझा हट्ट सोडला नाही. अखेर जे व्हायचे तेच झाले. मी बडोद्यास गेल्यानंतर अकरा दिवसांच्या आतच त्यांचा मुंबईस अंत झाला! ते एकाएकी आजारी पडल्याची मला बडोद्यास तार आली. त्याबरोबर मी बडोद्याहून मुंबईस पोहोचण्यासाठी निघालो. वाटेत सुरत स्टेशनवर वडिलांच्या साठी सुरतेची बर्फी घ्यावी म्हणजे त्यांना बरे वाटेल अशी माझी कल्पना; पण बर्फी विकत घेण्याच्या गडबडीत माझी गाडी केव्हाच निघून गेली. म्हणून दुसरी गाडी सुरतेहून निघेपर्यंत मुकाट्याने वाट पाहत बसण्याशिवाय मला गत्यंतरच नव्हते. त्यामुळे मी दुसरे दिवशी दुपारी फार उशिरा मुंबईस पोहोचलो. घरी येऊन पाहतो तो वडिलांची प्रकृती अत्यवस्थ झालेली व सारी मंडळी त्यांच्या अंथरुणाशेजारी चिंतातुर होऊन बसलेली. ते दृश्य पाहताच माझ्या काळजात चर्र झाले. वडिलांनी माझ्या अंगावरून प्रेमाने हात फिरवला व मला एकदा पूर्णपणे डोळे भरून पाहून त्यांनी आपला प्राण सोडला! केवळ माझ्या भेटीसाठीच त्यांचे प्राण एकसारखे घुटमळत होते. सुरतेला उतरल्यामुळे त्यांना लवकर भेटता आले नाही, याबद्दल मला अतिशय पश्चात्ताप वाटला!

स्वभाववर्णन

माझा स्वभाव पहिल्यापासून अती जिद्दी असे. आता तो तसा आहे किंवा नाही हे नक्की सांगता येणार नाही. पण लोक म्हणत असतील की, माझा स्वभाव अजूनही तसाच जिद्दी आहे.

माझ्या लहानपणीची एक गोष्ट सांगतो. मला वाटते, मी इंग्रजी दुसऱ्या इयत्तेत शिकत होतो. आमची शाळा होती साताऱ्याला कँपमध्ये. त्यावेळी पेंडसे नावाचे एक मास्तर असत आम्हाला. त्यांचे माझ्यावर अतिशय प्रेम होते. माझा स्वभाव हट्टी आहे हे माझ्या सवंगड्यांना माहीत असल्यामुळे 'एखादी गोष्ट करू नकोस.' म्हणून मला सांगितल्याबरोबर मी ती हटकून करणार हे त्यांना माहीत होते. एकदा खूप पाऊस

पडत होता व आमची शाळेत जाण्याची वेळ झालेली होती. माझ्या मित्रांनी मला सांगितले, 'बघ रे बुवा, पाऊस पडतोय खूप. तू आपला पावसात जाऊ नकोस हं! उगाच चिंब भिजशील!' मला तेच पाहिजे होते. माझा थोरला भाऊ छत्री घेऊन निघाला. मी त्याला साफ साफ सांगितले, 'तू आपला छत्री घेऊन जा कसा! मी एकटा पावसात भिजत येणार!' भावाने माझे मन वळविण्याचा खूप प्रयत्न केला. पण मी त्याचे म्हणणे धुडकावून लावले. 'आमची स्वारी' छत्री बित्री न घेता थेट पावसातून जायचे ठरवून निघाली. मी त्या वेळी वेलबुट्टीची टोपी वापरीत असे. ती टोपी पावसात भिजेल म्हणून माझी पाटी पुस्तके व ती माझी आवडती टोपी मी माझ्या भावाच्या स्वाधीन करून दिली. तो पुढे निघून गेल्यावर मी पावसातून भिजत भिजत शाळेच्या रस्त्याने निघालो. पाऊस अगदी मुसळधार पडत होता. मी शाळेत येऊन पोहोचलो तो काय! अगदी नखशिखांत चिंब भिजलेला.

मास्तरांनी मला अशा स्थितीत आलेला पाहिल्यावर त्यांना फार वाईट वाटले. त्यांनी मला विचारले, 'अरे, पावसात छत्री घेऊन का नाही निघालास?' मी जबाब दिला, 'छत्री एकच होती आम्हा दोघां भावांमध्ये. छत्री एकच होती म्हणून मी हा असा भिजलो.' ही माझी निव्वळ थाप होती हे काही त्या भोळ्या मास्तरांच्या ध्यानात आले नाही. लगेच माझ्या थोरल्या भावाला त्यांनी बोलावून घेतले, तो तेव्हा चवथीत शिकत होता. त्याला मास्तरांनी विचारले, 'दाखव पाहू तुझ्या अंगात सदरे किती आहेत ते?' माझ्या भावाच्या अंगात एकच सदरा होता तेव्हा त्यांनी आपल्या स्वत:च्या मुलाला माझ्याबरोबर आपल्या घरी पाठविले व त्याला सांगितले, 'घरी याला नीट गरम पाण्याची अंघोळ करायला पाणी दे. त्याला एक लंगोटी दे आणि त्याचे कपडे म्हणजे धोतर आणि सदरा वाळत घालायला लाव म्हणजे संध्याकाळी ते घालून तो आपल्या घरी जाईल.' त्याप्रमाणे मास्तरांच्या मुलाने मला आपल्या घरी नेऊन गरम पाण्याची अंघोळ घातली व नेसायला एक लंगोटी दिली. संध्याकाळपर्यंत शाळेच्या तडाख्यातून आपण सुटलो म्हणून मला खूप आनंद झाला. मी टिवल्याबावल्या करीत व तोंडाने शिट्ट्या वाजवीत असाच शाळेच्या बाहेर हिंडत होतो. मी वर्गात आलो नाही असे पाहून मला वर्गात आणण्याविषयी पुन्हा मास्तरांनी एका मुलाला सांगितले. नुसती लंगोटी घालून साऱ्या मुलांच्या देखत वर्गात बसण्याची मला विलक्षण लाज वाटत होती; पण मास्तर म्हणाले, 'अरे, इथं तर सारी मुलंच आहोत. त्यांची लाज तुला वाटायचं काय कारण?' मी आपला तसाच रडत रडत वर्गात बसलो; पण या गोष्टीची मला इतकी लाज वाटली की, तेव्हापासून माझ्या स्वभावातली जिद्द काढून टाकायची, असा मी मनाशी निश्चय केला. तो कितपत साधला आहे हे इतरांनी मला सांगायचे.

आमचे खरे आडनाव!

आमचे खरे आडनाव ‘आंबेडकर’ नव्हते. आमचे खरे आडनाव होते ‘आंबावडेकर.’ आंबावडे या नावाचे खेड तालुक्यात दापोलीजवळ पाच मैलांवर एक लहानसे खेडे आहे; त्यामुळे आम्हाला ‘आंबावडेकर’ याच नावाने लोक ओळखीत असत. या आंबावडेकर आडनावाचे आंबेडकर हे नाव कसे झाले, याचा इतिहास आहे. आम्हाला ‘आंबेडकर’ नावाचे एक ब्राह्मण मास्तर होते. ते आम्हाला फारसे काही शिकवीत नसत; पण माझ्यावर त्यांचे फार प्रेम होते! मधल्या सुट्टीत मला भाकरी खाण्यासाठी शाळेपासून दूर असलेल्या आमच्या घरी जावे लागते हे आंबेडकर मास्तरांना पसंत नव्हते. पण तेवढाच वेळ बाहेर भटकायला मोकळीक मिळे म्हणून मलाही भाकरीसाठी मधल्या सुट्टीत घरी जाण्याची फार मजा वाटायची. पण आमच्या या मास्तरांनी एक युक्ती योजली. ते आपल्याबरोबर भाकरी-भाजी बांधून आणीत असत व रोज मधल्या सुट्टीत कधीही न चुकता मला बोलावून घेऊन आपल्या फराळापैकी भाजी-भाकरी मला खायला देत. अर्थातच, शिवाशिव होऊ नये म्हणून ते आपली भाकरी-भाजी वरूनच माझ्या हातावर टाकीत.

मला सांगायला अभिमान वाटतो की, त्या प्रेमाच्या भाजी-भाकरीची काही अवीट गोडी असे. त्या गोष्टीची आठवण झाली म्हणजे माझा गळा दाटून येतो. खरोखरच आंबेडकर मास्तरांचे माझ्यावर फार प्रेम होते. एके दिवशी त्यांनीच मला सांगितले की, हे तुझे आंबावडेकर नाव आडनीड आहे. त्यापेक्षा ‘आंबेडकर’ हे माझे नाव छान आहे. तेच तू यापुढे लाव आणि त्याप्रमाणे त्यांनी कॅटलॉगमध्ये तशी नोंद करून टाकली. मी विलायतेला राऊंड टेबल कॉन्फरन्ससाठी निघालो, तेव्हा त्यांनी मला अत्यंत प्रेमळ पत्र पाठविले होते. ते पत्र माझ्या संग्रही आहे. पुढे केव्हातरी माझे आत्मचरित्र लिहिण्याची मला स्फूर्ती झाली, तर मी त्यात ते छापणार आहे.

ह्या आमच्या आंबेडकर मास्तरांचे सारेच काही और होते. शाळेची घंटा झाली की ते वर्गात येत व रहिमतुल्ला नावाचा एक मोठा मुलगा आमच्या वर्गात असे त्यांच्यावर सारे वर्ग सोपवून खुशाल बाहेर निघून जात. हा रहिमतुल्लासुद्धा आमच्या वर्गातलाच विद्यार्थी. त्याच्या व आमच्या वयात जमीन अस्मानचा फरक. आम्ही दहा-दहा वर्षांची मुले तर त्याचे वय पंचवीस-तीस वर्षांचे! संध्याकाळी वर्ग सुटण्याच्या वेळी पुन: आमचे मास्तर परत येत व रहिमतुल्लाला विचारीत, ‘कसं काय? मुलांनी गडबड बिडबड फारशी केली नाही ना?’ ‘नाही’ असा रहिमतुल्लाने त्यांना जबाब दिला. म्हणजे ते निश्चिंत मनाने घरी निघून जात. हे मास्तर दुपारभर कोठे जात असत असे तुम्ही विचाराल! आमच्या शाळेच्या समोर एक पेपरमिंट आणि सिगरेट विकणाऱ्या कोमट्याचे दुकान असे. त्या दुकानात शिपाई व शिपायांची मुलेदेखील नेहमी काही

जिनसा विकत घेण्यासाठी येत असत. त्यामुळे या दुकानाची चांगली चलती होती. शाळा चुकवून या दुकानात आमचे मास्तर हिशोब लिहिण्याचे काम करीत असत. त्याबद्दल त्यांना दरमहा वीस-पंचवीस रुपयांची प्राप्ती होत असे. पुढे वार्षिक परीक्षा घेण्यासाठी दिपोटी हजर झाले की, मग आमच्या मास्तरांची भारी तारांबळ उडे. दिपोटींनी वर्गात गणित घातले की, मास्तरांनी पाटीवर त्या उदाहरणाचे उत्तर ठळक अक्षरांत लिहून ते आम्हाला शेजारच्या खोलीतून दिपोटीला नकळत दाखवायचे, की आमच्या सान्यांची उत्तरे बरोबर यावयाची आणि अर्थात मास्तरांच्या उत्तम शिकविण्याबद्दल त्यांना शाबासकी मिळावयाची! परीक्षा आटोपल्यावर संपूर्ण शेरेबुकात आमच्या मास्तरांना उत्तम शेरा मिळाला की दिपोटींना मास्तरांकडून चहा चिवडा, चिरूट यांचा नजराणा मिळत असे. अशा तऱ्हेने एकदा चांगला शेरा मिळाल्यानंतर पुढे वर्षभर अगदी निश्‍चिंती असे व आमच्या मास्तरसाहेबांना मेहताजींचे काम निर्घोरपणे वर्षभर करता येई!

राजगृहातील प्रचंड ग्रंथालय

दादरच्या हिंदू कॉलनीत एका रस्त्याच्या कोपऱ्यावर डॉ. आंबेडकर ह्यांचे स्वत:च्या मालकीचे मोठे दुमजली घर आहे. ह्या घराचे नाव 'राजगृह' असे आहे. तथापि, ह्या 'गृहा' त पाऊल टाकताच माणूस बुचकळ्यात पडतो. त्याला वाटते हे घर आहे का एखादे ग्रंथालय आहे! जेथे पाहावे तेथे ग्रंथांची कपाटे आणि घडवंच्या! ग्रंथांच्या प्रचंड राशीच्या राशी चोहीकडे लावलेल्या आहेत. डॉक्टरसाहेब हे अक्षरश: ग्रंथालयामध्ये राहतात! त्यांच्या संसाराचा 'ग्रंथ' संपल्यामुळे ग्रंथ हाच त्यांचा आता संसार झालेला आहे. दुसऱ्या मजल्यावर त्यांच्या ग्रंथालयाचा मुख्य भाग आहे. तो बघून येणारा मनुष्य थक्क होऊन जातो. ज्ञानाच्या पवित्र मंदिरात आपण प्रवेश करतो आहोत, असे आपणाला वाटते. एका व्यक्तीच्या मालकीचे एवढे खासगी ग्रंथालय निदान या हिंदुस्थानात असू शकते, ही जाणीव होताच आपण आश्चर्यचकित होतो.

ह्या ग्रंथालयात बाबासाहेबांचा मुक्काम असतो. तेथेच ते बसतात. तेथेच ते जेवतात, तेथेच ते लोकांच्या भेटी घेतात आणि तेथेच ते झोपतात. अंगात एक मलमलचा कुडता आणि कमरेला लुंगीवजा धोतर गुंडाळून हा 'ब्रह्मर्षी' अशी रात्रं-दिवस आपल्या ग्रंथालयात ज्ञानाची तपश्चर्या करीत बसलेला असतो. उभ्या हिंदुस्थानात ज्ञानाचा आणि पुस्तकांचा एवढा 'वेडा' माणूस तुम्हाला आढळावयाचा नाही. या ग्रंथालयात हजारो रुपये खर्च करून बाबासाहेबांनी अनेक चित्रे आणलेली आहेत. त्यातली पुष्कळ बुद्धविहाराची आहेत. त्यांना स्वत: आवडणारी इंग्रजी सुभाषिते सुबक अक्षरात लिहून निरनिराळ्या ठिकाणी टांगलेली आहेत. या ग्रंथालयात कायदा, तत्त्वज्ञान, धर्म, समाजवाद, राजकारण, अर्थशास्त्र, घटनाकायदा व इतिहास, पार्लमेंटचे कामकाज इत्यादी

अनेक विषयांवरचे अद्ययावत ग्रंथ आहेत. राजकीय चरित्रांचा विभाग हे या ग्रंथालयाचे एक वैशिष्ट्य आहे. सातारचे पदच्युत महाराज प्रतापसिंग छत्रपती ह्यांचा एक जुना ऐतिहासिक कोच योगायोगाने डॉक्टरांना मिळाला. तो त्यांनी ह्या ग्रंथालयात ठेवलेला आहे. रात्रीच्या वेळी कोचावर बसूनच डॉक्टर वाचन करीत असतात. ह्या ज्ञानमंदिरात जाऊन ह्या आधुनिक ज्ञानदेवाशी गप्पागोष्टी करणे ही एक परम भाग्याची गोष्ट आहे.

वेद, विवाह नि संशोधन

वेदांचा अर्थ आधुनिक पद्धतीने कसा लावायचा या विषयावर एकदा संभाषणास सुरुवात झाली.

वेद हे हिंदूंचे धार्मिक ग्रंथ आहेत, अशी हिंदी व कित्येक युरोपियन पंडितांचीही आतापर्यंत कल्पना होती. माझ्या मते वेदांचा अर्थ सामाजिक भूमिकेवरूनच करणे अधिक इष्ट आहे आणि या सामाजिक दृष्टिकोनाचा उपयोग केल्याशिवाय आपल्याला वेदातील बऱ्याच गोष्टींचा उलगडा करता येणार नाही.

त्याचप्रमाणे ब्राह्मण किंवा उपाध्याय वर्ग (The Priest Class) फक्त तीनच वेद हे खरे वेद आहेत असे मानीत आले आहेत; म्हणजे ऋग्वेद, यजुर्वेद व सामवेद हेच त्यांच्या मते खरे वेद. अथर्ववेद वेदच नव्हे असे त्यांचे मत होते; म्हणून त्यांनी अथर्ववेदाला कधीच महत्त्व दिले नाही; कारण अथर्ववेदात फक्त धारण-मारण व मांत्रिकी विद्या हे विषय हाताळलेले आहेत, असेही त्यांचे मत होते.

आजच्या जीवनाचा समाजवादाच्या दृष्टीने विचार करण्याची आवश्यकता आता आपल्याला पटली आहे. हिंदू विवाहपद्धतीबद्दल तुम्ही मला विचारलेत म्हणून सांगतो. या विवाहपद्धतीमध्ये सप्तपदी आहे. लाजाहोम आहे. या दोन्ही गोष्टींचा खरा अर्थ काय आहे? सप्तपदी पूर्ण झाल्याशिवाय वधू-वरांचा विवाह कायद्याच्या दृष्टीने पूर्ण झाला नाही, असे आम्ही मानीत आलो आहोत, का बरे? आता यामध्ये समाजवादाचा प्रश्न कसा येतो असे तुम्ही विचाराल. या लाजाहोम व सप्तपदी या विधीमध्ये बराच मोठा इतिहास दडून बसला आहे आणि तो इतिहास उकलून पाहत असताना आपल्याला समाजवादाकडे पाहणे स्वाभाविकच आहे.

प्राचीन जगामध्ये आणि मुख्यत: हिंदुस्थानातसुद्धा 'मिरासदारी' पद्धती (Feudal System) फार प्राचीन काळापासून चालत आली होती. या 'मिरासदारी' पद्धतीचे पूर्ण संशोधन केल्यास एक मोठा भला ग्रंथ निर्माण होईल. आश्वलायन गृह्यसूत्रे, टिळकांचे 'आर्क्टिक होम इन दि वेदाज' व पावगींचे 'सप्तसिंधुमधील आर्यांचे मूलस्थान' या ग्रंथांवर थोडेसे विवेचन करून डॉक्टर पुढे म्हणाले, 'लाजाहोम विधी म्हणजे एखाद्या वधूला तिच्यासाठी योजिलेल्या वराशी लग्न करण्यास मिरासदारी पद्धतीप्रमाणे मालकाकडून

(Feudal Lord) परवानगी मिळवावी लागे. ही परवानगी मिळविण्यासाठी बऱ्याचशा गोष्टी करण्याची आम्हामध्ये पूर्वी चाल होती. त्यांपैकी पहिली अट म्हणजे वधूचा पहिला उपभोग घेण्याचा मालकाचा हक्क असे. हा हक्क अजून काही विवक्षित हिंदू समाजात प्रस्थापित असलेला आपल्याला माहिती आहे. या ठिकाणी तुम्हांपैकी कोणीतरी 'Origin of Feudalism, its Scope and Aspects in England' या विषयावर संशोधन करावे, असे मी सुचवितो. या विषयाला जेवढे सामाजिक महत्त्व आहे तेवढेच ऐतिहासिक महत्त्व आहे. इंग्लंडमधील मिरासदारीचे थोडेसे दिग्दर्शन असे आहे.

मिरासदारी पद्धतीप्रमाणे जहागीरदाराच्या (Feudal Lord) स्वतःच्या मालकीच्या जमिनी असत. म्हणजे या जमिनीवर त्यांचाच सर्वस्वी हक्क असे. त्याच्या हाताखालील सर्फ किंवा गुलाम यांना या जमिनी नांगराव्या लागत; पण या त्यांच्या कामाचा मोबदला त्यांना मुळीच देण्यात येत नसे.

या जहागीरदारांच्या आणखीही काही जमिनींचीही नांगरणी, पेरणी वगैरे करण्यासाठी त्यांच्या उत्पन्नापैकी काही भाग मोबदला म्हणून गुलामांना दिला जात असे. याच उत्पन्नावर त्यांना आपली उपजीविका करावी लागत असे.

पण यांपैकी एखाद्या गुलामाचे लग्न झाले, तर पहिल्या रात्री त्याच्या वधूशी पहिला संभोग करण्याचा अधिकार जहागीरदाराचा असे. त्याला प्रिमुसनाटे (Primus-Natae) असे नाव आहे. हा विधी कितीतरी शतके प्रचलित होता. तो विधी पुढे नाहीसा झाला व त्याच्याऐवजी मालकाला कर देण्याची पद्धत सुरू करण्यात आली.

तशाच प्रकारची पद्धती हिंदुस्थानामध्येही प्रचलित असली पाहिजे, असे माझे अनुमान आहे. पण यावर संपूर्ण संशोधन करून आपल्याला खऱ्या-खोट्या गोष्टींचा निर्णय करता येईल.

लग्नातील मिरासदारी!

आता आपण या लाजाहोम विधीमध्ये लाह्यांचा उपयोग करीत असतो. निदान त्यांच्या पांढऱ्या रंगावरून तरी चांदीच्या नाण्यांशी त्यांचा संबंध जोडणे आपल्याला शक्य होणार नाही आणि ही नाणी संभोगरात्रीच्या हक्काऐवजी देण्याची पुढे प्रथा पडली असली पाहिजे आणि म्हणूनच लाजाहोम झाल्याशिवाय म्हणजे लग्नाचा कर पूर्णपणे दिला असल्याशिवाय लग्नविधी पूर्ण झाल्याचे कबूल केले जात नसे, हे योग्यच होते म्हणायचे! आता या ठिकाणी मिरासदारीचा मालक किंवा मुख्य उपाध्याय याने आपला संभोगरात्रीचा हक्क सोडून रुपयांचा कर घेण्यास सुरुवात केली असली पाहिजे. त्याचप्रमाणे आणखी पुढे या कराऐवजी अग्नीला लाजाहोम अर्पण केला म्हणजे लग्नविधी संपूर्ण झाला, अशी ग्वाही देण्याची प्रथा पडली असली पाहिजे. लग्नविधीमधील हा जो

सामाजिक महत्त्वाचा विभाग मी तुम्हाला सांगितला, त्याचे कोणीतरी उत्तम संशोधन करून सांगोपांग विचार जगापुढे मांडावेत, अशी माझी तुम्हाला सूचना आहे.

टिळकांचे 'आर्क्टिक होम इन दि वेदाज' याविषयी डॉक्टर बोलू लागले.

खरोखरीच टिळकांचे संशोधन फार महत्त्वाचे आहे. या त्यांच्या संशोधनाला याहीपेक्षा जास्त महत्त्व प्राप्त झाले असते, जर टिळकांनी हिंदुस्थानमध्ये आर्यन लोक हे एकाच वेळा न येता अनेक युगांत आले असे सिद्ध केले असते तर!

आता हे आयर्न लोक निरनिराळ्या दोन युगांत हिंदुस्थानात आले हे आपण कसे शोधून काढायचे? असे कोणीही प्रश्न विचारील. हे दोन भिन्नभिन्न युगांत आलेले आर्यन लोक एकमेकांपासून अगदी भिन्न आहेत, असे मला आढळून आले आहे. टिळकांनी ज्या आर्यांचे मूलस्थान हे आर्क्टिक महासागरात कोठेतरी होते असे मानले आहे, त्या आर्यांना प्रळयाची कथा मान्य होती. (The story of the Deluge) हीच कथा यहुद्यांच्या टाळमूडमध्ये व ख्रिस्त्यांच्या बायबलमध्येही वर्णन केलेली आहे. पण आर्यांचा आणखी एक वर्ग असा असलेला आढळून येतो की, त्यांना ही प्रळयाची कथा मंजूर नव्हती किंवा त्यांना ती माहीत नव्हती; कारण त्यांच्या पुराणात तरी त्याविषयी उल्लेख असलेला कोठेही आढळून येत नाही.

मनूला ही प्रळयाची कथा मंजूर आहे. म्हणून माझ्या दृष्टीने हा मनू ज्या आर्यांच्या पुराणग्रंथात प्रळयाची कथा आढळून येते त्या आर्यांच्या पैकीच एक असला पाहिजे हे सिद्ध होते. अर्थात, हा प्रळय झाला तो आर्क्टिक विभागात झाला असला पाहिजे व या आर्यांचे मूलस्थान म्हणजे आर्क्टिक विभाग असला पाहिजे हे कोणालाही मंजूर करता येईल. पण ज्या आर्यन लोकांना ही प्रळयाची कथा माहीत नव्हती त्यांचे मूलस्थान कोठे असले पाहिजे, हाही एक प्रश्न उत्पन्न होतोच. त्याचेसुद्धा संशोधन व्हावयाला हवे!

पुढे आपल्याला असेही आढळून येते की, या दोन आर्यांच्या आपापसांत लढाया पण झाल्या. त्यातल्या काही आर्यांनी आदिवासीयांशी मैत्री संपादली व त्यांच्या साहाय्याने आर्यांच्या दुसऱ्या टोळ्यांचा पूर्णपणे पराभव केला किंवा कधीकधी त्यांच्याकडून ते पराभूत झाले.

या विषयाचे संशोधन करण्यासाठी ध्येयनिष्ठ वृत्तीचे प्राध्यापक आपल्या देशात तयार व्हायला पाहिजेत!

निरनिराळे धर्म

जगातील निरनिराळे धर्म व त्यांची इष्टनिष्टता यांविषयी बोलणे निघाले असता

डॉ. आंबेडकर म्हणाले :

जगातील मोठमोठ्या धर्मांविषयी खोल व सांगोपांग विचार केला म्हणजे आपल्या विचाराला चालना मिळाल्यावाचून राहत नाही.

ख्रिस्ती धर्मामध्ये जीजस ख्राईस्ट म्हणतो की मला तुम्ही ईश्वराचा पुत्र समजा, म्हणजेच मी तुम्हाला ईश्वराकडे घेऊन जाईन आणि हे मानण्यास तुम्ही तयार नसाल, तर तुम्हाला ईश्वराकडे जाता येणार नाही. काही ख्रिस्ती लोकांचे म्हणणे असे आहे की, जुहोवा हा जर तुमचा ईश्वर आहे, तर त्याने लग्न केल्याचे खोटेच सांगितले नाही आणि जर हे खरे आहे, तर मग जीजस ख्राइस्ट हा ईश्वराचा पुत्र आहे, असे आम्ही मानायचे तरी कसे?

वास्तविक पाहता यहुदी लोकांचा 'जुना करार' हाच मुख्य ग्रंथ. त्यात लिहिलेल्या गोष्टी यहुदी लोकांना मान्य, पण 'नव्या करारा' प्रमाणे मेसायाने आगाऊ सांगून ठेवलेला येशू ख्रिस्त जन्माला आला असे मानलेले आहे. अर्थात, तो करार यहुद्यांना मान्य नाही; पण ख्रिस्ती धर्म कसाही असला व त्यातील शिकवण कसल्याही प्रकारची असली किंवा त्यातील तत्त्वे आपल्या तार्किक बुद्धीला पूर्णतया पटण्यासारखी नसली तरी त्या धर्माचा ख्रिस्ती समाजावर केवढा विलक्षण प्रभाव आहे याचा आपण अवश्य आढावा घेतला पाहिजे. ख्रिस्ती धर्माचा पगडा ख्रिस्ती समाजाच्या नैतिक आचरणावर किती विलक्षण तऱ्हेने बसलेला आढळून येतो ते पाहा. मी तुम्हाला किंग आठव्या एडवर्डचीच गोष्ट सांगतो म्हणजे तुम्हाला माझे म्हणणे पटेल. त्या राजाला आपले सिंहासन सोडावे लागले याला खरे कारण काय झाले असेल याची तुम्हाला कल्पना आहे? आठव्या एडवर्डनी आपले लग्न एका काडीमोड घेतलेल्या तरुणीशी करण्याचे ठरविले, तेव्हा त्याविरुद्ध चर्चा होऊ लागली. डॉ. लँग, कँटरबरीचे आर्च बिशप यांनी तर साफ साफ सांगितले की, मी या लग्नाच्या कोणत्याही विधीत मुळीच भाग घेणार नाही व नंतर होणाऱ्या बड्या खान्यात (Banquet) तर मुळीच भाग घेणार नाही.

पहिल्या पहिल्याने इंग्लंडचे त्या वेळचे मुख्य प्रधान स्टॅन्ले बॉल्डविन यांनी या गोष्टीत फारसे मन घातले नाही; कारण त्यांना कँटरबरीच्या आर्च बिशपने घातलेल्या धाकाचे फारसे महत्त्व पहिल्याने वाटले नसावे. पण पुढे ज़ेव्हा या आर्च बिशपने आपल्या हाताखालील एका बिशपकडून चर्चमध्ये धार्मिक प्रवचन देत असता उघडपणे या भावी लग्नाच्या विरुद्ध जोराचा प्रचार चालविला, तेव्हा मात्र साऱ्या ब्रिटिश पत्रकारांना या अनिष्ट गोष्टींकडे उघडपणे डोळेझाक करता येणे अशक्य झाले आणि वर्तमानपत्रे उघडपणे हल्ला चढवू लागल्याबरोबर मुख्य प्रधानांनी राजाची भेट घेऊन राजत्याग करण्याचा त्याला सल्ला देण्याशिवाय गत्यंतरच उरले नाही. मुख्य प्रधान म्हणाले, 'तुम्ही योजिलेल्या स्त्रीशी तुम्हाला लग्न करावयाचे आहे ना! सारी ख्रिश्चन ब्रिटिश

जनता त्याच्याविरुद्ध आहे हे तुम्हाला ठाऊक आहे. तुम्हाला ख्रिश्चन नैतिक नियमांच्या विरुद्ध वागावयाचे असेल, तर तुम्हाला राजत्याग करावा लागेल!' ख्रिस्ती धर्माचा समाजावर व समाजाच्या नैतिक बंधनांवर किती मोठा प्रभाव आहे हे आपल्याला नाही का दिसून येत?

त्याच्या उलट हिंदू धर्माचा समाजाच्या नैतिक बंधनावर किती पगडा आहे याचा तुम्हीच आता खोल विचार करून पाहा. आपले राजेरजवाडे वाटेल तसे वागतात! त्यांच्याविरुद्ध हिंदू धर्म काय करू शकतो? उलट तुमचे शंकराचार्यही नैतिक बंधने तोडण्यास मदत करतात. याला काय म्हणावे मला समजत नाही.

आता आपण मुसलमानी धर्माविषयी विचार करू. महंमद पैगंबराची शिकवण अशी आहे, की मीच ईश्वराचा एकमेव प्रेषित असून मीच पहिला व अखेरचा आहे हे तुम्ही आधी कबूल केले पाहिजे. तरच मी तुमची ईश्वरापाशी रदबदली करू शकेन! अर्थात, हे मानण्यास जे लोक तयार नाहीत ते सारे काफीर गणले जातात.

बौद्धधर्म हाच खरा मानवी धर्म

ज्याप्रमाणे बुद्धानी आपल्या निर्वाणकाळी आपल्या शिष्यांना अखेरचा संदेश दिला. त्याचप्रमाणे महंमद पैगंबरानीही आपल्या शिष्यांना दिला आहे हे तुम्हाला माहीतच आहे. काही शिष्य आसन्नमरण असलेल्या महंमद पैगंबराना विचारू लागले, 'आपण काही काही गोष्टींचा अद्याप निर्णय दिलेला नाही. एखादी गोष्ट आम्हाला विचारावयाची असली तर आम्ही काय करावे? आम्ही कसे वागावे?' यावर महंमद पैगंबरानी उत्तर दिले, त्याचा आपण विचार करा, म्हणजे महंमदीय धर्मात विचारस्वातंत्र्याला कितपत मुभा आहे हे तुम्हाला कळून येईल. ते म्हणाले,'काफीर जसे वागतील त्याच्या अगदी उलट तुम्ही वागत जा म्हणजे झाले!' हे ऐकून त्यांच्या शिष्यांचे समाधान झाले की नाही हे आपणाला माहीत नाही. पण आम्हाला मात्र हे उत्तर समाधानकारक वाटत नाही! आता हिंदू धर्माच्या शिकवणीचा आपण खोल विचार करू.

'यदा यदाहि धर्मस्य ग्लानिर्भवति भारत, अभ्युत्थामधर्मस्य तदात्मानं सृजाम्यहम' म्हणजे धर्माची ग्लानी झाली, धर्म साफ बुडाला, अधर्माचे साम्राज्य मातले म्हणजे इतकी भयंकर परिस्थिती निर्माण झाल्यावर मग भगवान विष्णू अवतार घेऊन येणार व पुन्हा धर्माची प्रस्थापना करणार. या गोष्टीवर विश्वास ठेवून आपण हात जोडून स्वस्थ बसणार की काय? इकडे 'नर करणी करे तो नर का नारायण हो जाय' म्हणायचे आणि इकडे नराच्या करणीला मुळी वावच ठेवायचा नाही, सगळे नारायणच करील असे म्हणायचे याचा अर्थ काय? असल्या विसंगत विचारसरणीमुळे आपण कर्तव्यतत्पर होऊ शकत नाही. ईश्वराच्या अवताराशिवाय स्वतःला काही करताच येणे शक्य नाही असे

तुम्हाला वाटते; म्हणूनच तुम्ही किंकर्तव्यमूढ झालेले आहात; दुसरे काय? याच्या उलट बुद्धाच्या शिकवणीचा विचार करा! बुद्धाचा धर्म हा खरा मानवी धर्म आहे. बुद्धाने, आपण ईश्वराचे अवतार आहोत किंवा आपण त्याचे एकमेव पुत्र आहोत असे केव्हाही व कोठेही सांगितले नाही. म्हणूनच बौद्ध धर्म हा मानवी धर्म असून, मानवाच्या संपूर्ण विकासासाठी तो निर्माण केला आहे असे आम्हाला वाटते आणि तो आमच्यासारख्या आधुनिक व अद्ययावत असलेल्या प्रत्येक मनुष्याला चटकन् पटू शकतो असा आहे. बुद्धाची शिकवण अगदी साध्या व स्पष्ट शब्दांत मांडलेली आहे. या धर्मामध्ये मनुष्याला पूर्ण वैचारिक स्वातंत्र्य दिले आहे व मानवतेला आणि सद्सद्विवेकबुद्धीला पटतील त्याच गोष्टी ग्राह्य मानण्यात आल्या आहेत.

पार्लमेंटमध्ये कार्य कसे चालवावे, याविषयी जसे काही ठोकळ नियम असतात तशा प्रकारचे नियम बुद्धसंघामध्ये आहेत हे पाहून आपल्याला आश्चर्य वाटते. बुद्ध संघामध्ये बॅलट (मतनोंदणी) ची पद्धत होती. एखाद्या माणसाला बुद्ध संघात यावयाचे असल्यास त्याला एखाद्या बुद्धगुरूचे आधी शिष्यत्व पत्करावे लागते. भिक्खू या उमेदवाराच्या दरेक चालचालणुकीवर अगदी बारकाईने लक्ष देऊन त्याच्या लायकीविषयी तीन वर्षे आपली खात्री करून घेतो. अशी त्याची खात्री झाली म्हणजे त्याच्या शिफारशीवर या उमेदवाराचे नाव संघात नोंदवण्यात येते. पुढे त्याच्या उमेदवारीबद्दल गुप्त मतनोंदणी करण्यात येते. ही मतनोंदणी सालपत्रावर (सालाच्या पानावर) लिहून केली जात होती. ही सालपत्रे सारी एका पेटीत गुप्तपणाने ठेवून झाल्यावर साऱ्या मतांची मोजणी केली जाते व एकही मत विरुद्ध नसले म्हणजेच त्या उमेदवाराला संघात सामील करण्याची परवानगी दिली जाते.

त्याचप्रमाणे संघात एखादा प्रश्न विचारावयाचा असल्यास त्याला हल्लीच्या आपल्या आधुनिक पद्धतीप्रमाणे प्रथम 'नोटिस ऑफ मोशन'- ठरावांचा मसुदा संघाच्या कार्यवाहकाकडे पाठवून द्यावा लागत असे. अशा तऱ्हेने हा मसुदा पुढे आणला गेला म्हणजे प्रथम त्याच्याविरुद्ध कोणी असतील त्यांना बोलण्याची परवानगी दिली जात होती. कोणी विरुद्ध नसल्यास तो ठराव मंजूर करण्यात येत असे. यावरून त्या संघातील कामे किती कडक शिस्तीने चालविली जात असत, याची आपल्याला पूर्ण कल्पना येते. या अत्यंत उदार बौद्ध धर्माचा ऱ्हास कसा झाला ही गोष्ट पुन्हा केव्हातरी मी तुम्हाला सांगेन!

बुद्धाचे चरित्र

"आपण बौद्ध धर्माचा एवढा अभ्यास केला आहे; तर बुद्धचरित्रावर आपण एखादे पुस्तक का लिहित नाही?" असा मी एकदा त्यांना प्रश्न केला. तेव्हा ते

म्हणाले, ''अवश्य लिहिणार आहे. बुद्ध चरित्रासारखे सोज्वळ व उदात्त चरित्र अद्यापि माझ्या पाहण्यात आले नाही. बुद्धाची राहणी अत्यंत पवित्र व शुद्ध होती. त्यामुळे त्याच्या अनुयायांचे चारित्र्यही अत्यंत शुद्ध असल्यास नवल नाही. पहिल्या पहिल्याने बहुतेक सारे ब्राह्मणच त्यांचे अनुयायी झाले. बुद्धाची विषयप्रतिपादनाची आणि वादविवादाची हातोटी फारच अप्रतिम होती. माझ्या कामांतून मला थोडीशी सवड मिळताच मी बुद्धचरित्र लिहिन अशी मला उमेद आहे.''

बुद्धामध्ये समाजवाद आहे, समाजसमता आहे. बुद्धामध्ये मानवता आहे. त्यांच्या मते जन्मामुळे कोणीही मनुष्य उच्च कोटीतलाही होऊ शकत नाही किंवा तो नीच कोटीतलाही होऊ शकत नाही. मनुष्य हा संस्काराने व आचारविचाराने उच्च किंवा नीच होऊ शकतो.

बुद्धाविषयी बरेचसे लिहिले गेले असले तरी हिंदुस्थानच्या आजकालच्या विचारवंतांना पटेल व रुचेल असले बुद्धचरित्र अद्यापि लिहिले जावयाचे आहे. प्रोफेसर आनेसाकी व मि. एडमर्डस या दोघा पंडितांनी बुद्धाची शिकवण व ख्रिस्ताची शिकवण याविषयी एक तुलनात्मक असा महत्त्वपूर्ण ग्रंथ निर्माण केलेला आहे. त्यावरून दिसून येते की, ख्रिस्ताची शिकवण म्हणजे शब्दश: बुद्धाचीच शिकवण होय. हे त्यांनी एका बाजूस बुद्धाचे प्रमेय व दुसऱ्या बाजूस बायबलमधील ख्रिस्ताचे प्रमेय घेऊन त्यांचे साधर्म्य अगदी तंतोतंत पटवून दिले आहे. या ग्रंथाचे मराठी भाषांतर करून जनतेच्या हातात द्यावे, असे माझ्या मनात कित्येक वर्षांपासून आहे. मी हे ग्रंथ अगदी जीवापलीकडे जपून ठेवतो व सहसा कोणाला देत नसतो. पण काही मंडळींनी अत्यंत आग्रह केल्यामुळे मी एक भाग एका मित्राला वाचण्यास दिला तो त्याने हरवून टाकला! ह्या माझ्या अत्यंत आवडीच्या व दुर्मिळ असलेल्या ग्रंथाची अशा तऱ्हेने विल्हेवाट लागल्यामुळे मला अतिशय वाईट वाटले! पुन्हा मला त्या ग्रंथाचे दोन्हीही भाग विकत घ्यावे लागले. एका पुस्तक विक्रेत्याजवळ ते मला अनपेक्षितपणे मिळाले. लवकरच त्या ग्रंथाच्या भाषांतराचे काम मी सुरू करणार आहे.

'बुद्ध चरित्र' जेवढे महत्त्वाचे आहे तेवढेच त्याच्या धर्माचे पुढे कित्येक वर्षांनी हिंदुस्थानातून उच्चाटन का व कसे झाले हाही एक महत्त्वाचा व संशोधन करण्यालायक विषय आहे. या विषयासंबंधी मी बरेचसे वाचन केले आहे व बरीचशी टिपणे तयार केली आहेत.

बुद्धाचा खरा छळ हिंदूंनीसुद्धा जितका केला नसेल इतका मुसलमानांनी केलेला आहे ही गोष्ट विचार करण्यासारखी आहे! बिहारमधल्या नालंदा येथील बुद्धांचा भला मोठा ग्रंथसंग्रह मुसलमानांनी अत्यंत निर्दयपणे जाळून टाकला ही

गोष्ट इतिहासप्रसिद्धच आहे. त्याचप्रमाणे सिंधमध्ये, बिहारमध्ये आणि पूर्व बंगालमध्ये मुसलमानांचा अधिक भरणा का? याचे कारण या भागात बुद्ध धर्मानुयायांची संख्या जास्त होती. त्यांपैकी कित्येक बौद्धांची मुसलमानांनी क्रूरपणे हत्या केली. त्यांपैकी कित्येकांनी जीवाला भिऊन धर्मांतर केले. त्या धर्मांतरित बुद्ध भिक्खूंचे वंशजच आता या प्रांतामध्ये कडवे मुसलमान झालेले आहेत!

सिद्धार्थ कॉलेजचे ध्येय

'सिद्धार्थ कॉलेज' च्या पहिल्या वर्षाच्या शेवटी डॉक्टरांनी पुढील भाषण केले :

तुमच्या प्रिन्सिपॉलसाहेबांनी आताच तुम्हाला सांगितले की आमचे 'सिद्धार्थ कॉलेज' अद्यापि बाल्यावस्थेत असल्याने त्याला आपली परंपरा अद्यापि प्रस्थापित करावयाची आहे. त्यामुळे मला व्याख्यान देण्यासाठी तुम्ही दिलेल्या या संधीचा फायदा घेऊन 'आमच्या कॉलेजची परंपरा' या विषयावरच मी आता प्रवचन करणार आहे. परंतु माझे प्रवचन सुरू होण्यापूर्वी मला आजकालच्या विद्यार्थ्यांना दोन शब्द सांगावयाचे आहेत. मी १९२३ पासून ते १९३७ पर्यंत मुंबईच्या 'सिडनेहॅम कॉलेजा' त प्रोफेसर होतो व येथील 'लॉ कॉलेज' चाही मी प्रिन्सिपॉल होतो. १९३७ सालापासून माझा विद्यार्थ्यांशी संबंध तुटला आणि तेव्हापासून मी प्राध्यापकाचा पेशा बाजूस ठेवून राजकारणाचा पेशा पत्करला. राजकारणी माणसाला आपली एक प्रकारची विवक्षित स्वरूपाची मनोभूमिका बनवावी लागते व आपल्या विचारांना त्याला एक प्रकारचे विवक्षित स्वरूपाचे वळण लावावे लागते. राजकारणी पुरुषाला प्रचारकार्य करणे अत्यंत आवश्यक असते. पण त्याच्या उलट प्राध्यापकाला कधीच प्रचारकार्य करता येत नाही. प्रचारक हा कधीच शिक्षक किंवा प्राध्यापक होऊ शकत नाही. मी ज्या अर्थी आता राजकारणी प्रचारकाचा पेशा पूर्णपणे पत्करला आहे, त्या अर्थी एखाद्या विषयावर प्राध्यापक या नात्याने मी चांगले व्याख्यान देऊ शकेन काय, याची मला शंका वाटते. पण मी उमेद बाळगतो की आजचे माझे प्रवचन प्रचारकी पद्धतीचे होणार नाही.'

'माझी एक अशी सवय आहे, ती म्हणजे ज्या विषयावर व्याख्यान द्यायचे त्या विषयावर आधी पूर्णपणे साधकबाधक विचार करायचा! पण आज मात्र मला हे कबूल करायला हवे की ह्या व्याख्यानापूर्वी जेवढा वेळ व जेवढी मनाची स्वस्थता विचारासाठी मला हवी होती, तेवढी मिळालेली नाही. पुष्कळ लोक माझ्या भेटीस येऊन विनाकारण माझा वेळ घेत असतात. असो. मग एक गोष्ट मी सुरुवातीलाच सांगतो, की आजकालच्या विद्यार्थ्यांच्या मुळे माझी पूर्णपणे निराशा झाली आहे!

माझा त्यांचा इतका निकट संबंध आला खरा; पण त्यांना कशाचीही आस्था वाटत नाही, हे मला कळून चुकले आहे. आमच्या देशात पूर्वी असा एक काळ होऊन गेला की ज्या वेळी रानडे, गोखले, टिळक, सर फिरोजशहा मेहता व त्यांच्यासारखे आणखी कितीतरी आस्थेवाईक व अत्यंत कळकळीचे विद्यार्थी निर्माण झाले. त्यांच्यामध्ये आस्था होती, उमेद होती, शिस्त होती. आपल्या अंगावर एक प्रकारची जबाबदारी आहे याचीही त्यांना पूर्णपणे जाणीव होती. पण आजकालच्या विद्यार्थ्यांमध्ये ही जाणीव किंवा शिस्त मुळीच नाही. माझ्या हाताखालून कितीतरी विद्यार्थी शिकून गेले असतील आजपर्यंत. पण आता त्यांची माझी रस्त्यात गाठ पडली तर ते तोंड फिरवून मुकाट्याने पुढे चालू लागतात. ते मला आता ओळखदेखील देत नाहीत. कित्येक कॉलेजांत व्याख्यान देण्यासाठी मला निमंत्रणे येतात. पण त्यांचे निमंत्रण स्वीकारावयाचे नाही, असा मी मनाशी निश्चय केला आहे. सिद्धार्थ कॉलेज हा त्याला एकच अपवाद आहे. सिद्धार्थ कॉलेजने आपली परंपरा कशी प्रस्थापित करावयाची हे मी आता तुम्हाला सांगतो.

सिद्धार्थच का?

आमच्या कॉलेजचे नाव सिद्धार्थ कॉलेज असे आहे, ते का ठेवले गेले? मी जर एखाद्या कोट्यधीशाला शब्द टाकला असता, तर मला काही लाख रुपये सहज मिळविता आले असते. तसे केल्याने मला या कॉलेजला त्या कोट्यधीशाचे नाव द्यावे लागले असते. पण मी तसा विचार केला नाही व या कॉलेजला 'सिद्धार्थ कॉलेज' हेच नाव द्यायचे, असा मी निश्चय केला. ते बुद्धाचे नाव आहे हे तुम्हाला माहीतच आहे. त्याचप्रमाणे हे आमचे सिद्धार्थ कॉलेज अद्यापि एक छोटेसे बालक आहे. त्याला अद्यापि नऊ महिनेसुद्धा झाले नाहीत. ह्या कॉलेजने अद्यापि आपली परंपरा प्रस्थापित केली नसेल, तर त्याचे मला मुळीच आश्चर्य वाटत नाही. पण तेवढ्यावरून आमच्या या छोट्या सिद्धार्थ कॉलेजपुढे काही ध्येयही नाही, अशी मात्र तुम्ही आपली समजूत करून घेऊ नका. त्या ध्येयामुळेच ह्या कॉलेजला सिद्धार्थ कॉलेज असे नाव देण्यात आलेले आहे हे लक्षात ठेवा.

बुद्धाच्या नावाने हे कॉलेज का प्रस्थापित करण्यात आले? बुद्धांनीच हे ध्येय आपल्या समोर ब्रह्मजाल सूत्रात सांगून ठेविले आहे. त्या सूत्रात अशी गोष्ट सांगितली आहे. हिंदुस्थानामध्ये औपनिषदिक तत्त्वज्ञानाचा प्रसार झालेला आहे, अशी आपली समजूत आहे. या तत्त्ववेत्त्यांचा ब्रह्मावर विश्वास आहे. एकदा बरेचसे तत्त्वज्ञानी ब्राह्मण गौतमाला भेटायला आले. आम्ही ब्रह्मवादी आहोत असे त्यांनी गौतमाला सांगितले. गौतमाच्या शिष्यांनी आपल्या गुरूला सांगितले, 'आपल्या

भेटीची अपेक्षा करून हे ब्रह्मवादी तत्त्वज्ञानी आपल्या भेटीसाठी आलेले आहेत. त्यांनी एक नवीन तत्त्वज्ञान प्रस्थापित केलेले आहे आणि त्या तत्त्वज्ञानातील मुख्य दैवत म्हणजे ब्रह्म होय, असे त्यांचे म्हणणे आहे. गुरुजी, आपणाला याविषयी काय सांगावयाचे आहे ते जाणण्याची आम्हा साऱ्यांची इच्छा आहे.'

गौतमानी यावर जे उत्तर दिले ते अत्यंत विचारार्ह आहे असे मला वाटते. गौतमानी या ब्रह्मवाद्यांना प्रश्न केला, 'तुम्ही ब्रह्म पाहिले आहे काय?' 'नाही' असे उत्तर मिळाले. 'तुम्ही ब्रह्माबरोबर भाषण केले आहे काय?' 'नाही.' 'तुम्ही ब्रह्माविषयी काही ऐकले तरी आहे का?' 'नाही.' 'तुम्ही ब्रह्माची चव घेऊन पाहिली आहे का?' पुन्हा उत्तर आले 'नाही.' 'मग तुमच्या पंच ज्ञानेंद्रियांनी व पंचकर्मेंद्रियांनी ब्रह्म काय आहे हे अनुभविले नाही म्हणता तर मग ब्रह्म आहे, म्हणजे ब्रह्माचे अस्तित्व आहे हे तरी कशावरून तुम्ही म्हणता? यावर त्या ब्रह्मवाद्यांना काहीएक उत्तर देता आले नाही.

आता मी तुम्हाला गौतमाच्या आणखी एका व्याख्यानाविषयी सांगतो. त्याविषयी 'महापरिनिब्बाण' सूत्रामध्ये विवेचन केलेले आढळून येते. गौतम हे आसन्नमरण अवस्थेत होते. त्यावेळी गौतम व त्यांचे शिष्य हे कुशिनारा या ठिकाणी राहत होते. त्यावेळी त्यांचे मुख्य शिष्य आनंद यांनी गौतमांना विचारले, 'महाराज, आपल्याला एवढ्या लवकर निर्वाण घेता येणार नाही. अद्याप कितीतरी गोष्टी राहिलेल्या आहेत. ज्याविषयी आपण आम्हाला काहीएक निर्णय दिलेला नाही की, त्याविषयी आपण आम्हाला काही मार्गदर्शनही केलेले नाही.' बुद्धानी यावर जे उत्तर दिले ते अत्यंत विचारणीय आहे. ते म्हणाले, 'मी तुम्हामध्ये आज चाळीस वर्षे राहिलो म्हणजे आता माझ्या वयाला ऐंशी वर्षे झाली आहेत. मी तुमच्या संगतीत इतकी वर्षे राहिलो असल्याने अद्यापही काही समर्पक उत्तरे माझ्याकडून तुम्हाला मिळाली नाहीत असे तुम्ही म्हणता, त्याचे मला फार आश्चर्य वाटते. माझ्याकडून सारी उत्तरे मिळाली नसतील हे मला अशक्य वाटते. आमच्या आतापर्यंतच्या चाळीस वर्षांच्या संभाषणात सांगण्यासारखे अद्यापि काही बाकी राहिले असेल असे मला वाटत नाही. या तुमच्या प्रश्नामुळे तुमच्या डोक्यात काहीतरी घोटाळा झालेला आहे, असे मला वाटू लागले आहे. मी आजपर्यंत तुम्हाला जे शिकविले त्याचा तुम्हाला पूर्ण बोध झालेला नसावा, असे मला वाटू लागले आहे. तुम्ही एक गोष्ट ध्यानात ठेवा व त्याप्रमाणे वागा म्हणजे तुमचे प्रश्न तुम्हाला स्वत:च आपोआप सोडविता येतील. म्हणजे, केवळ एखादी गोष्ट मी तुम्हाला सांगतो म्हणूनच ती सत्य असली पाहिजे, असे बिलकूल मानू नका! ती गोष्ट तुमच्या विचारशक्तीला, तुमच्या तर्कशक्तीला पटत असेल तरच तुम्ही ती खरी माना नाहीतर तुम्ही ती खुशाल सोडून द्या हीच शिकवण आहे.'

या गौतम बुद्धांच्या म्हणण्याचा काय अर्थ आहे बरं? त्याचा अर्थ असा आहे की, प्रत्येक मनुष्याला विचारस्वातंत्र्य आहे; पण त्या स्वातंत्र्याचा उपयोग त्याने सत्यशोधन करण्यात केला पाहिजे आणि सत्य म्हणजे तरी काय आहे? सत्य हेच आहे की मनुष्याच्या पंचज्ञानेंद्रियांना व पंचकर्मेंद्रियांना ते सत्य पटले पाहिजे. म्हणजे, ते सत्य पाहता आले पाहिजे, ऐकता आले पाहिजे, त्याचा वास घेता आला पाहिजे, त्याचा स्वाद घेता आला पाहिजे व त्याच्या अस्तित्वाबद्दल आपल्याला साक्ष पटविता आली पाहिजे आणि हे सत्य म्हणजे ईश्वर.'

ही ध्येये गौतमांनी आपल्या शिष्यांना शिकविली आणि तीच ध्येये आमचे सिद्धार्थ कॉलेज अनुसरणार आहे. १) सत्य शोधून काढणे २) जो धर्म आपल्याला मानवता शिकवील त्याच धर्माचे अनुसरण करणे.

आधुनिक विचारांची प्रणाली कोणत्या दिशेने वाहत आहे मला माहीत आहे. मी तुम्हाला हेही सांगून ठेवतो की, कार्ल मार्क्सच्या तत्त्वज्ञानाशीही मी काही अपरिचित नाही. त्याचे धार्मिक विचारही मला अपरिचित नाहीत. तो म्हणतो की धर्म ही अफू आहे. पण हे त्याचे म्हणणे मला पटण्यासारखे नाही. मला वाटते की सत्य शोधून काढणे म्हणजेच सत्यधर्म. सत्य आणि सत्ता या परस्परविरोधी गोष्टी आहेत. (Truth and authority are inconsequent) शास्त्रसुद्धा कोणत्याही गोष्टीची परिपूर्णता (Finality) सिद्ध करीत नाही. म्हणून सत्यसुद्धा कालपरत्वे अपूर्णच असल्याने त्याचा पुन: शोध करणे क्रमप्राप्त असते; म्हणून जगामध्ये पूर्णतया पवित्र (Sacrosanct) असे काहीच नाही.

धर्म म्हणजे सत्य आहे हे आम्ही शिकले पाहिजे, नाहीतर सत्यात्परो धर्म: हेच आपले ध्येय असायला पाहिजे. आपण केव्हाही इतरांना दु:ख देता कामा नये हीच आमच्या धर्माची शिकवणूक असली पाहिजे. सत्य शोधण्याच्या कामात माणसाला पूर्ण स्वातंत्र्य मिळाले पाहिजे, हे आपल्या कॉलेजचे ध्येय आहे.

प्रोफेसरांचे संशोधनकार्य !

मुंबई येथील सेंट झेवियर्स कॉलेजातील पुराणवस्तू संशोधन व पुराणेतिहास या विषयाचे विद्वान प्रोफेसर रे. फादर हेरास यांचे सिद्धार्थ कॉलेजमध्ये मोहेंजोदारो येथील लेखवाचन पाहिल्यावर एकदा उद्बोधक भाषण झाले.

त्या दिवशी डॉ. आंबेडकर यांनी प्रोफेसरांचे संशोधनकार्य या विषयावरच विवेचन करण्यास सुरुवात केली. ते म्हणाले, ''फादर हेरास यांनी अत्यंत परिश्रम करून मोहेंजोदारो येथे सापडलेल्या नाण्यांवरील, विटांवरील लेख कसे वाचावे याचा अपूर्व शोध केला, याबद्दल कोणालाही अभिमान व आश्चर्य वाटल्यावाचून

राहणार नाही. पण मला वाटते, की ज्याप्रमाणे फादर हेरासनी एकध्येय वृत्तीने या अत्यंत महत्त्वाच्या विषयाला स्वत:ला वाहून घेतले व अत्यंत प्रचंड असे संशोधन केले, तसेच आमच्या हिंदी प्रोफेसरांनी का केले नाही? असा एक माझ्यापुढे प्रश्न उभा राहतो. का आमच्या हिंदी प्रोफेसरांना तशी आवडच नाही? किंवा त्यांच्याजवळ पुरेशी विद्वत्ता नाही किंवा त्यांच्यापाशी पुरेशी साधनसामग्री नाही? ह्या गोष्टीची कारणे काय असली पाहिजेत, याचा आपण बारकाईने विचार करू.

मला वाटते, की थोडेसे रुपये मिळवावेत व आपली सुखाने कालक्रमणा करावी, यापलीकडे आमच्या प्रोफेसरांना आयुष्यात काही महत्त्वाकांक्षाच नाही. या महत्त्वाकांक्षेच्या अभावामुळे त्यांच्या हातून काहीही भरीव कार्य होत नसावे. ते मधून मधून काही पाठ्यपुस्तकांवर टिपणे लिहितात. टिपणे लिहिण्याच्या पलीकडे काही महत्त्वाचे कार्य आहे याची माहिती त्यांना आहे की नाही कोण जाणे!

इतक्यात एक प्रोफेसर म्हणाले, ''आम्ही प्रोफेसर मंडळी हल्लीच्या युनिर्व्हसिटीमध्ये मिळणाऱ्या शिक्षणपद्धतीपासूनच निर्माण झालेलो आहोत. यासाठी आपल्या प्रोफेसरांना दोष न देता तो युनिर्व्हसिटीच्या शिक्षणपद्धतीलाच द्यावा लागेल.''

तेव्हा डॉक्टर म्हणाले, ''आमच्या युनिर्व्हसिटीतील शिक्षणपद्धतीमुळे उत्तम उत्तम प्रोफेसर निर्माण होणे कठीण झाले आहे हे मला कबूल आहे. आमच्यापैकी बऱ्याचशा प्रोफेसरांना शेक्सपीयरची नाटके किंवा काव्ये कॉलेजातून शिकवावी लागतात. हे विषय शिकवल्यापासून आमच्या तरुण पिढीचा किंवा हिंदुस्थानचा काय फायदा होतो? काहीही फायदा होत नाही असे मला वाटते. मीसुद्धा कधीकधी झोप येत नसली म्हणजे शेक्सपीयर किंवा काव्य वगैरे वाचतो, नाही असे नाही, पण ते केवळ वेळ घालविण्यासाठी. त्या विषयावर मला विचार करता येत नाही.''

एक नवी कल्पना

आमच्या कॉलेजातून हल्लीच्या काळी अगदी साधारण प्रतीचे शिक्षण दिले जाते. अगदी बी. ए. च्या परीक्षेपर्यंत एखाद्या तात्या-पंतोजीच्या पद्धतीने शिक्षण दिले जाते हे कबूल; पण त्यातही आपल्याला सुधारणा करता येणार नाही, असे नाही. आता मुंबई शहरातच आर्टस् व सायन्स हे विषय शिकविणारी सहा मोठाली कॉलेज आहेत. प्रत्येक कॉलेज हे हल्लीच्या पद्धतीनुसार युनिर्व्हसिटीशी निगडित असले तरी त्याचे अस्तित्व हे एखाद्या स्वतंत्र विद्यालयाप्रमाणे विभक्त आहे नाही का! त्यामुळे काय होते, की या साऱ्याही सहा कॉलेजांतून निरनिराळ्या प्रोफेसरांकडून तेच तेच विषय पुन: पुन्हा शिकविले जातात. यामुळे कामाची निरर्थक पुनरावृत्ती होते! पण समजा, या पद्धतीऐवजी आपण असे केले की, एल्फिन्स्टन कॉलेजात

फक्त इतिहास व अर्थशास्त्र हेच विषय शिकविले जाण्याची सोय केली आणि ज्या प्रोफेसरांना हे विषय शिकवावयाचे असतील त्यांना एल्फिन्स्टन कॉलेजमध्येच ते विषय शिकविण्यासाठी आपण धाडले, तर एकाच विषयाचे सात आठ प्रोफेसर एकत्र येऊ शकतील आणि मग त्यांच्या कामाची आपणाला साहजिक विभागणी करावी लागेल. एक प्रोफेसर प्राचीन हिंदुस्थानावरच व्याख्याने देतील. दुसरे प्रोफेसर 'बुद्धांचा काळ व ख्रिस्तयुगाचा आरंभ' या विषयावर व्याख्याने देतील. तिसरे प्रोफेसर 'मुसलमानी युग' यावर व्याख्याने देतील, तर चवथे 'मराठ्यांचे युग' व पाचवे प्रोफेसर 'इंग्रजांचे युग' यावर व्याख्याने देतील. त्यामुळे विषयाची अतिशय उत्तम वाटणी होईल आणि एकेका प्रोफेसराला आपापल्या विषयाचे पूर्ण अध्ययन करण्यास खूपच अवसर मिळेल आणि त्यामुळे त्याला आपापल्या विषयावर संशोधनकार्य करण्याकरिता तयारी करावयाला भरपूर सवड मिळेल. इतर सुधारणा या मुंबई विश्वविद्यालयात घडवून आणण्याची वाट पाहत बसण्याऐवजी आपण पहिल्याने ही अगदी साधी सुधारणा ताबडतोब घडवून आणू या!

दरेक कॉलेजने एक दोन विषयांसाठीच आपल्याला वाहून घ्यावे; त्यामुळे त्या विषयाचा संपूर्ण ग्रंथसंग्रह त्या कॉलेजात होऊ शकेल आणि आवश्यक असलेले वस्तुसंग्रहालयही एकेच ठिकाणी ठेवण्याची व्यवस्था करण्यात येईल. सर्व कॉलेजांतील प्रोफेसरांना त्यांच्या त्यांच्या विवक्षित ठरविलेल्या प्रमाणाने पगार न देता तो विश्वविद्यालयानेच सर्वांसाठी सारखाच ठेवावा. म्हणजे हल्लीप्रमाणे सरकारी कॉलेजात पगाराचे एक प्रमाण व खासगी कॉलेजात दुसरे असा फरक होणार नाही. पगाराची तक्रार नाहीशी झाल्यावर व कामाची उत्तम वाटणी झाल्यावर शिक्षण देण्याचे कार्य व संशोधनकार्य झपाट्याने चालू होईल.

माझे तर असे मत आहे की, प्रोफेसरांनी अध्ययनाच्या आणि अध्यापनाच्या कामी स्वतःला इतके वाहून घ्यावे, की आपल्या घराकडे बघायला त्यांना मुळी सवडच मिळता कामा नये. ते काम संपूर्णपणे त्यांच्या पत्नीवरच सोपविण्यात आले पाहिजे. प्रोफेसर लोकांनी भलती कामे अंगावर घेऊन आपल्या जबाबदाऱ्यांचे क्षेत्र उगाच वाढवीत जावे ही गोष्ट मला मान्य नाही. अध्यापन व अध्ययन यांमध्ये संशोधनही आलेच. या तीन गोष्टींखेरीज प्रोफेसरांनी दुसरे कोणतेही काम करता कामा नये.

स्त्रीशिक्षण

एके दिवशी स्त्रीशिक्षणावर आमची चर्चा चालू असता डॉक्टर म्हणाले, "मुलींनी कॉलेजात जाऊन मुलांच्या बरोबर शिक्षण घ्यावे, असे मला वाटत नाही. हायस्कूलपर्यंतचे शिक्षण मुला-मुलींचे सारखे झाल्यास काही हरकत नाही. पण

मॅट्रिक पास झाल्यावर त्यांना मुलांच्या बरोबरीने शिक्षण देणे यात द्रव्याचा, कालाचा, स्वास्थ्याचा अपव्य आहे, असे माझे स्पष्ट मत आहे. मुलींना शेक्सपीयर आणि बर्क वगैरे शिकविण्यात काय फायदा आहे हे मला तरी समजत नाही. त्या गृहशिक्षणात तरबेज होणेच आपल्या राष्ट्राच्या उन्नतीच्या दृष्टीने अत्यंत इष्ट आहे. त्या दृष्टीने त्यांना मुळीच शिक्षण दिले नाही तर त्याच्या उलट दुसरे अनाठायी व निरर्थक असल्या प्रकारचे शिक्षण दिले जात आहे, ते मला बिलकूल पसंत नाही. स्त्रिया आपले घर, आपली बालके व आपला संसार नीटनेटका चालवू शकतील इतपत त्यांचे शिक्षण होणे अत्यंत आवश्यक आहे, कारण भावी आयुष्यात त्या वैवाहिक जीवनाचाच अवलंब करणार आहेत हे आपल्याला माहीत असताना त्यांना त्या जीवनात अधिक सुख मिळेल, अशा प्रकारचेच शिक्षण त्यांना दिले गेले पाहिजे. त्या उत्तम गृहिणी व्हाव्यात, त्या उत्तम माता व्हाव्यात, त्यांनी मुलाबाळांची नीट निगा राखावी, असे शिक्षण त्यांना देणे अत्यंत इष्ट आहे आणि ते हल्लीच्या कॉलेजातून दिले जाणे शक्य नाही.''

यावर एक प्रोफेसर म्हणाले, 'पुण्यात स्त्रियांसाठी एक स्वतंत्र कॉलेज आहे. त्या ठिकाणीसुद्धा पुरुषांच्या कॉलेजप्रमाणे शिक्षण दिले जात असतानाही मुली तिकडे जाऊ इच्छित नाहीत, असे का?'

तेव्हा डॉक्टर म्हणाले, ''ह्याने तर माझ्या म्हणण्याला पुष्टीच मिळते. काही झाले तरी मुलांमध्ये उत्साह उत्पन्न करणे, त्यांच्यामध्ये स्फूर्ती उत्पन्न करणे, हे सर्वस्वी उत्तम प्रोफेसरांवर अवलंबून असते.''

प्रोफेसर कसा असावा?

''प्रोफेसर नुसताच विद्वान असून चालायचे नाही. तो सर्वश्रुतही असला पाहिजे, त्याची वाणी शुद्ध असली पाहिजे. तो स्वत: अत्यंत उत्साही असला पाहिजे व आपण आपला विषय मनोरंजक करू, अशी त्याच्यात धमक असली पाहिजे, तरच विद्यार्थीसुद्धा अत्यंत उत्साही होतील यात शंका नाही. हे बरेचसे गुण उपजत आहेत, तर काही अभ्यासाने व अनुभवाने साध्य करावयाचे असतात. माझे स्वत:चेच उदाहरण मी तुम्हाला सांगतो.

मी मागे तुम्हाला सांगितलेले आहे की मी बी. ए. होईपर्यंत अगदीच साधारण प्रतीचा विद्यार्थी होतो. पुढे माझे हातून काही संशोधन होईल, अशी माझ्याबद्दल मलाही अपेक्षा नव्हती आणि इतरांना पण नव्हती. म्हणजे माझी बुद्धी मंद होती किंवा माझ्यात वाचनाची आवड नव्हती, असेही नाही. पण संशोधन करण्यासाठी जो एक विशिष्ट प्रकारचा दृष्टिकोन असावा लागतो किंवा जे एक

प्रकारचे प्रोफेसरांकडून मार्गदर्शन व्हावे लागत असते, ते माझ्या बाबतीत झाले नसल्यामुळे माझ्या गूढ शक्तींना चालना मिळालेली नव्हती इतकेच. अंगी उपजत गुण असले तरी त्यांचा विकास व्हावा लागतोच.

अमेरिकेस जाईपर्यंत माझे अनेक गुण सुप्तावस्थेतच होते. त्यांचा विकास होण्याचे कार्य प्रोफेसर सेलिंग्मन व इतर दांडग्या विद्वानांकडून झाले, हे मला कबूल करायला हवे. या विद्वान प्रोफेसरांच्या संगतीत आल्यावर मला आढळून आले की, मला स्वतंत्रपणे विचार करता येतो. मी संशोधन कसे करावे, याविषयी एकदा प्रोफेसर सेलिंग्मन यांना विचारले असता ते मला म्हणाले, 'तू आपलं काम चालू ठेव. म्हणजे तुला आपोआप समजू लागेल संशोधन कसं करावं ते!'

त्याप्रमाणे मी स्वत:च विचार करू लागलो, खूप वाचन सुरू ठेवले आणि त्यामुळे मला स्वत:च्या पायावर उभे राहून स्वत:लाच मार्गदर्शन कसे करता येते, याचा चांगलाच धडा मिळाला. त्यात माझ्यामागे आणखी एक आच होती. ठरावीक वेळेच्या आत माझ्या हातून संशोधनकार्य पुरे झाले नसते, तर मला पुढल्या स्कॉलरशिपवर पाणी सोडावे लागले असते आणि माझे सारे संशोधन एवढ्यावरच थंडावले असते; विराम पावले असते! त्यामुळे मला माझे काम नेटाने, उत्साहाने, झपाट्याने उरकणे भागच होते. त्यावेळी कामास उपयोगी पडणारी टिपणाची कार्डे मी तयार केली होती. अद्यापि माझ्यापाशी ही कार्डे आहेत. संशोधन करणाऱ्या प्रोफेसरांच्या उपयोगी पडावीत म्हणून ती आपल्या लायब्ररीत ठेवण्याची मी लवकरच व्यवस्था करणार आहे. मी एवढे जबरदस्त वाचन केले आहे की, कोणता संदर्भ कोठे आहे हे मला ताबडतोब स्मरते. या वाचनामुळे माझी स्मरणशक्तीही दांडगी होत गेली.

पुस्तके लिहित असताना वेळ कसा निघून जातो व दिवसांमागून दिवस कसे निघून जातात हे मला कळून येत नाही. माझे लिखाण चालू असताना माझ्या साऱ्या शक्ती एकवटलेल्या असतात. मी जेवणाची पर्वा करीत नाही, की खाण्याची करीत नाही. मी कधी कधी तर रात्रभर वाचीत-लिहित बसतो. मला त्यावेळी कधी कंटाळा येत नाही, की थकवा वाटत नाही.

पण काम संपून ते एकदा हातावेगळे झाले की मी अत्यंत निरुत्साही व असंतुष्ट होतो. मला चार मुले झाली असती तरी एवढा आनंद झाला नसता, जेवढा मला माझे पुस्तक प्रसिद्ध झाले म्हणजे होतो!

महाराष्ट्राचे एकीकरण

एके दिवशी महाराष्ट्राच्या एकीकरणासंबंधी डॉ. आंबेडकरांशी विचारविनिमय करण्यासाठी 'प्रभात' चे श्री. नवरे आणि 'तरुण भारत' चे श्री. माडखोलकर आले.

"कसले घेऊन बसलात महाराष्ट्राचे एकीकरण? या एकीकरणाची आपल्याला आता काय जरुरी आहे?" असा अनपेक्षित सवाल डॉक्टरसाहेबांनी त्यांना केल्याबरोबर माडखोलकर व नवरे एकदम गारच झाले!

काही वेळाने त्या दोघांनी महाराष्ट्र एकीकरणाचे कार्य व उद्देश यांवर आपले म्हणणे डॉक्टरांना समजावून सांगितले. त्यांचे ते म्हणणे शांतपणे ऐकून घेतल्यावर डॉक्टर म्हणाले,

'तुम्हा महाराष्ट्रीयांना हिंदुस्थानात पूर्वीप्रमाणे मुलूखगिरीवर निघायचे आहे का? बोला. मी आहे तुमच्याबरोबर यायला तयार! पण आता या पुढे तुम्हां-आम्हाला किंवा कोणालाच मुलूखगिरी करता येणार नाही, हे ध्यानात ठेवा. महाराष्ट्राच्या अभिमानाच्या भूमिकेवरून विचार करण्याची सवय तुम्हाला अजिबात सोडून द्यावी लागेल. 'मी महाराष्ट्रीय आहे' ही कोती राष्ट्रीय भावना आता मनात जागृत न करता 'मी हिंदी आहे मी आशियाचा आहे, मी एक जगाचा सुसंस्कृत नागरिक आहे.' अशी उदात्त भावना जागृत करावी लागेल. मराठी भाषा चांगली आहे. मी ती चांगली जाणतो. चांगली लिहितो. पण आता मला नुसते मराठी शिकून कसे चालेल? मला तर साऱ्या हिंदुस्थानचे एकीकरण घडवून आणावयाचे आहे. त्यासाठी मला साऱ्या जनतेला समजेल अशी हिंदी भाषा शिकली पाहिजे. माझी मराठी, माझी गुजराथी, माझी बंगाली, माझी कानडी अशी कोती भाषाभक्ती धरून मला चालणार नाही. साऱ्या हिंदुवासीयांची एक भाषा झाली पाहिजे. त्यासाठी आपल्याला आरंभापासूनच हिंदी ही एक अवश्य भाषा म्हणून शिकवावीच लागेल. आता बहुतेक सारी जनता नाहीतरी अशिक्षित आहे! काय ते शेकडा दहा लोकांनाच हल्ली लिहिता-वाचता येते आहे. त्यांचा उपयोग प्रथमपासूनच साऱ्या जनतेला हिंदी शिकविण्यासाठी करूया म्हणजे म्हणजे राष्ट्राचा फार मोठा प्रश्न सुटेल.

बरे, हे एक असो. तुम्ही हिंदुस्थान एक राष्ट्र आहे म्हणता ना? किंवा ते एक राष्ट्र व्हावे असे तुम्ही मनापासून चाहता आहात ना? मग मला विचारू द्या तुम्हाला की, एक राष्ट्र होण्यासाठी तुम्ही आतापर्यंत काय काय खटपटी केल्या आहेत? हिंदुस्थानात एक लिपी असावी अशी तुम्ही कधी खटपट केली आहे का? अहो, बाकी गोष्टी सोडून द्या. नुसती एक लिपीसुद्धा चालू करावी असे तुमच्या मनात येत नाही; मग तुम्ही या देशात एक राष्ट्रीयत्व कसे प्रस्थापित करणार? मला बंगाली चांगले समजते. त्याप्रमाणे गुजराथीपण चांगले समजते. आता जर मराठी, हिंदी, गुजराथी, व बंगाली या राष्ट्रातील मुख्य भाषा देवनागरी किंवा आपल्या बाळबोधीत लिहिल्या जाऊ लागल्या किंवा छापल्या जाऊ लागल्या, तर आम्हाला सहज बंगाली वाचता येईल. गुजराथी वाचता येईल. व मग त्या वाङ्मयाविषयी

आपल्याला एक प्रकारचा जिव्हाळा उत्पन्न होईल. हिंदी नऊ कोटी लोक वाचू लागतील; तर बंगाली पाच कोटी, मराठी जवळ जवळ तीन कोटी, गुजराथी दोन कोटी, म्हणजे चाळीस कोटी हिंदी बाधवांपैकी वीस कोटी माणसांना एकमेकांची भाषा अनायासे समजू लागेल व त्यामुळे एकराष्ट्रीयत्वाची केवढी तरी प्रगती होईल नाही? पण अशा प्रकारचा फार मोठा, फार व्यापक प्रश्न हाती न घेता तुम्ही मला सांगता, 'महाराष्ट्राचे एकीकरण करू या.' तर मी ते कसे कबूल करीन बरे? आता आपल्याला आपला कोतेपणा व संकुचितपणा ठेवून चालणार नाही. उगाच भलता अभिनिवेश निर्माण कराल तर तो राष्ट्रविघातक ठरेल!

तुम्हाला अमेरिकेचा इतिहास आहे ना माहीत? एकभाषीपणाचा अमेरिकेने केलेला सुंदर प्रयोग आपण ध्यानात घ्या!

आरंभी आरंभी अमेरिकन वसाहतीत जर्मन, इटालियन, पोर्तुगीज, स्पॅनिश, इंग्लिश व फ्रेंच भाषा बोलणारे अनेकविध लोक त्या ठिकाणी गोळा झाले. यांपैकी प्रत्येक इसमाला आपापल्या भाषेचा व आपापल्या संस्कृतीचा अत्यंत अभिमान होता हे तुम्हाला माहीतच आहे. ते जरी सारे ख्रिश्चन असले तरी त्यांच्यात नाना पंथ होते व त्या एकमेकांचे विळ्या भोपळ्याएवढे सूत होते हेही तुम्हाला माहीत आहे. आपली मातृभाषा सोडायला ते केव्हाही तयार नव्हते. आपली मातृभाषा सोडून राष्ट्राची ठरलेली एक भाषा म्हणजे इंग्रजी शिकणे हे त्यांच्या जीवावर येत होते. पण त्यांच्या भावी पिढीने तो प्रश्न अत्यंत सुलभ रीतीने सोडविला. म्हणजे या साऱ्या अलग अलग भाषा बोलणाऱ्यांची एकूण एक मुले शाळेत जाऊन इंग्रजी शिकू लागली. त्यामुळे घरी आपल्या आई-बापांशी व भावा-बहिणींशी ते आपापली मातृभाषाच बोलत असत, तरी सर्वत्र सार्वजनिक ठिकाणी त्यांना इंग्रजी हीच भाषा माध्यम म्हणून वापरणे आवश्यक झाले. त्यामुळे एका पिढीत साऱ्यांना इंग्रजी भाषा अवगत होऊन भाषा एक झाल्यामुळे स्वाभाविकपणेच एकमेकांमधील संघटन व बंधुभाव अधिक दृढतर झाला.

हे जे संयुक्त संस्थानात, अमेरिकेत शक्य झाले ते आपल्याला हिंदुस्थानातल्या भावी संयुक्त संस्थानात शक्य करून दाखविता येणार नाही काय? मला तर त्याबाबत फार आशा वाटते.

एक भाषा, एक जीवन, एक धर्म हे एकराष्ट्रीयत्वाचे आधारस्तंभ आहेत. म्हणून मला महाराष्ट्राच्या एकीकरणापेक्षा हिंदी एकीकरणाबद्दल अधिक कळकळ वाटते. मराठीचा अभ्यास न करता तुम्ही जर हिंदीकडे अधिक लक्ष पुरविलेत, तर तुमची मराठी न मरता ती अधिक जोरदार होईल व महाराष्ट्रीय जिकडे जाईल तिकडे त्याला मार्ग मोकळा होणे शक्य होणार आहे.

हिंदीच्या बरोबर तुम्हाला साऱ्या जगाशी संबंध येण्यासाठी इंग्रजीचाही अधिक अभ्यास करावा लागेल. हिंदुस्थानातून समजा उद्या इंग्रज निघून गेले तरी तुम्हाला त्यांची भाषा सोडून चालणार नाही. आतापर्यंत, इंग्रजी भाषेच्या जोरावरच एकराष्ट्रीयत्व प्राप्त करून घेता आले, ही गोष्ट आपल्याला विसरता कामा नये.

माझ्यासारख्या राष्ट्रीय बाण्याच्या माणसाला या महाराष्ट्र एकीकरणाच्या आकुंचित चळवळीत ओढण्याचा तुम्ही मुळीच प्रयत्न करू नका.

हरिजनांचा मंदिरप्रवेश

''हरिजनांना मंदिरात प्रवेश मिळवून देण्यासाठी सध्या जी चळवळ चालू आहे, तिच्याबद्दल तुमचे काय मत आहे?'' एकदा मी विचारले. तेव्हा डॉक्टर म्हणाले, ''आम्हाला या चळवळीबद्दल काहीच वाटत नाही. अस्पृश्य लोकांनी तुमच्या मंदिरात येऊ नये, अशी हजारो वर्षे तुम्ही या मंदिराच्या दारावर पाटी लावून ठेवलेली होती. ती तुम्ही काढून घेता आहात. तुम्हाला पश्चात्ताप झालेला आहे, ठीक आहे; तथापि, तुम्ही मंदिरे आम्हास मोकळी केल्यानंतर त्या मंदिरात आम्ही यायचे की नाही याचा आम्ही विचार करू. तो आमचा प्रश्न आहे. खरे सांगायचे म्हणजे आम्हाला तुमच्या मंदिरात यायची इच्छा नाही. तुमची आमच्यावर जबरदस्ती का?

तुम्ही म्हणता साने गुरुजी आम्हा अस्पृश्यांना मंदिरप्रवेश मिळावा म्हणून खटपट करीत आहेत, फंड गोळा करीत आहेत; पण मी तुम्हाला स्पष्टपणे सांगतो की साने गुरुजींच्या चळवळीचा अस्पृश्यांवर अत्यंत विपरीत परिणाम होतो आहे, याचा तुम्ही कधी विचार केला आहेत का? मला वाटते, तुम्हीसुद्धा साने गुरुजींप्रमाणे साधेभोळे व भावनाप्रधान वृत्तीचे लोक आहात. तुम्हाला आपण जे केले त्याचेच भूषण वाटते आहे; मग त्याचे परिणाम काहीही का होईनात, पण त्याचे दुष्परिणाम भोगावे लागतात आम्हाला, तुम्हाला नव्हे! कसे ते पाहा! साने गुरुजी परवा कोकणात मंदिरप्रवेशाच्या चळवळीचा पुरस्कार करण्यासाठी काही गावी गेले होते. त्यांनी व्याख्याने दिली; काही महारांना पकडून त्यांनी हिंदूंच्या देवळात त्यांना प्रवेश मिळवून दिला. बस्स. झाले कार्य साने गुरुजींचे! पण ज्या महारांनी हिंदूंच्या देवळात प्रवेश केला त्यांना हिंदूंनी बेदम मारले व त्यांचे अनेक तऱ्हांचे हाल करून त्यांच्यावर आर्थिक बहिष्कार घातला. याची वाट काय? तुमच्या नुसत्या भावनाप्रधान वृत्तीला आम्ही भुलून जाणार नाही. तुमची अंत:करणे अजून आहेत तशीच कलुषित आहेत. जोपर्यंत तुम्ही आपली वृत्ती पालटत नाही व आज हजारो वर्षे आम्हांवर केलेल्या जुलमाबद्दल तुम्हाला संताप येत नाही किंवा तुम्हाला पश्चात्ताप होत नाही, तोपर्यंत तुमची चळवळ ही वरकरणी आहे, ती लोकांच्या डोळ्यांत धूळ फेकण्यासाठी

आहे असे माझे व माझ्या अनुयायांचे साफ मत झालेले आहे व ते तसेच राहणार! तुम्ही खुशाल वाटेल तितके कायदे पास करा. आम्हाला त्याची पर्वा नाही. आम्हाला ती तुमची मंदिरे नको आहेत व तो मंदिरप्रवेश नको आहे!''

''पण तुम्ही स्वत: काही वर्षांपूर्वी या मंदिरप्रवेशाच्या चळवळीत पुढाकार घेतला होता?'' मी प्रश्न केला.

तुमच्या मनोवृत्ती बदला

''होय, त्यावेळेस माझा त्यावर विश्वास होता. पण मागून ती चूक माझ्या लक्षात आली. माझ्या आयुष्यात मी अनेक चुका केल्या आहेत. पण त्या चुका मला कळून आल्यानंतर पुन्हा मी त्या केलेल्या नाहीत. त्यावेळी मला वाटले होते, की आम्हीही माणसेच असल्याने आम्ही आपल्या मानवी हक्कांना कसे मुकावे? ते मानवी हक्क मिळवावे. त्यांसाठी सत्याग्रह करावा. त्यासाठी वाटेल त्या हालअपेष्टा भोगाव्या, असे मला वाटत होते. पण आता मी अनुभवाने शहाणा झालो आहे. अशा तऱ्हेच्या झगड्यात काही तथ्य नाही, अशी माझी पूर्ण खात्री झाली आहे. आता त्यामुळेच मला तुमची चळवळ अनाठायी व निरुपयोगी आहे, असे सांगावेसे वाटते. तुमच्या मनोवृत्तीत फरक होऊ द्या. अगोदर हा मंदिरप्रवेश इष्ट की अनिष्ट. पण तुम्ही, साने गुरुजींनी केवढे कार्य केले असे म्हणून हुरळून जाता. मला मात्र हुरळून जायचे काहीच कारण नाही!

मंदिरप्रवेश देऊन आम्हाला समाजात मान मिळवून देण्याचा तुम्ही जो घाट घातला आहे, त्यामुळे तुम्ही स्वत:ची मात्र चांगलीच फसवणूक करून घेत आहात, असे माझे मत झाले. तुम्हाला मागची उदाहरणे नको असतील तर परवाचे कलकत्त्यामध्ये घडलेले एक उदाहरण मी तुम्हाला सांगतो.

मी व्हॉईसरॉयच्या कार्यकारी मंडळाचा सभासद या नात्याने सरकारी कामानिमित्त कलकत्त्यास गेलो होतो. तेथे अप्पर सर्क्युलर रोडवर माझे मित्र मि. जाधव राहत असत. मी त्यांच्याकडे पाहुणा म्हणून उतरलो होतो व काम संपल्यावर आणि माझ्या मित्रांचा पाहुणचार घेतल्यावर मी परत माझ्या रेल्वे सलूनमध्ये येऊन पोहोचलो. माझी सलून दुसरे दिवशी दिल्लीस जाण्यासाठी निघणार होती.

दुसरे दिवशी पहाटे माझे मित्र जाधव व त्यांच्या पत्नी व त्यांचे मूल सामानसुमानासकट माझ्या सलूनपाशी उभे असलेले पाहताक्षणी मला आश्चर्य वाटले, कारण आदल्या रात्रीच-नमस्कार चमत्कार वगैरे झाले असल्याने मला निरोप देण्यासाठी हे जाधव एवढ्या पहाटे का आले याचा मला उलगडा होईना. तेव्हा मला जाधव सांगू लागले, 'आमच्या घरातल्या नोकरांनी बंड केले. ते

म्हणाले, 'डॉ. आंबेडकर हे भंगी आहेत. हे आम्हाला माहीत होते. तुमच्या घरी ते राहिले, खाल्ले, जेवले, त्यामुळे तुम्ही त्यांच्याच जातीचे भंगी आहात, अशी आमची खात्री झाली. आमची जात बिघडली, आमचा धर्म बुडाला.' आता हे लोक आम्हाला या मोहल्ल्यात तरी राहू देतील की नाही याचीच मला शंका आहे म्हणून मी घर बंद करून मंडळींना थेट मुंबईला पाठवून द्यायचे ठरविले आहे.' ही गोष्ट दोन वर्षांपूर्वी घडली. त्यामुळे तुम्हा हिंदूंची मने आमच्याबद्दल किती शुद्ध आहेत याची मला कल्पना आली. तुम्ही आम्हाला महार किंवा भंगी म्हणण्याऐवजी 'हरिजन' म्हणू लागला आहात एवढेच काय ते!''

दारूबंदी

एकदा दारूबंदीवर आमचे बोलणे निघाले तेव्हा डॉक्टर म्हणाले, ''दारूबंदी हा अन्याय आहे, असे माझे मत आहे. आपल्या देशात इतर अनेक सुधारणा करावयाच्या आहेत. दारुबंदीच्या चळवळीची तूर्त तरी आवश्यकता नाही. त्यातून आमचे राष्ट्र दारूबाज असते तर गोष्ट वेगळी असती. पण तशी परिस्थिती नाही हे आपल्या आकडेवारीने सिद्ध करता येईल. फार तर शेकडा चारच लोक दारू पीत असतात. त्यातले दारूडे किती असतील हाही पुन: एक प्रश्नच आहे. एखाद्याने दुसऱ्यावर जबरदस्तीने आपले मत पाश्चात्त्य राष्ट्राप्रमाणे का लादावे हे मला समजत नाही. आपले राष्ट्र 'दारूडे' नाही. युरोपमधली माणसे सरासरीने रोज कित्येक गॅलन दारू पीत असली तर हिंदू माणूस हा फक्त सहा औंसच पीत असतो असे आपल्याला आकडेच सांगतात.

आता हेच पाहा! मला पुस्तके वाचण्याचा कैफ येतो. एखाद्या दारुड्याप्रमाणे मला पुस्तकांची तल्लफ येते. आता मला हा कैफ चढू नये म्हणून जबरदस्ती करण्याचा कोणालाही अधिकार नाही! कोणाला पुस्तकाची तल्लफ येते, तर कोणाला दारू पिण्याची येत असेल, दारू पिण्यापासून एखाद्याला आनंद होत असेल तर तो हिरावून घेण्याचा कोणालाच अधिकार पोहोचत नाही. तेव्हा दारूबंदीचे तत्त्व न्याय्य (Equitable) नाही, असे माझे मत आहे. तुम्ही दारू पिऊ नका वाटेल तर आमची त्याला काही हरकत नाही. पण ती दुसऱ्यानेही पिता कामा नये, अशी जबरदस्ती करण्याचा अधिकार कोणी दिला तुम्हाला? तुम्ही आपल्या मित्रांची का गैरसोय करता उगाच?

माझे वडील कबीरपंथी असल्यामुळे त्यांना मांसमच्छी व दारू बंद होती हे सांगायला नकोच. ते स्वत: पक्के शाकाहारी असून दारूला ते हातसुद्धा लावीत नसत. पण जेव्हा जेव्हा म्हणून आमच्या खेड्यांत आमच्या समाजाचे जातीभोजन

असेल तेव्हा तेव्हा सर्वांना मिष्टान्न, मांसभोजन मिळावे म्हणून माझे शाकाहारी वडील पुढाकार घेत असत. आमच्या घरी आजोबांच्या वेळेपासून वंशपरंपरेने चालत आली हंडे, पातेल्या, परात वगैरे मोठमोठाली भांडी असत. त्यांचा उपयोग सार्वजनिक ग्रामभोजनासाठी व्हायचा असे जणू ठरलेलेच होते. माझे वडील स्वत: गावाबाहेरील दगड डोक्यावर वाहून गोळा करीत व गावातील भोजन व्यवस्थापकांच्या साठी मोठमोठाले चुले स्वत: मांडून देत. बकऱ्याचे मांस, कोंबड्या व मासे यांचे चमचमीत जेवण तयार केले जात असे. ते जेवण तयार करण्यातसुद्धा पुन: आमच्या वडिलांचाच पुढाकार असायचा! अशा जेवणावळीत पुढाकार घेण्यात आमच्या वडलांना कधीच दोष वाटत नसे! फक्त स्वत: काही खाल्ले प्याले नाही म्हणजे झाले!' असे त्यांचे उदार तत्त्वज्ञान होते. एवढेच नव्हे तर दारूच्या बाटल्यासुद्धा ते स्वत: आणून प्रत्येकाला छटाक छटाक वाढीत असत! पण त्यांनी जन्मभर दारूच्या एका थेंबालाही स्पर्श केला नाही. हीच माझ्या वडिलांची परंपरा मीसुद्धा पुढे चालविली आहे. मी व्हॉईसरॉय साहेबांच्या कार्यकारी मंडळात असताना उत्तम उत्तम जेवणे व उत्तम उत्तम व्हिस्की, शांपेन वगैरे माझ्या मित्रमंडळींना दिलेली आहे! माझ्या वडिलांप्रमाणेच मीसुद्धा दारूच्या एका थेंबालाही कधी स्पर्श केलेला नाही. हेही पण सर्वश्रुतच आहे.

दारूबंदीची सक्ती का?

आता हा विषय निघालाच आहे तर माझे दारूबंदीसंबंधी काही विधायक विचार आहेत ते मी तुम्हाला सांगतो. अगोदर आपण हिंदी लोक दारुडे नाही हे मी आता तुम्हाला सांगितलेच. पण जे कोणी दारू पिणारे आहेत त्यांच्यासाठी माझी पुढीलप्रमाणे योजना आहे. ती ऐकून माझी योजना योग्य आहे की, आमच्या मुंबई सरकारची दारूबंदीची योजना योग्य आहे याचा ज्याचा त्याने विचार करावा, अशी माझी सूचना आहे!

माझी योजना अशी

अ) सर्व दारू तयार करण्याचे व ती विकण्याचे अधिकार सरकारच्याच हाती असले पाहिजेत. हल्ली चालले आहे ते, 'आधी कळस मग पाया रे' अशी उलटी रीत आहे. ती कशी ते पाहा-

सरकार स्वत: दारू तयार करते ते त्यापासून सरकारला खूप उत्पन्न होते हे जगजाहीर आहे. पण सरकार ही तयार केलेली दारू जाहीर लिलावाने मक्तेदारांना विकते ही गोष्ट पूर्णपणे अयोग्य आहे, असे माझे मत आहे. मक्तेदार जाहीर

लिलावात वाटेल ते पैसे देण्यास तयार होतो याचे कारण त्याला सरकारी दारूत वाटेल तशी भेळमिसळ करून ती लोकांना विकता येते व वाटेल तसा पैसा लोकांकडून उकळता येतो. या सरमिसळ दारू न विकण्याबद्दल सरकारी कायदे अगदीच कोते आहेत याचा अनुभव कोणाला नाही? तेव्हा हा मक्ता व मक्तेदारांचे लिलाव अजिबात बंद झाल्यावाचून वाईट दारू लोकांच्या घशात ओतली जाते, तिचे निर्मूलन होणार नाही.

म्हणून मी असे सुचवितो की,

(ब) सरकारनेच गुत्ते एकदम बंद करून त्याऐवजी उत्तम 'क्लब' किंवा 'मंडळे' सुरू करावीत. या क्लबांत तीन गोष्टी असाव्यात. पहिली गोष्ट म्हणजे दारू विकण्याचे दुकान, दुसऱ्या भागात मिल्क म्हणजे दूध विक्रीचे दुकान आणि तिसरा विभाग ग्रंथालय व वाचनालय. म्हणजे क्लबात चोरीमारीने किंवा तोंड लपवीत छपवीत येण्याचे कोणाला कारण पडणार नाही. क्लबाचे वातावरण अतिशय स्वच्छ, सुंदर व सभ्य पाहिजे. प्रत्येक दारू पिणाऱ्यासाठी सरकारने एक कार्ड द्यावे. त्या कार्डाची आठ आणे किंमत असावी. या कार्डाने दरेक माणसाला डॉक्टर ठरवील त्याप्रमाणे एका विवक्षित प्रमाणातच दारू देण्यात यावी. समजा, प्रत्येकाला रोज एकच पेग मिळेल. जास्त मिळणार नाही. त्याप्रमाणे दारू केव्हाही उधारीने देता कामा नये, असा त्यात निर्बंध असावा. ज्या दिवशी दारू घेतली जाणार नाही, त्या दिवशीचे प्रमाण रद्द झाले असे समजावे. दोन-चार दिवसांचा रतीब तुंबवून एकदम एका दिवशी पुष्कळ दारू कोणालाही पिता येऊ नये. अशा तऱ्हेने दारू पिण्यावर नियंत्रण घालण्यात यावे.

दारूबंदीच्या कायद्यामुळे गुन्हेगारीला अप्रत्यक्ष प्रोत्साहन दिले जाणार आहे व चोरून दारू बनविण्याकडे असलेली लोकांची प्रवृत्ती अधिकच बळावण्याचा संभव आहे. शिवाय कायदे, सरकारी कायदेकानू तोडणे ही प्रथा काँग्रेसनेच लोकांत पसरविली असल्याने या कायदेभंगाचा फायदा जनतेने घेतला, तर तिला आपल्याला दोष देता येणार नाही! पण आजकालचे कायदे हे भावनावशतेच्या जोरावरच बहुतांशी पास केले जात असल्यामुळे इष्टनिष्टतेचा त्यात प्रश्नच उद्भवत नाही.''

(साप्ताहिक नवयुग मुंबई (आंबेडकर विशेषांक) दि. १३ एप्रिल १९४७)

◻◻◻

लिलावात वाटेल ते पैसे देण्यास तयार होतो याचे कारण त्याला सरकारी दारूत वाटेल तशी भेळमिसळ करून ती लोकांना विकता येते व वाटेल तसा पैसा लोकांकडून उकळता येतो. या सरमिसळ दारू न विकण्याबद्दल सरकारी कायदे अगदीच कोते आहेत याचा अनुभव कोणाला नाही? तेव्हा हा मक्ता व मक्तेदारांचे लिलाव अजिबात बंद झाल्यावाचून वाईट दारू लोकांच्या घशात ओतली जाते, तिचे निर्मूलन होणार नाही.

म्हणून मी असे सुचवितो की,

(ब) सरकारनेच गुत्ते एकदम बंद करून त्याऐवजी उत्तम 'क्लब' किंवा 'मंडळे' सुरू करावीत. या क्लबांत तीन गोष्टी असाव्यात. पहिली गोष्ट म्हणजे दारू विकण्याचे दुकान, दुसऱ्या भागात मिल्क म्हणजे दूध विक्रीचे दुकान आणि तिसरा विभाग ग्रंथालय व वाचनालय. म्हणजे क्लबात चोरीमारीने किंवा तोंड लपवीत छपवीत येण्याचे कोणाला कारण पडणार नाही. क्लबाचे वातावरण अतिशय स्वच्छ, सुंदर व सभ्य पाहिजे. प्रत्येक दारू पिणाऱ्यासाठी सरकारने एक कार्ड द्यावे. त्या कार्डाची आठ आणे किंमत असावी. या कार्डाने दरेक माणसाला डॉक्टर ठरवील त्याप्रमाणे एका विवक्षित प्रमाणातच दारू देण्यात यावी. समजा, प्रत्येकाला रोज एकच पेग मिळेल. जास्त मिळणार नाही. त्याप्रमाणे दारू केव्हाही उधारीने देता कामा नये, असा त्यात निर्बंध असावा. ज्या दिवशी दारू घेतली जाणार नाही, त्या दिवशीचे प्रमाण रद्द झाले असे समजावे. दोन-चार दिवसांचा रतीब तुंबवून एकदम एका दिवशी पुष्कळ दारू कोणालाही पिता येऊ नये. अशा तऱ्हेने दारू पिण्यावर नियंत्रण घालण्यात यावे.

दारूबंदीच्या कायद्यामुळे गुन्हेगारीला अप्रत्यक्ष प्रोत्साहन दिले जाणार आहे व चोरून दारू बनविण्याकडे असलेली लोकांची प्रवृत्ती अधिकच बळावण्याचा संभव आहे. शिवाय कायदे, सरकारी कायदेकानू तोडणे ही प्रथा काँग्रेसनेच लोकांत पसरविली असल्याने या कायदेभंगाचा फायदा जनतेने घेतला, तर तिला आपल्याला दोष देता येणार नाही! पण आजकालचे कायदे हे भावनावशतेच्या जोरावरच बहुतांशी पास केले जात असल्यामुळे इष्टनिष्टतेचा त्यात प्रश्नच उद्भवत नाही.''
(साप्ताहिक नवयुग मुंबई (आंबेडकर विशेषांक) दि. १३ एप्रिल १९४७)

□□□

लिलावात वाटेल ते पैसे देण्यास तयार होतो याचे कारण त्याला सरकारी दारूत वाटेल तशी भेळमिसळ करून ती लोकांना विकता येते व वाटेल तसा पैसा लोकांकडून उकळता येतो. या सरमिसळ दारू न विकण्याबद्दल सरकारी कायदे अगदीच कोते आहेत याचा अनुभव कोणाला नाही? तेव्हा हा मक्ता व मक्तेदारांचे लिलाव अजिबात बंद झाल्यावाचून वाईट दारू लोकांच्या घशात ओतली जाते, तिचे निर्मूलन होणार नाही.

म्हणून मी असे सुचवितो की,

(ब) सरकारनेच गुत्ते एकदम बंद करून त्याऐवजी उत्तम 'क्लब' किंवा 'मंडळे' सुरू करावीत. या क्लबांत तीन गोष्टी असाव्यात. पहिली गोष्ट म्हणजे दारू विकण्याचे दुकान, दुसऱ्या भागात मिल्क म्हणजे दूध विक्रीचे दुकान आणि तिसरा विभाग ग्रंथालय व वाचनालय. म्हणजे क्लबात चोरीमारीने किंवा तोंड लपवीत छपवीत येण्याचे कोणाला कारण पडणार नाही. क्लबाचे वातावरण अतिशय स्वच्छ, सुंदर व सभ्य पाहिजे. प्रत्येक दारू पिणाऱ्यासाठी सरकारने एक कार्ड द्यावे. त्या कार्डाची आठ आणे किंमत असावी. या कार्डाने दरेक माणसाला डॉक्टर ठरवील त्याप्रमाणे एका विवक्षित प्रमाणातच दारू देण्यात यावी. समजा, प्रत्येकाला रोज एकच पेग मिळेल. जास्त मिळणार नाही. त्याप्रमाणे दारू केव्हाही उधारीने देता कामा नये, असा त्यात निर्बंध असावा. ज्या दिवशी दारू घेतली जाणार नाही, त्या दिवशीचे प्रमाण रद्द झाले असे समजावे. दोन-चार दिवसांचा रतीब तुंबवून एकदम एका दिवशी पुष्कळ दारू कोणालाही पिता येऊ नये. अशा तऱ्हेने दारू पिण्यावर नियंत्रण घालण्यात यावे.

दारूबंदीच्या कायद्यामुळे गुन्हेगारीला अप्रत्यक्ष प्रोत्साहन दिले जाणार आहे व चोरून दारू बनविण्याकडे असलेली लोकांची प्रवृत्ती अधिकच बळावण्याचा संभव आहे. शिवाय कायदे, सरकारी कायदेकानू तोडणे ही प्रथा काँग्रेसनेच लोकांत पसरविली असल्याने या कायदेभंगाचा फायदा जनतेने घेतला, तर तिला आपल्याला दोष देता येणार नाही! पण आजकालचे कायदे हे भावनावशतेच्या जोरावरच बहुतांशी पास केले जात असल्यामुळे इष्टनिष्टतेचा त्यात प्रश्नच उद्‌भवत नाही.''

(साप्ताहिक नवयुग मुंबई (आंबेडकर विशेषांक) दि. १३ एप्रिल १९४७)

❑❑❑

www.ingramcontent.com/pod-product-compliance
Lightning Source LLC
Chambersburg PA
CBHW031958060726
47497CB00015B/294
* 9 7 8 8 1 7 2 9 4 6 0 5 0 *